നെറ്റ്‌വർക്ക് മാർക്കറ്റിങ്ങിലൂടെ നിങ്ങൾക്കുമാകാം കോടീശ്വരൻ

ദീപക് ബജാജ്

ചൂടപ്പം പോലെ വിറ്റഴിയുന്ന പുസ്തകങ്ങളുടെ രചയിതാവും മോട്ടിവേഷനൽ പ്രഭാഷകനും വിജയംനേടിയ ട്രെയിനറും പ്രതിഭാശാലിയായ പരിശീലകനുമാണ് ദീപക് ബജാജ്. 2007-ൽ നെറ്റ്‌വർക്ക് മാർക്കറ്റിങ്ങിന് തുടക്കമിട്ട അദ്ദേഹം ഒരു ബഹുരാഷ്ട്ര കമ്പനിയുടെ റീജിയനൽ മാനേജരായിരുന്നു. ജോലി രാജിവച്ച് അദ്ദേഹം ഈ ബിസിനസിലേക്കിറങ്ങി, ചെറിയ കാലയളവിൽ തന്നെ ആ ലക്ഷ്യം വിജയകരമായി പൂർത്തിയാക്കി, ആഡംബരപൂർണമായ ഒരു ജീവിതം സ്വന്തമാക്കുകയും ചെയ്തു.

അനുദിനം വളർന്നുകൊണ്ടിരിക്കുന്ന തന്റെ ബിസിനസ് സാമ്രാജ്യത്തിനുവേണ്ടിയാണ് ദീപക് ബജാജ് തന്റെ സമയത്തിലേറെയും ചെലവഴിക്കുന്നത്. കഴിഞ്ഞ 16 വർഷത്തിനിടെ അദ്ദേഹം ഏഴുലക്ഷത്തിലേറെ പേർക്ക് പരിശീലനം നൽകി, ആഗോളതലത്തിൽതന്നെ ഓരോ മാസവും അദ്ദേഹത്തിന്റെ സോഷ്യൽ മീഡിയ വീഡിയോകൾക്ക് 30 ലക്ഷത്തിലേറെ കാണികളുണ്ട്. ബിസിനസിലെ ഫലഭൂയിഷ്ഠമായ നിരവധി വർഷങ്ങൾക്കുശേഷം ദീപക് ബജാജ് സ്വയം ഒരു ബ്രാൻഡായി മാറിയിരിക്കുകയാണ്, അതുവഴി നെറ്റ്‌വർക്ക് മാർക്കറ്റിങ് വ്യവസായത്തിലെ വിഗ്രഹസമാനമായ സാന്നിധ്യമായും അദ്ദേഹം മാറിയിരിക്കുന്നു. ജനങ്ങൾക്കിടയിൽ വർഷങ്ങളോളം നടത്തിയ നേരിട്ടുള്ള വിൽപനയിലൂടെ ആർജിച്ച വിജയസൂത്രമാണ് അദ്ദേഹത്തെ തന്റെ ജീവിതദൗത്യം സാക്ഷാൽക്കരിക്കാൻ സഹായിച്ചത്, അതുവഴി ജനങ്ങൾക്ക് ഒരു വിജയപാതയും അദ്ദേഹം ഒരുക്കിക്കൊടുത്തു.

നെറ്റ്‌വർക്ക് മാർക്കറ്റിങ്ങിലൂടെ നിങ്ങൾക്കുമാകാം കോടീശ്വരൻ

നിങ്ങളുടെ സ്വപ്നജീവിതം അതിവേഗം നേടാനുള്ള തെളിയിക്കപ്പെട്ട ഫോർമുല

ദീപക് ബജാജ്

പരിഭാഷ
കെ. കണ്ണൻ

MANJUL

മഞ്ജുൾ പബ്ലിഷിങ് ഹൗസ്

First published in India by

MANJUL

Manjul Publishing House

Corporate and Editorial Office

•2nd Floor, Usha Preet Complex,
42 Malviya Nagar, Bhopal 462003 – India

Sales and Marketing Office

•C-16, Sector 3, Noida, Uttar Pradesh 201301, India
Website: www.manjulindia.com

Distribution Centres

Ahmedabad, Bengaluru, Bhopal, Kolkata, Chennai,
Hyderabad, Mumbai, New Delhi, Pune

First published in English by Manjul Publishing House in 2018

Malayalam translation of
Be a Network Marketing Millionaire

This edition first published in India in 2020
Fourth impression 2022

ISBN 978-93-89647-13-6

Translation by K. Kannan

Cover design by Bhavi Mehta

Printed and bound in India by Parksons Graphics Pvt. Ltd.

സ്വപ്നമുള്ള ഓരോ മനുഷ്യർക്കും,
ആ സ്വപ്നം യാഥാർത്ഥ്യമാക്കാൻ
പ്രതിബദ്ധരായ ഓരോരുത്തർക്കും,
ഈ പുസ്തകം സമർപ്പിക്കുന്നു

പരിഷ്കരിച്ച പതിപ്പിനുള്ള ആമുഖം

നെറ്റ്‌വർക്ക് മാർക്കറ്റിങ്ങിൽ/ഡയറക്റ്റ് സെല്ലിങ് വ്യവസായത്തിൽ ഏറ്റവുമധികം വിറ്റഴിഞ്ഞ ഒരു പുസ്തകത്തിന്റെ പരിഷ്കരിച്ചതും നവീകരിച്ചതുമായ ഒരു പതിപ്പാണ് നിങ്ങളുടെ കൈവശമുള്ളത്. ഈ പുസ്തകം ഉപയോഗിച്ച്, വിവിധ കമ്പനികളിൽ, വ്യത്യസ്ത ഉൽപ്പന്നങ്ങൾകൊണ്ട്, വ്യത്യസ്തവരുമാന പദ്ധതികളുമായി നിരവധി പേർ അവരുടെ വരുമാനം പെരുപ്പിക്കുകയും ബിസിനസ് വളർത്തുകയും ചെയ്തുകൊണ്ടിരിക്കുന്നു. വിജയം വരിച്ച എല്ലാ സംഘങ്ങളും ഈ പുസ്തകത്തെ അവശ്യം വേണ്ട ഒരു ഗൈഡായി കരുതുന്നു, ഇതിൽ പറയുന്ന നിയമങ്ങൾക്കും മാർഗ്ഗനിർദേശങ്ങൾക്കും അനുസരിച്ച് അവരുടെ വമ്പൻ ബിസിനസ് സാമ്രാജ്യങ്ങൾ കെട്ടിപ്പടുക്കുന്നു.

സ്വപ്നങ്ങളുമായി കഴിയുന്ന എന്റെ വായനക്കാർ, റെക്കോർഡ് സമയത്തിനുള്ളിൽ, അവരുടെ കമ്പനികളിൽ ഏറ്റവും വലിയ നേട്ടത്തിന് ഉടമകളാകണം, ഏറ്റവും ഉയരത്തിലെത്തണം; അതിനാണ് പുതിയ അധ്യായങ്ങളും പുതിയ മാർഗ്ഗനിർദേശങ്ങളും കൂട്ടിച്ചേർത്ത് ഈ പുസ്തകം പരിഷ്കരിച്ചത്.

ഒരാളുടെ ജീവിതത്തിലെ ഏറ്റവും പ്രധാന വിഭവം സമയമാണെന്ന് ഞാൻ കരുതുന്നു, നിങ്ങളുടെ ജീവിതത്തിലെ ഏറ്റവും വിലപ്പെട്ട 68 വർഷങ്ങളെങ്കിലും നിങ്ങൾക്ക് ലാഭിച്ചുതരാനുള്ള ശ്രമമമാണ് ഞാൻ ഈ കൃതിയിലൂടെ നടത്തുന്നത്. 12 വർഷത്തിലേറെയായി ഞാൻ എന്റെ ഹൃദയവും ആത്മാവും നെറ്റ്‌വർക്ക് മാർക്കറ്റിങ്ങിന് സമർപ്പിച്ചിരിക്കുകയാണ്. എനിക്ക് വരുമാനത്തിന്റെയും നേട്ടങ്ങളുടെയും കാര്യത്തിൽ പുതിയ റെക്കോർഡുകളുണ്ടാക്കാൻ കഴിഞ്ഞു, ഞാനുപയോഗിച്ച നിയമങ്ങളും ഉപകരണങ്ങളും വിദ്യകളുംകൊണ്ട് ആയിരങ്ങൾക്ക് നേട്ടമുണ്ടാക്കിക്കൊടുക്കാൻ കഴിഞ്ഞു, ഇതെല്ലാമാണ് നിങ്ങളുടെ കൈവശമുള്ള ഈ പുസ്തകം വിശദീകരിക്കുന്നത്.

ഇനി നിങ്ങളുടെ ഊഴമാണ്.
ഇത് നിങ്ങളുടെ നിമിഷമാണ്.
ഈ പുസ്തകത്തിലെ വിജയസൂത്രം പിന്തുടരുക.
നിങ്ങളുടെ ടീം അംഗങ്ങൾക്ക് ഈ പുസ്തകം നൽകുക.
ഏറ്റവും ഉയരത്തിലെത്തുന്നതുവരെ, അവിരാമം സഞ്ചരിക്കുക.
ഞാൻ നിങ്ങൾക്കൊപ്പമുണ്ട്.

നിങ്ങളുടെ വിജയപങ്കാളി,
ദീപക് ബജാജ്

ഈ പുസ്തകത്തെക്കുറിച്ച് വായനക്കാർ പറയുന്നു

ഓരോ ഡയറക്റ്റ് സെല്ലറും, കോടീശ്വരനാകാൻ ലക്ഷ്യംവയ്ക്കുന്നവരും അവശ്യം വായിച്ചിരിക്കേണ്ട കൃതി.

-കൈലാഷ് ഭട്ടാഡ്, സി.ഇ.ഒ,
മൈ ലൈഫ്സ്റ്റൈൽ മാർക്കറ്റിങ് ഗ്ലോബൽ പ്രൈവറ്റ് ലിമിറ്റഡ്

നെറ്റ്‌വർക്ക് മാർക്കറ്റിങ്ങിൽ വലിയ കാര്യങ്ങൾ നേടിയെടുക്കാൻ സഹായിക്കുന്ന ഏറ്റവും മികച്ച പുസ്തകങ്ങളിലൊന്ന്. ബിസിനസിൽ കാര്യഗൗരവത്തോടെ ഇടപെടാൻ നിങ്ങളുടെ ടീം അംഗങ്ങൾക്ക് നൽകാൻ കഴിയുന്ന ഏറ്റവും മികച്ച സമ്മാനം.

-മുബീൻ മുഹമ്മദ്

മികച്ച കൃതി. നിസ്സംശയം ആർക്കും നൽകാവുന്നത്. ഞാൻ നിരവധി പുസ്തകങ്ങൾ വായിച്ചിട്ടുണ്ട്, എന്നാൽ, ഇതിൽ, ഓരോ പേജിലുമുള്ളതുപോലെ, അനുയോജ്യവും കൃത്യതയുള്ളതുമായ ഉള്ളടക്കം മറ്റൊന്നിലും കാണാനായിട്ടില്ല.

-ഗൗരവ് മെഹ്റ

കൃത്രിമ ബുദ്ധിയെ തോൽപ്പിക്കുംവിധം നിങ്ങളുടെ ഹ്യൂമൻ നെറ്റ്‌വർക്കിങ് കഴിവുകൾ ഇരട്ടിയാക്കൂ. ലക്ഷ്യവും ജീവിതവൈദഗ്ധ്യവും സാക്ഷാത്കരിക്കാൻ ദിവസവും റഫർ ചെയ്യേണ്ട പുസ്തകം.

-പായൽ കോത്താരി

നെറ്റ്‌വർക്കിങ് മാർക്കറ്റിങ്ങിലെ ഒരു മാസ്റ്റർപീസ്. ഇത് കേവലം ഒരു പുസ്തകം മാത്രമല്ല, വാനയക്കാരെ ഏറ്റവും ഉയരത്തിലെത്തിക്കാൻ ശേഷിയുള്ള ഒരു വഴികാട്ടി കൂടിയാണ്. നെറ്റ്‌വർക്ക് മാർക്കറ്റിങ്ങിലെ ഒരു അന്തിമ പരിഹാരം. നെറ്റ്‌വർക്ക് മാർക്കറ്റിങ്ങിൽ പിഴവുകൾ ഒഴിവാക്കി അതിവേഗം വിജയം നേടിയെടുക്കാൻ ആഗ്രഹിക്കുന്നവർക്ക് നിർദേശിക്കാവുന്ന പുസ്തകം.

-വിജയ് തേതർവാൾ

ഏറ്റവും മികച്ചത്. ദീപക് സർ, ഈ പുസ്തകത്തിലൂടെ നെറ്റ്‌വർക്ക് മാർക്കറ്റിങ് വ്യവസായത്തിന് നിങ്ങൾ വേറിട്ടതും മഹത്തായതുമായ സംഭാവനയാണ് നൽകുന്നത്.

- ഡോ. ശിവ് ഗൗതം

ഈ പുസ്തകം വായിച്ചതിനുശേഷം ഞാൻ എന്റെ ബിസിനസിനെക്കുറിച്ച് ഏറെ ആത്മവിശ്വാസമുള്ളവനായി മാറി, അഭിമാനമുള്ളവനായി മാറി, എന്റെ ലക്ഷ്യത്തിലേക്ക് പ്രവർത്തനങ്ങൾ കേന്ദ്രീകരിക്കാൻ കഴിഞ്ഞു. നിങ്ങൾക്ക് അതിശക്തമായ ഒരു നെറ്റ്‌വർക്ക് രൂപപ്പെടുത്താനും അതുവഴി നിങ്ങളുടെ ലക്ഷ്യം നിറവേറ്റാനും ഈ പുസ്തകവും ദീപക് ബജാജിന്റെ അനുഭവങ്ങളും സഹായിക്കും.

-രവി നന്ദൻ ശർമ

സാധാരണത്വത്തിൽനിന്ന് അസാധാരണത്വത്തിലേക്ക്. ഒരു സാധാരണ മനുഷ്യന് എങ്ങനെ അസാധാരണക്കാരനായി മാറാൻ കഴിയും എന്ന് വിശദീകരിക്കുന്ന വിസ്മയകരമായ കൃതി.

-നിഷാന്ത് ചൗധരി

ഭഗവത്ഗീതയെപ്പോലെ പരിശുദ്ധമായ കൃതി. വിജയം കാംക്ഷിക്കുന്നവർക്കും കഠിനാധ്വാനികൾക്കുമുള്ള ഗൈഡ്.

-ഹിമാംഗി

ഇത് കേവലം ഒരു പുസ്തകം മാത്രമല്ല, സ്വത്വത്തെ ഉണർത്തുന്ന ഉപകരണം കൂടിയാണ്. ഒരു കോടീശ്വരനാകാൻ വേണ്ട എല്ലാ ചേരുവകളും ചേർന്ന ഗൈഡ്.

-വരുൺ ദുവ

ജീവിത്തിൽ എന്തെങ്കിലും ചെയ്യണം എന്ന് ആത്മാർഥമായി ആഗ്രഹിക്കുന്നവർക്ക് ഈ പുസ്തകം സഹായകമായിരിക്കും.

-മഹേന്ദർ സിംഗ് റാവത്ത്

ഒന്നും പറയാനില്ല. വിസ്മയകരമായ കൃതി. പ്രശ്നങ്ങളെ നേരിടാനുള്ള വഴികാട്ടി, നിങ്ങളെ സദാ ആവേശഭരിതനാക്കുന്ന പുസ്തകം.

-സഞ്ജയ് സൂര്യൻ

വിസ്മയകരമായ കൃതി. നെറ്റ്‌വർക്ക് മാർക്കറ്റിങ് ഒരു കരിയർ ആയി എടുക്കുന്ന ഓരോരുത്തരും അവശ്യം വായിച്ചിരിക്കേണ്ടത്.

-സംകിത് ജെയിൻ

ഈ പുസ്തകത്തിലെ ലളിതമായ പാഠങ്ങളിൽനിന്ന് ഒരു പുതിയ ആൾക്ക് തന്റെ ലക്ഷ്യം കൈവരിക്കാൻ കഴിയും.

-നേഹ റാണ

നെറ്റ്‌വർക്ക് മാർക്കറ്റിങ്ങിന്റെ രാജാവ്. ഉജ്ജ്വലനായ ഒരു നേതാവിന്റെ ഉജ്ജ്വലമായ ഒരു കൃതി.

-സിഷാൻ

ജീവിതത്തെ മാറ്റിത്തീർക്കുന്ന പുസ്തകം. നെറ്റ്വർക്ക് മാർക്കറ്റിങ്ങിനെക്കുറിച്ചു മാത്രമല്ല ഈ പുസ്തകം. ഒരു മനുഷ്യന് എങ്ങനെയെല്ലാം സ്വയം മാറാം, തന്റെ ജീവിതനിലവാരം മാറ്റിയെടുക്കാം, തന്റെ വ്യക്തിത്വം വികസിപ്പിച്ചെടുക്കാം എന്നീ കാര്യങ്ങളും ഈ പുസ്തകം വിശദീകരിക്കുന്നു.

-രേഖ ശർമ

വിവരണങ്ങൾക്ക് അതീതം. നെറ്റ്വർക്ക് മാർക്കറ്റിങ്ങിനെക്കുറിച്ചുള്ള ഓരോ സൂക്ഷ്മവിവരങ്ങളും അടങ്ങിയ അത്ഭുതകരമായ കൃതി. ഒന്നല്ല, നിരവധി ദശാബ്ദങ്ങളിലെ അനുഭവങ്ങൾക്ക് സമാനം.

-ഡോ. നീലം

ദീപക് ബജാജിനെക്കുറിച്ച്
പൊതുജനം പറയുന്നത്

ദീപക് ബജാജ് മികച്ച നേതാവാണ്, നെറ്റ്‌വർക്ക് മാർക്കറ്റങ്ങിൽ അത്ഭുതം സൃഷ്ടിക്കുന്നയാളാണ്. അദ്ദേഹം എന്റെ റോൾ മോഡലാണ്. എന്റെ വിജയത്തിലും പുരോഗതിയിലും അദ്ദേഹം ശ്രദ്ധേയമായ പങ്കുവഹിച്ചിട്ടുണ്ട്. സ്വന്തം പ്രതിഭകൊണ്ടും കഠിനാധ്വാനംകൊണ്ടും അദ്ദേഹം ലോകത്തെ മാറ്റിത്തീർക്കുന്നു.

–ഗൗരവ് മെഹ്ദ, ടി.വി.എസ്. മോട്ടോർ കമ്പനി, നോയ്ഡ

സാധാരണമട്ടിലാണ് ഞാൻ നെറ്റ്‌വർക്ക് മാർക്കറ്റിങ് തുടങ്ങിയത്. എന്നാൽ, ദീപക് ബജാജിന്റെ ഒരു പരിപാടിയിൽ പങ്കെടുത്തതോടെ എനിക്ക് എന്റെ ലക്ഷ്യം വ്യക്തമായി. ഇന്ന് ഞാൻ വിജയിയായ ഒരു നെറ്റ്‌വർക്ക് മാർക്കറ്ററാണ്, ചെറുപ്പത്തിലെ എന്റെ എല്ലാ സ്വപ്നങ്ങളും നിറവേറ്റാൻ കഴിഞ്ഞു. എല്ലാ ക്രെഡിറ്റും ദീപക് ബജാജിനാണ്. അദ്ദേഹത്തിന്റെ വാക്കുകൾ ശ്രദ്ധിച്ച് ആർക്കും തന്റെ ജീവിതം മാറ്റിത്തീർക്കാം. ഈ ലോകം മാറ്റിത്തീർക്കുന്നതിനുള്ള മഹത്തായ കർമമാണ് അദ്ദേഹം ചെയ്യുന്നത്. ഈ പുസ്തകം ലക്ഷക്കണക്കിന് പേർക്ക് ഗുണം ചെയ്യുമെന്നും ജീവിതത്തിൽ പുതിയ ദിശ കാണിച്ചുകൊടുക്കുമെന്നും എനിക്ക് ഉറപ്പാണ്. സ്നേഹം, ദീപക് ബജാജ് സാർ. എനിക്ക് പുതിയൊരു ജീവിതം തന്നതിന് താങ്കൾക്ക് നന്ദി.

–ചിന്തൻ അറോറ,
റിയൽ എസ്റ്റേറ്റ് ആന്റ് ഇൻഷുറൻസ്, ഗാസിയാബാദ്

ദീപക് ബജാജ് എന്റെ ജീവിതത്തിലെ കോച്ചും വഴികാട്ടിയുമാണ്. 'നിങ്ങളുടെ കലണ്ടർ പൂരിപ്പിക്കൂ', 'ഏറ്റവും ബെസ്റ്റ് ആകുന്നതുവരെ റെസ്റ്റ് വേണ്ട' തുടങ്ങിയ അദ്ദേഹത്തിന്റെ ഉദ്ധരണികൾ എന്റെ ജീവിതത്തിന്റെ സത്തയായി മാറി. തന്റെ വീക്ഷണത്തെ തനിക്കുവേണ്ടി മാത്രമല്ല, ചുറ്റുമുള്ളവർക്കും നമ്മുടെ രാജ്യത്തിനുംവേണ്ടി ഉപയോഗപ്പെടുത്താനും അദ്ദേഹത്തിന് കഴിഞ്ഞു. അദ്ദേഹത്തിന്റെ സാന്നിധ്യത്തിൽ ഏതൊരാളും സൂപ്പർ ചാർജ് ചെയ്യപ്പെടും. മറ്റുള്ളവർക്ക് നൽകുന്നതിലും അവരെ ശക്തിപ്പെടുത്തുന്നതിലുമാണ് യഥാർഥ ആഹ്ലാദം എന്ന് അദ്ദേഹം എന്നെ പഠിപ്പിച്ചു.

–ദിവ്യ സബർവാൾ, ഭാരതി വാൾമാർട്ട്, ഗുഡ്ഗാവ്

ദീപക് ബജാജിന്റെ നേതൃപാടവം എനിക്ക് ജീവിതത്തിൽ വലിയ പ്രേരകശക്തിയായിരുന്നു. അദ്ദേഹം നെറ്റ്വർക്ക് മാർക്കറ്റിങ്ങിന്റെ ഹീറോ ആണ്. അദ്ദേഹത്തിന്റെ പരിശീലന പരിപാടിയിൽ പങ്കെടുത്തശേഷം എന്റെ ജീവിതം പൂർണമായും മാറിപ്പോയി. 20 വർഷത്തെ സർക്കാർ ജോലിയിൽനിന്ന് ഞാൻ രാജിവയ്ക്കുകയും അദ്ദേഹത്തിന്റെ മാർഗനിർദേശത്തിൽ ഒരു സംരംഭത്തിലേക്ക് പ്രവേശിക്കുകയും ചെയ്തു. ഇന്ന് എന്റെ ജീവിതത്തിലെ ഏറ്റവും പ്രധാനപ്പെട്ട വ്യക്തിയാണ് ദീപക് ബജാജ്, അദ്ദേഹത്തെപ്പോലൊരു മഹാനായ ലീഡറെ ലഭിച്ചതിൽ ഞാൻ അനുഗ്രഹിക്കപ്പെട്ടിരിക്കുന്നു.

–പ്രതാപ് സിംഗ് ആര്യ, ലക്ചറർ, ഹരിയാന സർക്കാർ

2017 ജൂലൈ 15-നുമുമ്പ് എനിക്ക് ഒരു ജീവിതവും ശേഷം മറ്റൊരു ജീവിതവുമാണ്. അന്നാണ് ഞാൻ ദീപക് ബജാജിന്റെ പരിശീലന പരിപാടിയിൽ പങ്കെടുത്തത്. അന്ന് എനിക്കും എന്റെ അമ്മയ്ക്കും പുതിയൊരു ജീവിതം ലഭിച്ചു. ഉള്ളുണർത്തുന്ന, വശീകരിക്കുന്ന, ആവേശഭരിതനായ ഒരു ലീഡറാണ് അദ്ദേഹം. സാധാരണക്കാരെവച്ചുകൊണ്ട് അദ്ദേഹം അസാധാരണ കാര്യങ്ങൾ ചെയ്യുന്നു. ഇന്ദ്രജാലത്തിന് തുല്യമാണ് അദ്ദേഹത്തിന്റെ പരിശീലന പരിപാടികൾ, അത് അനുഭവിച്ചുതന്നെ അറിയണം. പരിശീലന പരിപാടിയിൽ പങ്കെടുക്കുന്ന ഓരോരുത്തരും മറ്റൊരാളായി മാറുകയാണ്. ചെറിയ വാക്കുകളിൽ എന്റെ നന്ദി അറിയിക്കട്ടെ. എനിക്കും മറ്റ് നിരവധി പേർക്കും ദീപക് ബജാജ് ദൈവവും വഴികാട്ടിയുമാണ്.

–നീതു ജിൻഡാൽ, സീനിയർ ലക്ചറർ, സിർസ(ഹരിയാന)

ആദ്യമായി ഒരു പരിപാടിയിൽ അദ്ദേഹത്തെ കേട്ടപ്പോൾ തന്നെ ഞാൻ അത്ഭുതപരതന്ത്രനായി. സ്വപ്നങ്ങളുള്ള ഒരു ആകർഷകവ്യക്തിത്വമാണ് അദ്ദേഹം. ഊഷ്മളമായ സമീപനം. മറ്റുള്ളവരുടെ പ്രശ്നങ്ങൾ പരിഹരിക്കാനുള്ള സന്നദ്ധത. അദ്ദേഹത്തെ വഴികാട്ടിയായി കിട്ടിയവർ അനുഗ്രഹീതർ. ആളുകളെ ശാക്തീകരിക്കുന്നതിലും പുതിയ സംരംഭകരെ സൃഷ്ടിക്കുന്നതിലും ജീവിക്കാൻ കൂടുതൽ മെച്ചപ്പെട്ട ഇടമാക്കി ഇന്ത്യയെ മാറ്റിയെടുക്കുന്നതിലും അദ്ദേഹത്തിന് എല്ലാ അനുഗ്രഹങ്ങളും ആഹ്ലാദവും നൽകാൻ ഞാൻ സർവേശ്വരനോട് പ്രാർഥിക്കുന്നു.

–ഗൗരവ് വാത്സ്യായ, മാനേജിങ് പാർട്ണർ,
ഹട്ട്സ്മിത്ത് ഗൗർമെറ്റ് എൽ.എൽ.പി., ദൽഹി

താങ്കളുടെ പരിപാടികളിൽ പങ്കെടുക്കുന്നവരെല്ലാം താങ്കളുമായി പ്രണയത്തിലാകും, ഞാനും ഭിന്നനല്ല. ഞാൻ ജോലി രാജിവച്ച് സംരംഭകത്വത്തിന്റെ വഴിയിലേക്ക് തിരിയാൻ തീരുമാനിച്ച ദിവസമാണ് താങ്കളുടെ പരിശീലന പരിപാടിയിൽ പങ്കെടുക്കാനെത്തിയത്. താങ്കളുടെ വാക്കുകൾ കേട്ട ആയിരങ്ങൾ സംരംഭകത്വത്തിലേക്ക് തിരിഞ്ഞിരുന്നു. മറ്റു പ്രഭാഷക

രിൽനിന്ന് താങ്കളെ വ്യത്യസ്തനാക്കുന്നത്, താങ്കൾക്ക് ഓരോരുത്തരെയും ഏറ്റവും അടിത്തട്ടിൽനിന്ന് പ്രചോദിപ്പിക്കാനും അതുവഴി പ്രവർത്തനത്തിലേക്ക് തിരിച്ചുവിടാനും കഴിയും. ദീപക് ബജാജിനെ അറിയാനായതിൽ ഞാൻ അനുഗ്രഹിക്കപ്പെട്ടിരിക്കുന്നു.

–അഷിഷ് ചന്ദ, ഐ.ടി പ്രൊഫഷനൽ, അമൃത്സർ

ആസ്ത്രേലിയയിൽ സ്ഥിരതാമസമാക്കിയിരുന്ന ഞാൻ ദൽഹിയിൽ ഒരു മികച്ച അവസരം തേടിക്കൊണ്ടിരിക്കുകയായിരുന്നു. സംശയത്തോടെയാണ് നെറ്റ്‌വർക്ക് മാർക്കറ്റിങ് തുടങ്ങിയത്. എന്നാൽ, ദീപക് സാറിന്റെ പരിശീലനവും ദിവസം മുഴുവനുമുള്ള ഉപാധികളില്ലാത്ത പിന്തുണയും എന്നെ ഒരു വിജയിയായ നെറ്റ്‌വർക്ക് മാർക്കറ്ററാക്കി. എന്നിലെ ദോഷൈകദൃക്കിനെ അദ്ദേഹം ശുഭാപ്തിവിശ്വാസിയാക്കി മാറ്റി. ശുദ്ധവായു ശ്വസിക്കുന്നതുപോലെയായിരുന്നു അദ്ദേഹത്തിന്റെ പരിശീലനം, അതിലൂടെ യഥാർഥ ജീവിതത്തിൽ പ്രസക്തമായ പുതിയ കാര്യങ്ങൾ അറിയാൻ കഴിഞ്ഞു. അദ്ദേഹം തന്റെ പേര് അന്വർഥമാക്കുന്നു, ദീപക്, വെളിച്ചം, ജനങ്ങൾക്ക് അദ്ദേഹം ശരിയായ വഴി കാണിച്ചുതരുന്നു.

–സൗരഭ് മെഹ്റ, ഹോട്ട്ലിയർ ആന്റ് സെയിൽസ് പ്രൊഫഷണൽ, ആസ്ത്രേലിയ

2014-ൽ ആദ്യമായി ദീപക് ബജാജിന്റെ പരിശീലനം ശ്രദ്ധിച്ച ഞാൻ ശരിക്കും അമ്പരന്നു, അന്നുമുതൽ ഞാൻ അദ്ദേഹത്തെ പിന്തുടരുകയാണ്. നാലുവർഷം മുമ്പ് അദ്ദേഹത്തെ കാണുമ്പോൾ ഞാൻ ഒരു ബൈക്കിലായിരുന്നു. ഇന്ന് ഞാൻ ഒരു ടോപ്പ് മോഡൽ വെർണ ഓടിക്കുന്നു. എന്റെ വരുമാനവും ജീവിതശൈലിയും മാത്രമല്ല, എന്റെ വ്യക്തിത്വം തന്നെ അദ്ദേഹത്തിന്റെ സ്വാധീനത്താൽ പൂർണമായും മാറിപ്പോയി. എന്നിലും ആയിരക്കണക്കിന് വരുന്ന എന്റെ സംഘാംഗങ്ങളിലും അദ്ദേഹത്തിന്റെ പരിശീലനം അവിശ്വസനീയമായ സ്വാധീനമാണ് ചെലുത്തിയത്. അദ്ദേഹത്തെപ്പോലൊരു വഴികാട്ടിയെ കിട്ടിയതിൽ ഞാൻ അനുഗ്രഹിക്കപ്പെട്ടിരിക്കുന്നു. സ്നേഹം, സാർ.

–നിഷാന്ത് ചൗധരി, ടെലികോം സെയിൽസ്, കർണാൽ

മികച്ച സ്കോർ നേടുക, ജോലി ലഭിക്കുക എന്ന മട്ടിലുള്ള പ്രത്യേകതരം മൂല്യബോധത്തിലാണ് ഞാൻ വളർന്നത്. ഞാൻ ആദ്യം ദീപക് ബജാജിനെ കണ്ടപ്പോൾ, ഒരു യഥാർഥ ഇന്ത്യക്കാരനെയാണ് കണ്ടത്; ഉയർന്ന ധാർമിക മൂല്യങ്ങളുള്ള വിജയികളായ ജനങ്ങളെ സൃഷ്ടിക്കുക എന്ന ദൗത്യം ഏറ്റെടുത്ത ഇന്ത്യക്കാരനെ. ജനങ്ങളോടുള്ള അദ്ദേഹത്തിന്റെ പ്രതിബദ്ധതയെ, അവരെ വിജയത്തിലേക്ക് നയിക്കാമെന്ന അദ്ദേഹത്തിന്റെ ബോധ്യത്തെ ഞാൻ ആദരിക്കുന്നു. മാന്ത്രിക വാക്കുകൾക്കുടമയാണ് അദ്ദേഹം. എന്റെ ടീമിന് അദ്ദേഹത്തിന്റെ പരിശീലനം സുസ്ഥിരതയും തുടർച്ചയും നൽകി.

ഭഗവത്ഗീതയെപ്പോലെ, ഞാനും എന്റെ ടീമും അദ്ദേഹത്തിന്റെ ഓരോ വാക്കും അന്ധമായി പിന്തുടർന്നുകൊണ്ടിരിക്കുന്നു.

–അഭിഷേക് മിശ്ര, എഞ്ചിനീയർ ആന്റ് എം.ബി.എ,
ഗ്വാളിയർ

വീക്ഷണമുള്ളയാളും അടുത്ത തലമുറയുടെ വഴികാട്ടിയുമാണ് ദീപക് ബജാജ്. തന്റെ പ്രഭാഷണങ്ങളിലൂടെയും മാർഗ്ഗനിർദേശങ്ങളിലൂടെയും അദ്ദേഹത്തിന് ആയിരക്കണക്കിന് ഇന്ത്യക്കാരെ സ്വാധീനിക്കാൻ കഴിഞ്ഞു. അദ്ദേഹം എന്റെ ജീവിതം മാറ്റിത്തീർത്തു, അദ്ദേഹത്തിന്റെ മാർഗ്ഗനിർദേശത്തിൽ എന്റെ ടീമിനെയും മാറ്റാൻ കഴിഞ്ഞു. ഇന്ത്യക്കാരെ അദ്ദേഹം അടുത്ത ലെവലിലേക്ക് കൊണ്ടുപോകുന്നു. അദ്ദേഹത്തിന്റെ പരിശീലനം സ്ത്രീയുടെയും പുരുഷന്റെയും ജീവിതത്തെ അടിമുടി മാറ്റിത്തീർക്കുന്നു.

–ദേബാഷിശ് ഖുന്തിയ, മെക്കാനിക്കൽ എഞ്ചിനീയർ,
ഒഡീഷ

എനിക്കും എന്റെ ടീമിനും ദീപക് ബജാജ് ഊർജത്തിന്റെ ഒരു പവർഹൗസ് ആണ്. 'ഗുരു' എന്ന സിനിമയിലെ നേതാവിനെ അദ്ദേഹം ഓർമിപ്പിക്കുന്നു. എന്റെ ചിന്താപദ്ധതിയെ അദ്ദേഹത്തിന്റെ പരിശീലനം അടിമുടി മാറ്റി. അദ്ദേഹത്തിന്റെ അറിവിന്റെയും അത്ഭുതകരമായ പരിശീലനത്തിന്റെയും അടിസ്ഥാനത്തിലാണ് ഞാൻ എന്റെ നെറ്റ്വർക്ക് മാർക്കറ്റിങ് ടീമിനെ രൂപപ്പെടുത്തിയത്. ആയിരക്കണക്കിന് ജനങ്ങളുടെ ജീവിതം മാറ്റിത്തീർക്കുന്നതിനും സമൂഹത്തിന് അമൂല്യമായ സംഭാവന നൽകുന്നതിനും ഞാൻ അദ്ദേഹത്തെ അഭിവാദ്യം ചെയ്യുന്നു. എല്ലാ സ്വപ്നങ്ങളെയും സാക്ഷാത്കരിക്കാൻ കഴിയുന്ന മഹാനായ ഒരു സ്വപ്നദർശിയാണ് അദ്ദേഹം.

–ഹർകേശ് അറോറ, ടാറ്റ കമ്യൂണിക്കേഷൻസ്,
ദൽഹി

ഒരു ബാധ്യത എന്ന നിലക്കാണ് ഞാൻ നെറ്റ്വർക്ക് മാർക്കറ്റിങ് ബിസിനസ് തുടങ്ങിയത്. ഇതിലൂടെ എനിക്ക് ജനങ്ങളെ ഉയർത്താനാകുമെന്നോ ഉന്നതിയിലെത്തിക്കാനാകുമെന്നോ കരുതിയിരുന്നില്ല, ദീപക് ബജാജിനെ കാണുന്നതുവരെ. വ്യക്തമായ, ബുദ്ധിപരമായ ഒരു വീക്ഷണമുള്ളയാളാണ് താങ്കൾ, താങ്കളുടെ മാർഗ്ഗനിർദേശത്തിലൂടെ ഞങ്ങൾക്ക് ആകാശത്തിലെത്താനാകും. നന്ദി, ദീപക് സാർ, എന്റെ ജീവിതത്തിന് നൽകിയ സംഭാവനകൾക്ക്.

–ചഞ്ചൽ വാട്സ്, ഐ.സി.ഐ.സി.ഐ. ബാങ്ക്,
ദൽഹി

നമ്മുടെ രാജ്യത്തിന്റെ അമൂല്യമായ ചുരുക്കം മുത്തുകളിൽ ഒരാളാണ് ദീപക് ബജാജ്. എന്റെ ജീവിതത്തിൽ കണ്ട ഏറ്റവും മികച്ച ലീഡറാണ്

അദ്ദേഹം, സ്വയം വളരുകയും മറ്റുള്ളവരെ വളരാൻ സഹായിക്കുകയും ചെയ്യുന്നു. ഒരു സെഷൻ കൊണ്ടുതന്നെ താങ്കൾക്ക് ഏതൊരാളുടെയും മനോഭാവത്തെ പൂർണമായി മാറ്റാനാകും. ഒരു പരിപാടിയിൽവച്ച് താങ്കൾക്ക് ആളുകളെ ചിരിപ്പിക്കാനാകും, കരയിക്കാനാകും, ഒരു വ്യത്യസ്ത വ്യക്തിയാകാനുള്ള പ്രചോദനം നൽകാനുമാകും. അദ്ദേഹത്തിന്റെ അടുത്ത മെഗാ പ്രൊജക്റ്റിന് എല്ലാ ഭാവുകങ്ങളും.

-രാഹുൽ ചന്ദ, ഫാർമസ്യൂട്ടിക്കൽസ് സെയിൽസ് ആന്റ് മാർക്കറ്റിങ്, ഫരീദാബാദ്

ദീപക് ബജാജിന്റെ പരിശീലനങ്ങൾ എന്റെ ജീവിതത്തിൽ വലിയ സ്വാധീനമായിരുന്നു. അദ്ദേഹം വീക്ഷണമുള്ളയാളാണ്, സ്വപ്നങ്ങളുള്ളയാളാണ്, സത്യസന്ധനാണ്, സദാ ജനങ്ങളെ സഹായിക്കാൻ സന്നദ്ധനായ ആളാണ്. അദ്ദേഹത്തിന്റെ നിരവധി പരിശീലനങ്ങളിൽ ഞാൻ പങ്കെടുത്തിട്ടുണ്ട്, അവയെല്ലാം എന്റെ ജീവിതത്തെ അടിമുടി മാറ്റിത്തീർക്കുകയും ചെയ്തിട്ടുണ്ട്. എന്റെ ഹൃദയത്തിൽ ഒരു പ്രത്യേക ഇടം ദീപകിനായി ഒഴിച്ചിട്ടിരിക്കുന്നു.

-ഇന്ദ്രജിത് കതാരിയ, ടീച്ചർ, ദൽഹി സർക്കാർ

എന്നെ സംബന്ധിച്ച് പൊസിറ്റീവ് ഊർജത്തിന്റെ വലിയൊരു ഉറവിടമാണ് ദീപക് ബജാജ്. അദ്ദേഹത്തിന്റെ പരിശീലനപരിപാടികളിൽ പങ്കെടുത്ത ശേഷമാണ് ഞാൻ എന്റെ സ്വപ്നങ്ങളിൽ വിശ്വാസമർപ്പിച്ചു തുടങ്ങിയത്. എന്റെ ടീമിന്റെ മനോഭാവത്തെ അദ്ദേഹത്തിന്റെ സ്വാധീനശേഷിയുള്ള പരിശീലനം അടിമുടി മാറ്റി, അവർ ശരിയായ വഴി കണ്ടെത്തിത്തുടങ്ങി. ലക്ഷക്കണക്കിന് പേരുടെ ജീവിതത്തെ അദ്ദേഹം മാറ്റിത്തീർത്തു. നാട്യമില്ലാത്ത, സാധാരണക്കാരനായ, സൗഹാർദം കാത്തുസൂക്ഷിക്കുന്ന ഒരാളാണ് അദ്ദേഹം. എന്റെ ജീവിതത്തിന് അദ്ദേഹത്തെ ലഭിച്ചതിൽ ഞാൻ ഭാഗ്യവാനാണ്.

-അമിത് ആർഷ്, എഡ്യുക്കേറ്റർ ആന്റ് വാസ്തു കൺസൽട്ടന്റ്, ബൊക്കാറോ (ജാർഖണ്ഡ്)

ഈ പുസ്തകത്തിന് നിങ്ങൾക്കുവേണ്ടി എന്തുചെയ്യാൻ കഴിയും?

ആകസ്മികതകൊണ്ട് നിങ്ങളുടെ ജീവിതം മെച്ചപ്പെടില്ല; മാറ്റം കൊണ്ടേ മെച്ചപ്പെടൂ.
– ജിം റോഹ്ൻ

പ്രിയപ്പെട്ട വായനക്കാരേ,

നിങ്ങളുടെ ജീവിതവും ബിസിനസും മാറ്റിത്തീർക്കാൻ ഈ പുസ്തകം തെരഞ്ഞെടുത്തതിന് അഭിനന്ദനങ്ങൾ. നിങ്ങൾക്ക് സ്വപ്നങ്ങളുണ്ട്, അവയെ നിങ്ങൾ ഗൗരവത്തോടെയാണ് കാണുന്നത് എന്നാണ് ഇത് കാണിക്കുന്നത്. വർഷങ്ങളായി ആയിരക്കണക്കിന് പേരുടെ ജീവിതം മാറ്റിമറിച്ചുകൊണ്ടിരിക്കുന്ന അതിശക്തവും കാലത്തിന്റെ പരീക്ഷണങ്ങളെ അതിജീവിച്ചതുമായ അറിവുകളാണ് ഈ പുസ്തകം നിറയെ. ഈ പുസ്തകത്തിലെ വിജ്ഞാനം, വിദ്യകൾ, ടെക്നിക്കുകൾ, നിയമങ്ങൾ എന്നിവ ഇതിനകം ആയിരക്കണക്കിന് കോടീശ്വരന്മാരെ സൃഷ്ടിച്ചു കഴിഞ്ഞു, ഇതാ, ഇപ്പോൾ നിങ്ങളുടെ ഊഴമാണ്. നിങ്ങൾ ഒരു പ്രൊഫഷണലോ, വിദ്യാർഥിയോ, ജോലിക്കാരനോ, ബിസിനസ് ഉടമയോ, വിരമിച്ച ആളോ ആരുമാകട്ടെ, ഈ പുസ്തകം നിങ്ങളുടെ സ്വപ്നങ്ങളിലേക്കുള്ള പ്രായോഗികമായ ഒരു വഴികാട്ടിയാണ്. നെറ്റ്‌വർക്ക് മാർക്കറ്റിങ്ങിനെക്കുറിച്ചുള്ള ഒരു വിജ്ഞാനകോശമായോ ഡിക്ഷ്ണറിയായോ ഈ പുസ്തകം ഉപയോഗിക്കാം. ഒരുതവണ ഇത് പൂർണ്ണമായും വായിക്കുക, ഏതെങ്കിലും കാര്യത്തിന് ഒരു പരിഹാരം ആവശ്യമായി വരുമ്പോൾ വീണ്ടും വായിക്കുക. ഇവിടെ നൽകിയിരിക്കുന്ന തത്വങ്ങളും ടെക്നിക്കുകളും ലോകത്തെവിടെയുമുള്ള എല്ലാ ഉൽപ്പന്നങ്ങൾക്കും എല്ലാ കമ്പനികൾക്കും എല്ലാ വരുമാന പദ്ധതികൾക്കും അനുയോജ്യമായതാണ്. അതുകൊണ്ട്, നിങ്ങൾ ഏതു കമ്പനിയിൽ ജോലി ചെയ്യുന്നുവെന്നിരിക്കട്ടെ, നിങ്ങളുടെ ഉൽപ്പന്നമോ സേവനമോ എന്തുതന്നെയായിക്കോട്ടെ, നിങ്ങൾക്ക് എത്ര ടീം ഉണ്ടെന്നിരിക്കട്ടെ, ഈ വിദ്യകൾ ഉപയോഗിച്ച് ഏറ്റവും മികച്ച പെർഫോർമർ ആകൂ.

യഥാർഥത്തിൽ, വിജയിക്കാൻ ഒരു രഹസ്യവുമില്ല, എന്നാൽ, അതിന് ഒരു വ്യവസ്ഥയുണ്ട്. എന്തെങ്കിലും ചെയ്താൽ നിങ്ങൾക്ക് പ്രതിഫലം കിട്ടില്ല, മറിച്ച്, വർഷങ്ങളുടെ കഠിനാധ്വാനവും പ്രചോദനവും പ്രതിബദ്ധതയും ആവശ്യമാണ്. മാത്രമല്ല, ശരിയായ കാര്യം ശരിയായ മാർഗ്ഗത്തിൽ ചെയ്താൽ നിങ്ങൾക്ക് വലിയ വിജയം നേടാം. റെക്കോർഡ് സമയത്തിനുള്ളിൽ നിങ്ങൾക്ക് ബിസിനസിൽ വൻവിജയം നേടാനുള്ള തെളി

യിക്കപ്പെട്ട വ്യവസ്ഥയെക്കുറിച്ച് ഈ പുസ്തകം നിങ്ങളെ പഠിപ്പിക്കും.

എനിക്കറിയാം, സ്വപ്നങ്ങളുമായി കഴിയുന്ന കോടിക്കണക്കിന് മനുഷ്യരുണ്ട്, അവർ തങ്ങളുടെ സ്വപ്നം സാക്ഷാൽക്കരിക്കാൻ ശരിയായ ഒരു അവസരം കാത്തിരിക്കുന്നവരാണ്, ശരിയായ പരിശീലനവും ശരിയായ മാർഗ്ഗനിർദേശവും കാത്തിരിക്കുന്നവരാണ്. ഞാനും അവരിൽ ഒരാളാണ്. ചെറിയൊരു നഗരത്തിലെ ഒരു മധ്യവർഗ്ഗകുടുംബത്തിലെ സാധാരണക്കാരനായ ആൺകുട്ടി, ജീവിതത്തിൽ വലിയത് എന്തെങ്കിലും ചെയ്യണമെന്ന് ആഗ്രഹിക്കുന്നു. എനിക്ക് മൂന്ന് കാര്യങ്ങൾ ലഭിച്ചു – ശരിയായ അവസരം, ശരിയായ പരിശീലനം, ശരിയായ കോച്ചിങ്. അത് എന്റെ ജീവിതത്തെ മാറ്റിമറിച്ചു. എന്റെ ജീവിതത്തിന് ദൈവം നൽകിയ സമ്മാനമായി ഞാൻ അതിനെ കാണുന്നു.

ഇപ്പോൾ, അത് തിരിച്ചുകൊടുക്കാനുള്ള സമയമാണ്, കഴിയാവുന്നിടത്തോളം മറ്റുള്ളവരെ സഹായിക്കുക, അവരുടെ സ്വപ്നം സാക്ഷാൽക്കരിക്കാൻ എന്നെക്കൊണ്ട് കഴിയുന്നത് ചെയ്യുക. എനിക്ക് സാമ്പത്തികമായ സമൃദ്ധിയും സന്തോഷവും നൽകിയ എല്ലാം ലോകത്തിനുകൂടി സ്വന്തമാകണമെന്ന് ഞാൻ ആത്മാർഥമായി ആഗ്രഹിക്കുന്നു, അതിനുവേണ്ടി ഇതെല്ലാം അവരുമായി പങ്കിടാനും ആഗ്രഹിക്കുന്നു. പ്രപഞ്ചത്തിനുള്ള എന്റെ നന്ദിപ്രകടനമാണ് ഈ പുസ്തകം. ഒരു ഉദ്ദേശ്യമേ ഈ പുസ്തകം എഴുതുമ്പോൾ എനിക്കുണ്ടായിരുന്നുള്ളൂ. ലോകത്തെങ്ങുമുള്ള ലക്ഷക്കണക്കിന് ജീവിതങ്ങളെ സ്വാധീനിക്കുക, സ്വപ്നം സാക്ഷാൽക്കരിക്കാനുള്ള ബലം അവർക്ക് നൽകിക്കൊണ്ട് എന്റെ ജീവിതത്തിൽനിന്ന് പഠിച്ചതെല്ലാം ഈ പുസ്തകത്തിൽ ഞാൻ കലർപ്പില്ലാതെ വർഷിക്കുകയാണ്. എന്റെ നേട്ടങ്ങൾ എണ്ണിപ്പറഞ്ഞ് നിങ്ങളിൽ മതിപ്പുണ്ടാക്കുകയല്ല ഈ പുസ്തകത്തിന്റെ ലക്ഷ്യം, മറിച്ച്, നിങ്ങളുടെ ഹൃദയത്തെ സ്വാധീനിക്കുകയാണ്. ചെയ്യുമെന്ന് തീരുമാനിച്ചുകഴിഞ്ഞാൽ നമുക്ക് ജീവിതത്തിലെ എന്തുകാര്യവും, എല്ലാകാര്യവും, നേടിയെടുക്കാൻ കഴിയും. നിങ്ങൾ എന്തുചെയ്യുന്നു, ഏത് കമ്പനിയിൽ നിങ്ങൾ ജോലി ചെയ്യുന്നു, നിങ്ങളുടെ തൊഴിൽ എന്തുമാകട്ടെ, അവിടെ നിങ്ങൾ തിളങ്ങണം, നിങ്ങളുടെ കുടുംബത്തിന്റെയും അയൽപക്കത്തിന്റെയും രാജ്യത്തിന്റെയും ലോകത്തിന്റെ തന്നെയും പ്രചോദനം നിങ്ങളാകണം എന്ന് ഞാൻ ആഗ്രഹിക്കുന്നു.

നാം ആഗ്രഹിക്കുന്നത് നേടിയെടുക്കാനുള്ള സ്വപ്നവും കഴിവും ശേഷിയും നമ്മളിൽ ഓരോരുത്തർക്കുമുണ്ട്. എന്നാൽ, നമ്മൾ നമ്മെത്തന്നെ തടവറയിലടച്ചിരിക്കുകയാണ്, നമ്മുടെ സാഹചര്യവുമായി ഒത്തുതീർപ്പിലാകുകയാണ്. ഈ പുസ്തകത്തിലൂടെ നിങ്ങളുടെ സ്വപ്നജീവിതത്തിലേക്കുള്ള യാത്രക്കായി ഞാൻ നിങ്ങളെ ക്ഷണിക്കുകയാണ്. ഒരു അടി മുന്നോട്ടുവക്കുക. ഞാൻ നിങ്ങൾക്കൊപ്പമുണ്ട്. തുടങ്ങൂ, പുതിയ വിദ്യകൾ പഠിക്കൂ, പുതിയ കാര്യങ്ങൾ ശ്രമിച്ചു നോക്കൂ, പുതിയ ആളുകളെ കാണൂ, പുതിയ സ്ഥലങ്ങളിലേക്ക് യാത്ര ചെയ്യൂ, പുതിയ പരിപാടി

കളിൽ പങ്കെടുക്കൂ, കാര്യങ്ങൾ ചെയ്യാൻ പുതിയ വഴികൾ കണ്ടെത്തൂ. നിങ്ങളുടെ ജീവിതത്തിലെ വഴിത്തിരിവ് നിങ്ങൾ കണ്ടെത്താൻ പോകുന്നുവെന്ന് ആർക്ക് അറിയാം?

നിങ്ങൾ നെറ്റ്‌വർക്ക് മാർക്കറ്റിങ്ങിൽ ഇല്ലെങ്കിൽ കൂടി, ഈ പുസ്തകത്തിലെ ആശയങ്ങൾ സ്വപ്നങ്ങൾ സാക്ഷാൽക്കരിക്കാൻ നിങ്ങളെ പ്രേരിപ്പിക്കും, നിങ്ങളെ ശക്തരാക്കും. ഈ ലോകത്ത് എവിടെയെങ്കിലും, ഏതെങ്കിലും കമ്പനിക്കൊപ്പം നെറ്റ്‌വർക്ക് മാർക്കറ്റിങ് ചെയ്യുന്ന ആളാണ് നിങ്ങൾ എന്നിരിക്കട്ടെ, 35 വർഷത്തിനുള്ളിൽ ഒരു കോടീശ്വരനാകാൻ കഴിയുന്നില്ലെങ്കിൽ ഈ അത്ഭുതകരമായ ബിസിനസ് ചെയ്യുന്നതിൽ ഒരു കാര്യവുമില്ല. ഒരു കോടീശ്വരനാകാൻ ആവശ്യമായ എല്ലാം ഈ പുസ്തകം നിങ്ങൾക്ക് നൽകും.

> *ഇപ്പോൾ നേടിയെടുക്കാൻ കഴിയുന്ന ഒന്നിനുവേണ്ടി എന്തിനാണ് ഒരു ജീവിതകാലം മുഴുവൻ കാത്തിരിക്കുന്നത്.*
>
> -ദീപക് ബജാജ്

ലോകത്തിനോടുള്ള എന്റെ ചോദ്യം ഇതാണ്, എന്തിനാണ് കാത്തിരിക്കുന്നത്. ഒരേയൊരു ജീവിതമാണ് നിങ്ങൾക്കുള്ളത്. 70 വർഷത്തിലേറെയായി, നൂറിലേറെ രാജ്യങ്ങളിൽ കോടിക്കണക്കിന് പേരുടെ സ്വപ്നങ്ങളെ യാഥാർത്ഥ്യമാക്കാൻ എന്തിനെങ്കിലും കഴിഞ്ഞിട്ടുണ്ടെങ്കിൽ, നിങ്ങളുടെ സ്വപ്നങ്ങളെ കൂടി യാഥാർത്ഥ്യമാക്കാൻ അതേ കാര്യത്തിനെ തന്നെ നിങ്ങൾക്കും ഉപയോഗിച്ചുകൂടേ? വെറും 3-5 വർഷം കൊണ്ട് സമ്പാദിക്കാൻ കഴിയുന്ന ഒന്നിനുവേണ്ടി എന്തിനാണ് 20-30 വർഷം കാത്തിരിക്കുന്നത്? നമ്മുടെ ഭയങ്കരമായ ഭാവനകളേക്കാൾ അതിവേഗത്തിലാണ് കാര്യങ്ങൾ മാറിക്കൊണ്ടിരിക്കുന്നത്. ഇപ്പോൾ നിങ്ങൾ ഒരടി മുന്നോട്ടുവച്ചില്ലെങ്കിൽ, ഏറെ വൈകിപ്പോകും. ഇപ്പോഴാകട്ടെ ആ തുടക്കം. എന്തുകൊണ്ട് അത് നിങ്ങൾ ആയിക്കൂടാ? എന്തുകൊണ്ട് ഇപ്പോൾ തന്നെ ആയിക്കൂടാ?

ഒരു ഗൈഡ് പോലെ ഈ പുസ്തകം വായിക്കുക, എന്നിട്ട് പ്രവർത്തിച്ചു തുടങ്ങുക. പ്രാവർത്തികമാക്കിയില്ലെങ്കിൽ എല്ലാ അറിവുകളും ഉപയോഗശൂന്യമാണ്. മനുഷ്യന് എങ്ങനെയാണോ ഓക്സിജൻ, അതുപോലെയാണ് നമ്മുടെ ബിസിനസിൽ ശരിയായ പരിശീലനം. പരിശീലനം ഇല്ലാത്തതുമൂലമാണ് ഭൂരിപക്ഷം പേരും ഈ ബിസിനസ് വിട്ടുപോകുന്നത് എന്ന് കണക്കുകൾ കാണിക്കുന്നു. ഈ പുസ്തകത്തിലൂടെ ലോകത്തെ ഏറ്റവും മികച്ച പരിശീലനമാണ് നിങ്ങൾക്കും നിങ്ങളുടെ ടീമിനും സ്വായത്തമാക്കാൻ കഴിയുന്നത്.

നിങ്ങളുടെ സ്വപ്നം സാക്ഷാൽക്കരിക്കാൻ സഹായിക്കുന്ന സുഹൃത്തും പങ്കാളിയുമാണ് ഈ പുസ്തകം.

ഒരു സൂപ്പർ വിജയം ഞാൻ ആശംസിക്കുന്നു. ബഹുകോടീശ്വരനാകുക, നിങ്ങളുടെ ടീമിൽ കോടീശ്വരന്മാരെ സൃഷ്ടിക്കുക.

നിങ്ങളുടെ വിജയപങ്കാളി

ദീപക് ബജാജ്

ദീപക് ബജാജിന്റെ നെറ്റ്‌വർക്ക് മാർക്കറ്റിങ് യാത്ര

ആയിരം പേർ മാത്രമുള്ള ഒരു ചെറിയ ഗ്രാമത്തിൽ ജനിച്ചു വളർന്ന്, നെറ്റ്‌വർക്ക് മാർക്കറ്റിങ്ങിലെ ഏറ്റവും മികച്ച പ്രകടനക്കാരിൽ ഒരാളായി മാറിയ, ഈ വ്യവസായത്തിലെ പ്ലസ് വൺ അതോറിറ്റിയായി പരിഗണിക്കപ്പെടുന്ന ദീപക് ഒരു ദീർഘയാത്ര നടത്തിയ ആളാണ്, പ്രത്യേക കാഴ്ചപ്പാടിലൂടെയും വിശ്വാസത്തിലൂടെയും ഉറച്ച തീരുമാനത്തിലൂടെയും ഉപാധികളില്ലാത്ത കഠിനാധ്വാനത്തിലൂടെയും എന്തും നേടിയെടുക്കാനാകും എന്നതിന്റെ ജീവിക്കുന്ന തെളിവാണ്.

സർക്കാർ ജീവനക്കാരുടെ കുടുംബത്തിലാണ് ദീപക് ജനിച്ചത്. ഹരിയാനയിലെ ചെറിയ ഗ്രാമമായ ജാതുസാനയിൽ വളർന്നു. ജോലിയുടെ ആവശ്യാർഥം അദ്ദേഹത്തിന്റെ കുടുംബം വിവിധ നഗരങ്ങളിലേക്ക് മാറിമാറി താമസിച്ചുകൊണ്ടിരുന്നു. സർക്കാർ സ്കൂളുകളിലാണ് ദീപക് പഠിച്ചത്. സിർസയിലെ ഗവ. നാഷനൽ കോളേജിൽനിന്ന് ബി.കോം നേടി. പ്രമുഖ സ്ഥാപനത്തിൽനിന്ന് എം.ബി.എ. നേടണമെന്നായിരുന്നു അദ്ദേഹത്തിന്റെ ആഗ്രഹം, അതിന് 'കാറ്റ്' പാസാകണമായിരുന്നു. ഹിന്ദി മീഡിയത്തിൽ മാത്രം പഠിച്ച ഒരു വിദ്യാർഥിയെ സംബന്ധിച്ച് അത് വിഷമകരമായിരുന്നു. എന്നാൽ, നിശ്ചയദാർഢ്യത്തോടെ, ദീപക് മണിപ്പാലിലെ ടി.എ. പൈ മാനേജ്മെന്റ് ഇൻസ്റ്റിറ്റ്യൂട്ടിൽ പ്രവേശനം നേടി. രാജ്യത്തെ ഏറ്റവും മികച്ച 20 മാനേജ്മെന്റ് ഇൻസ്റ്റിറ്റ്യൂട്ടുകളിൽ ഒന്നായിരുന്നു ഇത്. ഫീസ് അടയ്ക്കാൻ വിദ്യാഭ്യാസ വായ്പ എടുത്തു, അമ്മയുടെ അനുഗ്രഹവും പിന്തുണയും ഉണ്ടായിരുന്നു, യാത്രയ്ക്ക് ഒരു സൈക്കിളും. അങ്ങനെ ദീപക് 2003-ൽ എം.ബി.എ. പൂർത്തിയാക്കി.

ടി.വി.എസ്. മോട്ടോഴ്സിൽ അദ്ദേഹത്തിന് കാമ്പസ് സെലക്ഷൻ കിട്ടി. ബീഹാർ, ജാർക്കണ്ഡ്, യു.പി., ദൽഹി എൻ.സി.ആർ. എന്നിവിടങ്ങളിൽ വിവിധ തസ്തികകളിൽ ജോലി ചെയ്തു. അദ്ദേഹത്തിന്റെ അസാമാന്യമായ പ്രകടനം മൂലം 25-ാം വയസ്സിൽ റീജിയണൽ മാനേജരായി സ്ഥാനക്കയറ്റം ലഭിച്ചു, ചണ്ഡീഗഡ്, പഞ്ചാബ്, ഹിമാചൽപ്രദേശ്, ജമ്മു ആന്റ് കാശ്മീർ എന്നിവിടങ്ങളിൽ പ്രവർത്തിച്ചു. ഈ പദവി വഹിച്ച ഏറ്റവും പ്രായം കുറഞ്ഞവരിൽ ഒരാളാണ് ദീപക്, മാത്രമല്ല, തന്റെ ജോലിയിൽ അദ്ദേഹം പുതിയ വൈദഗ്ധ്യം കാഴ്ചവക്കുകയും ചെയ്തു.

2006-ൽ, അദ്ദേഹം നെറ്റ്‌വർക്ക് മാർക്കറ്റിങ്ങിനെ സമീപിച്ചു, പക്ഷേ,

അതിനെക്കുറിച്ച് വേണ്ടത്ര ബോധ്യമുണ്ടായില്ല. 13 മാസങ്ങൾക്കുശേഷം, ഒരു നെറ്റ്‌വർക്ക് മാർക്കറ്റിങ് പരിപാടിയിൽ പങ്കെടുത്തശേഷം അദ്ദേഹം ഈ ബിസിനസ് തുടങ്ങി. വിജയിക്കുമെന്ന പ്രതീക്ഷയ്ക്ക് മങ്ങലേറ്റു, അദ്ദേഹത്തിന്റെ ജോലി അദ്ദേഹത്തിന് ആവശ്യത്തിന് സമയം നൽകി യതുമില്ല. അദ്ദേഹം തന്റെ അപ്‌ലൈനുമായി കൂടിയാലോചിച്ച് 90 ദിവസത്തെ പ്രവർത്തന പദ്ധതിക്ക് രൂപം നൽകി. 90 ദിവസം അവസാനിക്കാറായപ്പോഴേക്കും തന്റെ കമ്പനിയുടെ റെക്കോർഡ് ഭേദിച്ച ലീഡറായിക്കഴിഞ്ഞിരുന്നു അദ്ദേഹം, തുടർന്ന് ജോലിയിൽനിന്ന് രാജിവയ്ക്കുകയും ചെയ്തു.

ദീപക് ഏറ്റവും മികച്ച പെർഫോർമറായിരുന്നു, എന്നാൽ, ശരിയായ വഴിയിലൂടെ ഈ ബിസിനസ് എങ്ങനെ കെട്ടിപ്പടുക്കാം എന്ന് അദ്ദേഹത്തിന് അറിഞ്ഞുകൂടായിരുന്നു. അദ്ദേഹം വിജയിച്ചയാളായിരുന്നു, എന്നാൽ തന്റെ ടീമിൽ കൂടുതൽ വിജയികളെ സൃഷ്ടിക്കാനുള്ള സംവിധാനവും പരിശീലനവും അദ്ദേഹത്തിന് ഉണ്ടായിരുന്നില്ല. അതുകൊണ്ടു തന്നെ, ബിസിനസ് തകർന്നു, ഒമ്പതുമാസത്തോളം കുടുംബം ഏറ്റവും മോശം സാമ്പത്തികപ്രതിസന്ധിയിലൂടെ കടന്നുപോയി. എങ്കിലും അദ്ദേഹം ശരിയായ അടിത്തറയിൽ ഈ ബിസിനസ് കെട്ടിപ്പൊക്കി. അതുവരെ ഈ വ്യവസായത്തിന് പരിചിതമല്ലാതിരുന്ന പരിപാടികളും സംവിധാനങ്ങളും അദ്ദേഹം സൃഷ്ടിച്ചെടുത്തു, അതുവഴി ബിസിനസിൽ തുടർച്ചയായി റെക്കോർഡുകൾ സൃഷ്ടിച്ചു. ഏവർക്കും അതിവേഗത്തിലും എളുപ്പത്തിലും വിജയം കൈവരിക്കാൻ, അദ്ദേഹം ഇന്ത്യയിലെ ഏറ്റവും മികച്ച നെറ്റ്‌വർക്ക് മാർക്കറ്റിങ് സ്കൂളിന് രൂപംനൽകി, മൾട്ടിപ്ലയേഴ്സ്. 11 വർഷത്തിലേറെയായി ദിനംപ്രതി നിരവധി വിജയികളെ ഈ സ്ഥാപനം സൃഷ്ടിച്ചുകൊണ്ടിരിക്കുന്നു.

ബിസിനസിൽ തിളക്കമേറിയ നിരവധി വർഷങ്ങൾക്കുശേഷം, ദീപക് ബജാജ് ഇന്ന് ഒരു ബ്രാൻഡ് ആയി മാറിയിരിക്കുകയാണ്, നെറ്റ്‌വർക്ക് മാർക്കറ്റിങ് വ്യവസായത്തിലെ ജീവിച്ചിരിക്കുന്ന ഇതിഹാസമാണ് അദ്ദേഹം. അദ്ദേഹത്തിന്റെ വിജയകരമെന്ന് തെളിയിക്കപ്പെട്ട നിയമങ്ങളും പ്രവർത്തനരീതികളും ആയിരങ്ങൾക്ക് തങ്ങളുടെ സ്വപ്നം സാക്ഷാൽക്കരിക്കാനുള്ള വഴിയൊരുക്കിയിരിക്കുന്നു, തന്റെ സജീവ ഇടപെടൽ ഇല്ലാതെ ത്തന്നെ, ദിനംപ്രതി അദ്ദേഹത്തിന്റെ വ്യവസായ സാമ്രാജ്യം വളർന്നുകൊണ്ടിരിക്കുകയാണ്

കോടികൾ അദ്ദേഹം ഈ ബിസിനസിൽനിന്ന് സമ്പാദിച്ചുകഴിഞ്ഞു, അതുവഴി ആർഭാടപൂർണ്ണമായ ജീവിതശൈലി നിലനിർത്തുന്നു. ഭാര്യ ഡോ. തനിമ, കുട്ടികളായ സക്ഷം, നിർഭയ്, പ്രശൻസ എന്നിവർക്കൊപ്പം 10 പേരടങ്ങുന്ന ഒരു കൂട്ടുകുടുംബത്തിലാണ് അദ്ദേഹം ജീവിക്കുന്നത്. യാത്രകൾ, സാഹസിക സ്പോർട്സ്, മാരത്തോൺ, വായന എന്നിവ ഇഷ്ടപ്പെടുന്നു. കുടുംബത്തോടൊപ്പം 28 രാജ്യങ്ങൾ അദ്ദേഹം സന്ദർശിച്ചുകഴിഞ്ഞു.

ഇന്ന് ദീപക് ബജാജ് ഇന്ത്യയിലെ നെറ്റ്‌വർക്ക് മാർക്കറ്റിങ്ങിന്റെയും ഡയറക്റ്റ് സെല്ലിങ്ങിന്റെയും പ്ലസ് വൺ അതോറിറ്റിയാണ്. അദ്ദേഹം ഒരു മോട്ടിവേഷനൽ പ്രഭാഷകനാണ്, വിജയിച്ച പരിശീലകനാണ്, ഉന്നത നേട്ടങ്ങളുണ്ടാക്കിയ കോച്ചാണ്. സവിശേഷമായതും ജീവിതത്തെ മാറ്റിമറിക്കുന്നതുമായ അദ്ദേഹത്തിന്റെ പ്രശസ്തമായ പരിശീലന പരിപാടികൾ സദാ തിങ്ങിനിറഞ്ഞിരിക്കും. സോഷ്യൽ മീഡിയയിലെ പ്രമുഖ വ്യക്തിയാണ്, അദ്ദേഹത്തിന്റെ വീഡിയോകൾക്ക് എല്ലാ മാസവും 30 ലക്ഷത്തിലേറെ കാഴ്ചക്കാരുണ്ട്.

തങ്ങളുടെ സ്വപ്നങ്ങൾ സാക്ഷാൽക്കരിക്കാൻ ജനങ്ങളെ പ്രചോദിപ്പിക്കുകയും ശക്തരാക്കുകയും ചെയ്യുക എന്നതാണ് അദ്ദേഹത്തിന്റെ ഉൽക്കടമായ അഭിനിവേശവും ജീവിതദൗത്യവും, അത് അദ്ദേഹത്തിന്റെ പുസ്തകങ്ങളിലൂടെയും വീഡിയോകളിലൂടെയും പ്രസംഗങ്ങളിലൂടെയും പരിശീലനങ്ങളിലൂടെയും നിർവഹിച്ചുകൊണ്ടിരിക്കുന്നു. തനിക്ക് ഇതിഹാസസമാനമായ വിജയം നേടിക്കൊടുത്ത അതേ പ്രവർത്തനരീതികളും നിയമങ്ങളും പഠിപ്പിച്ചുകൊണ്ട് തന്റെ ബാങ്ക് അക്കൗണ്ടുകളിൽ കിടക്കുന്ന പണമല്ല തന്റെ ഏറ്റവും വലിയ സമ്പാദ്യം എന്ന് ദീപക് ബജാജ് പറയും. മറിച്ച്, ജനങ്ങളുടെ സ്നേഹവും അനുഗ്രഹവുമാണ്. അദ്ദേഹം എപ്പോഴും പറയും, 'നിങ്ങളുടെ പ്രചോദനത്താലും പരിശീലനത്താലും കോച്ചിങ്ങിനാലും ജനങ്ങൾക്ക് അവരുടെ സ്വപ്നം സാക്ഷാൽക്കരിക്കാൻ കഴിയുന്നത് കാണുക എന്നതാണ് യഥാർഥ ആഹ്ലാദം'. ജനങ്ങൾക്ക് എളുപ്പത്തിലും അതിവേഗത്തിലും വിജയം നേടിയെടുക്കാനുള്ള മാർഗ്ഗങ്ങളും പ്രവർത്തനരീതികളും വികസിപ്പിച്ചെടുക്കാൻ സമർപ്പിച്ചിരിക്കുകയാണ് ദീപക് തന്റെ ജീവിതം.

www.deepakbajaj.biz. എന്ന വെബ്സൈറ്റിൽ ദീപകിനെയും അദ്ദേഹത്തിന്റെ പ്രവർത്തനങ്ങളെയും കുറിച്ച് കൂടുതൽ അറിയാം.

ഉള്ളടക്കം

ഭാഗം ഒന്ന്

നെറ്റ്‌വർക്ക് മാർക്കറ്റിങ്ങിന്റെ ലോകം

നിങ്ങൾക്ക് ചെയ്യാൻ കഴിയാത്തത് എനിക്ക് ചെയ്യാൻ കഴിയും. എനിക്ക് ചെയ്യാൻ കഴിയാത്തത് നിങ്ങൾക്കും കഴിയും. നമുക്കൊരുമിച്ച് മഹത്തായ കാര്യങ്ങൾ ചെയ്യാൻ കഴിയും.

– മദർ തെരേസ

11 വർഷമായി നെറ്റ്‌വർക്ക് മാർക്കറ്റിങ്ങിന്റെ ലോകത്ത് കഴിയുന്നതുകൊണ്ട്, ശ്വാസോച്ഛ്വാസം പോലെയായിട്ടുണ്ട് എനിക്ക് ഈ ബിസിനസ്. ഒരു കോടീശ്വരനാകാൻ ഇത്ര പരിശുദ്ധവും ജനാധിപത്യപരവും സാമ്പത്തികവും സാമൂഹികവുമായി സുസ്ഥിരവുമായ മറ്റൊരു മാർഗ്ഗത്തെക്കുറിച്ച് എനിക്ക് അറിയില്ല. ഈ ബിസിനസിന് പുറത്തുനിൽക്കുന്നവർക്ക് ഇതേക്കുറിച്ച് നിരവധി അഭിപ്രായങ്ങളുണ്ടാകാം, എന്നാൽ, അകത്തുള്ളവർ ഈ ബിസിനസിനെ ഭ്രാന്തമായും ആഴത്തിലും സത്യസന്ധമായും സ്നേഹിക്കുന്നു. ഈ ബിസിനസ് ആഹ്ലാദവും ശുഭാപ്തിവിശ്വാസവും വളർച്ചയും അനുകൂലാന്തരീക്ഷവും നിറഞ്ഞതാണെന്ന് ഞാൻ വിശ്വസിക്കുന്നു; മറ്റുള്ളവരെ സഹായിക്കാൻ താൽപര്യമുള്ള കഠിനാധ്വാനികളായവർക്ക് പ്രത്യേകിച്ചും. നിങ്ങൾക്കൊപ്പമുള്ളവരെ സഹായിക്കാതെ നിങ്ങൾക്ക് ഒരിക്കലും വളരാനാകില്ല എന്ന അടിസ്ഥാനതത്വമാണ് ഈ ബിസിനസിന്റെ വിസ്മയകരമായ കരുത്ത്. ജനങ്ങളെ അവരുടെ സ്വപ്നം സാക്ഷാൽക്കരിക്കാൻ സഹായിക്കുക എന്ന ജോലി മാത്രമാണ് നിങ്ങൾ ഈ ബിസിനസിലൂടെ ചെയ്യുന്നത്.

"ജീവിതത്തെക്കുറിച്ച് ഏറ്റവും സ്ഥായിയായതും അടിയന്തരവുമായ ചോദ്യം ഇതാണ്: മറ്റുള്ളവർക്കുവേണ്ടി നിങ്ങൾ എന്തു ചെയ്തു."

– മാർട്ടിൻ ലൂഥർ കിങ് ജൂനിയർ

ഈ ബിസിനസ് ചെയ്യാൻ നിങ്ങൾ തീരുമാനിക്കുക, നിങ്ങളുടെ സ്വപ്നങ്ങളുടെ കാര്യത്തിൽ നിങ്ങൾ പ്രതിബദ്ധതയുള്ളവരായിരിക്കുക... എന്റെ അനുഭവത്തിൽ ഈ ബിസിനസ് സുഖകരമായി ചെയ്യാനുള്ള വഴി ഇതാണ്. നെറ്റ്‌വർക്ക് മാർക്കറ്റിങ് ബിസിനസ്, അതിന്റെ സാധ്യതകൾ, ഭാവി, ഇതിൽനിന്നുണ്ടാകുന്ന നേട്ടങ്ങൾ തുടങ്ങിയ കാര്യങ്ങളെക്കുറിച്ചാണ് ഈ ഭാഗത്ത് വിശദീകരിക്കുന്നത്. എന്തുകൊണ്ടാണ് ആളുകൾ ഈ ബിസിനസിലേക്ക് ആകർഷിക്കപ്പെടുന്നത്, എന്തുകൊണ്ടാണ് ചിലർ വിജയിക്കുകയും മറ്റുചിലർ പരാജയപ്പെടുകയും ചെയ്യുന്നത് എന്ന കാര്യം നമുക്ക്

പരിശോധിക്കാം. ഈ ബിസിനസ് രൂപപ്പെട്ടതിന്റെ ശാസ്ത്രീയവശത്തെക്കുറിച്ച് ആലോചിക്കുന്നതിനുമുമ്പ് ഈ ബിസിനസിന്റെ അടിത്തറകളെക്കുറിച്ചും വിജയിക്കാൻ ആവശ്യമായ മനോഭാവം വികസിപ്പിക്കുന്നതിനെക്കുറിച്ചും പറയാം.

നെറ്റ്‌വർക്ക് മാർക്കറ്റിങ്ങിനെ നേരിട്ടുള്ള വിൽപന എന്നും പറയാം. വിവിധ ഏജൻസികളോ വ്യക്തികളോ ഉപഭോക്താക്കൾക്ക് നേരിട്ട് സാധനം വിൽക്കുന്ന രീതി. അടിസ്ഥാനപരമായി ഉൽപ്പന്നമോ, സേവനമോ ഉപഭോക്താക്കളുടെ കണ്ണികളിലൂടെ വിതരണം ചെയ്യുന്ന രീതിയാണിത്. ഉൽപ്പന്നം ഉപയോഗിച്ച് നല്ലതാണെന്ന് ബോധ്യപ്പെടുന്ന ഒരു ഉപഭോക്താവ് അത് മറ്റൊരാൾക്ക് നിർദേശിക്കുകയാണ്. ചിലർ ഇതിനെ ഗൗരവമായി കണ്ട് വിതരണക്കാരായി പ്രവർത്തിക്കുമ്പോൾ ചിലർ ഉപഭോക്താക്കളുടെ കണ്ണിയായി തന്നെ തുടരുന്നു.

നെറ്റ്‌വർക്ക് മാർക്കറ്റിങ്/നേരിട്ടുള്ള വിൽപന: ചരിത്രവും ആഗോള സാഹചര്യവും:

1930-കളിൽ അമേരിക്കയിലാണ് നെറ്റ്‌വർക്ക് മാർക്കറ്റിങ്/നേരിട്ടുള്ള വിൽപന തുടങ്ങിയത്. ഈ ബിസിനസ് മുന്നോട്ടുവച്ച മൂല്യങ്ങളും നേട്ടങ്ങളും അതിനെ ആഗോളതലത്തിൽ പ്രിയങ്കരമാക്കി. അതിവേഗം അത് വളർന്നു. എഫ്.ഐ.സി.സി.ഐ. 2017 ഡിസംബർ അഞ്ചിന് പുറത്തിറക്കിയ ഇന്ത്യയിലെ വ്യവസായ സൗഹൃദഘടകങ്ങളെക്കുറിച്ചുള്ള റിപ്പോർട്ടിൽ ഇങ്ങനെ പറയുന്നു: “2016-ൽ ആഗോള നെറ്റ്‌വർക്ക് മാർക്കറ്റിങ്ങിലൂടെ 18,356 കോടി ഡോളറിന്റെ ചെറുകിട വ്യാപാരം നടത്തി. നേരിട്ടുള്ള വിൽപനയിലൂടെ ആഗോളതലത്തിൽ 10.7 കോടി പേർക്ക് താൽക്കാലിക ജോലിയും ലഭിച്ചു.” ലോകത്തെ പ്രമുഖ 10 നെറ്റ്‌വർക്ക് വിപണികൾ ഇവയാണ്: അമേരിക്ക, ചൈന, ജപ്പാൻ, കൊറിയ, ബ്രസീൽ, ജർമനി, മെക്സിക്കോ, ഫ്രാൻസ്, മലേഷ്യ, യു.കെ. നേരിട്ടുള്ള വിൽപനയുടെ 78 ശതമാനവും ഈ രാജ്യങ്ങളിലെ വിപണിയിലാണ്. ആഗോളവിപണിയുടെ 93 ശതമാനവും ഏറ്റവും വലിയ 23 നെറ്റ്‌വർക്ക് മാർക്കറ്റിങ് വിപണികൾ കൈയടക്കിയിരിക്കുന്നു.

നെറ്റ്‌വർക്ക് മാർക്കറ്റിങ്/നേരിട്ടുള്ള വിൽപന: ഇന്ത്യൻ സാഹചര്യം:

നൂറുകണക്കിന് വർഷങ്ങളായി ഇന്ത്യയിൽ നേരിട്ടുള്ള വിൽപന പിന്തുടരുന്നു. ഇന്നും അതെ. നെറ്റ്‌വർക്ക് മാർക്കറ്റിങ് അഥവാ നേരിട്ടുള്ള വിൽപന എന്നറിയപ്പെടുന്ന ആധുനിക സംവിധാനം എൺപതുകളുടെ മധ്യത്തിലാണ് തുടങ്ങിയത്. ചില പ്രമുഖ ആഗോള ബ്രാൻഡുകൾ തൊണ്ണൂറുകളിൽ ഇന്ത്യൻ വിപണിയിലെത്തി. അങ്ങനെ ഇന്ത്യൻ വിപണിയിൽ സ്ഥിരമായ വളർച്ചയുണ്ടായി. എന്നാൽ, ഈ വളർച്ചയുടെ നേട്ടം

കൊയ്ത് നിയമവിരുദ്ധങ്ങളായ നിരവധി പദ്ധതികൾ തടിച്ചുകൊഴുക്കുകയും ബിസിനസിന് ചീത്തപ്പേരുണ്ടാക്കുകയും ചെയ്തു.

കഴിഞ്ഞ ഏതാനും വർഷങ്ങളായി നിരവധി വ്യവസായ സ്ഥാപനങ്ങളും സർക്കാർ ഏജൻസികളും ഈ ബിസിനസിന് അനുകൂലമായ അന്തരീക്ഷമൊരുക്കാൻ പ്രയത്നിക്കുകയും വളർച്ചക്കുവേണ്ട നിയമപരമായ സംവിധാനമൊരുക്കാൻ ശ്രമിക്കുകയുമാണ്. എഫ്‌സി.സി.ഐ. ഇതിൽ സുപ്രധാന പങ്ക് വഹിക്കുന്നു. നെറ്റ്‌വർക്ക് മാർക്കറ്റിങ്ങുമായി ബന്ധപ്പെട്ട നിരവധി റിപ്പോർട്ടുകൾ എഫ്‌സി.സി.ഐ വെബ്സൈറ്റിൽ കാണാം. കേന്ദ്ര സർക്കാർ 2016-ൽ നേരിട്ടുള്ള വിൽപനയുമായി ബന്ധപ്പെട്ട് മാർഗ്ഗനിർദേശം പുറപ്പെടുവിച്ചു. ഇത് ഈ ബിസിനസിന് കുതിപ്പേകി. 2025-ഓടെ നേരിട്ടുള്ള വിൽപനയിലൂടെയുള്ള ചില്ലറ വ്യാപാരം 64,500 കോടിയിലെത്തുമെന്നാണ് സമീപകാലത്ത് എഫ്‌സി.സി.ഐ.-കെ.പി.എം.ജി പുറത്തിറക്കിയ റിപ്പോർട്ടിൽ പറയുന്നത്. 1.8 കോടി ആളുകൾക്ക് സ്വയം തൊഴിൽ കണ്ടെത്താനും ഇതുവഴി കഴിയും. ഇതിൽ 60 ശതമാനവും സ്ത്രീകളാണ് എന്നും റിപ്പോർട്ട് പറയുന്നു. നെറ്റ്‌വർക്ക് മാർക്കറ്റിങ്ങിന്റെ ഇന്ത്യയിലെ സുവർണകാലത്തിന് തുടക്കമായെന്നു പറയാം. അതിലൂടെ ഏവർക്കും അപാരമായ സാധ്യതകളാണ് ഈ ബിസിനസ് തുറന്നിടുന്നത്.

നെറ്റ്‌വർക്ക് മാർക്കറ്റിങ്ങിന് നിങ്ങൾക്ക് എന്താണ് നൽകാൻ കഴിയുക?

ജനങ്ങൾ നെറ്റ്‌വർക്ക് മാർക്കറ്റിങ്ങിലേക്ക് ആകർഷിക്കപ്പെടാൻ നിരവധി കാരണങ്ങളുണ്ട്. ശരിയായ അടിത്തറയിൽ വിജയകരമായാണ് ഈ ബിസിനസ് കെട്ടിപ്പൊക്കിയിട്ടുള്ളത് എങ്കിൽ നിങ്ങൾക്ക് ഇതിന്റെ എല്ലാ നേട്ടങ്ങളും അനുഭവിക്കാൻ കഴിയും.

1. അധിക വരുമാനം/രണ്ടാമത്തെ വരുമാനത്തിനുള്ള മാർഗ്ഗം.
2. സാമ്പത്തിക സ്വാതന്ത്ര്യം/ധനികനും സമ്പന്നനും ആകാം
3. കുടുംബത്തിലെ വരുന്ന തലമുറകളുടെ സുരക്ഷ ഉറപ്പാക്കുന്നു.
4. നിങ്ങൾ തന്നെയാണ് നിങ്ങളുടെ ബോസ് (നഷ്ടസാധ്യത കുറവ്, കുറഞ്ഞ ചെലവിൽ സംരംഭം തുടങ്ങാൻ അവസരം).
5. നിങ്ങൾക്ക് സ്വപ്നഭവനമോ കൊട്ടാരം തന്നെയോ സ്വന്തമാക്കാം.
6. ആർഭാടപൂർവം ലോകത്തെവിടെയും അവധിക്കാലം ചെലവഴിക്കാം.
7. വേദികളിൽ പ്രാസംഗികനാകാം, പ്രമുഖ സ്റ്റേജുകളിൽ സാന്നിധ്യമാകാം.
8. ആഡംബര കാറുകൾ സ്വന്തമാക്കാം.
9. അംഗീകാരവും പ്രശസ്തിയും താരപദവിയും നേടിയെടുക്കാം.
10. നിങ്ങളുടെ ഇഷ്ടത്തിനനുസരിച്ച് ജീവിതം ജീവിക്കാം.
11. വ്യക്തിപരമായ വളർച്ചയും വ്യക്തിത്വ വികസനവും സ്വന്തമാക്കാം.

12. മികച്ച ഒരു സമൂഹത്തിനും രാജ്യത്തിനും സംഭാവന അർപ്പിക്കാം.
13. നേരത്തെ വിരമിക്കാം.
14. കുടുംബത്തോടൊപ്പം ഗുണകരമായ രീതിയിൽ സമയം ചെലവഴിക്കാം.
15. സ്വതന്ത്രമായി നിങ്ങളുടെ ഹോബികൾ തുടരാം.
16. പുതിയ ആളുകളെ കാണാം, അതുവഴി മികച്ച ഒരു സൗഹൃദവൃന്ദം രൂപപ്പെടുത്താം.
17. മറ്റുള്ളവരെ സഹായിക്കാം.

നെറ്റ്‌വർക്ക് മാർക്കറ്റിങ് ബിസിനസിന്റെ പ്രധാന സവിശേഷതകൾ:

ഈ ബിസിനസിനെ ലളിതവും ആദായകരവുമാക്കുന്ന നിരവധി സവിശേഷതകളുണ്ട്. അതിൽ ചിലത് നമുക്ക് പരിശോധിക്കാം.

1. ചുരുങ്ങിയ ചെലവിൽ തുടക്കം: മറ്റുള്ളവരിൽനിന്ന് എന്തെങ്കിലും സാധനങ്ങളോ സേവനമോ വാങ്ങുന്നതിലൂടെ ഈ ബിസിനസ് തുടങ്ങിവയ്ക്കാം. അതായത്, ഒരു ഉപഭോക്താവ് എന്ന നിലയിൽ തന്നെ നിങ്ങൾക്ക് ഈ ബിസിനസ് തുടങ്ങാം.
2. അവസാനിപ്പിക്കാൻ നയാപൈസ ചെലവില്ല: അവസാനിപ്പിക്കണമെന്ന് തോന്നിയാൽ, നയാപൈസ ചെലവില്ലാതെ ഈ ബിസിനസ് നിങ്ങൾക്ക് നിർത്താം. ഈ ബിസിനസിനുവേണ്ടി പ്രത്യേക സംവിധാനം ആവശ്യമില്ലാത്തതിനാലും ഉൽപ്പന്നങ്ങളും സേവനങ്ങളും നിങ്ങൾ ഉപയോഗിച്ചുകഴിഞ്ഞതിനാലും പ്രായോഗികമായി ഇത് 'സീറോ' ചെലവിൽ അവസാനിപ്പിക്കാം.
3. സജ്ജീകരണങ്ങൾക്കും നയാപൈസ ആവശ്യമില്ല: ഈ ബിസിനസിന് ഓഫീസോ ജീവനക്കാരെയോ മൂലധനമോ സ്റ്റോക്കോ മറ്റുതരത്തിലുള്ള പ്രവർത്തനച്ചെലവോ ആവശ്യമില്ല.
4. പരമ്പരാഗത വ്യവസായത്തിന്റെ സങ്കീർണ്ണതകളില്ല: വായ്പ, തിരിച്ചടവിലെ പ്രശ്നങ്ങൾ, അക്കൗണ്ടിങ്, ബാങ്കിങ് നിയന്ത്രണങ്ങൾ, ആസ്ഥാനമന്ദിരത്തിന് സ്ഥലം വാടകക്കെടുക്കൽ, ജീവനക്കാരുടെ ശമ്പളം, തൊഴിലാളികളുടെ ക്ഷാമം, പ്രവർത്തന മൂലധനം തുടങ്ങിയ നൂലാമാലകളില്ല.
5. നിങ്ങളുടെ സൗകര്യത്തിനനുസരിച്ചുള്ള സമയക്രമം.
6. പിന്തുണക്കാൻ ആവശ്യമായ സംവിധാനം: പരിശീലനം, വിജയകരമായ പ്രവർത്തനം എന്നിവയിൽ മികച്ച സഹായം ലഭിക്കാനുള്ള സംവിധാനം. ആയിരക്കണക്കിന് വിജയികളെയാണ് ഈ സംവിധാനം വഴി സൃഷ്ടിക്കാനായത്.

7. കുറഞ്ഞ മുതൽമുടക്ക്: വെറുമൊരു ഷോപ്പിങ്ങിലൂടെ തുടങ്ങാവുന്നതാണ് ഈ ബിസിനസ്.
8. നിങ്ങളുടെ വിജയത്തിന് പരിപൂർണ്ണ പിന്തുണ നൽകുന്ന പങ്കാളികളെ എളുപ്പം ലഭിക്കും.
9. കുടുംബം ഒന്നടങ്കം നിങ്ങൾക്കൊപ്പമുണ്ടാകും.
10. നിങ്ങൾ ഇപ്പോൾ ചെയ്യുന്ന ജോലിയോ വ്യവസായമോ ഉപേക്ഷിക്കേണ്ടതില്ല.
11. സ്ഥിരമായും തുടർച്ചയായും വരുമാനം ലഭിക്കാനുള്ള സാധ്യത. എന്റെ അറിവിൽ, നെറ്റ്‌വർക്ക് മാർക്കറ്റിങ്ങാണ് സാധാരണക്കാർക്ക് സ്ഥിരമായതും തുടർച്ചയായതുമായ വരുമാനം ലഭിക്കാനുള്ള ഏറ്റവും മികച്ചതും ലളിതവുമായ മാർഗ്ഗം.
12. വിജയികളായവരുടെ മാർഗ്ഗനിർദേശങ്ങളും പരിശീലനവും ലഭിക്കാൻ അവസരം.
13. ജീവിതത്തെ മാറ്റിത്തീർക്കുന്ന അറിവുകളിലൂടെ നിങ്ങൾ പൂർണ്ണമായും ഒരു വ്യത്യസ്ത വ്യക്തിയായി മാറും.
14. എല്ലാവർക്കും തുല്യഅവസരം. പ്രായം, വിദ്യാഭ്യാസം, ലിംഗം, പ്രദേശം, സാമ്പത്തിക സ്ഥിതി, മതം തുടങ്ങിയ സവിശേഷതകൾക്കുപരിയായി എല്ലാവർക്കും വിജയിക്കാൻ അവസരം.
15. നികുതിയിൽനിന്നുള്ള ആദായം, മറ്റ് ഏത് വ്യവസായത്തെയും പോലെ.

എന്തുകൊണ്ട് ആളുകൾ പരാജയപ്പെടുന്നു

മികച്ച രീതിയിൽ ചെയ്യാൻ കഴിയുന്ന, എവിടെനിന്നും പിന്തുണ കിട്ടുന്ന ഈ ബിസിനസിൽ എന്തുകൊണ്ട് ചിലരെങ്കിലും പരാജയപ്പെടുന്നു? ഈ ചോദ്യത്തിന് ഉത്തരം നൽകുംമുമ്പ്, ചില അടിസ്ഥാനപരമായ കാര്യങ്ങൾ ചർച്ച ചെയ്യേണ്ടതുണ്ട് "ഒരു ബിസിനസിനെ സംബന്ധിച്ച് തോൽവി എന്നുപറഞ്ഞാൽ എന്താണ്." ജയത്തെയും തോൽവിയെയും നിർവചിക്കാൻ ഓരോരുത്തർക്കും തീർച്ചയായും അവരുടേതായ അളവുകോലുണ്ടാകും. ഏറെ സമർപ്പണമനസ്സോടെ ഒരാൾ വർഷങ്ങളോളം തന്നെക്കൊണ്ട് കഴിയുന്നതെല്ലാം ബിസിനസിന് നൽകിയിട്ടും അതിനെ ലാഭകരമാക്കാൻ കഴിയാത്ത അവസ്ഥയെ വിശാലമായ അർത്ഥത്തിൽ തോൽവി എന്ന് പറയാം. സാധാരണ, ഒരു ബിസിനസ് ലാഭത്തിലാകാൻ വർഷങ്ങളെടുക്കും. സമാന വ്യവസായങ്ങളിൽപോലും ഓരോ ഉടമയും ലാഭമുണ്ടാക്കിത്തുടങ്ങുന്നത് വ്യത്യസ്ത സമയങ്ങളിലായിരിക്കും. മറ്റു വ്യവസായങ്ങളിൽ ലാഭമുണ്ടാക്കാൻ വർഷങ്ങൾ കാത്തിരിക്കാൻ തയാറാകുന്ന ഒരാൾ നെറ്റ്‌വർക്ക് മാർക്കറ്റിങ്ങിലേക്കുവരുമ്പോൾ, സ്ഥിതി മാറുന്നു. തുടങ്ങി

ഏതാനും മണിക്കൂറുകൾക്കകം അല്ലെങ്കിൽ ദിവസങ്ങൾക്കകം ലാഭം വേണമെന്നാകും അയാളുടെ ആഗ്രഹം.

ഇങ്ങനെ പറയുന്നവരെ നിങ്ങൾക്ക് ധാരാളം കാണാം: "ഈ ബിസിനസ് ഞാൻ പരീക്ഷിച്ചതാണ്, പക്ഷേ, എന്നെക്കൊണ്ട് പറ്റില്ല", "ഇതിനെക്കുറിച്ച് എനിക്കറിയാം. എന്റെ കസിൻ ഇത് ചെയ്യാൻ ശ്രമിച്ചതാണ് പക്ഷേ, അദ്ദേഹത്തിന് എല്ലാം നഷ്ടമായി." ഇങ്ങനെയുള്ളവരാണ് ഇത്തരം അഭിപ്രായങ്ങൾ പറയുന്നത്:

1. ആരോ ചിലർ ഇവർക്ക് ചില ഉൽപ്പന്നങ്ങൾ സമ്മാനമായി കൊടുത്തിട്ടുണ്ട്
2. ഇവരിൽ ചിലർ ചില സാധനങ്ങൾ വില കൊടുത്ത് വാങ്ങിയിട്ടുണ്ട്
3. ചിലർ ഒന്നോ രണ്ടോ യോഗങ്ങളിൽ പങ്കെടുത്തിട്ടുണ്ട്
4. അർധമനസ്സോലെ ചിലർ രണ്ടോ മൂന്നോ യോഗങ്ങൾ വിളിച്ചു ചേർത്തിട്ടുണ്ട്
5. ഫോണിലൂടെ ചിലർ ഈ ബിസിനസിനെക്കുറിച്ച് മറ്റു ചിലരുമായി സംസാരിച്ചിട്ടുണ്ട്. ഇത്തരം ചെറിയ ശ്രമങ്ങൾ നടത്തിയശേഷം, ഇത് ശരിയാകില്ല എന്നുപറഞ്ഞ് ഇറങ്ങിപ്പോന്നവരാണ് മേൽപ്പറഞ്ഞ അഭിപ്രായം പറയുന്നത്

എന്റെ അനുഭവത്തിൽ, ഞാൻ ശ്രമിച്ചു, പക്ഷേ, പരാജയപ്പെട്ടു എന്നു പറയുന്നവരിൽ നല്ലൊരു ശതമാനവും വെറും 6–10 മണിക്കൂർ മാത്രമാണ് ഇതിനുവേണ്ടി ചെലവഴിച്ചിരിക്കുന്നത്. എന്നിട്ട് ഇത്തരമൊരു വിധിന്യായം നടത്തുകയാണ്. ഇവരിലേറെ പേരും രണ്ടോ മൂന്നോ പരിപാടികളിൽ പോലും പങ്കെടുത്തിട്ടുണ്ടാകില്ല. ഒരുകാര്യം പ്രവർത്തിച്ചുതുടങ്ങണമെങ്കിൽ നിങ്ങൾ അതിനുവേണ്ടി പ്രവർത്തിക്കണം. സാധനങ്ങൾ വാങ്ങുന്നു എന്നു പറഞ്ഞാൽ ഒരു ബിസിനസ് നടത്തുന്നു എന്നല്ല അർഥം. അല്ലെങ്കിൽ, ചിലരോട് സംസാരിച്ചതുകൊണ്ടുമാത്രം ഒരു ബിസിനസിനെക്കുറിച്ച് അറിയാനാകില്ല. ഞാൻ ഉറപ്പുതരുന്നു, ഏതാനും മാസങ്ങൾ മുതൽ കുറച്ചു വർഷങ്ങൾവരെ നെറ്റ്‌വർക്ക് മാർക്കറ്റിങ് ബിസിനസിന്റെ പ്രവർത്തന പദ്ധതിയും തത്വങ്ങളും പിന്തുടരാൻ തയാറുള്ളവർക്ക് ഇത് വൻവിജയം നൽകും, തീർച്ച.

ചില ആളുകൾ, തങ്ങളോ തങ്ങളുടെ വ്യവസായമോ പരാജയപ്പെട്ടുവെന്ന് സ്വയം കരുതാറുണ്ട് ഇതിന് ചില കാരണങ്ങളുണ്ട്.

1. അയഥാർഥമായ പ്രതീക്ഷകൾ

ചില ആളുകൾ അയഥാർഥമായ പ്രതീക്ഷകളുമായാണ് ഈ ബിസിനസിൽ എത്തുന്നത്. അത് നിറവേറാതിരുന്നാൽ, എല്ലാം അവസാനിപ്പിച്ച് ബിസിനസിനെ കുറ്റപ്പെടുത്താൻ തുടങ്ങും. ചിലർ വിചാരിക്കുന്നത് ഇതൊരു ലോട്ടറിയാണ് എന്നാണ്. ലോട്ടറി ടിക്കറ്റ് എടുത്ത് വൻതുക

സമ്മാനം കിട്ടും എന്ന് പ്രതീക്ഷിച്ചിരിക്കുന്നവരെപ്പോലെ, ഏതാനും ഉൽപ്പന്നങ്ങൾ വാങ്ങി സമ്പന്നനാകാം എന്നു കരുതിയിരിക്കുകയാണിവർ. മറ്റു ചിലരാകട്ടെ, രണ്ടോ മൂന്നോ പേരെ പരിചയപ്പെട്ടശേഷം തന്റെ ജോലി അവസാനിച്ചതായി വിശ്വസിച്ച്, ബാക്കിയുള്ള ജോലിയെല്ലാം അവർ ചെയ്യും എന്ന പ്രതീക്ഷയിലാണ്. ചിലർ, മറ്റു സംവിധാനങ്ങൾ അവർക്കു വേണ്ടി പ്രവർത്തിച്ചുകൊള്ളും എന്നുകരുതി കിട്ടാനുള്ള നേട്ടത്തിൽ കണ്ണു വെച്ചിരിക്കും. കാരണം, ചില സാധനങ്ങൾ തങ്ങൾ വാങ്ങിയതുതന്നെ ഈ വ്യവസായത്തിനുവേണ്ടി ചെയ്യാൻ കഴിയുന്ന ഏറ്റവും വലിയ പ്രവൃത്തിയാണെന്നാണ് ഇവർ കരുതുന്നത്.

ആരോടും പറയാതെതന്നെ, ലോകം തങ്ങളുടെ വാതിലിൽവന്ന് മുട്ടണമെന്നാണ് ചിലരുടെ ആഗ്രഹം. ഒരു പരമ്പരാഗത വ്യവസായത്തിൽ നിന്ന് 35 വർഷംകൊണ്ടാണ് സാധാരണ ലാഭം പ്രതീക്ഷിക്കുന്നത്. ഇതേ ആളുകൾ നെറ്റ്വർക്ക് മാർക്കറ്റിങ്ങിൽനിന്ന് ഏതാനും മണിക്കൂറുകൾ കൊണ്ടോ ദിവസങ്ങൾ കൊണ്ടോ ലാഭം പ്രതീക്ഷിക്കുന്നു, അതും ഭാഗികമായി ജോലി ചെയ്തുകൊണ്ട്. ചിലപ്പോൾ സ്പോൺസർ തങ്ങളെക്കൊണ്ട് ചെയ്യാൻ കഴിയാത്ത ചില പ്രതീക്ഷകൾ നൽകും, അവർ വാഗ്ദാനം ചെയ്ത സാധനങ്ങൾ പിന്നീട് നൽകാനും കഴിയില്ല. അധികം ജോലി ചെയ്യേണ്ടിവരില്ല എന്ന പ്രതീക്ഷയോടെയാകും ചിലർ ഈ ബിസിനസിലേക്ക് വരുന്നത്. എന്നാൽ, ചില യോഗങ്ങൾക്കുശേഷമാകും, നന്നായി അധ്വാനിക്കേണ്ടിവരുമെന്ന് ഇവർക്ക് മനസ്സിലാകുന്നത്. അതിന് അവർ സന്നദ്ധരുമല്ല.

ജീവിതത്തെത്തന്നെ മാറ്റിമറിക്കുന്ന ഒരു ബിസിനസാണ് ഇത് എന്ന് മനസ്സിലാക്കാതെയാണ് നിരവധിപേർ ഇതിൽനിന്ന് വിട്ടുപോകുന്നത് എന്നത് വലിയ വിരോധാഭാസമാണ്. തെറ്റായ പ്രതീക്ഷകളാണ് നിരാശയ്ക്കും വിട്ടുപോകലിനും കാരണം.

2. തുടങ്ങാൻ ചുരുങ്ങിയ ചെലവ്, ആകർഷിക്കുന്നത് അലസരെ

തുച്ഛമായ ചെലവിൽ ഈ ബിസിനസ് തുടങ്ങാം, അതുതന്നെ ഉൽപ്പന്നമായോ സേവനമായോ ഉടൻ തിരിച്ചുകിട്ടുകയും ചെയ്യും. ഇതുമൂലം ആർക്കും ഈ ബിസിനസ് തുടങ്ങാനാകുന്ന സ്ഥിതിയാണ്. ഇതിലേക്ക് വരുന്ന ഭൂരിപക്ഷത്തിനും വിജയകരമായി ഇത് എങ്ങനെകൊണ്ടുപോകാം എന്നതിനെക്കുറിച്ച് ഒരു ധാരണയുമുണ്ടാകില്ല. ഓരോ ദിവസവും ഓരോ ആഴ്ചയിലും ഇതിന് ഏതുതരം കഠിനാധ്വാനവും സമർപ്പണവുമാണ് വേണ്ടത് എന്നതിനെക്കുറിച്ച് ഒരുതരത്തിലുമുള്ള സൂചനയും ഇവർക്കുണ്ടാകില്ല.

യഥാർഥത്തിൽ ഇത്തരക്കാർ ബിസിനസ് തുടങ്ങുകയല്ല, ഷോപ്പിങ് നടത്തുകയാണ് ചെയ്യുന്നത്. സാധനങ്ങൾക്കൊപ്പം സമാശ്വാസത്തിന്

ഇവർ ഒരു ലോട്ടറി ടിക്കറ്റുകൂടി എടുക്കുന്നു. ഒരു പരിശീലനത്തിനും ഇവർ പോകില്ല, ഒരു യോഗങ്ങളും വിളിച്ചുചേർക്കില്ല. ദിവസങ്ങൾക്കകം, അല്ലെങ്കിൽ ആഴ്ചകൾക്കകം ഇവർ വിട്ടുപോകുകയും 'ഈ ബിസിനസ് കൊള്ളില്ല' എന്നുപറയുന്ന ആൾക്കൂട്ടത്തിന്റെ ഭാഗമാകുകയും ചെയ്യും.

3. ചെലവില്ലാതെ അവസാനിപ്പിക്കാം, വിട്ടുപോകാൻ അതും ന്യായം

ജയപരാജയങ്ങൾ ഏതൊരു ബിസിനസിന്റെയും ഭാഗമാണ്. ഓരോ ബിസിനസും നല്ലതും ചീത്തയുമായ ഘട്ടങ്ങളിലൂടെ കടന്നുപോകും. എങ്കിലും, വന്മൂലധനവും മനുഷ്യവിഭവശേഷിയും മുടക്കി, അടിസ്ഥാന സൗകര്യങ്ങൾ ഒരുക്കി, വിപണിയിൽനിന്നുള്ള പ്രതികരണങ്ങളെ പ്രതീക്ഷയോടെ കാത്തിരിക്കുന്ന ഉടമകൾ അതിൽനിന്ന് വിട്ടുപോകില്ല. ഉടമ വിട്ടുപോയാൽ ഇതെല്ലാം പൂജ്യമായി മാറും. വിട്ടുപോകുമ്പോൾ നഷ്ടമാകുന്ന ഈ ഭീമമായ സംഖ്യയാണ് നഷ്ടവും വെല്ലുവിളിയും അവഗണിച്ച് ഒരു ഉടമയെ വ്യവസായത്തിൽ നിലനിർത്തുന്നത്. നെറ്റ്‌വർക്ക് മാർക്കറ്റിങ് എന്നത് തുടങ്ങാൻ നയാപൈസ ആവശ്യമില്ലാത്ത ബിസിനസായതുകൊണ്ട് അത് അവസാനിപ്പിക്കുമ്പോഴും നഷ്ടമൊന്നും ഉണ്ടാകുന്നില്ല. ഇതുമൂലമാണ്, തുടക്കത്തിൽ നേരിയ വെല്ലുവിളിയുണ്ടാകുമ്പോഴേക്കും അത് നേരിടാൻ മടിച്ച് ആളുകൾ എളുപ്പം പരിപാടി അവസാനിപ്പിച്ച് മടങ്ങുന്നത്.

4. സ്വപ്നങ്ങളില്ലാത്തവർ

അധികംപേർക്കും വലിയ സ്വപ്നങ്ങളില്ല. തങ്ങളുടെ ജീവിതശൈലിയിൽ അവർ അസംതൃപ്തരായിരിക്കും. എങ്കിലും ഈ അവസ്ഥയെ മാറ്റാനുള്ള പ്രയത്നത്തിന് അവർ തയ്യാറല്ല. ഭൂരിപക്ഷം പേരും ധനികരാകാൻ ആഗ്രഹമുള്ളവരാണ്. എന്നാൽ, ഇതിനുവേണ്ടി പ്രതിബദ്ധതയോടെ പ്രയത്നിക്കാൻ തയ്യാറല്ല. ജീവിതത്തോടുള്ള പ്രതിബദ്ധത സ്വപ്നങ്ങളിൽനിന്നാണ് വരുന്നത്, കൃത്യമായ ലക്ഷ്യബോധത്തിൽനിന്നാണ് വരുന്നത്.

5. ലക്ഷ്യബോധമില്ലായ്മ

മറ്റുജോലികൾക്കൊപ്പം, ഒഴിവുസമയത്തും മറ്റുമാണ് പലരും ഈ ബിസിനസിലേക്കുവരുന്നത്. അവരുടെ ജോലിയും കുടുംബത്തോടൊപ്പം ചെലവിടലും വിനോദങ്ങളും കഴിഞ്ഞുള്ള സമയമാണ് ഇതിന് നീക്കിവക്കുന്നത്. ജോലിയിൽ നിരവധി പ്രശ്നങ്ങളുണ്ടാകും, കുടുംബജീവിതത്തിലും പല സമ്മർദങ്ങളുമുണ്ടാകും. ഇതിനിടയിൽ ഈ ബിസിനസ് അവഗണിക്കപ്പെടുന്നു. ഇതിന് ചെലവഴിക്കാൻ അയാൾക്ക് സമയവും കിട്ടില്ല. ചെടിക്ക് വെള്ളം കിട്ടിയില്ലെങ്കിൽ എത്ര നല്ലതാണെങ്കിലും അത് ഉണങ്ങിപ്പോകും.

6. സംവിധാനത്തെക്കുറിച്ച് പഠിക്കാനും അതിനനുസരിച്ച് പ്രവർത്തിക്കാനും സന്നദ്ധതയില്ലായ്മ

ഈ ബിസിനസിൽ വരുന്ന ഓരോരുത്തർക്കും ചെയ്യാൻ പോകുന്ന കാര്യങ്ങളെക്കുറിച്ച് സ്വന്തമായ അഭിപ്രായവും ആശയങ്ങളും ഉണ്ടായിരിക്കും, ഇവ എങ്ങനെ നടപ്പാക്കണമെന്നതിനെക്കുറിച്ച് അറിവുമുണ്ടാകും. അതുകൊണ്ടുതന്നെ, ഈ ബിസിനസിന് അവശ്യം വേണ്ട തത്വങ്ങളെക്കുറിച്ചും പ്രവർത്തന സംവിധാനത്തെക്കുറിച്ചും പഠിക്കാനുള്ള സമയം നീക്കിവെക്കാൻ ഇവർ തയാറാകുന്നില്ല. സ്വന്തം അറിവുവച്ച്, തെറ്റായ വഴിയിലൂടെ പോകുമ്പോൾ നിരാശയും തോൽവിയുമായിരിക്കും ഫലം. ഇതോടെ, അവർ വിട്ടുപോകാൻ നിർബന്ധിതരാകുന്നു.

പരിപാടികളിൽ പങ്കെടുക്കാത്തവരും ഈ ബിസിനസിനെ ശരിയായി മനസ്സിലാക്കാത്തവരുമാണ് പൊതുവെ ഇത് ഉപേക്ഷിച്ചുപോകുന്നത്.

7. തെറ്റായ വിശ്വാസങ്ങളുമായി പ്രവർത്തിക്കുന്നവർ

ഈ ബിസിനസിനെക്കുറിച്ചും തന്നെക്കുറിച്ചുതന്നെയും തെറ്റായ വിശ്വാസങ്ങളുള്ളവരാണ് ഇതിലേക്കുവരുന്നവരിൽ ഏറെയും. അത്തരം ചില തെറ്റായ വിശ്വാസങ്ങൾ ഇതാ: *എനിക്ക് വിൽപന നടത്താൻ കഴിയില്ല, ഈ പണി ഏറെ ബുദ്ധിമുട്ടുള്ളതാണ്, ആൾക്കാരുമായി എനിക്ക് സംസാരിക്കാനാകില്ല, ആരെങ്കിലും ഇതുമായി സഹകരിക്കുമോ എന്ന് എനിക്ക് പ്രതീക്ഷയില്ല, ഞാൻ ഈ ജോലി ചെയ്യുന്നത് എന്റെ ബന്ധുക്കൾക്കും സുഹൃത്തുക്കൾക്കും ഇഷ്ടമാകില്ല, ഒരു ബിസിനസ് തുടങ്ങാനും നടത്തിക്കൊണ്ടുപോകാനുമുള്ള കഴിവ് എനിക്കില്ല, ഇത് എനിക്കുചേരില്ല...*

തുറന്ന മനസ്സോടെ ഈ വിശ്വാസങ്ങളിലേക്കുനോക്കാൻ തയ്യാറാണെങ്കിൽ, ഇവ പരിശോധിക്കാനുള്ള വിവേകമുണ്ടെങ്കിൽ, ഇവയിൽ ഒളിഞ്ഞിരിക്കുന്ന സത്യം എളുപ്പം കണ്ടെത്താം. ഈ ബിസിനസിൽ ഏർപ്പെട്ടവരുമായി സംസാരിച്ചാൽ, പുസ്തകങ്ങൾ വായിച്ചാൽ, അന്വേഷണം നടത്തിയാൽ, ചില പരിപാടികളിൽ പങ്കെടുത്താൽ നിങ്ങൾക്ക് ഇതിനെക്കുറിച്ചുള്ള സത്യം വെളിപ്പെടും. അതുവഴി നിങ്ങൾക്ക് തെറ്റായ വിശ്വാസങ്ങളിൽനിന്ന് മുക്തരാകാം. അതിലൂടെ, ഈ ബിസിനസിനെക്കുറിച്ചും തന്നെക്കുറിച്ചുതന്നെയുമുള്ള വിശ്വാസങ്ങൾ ശക്തിപ്പെടുത്താനും ശരിയായ കാഴ്ചപ്പാട് വികസിപ്പിക്കാനും കഴിയും.

സ്വന്തം വിശ്വാസങ്ങൾ പരിശോധിക്കാൻ അധികം പേരും സന്നദ്ധരല്ല, അതിനാൽ അവർ വിട്ടുപോകുന്നു, അതിലൂടെ അവരുടെ തെറ്റായ വിശ്വാസങ്ങൾ എന്നന്നേക്കുമായി ബലപ്പെടുകയും ചെയ്യുന്നു.

11 വർഷമായി ഈ ബിസിനസിനെ എന്റെ ഹൃദയംകൊണ്ടും ആത്മാവുകൊണ്ടും അനുഭവിക്കുകയാണ് ഞാൻ. അതുകൊണ്ടുതന്നെ, പൂർണ്ണ വിശ്വാസത്തോടും ബോധ്യത്തോടെയും എനിക്ക് പറയാൻ കഴിയും, നിങ്ങളുടെ സ്വപ്നം സാക്ഷാൽക്കരിക്കാനുള്ള ഏറ്റവും മികച്ച വഴിയാണ്

നെറ്റ്‌വർക്ക് മാർക്കറ്റിങ്. ഏതു വ്യവസായവുമായും നിങ്ങൾക്ക് ഇതിനെ താരമത്യപ്പെടുത്തിനോക്കാം. പ്രാരംഭ മുതൽമുടക്ക്, വരുമാനം, ലാഭം, വളർച്ചയെത്താനുള്ള കാലയളവ്, തലമുറയിൽനിന്ന് തലമുറയിലേക്കുള്ള കൈമാറ്റം, അപകടസാധ്യതയില്ലായ്മ, സ്ഥിരം ചെലവുകൾ, ലളിതമായ പ്രാരംഭനടപടികൾ, സമയത്തിന്റെയും പണത്തിന്റെയും കാര്യത്തിലുള്ള സ്വാതന്ത്ര്യം, സമ്മർദമില്ലാത്ത പ്രവർത്തനം... തുടങ്ങി ഏതു ബിസിനസും നേരിടുന്ന പ്രശ്നങ്ങളെടുത്താലും നെറ്റ്‌വർക്ക് മാർക്കറ്റിങ് ഇതിൽ ഓരോന്നിലും മറ്റേതൊരു ബിസിനസിനെയും അപേക്ഷിച്ച് മികച്ചതാണെന്ന് കണ്ടെത്താനാകും.

ചുരുങ്ങിയ സമയം കൊണ്ടുതന്നെ നമുക്ക് അറിയാൻ കഴിയും ഈ ബിസിനസിന്റെ സവിശേഷതകൾ, അടിസ്ഥാന തത്വങ്ങൾ, പ്രവർത്തന രീതി, നേട്ടങ്ങൾ എന്നിവ. അത് തീർച്ചയായും അവിശ്വസനീയമായിരിക്കും. ശരിയായ സമയത്ത്, ശരിയായ കമ്പനിക്കും ശരിയായ ടീമിനും ഒപ്പം, ശരിയായ ബിസിനസാണ് നിങ്ങൾ ചെയ്യുന്നത് എന്ന വിശ്വാസത്തോടെ തുടങ്ങുക. ഈ ബിസിനസിന്റെ സംവിധാനം 100 ശതമാനം കൃത്യമായി പിന്തുടരുക. സത്യസന്ധമായി നിങ്ങളുടെ അധ്വാനത്തിന്റെ ഓഹരി സമർപ്പിക്കുക. കാത്തിരിക്കാൻ ക്ഷമയുണ്ടെങ്കിൽ, അൽപം സമയമെടുത്താലും വിജയം സംഭവിക്കുക തന്നെ ചെയ്യും. ബാക്കിയുള്ള കാലം മുഴുവൻ നിങ്ങളുടെ യാത്ര ഈ വിജയരഥത്തിലായിരിക്കും, അസൂയാർഹമാംവിധം സുഹൃത്തുക്കളുമൊന്നിച്ചുള്ള വിജയപാത...

മൂന്ന് അടിസ്ഥാന കാര്യങ്ങളേ ഈ ബിസിനസ് നിങ്ങളിൽനിന്ന് ആവശ്യപ്പെടുന്നുള്ളൂ:

1. നിങ്ങൾക്ക് സ്വപ്നം ഉണ്ടായിരിക്കണം. ഈ ബിസിനസ് തുടങ്ങാൻ നിങ്ങൾക്ക് ഒരു കാരണം വേണം.
2. ഈ ബിസിനസിന്റെ ആവശ്യങ്ങൾക്കനുസരിച്ച് മാറാനും പഠിക്കാനും നിങ്ങൾ തയ്യാറായിരിക്കണം.
3. പുതിയ സംവിധാനത്തിനനുസരിച്ച് അടുത്ത ഏതാനും മാസങ്ങളും വർഷങ്ങളും കഠിനാധ്വാനം ചെയ്യാൻ നിങ്ങൾ സന്നദ്ധരായിരിക്കണം.

ഈ മൂന്നുകാര്യങ്ങളും ഉണ്ടെങ്കിൽ നെറ്റ്‌വർക്ക് മാർക്കറ്റിങ്ങിലൂടെ നിങ്ങളുടെ സ്വപ്നങ്ങൾ സാക്ഷാൽക്കരിക്കുന്നതിൽനിന്ന് ആർക്കും നിങ്ങളെ തടയാനാകില്ല. നിങ്ങൾ ശരിയായ സമയത്താണ്, ശരിയായ ബിസിനസിലാണ്, ലോകത്തെ ഏറ്റവും മികച്ച വിപണിയിലാണ്. മുമ്പത്തേക്കാളും ഇന്ന് ലോകത്തിന് ആവശ്യം ഈ ബിസിനസ് ആണ്. ലോകത്ത് ലക്ഷക്കണക്കിന് പേരാണ് ഈ ബിസിനസ് തുടങ്ങാൻ ശരിയായ ഒരു വ്യക്തിയെ നോക്കിയിരിക്കുന്നത്.

ഞാൻ പറയുന്നു, നിങ്ങൾക്ക് ഈ ബിസിനസിനുപറ്റിയ വ്യക്തിയാകാൻ കഴിയും, അതുവഴി ലക്ഷക്കണക്കിന് പേരുടെ പുരോഗതിയുടെ ഉറവിട മാകാനും. വിജയിയായ ഒരു നെറ്റ്‌വർക്ക് മാർക്കറ്ററാകാൻ വേണ്ട പൂർണ്ണ മായ വിവരവും കഴിവും മനോഭാവവും പകർന്നുനൽകാൻ ഈ പുസ്തക കത്തിനു കഴിയും. ഇതിൽ പറയുന്ന തത്വങ്ങൾ പിന്തുടരുക, സ്തംഭിച്ചു നിന്നുപോകുമ്പോൾ ഈ പുസ്തകത്തിലേക്ക് വീണ്ടും വീണ്ടും തിരിച്ചു വരിക, നിങ്ങളുടെ സ്വപ്നം അതിവേഗം യാഥാർഥ്യമാകും.

ഞാൻ ആശംസിക്കുന്നു... നിങ്ങളാകും അടുത്ത നെറ്റ്‌വർക്ക് മാർക്കറ്റിങ് കോടീശ്വരൻ, നിങ്ങൾക്ക് നിങ്ങളുടെ ടീമിൽനിന്ന് കൂടുതൽ കോടീശ്വരന്മാരെ സൃഷ്ടിച്ചെടുക്കാൻ കഴിയട്ടെ.

ഭാഗം രണ്ട്

നിങ്ങളുടെ ബിസിനസിന് അടിത്തറയേകുന്ന അടിസ്ഥാന തത്വങ്ങൾ

സൈനികരുടെ സംഘത്തിന് നുഴഞ്ഞുകയറാൻ കഴിയാത്തിടത്ത് തത്വങ്ങളുടെ സംഘത്തിന് നുഴഞ്ഞുകയറാൻ കഴിയും.

- തോമസ് പെയ്ൻ

എന്താണ് അടിസ്ഥാനതത്വം?

കേംബ്രിഡ്ജ് ഡിക്ഷ്ണറി പ്രകാരം, "ചിലത് എങ്ങനെ സംഭവിക്കുന്നു, പ്രവർത്തിക്കുന്നു എന്ന കാര്യം നിയന്ത്രിക്കുന്ന നിയമത്തെയാണ് അടിസ്ഥാനതത്വം എന്നുപറയുന്നത്. കാര്യകാരണ മാതൃകയിലാണ് അടിസ്ഥാനതത്വം പ്രവർത്തിക്കുന്നത്, ഈ തത്വം കൃത്യമായി പിന്തുടരുകയാണെങ്കിൽ, എല്ലാ സ്ഥലത്തും എല്ലാ സമയത്തും എല്ലാ വ്യക്തികൾക്കും ഒരേതരത്തിലുള്ള ഫലമാകും അതിൽനിന്ന് ലഭിക്കുക. ആരെങ്കിലും ഒരു ഉദ്ദേശ്യത്തിനുവേണ്ടി പ്രവർത്തിക്കുകയാണെങ്കിൽ, അതിന്റെ ഫലം ഉറപ്പാണ്". ഉദാഹരണത്തിന്, ഭൂഗുരുത്വാകർഷണ സിദ്ധാന്തമനുസരിച്ച് എന്തെങ്കിലും സാധനം, അത് ഒരു കല്ലോ ആഭരണമോ എന്തുമാകട്ടെ, താഴേക്കിട്ടാൽ, അത് താഴേക്കുതന്നെ വീഴും, അത് ലണ്ടനിലോ ഡൽഹിയിലോ സിഡ്നിയിലോ ആകട്ടെ, ആരാണ് ഇടുന്നത് എന്നിരിക്കട്ടെ, താഴേക്കുതന്നെയാകും വീഴുക.

ഫിസിക്സിലെയും കണക്കിലെയും അടിസ്ഥാനതത്വങ്ങൾപോലെ, നെറ്റ്‌വർക്ക് മാർക്കറ്റിങ്ങ് ബിസിനസിലും വിജയിക്കാൻ ചില അടിസ്ഥാന തത്വങ്ങളുണ്ട്. ഓരോ നെറ്റ്‌വർക്ക് മാർക്കറ്ററും ദശാബ്ദങ്ങളായി ഈ മാർഗ്ഗനിർദേശക തത്വങ്ങൾ ഉപയോഗിച്ചുവരുന്നു, നിങ്ങളുടെ ബിസിനസിലും ഇവ പ്രയോഗിച്ചാൽ ഇതേ വിജയം നിങ്ങൾക്കും നേടിയെടുക്കാം. ഈ അടിസ്ഥാന തത്വങ്ങളിലൂടെ അതിവേഗം നിങ്ങൾ ലക്ഷ്യത്തിലെത്തും, ഉറപ്പായും. ഈ ബിസിനസിൽ പടപൊരുതുകയും വിജയിക്കുകയും ചെയ്ത നിരവധി പേരെ നിരീക്ഷിച്ചതിൽനിന്ന്, ഓരോ വലിയ വിജയിയുടെയും വിജയത്തിൽ ഒരു പ്രധാന ഘടകം ഉണ്ടെന്ന് ഞാൻ മനസ്സിലാക്കിയിട്ടുണ്ട്. ദിവസവും ഹൃദയം കൊണ്ടും ആത്മാവുകൊണ്ടും അടിസ്ഥാന തത്വങ്ങൾ 100 ശതമാനം പിന്തുടരുക.

ഈ പുസ്തകത്തിൽ അവതരിപ്പിക്കുന്ന 20 അടിസ്ഥാന തത്വങ്ങളും കാലത്തിന്റെ പരീക്ഷയിൽ ജയിച്ചതും ചെയ്യാൻ കഴിയുന്നതുമാണ്.

റെക്കോർഡ് സമയത്തിനുള്ളിൽ കോടിക്കണക്കിന് രൂപ സമ്പാദിക്കാൻ എന്നെ സഹായിക്കുകയും എന്റെ ടീമിൽ നൂറുകണക്കിന് കോടീശ്വരന്മാരെ സൃഷ്ടിക്കാൻ എന്നെ പ്രാപ്തനാക്കുകയും ചെയ്തവയാണ് ഈ തത്വങ്ങൾ. നിങ്ങളുടെ ബിസിനസിനെ അതിവേഗപാതയിലെത്തിക്കാൻ ഇവ സഹായിക്കും, നിങ്ങളുടെ സ്വപ്നസമ്പാദ്യത്തിലേക്ക് അതിവേഗം ഇവ നിങ്ങളെ എത്തിക്കും.

ആകസ്മികമായി നിങ്ങൾക്ക് ഈ ബിസിനസിൽ എത്താനായെന്നുവരാം, എന്നാൽ, ആകസ്മികമായി വിജയിക്കാനാകില്ല

ലോകത്ത് എവിടെയും ഏതു കമ്പനിയിലും ജോലിചെയ്യുന്ന ഏതൊരാൾക്കും സുനിശ്ചിതമായ ഫലം നൽകുന്ന പൊതുവായ തത്വങ്ങളാണിതെന്ന് എനിക്ക് ആവർത്തിച്ച് ബോധ്യപ്പെട്ടിട്ടുണ്ട്. നിങ്ങളുടെ ഉൽപ്പന്നം, വരുമാന പദ്ധതി, മറ്റു നയങ്ങൾ എന്തുമായിക്കോട്ടെ, ഈ തത്വങ്ങൾ പിന്തുടർന്നാൽ റെക്കോർഡ് സമയത്തിനകം വിജയം ഉറപ്പാണ്.

1. ഇളകാത്ത വിശ്വാസം

മനുഷ്യന്റെ മനസ്സിന് ഗ്രഹിക്കാനും വിശ്വസിക്കാനും കഴിയുന്നതെല്ലാം സാക്ഷാത്ക്കരിക്കാനുമാകും. - നെപ്പോളിയൻ ഹിൽ

ഒരാളിലോ ഒരു കാര്യത്തിലോ ഉള്ള ആത്മവിശ്വാസത്തെയും പൂർണ്ണ ഉറപ്പിനെയുമാണ് വിശ്വാസം എന്നുപറയുന്നത്. ഒരു കാര്യം യഥാർഥത്തിൽ സംഭവിക്കുന്നതിന് വളരെ മുമ്പേ അതിൽ പ്രതീക്ഷയർപ്പിക്കുന്നതിനെയാണ് വിശ്വാസം എന്നുപറയുന്നത്. ഏതൊരു നേട്ടത്തിന്റെയും സ്റ്റാർട്ടിങ് പോയന്റാണ് വിശ്വാസം എന്നത്. ഒരു കാര്യത്തിൽ നിങ്ങൾ വിശ്വസിക്കുന്നുണ്ടെങ്കിൽ മാത്രമേ അത് സംഭവിക്കൂ. നടക്കില്ല എന്നുതോന്നിയാലും ചില കാര്യങ്ങൾ ചെയ്യാൻ നിങ്ങൾ ശ്രമിക്കുന്നത് എന്തുകൊണ്ടാണ്? വിശ്വാസമാണ് നിങ്ങളെ തുടങ്ങാൻ പ്രേരിപ്പിക്കുന്നത്, എത്രത്തോളം നിങ്ങൾക്ക് മുന്നോട്ടുപോകാനാകുമെന്ന് തീരുമാനിക്കുന്നതും.

തുടർച്ചയായ ഉറപ്പുകളാണ് വിശ്വാസത്തിലേക്ക് നയിക്കുന്നത്, ആ വിശ്വാസം ദൃഢമായ ബോധ്യമായിത്തീർന്നാൽ, കാര്യങ്ങൾ സംഭവിച്ചുതുടങ്ങും. - മുഹമ്മദ് അലി

ഈ ബിസിനസിൽ വിജയിക്കണമെങ്കിൽ, രണ്ട് ശക്തികളിൽ നിങ്ങൾക്ക് വിശ്വാസം വേണം: ബാഹ്യ ശക്തിയിലും ആന്തരികശക്തിയിലും.

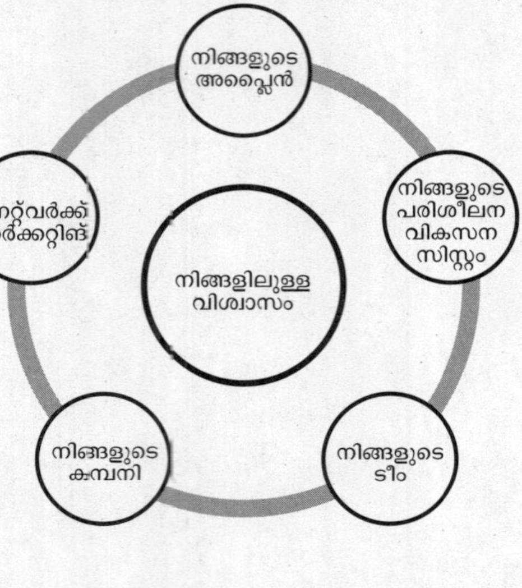

നിങ്ങൾക്ക് പുറത്തുള്ള ഈ അഞ്ച് ശക്തികളിൽ നിങ്ങൾക്ക് പൂർണ്ണവും ഉറച്ചതുമായ വിശ്വാസം ആവശ്യമാണ്: നിങ്ങളുടെ അപ്ലൈൻ, നിങ്ങളുടെ പരിശീലന വികസന സിസ്റ്റം, നിങ്ങളുടെ സ്വന്തം ടീം, നിങ്ങളുടെ കമ്പനി, നെറ്റ്വർക്ക് മാർക്കറ്റിങ് വ്യവസായം. വിശ്വാസം ഉണ്ടാക്കിയെടുക്കുക എന്നത് സമയമെടുക്കുന്ന കാര്യമാണെന്ന് എനിക്കറിയാം. തുടക്കത്തിൽ നിങ്ങൾക്ക് പൂർണ്ണവിശ്വാസം ഉണ്ടാകണമെന്നില്ല, എന്നാൽ ആരോടെങ്കിലുമൊപ്പമോ ഏതെങ്കിലും കമ്പനിയുടെ കൂടെയോ ബിസിനസ് തുടങ്ങിക്കഴിഞ്ഞാൽ, അതിനർഥം നിങ്ങൾക്ക് അതിൽ ചെറിയ വിശ്വാസമുണ്ട് എന്നാണ്, തുടങ്ങിയില്ലെങ്കിലും അതുതന്നെയാണ് അർഥം. നിങ്ങൾക്ക് ഇതിൽ എത്ര വിശ്വാസമുണ്ടെങ്കിലും ശരി, ആത്മാർഥമായി തുടങ്ങുക. പുസ്തകങ്ങൾ, വീഡിയോകൾ, മറ്റു സാമഗ്രികൾ, പരിപാടികൾ, അപ്ലൈനുമായുള്ള നിരന്തര ബന്ധം, ഇതെല്ലാം കാലക്രമേണ നിങ്ങളുടെ വിശ്വാസത്തെ ബലപ്പെടുത്തും.

അടിസ്ഥാനം പൂർണ്ണമായി മനസ്സിലാക്കാൻ കഴിയാത്തതുകൊണ്ടാണ് നിരവധി പേർ ഈ ബിസിനസിൽനിന്ന് വിട്ടുപോകുന്നത്. ചുരുങ്ങിയത് ഒരു വർഷമെങ്കിലും കൊടുത്ത്, ബിസിനസിൽ ഒരു വിദ്യാർഥിയാകാൻ തയ്യാറാണെങ്കിൽ, ഈ ലോകത്തിലെ ഏറ്റവും മനോഹരമായ ബിസിനസിനെ നിങ്ങളുടെ ജീവിതത്തിലേക്ക് കൊണ്ടുവരാൻ കഴിഞ്ഞതിന് ദൈവത്തോട് നിങ്ങൾ നന്ദി പറയും.

> *നമുക്കുപിന്നിൽ എന്തൊക്കെയാണുള്ളത്, നമുക്കു മുകളിൽ എന്തൊക്കെയാണുള്ളത് എന്നതെല്ലാം, നമ്മുടെയുള്ളിൽ എന്തൊക്കെയാണുള്ളത് എന്നതുമായി താരതമ്യം ചെയ്യുമ്പോൾ തീരെ ചെറിയ കാര്യങ്ങളാണ്.* – ഹെൻറി ഡേവിഡ് തോറോ

നിങ്ങളിൽ വിശ്വസിക്കുക. പ്രവർത്തിക്കാനുള്ള ഇന്ധനമാണിത്, മാത്രമല്ല, തിരസ്കാരവും പരിഹാസവും നിരാശയും നേരിടുമ്പോൾ നിങ്ങളെ ബലപ്പെടുത്തുന്ന തൂണാണിത്. നിങ്ങളുടെ വിശ്വാസമാണ് നിങ്ങളെ ഓരോ പ്രഭാതത്തിലേക്കും ഉണർത്തുന്നത്, ഇന്ന് ടീമിലെ ചാമ്പ്യൻ പെർഫോമറായി നിങ്ങൾക്ക് മാറാൻ കഴിയുമെന്ന പ്രതീക്ഷയിലേക്ക്. അങ്ങനെ ദിവസത്തിന്റെ തുടക്കമാകുന്നു. നിങ്ങൾ വെല്ലുവിളിയും തോൽവികളും തിരിച്ചടികളും നേരിടുമ്പോൾ വിശ്വാസം ഒരിക്കൽ കൂടി നിങ്ങളുടെ രക്ഷക്കെത്തും, അടുത്ത ദിവസം പുതിയൊരു തുടക്കത്തിന് കഴിയുമെന്ന പ്രതീക്ഷ നിങ്ങൾക്ക് നൽകും. സംശയങ്ങൾ നുഴഞ്ഞുകയറി നിങ്ങളുടെ വിശ്വാസത്തെ ഇളക്കിയേക്കാം, അത് സാധാരണമാണ്, എല്ലാവരിലും സംഭവിക്കുന്നതാണ്. എന്റെ ബിസിനസിന്റെ തുടക്കത്തിലും എനിക്കും സമാന അനുഭവമുണ്ടായിട്ടുണ്ട്, എന്നാൽ, അപ്ലൈൻ, പുസ്തകങ്ങൾ, പരിപാടികൾ എന്നിവയുമായുള്ള ഉറ്റബന്ധം ഞാൻ തുടർന്നു. ഈ മൂന്നു കാര്യങ്ങളെ നിങ്ങളുടെ ബിസിനസിനുള്ള വാക്സിനുകളായി ഞാൻ

നിർദേശിക്കുന്നു: പുസ്തകങ്ങൾ, പരിപാടികൾ, ആക്റ്റീവ് അപ്ലൈനുകളുമായുള്ള ബന്ധം. ഈ മൂന്നുകാര്യങ്ങളുമായി ബന്ധപ്പെട്ടുകൊണ്ടിരുന്നാൽ, നിങ്ങളുടെ വിശ്വാസം നിലനിർത്താനും ഇരട്ടിപ്പിക്കാനും കഴിയും. നിങ്ങൾക്ക് ഒരു പ്രശ്നവും നേരിടേണ്ടിവരില്ല. നിങ്ങളുടെ വിശ്വാസവും നിങ്ങളിലെ ഭയവും തമ്മിൽ സദാ യുദ്ധത്തിലാണ്. നിങ്ങൾക്ക് ഇത് ചെയ്യാൻ കഴിയുമെന്ന് വിശ്വാസം നിങ്ങളോട് പറയുന്നു, കഴിയില്ലെന്ന് ഭയം നിങ്ങളോട് അട്ടഹസിക്കുന്നു. തോൽക്കാതിരിക്കണമെങ്കിൽ, നിങ്ങളുടെ ഭയത്തിനുമേൽ നിങ്ങളുടെ വിശ്വാസത്തെ പ്രതിഷ്ഠിക്കുക.

നിങ്ങളുടെ വിശ്വാസത്തിന് പർവതങ്ങളെ നീക്കാൻ കഴിയും, നിങ്ങളുടെ സംശയങ്ങൾക്കാകട്ടെ അവയെ സൃഷ്ടിക്കാനും.

– അജ്ഞാതൻ

സാധാരണയായി, ഒരു നെറ്റ്‌വർക്ക് മാർക്കറ്റിങ് കമ്പനിയിലെ എല്ലാ ടീമിനും മുൻകൂട്ടിയുള്ള പരിശീലന വികസന വ്യവസ്ഥയുണ്ടാകും. ആ വ്യവസ്ഥയുമായി ബന്ധപ്പെട്ട് ജോലി തുടങ്ങുക എന്നതാണ് നിങ്ങൾ ചെയ്യേണ്ടത്. നിരവധി പേരിൽ, നിരവധി വർഷങ്ങളോളം ഈ സംവിധാനം വിജയകരമായി പ്രവർത്തിച്ചുകൊണ്ടിരിക്കുന്ന ഒന്നാണെങ്കിൽ നിങ്ങളുടെ കാര്യത്തിലും അത് പ്രവർത്തിക്കും. ഈ ബിസിനസിലെ ഏറ്റവും പ്രധാനപ്പെട്ട വശം, നിങ്ങളുടെ ടീമിന്റെ വിജയ വ്യവസ്ഥയാണ്. ഈ വ്യവസ്ഥക്ക് 100% കീഴടങ്ങുകയാണ് വേണ്ടത്. നിങ്ങളുടെ ടീം ഇത്തരമൊരു വ്യവസ്ഥ വികസിപ്പിച്ചെടുത്തിട്ടില്ല എങ്കിൽ, ഈ പുസ്തകത്തിൽ പറയുന്ന വിജയ വ്യവസ്ഥ നിങ്ങളുടെ സ്വപ്നസാക്ഷാൽക്കാരത്തിനായി പിന്തുടരാവുന്നതാണ്. ഈ പുസ്തകത്തിൽ വിവരിക്കുന്ന വ്യവസ്ഥയിലൂടെ, വർഷങ്ങളായി നിരവധി പേർ അവരുടെ സ്വപ്നങ്ങൾ സാക്ഷാൽക്കരിച്ചുകൊണ്ടിരിക്കുകയാണ്. വിശ്വാസത്തോടെ പ്രവർത്തിക്കൂ, ചിലപ്പോൾ വിജയം വൈകിയേക്കാം, എന്നാൽ അത് ഒരിക്കലും നിഷേധിക്കപ്പെടില്ല.

നിങ്ങൾക്ക് നിങ്ങളിൽ വിശ്വാസമില്ലാത്തിടത്തോളം കാലം നിങ്ങൾക്ക് ദൈവത്തിൽ വിശ്വസിക്കാൻ കഴിയില്ല.

– സ്വാമി വിവേകാനന്ദൻ

ഒന്നും സ്ഥിരമല്ല, പ്രശ്നങ്ങൾ പോലും

ബിസിനസിൽ നാലുമാസമായപ്പോൾ, എനിക്ക് അതിവേഗ വളർച്ചയുണ്ടായി, ഒപ്പം ചെറിയ പിഴവുകളും. എന്റെ വരുമാനം പൂജ്യത്തിലായി. എനിക്കുമുന്നിൽ രണ്ട് ഓപ്ഷനുകളാണുണ്ടായിരുന്നത്: ഒന്നുകിൽ, എന്റെ ജോലിയിലേക്ക് തിരിച്ചുപോകുക, അല്ലെങ്കിൽ എന്റെ പിഴവുകൾ സ്വീകരിച്ച് അവ തിരുത്തി എന്റെ ലക്ഷ്യം കൈവരിക്കുക. ഞാനും ഭാര്യയും സഹോദരനുമെല്ലാം ജോലി രാജിവച്ചിരുന്നു. ഞങ്ങളുടെ ക്രെഡിറ്റ് കാർഡുകൾ നിറഞ്ഞു, എല്ലാ സ്രോതസ്സുകളും ഞങ്ങൾ ഊറ്റിയെടുത്തു തളർന്നു, എന്നാൽ, ഓരോ ദിവസവം വിശ്വാസത്തോടെ ജോലി ചെയ്തു. ഇന്ന് ഞങ്ങൾക്ക് ശരിയായ വ്യക്തിയെ കിട്ടി. ഞങ്ങളുടെ അപ്ലൈനുമായി ദിവസവും സംസാരിച്ചുകൊണ്ടിരുന്നു, പുസ്തകങ്ങൾ വായിച്ചു, കൂടുതൽ പ്ലാനുകൾ കണ്ടു, ഓരോ പരിപാടിയിലും പങ്കെടുത്തു. ആ കഠിനമേറിയ ഒമ്പതുമാസങ്ങളിൽ ഞാൻ ഉപേക്ഷിച്ചുപോകാതിരുന്നതുകൊണ്ടാണ് ഇന്ന് എനിക്കുള്ളതെല്ലാം ഉണ്ടായത്.

2. വ്യവസ്ഥയോട് 100% സമർപ്പണം

വിജയത്തിന് രഹസ്യങ്ങളില്ല, വിജയത്തിന് എല്ലായ്പ്പോഴും ഒരു സംവിധാനമുണ്ട്. - ദീപക് ബജാജ്

businessdictionary.com അനുസരിച്ച്, 'ഒരു വ്യവസ്ഥ എന്നുപറയുന്നത് ഒരു പ്രത്യേക കാര്യം ചെയ്യാനുള്ള വിവിധ മാർഗ്ഗങ്ങളുടെയും നടപടികളുടെയും വഴികളുടെയും കൂട്ടമാണ്.' നമ്മുടെ ബിസിനസിൽ, ഒരു വ്യവസ്ഥ എന്നു പറയുന്നത്, ഒരു കൂട്ടം പരിപാടികളും നടപടികളും മാർഗ്ഗങ്ങളുമാണ്. എന്ത്, എങ്ങനെ ചെയ്യണം എന്ന് അവ നിങ്ങൾക്ക് വഴികാട്ടും, അതുവഴി നിങ്ങൾ ബിസിനസിൽ നിക്ഷേപിച്ചിരിക്കുന്ന നിങ്ങളുടെ ശ്രമങ്ങൾക്കും സമയത്തിനും അതിവേഗം അത്ഭുതകരമായ ഫലം കിട്ടുകയും ചെയ്യും. വർഷങ്ങളോളം, ആയിരക്കണക്കിന് ജനങ്ങളുടെ ഗൗരവകരമായ പരിശ്രമങ്ങളിലൂടെയാണ് ഒരു നല്ല വ്യവസ്ഥ ഉരുത്തിരിഞ്ഞുവരുന്നത്, ഒരിക്കൽ നിലവിൽവന്നുകഴിഞ്ഞാൽ അത് സഹ വിതരണക്കാർക്കും സഹായികൾക്കും ബിസിനസിൽ വിജയിക്കാനുള്ള തെളിയിക്കപ്പെട്ട മാർഗ്ഗമായി മാറുന്നു.

മറ്റേതൊരു ബിസിനസിനേക്കാളും ഉയർന്ന വിജയസാധ്യതയുള്ളതാണ് നെറ്റ്വർക്ക് മാർക്കറ്റിങ് ബിസിനസ്. കാരണം, അതിൽ അതിലേക്ക് കടന്നുവരുന്ന പുതിയ ഒരാൾക്ക് പൂർണ്ണമായ പരിശീലന വികസന സംവിധാനത്തിന്റെ പിന്തുണ ലഭിക്കുന്നു, മറ്റെവിടെയും ഇതല്ല സ്ഥിതി. ഈ വ്യവസ്ഥ പിന്തുടരുന്നതുവഴി, ഏറ്റവും കുറഞ്ഞ സമയത്തിനുള്ളിൽ, ഏറ്റവും കുറഞ്ഞ ക്ലേശത്തോടെയും വേദനയോടെയും പുതിയ അസോസിയേറ്റുകൾക്ക് അവരുടെ സ്വപ്നം സാക്ഷാൽക്കരിക്കാൻ കഴിയുന്നു. ഒരു വ്യവസ്ഥയെ സംബന്ധിച്ച ഏറ്റവും മികച്ച കാര്യം, അത് ഓരോ വ്യക്തിക്കുംവേണ്ടി തുല്യമായി പ്രവർത്തിക്കുന്നു എന്നതാണ്. നിങ്ങളുടെ വിദ്യാഭ്യാസം, സാമ്പത്തിക അടിത്തറ, ലിംഗം, പ്രദേശം, പ്രവൃത്തി പരിചയം തുടങ്ങിയവ ഈ ബിസിനസിനെ സംബന്ധിച്ച് പരിഗണനാവിഷയമല്ല, എത്ര വേഗത്തിൽ നിങ്ങൾ ഈ വ്യവസ്ഥ സ്വീകരിക്കുന്നു, അതിനനുസരിച്ച് പ്രവർത്തിച്ചുതുടങ്ങുന്നു എന്നതുമാത്രമാണ് കാര്യം.

ഒരിക്കൽ പ്രശസ്തനായ ഒരു സംഗീതാധ്യാപകനുണ്ടായിരുന്നു. തന്റെ സംഗീതപ്രതിഭ കൊണ്ടുമാത്രമല്ല, ജ്ഞാനം കൊണ്ടും അദ്ദേഹം അറിയപ്പെട്ടിരുന്നു. ഒരു ദിവസം, 40 വയസ്സായ ഒരാൾ അദ്ദേഹത്തിനടുത്തെത്തി സംഗീതം അഭ്യസിക്കാനുള്ള തന്റെ ആഗ്രഹം അറിയിച്ചു. സംഗീതത്തിനെക്കുറിച്ച് എന്തറിയാം എന്ന് അധ്യാപകൻ അയാളോട്

ചോദിച്ചു. അദ്ദേഹം മറുപടി നൽകി: ഞാൻ 56 വർഷം സംഗീതം പാഠിച്ചിട്ടുണ്ട്, ഒരു ഗ്രൂപ്പിനുവേണ്ടി പാടിയിട്ടുണ്ട്, എന്നാൽ, ഏതാനും വർഷങ്ങൾ കഴിഞ്ഞപ്പോൾ പ്രാക്ടീസ് അവസാനിപ്പിച്ചു. മൂന്നുവർഷമെടുത്ത്, 80,000 രൂപ കൊണ്ട് അയാളെ സംഗീതത്തിൽ ഒരു മാസ്റ്റർ ആക്കാമെന്ന് അധ്യാപകൻ ഉറപ്പുനൽകി. എന്നാൽ, ഇത് വളരെ ചെലവേറിയതായി അയാൾക്കുതോന്നി, ഇതേക്കുറിച്ച് ആലോചിച്ച് അയാൾ അവിടെ ഇരുന്നു. ആ സമയം 12 വയസ്സായ ഒരു കുട്ടി അധ്യാപകന്റെ അടുത്തെത്തി തനിക്ക് സംഗീതം അഭ്യസിക്കണമെന്നാവശ്യപ്പെട്ടു. 'സംഗീതത്തെക്കുറിച്ച് എന്തറിയാം?' അധ്യാപകൻ കുട്ടിയോട് ചോദിച്ചു. 'ഒന്നും അറിയില്ല' എന്നായിരുന്നു മറുപടി. ഒരു വർഷംകൊണ്ട്, 20,000 രൂപ ചെലവിൽ കുട്ടിയെ സംഗീതത്തിലെ മാസ്റ്ററാക്കാമെന്ന് അധ്യാപകൻ പറഞ്ഞു. എല്ലാ കേട്ടുകൊണ്ടിരുന്ന 40കാരൻ, ക്ഷോഭത്തോടെ ചോദിച്ചു, സംഗീതത്തെക്കുറിച്ച് എനിക്ക് കുറെയേറെ അറിയാം, എനിക്ക് നല്ല പരിചയസമ്പത്തുമുണ്ട്, എന്നിട്ടും ഒരു പരിചയവുമില്ലാത്ത കുട്ടിയെ രണ്ടുവർഷവും 60,000 രൂപയും കുറച്ച്, മാസ്റ്റർ ആക്കുന്നത് എങ്ങനെയാണ്? അധ്യാപകൻ മറുപടി പറഞ്ഞു: "ഒരു മാസ്റ്റർ ആകാൻ ഒരു വർഷവും 20,000 രൂപയും മതി, എന്നാൽ നിങ്ങൾ പഠിച്ചതെല്ലാം മാച്ചുകളയാനുള്ളതാണ് രണ്ടുവർഷവും 60,000 രൂപയും."

> *നമ്മൾ നേരത്തെ പഠിച്ചതിൽ ചിലതെല്ലാം മാച്ചുകളയാൻ തയാറാണെങ്കിൽ, പുതിയ പാഠങ്ങൾ എളുപ്പവും വേഗത്തിലും പഠിക്കാൻ കഴിയും.*
> – ദീപക് ബജാജ്

ഏത് ബിസിനസിലും തൊഴിലിലും വിജയിക്കാൻ സവിശേഷമായ ഒരു വ്യവസ്ഥയുണ്ട്. ഡോക്ടറാകട്ടെ, അഭിഭാഷകനാകട്ടെ, അക്കൗണ്ടന്റാകട്ടെ, കടയുടമയാകട്ടെ, പൊലീസ് ഓഫീസറാകട്ടെ എല്ലാവർക്കും വ്യത്യസ്ത രീതിയിലുള്ള പ്രവർത്തന വഴികളും സിദ്ധാന്തങ്ങളുമുണ്ടായിരിക്കും. ഏതെങ്കിലും തൊഴിലിൽ നിങ്ങൾ വിജയിച്ചുവെങ്കിൽ, ആ പ്രത്യേക ജോലിക്കുവേണ്ട വ്യവസ്ഥ നിങ്ങൾ പിന്തുടർന്നു എന്നാണർഥം. ഒരു നഴ്സിനോ ആർക്കിടെക്റ്റിനോ വേണ്ട വ്യവസ്ഥ പിന്തുടർന്നാൽ നിങ്ങൾക്ക് പൊലീസ് ഓഫീസർ എന്ന നിലക്ക് വിജയിക്കാനാകില്ല. അതുപോലെ, നെറ്റ്‌വർക്ക് മാർക്കറ്റിങ്ങിൽ നിങ്ങൾക്ക് വിജയിക്കണമെങ്കിൽ നിങ്ങൾ ഇപ്പോൾ പിന്തുടരുന്ന സിസ്റ്റം മാറ്റിവച്ച് ഒരു തുടക്കക്കാരനെപ്പോലെ, നെറ്റ്‌വർക്ക് മാർക്കറ്റിങ്ങിനുവേണ്ടിയുള്ള ഏറ്റവും മികച്ച സിസ്റ്റം പഠിക്കണം. എത്ര വേഗത്തിൽ നിങ്ങൾ ഈ പുതിയ സിസ്റ്റം സ്വീകരിക്കുന്നു, അത്ര വേഗത്തിൽ ബിസിനസിൽ നിങ്ങൾക്ക് വൻ നേട്ടം കൊയ്യാം.

ഈ ബിസിനസിൽ ഭൂരിപക്ഷത്തിന്റെയും തോൽവിക്ക് പ്രധാന കാരണം യഥാർഥത്തിൽ ഇതാണ്. ഈ ബിസിനസിലേക്ക് കടന്നുവരുന്നവർ വ്യത്യസ്ത പാശ്ചാത്തലങ്ങളിൽനിന്നുള്ളവരാണ്, അവർ അവരുടെ പരിചയസമ്പത്തും വ്യവസ്ഥകളും ചിന്തയും പ്രത്യേക പ്രവർത്തനരീതി

യുമൊക്കെയായാണ് വരുന്നത്. അവരുടെ പഴയ ചിന്താഗതികളും സമീപനങ്ങളും വച്ചുകൊണ്ടാണ് ഈ ബിസിനസ് തുടങ്ങുക, അപ്പോൾ തിരിച്ചടികളും നിരാശയുമായിരിക്കും ഫലം. ഈ ബിസിനസ് തുടങ്ങാനും അവസാനിപ്പിക്കാനുമുള്ള ചെലവ് താരതമ്യേന കുറവായതിനാൽ, തുടക്കത്തിലെ തിരിച്ചടി ഭൂരിപക്ഷത്തിനെയും ബിസിനസ് ഉപേക്ഷിച്ചുപോകാൻ പ്രേരിപ്പിക്കുന്നു. ഈ ബിസിനസിന്റെ നിയമങ്ങൾ പഠിക്കാനും പരിശീലിക്കാനും അവർ അൽപം സമയം സ്വയം ചെലവഴിച്ചിരുന്നുവെങ്കിൽ, നെറ്റ്‌വർക്ക് മാർക്കറ്റിങ് ലോകത്തിലെ ഏറ്റവും എളുപ്പമുള്ളതും അനുഗ്രഹിക്കപ്പെട്ടതുമായ ബിസിനസ് ആണെന്ന് അവർ തിരിച്ചറിഞ്ഞേനേ.

ഒരു വിത്തിനുള്ളിൽ ഒരു വൃക്ഷം ഒളിഞ്ഞിരിക്കുന്നുണ്ട്, പക്ഷേ, അത് പുറത്തുവരുന്നത് ഒരു വ്യവസ്ഥയിലൂടെയാണ്. ഒരു കല്ലിൽ ഒരു മനോഹരശിൽപം ഒളിഞ്ഞിരിക്കുന്നുണ്ട്, അത് പുറത്തുവരുന്നത് ഒരു സിസ്റ്റത്തിലൂടെയാണ്. ഒമ്പതാം മാസം ഒരു കുഞ്ഞിന് ജന്മം നൽകുന്നതിനു പുറകിലും ഒരു സിസ്റ്റമുണ്ട്.

നിങ്ങൾ ജോലി ചെയ്യാൻ ഒരു ടീമിനെയോ കമ്പനിയെയോ തെരഞ്ഞെടുക്കുമ്പോൾ, അവർക്ക് വ്യവസ്ഥാപിതമായ ഒരു പരിശീലന വികസന വ്യവസ്ഥയുണ്ട് എന്ന് ഉറപ്പുവരുത്തണം എന്ന് ഞാൻ എപ്പോഴും ഊന്നിപറയാറുണ്ട്. ആയിരക്കണക്കിന്പേർക്കൊപ്പം പ്രവർത്തിച്ചതിൽ നിന്നാണ് ഈ ബിസിനസിൽ ഇതിഹാസതുല്യമായ ഒരു വിജയം നേടിയെടുക്കാൻ സഹായിച്ച ഒരു വ്യവസ്ഥ എനിക്ക് വികസിപ്പിച്ചെടുക്കാനായത്, ഈ വ്യവസ്ഥ പിന്തുടർന്ന് ആയിരങ്ങൾ മഹത്തായ വിജയം കൊയ്യുകയും ചെയ്യുന്നു. ഈ വ്യവസ്ഥ എല്ലാ നെറ്റ്‌വർക്ക് മാർക്കറ്റിങ് കമ്പനികൾക്കുംവേണ്ടി ഒരേതരത്തിൽ പ്രവർത്തിക്കുന്നു, അത് ഏത് ഉൽപ്പന്നമായാലും ഏത് വരുമാന പദ്ധതിയായാലും.

ഈ വിജയവ്യവസ്ഥയെക്കുറിച്ച് എല്ലാം ഈ പുസ്തകം നിങ്ങൾക്ക് പറഞ്ഞുതരും. ഈ പുസ്തകത്തിലൂടെ നൽകുന്ന എല്ലാ കാര്യവും മനസ്സിലാക്കി പ്രാവർത്തികമാക്കിയാൽ നിങ്ങളുടെ സ്വപ്നങ്ങൾ തീർച്ചയായും സാക്ഷാൽക്കരിക്കാൻ കഴിയും, നിങ്ങളുടെ കമ്പനിയിലെ ഏറ്റവും ഉയർന്ന പെർഫോർമാരിൽ ഒരാളാകും നിങ്ങൾ. ഈ വ്യവസ്ഥ അതേപടിയോ നിങ്ങളുടെ അപ്ലൈനുമായി ചർച്ച ചെയ്ത് നിങ്ങളുടെ ആവശ്യത്തിനനുസരിച്ച് മാറ്റം വരുത്തിയോ നടപ്പിലാക്കാവുന്നതാണ്. ഇതോടൊപ്പമുള്ള ചിത്രം ഈ വ്യവസ്ഥയെക്കുറിച്ച് എല്ലാം വിശദീകരിക്കും.

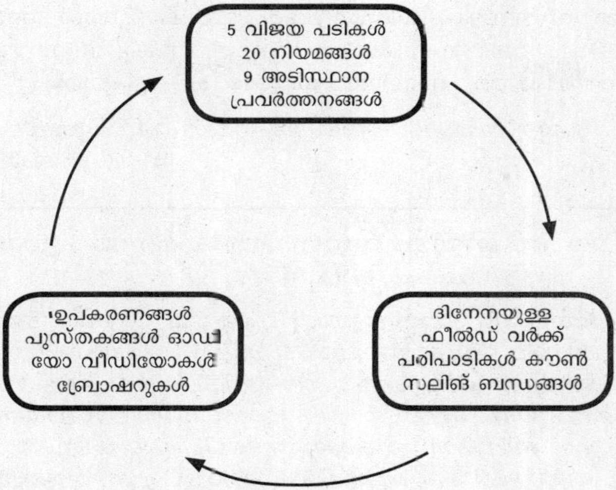

നെറ്റ്‌വർക്ക് മാർക്കറ്റിങ്ങിന്റെ വിജയ വ്യവസ്ഥ

ആദ്യം നിങ്ങൾ ഈ വ്യവസ്ഥക്കുവേണ്ടി പണിയെടുക്കൂ, പിന്നീട്, ഈ വ്യവസ്ഥ നിങ്ങൾക്കുവേണ്ടി പണിയെടുക്കും.

ഒരു നല്ല വ്യവസ്ഥ പല രീതിയിൽ നിങ്ങളെ പിന്തുണക്കും:

- ✓ നിങ്ങൾ ബിസിനസ് തുടങ്ങുമ്പോൾ, നിങ്ങൾക്ക് ആളുകളെ റിക്രൂട്ട് ചെയ്യാറാകും, എന്നാൽ അവരെ പരിശീലിപ്പിക്കാനാകില്ല. വ്യവസ്ഥക്കനുസരിച്ചുള്ള പരിപാടികളും ഉപകരണങ്ങളും ഉപയോഗിച്ച് നിങ്ങളുടെ ടീം അംഗങ്ങളെ പരിശീലിപ്പിക്കുകയും വികസിപ്പിക്കുകയും ചെയ്യാം, അങ്ങനെ നിങ്ങളുടെ ടീമിനെ ഉണ്ടാക്കിയെടുക്കാൻ കഴിയും.
- ✓ വിവിധ പ്രദേശങ്ങളിൽ ടീമുകളെ വികസിപ്പിച്ചെടുക്കാൻ വ്യവസ്ഥ നിങ്ങളെ സഹായിക്കും.
- ✓ അധിക വരുമാനത്തിനുവേണ്ടിയാണ് ആളുകൾ നെറ്റ്‌വർക്ക് മാർക്കറ്റിങ്ങിലേക്ക് വരുന്നത്. നിരവധി കമ്പനികൾ നോമിനേഷൻ സൗകര്യം നൽകുന്നുണ്ട്, അതായത്, നിങ്ങളുടെ കഠിനാധ്വാനത്തിന് നിങ്ങളുടെ കുട്ടികൾക്കും അവരുടെ കുട്ടികൾക്കും ഗുണം ലഭിക്കും. ഇത്തരം അധിക വരുമാനം സാധ്യമാകണമെങ്കിൽ, ശക്തമായ വ്യവസ്ഥയുടെ പിൻബലത്തോടെ പ്രവർത്തിക്കണം.
- ✓ നിങ്ങളുടെ ടീമിനെ പഠിപ്പിക്കാൻ നിങ്ങൾക്ക് കഴിയാത്ത എന്തും, ചില പരിശീലകർക്ക് ചില പരിപാടികളിലൂടെ കഴിയും, ചില വീഡിയോകൾക്ക് കൂടുതൽ നന്നായി പഠിപ്പിക്കാൻ കഴിയും.

അതുകൊണ്ട്, വ്യവസ്ഥക്ക് 100% സമർപ്പിച്ചാൽ കാര്യങ്ങൾ നന്നായി ചെയ്യാൻ കഴിയും. ബിസിനസിൽ ഒരു വിദ്യാർഥിയാകൂ, സുസ്ഥിരമായതും വളരുന്നതുമായ ഒരു ബിസിനസ് സാമ്രാജ്യം കെട്ടിപ്പടുക്കൂ.

അജ്ഞതക്കെതിരായ നിങ്ങളുടെ ഇൻഷുറൻസാണ് വ്യവസ്ഥ.
- ദീപക് ബജാജ്

എങ്ങനെയാണ് ജീവിതം വ്യവസ്ഥയുടെ കരുത്ത് എന്നെ പഠിപ്പിച്ചത്.

വൻ പ്രവർത്തനങ്ങളുമായാണ് ഞാൻ എന്റെ ബിസിനസ് തുടങ്ങിയത്, മിടുക്കനായ ഒരു മേധാവിക്ക് 25 വർഷം കൊണ്ട് നേടിയെടുക്കാൻ കഴിയുന്ന പ്രത്യേക വരുമാന പരിധിയിൽ 14 ആഴ്ചക്കുള്ളിൽ തന്നെ എനിക്ക് എത്താനായി. എന്നാൽ, നാലുമാസങ്ങൾക്കു ശേഷം എന്റെ ബിസിനസ് തകരാൻ തുടങ്ങി. എന്റെ ലിസ്റ്റ് അവസാനിച്ചു, എന്റെ ടീമിൽ ആരെയും കാണാതായി, എന്റെ വരുമാനം പൂജ്യത്തിലെത്തി, എന്താണ് സംഭവിക്കുന്നത് എന്ന് എനിക്ക് ഒരു സൂചനയും ലഭിച്ചില്ല. ഞാൻ എന്റെ അപ്ലൈനിനെ സമീപിച്ചു. എനിക്ക് എത്ര പരിശീലന കേന്ദ്രങ്ങളുണ്ട് എന്ന് അദ്ദേഹം ചോദിച്ചു. ഞാൻ ഞെട്ടിപ്പോയി. കാരണം, ഞാൻ വിചാരിച്ചിരുന്നത്, വിൽക്കുകയും ആളുകളെ ചേർക്കുകയും ചെയ്യുന്നത് മാത്രമാണ് ഞങ്ങളുടെ ജോലി എന്നാണ്. ശരിക്കും, പുതിയ വിൽപന പിടിക്കുന്നതിൽ ഞാൻ തിരക്കിലായിരുന്നു, പരിശീലനത്തിലോ കൗൺസലിങ്ങിലോ ബന്ധങ്ങൾ രൂപപ്പെടുത്തുന്നതിലോ തീരെ ശ്രദ്ധിച്ചില്ല. ഒരു വലിയ ടീം നഷ്ടമാകുന്നത് ഒരു ദുരന്തത്തിന് സമാനമാണ്. ഞാൻ ശാരീരികമായും വൈകാരികമായും സാമ്പത്തികമായും തളർന്നു, എങ്കിലും ഞാൻ വീണ്ടും തുടങ്ങി. ഇത്തവണ ഒമ്പത് മാസമെടുത്തു, എനിക്ക് ആകർഷക വ്യക്തികളുമായുള്ള വിസ്മയകരമായ ബന്ധങ്ങളും പരിശീലനകേന്ദ്രങ്ങളും ഉണ്ടായി.

3. ഇത് ഒരു ബിസിനസാണ്, ഇതിന് സമയമെടുക്കും

കൂടുതൽ കാലം നീണ്ടുനിൽക്കുന്നതോ അർത്ഥവത്തോ ആയ എന്തിനും സമയവും പൂർണ്ണ സമർപ്പണവും വേണ്ടിവരും.

– റയാൻ ഹിഡിംഗർ

മറ്റേതൊരു ബിസിനസിനെയും പോലെയാണ് നെറ്റ്വർക്ക് മാർക്കറ്റിങ്ങും, അതിനെ മറ്റു ബിസിനസിനെപ്പോലെ ദിവസവും പരിപാലിക്കണം. എല്ലാ ബിസിനസിനും ഭീമമായ തുടക്ക നിക്ഷേപവും പ്രവർത്തന മൂലധനവും കാഴ്ചപ്പാടും അഭിനിവേശവും പ്രതിബദ്ധതയും കഠിനാധ്വാനവും വ്യവസായത്തിന്റെ അടിസ്ഥാന നിയമങ്ങൾ പിന്തുടരാനുള്ള സന്നദ്ധതയും വീണ്ടുമുള്ള നിക്ഷേപവും പ്രതികൂലാവസ്ഥയിൽ ഉപേക്ഷിച്ചുപോകാതിരിക്കാനുള്ള ഉറച്ച തീരുമാനവും സ്ഥിരമായ പഠനവും ക്ഷമയും ആവശ്യമാണ്. നെറ്റ്വർക്ക് മാർക്കറ്റിങ് വ്യവസായത്തിൽ നിങ്ങൾക്ക് ഭീമമായ തുടക്ക നിക്ഷേപവും പ്രവർത്തന മൂലധനവും ആവശ്യമില്ല, എന്നാൽ, മുകളിൽ പറഞ്ഞ മറ്റെല്ലാ കാര്യങ്ങളും ഇവിടെയും വിജയത്തിന് അനിവാര്യമാണ്.

ഏതൊരു സംരംഭത്തിലും വിജയം ആകസ്മികമായല്ല സംഭവിക്കുന്നത്. മറിച്ച്, ആലോചനാപൂർവമായ തീരുമാനങ്ങൾ, ബോധപൂർവമായ പരിശ്രമം, ആഴത്തിലുള്ള സ്ഥിരോൽസാഹം... ഇതെല്ലാമാണ് പ്രത്യേക ലക്ഷ്യത്തിലെത്തിക്കുന്നത്.

– ഗാരി റയാൻ

ഒരു ലീഡറായിക്കൊണ്ടും നിങ്ങളുടെ ടീമിൽ ലീഡർമാരെ വികസിപ്പിച്ചുകൊണ്ടുമാണ് നെറ്റ്വർക്ക് മാർക്കറ്റിങ് ബിസിനസ് രൂപപ്പെടുത്തുന്നത്. ഒരു ലീഡറായി വികസിക്കുക എന്നു പറഞ്ഞാൽ ഒരു മരം വളരുന്നതു പോലെയാണ്, അതിന് പതിവായ ശ്രദ്ധയും ക്ഷമയും ആവശ്യമാണ്. സ്ഥിരമായി സ്വയം വളരുന്ന പ്രക്രിയയാണത്, വലിയൊരു ടീമിനെ നിർമ്മിച്ചെടുക്കലാണ്, ഒരു സമയത്ത് ഒരു വ്യക്തിയെ. ഒരു ഡോക്ടറാകാൻ, അഭിഭാഷകനാകാൻ, എൻജിനീയർ ആകാൻ, ചാർട്ടേഡ് അക്കൗണ്ടന്റാകാൻ 510 വർഷത്തെ വിദ്യാഭ്യാസവും പരിശീലനവും ആവശ്യമായി വരുന്നതു പോലെ വിജയിച്ച ഒരു നെറ്റ്വർക്ക് മാർക്കറ്റിങ് ബിസിനസുകാരനാകാൻ ഏതാനും വർഷങ്ങൾ ആവശ്യമാണ്. നിങ്ങൾ ഈ ബിസിനസ് തുടങ്ങിയതുകൊണ്ട്, അതിൽ മുഴുകുക, ഒരു വർഷത്തേക്കെങ്കിലും ഇട്ടുപോകാ

തിരിക്കുക, എല്ലാ പരിപാടികളിലും പങ്കെടുക്കുക, വിജയിക്കാനുള്ള വ്യവസ്ഥയെ 100% പിന്തുടരുക. ബിസിനസിൽ നിങ്ങൾ ഒരു വിദ്യാർഥിയാകുക, അതുവഴി അതിന്റെ അധിപനാകുക.

നിങ്ങളുടെ വ്യക്തിപരമായ വളർച്ചയുമായി നേർ അനുപാതത്തിലായിരിക്കും നിങ്ങളുടെ ബിസിനസിന്റെ വളർച്ചയും. ചിലപ്പോൾ, ചിലർക്ക് തുടക്കത്തിൽ അതിവേഗ ജയങ്ങളുണ്ടാകും, എന്നാൽ, അവർ തങ്ങളുടെ സ്വഭാവവും ശേഷികളും അതോടൊപ്പം വികസിപ്പിച്ചില്ലെങ്കിൽ അവരുടെ ബിസിനസ് താഴേക്കുവരും. നിങ്ങളുടെ അർഹത തെളിയിച്ചാൽ മാത്രമേ ദൈവം നിങ്ങളുടെ എല്ലാ സ്വപ്നങ്ങളും സാക്ഷാൽക്കരിക്കൂ, ഏതാനും വർഷങ്ങൾ ദിവസവും നിങ്ങൾ വ്യവസ്ഥ പിന്തുടർന്നാലേ നിങ്ങളുടെ അർഹത തെളിയിക്കാനാകൂ.

അതുകൊണ്ട്, നിങ്ങളുടെ നെറ്റ്‌വർക്ക് മാർക്കറ്റിങ് ബിസിനസ് തുടങ്ങൂ, കാഴ്ചപ്പാടോടെ, അത് യാഥാർഥ്യമാകുന്നതുവരെ ഉപേക്ഷിച്ചു പോകില്ലെന്ന ഉറച്ച തീരുമാനത്തോടെ.

ചാമ്പ്യന്മാർ റിങ്ങുകളിലല്ല ചാമ്പ്യന്മാരായി മാറുന്നത്, അവിടെ അവർ തിരിച്ചറിയപ്പെടുന്നു എന്നുമാത്രം.

– ജോൺ സി. മാക്സ്‌വെൽ

ഒരു ചെടി വളരുന്നതിനേക്കാൾ ഒരു മരം വളരാൻ സമയമെടുക്കും.

2008-ൽ, ഹരിയാനയിലെ ഒരു നഗരത്തിലാണ് ഞാൻ ബിസിനസ് തുടങ്ങിയത്, എന്റെ വീട്ടിൽനിന്ന് അവിടേക്ക് അഞ്ചുമണിക്കൂർ യാത്രയുണ്ടായിരുന്നു. ഞങ്ങളുടെ കമ്പനിക്ക് അവിടെ ഒരു സ്റ്റോർ ഉണ്ടായിരുന്നില്ല, അതുകൊണ്ട് എല്ലാ ആഴ്ചയും ഉൽപ്പന്നങ്ങൾ എന്റെ കാറിലാണ് കൊണ്ടുപോയിരുന്നത്. എനിക്ക് ഒരു ഡ്രൈവറെ നിയമിക്കാനാകാത്തതുകൊണ്ട് രാത്രി വൈകിയും ജഗിൽ നിറച്ച ചായ കുടിച്ചും ഇടക്കിടെ മുഖം കഴുകിയും ഞാൻ കാറോടിച്ചു കൊണ്ടിരുന്നു. ആദ്യ 13 മാസം കഴിഞ്ഞപ്പോൾ, എന്റെ ടീമിൽ നിന്ന് ഞാൻ സമ്പാദിക്കുന്ന പണത്തേക്കാൾ അധികമായി എന്റെ യാത്ര, താമസ ചെലവ്. രണ്ടു വർഷമായപ്പോൾ, ആ നഗരത്തിലേക്ക് ഞാൻ 105 ആഴ്ചകൾ, മുടക്കമില്ലാതെ സഞ്ചരിച്ചിരുന്നു, അപ്പോഴേക്കും ആ നഗരം എന്നെ സംബന്ധിച്ച് വലിയൊരു ബിസിനസ് കേന്ദ്രമായി മാറിക്കഴിഞ്ഞിരുന്നു.

4. പ്രോഗ്രാമുകളാണ് ജീവനാഡി

പ്രോഗ്രാമുകളുടെ എണ്ണം രക്തപരിശോധന റിപ്പോർട്ടുകളെപ്പോലെയാണ്. നിങ്ങൾ എങ്ങനെയാണ് ബിസിനസ് ചെയ്യുന്നത് എന്ന് എനിക്ക് ചോദിക്കേണ്ട കാര്യമില്ല, കഴിഞ്ഞ മൂന്നുമാസത്തെ നിങ്ങളുടെ പ്രോഗ്രാമുകളുടെ എണ്ണം കാണിച്ചുതന്നാൽ മതി, അതുനോക്കി ഞാൻ പറയാം, നിങ്ങളുടെ ബിസിനസിന്റെ ഇപ്പോഴത്തെയും ഭാവിയിലെയും സ്ഥിതി. – ദീപക് ബജാജ്

ഒരു രാഷ്ട്രീയപാർട്ടിയോ എൻ.ജി.ഒ.യോ, സ്വകാര്യ കോർപറേഷനോ ആകട്ടെ, ഏതൊരു സ്ഥാപനത്തിനും പ്രവർത്തിക്കാനും വളരാനും അതിന്റെ ടീമുകൾ പതിവായി കൂടിക്കാണേണ്ടതുണ്ട്. ആളുകൾ ദിവസം 812 മണിക്കൂർ, ആഴ്ചയിൽ 56 ദിവസം ഓഫീസിൽ ജോലി ചെയ്യുന്നു. നമ്മൾ നെറ്റ്വർക്ക് മാർക്കറ്റർമാരായതിനാൽ, ഒരു ഓഫീസിൽ ഇരുന്ന് ജോലി ചെയ്യാനാകില്ല, ഒരു കുടക്കീഴിൽ നമ്മുടെ ആളുകളെ ഒന്നിച്ചു ചേർക്കാൻ നമുക്ക് പ്രോഗ്രാമുകളും പരിപാടികളും ആവശ്യമാണ്. ടീമിന് അത് മൊത്തത്തിൽ ഒരു ലക്ഷ്യവും ദൗത്യവും നൽകും, എല്ലാവരെയും അത് പ്രചോദിപ്പിക്കും. ബിസിനസിന്റെ ജീവനാഡിയാണ് പ്രോഗ്രാമുകൾ. പ്രോഗ്രാമുകളിലൂടെ മാത്രമേ നെറ്റ്വർക്ക് മാർക്കറ്റിങ് മുന്നോട്ടുപോകൂ. വിവിധ തരം പ്രോഗ്രാമുകളുണ്ടെങ്കിലും, അവയെ പ്രധാനമായും രണ്ട് വിഭാഗങ്ങളായി തിരിക്കാം:

1. ഹോട്ടലുകളിലോ ഓഡിറ്റോറിയങ്ങളിലോ സ്റ്റേഡിയങ്ങളിലോ സംഘടിപ്പിക്കുന്ന 500–ലേറെ പേർ പങ്കെടുക്കുന്ന വലിയ പരിപാടികൾ. അതിൽ പരിശീലനം, അനുഭവം പങ്കിടൽ, അംഗീകാരം നൽകൽ, അവാർഡുദാനം തുടങ്ങിയവ ഉണ്ടായിരിക്കും. വൻ ആവേശവും ഊർജവും പ്രദാനം ചെയ്യുന്ന വമ്പൻ പരിപാടികളാണിവ.
2. പരിശീലന പരിപാടികളും വർക്ക്ഷോപ്പുകളും: വിതരണക്കാരുടെ കഴിവ് വികസിപ്പിക്കുന്നതിനായുള്ള ചെറിയ പരിപാടികൾ ഉൽപ്പന്നങ്ങളിൽ പരിശീലനം നൽകുക, വിൽപനക്കുവേണ്ടിയുള്ള കഴിവ് വികസിപ്പിക്കുക, സ്റ്റേജ് പെർഫോർമെൻസ് തുടങ്ങിയവ.

ഈ പുസ്തകത്തിൽ പ്രോഗ്രാം എന്ന് ഞാൻ വിശേഷിപ്പിക്കുന്നത് ആദ്യം സൂചിപ്പിച്ച പരിപാടികളെയാണ്. ഈ ബിസിനസിലെ നമ്മുടെ നേട്ടങ്ങൾ ഓഫീസിലോ വീട്ടിലോ ഉള്ള ആരെങ്കിലുമായി പങ്കിട്ടാൽ, അവർ നമുക്കൊപ്പം വരും എന്ന് എനിക്ക് പല സന്ദർഭങ്ങളിലും കാണാൻ കഴിഞ്ഞി

ട്ടുണ്ട്. അവർ നമുക്കൊപ്പം വരുന്നത് ചില ആശങ്കകളോടെയായിരിക്കും. ഇത് ശരിക്കും നടക്കുമോ? ഇത് ശരിക്കും ഒരു ബിസിനസ് ആണോ? ആളുകൾക്ക് ശരിക്കും പണമുണ്ടാക്കാനും അവരുടെ സ്വപ്നങ്ങൾ നിറവേറ്റാനും ഇതുവഴി കഴിയുമോ? ചില പ്രത്യേക വിഭാഗക്കാർക്കു മാത്രമല്ലേ ഇതിൽ വിജയിക്കാനാകൂ. എല്ലാവർക്കും കഴിയുമോ? എനിക്കും ഈ ബിസിനസിൽ വിജയിക്കാനാകുമോ?

ഈ ചോദ്യങ്ങൾക്ക് ഏറ്റവും മികച്ച ഉത്തരങ്ങൾ നൽകാൻ നിങ്ങൾക്ക് കഴിയും, എങ്കിലും ആളുകൾ പൂർണ്ണമായും നിങ്ങളെ വിശ്വസിക്കില്ല. അവരെ ഒരു പ്രോഗ്രാമിൽ പങ്കെടുപ്പിക്കൂ, അവരുടെ ചോദ്യങ്ങൾക്ക് നൽകാൻ കഴിയുന്ന ഏറ്റവും നല്ല ഉത്തരമായിരിക്കും അത്. വെള്ളത്തിന്റെ കരുത്ത് ആർക്കെങ്കിലും കാണിച്ചുകൊടുക്കണമെന്നിരിക്കട്ടെ, നിങ്ങൾ അവരെയും കൊണ്ട് കടൽതീരത്തേക്കാണ് പോകേണ്ടത്. ആരുടെയെങ്കിലും സ്വീകരണമുറിയിലിരിക്കുന്ന ഒരു ഗ്ലാസ് വെള്ളം ചൂണ്ടിക്കാട്ടി, മറ്റു ജലങ്ങളെ നിങ്ങൾക്ക് വിശദീകരിക്കാനാകില്ല. ഒരു ഗ്ലാസ് വെള്ളം കൈയിൽ പിടിച്ചുകൊണ്ട് സുനാമിയെക്കുറിച്ച് നിങ്ങൾക്ക് ആർക്കെങ്കിലും വിശദീകരിച്ചുകൊടുക്കാൻ കഴിയില്ല. ഒറ്റയ്ക്കൊറ്റക്കുള്ള സംസാരം കൊണ്ടോ ചെറിയ ഗ്രൂപ്പ് മീറ്റിങ്ങുകൾ കൊണ്ടോ കഴിയുന്നതിനേക്കാൾ കൂടുതൽ കാര്യങ്ങൾ ഏതാനും മണിക്കൂറുകൾ നീണ്ടുനിൽക്കുന്ന പ്രോഗ്രാമുകളിലൂടെ കഴിയും. എനിക്കുനേരെ വരുന്ന എല്ലാ ചോദ്യങ്ങൾക്കുമായി ഒരൊറ്റ ഉത്തരം ഞാൻ പറയാം 'എന്തുകൊണ്ട് നിങ്ങൾക്ക് ഈ പ്രോഗ്രാമിൽ പങ്കെടുത്ത് ഇത് നിങ്ങൾക്കുവേണ്ടിയുള്ളതാണെന്ന് മനസ്സിലാക്കിക്കൂടാ.' ഈ ചോദ്യത്തിനുള്ള ഉത്തരത്തിൽനിന്ന്, അവരുടെ മറ്റു ചോദ്യങ്ങളുടെ ആധികാരികതയും താൽപര്യവും അറിയാൻ കഴിയും. ഓരോ തവണയും ആളുകൾ പ്രോഗ്രാമിനുവരാൻ സമ്മതം അറിയിക്കുമ്പോൾ, മാസങ്ങളുടെ കഠിനാധ്വാനമാണ് എനിക്ക് ലാഭിക്കാൻ കഴിയുന്നത്.

> *ഈ ബിസിനസിനെ ഗൗരവത്തോടെ എടുക്കാനുള്ള തീരുമാനം എവിടെവച്ചാണ് നിങ്ങൾ എടുത്തത് എന്ന് ഏതെങ്കിലും നെറ്റ്‌വർക്ക് മാർക്കറ്റിങ് ലീഡറോട് ചോദിക്കൂ, എല്ലാവരും ഒരു പ്രോഗ്രാമിനെക്കുറിച്ച് പറയും, അതിനുശേഷം അവരുടെ ജീവിതം തന്നെ മാറിപ്പോയതിനെക്കുറിച്ചും.* - ദീപക് ബജാജ്

നെറ്റ്‌വർക്ക് മാർക്കറ്റിങ്ങിൽ, വിതരണക്കാർക്ക് ഏറ്റവും മുകളിലെ നേതൃത്വവുമായി എളുപ്പം ബന്ധപ്പെടാമെന്നതിനാൽ, ചിലപ്പോഴെല്ലാം, ടോപ്പ് ലീഡറും തങ്ങളുടെ ടീമുമായി ചെറിയ മീറ്റിങ് സംഘടിപ്പിച്ച് അവർ സംവിധാനത്തെ മറികടക്കാൻ ശ്രമിക്കും. പ്രോഗ്രാമുകൾക്ക് പകരം ഇത്തരം ചെറിയ മീറ്റിങ്ങുകൾ മതി എന്നവർ കരുതുന്നു. അത് തെറ്റായ നിഗമനമാണ്. ഒരു പ്രോഗ്രാമിന് പകരംവെക്കാൻ ഒന്നുമില്ല. എല്ലാ ലീഡർമാർക്കും തങ്ങളുടെ പൂർണ്ണമായ കഴിവ് പ്രകടിപ്പിക്കാൻ പ്ലാറ്റ്ഫോമും ഊർജവും ബോധവൽക്കരണവും ഒരു പ്രോഗ്രാമും ആവശ്യമാണ്. ചെറിയൊരു

ഗൃഹസദസ്സിലോ 410 പേരടങ്ങുന്ന ഒരു ചെറിയ മീറ്റിങ്ങിലോ ചെയ്യാൻ കഴിയുന്നതിനേക്കാൾ വളരെ വലിയ കാര്യങ്ങൾ അതേ ലീഡർക്ക് ഒരു പ്രോഗ്രാം സ്റ്റേജിൽ ചെയ്യാൻ കഴിയും.

തെർമോമീറ്ററും തെർമോസ്റ്റാറ്റും തമ്മിലുള്ള ബന്ധത്തിൽ തിയറിയുടെ വിശദീകരണത്തിലൂടെ ഇക്കാര്യം വ്യക്തമാക്കാം. ഈ ബിസിനസിൽ ലീഡർമാർ തെർമോമീറ്ററുകളെപ്പോലെയാണ്, പരിപാടികൾ തെർമോസ്റ്റാറ്റുകളെപ്പോലെയും. ഒരു തെർമോമീറ്ററിന് നിങ്ങളുടെ ഊഷ്മാവ് എത്ര എന്ന് പറയാനേ കഴിയൂ, അത് മാറ്റാൻ കഴിയില്ല, അതുപോലെ ഒരു ലീഡർക്ക് നിങ്ങളോട് ഏറ്റവും നന്നായി പറയാൻ കഴിയുന്നത് ഇതാണ്, ഇതാ മറ്റൊരാൾക്ക് ഒരു വലിയ ബിസിനസ് തുടങ്ങാനുള്ള പ്രേരണവും പ്രചോദനവും കിട്ടി, അതുപോലെ നിങ്ങൾക്കും കിട്ടും. എത്ര ശക്തനായ, സ്വാധീനശേഷിയുള്ള ലീഡറാകട്ടെ, ഒറ്റക്കൊറ്റക്കുള്ള കൗൺസിലിങ്ങിലൂടെ അദ്ദേഹത്തിന് ആളുകളുടെ അഭിനിവേശത്തെയും ഉൽസാഹത്തെയും മാറ്റാനാകില്ല. എന്നാൽ, ഒരു പ്രോഗ്രാം തെർമോസ്റ്റാറ്റിനെപ്പോലെ പ്രവർത്തിക്കും, അത് ഒരാളുടെ കാഴ്ചപ്പാടിനെയും പ്രതിബദ്ധതയെയും ചോദനകളെയും ഇരട്ടിയാക്കും. എന്റെ ടീമിലുള്ള എല്ലാ വലിയ ലീഡർമാരെയും എനിക്ക് ഓരോ പ്രോഗ്രാമുകളിലൂടെയാണ് ലഭിച്ചത്.

> *ഒരു പ്രോഗ്രാം നിങ്ങളെയോ നിങ്ങളുടെ വിതരണക്കാരനെയോ എന്നന്നേക്കുമായി മാറ്റും; അത് ആരെയാണ് എന്ന് നമുക്ക് അറിയാനാകില്ല. അതുകൊണ്ട്, പരമാവധി സഹപ്രവർത്തകരെ ഓരോ പ്രോഗ്രാമിലും പങ്കെടുപ്പിക്കാൻ ശ്രമിക്കുക.*
>
> – ദീപക് ബജാജ്

പ്രോഗ്രാമുകൾക്ക് വിശ്വാസങ്ങളെ മാറ്റാനുള്ള കരുത്തുണ്ട്

സ്വന്തം വിശ്വാസങ്ങൾക്കനുസരിച്ചാണ് ആളുകൾ പ്രവർത്തിക്കുന്നത്. പ്രോഗ്രാമുകൾക്ക് തെറ്റായ വിശ്വാസങ്ങളെ വിസ്മയകരമായി വലിച്ചെറിയാനും പുതിയ, കരുത്തുറ്റ വിശ്വാസങ്ങളെ സൃഷ്ടിച്ചെടുക്കാനും കഴിയും. 1000–2000 പേരോ അതിൽകൂടുതലോ ഒരിടത്ത് ഒത്തുചേർന്നിരിക്കുന്നു, പരിപാടിയുടെ ടിക്കറ്റ് വാങ്ങുന്നു, എല്ലാവരും പ്രൊഫഷനൽ രീതിയിൽ വസ്ത്രം ധരിച്ച് മുമ്പെങ്ങുമില്ലാത്ത ഊർജത്തോടെയും ആവേശത്തോടെയും പൊസിറ്റീവ് മനോഭാവത്തോടെയും കാണപ്പെടുന്നു... ഇവരെ കാണുമ്പോൾ നിങ്ങളുടെ പല പഴയ നിഗമനങ്ങളും തകരും, നിങ്ങൾ പുതിയ ഒരുകൂട്ടം കരുത്തുള്ള വിശ്വാസങ്ങളുമായി പുറത്തുവരും. ഒരു പ്രോഗ്രാം ആളുകളിൽ സ്ഥാപിച്ചെടുക്കുന്ന മൂന്ന് പുതിയ വിശ്വാസങ്ങൾ ഇവയാണ്:

1. ആയിരങ്ങൾ പരിപാടിക്കായി ക്യൂ നിൽക്കുന്നതു കാണുമ്പോൾ, ഒന്നോ രണ്ടോ പേർ മാത്രമല്ല ഇത് ചെയ്യുന്നത് എന്ന് അവർക്ക്

മനസ്സിലാകും, മുഴുവൻ നഗരവും ഈ ബിസിനസ് ചെയ്യാൻ ഒത്തുകൂടിയിരിക്കുന്നു എന്ന വിശ്വാസം അവർക്ക് കിട്ടും. ഏതാനും ദിവസംമുമ്പുവരെ ഇല്ലാതിരുന്ന ഒരു കമ്പനി, പെട്ടെന്ന് ടൗണിലെ ഏറ്റവും പ്രശസ്തമായ കമ്പനിയായി മാറും. ഒരു വാസ്തവം അവരുടെ മനസ്സിൽ പ്രതിഷ്ഠിക്കപ്പെടും: **തങ്ങൾ ചെയ്താലും ഇല്ലെങ്കിലും ഈ ബിസിനസ് പടർന്നുപിടിക്കാൻ പോകുകയാണ്, ഈ നഗരത്തെ അഭിവൃദ്ധിപ്പെടുത്താൻ പോകുകയാണ്.**

സ്റ്റേജിൽ, നിരവധി പേർ സ്വന്തം ജീവിതാനുഭവങ്ങൾ പങ്കുവക്കുന്നത് കേൾക്കുമ്പോൾ, എല്ലാവരും പോരാടിയും നിരാശയോടെയും കടന്നുവന്നവരാണെന്ന ബോധമുണ്ടാകും. എല്ലാവരുടെ തുടക്കം തീരെ ചെറുതിൽനിന്നായിരുന്നു. എല്ലാവർക്കും സംശയങ്ങളുണ്ടായിരുന്നു, എന്നാൽ, വിജയികളെല്ലാം ഈ ഭയങ്ങളും പോരാട്ടങ്ങളും തിരസ്കാരങ്ങളും നിരാശകളും മറികടന്ന് ഒരു ദിവസം സ്റ്റേജിൽ നേട്ടം കൈവരിച്ചവരായി നിൽക്കുന്നു. ഈ ബിസിനസിൽനിന്ന് പിന്മാറാത്ത പക്ഷം, ഒരുദിനം തങ്ങൾക്കും ഇതുപോലെ നേട്ടക്കാരായി മാറാം എന്ന പ്രതീക്ഷ ഇത് കാണുന്നവരിലുണ്ടാകും. വിജയികളെല്ലാം തോൽവികളെ അതിജീവിച്ച് വന്നവരാണെന്ന സത്യം ഈ അനുഭവങ്ങളിൽനിന്ന് അറിയാൻ കഴിയും. ഇങ്ങനെ അതിജീവിച്ച് വന്നവരോടെല്ലാം ഇടപഴകാൻ കഴിയുമെന്നതും അവർ തങ്ങളെ സഹായിക്കാൻ സന്നദ്ധരാണ് എന്നതും അവരിൽ വലിയൊരു ആത്മവിശ്വാസമുണ്ടാക്കും. നെറ്റ്‌വർക്ക് മാർക്കറ്റിങ്ങിൽ വലിയ നേട്ടമുണ്ടാക്കിയവരെല്ലാം, അവർക്കുള്ളതെല്ലാം പുതിയ ആളുകളുടെ വിജയത്തിനായി പങ്കിടാൻ തയ്യാറുള്ളവരായിരിക്കും.

2. വ്യത്യസ്ത തരത്തിലുള്ള പ്രായക്കാരെയും സാമ്പത്തിക സ്ഥിതിയിലുള്ളവരെയും പ്രദേശങ്ങളിലുള്ളവരെയും വിദ്യാഭ്യാസ നിലവാരമുള്ളവരെയും പ്രൊഫഷനൽ ഡിഗ്രികളുള്ളവരെയും സ്റ്റേജിൽ കാണുമ്പോൾ ഒരു കാര്യം മനസ്സിലാകും: ഈ വ്യത്യസ്ത വിഭാഗങ്ങളിൽനിന്ന് വന്നവർക്കെല്ലാം ഒരേപോലെ നന്നായി ചെയ്യാനും ഓരോരുത്തർക്കും വിജയിക്കാനും കഴിയും. അത് ഇങ്ങനെയൊരു വിശ്വാസം രൂപപ്പെടുത്തും: **ഇവർക്കെല്ലാവർക്കും ചെയ്യാൻ കഴിയുമെങ്കിൽ, എനിക്കും കഴിയും.**

പ്രോഗ്രാം കഴിഞ്ഞാൽ, ആളുകളുടെ അഭിപ്രായത്തിന്റെ അടിസ്ഥാനത്തിൽ പ്രോഗ്രാം നല്ലതോ ചീത്തയോ എന്ന് വിലയിരുത്താൻ പാടില്ല. അടുത്ത പരിപാടി മെച്ചപ്പെടുത്താൻ ആളുകളുടെ അഭിപ്രായം പ്രയോജനപ്പെടുത്താം, എന്നാൽ, അതിൽനിന്ന് പ്രോഗ്രാം എന്ത് സ്വാധീനം ഉണ്ടാക്കിയെന്ന് മനസ്സിലാക്കാനോ അതിന്റെ ദീർഘകാല ഫലം എന്താണെന്ന്

അറിയാനോ കഴിയില്ല. എന്നെ സംബന്ധിച്ച് ഒരു പ്രോഗ്രാം എന്നത് സ്വയവും ബിസിനസിനെക്കുറിച്ചും വിശ്വാസം സൃഷ്ടിക്കാനും അത് ശക്തിപ്പെടുത്താനുമുള്ളതാണ്. വിവിധതരം ആളുകളിൽ പലരീതികളി ലാണ് പ്രോഗ്രാം പ്രവർത്തിക്കുക, അത് ആരിൽ, എങ്ങനെ പ്രവർത്തിക്കും എന്ന് പറയാൻ കഴിയില്ല. എന്നാൽ, അതിന് സ്വാധീനമുണ്ടാക്കാൻ കഴിയും എന്നുറപ്പാണ്. ഏതാനും ആഴ്ചകളോ മാസങ്ങളോ കഴിഞ്ഞായിരിക്കും ഈ സ്വാധീനം കാണാൻ കഴിയൂ.

ഇതിൽ ഒരു ചോദ്യത്തിന് നിങ്ങളുടെ ഉത്തരം 'അതെ' എന്നാണെങ്കിൽ, നിങ്ങൾ ലോകത്തിന്റെ ഏത് മൂലയിലായിരുന്നാലും, നിങ്ങളുടെ ഉൽപ്പ ന്നമോ കോമ്പൻസേഷൻ പ്ലാനോ എന്തായിരുന്നാലും, ഈ ബിസിനസിൽ നിങ്ങൾ സൂപ്പർ വിജയിയായിരിക്കും **'പ്രോഗ്രാമിൽനിന്ന് പ്രോഗ്രാമി ലേക്ക് വളർന്നയാളാണോ നിങ്ങൾ? കഴിഞ്ഞ തവണത്തേക്കാൾ കൂടുതൽ പേരെ ഈ പ്രോഗ്രാമിൽനിന്ന് നിങ്ങൾക്ക് കിട്ടിയിട്ടുണ്ടോ?'**

ഇതാണ് അളവുകോൽ. ഇതാണ് ലിറ്റ്മസ് ടെസ്റ്റ്. ഈ ബിസിനസിൽ നിങ്ങൾ ഏറ്റവും കൂടുതൽ ജാഗ്രത കാണിക്കേണ്ടത്, പ്രോഗ്രാമുകളുടെ എണ്ണത്തിലാണ്.

ചൂടായിരിക്കുമ്പോൾ തന്നെ ഇരുമ്പ് അടിച്ചുപരത്തുക: അടുത്ത 46 ആഴ്ചകൾക്കുള്ളിൽ ഒരു പ്രോഗ്രാം വരുന്നു എന്നറിയുമ്പോൾ തന്നെ നിങ്ങൾ ശരിക്കും കഠിനാധ്വാനം ചെയ്തുതുടങ്ങും. നെറ്റ്വർക്ക് മാർക്കറ്റി ങ്ങിന്റെ ഏറ്റവും ഉയർന്ന സീസൺ ആണിത്. പരമാവധി റിക്രൂട്ടുമെന്റുകൾ നടത്തുക. ഒരു റിക്രൂട്ടുമെന്റ് ഡ്രൈവ് നടത്തി പേഴ്സണൽ ലിസ്റ്റിലെ എല്ലാവരും ജോലി ചെയ്യുന്നുണ്ട് എന്നുറപ്പാക്കുക. അതോടൊപ്പം, പ്രോഗ്രാമിനെക്കുറിച്ച് പ്രചാരണം നടത്താൻ ചെറിയ പരിപാടികൾ നട ത്തുക. നിങ്ങളുടെ ഗ്രൂപ്പ് മുഴുവൻ പരിപാടിയെക്കുറിച്ച് പ്രചാരണം നട ത്തണം. പ്രചാരണ ഉപകരണങ്ങൾ വീഡിയോകൾ, ബ്രോഷറുകൾ തുട ങ്ങിയവ സദാ നിങ്ങളുടെ കൈവശമുണ്ടായിരിക്കണം. എവിടെയായാലും നിങ്ങൾക്ക് കഴിയുന്നിത്തോളം പ്രോഗ്രാമിനെക്കുറിച്ച് സംസാരിക്കുക. കഴിയുംവേഗം ടിക്കറ്റുകളുടെ വിൽപന തുടങ്ങുക. അടുത്ത പ്രോഗ്രാമിനെ ക്കുറിച്ചുമാത്രം സംസാരിക്കുക. ഒരു സമയം ഒരു പരിപാടിയെക്കുറിച്ചു മാത്രം പ്രചാരണം നടത്തുക.

ഒരു പരിപാടിയെക്കുറിച്ച് പ്രചാരണം നടത്തുന്നതിനുള്ള പ്രത്യേക വിദ്യകളെക്കുറിച്ച് ആശങ്കപ്പെടാതിരിക്കുക. നിങ്ങളുടെയും പങ്കെടുക്കുന്നവ രുടെയും ജീവിതത്തെ ഈ പ്രോഗ്രാമിന് മാറ്റിത്തീർക്കാൻ കഴിയും എന്ന് നിങ്ങൾ ആത്മാർഥമായും വിശ്വസിക്കുന്നുണ്ടെങ്കിൽ, ഈയൊരു ബോധ്യ വും ആവേശവും നിങ്ങളുടെ ശരീരഭാഷയിലും പ്രസംഗത്തിലും പ്രസ രിക്കും. എല്ലാ തവണയും നിങ്ങൾക്ക് നുണ പറയാൻ കഴിയില്ല. ഇത് എല്ലാവരും കാണുന്നതാണ്. കഴിയുന്നിടത്തോളം കൂടുതൽ ആളുകളുടെ അടുത്തെത്തി എന്നുറപ്പുവരുത്തുക, വ്യക്തിപരമായി പരമാവധി പേരെ

ക്ഷണിക്കുക. പഴയ വിതരണക്കാരെ വീണ്ടും സജീവമാക്കാനുള്ള സമയം കൂടിയാണിത്. നിങ്ങളുടെ കൈവശമുള്ള എല്ലാ ലിസ്റ്റും എടുക്കുക, ഓരോരുത്തരെയും ക്ഷണിക്കുക. പ്രോഗ്രാം വലിയതോ ചെറിയതോ ആകട്ടെ, സവിശേഷതകളുള്ളതോ സാധാരണമായതോ ആകട്ടെ, നിങ്ങളുടെ പ്രചാരണം അതിനെ മഹത്തരവും സവിശേഷവും ആക്കിത്തീർക്കും. അതിനെ നിങ്ങൾ എങ്ങനെ ചിത്രീകരിക്കുന്നു, ഈ വാസ്തവത്തെ നിങ്ങൾ എങ്ങനെ ആളുകളിലേക്ക് കൈമാറുന്നു, ഈ പ്രോഗ്രാം ആർക്കിടയിലെല്ലാം നിങ്ങൾ പ്രചരിപ്പിക്കുന്നു ഇതെല്ലാമാണ് അതിനെ വലിയതോ ചെറിയതോ ആക്കുന്നത്. ജീവിതത്തെ മാറ്റിത്തീർക്കുന്ന ഒരു പരിപാടിയായി ഓരോ പ്രോഗ്രാമിനെയും സമീപിക്കുക. നിങ്ങൾക്ക് കിട്ടിയതെല്ലാം അതിനായി നൽകുക, അതുവഴി നിങ്ങൾക്ക് വലിയതോതിൽ, മെച്ചപ്പെട്ട രീതിയിൽ, അതിവേഗത്തിൽ ഈ ബിസിനസിൽ വളരാനാകും.

ഒരു മണിക്കൂർ തരൂ എന്നു പറഞ്ഞ് നിങ്ങൾ ഒരാളെ ക്ഷണിക്കുമ്പോൾ ഒരു കാര്യം ഓർക്കുക, 20ലേറെ ആളുകളും കാര്യങ്ങളും ഇതേ ഒരു മണിക്കൂർ ചോദിക്കുന്നുണ്ട്. ഈ 20 ക്ഷണങ്ങളെയും അതിജീവിക്കാൻ കരുത്തുള്ളതായിരിക്കണം നിങ്ങളുടെ ക്ഷണം. ക്ഷണവും അറിയിപ്പും തമ്മിലുള്ള വ്യത്യാസം ഓർക്കുക: അധികം പേരും കരുതുന്നത് തങ്ങൾ മറ്റുള്ളവരെ ക്ഷണിക്കുന്നുവെന്നാണ്, എന്നാൽ ശരിക്കും അവർ ചെയ്യുന്നത്, അറിയിക്കുക മാത്രമാണ്. വാട്സ്ആപ്പിലോ സോഷ്യൽ മീഡിയയിലോ സന്ദേശങ്ങൾ ഫോർവേഡ് ചെയ്യുന്നതും എസ്.എം.എസ്. അയക്കുന്നതും വെറും അറിയിപ്പുകളാണ്. എന്നാൽ, ക്ഷണം എന്നത് വ്യക്തിപരവും അനുനയിപ്പിക്കുന്നതുമാണ്. പ്രത്യേക പരിപാടികൾക്ക് ആളുകളെ ക്ഷണിക്കാൻ നിങ്ങൾക്ക് തുടർച്ചയായി അവരെ സന്ദർശിക്കേണ്ടിവരും.

> *നിങ്ങളുടെ കമ്പനിയിൽ ഏറ്റവും ഉയർന്ന റാങ്കിലെത്താൻ വേണ്ട നമ്പർ വൺ വൈദഗ്ധ്യം, പ്രോഗ്രാമുകളിൽ ആളുകളെ എത്തിക്കാനുള്ള നിങ്ങളുടെ കഴിവാണ്.*
>
> – ദീപക് ബജാജ്

നിങ്ങളുടെ ടീമിനുവേണ്ടി മികച്ച പ്രോഗ്രാമുകൾ ആസൂത്രണം ചെയ്യുന്നതിനും അതിവേഗ വളർച്ചക്ക് നിങ്ങളെ സഹായിക്കുന്ന പ്രോഗ്രാമുകൾ കണ്ടെത്താനും www.deepakbajaj.biz സന്ദർശിക്കുക.

ഒരു പ്രോഗ്രാമിന് നിങ്ങളുടെ മാസങ്ങളോളമുള്ള കഠിനാധ്വാനം ലാഭിക്കാൻ കഴിയും

2006 മെയിലാണ് ഞാൻ ഈ ബിസിനസ് തുടങ്ങാൻ ആലോചിച്ചത്, 2007 ജൂണിൽ തുടങ്ങുകയും ചെയ്തു. എന്റെ ഡിഗ്രികൾ, ശമ്പളം, പദവി, ഈഗോ, അജ്ഞത എന്നിവ ഈ കാലതാമസത്തിന് കാരണമായി വേണമെങ്കിൽ നിങ്ങൾക്ക് ആരോപിക്കാം. നിരവധി നല്ല ലീഡർമാർ ഇക്കാലത്ത് എന്നെ സമീപിച്ചിരുന്നു, എന്നാൽ, 2007 ജൂണിൽ ഹിമാചൽപ്രദേശിലെ മാണ്ഡിയിൽ നടന്ന ഒരു പ്രോഗ്രാമിൽ പങ്കെടുത്തശേഷം മാത്രമാണ് ഞാൻ ഈ ബിസിനസ് തുടങ്ങിയത്. ഒരു കാഴ്ചക്കാരനെന്ന നിലക്കാണ് ഞാൻ അവിടെ പോയത്, എന്നാൽ, അവിടെയെത്തിയവരുടെ നേട്ടങ്ങൾ കണ്ട് ഞാൻ അത്ഭുതപ്പെട്ടു. ആ പരിപാടിയുടെ മാന്ത്രികതയാൽ, അന്നുതന്നെ ഞാൻ തീരുമാനിച്ചു, ഉത്തരേന്ത്യയിലുടനീളം എന്റെ കമ്പനിയിലെ ഏറ്റവും വേഗമേറിയ ആളാകാനുള്ള കുതിപ്പിനായി. ആ 13 മാസങ്ങൾ പാഴാക്കിയതിൽ ഞാൻ ഇപ്പോഴും ഖേദിക്കുന്നു. നേരത്തെ ഏതെങ്കിലും പ്രോഗ്രാമിൽ പങ്കെടുക്കാൻ കഴിഞ്ഞിരുന്നുവെങ്കിൽ എനിക്ക് ആ കാലം നഷ്ടപ്പെടില്ലായിരുന്നു. എങ്കിലും എനിക്ക് ആ പരിപാടിയിൽനിന്ന് നാല് നല്ല സുഹൃത്തുക്കളെ കിട്ടി. – ജെയ്റോ കെ. ജെയിംസ്, അഷിഷ് മാത്യു, ഡോ. എ.ആർ. മോഹിത്, ഡോ. ശിവ് ഗൗതം.

5. ബിസിനസിന്റെ നാഡിമിടിപ്പ്: എണ്ണവും അനുപാതവും

നിരീക്ഷിക്കുന്നവയെല്ലാം മെച്ചപ്പെടും.

നെറ്റ്വർക്ക് മാർക്കറ്റിങ് ലളിതമായി പറഞ്ഞാൽ, എണ്ണങ്ങളുടെ കളിയാണ്. പ്രവചനാത്മകം എന്നതാണ് ഈ ബിസിനസിൽ എനിക്ക് ഏറ്റവും ഇഷ്ടമുള്ള സംഗതി. എല്ലാ അർഥത്തിലും, ഈ ഭൂമിയിലെ ഏറ്റവും ലളിതമായ ബിസിനസാണിത്, എന്തെന്നാൽ, ഏതാനും നമ്പറുകളിൽ ശ്രദ്ധിച്ചാൽ മതി, നിങ്ങൾക്ക് നിങ്ങളുടെ മുഴുവൻ ബിസിനസിനെയും സുരക്ഷിതമാക്കാൻ കഴിയും. വളരെ ലളിതമായ നിയമമാണിത്:

നിങ്ങളുടെ നമ്പറുകൾ അറിയുക. നിങ്ങളുടെ അനുപാതങ്ങൾക്കനുസരിച്ച് പ്രവർത്തിക്കുക. നിങ്ങളുടെ അനുപാതങ്ങളെ മെച്ചപ്പെടുത്തുക.

നമ്മുടെ ബിസിനസിലെ പ്രധാന നമ്പറുകൾ എന്തൊക്കെയാണ്?

✓ നിങ്ങളുടെ പുതിയ ഉപഭോക്താക്കളുടെ ലിസ്റ്റിൽ എത്ര പേരുകളുണ്ട്?

✓ ഓരോ ആഴ്ചയിലും നിങ്ങളുടെ പുതിയ ഉപഭോക്താക്കളുടെ ലിസ്റ്റിൽ എത്ര പുതിയ പേരുകൾ കൂട്ടിച്ചേർക്കുന്നു?

✓ ഓരോ ആഴ്ചയിലും നിങ്ങളുടെ ബിസിനസ് പ്രസന്റേഷനുകളിൽ എത്ര പുതിയ അതിഥികൾ പങ്കെടുക്കുന്നു?

✓ ഓരോ ആഴ്ചയിലും നിങ്ങളുടെ ടീമിൽ എത്ര ഹോം മീറ്റിങ്ങുകൾ നടക്കുന്നു?

✓ ഈ മാസത്തേക്ക് നിങ്ങൾ എത്ര പുതിയ റാങ്ക്/പിൻ വിജയികളെ പ്ലാൻ ചെയ്യുന്നു?

✓ ഈ മാസം നിങ്ങളുടെ ടീമിൽ എത്ര ഉൽപ്പന്ന പരിശീലന വർക്കുഷോപ്പുകൾ നടന്നു, എത്രപേർ അതിൽ പങ്കെടുത്തു?

✓ നിങ്ങളുടെ ടീമിൽ എത്ര പേർക്ക് പതിവായ ആഴ്ച/മാസ വരുമാനം ലഭിച്ചുകൊണ്ടിരിക്കുന്നു?

✓ എത്ര മുഴുവൻ സമയ ആളുകളുണ്ട്, ഈ മാസം എത്ര മുഴുവൻ സമയ ആളുകൾ വരാൻ തയാറെടുക്കുന്നു?

✓ ദിവസവും പ്ലാനുകൾ കാണിക്കുന്ന എത്ര വിതരണക്കാരുണ്ട് നിങ്ങളുടെ ടീമിൽ?

നിങ്ങളുടെ നമ്പറുകൾ നിങ്ങൾക്ക് അറിയാമെങ്കിൽ, അവ മെച്ചപ്പെടുത്താൻ നിങ്ങൾ ശ്രമിക്കുകയാണെങ്കിൽ, തീർച്ചയായും നിങ്ങൾ സുസ്ഥിരമായതും വളരുന്നതുമായ ഒരു ബിസിനസിലേക്ക് ചുവടുവെക്കും.

ചിലർ, തങ്ങൾ ചെയ്ത കഠിനാധ്വാനത്തെയും ത്യാഗങ്ങളെയും കുറിച്ചുള്ള കഥകൾ പറയുന്നത് ഞാൻ കണ്ടിട്ടുണ്ട്. എന്നാൽ, അവരോട്, ഒരു പേപ്പറിൽ തങ്ങളുടെ നമ്പറുകൾ എഴുതാൻ ആവശ്യപ്പെട്ടാൽ, അത് വേറിട്ടൊരു കഥയായി മാറും. നന്നായി കഠിനാധ്വാനം ചെയ്യുന്നുണ്ടെന്ന് ആളുകൾ നിങ്ങളോട് പറയും, എന്നാൽ പ്രതിഫലം കിട്ടുന്നില്ല. അവരുടെ നമ്പറുകൾ ഒരു കടലാസിൽ എഴുതിനോക്കിയാൽ നിങ്ങൾക്ക് മനസ്സിലാകും, പ്രതിഫലവുമായി ബന്ധപ്പെട്ടതല്ല പ്രശ്നം എന്ന്. പ്രശ്നം, അസമർഥമായ ജോലിയാണ്. ഈ ബിസിനസിൽ ചെലവിട്ട സുദീർഘമായ കാലയളവിൽ ഞാൻ പഠിച്ചത്, പൊതുവായ സംജ്ഞകളുടെ അടിസ്ഥാനത്തിൽ ആളുകളെ വിലയിരുത്തരുത് എന്നാണ്, എപ്പോഴും നമ്പറുകളുടെ അടിസ്ഥാനത്തിൽ സംസാരിക്കുക. ഒരു ബിസിനസ് എങ്ങനെ പോകുന്നു എന്ന് ഒരിക്കലും ചോദിക്കരുത്, എത്രയാണ് നമ്പർ എന്ന് ചർച്ച ചെയ്യുക. അതിന് രണ്ട് പ്രധാന ഗുണങ്ങളുണ്ട്:

1. ചർച്ച വികസന മേഖലകളിൽ ഊന്നുന്നു, വ്യക്തികൾക്കുപകരം.
2. കുറ്റപ്പെടുത്തലുകളും വിമർശനങ്ങളും ഇല്ല, നമ്പറുകൾ കണ്ണാടികളായി പ്രവർത്തിക്കുന്നു. നമ്പറുകൾ ശരിയായ ചിത്രം നൽകുന്നു.

നമ്പറുകളുപയോഗിച്ച് നമ്മളുടെ ടീമുകളെ വിശകലനം ചെയ്യാമെന്നുമാത്രമല്ല, നമ്മളെ വിലയിരുത്താനും സ്വയം മെച്ചപ്പെടുത്താനും അത് നല്ലൊരു മാർഗ്ഗമാണ്.

അനുപാതം (റേഷ്യോ):

നമ്മൾ നമ്പറുകളുടെ ബിസിനസിലാണ്, വ്യത്യസ്ത നമ്പറുകൾ തമ്മിലുള്ള ബന്ധത്തെ അനുപാതം (റേഷ്യോ) എന്നു പറയുന്നു. രണ്ടു വ്യത്യസ്ത നമ്പറുകൾ തമ്മിലുള്ള ബന്ധത്തെ അനുപാതം എന്ന് നിർവചിക്കാം, അതായത്, അനുപാതത്തിലെ ഒരു നമ്പർ നമ്മൾ മാറ്റുകയാണെങ്കിൽ, മറ്റുള്ളവയും അതേ അനുപാതത്തിൽ സ്വയം മാറും. നിങ്ങളുടെ വിജയത്തിലേക്കുള്ള റോഡ് മാപ്പ് സൃഷ്ടിക്കുന്നത് അനുപാതങ്ങളാണ്. മൂന്നു തരം അനുപാതങ്ങളെക്കുറിച്ച് മനസ്സിലാക്കേണ്ടതുണ്ട്:

നിങ്ങളുടെ അനുപാതത്തെക്കുറിച്ച് അറിയുക, നിങ്ങളുടെ അനുപാതത്തിനനുസരിച്ച് ജോലി ചെയ്യുക, നിങ്ങളുടെ അനുപാതത്തെ മെച്ചപ്പെടുത്തുക.

നിങ്ങളുടെ അനുപാതം അറിയുക:

നിങ്ങളുടെ നമ്പറുകളും അവയുടെ അനുപാതവും പിന്തുടർന്നുകൊണ്ടിരുന്നാൽ ഒരു കാര്യം മനസ്സിലാക്കാം, ഈ ബിസിനസിലെ ജയവും തോൽവിയും മറ്റെന്തിനേക്കാളും ആശ്രയിച്ചിരിക്കുന്നത് നമ്പറുകളെയാണ്. യഥാർഥത്തിൽ, നിങ്ങളുടെ വിജയം വലിയൊരളവിൽ അടങ്ങിയിരിക്കുന്നത് വിൽക്കാനുള്ള നിങ്ങളുടെ വൈദഗ്ധ്യത്തിലല്ല, മറിച്ച് പരമാവധി എണ്ണം പ്രസന്റേഷൻ നടത്താൻ കഴിയുംവിധം സമയം കാര്യക്ഷമമായി വിനിയോഗിക്കാനുള്ള നിങ്ങളുടെ കഴിവിലാണ്.

ജയം ഒരു കളിയാണ്, കൂടുതൽ സമയം നിങ്ങൾ കളിക്കുംതോറും കൂടുതൽ സമയം നിങ്ങൾ ജയിക്കുന്നു. കൂടുതൽ തവണ നിങ്ങൾ ജയിക്കുംതോറും, കൂടുതൽ വിജയകരമായി നിങ്ങൾ കളിക്കുന്നു. – അല്ലൻ പീസ്

നെറ്റ്‌വർക്ക് മാർക്കറ്റിങ് ബിസിനസിൽ രണ്ട് അടിസ്ഥാനപരമായ ജോലികളുണ്ട്:

1. ആളുകൾ ബിസിനസ് തുടങ്ങണം.
2. ആളുകൾ സജീവമായി ബിസിനസ് രൂപപ്പെടുത്തിയെടുക്കണം.

ഈ ബിസിനസ് തുടങ്ങാൻ നിങ്ങൾ തീരുമാനിച്ച സ്ഥിതിക്ക്, നമ്മളുടെ ബിസിനസിലെ രണ്ട് പ്രക്രിയകളിൽ പ്രവർത്തിച്ചുകൊണ്ടിരിക്കുന്ന രണ്ട് അടിസ്ഥാന അനുപാതങ്ങളെക്കുറിച്ച് നാം മനസ്സിലാക്കണം.

ഒന്നാമത്, ഞാൻ നിരീക്ഷിച്ചിട്ടുള്ള ഒന്ന്, **റിക്രൂട്ടുമെന്റ് റേഷ്യോ 10:7:2.**

അപ്പോയ്ന്റ്മെന്റിനുവേണ്ടി നിങ്ങൾ 10 പേരെ വിളിക്കുന്നു, ഏഴുപേരുമായി മാത്രമേ നിങ്ങൾക്ക് ശരിക്കും കൂടിക്കാഴ്ച നടത്താനാകൂ, ഇവരിൽ രണ്ടുപേർ മാത്രമേ ബിസിനസ് തുടങ്ങാനോ ഉൽപ്പന്നം വിൽക്കാനോ സന്നദ്ധരാകൂ.

രണ്ടാമത്തെ പ്രക്രിയ, **ആക്റ്റിവിറ്റി റേഷ്യോ 10:5:2:1**

10 വിതരണക്കാരെ വച്ച് നിങ്ങൾ തുടങ്ങുന്നു, അഞ്ചുപേർ പരിശീലന പരിപാടിയിൽ പങ്കെടുക്കും, രണ്ടുപേർ പ്രൊഡക്റ്റ് കസ്റ്റമേഴ്സ് ആകും, ഒരാൾ ഗൗരവത്തോടെ ബിസിനസ് തുടങ്ങിവയ്ക്കും.

11-ലേറെ വർഷങ്ങളിൽ, ആയിരക്കണക്കിന് ആളുകൾക്കൊപ്പം ജോലി ചെയ്തതിൽനിന്നുള്ള കണക്കുകൂട്ടലിന്റെ ഫലമാണ് ഈ അനുപാതങ്ങൾ, പക്ഷേ, അവ പൂർണ്ണമായും വ്യക്തികളെ ആശ്രയിച്ചിരിക്കുന്നു.

അനുപാതങ്ങൾക്കനുസരിച്ച് പ്രവർത്തിക്കുക:

നാം നമ്പറുകളുടെ ബിസിനസിലാണ്, നമ്പറുകൾ കള്ളം പറയില്ല. – ദീപക് ബജാജ്

ബിസിനസിന്റെ വിജയം പൂർണ്ണമായും നമ്പറുകളെ ആശ്രയിച്ചാണ് എന്ന് നാം മനസ്സിലാക്കിയതോടെ, നമ്മുടെ പ്രധാന ജോലി, നമ്പറുകൾ ഉണ്ടാകുക എന്നതായിരിക്കുന്നു. ഒരു സഹപ്രവർത്തകന്റെ ചോദ്യത്തിൽ നിന്നാണ് ഞാൻ ഈ തിരിച്ചറിവിലെത്തിയത് 'ഞാൻ 10 പേർക്ക് അവസരങ്ങളെക്കുറിച്ചുള്ള ഒരു അവതരണം നടത്തി, എന്നാൽ ഒരാൾ മാത്രമാണ് എന്റെ ബിസിനസ് തുടങ്ങിയത്. എന്തുചെയ്യാൻ കഴിയും.'

എന്താണ് താങ്കൾ ആഗ്രഹിക്കുന്നത് എന്ന് ഞാൻ ചോദിച്ചു. പത്തുപേരും അദ്ദേഹത്തോടൊപ്പം ബിസിനസ് തുടങ്ങണം എന്നാണ് താൻ ആഗ്രഹിക്കുന്നത് എന്നായിരുന്നു മറുപടി. ഞാൻ പറഞ്ഞു, '100 പേർക്കുള്ള പ്ലാൻ കാണിക്കൂ, അപ്പോൾ 10 പേർ നിങ്ങളുടെ ബിസിനസ് തുടങ്ങും.' അനുപാതങ്ങൾ കരുത്തുറ്റതാണ്, നമ്പറുകൾ കള്ളം പറയില്ല.

അനുപാതത്തിലെ ഓരോ പ്രവർത്തനവും ഏറെ പ്രധാനമാണെന്നും അത് പ്രതിഫലം നൽകുമെന്നും ഞാൻ മനസ്സിലാക്കി.

ഓരോ വിൽപനക്കും നിങ്ങൾക്ക് 1000 രൂപ കിട്ടുന്നുണ്ടെന്നും നിങ്ങളുടെ അനുപാതം 10:7:2 ആണെന്നും കരുതുക, എങ്കിൽ നിങ്ങളുടെ വരുമാനം ഇങ്ങനെയായിരിക്കും.

രണ്ട് വിൽപനകളിൽനിന്നുള്ള വരുമാനം = 2000 രൂപ

ഒരു വിൽപനയിൽനിന്നുള്ള വരുമാനം = 1000 രൂപ

ഒരു മീറ്റിങ്ങിൽനിന്നുള്ള വരുമാനം = 286 രൂപ(2000/7)

ഒരു ഫോൺവിളിയിൽനിന്നുള്ള വരുമാനം = 200 രൂപ(2000/10)

ഈ അനുപാതത്തിൽ നിങ്ങൾക്ക് സ്വന്തമായ നമ്പറുകളുണ്ടാകും, എന്നാൽ ഈ ഫോർമാറ്റിൽ നിങ്ങൾ ജോലി ചെയ്യുകയാണെങ്കിൽ ഓരോ ഫോൺവിളിയും ഓരോ മീറ്റിങ്ങും നിങ്ങൾക്ക് വരുമാനം നേടിത്തരും, അത് വിൽപനയായി മാറുന്നുണ്ടെങ്കിലും ഇല്ലെങ്കിലും. ഈ മനോഭാവത്തോടെ പ്രവർത്തിക്കുകയാണ് എന്നു കരുതുക, നിങ്ങളുടെ മുഖത്ത് ആ ചിരി എപ്പോഴുമുണ്ടാകും. നിങ്ങളുടെ വരുമാനം വിൽപനയെ ആശ്രയിച്ചല്ല നിൽക്കുന്നത്, മീറ്റിങ് നടത്തുന്നതിനെയും ഫോൺ വിളിയെയുമാണ്. അങ്ങനെ, നിങ്ങളുടെ ജോലി മീറ്റിങ് ബുക്ക് ചെയ്യൽ മാത്രമായി മാറുന്നു.

> *'കൂടുതൽ കോളുകൾ വിളിക്കൂ, കൂടുതൽ മീറ്റിങ്ങുകൾ ബുക്ക് ചെയ്യൂ. നിങ്ങൾക്ക് ഈ ഭൂമിയിലെ ഏറ്റവും മികച്ച അവതാരകനോ പ്രാസംഗികനോ ആകാം, എന്നാൽ, നിങ്ങൾ ആവശ്യത്തിന് പ്രസന്റേഷനുകൾ നടത്തുന്നില്ല എങ്കിൽ നിങ്ങൾ ബിസിനസിൽനിന്ന് പുറത്താകും.'*
>
> – ദീപക് ബജാജ്

നിങ്ങളുടെ അനുപാതത്തെ മെച്ചപ്പെടുത്തുക:

അനുപാതങ്ങൾക്കനുസരിച്ച് നിങ്ങൾ പ്രവർത്തിച്ചുതുടങ്ങിയിരിക്കുന്നു, അടുത്ത ബുദ്ധിപരമായ നീക്കാ നിങ്ങളെയും നിങ്ങളുടെ നമ്പറുകളെയും മെച്ചപ്പെടുത്തുക എന്നതാണ്. നിങ്ങൾ സ്വയം മെച്ചപ്പെടുക, 10 കോളുകൾ വിളിക്കുന്നതിലേക്കും ഏഴിനു പകരം 10 മീറ്റിങ്ങുകൾ ബുക്ക് ചെയ്യുന്നതിലേക്കും നിങ്ങളുടെ വൈദഗ്ധ്യം വികസിപ്പിക്കുക. ഓരോ ഏഴു മീറ്റിങ്ങിലും എന്തുകൊണ്ട് നാല് സെയിലുകൾ ക്ലോസ് ചെയ്തുകൂടാ? രണ്ടെണ്ണത്തിനുപകരം നിങ്ങളുടെ ലിസ്റ്റിൽ കൂടുതൽ പേരെ ചേർക്കാനുള്ള വഴി കണ്ടെത്തുക, ഓരോ ദിവസവും കൂടുതൽ കോളുകൾ വിളിക്കുക.

വിൽപനയിലെ പ്രശ്നമല്ല ഈ ബിസിനസിൽ നമ്മൾ അഭിമുഖീകരിക്കുന്നത്, ആസൂത്രണത്തിലെ പ്രശ്നങ്ങളാണ്. വരും ദശകങ്ങളിലും നെറ്റ്‌വർക്ക് മാർക്കറ്റിങ് ബിസിനസ് പതിന്മടങ്ങായി വളർന്നുകൊണ്ടിരിക്കും, ഏറ്റവും മുകളിലെത്തുന്ന വ്യക്തിയായിരിക്കും അതിവേഗം ഏറ്റവും കൂടുതൽ ആളുകൾക്കരികിലേക്ക് എത്തുന്നത്.

ഈ പുസ്തകത്തിന്റെ പ്രധാന ലക്ഷ്യം ഇതാണ്: നിങ്ങളുടെ നമ്പറുകളെ മെച്ചപ്പെടുത്താൻ കഴിയുംവിധം നിങ്ങളെയും നിങ്ങളുടെ ടീമിനെയും ശക്തിപ്പെടുത്തുക, ചെറിയ കാലയളവിൽ വൻവിജയം നേടിയെടുക്കുക. ഇതുമായി ബന്ധപ്പെട്ട് എന്റെ വെബ്സൈറ്റിൽ –www.deepakbajaj.biz– നിരവധി മാർഗ്ഗങ്ങൾ നിങ്ങൾക്ക് കാണാൻ കഴിയും, കൂടാതെ എന്റെ ലൈവ് പരിശീലന പരിപാടികളിൽ പങ്കെടുക്കുക. കൂടുതൽ മൂർച്ചയേറിയ ഉപകരണങ്ങൾക്കും നിങ്ങളെ ഈ ബിസിനസിൽ വൻ വിജയങ്ങൾക്കായി തയാറാക്കാനും നെറ്റ്‌വർക്ക് മാർക്കറ്റിങ് മില്യനയേഴ്സ് അക്കാദമിക്ക് കഴിയും.

നെറ്റ്‌വർക്ക് മാർക്കറ്റിങ് ബിസിനസിൽ, വിജയിക്കുന്ന ആൾ ഏറ്റവും സമർഥനായ ആളായിരിക്കണം എന്നില്ല, എന്നാൽ, തീർച്ചയായും ഏറ്റവും കൂടുതൽ എണ്ണം പ്രസന്റേഷനുകൾ നടത്തിയ ആളായിരിക്കും.
– ദീപക് ബജാജ്

നിങ്ങളുടെ നമ്പറുകളെ പിന്തുടരുക

നെറ്റ്‌വർക്ക് മാർക്കറ്റിങ്ങിൽ വിജയത്തിനുവേണ്ടിയുള്ള നിയമങ്ങളെ കണ്ടെത്തുമ്പോൾ, യു.എസ്.എ.യിലെ മഹാന്മാരായ രണ്ട് ലീഡർമാരിൽനിന്ന്, പോൾ മില്ലർ, ആഞ്ചലോ നാർഡോൺ– എനിക്ക് വിജ്ഞാനത്തിന്റെ ചില മുത്തുകൾ കേൾക്കാനിടയായി. അവരിൽനിന്ന് ഞാൻ തിരിച്ചറിഞ്ഞത് ഇതാണ്, ശരിയായ നമ്പറുകൾ നിങ്ങൾക്ക് ഈ ബിസിനസിൽ സമ്പൂർണ്ണ നിയന്ത്രണവും വൻ വളർച്ചയും ഉണ്ടാക്കിത്തരും.

6. അപ്ലൈനാണ് നിങ്ങളുടെ മികച്ച സുഹൃത്ത്

ഈ ബിസിനസിലെ ഏറ്റവും വലിയ പ്രതിഫലം നിങ്ങൾ ഉണ്ടാക്കുന്ന പണമല്ല, നിങ്ങൾക്കൊപ്പം സദാ നിൽക്കുന്ന സുഹൃത്തുക്കളാണ്, എത്ര ആഴത്തിലേക്ക് വീണുപോയാലും നിങ്ങളെ സദാ ഉയർത്തിയെടുക്കുന്ന സുഹൃത്തുക്കൾ.

– ദീപക് ബജാജ്

മാനസികമായി, നിങ്ങളുടെ ഉത്തമ താൽപര്യത്തിനായി സദാ നിലകൊള്ളുന്ന ഒരു വ്യക്തിയുണ്ടെന്നിരിക്കട്ടെ, അദ്ദേഹമായിരിക്കും നിങ്ങളുടെ അപ്ലൈൻ (UPLINE). ഉപാധികളൊന്നുമില്ലാതെ നിങ്ങളെ സഹായിക്കുന്ന ഒരു വ്യക്തിയുണ്ടെന്നിരിക്കട്ടെ, അതായിരിക്കും നിങ്ങളുടെ അപ്ലൈൻ. നിങ്ങളുടെ എല്ലാ തെറ്റുകളും ക്ഷമിക്കാൻ കഴിയുന്ന, സ്വപ്ന സാക്ഷാൽക്കാരത്തിനുവേണ്ടിയുള്ള നിങ്ങളുടെ യാത്രയിൽ നിങ്ങൾക്കൊപ്പം നിൽക്കുന്ന ഒരാളുണ്ടെന്നിരിക്കട്ടെ, അയാൾ/അവൾ ആയിരിക്കും നിങ്ങളുടെ അപ്ലൈൻ. അപ്ലൈൻ ബിസിനസിലെ നിങ്ങളുടെ ഉത്തമ സുഹൃത്തായിരിക്കും, പങ്കാളിയായിരിക്കും, അഭ്യുദയകാംക്ഷിയായിരിക്കും, കോച്ചായിരിക്കും. ഒരു നല്ല അപ്ലൈനിനെ കിട്ടിയാൽ നിങ്ങൾ പാതി യുദ്ധം ജയിച്ചുകഴിഞ്ഞു.

ഈ ബിസിനസിൽ നിങ്ങൾ ആദ്യം കാണുന്ന വ്യക്തി നിങ്ങളുടെ അപ്ലൈനായിരിക്കും. ശരിക്കും നിങ്ങൾ ബിസിനസ് തുടങ്ങുന്നതിനും വളരെ മുമ്പേ അയാളെ/അവളെ നിങ്ങൾ കണ്ടിരിക്കും. നിങ്ങളുടെ സ്വപ്നങ്ങളെ ജ്വലിപ്പിക്കുന്ന, ഈ ബിസിനസിലേക്ക് നിങ്ങൾക്കും വരാൻ കഴിയും എന്ന് ബോധ്യപ്പെടുത്തുന്ന വ്യക്തിയായിരിക്കും അയാൾ/അവൾ. എനിക്കുവേണ്ടി ചെയ്തുതന്ന കാര്യങ്ങൾക്ക് എന്റെ അപ്ലൈനിനോട് വേണ്ടത്ര നന്ദി പറയാൻ ഒരിക്കലും എനിക്ക് കഴിഞ്ഞിട്ടില്ല എന്ന് പലപ്പോഴും തോന്നിയിട്ടുണ്ട്. എന്റെ അപ്ലൈനിനെക്കുറിച്ച് ആലോചിക്കുമ്പോഴെല്ലാം എന്നിൽ കടപ്പാട് നിറയും.

ജനങ്ങൾ ജനങ്ങളെ സഹായിക്കുക എന്നതാണ് ഈ ബിസിനസിന്റെ അടിസ്ഥാന തത്വശാസ്ത്രം, അതിന്മേലാണ് നെറ്റ്വർക്ക് മാർക്കറ്റിങ് ഡിസൈൻ ചെയ്തിരിക്കുന്നത്. അതുകൊണ്ട്, ഈ മാതൃകയിൽ ടീം വർക്ക് അനിവാര്യമാണ്, അപ്ലൈൻ ഡൗൺലൈൻ ജോലികൾ അന്യോന്യം ചേർന്ന് പ്രവർത്തിക്കേണ്ടതുണ്ട്. എന്നാൽ, ഈ ക്രമീകരണം, ഒരു സൗഹൃദമായി മാറുകയാണെങ്കിൽ, അത് നിങ്ങളെ സംബന്ധിച്ച് ഏറ്റവും മികച്ച കാര്യമായിരിക്കും, അത് നിങ്ങളുടെ ബിസിനസിന് പത്തിരട്ടി വേഗം നൽകും.

നിങ്ങളുടെ സജീവവും വളരുന്നതുമായ അപ്ലൈനിന് പൂർണ്ണമായും സമർപ്പിക്കുക. നിങ്ങളുടെ അപ്ലൈനുമായി സദാ ബന്ധപ്പെട്ടിരിക്കുക. നിങ്ങളുടെ അപ്ലൈനുമായി പതിവായ ആശയവിനിയമം നടത്തുക. ആവശ്യമുള്ളപ്പോഴെല്ലാം നിങ്ങളുടെ അപ്ലൈനിനെ ഉപയോഗിക്കുക, എന്നാൽ, അയാളെ/അവളെ ദുരുപയോഗിക്കാതിരിക്കുക. അയാൾക്ക്/അവൾക്ക് അർഹിക്കുന്ന എല്ലാ ആദരവും നൽകുക, എല്ലാ പ്ലാറ്റ്ഫോമിലും നിങ്ങളുടെ അപ്ലൈനിനെ പിന്തുടരുക. എല്ലാത്തിനുമുപരിയായ, നിങ്ങളുടെ സ്വന്തം ടീമിനെ സംബന്ധിച്ച് അതിനെ ഒരു ശരിയായ ഉദാഹരണമായി സ്ഥാപിച്ചെടുക്കുക. നിങ്ങൾ നിങ്ങളുടെ അപ്ലൈനിനാൽ മെച്ചപ്പെടുന്നത് കാണുന്ന നിങ്ങളുടെ ടീമും നിങ്ങളെ പിന്തുടരാൻ തുടങ്ങും. നിങ്ങൾ വിചാരിക്കുന്നതിനേക്കാൾ കൂടുതൽ ഒരു അപ്ലൈനിന് നിങ്ങളെ സഹായിക്കാൻ കഴിയും. നിങ്ങളുടെ അപ്ലൈനിനെ ഉപയോഗപ്പെടുത്തുക എന്നത് ഒരു കലയാണ്, അതിൽ മാസ്റ്റർ ആകുക. **നിങ്ങളുടെ അപ്ലൈനാണ് നിങ്ങളുടെ ഏറ്റവും വലിയ വിഭവം.** നീതിയുക്തമായി അതിനെ ഉപയോഗപ്പെടുത്തുക.

വിരോധാഭാസമെന്നുപറയട്ടെ, ചിലർ, ഏതെങ്കിലും പദവിയോ വരുമാനമോ നേടിക്കഴിഞ്ഞാൽ, അവരുടെ അപ്ലൈനിനെ ആശ്രയിക്കുന്നത് അവസാനിപ്പിക്കും, ഈ പദവിയിൽ എത്താൻ അവരുടെ അപ്ലൈൻ നൽകിയ സംഭാവനകൾ മറക്കും. ചിലർ ധാർഷ്ട്യമുള്ളവരായി മാറുകയും അവരുടെ അപ്ലൈനിനെ വിമർശിച്ചുതുടങ്ങുകയും ചെയ്യും. നിങ്ങൾക്ക് നിങ്ങളുടെ അപ്ലൈനിനെ കീറി നിലത്തിടാം, എന്നാൽ സഹായം ആവശ്യമായ സമയത്ത്, നിങ്ങൾ മുമ്പ് കീറിക്കളഞ്ഞ ഇതേ വ്യക്തിയെ നിങ്ങളുടെ ടീമിന്റെ പ്രചോദനത്തിനായി ലഭിച്ചുകൊള്ളണമെന്നില്ല. ഈ ബിസിനസിലെ ഒരു ദശാബ്ദം നീണ്ട അനുഭവത്തിൽനിന്ന് പറയട്ടെ, നിങ്ങളുടെ ടീമിൽ കാര്യങ്ങൾ ശരിയായി ചെയ്യാൻ നിങ്ങൾക്ക് അപ്ലൈനിനെ ആവശ്യമുള്ള സന്ദർഭങ്ങളുണ്ടാകും. നമ്മുടേത് വളരെ ചലനാത്മകമായ ഒരു ബിസിനസാണ്, നിങ്ങൾ എത്ര സമർഥനായാലും ശരി, ചില കാര്യങ്ങൾ എളുപ്പത്തിലും വേഗത്തിലും ചെയ്യാൻ നിങ്ങളുടെ അപ്ലൈനിന്റെ സഹായം കൂടിയേതീരൂ.

നിങ്ങൾക്ക് നിങ്ങളിൽ സ്വയം വിശ്വാസമുള്ള സമയം വരെ, നിങ്ങളുടെ അപ്ലൈനിന് നിങ്ങളിലുള്ള വിശ്വാസത്തിലും നിങ്ങൾക്ക് വിശ്വാസമുണ്ടാകും.

നിങ്ങളും നിങ്ങളുടെ അപ്ലൈനും ചേർന്നാൽ ഒരു വിജയ ടീമായി, ഇരുവർക്കും ഒന്നിച്ച് നിങ്ങളുടെ ടീമിന് ശരിയായ ദിശ കാണിച്ചുകൊടുക്കാനും ശരിയായ ആവേഗം ഉണ്ടാക്കാനും കഴിയും.

ഒരു നല്ല അപ്ലൈനിനുവേണ്ടി അന്വേഷിക്കുക മാത്രമല്ല, നിങ്ങൾ ഒരു നല്ല അപ്ലൈനാകുകയും ചെയ്യുക.

- ദീപക് ബജാജ്

നിങ്ങളുടെ ലക്ഷ്യത്തിലെത്താൻ ഒരു അപ്ലൈനിന് സഹായിക്കാൻ കഴിയും

എന്റെ സഹപ്രവർത്തകരിൽ ഒരാളായ ചിന്തൻ അറോറ, തന്റെ സ്വപ്ന വരുമാനമായ 3.5 ലക്ഷം രൂപ ഒരാഴ്ചയ്ക്കുള്ളിൽ നേടിയെടുത്തു. ഞാനടക്കമുള്ളവർ അദ്ദേഹത്തെ അഭിനന്ദിച്ചു. അത് തീർച്ചയായും മഹത്തായ നേട്ടമാണ്. വർഷങ്ങൾക്കുമുമ്പ് ഞങ്ങളോടൊപ്പം തുടങ്ങുമ്പോൾ ചിന്തന്റെ ഒരു വർഷത്തെ മുഴുവൻ വരുമാനത്തിന് തുല്യമായ തുകയായിരുന്നു ഇത്. ഞങ്ങൾക്കൊപ്പം നിന്ന് ഒരു വർഷം കൊണ്ട് അദ്ദേഹം 50 ഇരട്ടി വളർച്ചയുണ്ടാക്കി. അടുത്ത ആഴ്ച ഞാൻ ചിന്തനോട് ചോദിച്ചു, 'ആഴ്ചയിൽ നാലു ലക്ഷം രൂപ എന്ന പരിധി എന്നാണ് ഭേദിക്കുക'. അദ്ദേഹം ഉടൻ പറഞ്ഞു, 'ഞാൻ നിങ്ങളെ സ്നേഹിക്കുന്നു, ദീപക് സർ. നമ്മളെല്ലാവരും വളർന്നുകൊണ്ടിരിക്കുകയാണ്, കാരണം, താങ്കൾ ഞങ്ങളെ ചിറകുവിരിച്ച്, ഉയർന്ന ലക്ഷ്യങ്ങളിലെത്താനായി ഉന്തിവിട്ടുകൊണ്ടിരിക്കുകയാണ്'. ചിലപ്പോൾ നിങ്ങൾക്കും ആ അധിക ഉന്തൽ ആവശ്യമായി വരും, അതിനായി ഒരു നല്ല അപ്ലൈനും.

7. മാർഗ്ഗനിർദേശകത്വത്തിന്റെ ബലം

അസാധാരണ വിജയങ്ങളിലേക്കുള്ള താക്കോലാണ് മാർഗ്ഗ നിർദേശകത്വം. – മൈക് മർഡോക്ക്

ഒരു കായികതാരമാകട്ടെ, വ്യവസായിയാകട്ടെ, രാഷ്ട്രീയക്കാരനാകട്ടെ, ഏതു മേഖലയിലെയും ഓരോ വിജയിയായ വ്യക്തിക്കും ഒരു പരിശീലകനോ ഒരു മാർഗ്ഗദർശിയോ ഉണ്ടായിരിക്കും. യഥാർഥത്തിൽ, ഓരോ വിജയിയായ വ്യക്തിയും ഇങ്ങനെ ഉപദേശിക്കും, 'ഒരു കോച്ചിനെ വാടകയ്ക്കെടുക്കൂ.' കാരണം, നിങ്ങൾക്ക് ഒരു കോച്ച് ഉണ്ടെങ്കിൽ അദ്ദേഹം നിങ്ങളെ നിരീക്ഷിക്കും, നിങ്ങൾക്ക് മാർഗ്ഗനിർദേശം നൽകും, അതുവഴി ലക്ഷ്യത്തിലെത്താനുള്ള നിങ്ങളുടെ സാധ്യത പലമടങ്ങാകും. മെറിയം വെബ്സ്റ്റർ ഡിക്ഷ്ണറിയിൽ പറയുന്നതുപോലെ, **'ഒരു മാർഗ്ഗനിർദേശകൻ എന്നത് വിശ്വസ്തനായ കൗൺസലറോ ഗൈഡോ ആണ്.'** ഒരു മാർഗ്ഗനിർദേശി നിങ്ങളെ പലവിധത്തിൽ സഹായിക്കും:

- ✓ ചോദ്യങ്ങൾക്കും സംശയങ്ങൾക്കും വ്യക്തതയുണ്ടാക്കിത്തരും.
- ✓ ലക്ഷ്യം നേടിയെടുക്കാൻ നിങ്ങളെ ശക്തരാക്കും.
- ✓ എങ്ങനെ പ്രവർത്തിക്കണം, വിഷമകരമായ സാഹചര്യം എങ്ങനെ കൈകാര്യം ചെയ്യണം എന്നീ കാര്യങ്ങളിൽ വഴികാട്ടിയാകും.
- ✓ പ്രവർത്തന പദ്ധതിയുണ്ടാക്കും, നിങ്ങളുടെ വളർച്ചക്ക് മേൽനോട്ടം വഹിക്കും.
- ✓ നിങ്ങൾക്ക് വൈകാരിക പിന്തുണയും കൗൺസലിങ്ങും നൽകും.
- ✓ നിങ്ങൾക്കൊപ്പം ഒരു സുഹൃത്തായും അഭ്യുദയകാംക്ഷിയായും നിൽക്കും.
- ✓ കൂടുതൽ നേട്ടങ്ങൾക്കായി നിങ്ങളെ പ്രചോദിപ്പിക്കും.

ഒരു കോച്ചിനെ വാടകയ്ക്കെടുക്കാൻ ലക്ഷക്കണക്കിന് രൂപ ഫീസായി ചെലവാകും, എന്നാൽ, നെറ്റ്വർക്ക് മാർക്കറ്റിങ് ബിസിനസിൽ ഒരു കോച്ചിനായി ലക്ഷങ്ങൾ ചെലവാക്കേണ്ടതില്ല, നിങ്ങളുടെ അപ്ലൈനിന്റെ രൂപത്തിൽ നിങ്ങൾക്ക് ഏറ്റവും മികച്ച കോച്ചിനെ ലഭിക്കും, അദ്ദേഹം സ്വപ്നങ്ങളിലേക്കുള്ള നിങ്ങളുടെ യാത്രകളിൽ നിങ്ങളുടെ തോളോടുതോൾ ചേർന്ന് പ്രവർത്തിക്കും, നയാപൈസ ഈടാക്കാതെ.

നിങ്ങളിലുള്ള കഴിവും ശേഷികളും നിങ്ങൾക്ക് കാണാൻ കഴിയുന്നതിനേക്കാൾ കൂടുതൽ കാണാൻ ഒരു മാർഗ്ഗനിർദേശിക്കാകും, അങ്ങനെ അതിനെ പുറത്തുകൊണ്ടുവരാൻ സഹായം ചെയ്യാനും കഴിയും. - ബോബ് പ്രോക്റ്റർ

നെറ്റ്വർക്ക് മാർക്കറ്റിങ്ങിൽ, ഒരു മാർഗ്ഗനിർദേശിക്കൊപ്പം പ്രവർത്തിക്കുക എന്നത് രണ്ടു കാര്യങ്ങളാൽ അനിവാര്യമാണ്.

1. നെറ്റ്വർക്ക് മാർക്കറ്റിങ്ങിൽ ഒരു ബോസ് ഇല്ല, വൻ സെറ്റപ്പുകളോ നിക്ഷേപങ്ങളോ ഇല്ല. നിങ്ങൾ തന്നെയാണ് നിങ്ങളുടെ ബോസ്, നിങ്ങളുടെ വിജയത്തിന്റെ ഉത്തരവാദിത്തം പൂർണ്ണമായും നിങ്ങളിൽതന്നെയാണ്. നിങ്ങളുടെ കുടുംബവും ഇപ്പോഴുള്ള തൊഴിലും നിങ്ങളെ തിരക്കുള്ള ആളാക്കുന്നു. ഈ സാഹചര്യത്തിൽ, നിങ്ങൾ തിരസ്കരിക്കപ്പെടുമ്പോഴും നിരാശയിലാകുമ്പോഴും തിരിച്ചടി നേരിടുമ്പോഴും ശരിയായി നയിക്കാൻ, പിന്തുണക്കാൻ, പ്രചോദിപ്പിക്കാൻ ഒരു മാർഗ്ഗനിർദേശകൻ ഉണ്ടെങ്കിൽ, നിങ്ങൾക്ക് അതിവേഗം വിജയത്തിലെത്താൻ കഴിയും.
2. നെറ്റ്വർക്ക് മാർക്കറ്റിങ് അതിന്റെ സവിശേഷതകൊണ്ട് മാത്തമാറ്റിക്സോ, ഫിസിക്സോ പോലെ ഒരു വിഷയമല്ല, ഈ വിഷയങ്ങളെ സംബന്ധിച്ച്, ചില പാഠപുസ്തകങ്ങളിലെ കാര്യങ്ങൾ നിങ്ങൾ ഓർത്തിരുന്നാൽ മാത്രം മതി; നെറ്റ്വർക്ക് മാർക്കറ്റിങ് സ്പോർട്സോ ഉപകരണ സംഗീതമോ പോലെ പതിവായ പരിശീലനവും അതിന് ഒരാളുടെ സഹായവും ആവശ്യമുള്ള ഒന്നാണ്. ഒരു മാർഗ്ഗനിർദേശിക്ക് നിങ്ങൾക്കുവേണ്ടി ഈ റോൾ വഹിക്കാൻ കഴിയും.

ഓർക്കുക, മാർഗ്ഗനിർദേശകത്വം എന്നത് കാഴ്ചയിൽപെടാത്ത ഒരു മേഖലയാണ്. നെറ്റ്വർക്ക് മാർക്കറ്റിങ്ങിൽ മാർഗ്ഗനിർദേശകത്വം സൗജന്യമായി ലഭിക്കുന്നതുകൊണ്ട്, ആളുകൾ അതിന് അത്ര വില കൽപ്പിക്കാറില്ല. പക്ഷേ, നിങ്ങൾക്ക് എല്ലായ്പ്പോഴും ഒരു മാർഗ്ഗനിർദേശകന്റെ ആവശ്യമുണ്ട്: നിങ്ങളുടെ ബിസിനസ് ഉയരങ്ങളിലേക്ക് കുതിക്കുമ്പോൾ, നിങ്ങളുടെ ബിസിനസ് സ്തംഭിച്ചുനിൽക്കുമ്പോൾ, അല്ലെങ്കിൽ നിങ്ങളുടെ ബിസിനസ് താഴേക്കുവീഴുമ്പോൾ.

അതുകൊണ്ട്, സജീവമായ, വളർന്നുകൊണ്ടിരിക്കുന്ന, നിങ്ങൾക്ക് സമീപിക്കാൻ കഴിയുന്ന ഒരു അപ്ലൈനിനെ കണ്ടെത്തുക, അയാളെ/അവളെ നിങ്ങളുടെ മാർഗ്ഗനിർദേശിയാക്കുക. നിങ്ങളുടെ മാർഗ്ഗനിർദേശിക്കുമുന്നിൽ സമ്പൂർണ്ണമായി സമർപ്പിക്കുക, നിങ്ങളുടെ പ്ലാനുമായി അദ്ദേഹത്തോടൊപ്പം ചേർന്ന് പ്രവർത്തിക്കുക.

ഉയർന്ന സ്വപ്നങ്ങളുള്ള, ചുരുങ്ങിയ സമയത്തിനുള്ളിൽ വൻ നേട്ടങ്ങൾ കൈവരിക്കാനാഗ്രഹിക്കുന്ന വ്യക്തികൾക്ക് ഞാൻ നേരിട്ട് കോച്ചിങ്

നൽകാറുണ്ട്. ഇത്തരം 'ഹൈ പെർഫോർമെൻസ് കോച്ചിങ്ങു'കളെക്കുറിച്ച് കൂടുതൽ വിവരങ്ങൾ എന്റെ വെബ്സൈറ്റിൽ www.deepakbajaj.bizൽ കാണാം.

> *മഹത്തായ നേട്ടത്തിനുടമകളായ ഓരോരുത്തർക്കും ഒരു മഹത്തായ മാർഗ്ഗനിർദേശകന്റെ പ്രോൽസാഹനമുണ്ടായിരിക്കും.*
>
> – ലൈല ഗിഫ്റ്റി അകിത

മാർഗ്ഗനിർദേശകർക്ക് അത്ഭുതം സൃഷ്ടിക്കാൻ കഴിയും

യു.എസ്.എ.യിൽനിന്നുള്ള, ഞാൻ ആദരിക്കുന്ന രണ്ട് മഹത്വ്യക്തികളിൽനിന്നാണ് മാർഗ്ഗനിർദേശകത്വത്തിന്റെ കരുത്ത് ഞാൻ മനസ്സിലാക്കിയത് - കാന്തി ഗാല, ശിവറാം കുമാർ. ശരിയായ മാർഗ്ഗനിർദേശികൾക്കും ശരിയായ വ്യവസ്ഥക്കും സമ്പൂർണ്ണമായി സമർപ്പിക്കുന്നതിന്റെ കരുത്തിനെക്കുറിച്ച് അവർ സദാ പറയുമായിരുന്നു.

8. ഉടമസ്ഥതയും മേൽക്കൈയും

സ്വന്തം ജീവിതങ്ങളുടെ ഉടമസ്ഥത ഏറ്റെടുക്കുന്നവർക്ക് വിജയ സാധ്യത ഏറെയാണ്. - ജിബാടിസ്റ്റേ

ഉടമസ്ഥതയാണ് നിങ്ങളുടെ ബിസിനസിന്റെ പൂർണ്ണവും വ്യക്തമായ തുമായ ഉത്തരവാദിത്തം. നിങ്ങളുടെ ജയത്തിനോ തോൽവിക്കോ മറ്റുള്ള വരെ കുറ്റപ്പെടുത്തുന്നത് അവസാനിപ്പിക്കുമ്പോൾ, നിങ്ങളുടെ ബിസി നസ് നടത്തിക്കൊണ്ടുപോകാൻ മറ്റുള്ളവരെ ആശ്രയിക്കുന്നത് അവസാ നിപ്പിക്കുമ്പോൾ, ബിസിനസിന്റെ ഉടമസ്ഥാവകാശം നിങ്ങൾ ഏറ്റെടുക്കു കയാണ്. അതാണ് നിങ്ങളുടെ ബിസിനസിന്റെ ആദ്യ ദിനം. വലിയ ബിസി നസ് കെട്ടിപ്പടുക്കുന്നതിൽ പരാജയപ്പെടുന്നവരിൽ ഭൂരിപക്ഷവും, തൊഴി ലാളികളുടെ മനോഭാവം കൊണ്ട് ബിസിനസ് നന്നായി നടക്കണമെന്ന് ആഗ്രഹിക്കുന്നവരായിരിക്കും. എന്നാൽ, ഒരു വലിയ ബിസിനസ് കെട്ടി പ്പടുക്കാൻ ആഗ്രഹമുണ്ടെങ്കിൽ നിങ്ങൾ ഉടമസ്ഥന്റെ മനോഭാവത്തെയാണ് ആശ്രയിക്കേണ്ടത്, അതായിരിക്കണം ബിസിനസിന്റെ ഡ്രൈവിങ് സീറ്റിൽ ഇരിക്കേണ്ടത്.

നെറ്റ്‌വർക്ക് മാർക്കറ്റിങ്ങിൽ പൂർണ്ണമായ ഉടമസ്ഥത ഏറ്റെടുക്കുന്ന ഒരാളുടെ അടയാളങ്ങൾ എന്തൊക്കെയാണ്?

- ✓ നിങ്ങൾ നിങ്ങളുടെ സ്വന്തം പ്രസന്റേഷനുകൾ കാണിക്കും.
- ✓ നിങ്ങൾക്ക് സ്വയം ഫോളോഅപ് മീറ്റിങ്ങുകൾ നടത്താൻ കഴിയും, ആരുടെയും സഹായമില്ലാതെ വിൽപന അവസാനിപ്പിക്കാനും.
- ✓ നിങ്ങളുടെ കലണ്ടറിൽ നിറയെ അപ്പോയ്ന്റ്മെന്റുകളായിരിക്കും.
- ✓ നിങ്ങളുടെ വിജയത്തിനോ പരാജയത്തിനോ മറ്റുള്ളവരെ വിമർശി ക്കുകയോ കുറ്റപ്പെടുത്തുകയോ ഇല്ല.
- ✓ ആവശ്യമുള്ളതോ അതിൽ അൽപം കൂടുതലോ നിങ്ങൾ ചെയ്യും.
- ✓ പരിപാടികൾക്ക് സമയത്തിനുമുമ്പേ നിങ്ങളുടെ ടീം അംഗങ്ങളും അതിഥികളുമായി നിങ്ങൾ എത്തും.
- ✓ പ്രശ്നങ്ങളിൽനിന്ന് നിങ്ങൾ ഒളിച്ചോടില്ല, അവയിലൂടെ മുന്നേറും.
- ✓ ആദ്യ തിരിച്ചടികളിലോ തിരസ്കാരങ്ങളിലോ നിങ്ങൾ അവസാനി പ്പിച്ചുപോകില്ല.
- ✓ കൗൺസലിങ്ങിനും പരിഹാരങ്ങൾക്കുംവേണ്ടി നിങ്ങൾ പതിവായി നിങ്ങളുടെ അപ്ലൈനുകളെ വിളിക്കും.

✓ ഒരു പങ്കാളി മാത്രമായി മാറിനിൽക്കാതെ, പരിപാടികൾ സംഘടിപ്പിക്കുന്നതിന് നിങ്ങൾ നേതൃത്വം നൽകും.

✓ നിങ്ങൾക്ക് നിങ്ങളുടേതായ രേഖപ്പെടുത്തപ്പെട്ട ലക്ഷ്യങ്ങളുണ്ട്, എങ്ങനെയായാലും ആ ലക്ഷ്യങ്ങൾ സാക്ഷാൽക്കരിക്കാൻ നിങ്ങൾ പ്രതിബദ്ധരായിരിക്കും.

നിങ്ങളുടെ ബിസിനസ് നിങ്ങളുടേതു മാത്രമാണ്, അത് നിങ്ങളുടെ അപ്ലൈനിന്റെയോ ഡൗൺലൈനിന്റെയോ അല്ല. അത് നിങ്ങളുടെ സ്വപ്നമാണ്, ഈ ബിസിനസിലൂടെ ഏതുവിധേനയും ആ സ്വപ്നങ്ങൾ സാക്ഷാൽക്കരിക്കും എന്ന് നിങ്ങൾ തീരുമാനമെടുക്കുന്ന ദിവസം ആ ബിസിനസിന് തുടക്കമാകും.

> *എല്ലാം തുടങ്ങുന്നത് ഉടമസ്ഥതയിൽനിന്നാണ്. ഉടമസ്ഥത ഇല്ലെങ്കിൽ ബിസിനസ് ഇല്ല. ഉടമസ്ഥത ആരും തരുന്നതല്ല, അത് എടുക്കേണ്ടതാണ്.*
> – ദീപക് ബജാജ്

നിങ്ങൾ തുടർച്ചയായി വളർച്ചയാണ് കാണിക്കുന്നത് എന്ന് ഉറപ്പാക്കേണ്ട പൂർണ്ണ ഉത്തരവാദിത്തം നിങ്ങളുടേതാണ്. പ്രോഗ്രാമുകളിൽ പങ്കെടുത്തും പുസ്തകങ്ങൾ വായിച്ചും നിങ്ങൾ നിങ്ങളിൽ തന്നെ നിക്ഷേപം നടത്തണം. പരിശീലന പരിപാടികളും മറ്റു മാർഗ്ഗങ്ങളും ചെലവുകളാണെന്ന് കരുതുന്ന നിരവധി പേരുണ്ട്, എന്നാൽ, അവ ചെലവുകളല്ല, അവ നിക്ഷേപങ്ങളാണ്. നിങ്ങളിൽ സ്വയം നടത്തുന്ന ഈ നിക്ഷേപങ്ങൾ അടുത്ത വർഷങ്ങളിൽ നിങ്ങൾക്ക് വൻതോതിൽ തിരിച്ചുകിട്ടും. പുസ്തകങ്ങളിലൂടെയും പരിശീലന പരിപാടികളിലൂടെയും മറ്റു മാർഗ്ഗങ്ങളിലൂടെയും നിങ്ങളുടെ ടീം അംഗങ്ങളെയും ശക്തിപ്പെടുത്തുക. കടം കൊടുക്കുന്ന പുസ്തകങ്ങളും മറ്റ് ഉപകരണങ്ങളും പലപ്പോഴും തിരിച്ചുകിട്ടിയെന്നുവരില്ല; അത് ബിസിനസിന്റെ ഭാഗമായി മാറും. നിങ്ങൾക്ക് വ്യക്തിപരമായി ആവശ്യമുള്ളതിലും അധികം ഉപകരണങ്ങൾ നിങ്ങൾക്ക് വാങ്ങേണ്ടിവരും, നിങ്ങളുടെ ടീമുകൾക്കുവേണ്ടി ശേഖരിച്ചുവെക്കേണ്ടിവരും. ഇതിലൂടെ ഒരു മാസം ഒരു നല്ല പുതിയ വിതരണക്കാരനെ ലഭിക്കുകയാണെങ്കിൽ, നിങ്ങൾക്ക് നിങ്ങളുടെ പണം തിരിച്ചുകിട്ടും. അതുകൊണ്ട് നിങ്ങളുടെ ബിസിനസിലും നിങ്ങളിൽ തന്നെയും വീണ്ടും വീണ്ടും പതിവായി നിക്ഷേപിച്ചുകൊണ്ടിരിക്കുക.

> *നിങ്ങൾ സന്നദ്ധനാണെങ്കിലേ ദൈവം നിങ്ങൾക്ക് ഒരു വലിയ ടീമിനെ നൽകൂ.*
> – ദീപക് ബജാജ്

നാം ഒരിക്കലും ആകാൻ പാടില്ലാത്ത മൂന്നുതരം അപ്ലൈനുകളുണ്ട്:

(എ) ഗ്രൂപ്പുകളിലൂടെ സന്ദേശങ്ങൾ അയക്കുന്ന ഒരു **പോസ്റ്റുമാൻ**;

(ബി) **ചിയർ ലീഡർ** പ്രോഗ്രാമുകളിൽ കൈയടിക്കുക, സോഷ്യൽ

മീഡിയയിലൂടെ പ്രചോദന സന്ദേശങ്ങൾ അയക്കുക, പ്രധാനമായും വാട്സ്ആപ്പ് ചാറ്റുകളിലൂടെ ആളുകളെ പ്രോൽസാഹിപ്പിക്കുക, അവർ ഒരിക്കലും തങ്ങളുടെ ജോലിയോ നേട്ടങ്ങളോ വെളിപ്പെടുത്തില്ല.

(സി) **ബന്ധുവായ അപ്ലൈൻ** ഇവർ ബന്ധുക്കളെപ്പോലെയാണ്, പരിപാടികളിലും പ്രോഗ്രാമുകളിലും മാത്രമേ ഇവരെ കാണൂ, ടീമിനൊപ്പം ഇവർ താഴെത്തട്ടിൽ പ്രവർത്തിക്കില്ല. നിങ്ങളുടെ ടീം എന്തായിത്തീരണം എന്നതിന്റെ ഉടമസ്ഥത നിങ്ങൾ ഏറ്റെടുക്കുക. നിങ്ങളുടെ ടീം നിങ്ങളുടെ പകർപ്പായിരിക്കും. അതുകൊണ്ട്, നിങ്ങൾ സ്വയം പകർത്തപ്പെടാൻ തക്ക വിലയുള്ളതായിരിക്കുക.

നിങ്ങൾ സ്തംഭിച്ചുനിൽക്കുമ്പോൾ, ബിസിനസിന് വേഗം കുറയുമ്പോഴോ ചലിക്കാതാകുമ്പോഴോ, സജ്ജരാകുക, നിങ്ങളുടെ പ്ലാനുമായി പ്രത്യക്ഷപ്പെടുക. അടിത്തറകളുടെ കരുത്തിൽ, മുന്നിൽനിന്ന് നയിക്കുക. *- ദീപക് ബജാജ്*

ഉടമസ്ഥതയും മേൽക്കൈയും കൈകോർത്തുപോകുന്നവയാണ്. പൂർണ്ണമായ ഉടമസ്ഥതയുണ്ടാകണമെങ്കിൽ, നിങ്ങൾക്ക് ബിസിനസിന്റെ അടിസ്ഥാനങ്ങളിൽ മേൽക്കൈ ഉണ്ടായിരിക്കണം. നെറ്റ്വർക്ക് മാർക്കറ്റിങ്ങിലെ ബിസിനസ് അടിത്തറകൾ യഥാർഥത്തിൽ ലളിതമാണ്, അതുകൊണ്ട്, ആർക്കും ഈ ബിസിനസ് വിജയകരമായി കെട്ടിപ്പടുക്കാം. 'അടിസ്ഥാന പ്രവർത്തനങ്ങൾ' - ബിസിനസ് പ്രസന്റേഷനുകൾ പങ്കിടുക, തടസങ്ങൾ കൈകാര്യം ചെയ്യുക, പിന്തുടരുക, രജിസ്ട്രേഷൻ, പ്രൊഡക്റ്റ് ഡീറ്റെയിൽസ്, ബിസിനസ് ഉപകരണങ്ങൾ ഉപയോഗിക്കുക, ബിസിനസ് സംവിധാനത്തെക്കുറിച്ചുള്ള അറിവ്, പ്രവർത്തന രീതി തുടങ്ങിയവ പഠിക്കാനും പരിശീലിക്കാനുമുള്ള സന്നദ്ധത മാത്രമേ ഇതിന് ആവശ്യമുള്ളൂ. ഇതിലെല്ലാം നിങ്ങൾ വൈദഗ്ധ്യം നേടിയാൽ, വലിയ രീതിയിൽ നിങ്ങളുടെ ബിസിനസ് പറക്കാൻ തുടങ്ങും. എങ്ങനെയാണ് ഒരു വിദഗ്ധനാകുക? ഈ പ്രവർത്തനങ്ങൾ പതിവായി ചെയ്യുക. ആവർത്തിച്ച് ചെയ്തുകൊണ്ടിരിക്കുന്നതിലൂടെ നിങ്ങൾ അതിൽ ഒരു മാസ്റ്റർ ആകും.

ആവർത്തനമാണ് എല്ലാ വൈദഗ്ധ്യങ്ങളുടെയും മാതാവ്

ഉപകരണങ്ങൾ ഉപയോഗിക്കുന്നതിൽ മാസ്റ്റർ ആകൂ. സ്വന്തം അറിവും വൈദഗ്ധ്യവും പ്രകടപ്പിക്കുന്നതിനുപകരം നല്ല നെറ്റ്വർക്ക് മാർക്കറ്റർമാർ ഉപകരണങ്ങൾ ഉപയോഗിക്കുകയാണ് ചെയ്യുക. സ്വന്തം പ്രസന്റേഷനുകൾക്കുപകരം അവർ പരിപാടികളും പ്രോഗ്രാമുകളും സംഘടിപ്പിക്കാനാണ് മുൻഗണന നൽകുക. സ്വന്തം പ്രസന്റേഷനുകൾ നടത്തുന്നതിനു പകരം അവർ മറ്റുള്ളവരുടെ സാക്ഷ്യങ്ങളാണ് അവതരിപ്പിക്കുക. അവർ

സ്വയം വിദഗ്ധനായി ചമയുകയില്ല, തേർഡ് പാർട്ടി ഉപകരണങ്ങൾ ഉപയോഗിച്ച് ഉൽപ്പന്നങ്ങളെയും അവസരങ്ങളെയും കുറിച്ച് കൂടുതൽ പഠിക്കാൻ അവർ ആളുകളെ പ്രേരിപ്പിക്കും. മികച്ച നെറ്റ്വർക്ക് മാർക്കറ്റർമാർ അഭിനിവേശവും വിശ്വാസവും ബോധ്യവും നമ്മളിലുണ്ടാക്കും. അവരുടെ ഊർജവും പ്രതിബദ്ധതയും നമ്മളിലേക്കുകൂടി പകരുന്ന ഒന്നായിരിക്കും. അതുകൊണ്ട്, ആവേശത്തോടെ, വിശ്വാസത്തോടെ, പ്രതിബദ്ധതയോടെ നിങ്ങളുടെ മുൻഗണനകൾ തീരുമാനിക്കുക, പൂർണ്ണ ബോധ്യത്തോടെ അവയെ ക്ഷണിക്കുക, ബാക്കിയെല്ലാം തേർഡ് പാർട്ടി ഉപകരണങ്ങൾ ചെയ്തുകൊള്ളും.

എല്ലാവരും അമചർ ആയാണ് തുടങ്ങുക; തുടർച്ചയായ പരിശീലനത്തിലൂടെയാണ് മേൽക്കൈ കൈവരിക്കാനാകുക. നെറ്റ്വർക്ക് മാർക്കറ്റിങ്ങിൽ വലിയ വളർച്ചയുണ്ടാക്കാൻ നിങ്ങൾക്കാവശ്യമായ എല്ലാ കാര്യവും പഠിക്കാവുന്ന ശേഷികളാണ്. നിങ്ങളുടെ ബിസിനസിന്റെ ഉടമസ്ഥത ഏറ്റെടുക്കുക, എന്നിട്ട് ബിസിനസിന്റെ അടിസ്ഥാനങ്ങളിൽ മേൽക്കൈ നേടാനായി പ്രവർത്തിക്കുക.

> *ഒറ്റത്തവണ കൊണ്ട് 10,000 ഇടി ഇടിക്കാൻ പരിശീലനം നേടിയ ആളെയല്ല എനിക്കു ഭയം, ഒരു ഇടി ഇടിക്കാൻ 10,000 തവണ പരിശീലനം നേടിയ ആളെയാണ്.* – ബ്രൂസ് ലീ

ശരിയായ റോൾ മോഡലുകളെ തെരഞ്ഞെടുക്കുക, നിങ്ങളുടെ ഏറ്റവും ഉയർന്ന ലക്ഷ്യങ്ങൾ നിർണ്ണയിക്കുക. നിങ്ങളുടെ അപ്ലൈനുകളോ മറ്റ് ലീഡർമാരോ അവരുടെ വ്യക്തിപരമായ ലക്ഷ്യങ്ങളും പ്രവർത്തനങ്ങളും മൂലം പ്രത്യേക പദവിയിലോ വരുമാന ലെവലിലോ ഉള്ളവരായിരിക്കും. നിങ്ങൾക്ക് മുകളിലുള്ളവരോ ചുറ്റുമുള്ളവരോ സാവധാനം നേട്ടമുണ്ടാക്കുന്നവരായി നിങ്ങൾക്ക് തോന്നിയേക്കാം, എന്നാൽ, അത് ഈ ബിസിനസിന്റെ പരിമിതിയല്ല, അത് അവരുടെ പരിമിതിയാണ്. അതേപടി അവരെ പിന്തുടരാതിരിക്കുക, പകരം കമ്പനിയിൽ അതിവേഗം നേട്ടം കൊയ്യുന്നവരെ കണ്ടുപിടിക്കുക, അവരുടെ നേട്ടങ്ങൾ മെച്ചപ്പെടുത്താനായി ശ്രമിക്കുക. നിങ്ങൾക്കൊപ്പം നിങ്ങളുടെ ബിസിനസ് തുടങ്ങുക.

> *എഴുന്നേൽക്കൂ, ധീരരായിരിക്കൂ, ശക്തരായിരിക്കൂ. എല്ലാ ഉത്തരവാദിത്തവും നിങ്ങളുടെ തോളിൽ വഹിക്കൂ, നിങ്ങളുടെ സ്വന്തം ഭാഗധേയത്തിന്റെ സ്രഷ്ടാവ് നിങ്ങൾ തന്നെയാണെന്ന് തിരിച്ചറിയൂ.* – സ്വാമി വിവേകാനന്ദൻ

പരിശീലനവും ക്ഷമയും നിങ്ങളെ ഉയരത്തിലെത്തിക്കും

ഗൗരവ് ബജാജിനെ ഞാൻ 2007-ൽ ബിസിനസിലേക്ക് കൊണ്ടുവരുമ്പോൾ, അദ്ദേഹം സാപിയന്റ് കോർപറേഷൻ എന്ന പ്രമുഖ അമേരിക്കൻ കമ്പനിയിൽ സോഫ്റ്റ്‌വെയർ കൺസൾട്ടന്റ് ആയിരുന്നു. അദ്ദേഹം പ്രത്യേകതരം അന്തർമുഖത്വമുള്ള ആളായിരുന്നു. കമ്പ്യൂട്ടറുകൾ എങ്ങനെ ഉപയോഗിക്കണം എന്നുമാത്രം അറിയുന്ന ആൾ. പ്രസന്റേഷന്റെ സമയത്ത് അദ്ദേഹത്തിന്റെ ശരീരം വിറക്കുകയും വിയർക്കുകയും ചെയ്യുമായിരുന്നു. എന്നിൽനിന്ന് 300 കിലോമീറ്റർ അകലെയായിരുന്നു അദ്ദേഹം, അതുകൊണ്ട് പ്രസന്റേഷനുകൾ റെക്കോർഡു ചെയ്ത് പിന്നീട് ഞാൻ അതിന്റെ പ്രതികരണം അറിയിക്കുകയാണ് ചെയ്തിരുന്നത്. എല്ലാ വാരാന്ത്യത്തിലും അദ്ദേഹം സ്വകാര്യ ബസിൽ 14 മണിക്കൂർ യാത്ര ചെയ്യും, ബിസിനസിൽ എങ്ങനെ വിജയിക്കാം എന്ന കാര്യം പഠിക്കാൻ. സ്ഥിരവും അക്ഷീണമായതുമായ പരിശീലനത്തിലൂടെ അദ്ദേഹം മൂന്നുവർഷത്തിനുള്ളിൽ കമ്പനിയിലെ ഏറ്റവും പ്രായം കുറഞ്ഞ ടോപ്പ് റാങ്കുകാരിൽ ഒരാളായി മാറി. ഇന്ന് രാജ്യത്തെ ഏറ്റവും ആദരണീയനായ നെറ്റ്‌വർക്ക് മാർക്കറ്റർമാരിൽ ഒരാളാണ് അദ്ദേഹം.

9. സമയം കൈകാര്യം ചെയ്യൽ നിങ്ങളുടെ വിജയസൂത്രം

സമയം പ്രധാന കാര്യമല്ല, ഒരേയൊരു കാര്യമാണ്.
- മൈൽസ് ഡേവിസ്

എല്ലാവർക്കും ദിവസത്തിൽ 24 മണിക്കൂറേ ഉള്ളൂ; ഈ 24 മണിക്കൂർ എങ്ങനെ ഫലപ്രദമായി വിനിയോഗിക്കുന്നു എന്നതിലാണ് വിജയം. സാങ്കേതികവിദ്യയുടെ ഈ യുഗത്തിൽ, സോഷ്യൽ മീഡിയ പോലെ നമ്മുടെ ശ്രദ്ധ തിരിക്കുന്ന ആയിരക്കണക്കിന് മറ്റുവിദ്യകളുള്ളപ്പോൾ, സമയം കാര്യക്ഷമമായി കൈകാര്യം ചെയ്യുക എന്നതാണ് വിജയത്തിലേക്കുള്ള താക്കോൽ. വിൽക്കാൻ നല്ല കഴിവുള്ള ആൾക്കുമാത്രമുള്ളതല്ല ഈ ബിസിനസിൽ വിജയം, സമയം കൈകാര്യം ചെയ്യാൻ വൈദഗ്ധ്യമുള്ള ആൾക്കുകൂടിയുള്ളതാണ്. നമ്മുടെ പ്രവർത്തനം മുൻഗണനാക്രമത്തിൽ ക്രമീകരിക്കുക, മറ്റെന്തിനേക്കാളും മുമ്പേ ഏറ്റവും പ്രധാനപ്പെട്ട കാര്യം പൂർത്തിയാക്കുന്നു എന്ന് ഉറപ്പുവരുത്തുക എന്നിവയാണ് സമയത്തിന്റെ മാനേജുമെന്റുകൊണ്ട് ലക്ഷ്യമാക്കുന്നത്. ഈ ബിസിനസിൽ വിജയിച്ചവരിൽ എനിക്ക് കാണാൻ കഴിഞ്ഞ ഒരു പ്രധാന ഗുണം ഇതാണ്: അവർ അവരുടെ സ്വന്തം ബിസിനസിനെക്കുറിച്ച് നന്നായി മനസ്സിലാക്കിയിരിക്കുന്നു.

നിങ്ങളുടെ സ്വന്തം ബിസിനസിനെ മനസ്സിലാക്കുക

പ്രധാന കാര്യം, പ്രധാന കാര്യമായി സൂക്ഷിക്കുക എന്നതാണ് പ്രധാന കാര്യം.
- സ്റ്റീഫൻ ആർ. കോവേ

എന്തിനാണ് ഈ ബിസിനസ് തുടങ്ങിയത് എന്ന് എപ്പോഴും ഓർക്കുക: നമ്മുടെ സ്വപ്നങ്ങൾ സാക്ഷാൽക്കരിക്കാൻ, സമ്പന്നനാകാൻ, അംഗീകാരം കിട്ടാൻ, ഒരു പൈതൃകം അവശേഷിപ്പിക്കാൻ. എന്നാൽ, ചിലർ, വിരോധാഭാസമെന്നുപറയട്ടെ, ബിസിനസ് പുരോഗമിക്കുകയും ഒരു ടീമിനെ ഉണ്ടാക്കിയെടുക്കുകയും ചെയ്തുകഴിഞ്ഞാൽ, അവർ അവരുടെ സമയം മുഴുവനായി പ്രവർത്തനങ്ങൾക്ക് മാറ്റിവെക്കാൻ തുടങ്ങും, ഇത് അവരെ അവരുടെ ലക്ഷ്യം സാക്ഷാൽക്കരിക്കുന്നതിലേക്ക് നയിക്കുകയില്ല.

നിങ്ങളെ വിജയത്തിലേക്ക് നയിക്കുന്നത് എന്താണെന്ന് നിങ്ങൾ അറിഞ്ഞിരിക്കണം: കൂടുതൽ പേർക്ക് പ്രതീക്ഷ നൽകുക, കൂടുതൽ പ്ലാനുകൾ കാണിക്കുക, കൂടുതൽ സെയിലുകൾ ക്ലോസ് ചെയ്യുക, അപ്ലൈനുകളുമായി കൗൺസലിങ് നടത്തുക, നിങ്ങളുടെ ടീമുകൾക്ക് കൗൺ

സലിങ് നൽകുക, നിങ്ങളുടെ പരിപാടികളിലേക്ക് കൂടുതൽ പേരെ ക്ഷണിക്കുക, നിങ്ങളുടെ ടീമിനുവേണ്ടി പ്രസക്തമായ പരിപാടികൾ സംഘടിപ്പിക്കുക. ഇതെല്ലാം ശ്രദ്ധതിരിക്കലാണ്, ഏറെസമയവും, ശ്രദ്ധ തിരിക്കൽ എളുപ്പമാണ്.

ട്രാക്കിൽ അല്ലാത്തവരാൽ ട്രാക്ക് ചെയ്യപ്പെടാൻ അനുവദിക്കരുത്.

സമയം വറ്റിച്ചുതീർക്കുന്നവർ:

✓ സോഷ്യൽ മീഡിയയിൽ/വാട്സ്ആപ്പിൽ സ്ഥിരവാസം ചെയ്യുന്നവർ. സോഷ്യൽമീഡിയ ബിസിനസ് കെട്ടിപ്പടുക്കാൻ നിങ്ങളെ സഹായിക്കും, എന്നാൽ, ഫേസ്ബുക്കിലോ ഇൻസ്റ്റഗ്രാമിലോ ചെറിയത് എന്തെങ്കിലും തുടങ്ങി ഒരു മണിക്കൂർ അതിനായി ചെലവഴിക്കുകയാണ് ഉചിതം.

✓ വ്യർഥമായ തർക്കങ്ങളിലും ഒരേ പരാതികളിലും ചുറ്റിത്തിരിയുന്നവർ. ഒരേ തർക്കങ്ങളുമായി വരുന്നവർ പൊതുവെ എപ്പോഴും ഒരേ ആളുകൾ തന്നെയായിരിക്കും.

✓ മറ്റുള്ളവർക്കായി ചെയ്യുന്ന കാര്യങ്ങൾ തന്നെ തങ്ങൾക്കുവേണ്ടിയും ചെയ്യും. അവരെ സ്വന്തം കാലിൽ നിൽക്കാൻ സഹായിക്കും, അംഗവൈകല്യമുണ്ടാക്കില്ല.

✓ മറ്റു കമ്പനികളെക്കുറിച്ച് തുടർച്ചയായി ചർച്ചചെയ്തുകൊണ്ടിരിക്കും.

✓ പരിപാടികൾക്കായി പരമാവധി ആളുകളെ ലക്ഷ്യം വക്കാത്ത ഈവന്റ് മാനേജുമെന്റ്.

✓ ക്രോസ് ലൈനുകളുമായുള്ള അമിതമായ ഇടപെടൽ.

✓ 4-6 പ്ലാനുകൾ കാണിച്ചുകൊടുത്തവർക്കുതന്നെ വീണ്ടും പ്ലാനുകൾ കാണിച്ചുകൊടുക്കുക.

ഈ ബിസിനസിനുപുറത്തുള്ള പ്രശ്നങ്ങളുമായി അനാവശ്യമായി ഇടപെട്ടുകൊണ്ടിരിക്കുക, മറ്റു കാര്യങ്ങളും.

നിങ്ങൾക്ക് വേണ്ട കാര്യങ്ങൾക്ക് ഊന്നൽ നൽകുക എന്നതാണ് ഈ ബിസിനസിലെ ഏറ്റവും വിഷമം പിടിച്ച കാര്യം.

- ദീപക് ബജാജ്

ഈ ബിസിനസിൽ, ഫോക്കസ് ആണ് വിജയത്തിലേക്കുള്ള താക്കോൽ. എന്റെ മാർഗ്ഗദർശി, ടോണി റോബിൻസ് പറയും, 'എങ്ങോട്ടാണ് നിങ്ങളുടെ ഫോക്കസ് പോകുന്നത്, അവിടേക്ക് ഊർജം ഒഴുകും'. നിങ്ങളുടെ സമയവും ഊർജവും എവിടേക്കാണോ ഫോക്കസ് ചെയ്യുന്നത്, നിങ്ങൾക്ക് അവിടെനിന്നുതന്നെ പ്രതിഫലവും കിട്ടിത്തുടങ്ങും. ബിസിനസിലാണ് നിങ്ങൾ ഫോക്കസ് ചെയ്യുന്നത് എങ്കിൽ, ബിസിനസിൽ നിങ്ങൾക്ക്

ജയമുണ്ടാകും; മറ്റെവിടെയെങ്കിലുമാണ് ഫോക്കസ് ചെയ്യുന്നത് എങ്കിൽ, ആ മേഖലയിൽ നിങ്ങൾക്ക് പ്രതിഫലം കിട്ടും. എല്ലാ സമയവും ബിസിനസിൽ പൂർണ്ണമായ ഫോക്കസ് ഉണ്ടായിരിക്കണം, എന്നാൽ, രണ്ട് പ്രത്യേക സന്ദർഭങ്ങളിൽ നിരവധി വിതരണക്കാർക്ക് ഫോക്കസ് നഷ്ടമാകുകയും അത് ബിസനസിന് നാശമുണ്ടാക്കുകയും ചെയ്യും:

1. **ഒരു താൽക്കാലികക്കാരനെന്ന നിലക്കുള്ള ബിസിനസിന്റെ തുടക്ക ഘട്ടം:**

   നിങ്ങൾ ചെയ്തുകൊണ്ടിരിക്കുന്ന ജോലിക്കൊപ്പം/തൊഴിലിനൊപ്പം ഈ പുതിയ ബിസിനസും നിങ്ങൾ തുടങ്ങുന്നു. ഒപ്പം, നിങ്ങൾക്ക് കുടുംബപ്രാരബ്ധങ്ങളുണ്ട്, ചെയ്തുകൊണ്ടിരിക്കുന്ന മറ്റു കാര്യങ്ങളുമുണ്ട്. ഇതിനിടയിൽ, നിങ്ങളുടെ ജീവിതത്തിലേക്ക് പുതിയൊരു ബിസിനസ് കൂടി കടന്നുവരികയാണ്, അതിനായി പുതിയ കാര്യങ്ങൾ പഠിക്കേണ്ടിവരും, പുതിയ കാര്യങ്ങൾ ചെയ്യേണ്ടിവരും. അതിൽ ചിലത് നിങ്ങൾക്ക് ഇഷ്ടമില്ലാത്തതായിരിക്കും, അതിന്റെ പ്രതിഫലം തുടക്കത്തിൽ ചെറുതുമായിരിക്കും. ഈ സാഹചര്യത്തിൽ നെറ്റ്‌വർക്ക് മാർക്കറ്റിങ്ങിൽ ഫോക്കസ് ചെയ്യുന്നതും ദിവസേനയുള്ള നിങ്ങളുടെ തിരക്കുകൾക്കിടയിൽ അതിനെ പരിപോഷിപ്പിക്കുന്നതും വിഷമകരമായിരിക്കും. തുടക്ക ദിവസങ്ങളിൽ ബിസിനസിന് ആവശ്യമായ ഫോക്കസ് നൽകാനാകാത്തതാണ്, അധികം പേരും ഈ ബിസിനസ് വിട്ടുപോകാനുള്ള പ്രധാന കാരണം. വാരാന്ത്യങ്ങളിൽ ഈ ബിസിനസ് കെട്ടിപ്പടുക്കാം എന്നത് ഒരു പ്രശ്നമേയല്ല, വാരാന്ത്യങ്ങളിൽ നിങ്ങൾ പൂർണ്ണമായും അതിനായി മുഴുകുകയാണെങ്കിൽ.

2. **നിങ്ങളില്ലാതെ, നിങ്ങളുടെ ബിസിനസ് സ്വതന്ത്രമായി വളരുമ്പോൾ:**

   നിങ്ങളുടെ സജീവ ഇടപെടലില്ലാതെ തന്നെ നിങ്ങളുടെ ബിസിനസ് സ്വയം വളരുന്ന ഒരു ഘട്ടമുണ്ടാകും. പേഴ്സണൽ സ്പോൺസറിങ് നടത്തുക, പുതിയ ടീമുകളെ ഉണ്ടാക്കുക എന്നിവയുമായി ബന്ധപ്പെട്ട് നിങ്ങൾ തിരക്കിലായിരിക്കും, പക്ഷേ, മറ്റു കാര്യങ്ങളിൽ നിങ്ങൾ സ്വതന്ത്രരായിരിക്കും. നിങ്ങൾ ഒരു ലീഡറായി അറിയപ്പെട്ടുകഴിഞ്ഞാൽ, നിങ്ങൾക്ക് ഇഷ്ടാനുസരണം സമയം ഉണ്ടെങ്കിൽ, മറ്റു കമ്പനികളിലെ ആളുകളുമായും ക്രോസ് ലൈനുകളുമായും, അല്ലെങ്കിൽ, ഉപദേശകരുമായും ബുദ്ധിമാന്മാരായി അറിയപ്പെടുന്നവരുമായും നിങ്ങൾ ബന്ധപ്പെടും, അവർ നിങ്ങൾക്ക് ലാഭകരമായതും പെട്ടെന്ന് പണം ഉണ്ടാക്കാൻ കഴിയുന്നതുമായ ആശയങ്ങൾ പറഞ്ഞുതരും. ഈ മൂന്നു വിഭാഗം ആളുകളും സാവധാനം ബിസിനസിൽനിന്ന് നിങ്ങളുടെ സമയം കവർന്നെടുക്കും. ബിസിനസിലേക്കുള്ള ഫോക്കസ് നിങ്ങൾ

അവസാനിപ്പിക്കുന്നതിലൂടെ, അത് പതുക്കെ താഴേക്കുവരാൻ തുടങ്ങും.

എല്ലായ്പ്പോഴും ഓർക്കുക, നിങ്ങളുടെ ബിസിനസിന്റെ വളർച്ചയുടെ ഓരോ ഘട്ടത്തിലും അതിൽ പൂർണ്ണമായും ഫോക്കസ് ചെയ്തിരിക്കുക. നിങ്ങളുടെ ബിനിനസ്സാണ് നിങ്ങളുടെ ഏറ്റവും വിലപ്പെട്ട സ്വത്ത്. അതിനെ, ഇടതടവില്ലാത്ത ഫോക്കസോടെ സംരക്ഷിക്കുക.

നിങ്ങളുടെ ദിവസത്തെ ഏറ്റവും മൂല്യവത്തായി മാറ്റാൻ, താഴെ കൊടുക്കുന്ന കാര്യങ്ങൾ മനസ്സിൽ സൂക്ഷിക്കുക:

- ✓ സോഷ്യൽമീഡിയയ്ക്കുവേണ്ടിയുള്ള നിങ്ങളുടെ സമയം തീർച്ചപ്പെടുത്തുക, അതിൽ ഉറച്ചുനിൽക്കുക.
- ✓ ഉൽപ്പന്നങ്ങൾ പങ്കിടുന്നതിനും ബിസിനസ് പ്രസന്റേഷനുകൾക്കുമായുള്ള അപ്പോയ്ന്റ്മെന്റുകളുമായി നിങ്ങളുടെ കലണ്ടർ നിറച്ചുവയ്ക്കുക.
- ✓ സമയം പാഴാക്കുന്നവരെന്ന് നിങ്ങൾ തിരിച്ചറിഞ്ഞ ആളുകളിൽനിന്ന് അകലം പാലിക്കുക
- ✓ നിങ്ങളുടെ ബിസിനസ് ചലനാത്മകമാക്കുക, വർക്കുകളാൽ സമൃദ്ധമാക്കുക, തങ്ങളുടെ പരിപാടികളിൽ പങ്കെടുക്കാനോ സഹായത്തിനോ ഒരേസമയം രണ്ടിലേറെ പേർ നിങ്ങളെ വിളിക്കുന്ന സാഹചര്യമുണ്ടാക്കുക. അതിൽനിന്ന് നിങ്ങളുടെ സമയം അർഹിക്കുന്ന ഒരാളെ തെരഞ്ഞെടുക്കുക. സമയം സമ്പാദിക്കാൻ നിങ്ങളുടെ ടീമിനെ പഠിപ്പിക്കുക.
- ✓ **ഈ ദിവസത്തേക്കുള്ള നിങ്ങളുടെ രണ്ട് ദൗത്യങ്ങളെക്കുറിച്ച് ഓർക്കുക – കൂടുതൽ വിളികൾ വിളിക്കുക, കൂടുതൽ പ്രസന്റേഷനുകൾ കാണിക്കുക.**

സമയം കൈകാര്യം ചെയ്യാനുള്ള ഏറ്റവും പുതിയ വിദ്യകൾക്ക് www.deepakbajaj.biz കാണുക.

ഉൽപാദനക്ഷമത എന്നത് ഒരിക്കലും ആകസ്മികമായി ഉണ്ടാകുന്നതല്ല. അത് പ്രതിബദ്ധതയുടെയും മികവിന്റെയും ബുദ്ധിപരമായ ആസൂത്രണത്തിന്റെയും ഫോക്കസോടുകൂടിയ പരിശ്രമങ്ങളുടെയും ഫലമാണ്. – പോൾ ജെ. മെയർ

സമയത്തെ കൈകാര്യം ചെയ്യൽ പഠിച്ചെടുക്കാവുന്ന കഴിവാണ്

എന്റെ അടുത്ത സുഹൃത്ത്, എന്റെ ബിസിനസ് സഹായി, പഞ്ചാബുകാരനായ വികാസ് ഗാർഗ് 2007-ൽ എന്നോടൊപ്പം നെറ്റ്‌വർക്ക് മാർക്കറ്റിങ് ആരംഭിക്കുമ്പോൾ അദ്ദേഹം 20 വർഷത്തെ ഏറെ വിജയകരമായ അനുഭവസമ്പത്തുള്ള ഒരു പരമ്പരാഗത ബിസിനസുകാരനായിരുന്നു. മൂന്നുവർഷം കൊണ്ട് അദ്ദേഹം തന്റെ എല്ലാ പഴയ ബിസിനസുകളും അവസാനിപ്പിച്ചു, എന്നോടൊപ്പം നെറ്റ്‌വർക്ക് മാർക്കറ്റിങ്ങിൽ പൂർണ്ണമായും മുഴുകി. ആ തീരുമാനം എടുത്ത് രണ്ടുവർഷത്തിനുശേഷം നെറ്റ്‌വർക്ക് മാർക്കറ്റിങ്ങിൽ നിന്ന് അദ്ദേഹം തന്റെ ഫാക്ടറികളിൽനിന്ന് ഉണ്ടാക്കിയിരുന്നതിനേക്കാൾ പത്തിരട്ടി വരുമാനമുണ്ടാക്കി. അദ്ദേഹം സജീവ രാഷ്ട്രീയ പ്രവർത്തകനായിരുന്നു, നിരവധി സാമൂഹിക സേവന സംഘടനകളുമായി ഇടപെട്ട് പ്രവർത്തിച്ചിരുന്നു, വിപുലമായ കുടുംബമായിരുന്നു അദ്ദേഹത്തിന്റേത്, വളരെ സജീവമായ സാമൂഹിക ചുറ്റുപാടുമുണ്ടായിരുന്നു. ഈ ബിസിനസിൽ അദ്ദേഹം കൈവരിച്ച വിജയം, നാം ആഗ്രഹിക്കുന്ന എല്ലാം നമുക്ക് ചെയ്യാൻ കഴിയും എന്നതിന്റെ ജീവിച്ചിരിക്കുന്ന തെളിവാണ്, നമ്മുടെ ടൈം മാനേജുമെന്റ് കഴിവ് വികസിപ്പിച്ചെടുത്താൽ.

10. ദിവസേനയുള്ള തെരഞ്ഞെടുപ്പ്: വിജയത്തിന്റെ കാണാപ്പുറം

നിങ്ങൾ നൽകുന്ന പരിഗണനകളുടെ പ്രതിഫലനമാണ് നിങ്ങളുടെ ജീവിതത്തിലെ എല്ലാ കാര്യങ്ങളും. നിങ്ങൾക്ക് വ്യത്യസ്തമായ ഫലം വേണമെന്നുണ്ടെങ്കിൽ, വ്യത്യസ്തമായ തെരഞ്ഞെടുപ്പുകൾ നടത്തൂ.

ജീവിതത്തിൽ വലിയ തീരുമാനങ്ങളെടുക്കുന്നതിൽ നമ്മളെല്ലാവരും മിടുക്കരാണ്, എന്നാൽ, എല്ലാ ദിവസവും ശരിയായ തീരുമാനമെടുക്കേണ്ടി വരുമ്പോൾ, ഭൂരിപക്ഷവും പാടുപെടുന്നു, പ്രത്യക്ഷത്തിൽ നിസ്സാരമായ സാഹചര്യങ്ങളാൽ. എന്നാൽ, ശരിക്കും ഈ തീരുമാനങ്ങളാണ് ഭാവിയെ നിർവചിക്കുന്നവ. ദിവസേന ശരിയായ തീരുമാനങ്ങളെടുക്കാൻ നിങ്ങളെ ശേഷിയുള്ളവരാക്കുന്നതിനെക്കുറിച്ചാണ് ഈ അധ്യായം, അതുവഴി നിങ്ങളെ വിജയികളാക്കാനും.

മൂന്ന് ഘട്ടങ്ങളുള്ള ഒരു പ്രക്രിയയിലൂടെ ജീവിതത്തിലെ വിജയത്തെ ഞാൻ ലളിതമായി വിശദീകരിക്കാം:

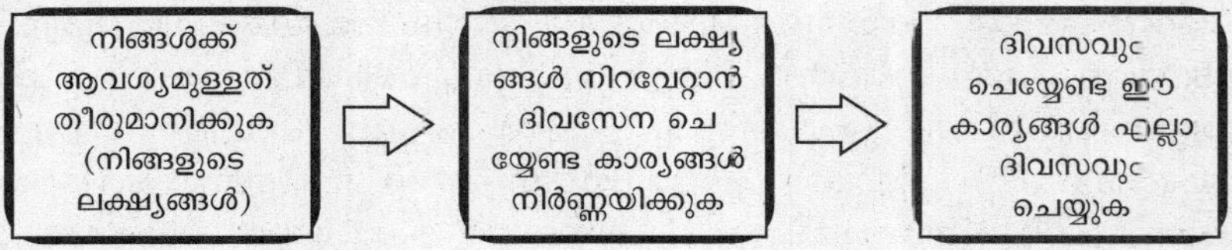

ഏതാനും മാസങ്ങൾ മുതൽ ഏതാനും വർഷങ്ങൾ വരെയുള്ള കാലയളവിൽ ഈ ബിസിനസിലൂടെ നിങ്ങൾ സാക്ഷാൽക്കരിക്കാൻ ആഗ്രഹിക്കുന്ന, നിങ്ങളുടെ ഹൃദയത്തിലുള്ള ചില കാര്യങ്ങൾ പെട്ടെന്ന് എഴുതിവക്കുക. നിങ്ങൾക്ക് കഴിയാവുന്നിടത്തോളം ഈ പട്ടിക വലുതാക്കുക, എന്നിട്ട് നിങ്ങളെ സംബന്ധിച്ച് ഏറ്റവും ഗൗരവകരമായ മൂന്ന് കാര്യങ്ങൾ തെരഞ്ഞെടുക്കുക. ഈ കാര്യങ്ങൾ സാക്ഷാൽക്കരിക്കാൻ ദിവസവും ചെയ്യേണ്ട പ്രവർത്തനങ്ങൾ രേഖപ്പെടുത്തുക, എന്നിട്ട് എല്ലാ ദിവസവും അത് ചെയ്യാൻ തുടങ്ങുക.

നിങ്ങളുടെ ദിവസേനയുള്ള ഷെഡ്യൂൾ എനിക്ക് കാണിച്ചുതരിക, നിങ്ങളുടെ മുൻഗണനകളും നിങ്ങളുടെ നേട്ടത്തിന്റെ വലുപ്പവും ഞാൻ പറയാം.
— ദീപക് ബജാജ്

ഒരു വിജയിയെ മറ്റുള്ളവരിൽനിന്ന് വേറിട്ടുനിർത്തുന്നത്, എല്ലാ ദിവസവും അവർ ചെയ്യുന്ന കാര്യങ്ങളാണ്. ശരിക്കും, വിജയത്തിന് അവശ്യമായ കാര്യങ്ങൾ ചെയ്യാത്തതുകൊണ്ടാണ് ആളുകൾ പരാജയപ്പെട്ടുപോകുന്നത്. എന്തുകൊണ്ടാണ് പരാജിതർ ഈ കാര്യങ്ങൾ ചെയ്യാത്തത്? കാരണം അവർക്ക് അത് ചെയ്യാൻ ഇഷ്ടമില്ല. മറ്റൊരുവിധത്തിൽ പറഞ്ഞാൽ, വിജയത്തിന് അനിവാര്യമായ കാര്യങ്ങൾ ചെയ്യുന്നതുകൊണ്ടാണ് വിജയികൾക്ക് വിജയിക്കാൻ കഴിയുന്നത്. വിജയികൾക്കും ആ കാര്യങ്ങൾ ചെയ്യാൻ ഇഷ്ടമുണ്ടാകില്ല, എങ്കിലും എങ്ങനെയെങ്കിലും അവർ അത് ചെയ്യും. വിജയത്തിനുവേണ്ടിയുള്ള എല്ലാം ചെയ്യാൻ അവർ പ്രതിബദ്ധരായിരിക്കും, ഒരൊറ്റ ദിവസം കൊണ്ടുതന്നെ വ്യത്യാസമുണ്ടാക്കാൻ കഴിയുന്നു.

കാട്ടിലേക്ക് രണ്ട് പാതകൾ തിരിയുന്നു, ദൂരം കുറവായ ഒന്ന് ഞാൻ തെരഞ്ഞെടുത്തു, അത് എല്ലാം മാറ്റിത്തീർത്തു.
- റോബർട്ട് ഫ്രോസ്റ്റ്

ഓരോ ദിവസവും നിങ്ങൾ നിങ്ങളുടെ സ്വപ്നങ്ങൾക്കൊപ്പം ജീവിക്കുക, നിങ്ങൾ എടുക്കേണ്ട ശരിയായ തെരഞ്ഞെടുപ്പിലൂടെ. അടുത്ത 13 വർഷം ഈ ബിസിനസിനെ നിങ്ങളുടെ ജീവിതത്തിന്റെ കേന്ദ്രത്തിൽ പ്രതിഷ്ഠിക്കുക, നിങ്ങളുടെ സ്വപ്നങ്ങൾക്ക് കൂടുതൽ സമയം കൊടുത്തുകൊണ്ട് നിങ്ങളുടെ ഷെഡ്യൂൾ പുതുക്കിക്കൊണ്ടിരിക്കുക. 2007-ൽ തുടങ്ങുമ്പോൾ ഞാൻ ഇതാണ് ചെയ്തുകൊണ്ടിരുന്നത്. നെറ്റ്‌വർക്ക് മാർക്കറ്റിങ് ബിസിനസാണ് എന്നെ സംബന്ധിച്ച് ഏറ്റവും പ്രധാന പരിഗണന എന്ന് എനിക്ക് വ്യക്തമായിരുന്നു, അതുകൊണ്ട് എന്റെ മറ്റെല്ലാ പ്രവർത്തനങ്ങളും അതിനെ ചുറ്റിപ്പറ്റിയാക്കി. എങ്ങനെയാണ് ഞാൻ ദിവസേനയുള്ള തെരഞ്ഞെടുപ്പുകൾ നടത്തിയിരുന്നത് എന്നതിന്റെ ചെറിയ ഉദാഹാരണങ്ങൾ ഇതാ:

- ✓ എന്റെ ബിസിനസിലേറെയും വാരാന്ത്യങ്ങളിലായതിനാൽ, വാരാന്ത്യങ്ങളിൽ ഞാൻ ഒരു പൊതുപരിപാടികളിലും പങ്കെടുത്തിരുന്നില്ല.
- ✓ വാരാന്ത്യങ്ങളിൽ ഞാൻ എന്റെ കുടുംബ ആഘോഷങ്ങൾ നടത്തിയിരുന്നില്ല.
- ✓ ഒരു ബിസിനസ് സെമിനാർ/ഒരു പിറന്നാൾ പാർട്ടി/ വിവാഹ സൽക്കാരം ഇതിൽ ഞാൻ വ്യക്തമായും തെരഞ്ഞെടുക്കുക ബിസിനസ് സെമിനാർ ആയിരിക്കും.
- ✓ ദിവസവും ഞാൻ എത്ര പ്ലാനുകൾ പങ്കിടുന്നു എന്നതിനെ ആശ്രയിച്ചാണ് ബിസിനസിൽ എന്റെ വിജയം എന്ന് തിരിച്ചറിഞ്ഞതുകൊണ്ട്, ദിവസത്തെ പ്രധാനവും പ്രഥമവുമായ പ്രവർത്തനമായി ഞാൻ

തെരഞ്ഞെടുത്തിരുന്നത് ബിസിനസ് പ്രസന്റേഷനുകൾ ഷെഡ്യൂൾ ചെയ്യലായിരുന്നു.

✓ പ്രതീക്ഷയുടെ ഒരു പൈപ്പ്ലൈൻ ഉണ്ടായിരിക്കുക എന്നത് അതി പ്രധാനമാണെന്ന് ഞാൻ മനസ്സിലാക്കിയിരുന്നു, അതുകൊണ്ട്, എന്റെ ലിസ്റ്റിൽ ഞാൻ കൂടുതൽ പേരുകൾ ചേർത്തുകൊണ്ടിരുന്നു, അങ്ങനെ അപരിചിതരുമായി സംസാരിക്കുകയും ദിവസവും പുതിയ ബന്ധങ്ങൾ ഉണ്ടാക്കിയെടുക്കുകയും ചെയ്യുക എന്ന പുതിയ സ്വഭാവം ഞാൻ വികസിപ്പിച്ചെടുത്തു.

✓ എന്നെ എങ്ങനെ കാണുന്നു എന്നത്, എന്റെ ആശയവിനിമയത്തിന്റെ അവിഭാജ്യ ഭാഗമാണെന്ന് ഞാൻ തിരിച്ചറിഞ്ഞു; ഞാൻ ഔപചാരിക വസ്ത്രം തെരഞ്ഞെടുത്തു, വീട്ടിൽനിന്ന് പുറത്തിറങ്ങുമ്പോഴെല്ലാം ഷാർപ്പ് ആയും ബ്രൈറ്റ് ആയും പ്രത്യക്ഷപ്പെട്ടു.

✓ പുസ്തകവായന, വിജയത്തിനായി മനസ്സിനെ ഒരുക്കൽ എന്നീ കാര്യങ്ങൾ പ്രധാനമാണെന്ന് ഞാൻ മനസ്സിലാക്കി, അതിനെ എന്റെ ദിവസ ഷെഡ്യൂളിന്റെ ഭാഗമാക്കി, ദിവസവും ചുരുങ്ങിയത് 15-30 മിനിറ്റ് വായനക്ക് മാറ്റിവച്ചു.

✓ കൃത്യസമയത്ത് പരിപാടികൾക്ക് എത്തി, എല്ലാ പരിപാടികളുടെയും മുൻനിരയിൽ തന്നെ ഇരുന്നു. പ്രോഗ്രാമുകൾക്ക് എന്റെ ചില ടീം അംഗങ്ങളെയും കൊണ്ടുപോയി.

✓ എനിക്കുവേണ്ട ലക്ഷ്യങ്ങൾ ഞാൻ തന്നെ എഴുതിവച്ചു, എന്റെ വീട്ടിൽ, ദിവസവും പലതവണ കാണാൻ കഴിയുന്ന സ്ഥലത്ത് അവ പതിച്ചുവച്ചു.

നിങ്ങളുടെ കലണ്ടർ നിങ്ങളുടെ മുൻഗണനകൾ കാണിച്ചു തരുന്നു.

– ദീപക് ബജാജ്

ഓരോ ദിവസത്തേക്കുംവേണ്ട ശരിയായ പ്രവർത്തനങ്ങൾ കൊണ്ട് നിറഞ്ഞതാണ് എന്റെ കലണ്ടർ, അതാണ് എനിക്ക് എല്ലാ വിജയവും നൽകിയത്. **പ്രൈമറി ഡെയ്ലി ആക്ഷൻസ്** (PDAs) എന്ന് ഞാൻ വിളിക്കുന്നതിനെ നിങ്ങൾക്കായി ഞാനിവിടെ വിശദീകരിക്കാം. ഈ ബിസിനസിൽനിന്നുള്ള ലക്ഷ്യങ്ങളെക്കുറിച്ച് നിങ്ങൾക്ക് അറിയാം. ഈ ലക്ഷ്യങ്ങൾ നിറവേറ്റാൻ ഇന്നുമുതൽ ദിവസവും എന്തൊക്കെ കാര്യങ്ങൾ ചെയ്യണം എന്ന് ഇപ്പോൾ തീരുമാനിക്കുക. അവ തീരുമാനിച്ചുകഴിഞ്ഞാൽ, യുദ്ധത്തിൽ പകുതി നിങ്ങൾ ജയിച്ചുകഴിഞ്ഞു. ദിവസവും ചെയ്യാനുള്ള ഈ കാര്യങ്ങളുടെ പട്ടികയിൽനിന്ന് നിങ്ങളുടെ ലക്ഷ്യം നിറവേറ്റാനുതകുന്ന ഏറ്റവും പ്രധാനപ്പെട്ട മൂന്നുകാര്യങ്ങൾ മനസ്സിലാക്കുക, ഇതാണ് നിങ്ങളുടെ പ്രൈമറി ഡെയ്ലി ആക്ഷൻസ് (PDAs). നിങ്ങളുടെ മൂന്ന്

PDAs എഴുതിവക്കുക, എന്നിട്ട് നിർബന്ധമായും ഒഴിയാബാധപോലെയും ഓരോ ദിവസവും അത് ചെയ്യുക.

ഇതെല്ലാം ചെറുതായി വരും, ചിലപ്പോൾ ദിവസേനയുള്ള തെരഞ്ഞെടുപ്പുകൾ വിരസമായെന്നുംവരും. ഒരു നിശ്ചിതകാലം തുടർച്ചയായി ദിവസവും നമ്മൾ തെരഞ്ഞെടുക്കുന്നവ, നമ്മുടെ ജീവിതത്തെയും ജീവിതരീതിയെയും തീരുമാനിക്കും. കുറെക്കാലത്തോളം, ദിവസവും ശരിയായ തെരഞ്ഞെടുപ്പുകൾ നടത്തുകയും അവ തുടർച്ചയായി നടപ്പാക്കുകയും ചെയ്തുകൊണ്ടിരുന്നാൽ ഇരട്ടിഫലമാണുണ്ടാക്കുക, അത് വരാനിരിക്കുന്ന വർഷങ്ങളിൽ അപ്രതീക്ഷിതമായ വിജയങ്ങളിലേക്ക് നയിക്കും. ഒരു വർഷം കൊണ്ട് നമുക്ക് എന്തുചെയ്യാൻ കഴിയും എന്നാണ് നമ്മൾ അമിതകണക്കുകൂട്ടൽ നടത്തുന്നത്, എന്നാൽ, ഒരു ദിവസം എന്ത് നേട്ടമുണ്ടാക്കാൻ കഴിയും എന്നതിനെക്കുറിച്ച് വിലകുറച്ച് കാണുകയും ചെയ്യുന്നു.

ആദ്യ ദിവസങ്ങളിലും ആഴ്ചകളിലും, കാര്യങ്ങൾ തെരഞ്ഞെടുക്കുക എന്നത് വിഷമകരമായേക്കാം, എന്നാൽ, ഏതാനും കാലത്തേക്ക് സ്ഥിരമായി അത് ചെയ്തുകൊണ്ടിരുന്നാൽ, അത് നിങ്ങളുടെ സ്വഭാവമായി മാറും, ശരിയായ സ്വഭാവമായി അത് വികസിപ്പിച്ചെടുത്താൽ നിങ്ങൾ വിജയപാതയിലെത്തിച്ചേരുകയും ചെയ്യും.

ആളുകൾ അവരുടെ വർഷങ്ങളും മാസങ്ങളും പ്ലാൻ ചെയ്യുന്നു, എന്നാൽ വിജയികൾ അവരുടെ ദിവസങ്ങളും.

- ദീപക് ബജാജ്

നിങ്ങൾ ദിവസവും ചെയ്യേണ്ട കാര്യങ്ങളിൽ ഫോക്കസ് ചെയ്യുക

ലേസറിനുതുല്യമായ ഫോക്കസുള്ള ശരാശരി മനുഷ്യനാണ് വിജയിയായ യോദ്ധാവ്. - ബ്രൂസ് ലീ

നിങ്ങളുടെ ലക്ഷ്യം നിർണ്ണയിച്ചുകഴിയുകയും ദിവസേന ചെയ്യേണ്ട കാര്യങ്ങൾ വ്യക്തമാകുകയും ചെയ്താൽ, ലേസറിനുതുല്യമായ ഫോക്കസോടെ കാര്യങ്ങൾ ചെയ്തുതുടങ്ങേണ്ട സമയമായി. ഓർക്കുക, ഫോക്കസ് എന്നുപറഞ്ഞാൽ, നിങ്ങളുടെ മൂന്ന് PDA കളോട് 'യെസ്' എന്നു പറയുന്നതുമാത്രമല്ല, നിങ്ങളുടെ സമയവും ശ്രദ്ധയും വേണ്ട ആവശ്യമായ മറ്റ് എല്ലാ കാര്യങ്ങളോടും 'നോ' എന്നു പറയുന്നതുമാണ്. നിങ്ങളുടെ PDAകൾക്കായി, നിങ്ങളുടെ സമയം കാത്തുസൂക്ഷിക്കണം, ഉണർന്നിരിക്കുന്ന ഓരോ മണിക്കൂറും ഫോക്കസ് ചെയ്യണം. മറ്റ് കാര്യങ്ങളും പ്രധാനപ്പെട്ടതാണ്, ചെയ്തുതീർക്കേണ്ടതുമാണ്, എന്നാൽ, ആ ദിവസത്തേക്കുള്ള PDAകൾ വിജയകരമായി ചെയ്തുതീർത്തശേഷം മാത്രമാകണം മറ്റു കാര്യങ്ങൾ ചെയ്യേണ്ടത്.

നിക്ഷേപിച്ച സമയത്തിന്റെ അളവിന് ആനുപാതികമായ ഉയർന്ന പ്രതിഫലവും ഉൽപാദനക്ഷമതയും ഫോക്കസ് നിങ്ങൾക്ക് നൽകും. ഒരു ശരാശരി വിദ്യാർഥി, സമയത്തിന്റെ 20% മാത്രമാണ് ഹോംവർക്ക് ചെയ്യാൻ ഉപയോഗിക്കുന്നത്, ബാക്കി 80% സമയവും പെൻസിൽ ചെത്തിമിനുക്കിയും ജനാലയിലൂടെ പുറത്തേക്ക് നോക്കിയും സഹോദരങ്ങളുമായി വഴക്കിട്ടും ഇന്റർനെറ്റ് തെരഞ്ഞും പരാതിപ്പെട്ടും സ്നാക്ക്സ് ചോദിച്ചുമൊക്കെ പാഴാക്കുകയാണ്. ഇതുപോലെ, ഒരു ശരാശരി ജീവനക്കാരൻ ദിവസവും ഓഫിസിലെ എട്ടുമണിക്കൂറിൽ 2-3 മണിക്കൂർ മാത്രമാണ് ഫലപ്രദമായി ജോലി ചെയ്യുന്നത്. എല്ലാ മേഖലയിലെയും ആളുകളുടെ അവസ്ഥയാണിത്. എന്നാൽ, നിങ്ങൾ ഒരു നെറ്റ്‌വർക്ക് മാർക്കറ്റിങ് കോടീശ്വരനാകാൻ ആഗ്രഹിക്കുന്നുണ്ടെങ്കിൽ, നിങ്ങളുടെ മുൻഗണനകൾ കൃത്യമായി തീരുമാനിക്കണം, നിങ്ങളുടെ PDAs തീരുമാനിക്കണം, അവയിൽ ഫോക്കസ് ചെയ്യണം. വിജയം നിങ്ങളുടേതായിരിക്കും.

ദിവസവും ഒരു ശതമാനം മെച്ചപ്പെട്ടാൽ തന്നെ, മൂന്നുമാസത്തിനകം നിങ്ങൾ തീർത്തും വ്യത്യസ്തനായ വ്യക്തിയായി മാറും. മൂന്നര മാസത്തിനകം 100 ശതമാനത്തിന്റെ നേട്ടത്തിലേക്ക് അത് വളരും.

വലിയ സ്വപ്നങ്ങൾക്ക് ത്യാഗവും ദിവസേനയുള്ള പ്രവർത്തനങ്ങളും ആവശ്യമാണ്

ഈ ബിസിനസിന്റെ കരുത്ത് ഞാൻ കണ്ടിട്ടുണ്ട്, നമ്മുടെ എല്ലാ സ്വപ്നങ്ങളും നിറവേറ്റാൻ ഈ ബിസിനസിന് കഴിയുമെന്നും എനിക്കറിയാം. എന്നാൽ, അറിഞ്ഞതുകൊണ്ടുമാത്രം നിങ്ങൾ സമ്പന്നനാകില്ല, ചെയ്യുക കൂടി വേണം. ഈ ബിസിനസ് ശരിയായി ചെയ്യാൻ 24 മാസം തരൂ എന്നാണ് ഞാൻ എന്റെ ഭാര്യയോട് ആവശ്യപ്പെട്ടത്. 24 മാസത്തിനുശേഷം എല്ലാ മാസവും ഒന്നാം തീയതി ഒരു ഗ്ലോബ് ഞാൻ അവളുടെ മുന്നിൽ കൊണ്ടുവക്കും. അവൾ വിരലുകൊണ്ട് അതിൽ എവിടെ തൊടുന്നു, 24 മണിക്കൂറിനകം ഞാൻ അവളെ അവിടെയെത്തിക്കും. ഞങ്ങൾ ഒരുമിച്ചാണ് പ്രവർത്തിച്ചത്, ആ 24 മാസങ്ങൾ ഞങ്ങളെ ജീവിതത്തിൽ സാമ്പത്തികമായി സ്വാതന്ത്ര്യമുള്ളവരാക്കി മാറ്റി. ഇതിനകം, അവളെയും ഞങ്ങളുടെ കുട്ടികളെയും അവധിക്കാലങ്ങളിൽ 25-ലേറെ രാജ്യങ്ങളിൽ കൊണ്ടുപോകാൻ എനിക്കുകഴിഞ്ഞു.

11. കുതിച്ചുചാട്ടത്തിന്റെ (SURGE) കരുത്ത് ഉപയോഗിക്കുക

വർഷങ്ങളോളം നെറ്റ്വർക്ക് മാർക്കറ്റിങ്ങിനൊപ്പം ജീവിച്ചതിലൂടെ, ഓരോ ദിവസവും അഞ്ച് ശക്തികൾ എന്റെ വഴി മുറിച്ചുകടക്കാൻ ശ്രമിക്കുന്നതായി കണ്ടിട്ടുണ്ട്. ഈ ബിസിനസിൽ ഒരാൾക്ക് എത്രത്തോളം മുന്നേറാൻ കഴിയുമെന്ന് ഈ അഞ്ച് ശക്തികൾ തീരുമാനിക്കും. ഇവ ലളിതവും ചെയ്യാൻ കഴിയുന്നതും പകർത്താനാകുന്നതും കരുത്തുറ്റതുമാണ്. എങ്കിലും ഇതിൽ ഒന്നോ അതിലധികമോ ഭൂരിപക്ഷവും വിട്ടുകളയുന്നു. SURGE എന്ന പ്രത്യേകമായ ഒരു ആശയത്തിലൂടെ ഈ അഞ്ച് കാര്യങ്ങളെയും ഞാൻ നിങ്ങൾക്കായി ഒരുമിച്ച് ചേർക്കുകയാണ്. കേംബ്രിഡ്ജ് ഡിക്ഷ്ണറി 'SURGE' എന്ന വാക്കിന് നൽകുന്ന നിർവചനം 'പെട്ടെന്നുള്ള, ശക്തമായ പെരുകലോ പൊട്ടിത്തെറിയോ' എന്നാണ്. നിങ്ങളുടെ ജീവിതത്തിൽ SURGEന്റെ ബലം നിങ്ങൾ ഉപയോഗിക്കാൻ തുടങ്ങുമ്പോൾ, ചുരുങ്ങിയ സമയത്തിനുള്ളിൽ നിങ്ങളുടെ ബിസിനസ് ആകാശത്തേക്ക് കുതിക്കുമെന്ന് ഞാൻ ബലമായി വിശ്വസിക്കുന്നു.

അഞ്ച് ശക്തികൾ ഒരുമിച്ച് പ്രവർത്തിക്കുമ്പോൾ SURGEന്റെ കരുത്ത് പ്രത്യക്ഷമാകുന്നു:

1. **S**poken Words (സംസാരിക്കുന്ന വാക്കുകൾ)
2. **U**nity (ഐക്യം)
3. **R**ight Association (ശരിയായ കൂട്ടുകെട്ട്)
4. **G**oals: Written (ലക്ഷ്യങ്ങൾ: എഴുതപ്പെട്ടവ)
5. **E**xpectations: Big (പ്രതീക്ഷകൾ: വലിയത്)

SURGE-ന്റെ അഞ്ച് പ്രേരണാശക്തികളെ ഓരോന്നായി നമുക്ക് വിശദമായി പരിശോധിക്കാം:

1. സംസാരിക്കുന്ന വാക്കുകളുടെ കരുത്ത്:

> *നിങ്ങളുടെ വാക്കുകൾ മാറ്റിക്കൊണ്ട് നിങ്ങളുടെ ലോകത്തെ നിങ്ങൾക്ക് മാറ്റിത്തീർക്കാം. ഓർക്കുക, നാവിന്റെ ബലത്തിലാണ് മരണവും ജനനവും.*
> – ജോൽ ഒസ്റ്റീൻ

മനുഷ്യരാശിക്ക് ലഭിച്ച ഏറ്റവും ശക്തമായ ഉപകരണമാണ് അവരുടെ വാക്കുകൾ. വലിയ വിപ്ലവങ്ങൾ, സ്വാതന്ത്ര്യസമരങ്ങൾ, ജീവിതത്തെ മാറ്റി മറിച്ച തീരുമാനങ്ങൾ എല്ലാം സംഭവിച്ചത്, ചില സാഹചര്യങ്ങളിൽ, ചില

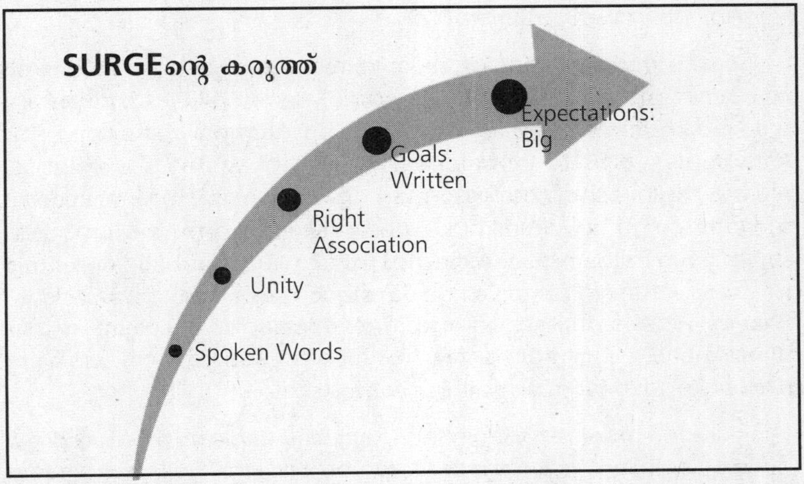

ആളുകൾ പ്രത്യേകതരം വാക്കുകൾ തെരഞ്ഞെടുത്തതുകൊണ്ടാണ്. സംസാരം കൊണ്ട് മാറിപ്പോകുന്ന ജീവിതങ്ങളുണ്ട്, ജീവിതംകൊണ്ട് മാറിപ്പോകുന്ന സംസാരങ്ങളുണ്ട്. ചില വ്യക്തികളുടെ വാക്കുകൾക്ക് ചിലരെ സ്പർശിക്കാനാകും, നമുക്ക് ആ വ്യക്തികളെ സ്പർശിക്കാതെ തന്നെ, അല്ലെങ്കിൽ, നമുക്ക് ആ വ്യക്തിയാകാതെ തന്നെ. നാം ഒരിക്കലും കാണാത്ത, ചിലപ്പോൾ ജീവിച്ചിരിപ്പില്ലാത്ത എഴുത്തുകാരുടെ പുസ്തകങ്ങൾ നാം വായിക്കുന്നു, എന്നാൽ, അവരുടെ വാക്കുകൾ നമ്മളിൽ വലിയ സ്വാധീനമുണ്ടാക്കുന്നു. വാക്കുകൾക്ക് ഒരാളെ ഉയർത്താനോ നശിപ്പിക്കാനോ ഉള്ള കരുത്തുണ്ട്.

മനുഷ്യരാശി ഉപയോഗിക്കുന്ന ഏറ്റവും കരുത്തുറ്റ മരുന്നാണ് തീർച്ചയായും, വാക്കുകൾ. – റുഡ്യാർഡ് കിപ്ലിങ്

സംസാരിക്കുന്ന വാക്കുകളെക്കുറിച്ച് പറഞ്ഞപ്പോൾ ഞാൻ ഉദ്ദേശിച്ചത്, രണ്ട് സാഹചര്യങ്ങളിൽ പറയുന്ന വാക്കുകളെക്കുറിച്ചാണ്: നിങ്ങൾ മറ്റുള്ളവരോട് പറയുന്ന വാക്കുകൾ, നിങ്ങൾ നിങ്ങളോട് സ്വയം പറയുന്ന വാക്കുകൾ. മറ്റുള്ളവരോട് വർത്തമാനം പറയുമ്പോൾ എങ്ങനെ സംസാരിക്കണം, എന്ത് സംസാരിക്കണം എന്നതിനെക്കുറിച്ച് എണ്ണമില്ലാത്ത അത്ര പുസ്തകങ്ങൾ എഴുതപ്പെട്ടിട്ടുണ്ട്. ഈ പുസ്തകത്തിലെ പല അധ്യായങ്ങളിലും ഞാനും ഇക്കാര്യം സൂചിപ്പിക്കുന്നുണ്ട്. എന്നാൽ, അവരവരോട് സംസാരിക്കുമ്പോൾ ഏതുതരം വാക്ക് ഉപയോഗിക്കണം എന്ന കാര്യം ആളുകൾ പൊതുവെ അവഗണിക്കുകയാണ് ചെയ്യുന്നത്. മേൽസൂചിപ്പിച്ച രണ്ടു സാഹചര്യങ്ങളും നമുക്ക് ചർച്ച ചെയ്യാം.

മറ്റുള്ളവരോട് സംസാരിക്കുമ്പോൾ:

ജനങ്ങളുമായി ബന്ധപ്പെട്ട ബിസിനസാണ് നമ്മുടേത്, സദാ സമയം നാം ജനങ്ങളുമായി സംസാരിച്ചുകൊണ്ടിരിക്കുന്നു. വിവിധ മാധ്യമങ്ങളിലൂടെയാണ് നാം ആളുകളുമായി ആശയവിനിമയം നടത്തുന്നത്: സ്റ്റേജിൽവച്ച്, കൗൺസലിങ്ങിലൂടെ, നേരിട്ടുള്ള കൂടിക്കാഴ്ചകളിലൂടെ, സന്ദേശങ്ങളിലൂടെ, ഫോൺകോളുകളിലൂടെ. എന്നാൽ, നാം സാധാരണ അവഗണിക്കുന്ന ആശയവിനിമയ മേഖലകൾ ഇതാണ്: ഭക്ഷണം കഴിക്കുമ്പോഴോ വിമാനത്താവളങ്ങളിൽ വച്ചോ പരിപാടികൾക്കുമുമ്പോ ശേഷമോ വീടുകളിൽ നടക്കുന്ന കൂടിക്കാഴ്ചകളിലോ അതുപോലെ ദിവസവും നടക്കുന്ന എണ്ണമറ്റ സമാന സന്ദർഭങ്ങളിൽ നടക്കുന്ന ആശയവിനിമയങ്ങൾ. മറ്റുള്ളവരുമായി സംസാരിക്കുമ്പോൾ, ഈ പറയുന്ന നിയമങ്ങൾ പിന്തുടർന്നാൽ വലിയ മാറ്റമുണ്ടാകും:

- ✓ ഒരേതരം വാക്കുകൾ: സ്റ്റേജിലും പുറത്തും ഒരേതരം വാക്കുകൾ ഉപയോഗിക്കുക. എല്ലാവരുമായും ഒരേതരം ആശയവിനിമയം. ഔദ്യോഗികവും അല്ലാത്തതുമായ കൂടിക്കാഴ്ചകളിൽ ഒരേതരം വാക്കുകൾ. ഔദ്യോഗികമല്ലാത്ത സമയത്ത് പ്രത്യേകം ശ്രദ്ധിക്കുക. നിങ്ങൾ നിങ്ങളെക്കുറിച്ച് ബോധവാനല്ലെങ്കിൽ കൂടി ആളുകൾ നിങ്ങളെ ശ്രദ്ധാപൂർവം നിരീക്ഷിക്കുന്നുണ്ടാകും. നിങ്ങൾ ശുദ്ധനാണോ കലർപ്പില്ലാത്തവനാണോ എന്നറിയാൻ അവർക്ക് ആഗ്രഹമുണ്ടാകും. അതിന് അവർക്കുള്ള ഏറ്റവും നല്ല മാർഗ്ഗം, നിങ്ങൾ സ്റ്റേജിൽവച്ച് എന്തു പറഞ്ഞു, പുറത്തുവന്ന് എന്തു പറഞ്ഞു എന്നീ കാര്യങ്ങളെ താരതമ്യപ്പെടുത്തലാണ്.
- ✓ ആരെക്കുറിച്ചും പരാതിപ്പെടാതിരിക്കുക, വിമർശിക്കാതിരിക്കുക, അധിക്ഷേപിക്കാതിരിക്കുക, പ്രത്യേകിച്ച് അവരുടെ പുറകിൽനിന്ന്.
- ✓ വാക്കുകളേക്കാൾ വാചാലമാണ് നിങ്ങളുടെ ആംഗ്യങ്ങൾ. നിങ്ങളുടെ ശരീരഭാഷ, നിങ്ങളുടെ വസ്ത്രം, നിങ്ങളുടെ ശുചിത്വം, നിങ്ങൾ സംസാരിക്കുന്ന രീതി തുടങ്ങിയവ നിങ്ങളുടെ വാക്കുകളേക്കാൾ കൂടുതൽ ഉച്ചത്തിൽ സംസാരിക്കും. അതുകൊണ്ട് ശ്രദ്ധിക്കുക.
- ✓ വിനീതനായിരിക്കുക, ആദരവോടെ പെരുമാറുക, അനുകമ്പയുള്ളവനായിരിക്കുക.
- ✓ വായിൽനിന്ന് പുറത്തേക്കുവരുന്നതിനുമുമ്പ് നിങ്ങളുടെ വാക്കുകൾ സ്വയം രുചിച്ചുനോക്കിയിട്ടുണ്ടെന്ന് ഉറപ്പുവരുത്തുക.
- ✓ നിങ്ങളുടെ വാക്കുകൾ ശ്രദ്ധാപൂർവം തെരഞ്ഞെടുക്കുക. ഉൽസാഹഭരിതമായ വാക്കുകൾ ഉപയോഗിക്കുക. മറ്റൊരു വ്യക്തിയെ ഉയർത്താൻ സഹായിക്കുന്ന വാക്കുകൾ മാത്രം നിങ്ങളുടെ വായിൽനിന്ന് പുറത്തുവരുന്നു എന്നുറപ്പാക്കുക.

✓ സംസാരിക്കുന്നതിനുമുമ്പ് താഴെ കൊടുക്കുന്ന THINK നിയമം ഉപയോഗിക്കുക.

നിങ്ങൾ സംസാരിക്കുന്നതിനുമുമ്പ് THINK	
T	ഇത് സത്യമാണോ?
H	ഇത് സഹായകമാണോ?
I	ഇത് പ്രചോദനം നൽകുന്നതാണോ?
N	ഇത് ആവശ്യമുള്ളതാണോ?
K	ഇത് അനുകമ്പയുള്ളതാണോ?

നിങ്ങളുടെ വാക്കുകൾ ശ്രദ്ധാപൂർവം ഉപയോഗിക്കുക. അവ ഒരിക്കൽ പറഞ്ഞുകഴിഞ്ഞാൽ, അവ പൊറുക്കാനേ കഴിയൂ, മറക്കാൻ കഴിയില്ല.

നിങ്ങളുമായുള്ള സംസാരം:

പ്രപഞ്ചവുമായുള്ള നിങ്ങളുടെ ആശയവിനിമയമാണ് നിങ്ങളുടെ വാക്കുകൾ.

നിങ്ങൾ നിങ്ങളോടുതന്നെ സ്വയം സംസാരിക്കുന്നു എന്നതിന്റെ അർഥം, നിങ്ങൾ തുടർച്ചയായി ആലോചിക്കാൻ തെരഞ്ഞെടുക്കുന്ന, നിങ്ങളിൽ ആധിപത്യം ചെലുത്തുന്ന ചിന്തകൾ എന്നാണർഥം. ഇതിനെ സ്വയം സംസാരം എന്നും പറയാം. ഏതെങ്കിലും വിഷമകരമായ സാഹചര്യം അഭിമുഖീകരിക്കേണ്ടിവരുമ്പോൾ നിങ്ങളിലുണ്ടാകുന്ന ആദ്യപ്രതികരണമായിരിക്കും ഇത്. ഈ പ്രതികരണം നിങ്ങളുടെ ഉപബോധമനസ്സിൽ തുടർച്ചയായി ആവർത്തിച്ചുകൊണ്ടിരിക്കും. ജീവിതത്തിൽനിന്ന് നിങ്ങൾ പ്രതീക്ഷിക്കുന്ന ഒന്നായിരിക്കും ഇത്, ജീവിതം നിങ്ങൾക്ക് നൽകാൻ പോകുന്ന ഒന്നായിരിക്കും ഇത്. നിങ്ങൾ നിങ്ങളുടെ മനസ്സിന് നൽകുന്ന ആജ്ഞകളാണ് നിങ്ങളുടെ ചിന്തകൾ. അതുകൊണ്ട് ചിന്തകളെ ശക്തിപ്പെടുത്തുക, ശുഭാപ്തിയുള്ളതാക്കുക. നിങ്ങൾ ചിന്തിക്കുമ്പോഴും മറ്റുള്ളവരോട് സംസാരിക്കുമ്പോഴും ഉൽസാഹഭരിതമായ വാക്കുകൾ ഉപയോഗിക്കുക.

2. ഐകമത്യം മഹാബലം

ഐക്യമാണ് മഹാബലം എന്ന ധാർമ്മികമൂല്യത്തിന്റെ കഥകൾ കേട്ടുകൊണ്ടാണ് നാം വളർന്നത്. വായിക്കാനും ഉപദേശിക്കാനും പറ്റിയ

നല്ല ധാർമ്മികമൂല്യമാണെങ്കിലും, വളരെ കുറച്ചുപേരേ ഈ തത്വം യഥാർ ഥത്തിൽ പ്രയോഗത്തിൽ കൊണ്ടുവരുന്നുള്ളൂ. എന്നാൽ, ഈ ബിസി നസിൽ ഈ തത്വം പ്രയോഗത്തിൽ കൊണ്ടുവരികയാണെങ്കിൽ, നിങ്ങ ളുടെ ബിസിനസിന്റെ വളർച്ച പല മടങ്ങാക്കാൻ സാധിക്കും. ജനം ജന ത്തെ സഹായിക്കുക എന്ന തത്വശാസ്ത്രമാണ് നെറ്റ്‌വർക്ക് ബിസിനസിന്റെ കാതൽ. സ്വന്തം ടീമിൽ ആളുകൾ മറ്റുള്ളവരുമായി വളരെ അടുത്ത് പ്രവർത്തിക്കുക എന്നത് ഏറ്റവും അനിവാര്യമായ ഒരു ബിസിനസ് മാതൃക യാണ്.

വ്യക്തിപരമായി പ്രവർത്തിക്കുന്നതിന് ആളുകൾക്ക് അവരുടേതായ ന്യായങ്ങളും രീതികളും ഉണ്ടാകും, എന്നാൽ, പരസ്പരം ആശ്രയിക്കുന്ന ടീമിൽ, ഐക്യത്തോടെ പ്രവർത്തിക്കാൻ പഠിക്കുന്നവർക്ക് സ്ഥായി യായതും വളരുന്നതുമായ ടീമുണ്ടാകും. ടീമായി ഐക്യത്തോടെ പ്രവർ ത്തിക്കുമ്പോൾ കാര്യങ്ങൾ എളുപ്പമാകും. ബിസിനസിന്റെ തുടക്കത്തിൽ ആളുകൾ ഒന്നിച്ചായിരിക്കും, എന്നാൽ, ഉയർന്ന റാങ്കുകളിലേക്കും നേട്ട ങ്ങളിലേക്കും കുതിക്കുമ്പോൾ പ്രശ്നങ്ങളും തർക്കങ്ങളും ഉയർന്നുവരും. എങ്കിലും, നിങ്ങൾക്ക് നിങ്ങളുടെ ടീമിനെ ഒന്നിച്ചുചേർത്തുപിടിക്കാൻ കഴിഞ്ഞാൽ, അത് ടീമിലെ ഓരോരുത്തർക്കും ഗുണം ചെയ്യും. നിങ്ങൾ സദാ തനിച്ച് ജോലി ചെയ്യുന്ന ആളാണെങ്കിലും, ഇപ്പോൾ ഈ സ്വഭാവം മാറ്റുക. ഒന്നിച്ചു ജോലി ചെയ്യുന്നത് അനായാസവും കൂടുതൽ ലാഭ കരവും ആണെങ്കിൽ എന്തിന് നമ്മുടെ പഴയ സ്വഭാവം തന്നെ തുടരണം?

'Seven Habits of Highly Effective People: Dependence, Independence and Interdependence' എന്ന പുസ്തത്തിൽ പ്രമുഖ എഴുത്തുകാരൻ ഡോ. സ്റ്റെഫാൻ ആർ. കോവെ, മൂന്നുതരം നേതൃത്വങ്ങളെക്കുറിച്ച് പറയുന്നുണ്ട്. അദ്ദേഹത്തിന്റെ അഭിപ്രായമനുസരിച്ച്, സ്വതന്ത്രരായ നേതാക്കന്മാരെല്ലാം പരസ്പരാശ്രിതത്വം എന്ന ആദർശത്താൽ കൂടിച്ചേരുമ്പോൾ അവർക്ക് ഐതിഹാസികമായ വിജയമുണ്ടാക്കാൻ കഴിയുന്നു. ഐക്യം നിലനിർ ത്തുന്നതിന് നല്ല ബന്ധങ്ങൾ പ്രധാനമാണ്. ശക്തമായ ബന്ധങ്ങൾ വിക സിപ്പിച്ചെടുക്കാൻ സഹായിക്കുന്ന മാർഗ്ഗങ്ങൾ വിശദീകരിക്കുന്ന, ബന്ധ ങ്ങളെയും ആശയവിനിമയത്തെയും കുറിച്ചുള്ള ഈ പുസ്തകത്തിലെ അധ്യായം വായിക്കുക.

സ്ഥാപനത്തിന്റെ മുന്നോട്ടുള്ള കുതിപ്പ് വേഗത്തിലാകുമ്പോൾ, നെറ്റ്‌വർക്ക് മാർക്കറ്റിങ് ബിസിനസും കൂടുതൽ ലാഭത്തിലാകും. എല്ലാ ലീഡർമാരും ഒന്നിച്ചുചേർന്ന് അവരുടെ പരമാവധി കഴിവിനനുസരിച്ച് പ്രവർത്തിച്ചാലേ ഈ കുതിപ്പ് സാധ്യമാകൂ. അതുകൊണ്ട്, ഐക്യം ലാഭ വും സുസ്ഥിരതയും നേട്ടങ്ങളും നൽകുമെങ്കിൽ, എന്തുകൊണ്ട് ഐക്യ പ്പെട്ടുകൂടാ നിങ്ങളുടെ ടീമിൽ ഐക്യത്തിന്റെയും സഹകരണത്തിന്റെയും ഒരു സംസ്കാരം കെട്ടിപ്പടുക്കുക, എന്നിട്ട് ഉയരത്തിലേക്ക് അതിവേഗം വളരുക.

3. കൂട്ടുകെട്ടിന്റെ സ്വാധീനം

നിങ്ങൾക്ക് പഠിക്കാൻ കഴിയുന്നവരിൽനിന്ന്, ജീവിതത്തിൽ നിന്ന് കൂടുതൽ പ്രതീക്ഷിക്കുന്നവരിൽനിന്ന്, ജീവിതത്തിൽ ചില ഉയർന്ന ലക്ഷ്യങ്ങൾ ആഗ്രഹിക്കുന്ന, അന്വേഷിക്കുന്ന, അതിനായി പ്രയത്നിക്കുന്ന ആളുകളിൽനിന്ന് സ്വയം അകലം പാലിക്കുക.

– ലെസ് ബ്രൗൺ

കൂട്ടുകെട്ടാണ് എല്ലാം. നിങ്ങൾ കാണുന്നവർ, നിങ്ങൾ വായിക്കുന്ന പുസ്തകങ്ങൾ, നിങ്ങൾ കാണുന്ന ഓഡിയോ/വീഡിയോകൾ, നിങ്ങൾ പങ്കെടുക്കുന്ന പരിപാടികൾ എന്നിവയിൽ വിശ്വാസമർപ്പിക്കുക, അഞ്ചു വർഷം കൊണ്ട് നിങ്ങൾ എവിടെയെത്തുമെന്ന് കാണാം. ഇത് ലളിതമാണ്: ആദ്യം നിങ്ങൾ നിങ്ങളുടെ കൂട്ടുകെട്ടുകളെ തീരുമാനിക്കുക, എങ്കിൽ, കൂട്ടുകെട്ടുകൾ നിങ്ങളുടെ ഭാവിയെ തീരുമാനിച്ചുകൊള്ളും. അതുകൊണ്ട്, നിങ്ങൾ നിങ്ങളുടെ സമയം ആർക്കൊപ്പം ചെലവഴിക്കാൻ തീരുമാനിക്കുന്നു എന്നത് വളരെ ശ്രദ്ധാപൂർവമായിരിക്കണം. മനോഭാവങ്ങൾ, വിശ്വാസങ്ങൾ, ആത്മവിശ്വാസം, വിശ്വാസ്യതയുടെ തോത് തുടങ്ങി എല്ലാം ഒരാളിൽനിന്ന് മറ്റൊരാളിലേക്ക് കൈമാറ്റം ചെയ്യപ്പെടുന്നവയാണ്, നിങ്ങൾ ഇതേക്കുറിച്ച് ബോധവാനായിരിക്കുമ്പോഴും അല്ലെങ്കിലും ഈ കൈമാറ്റം സംഭവിക്കും.

നിങ്ങൾ ഏറ്റവും ഉയർന്ന പൊസിറ്റീവായ, ശുഭാപ്തിവിശ്വാസമുള്ള, ഉറച്ച തീരുമാനമുള്ള വ്യക്തിയാണെന്നും ഒന്നിനും നിങ്ങളെ സ്പർശിക്കാനാകില്ലെന്നും നിങ്ങൾക്ക് തോന്നാം. എന്നാൽ, നമ്മുടെ സഹപ്രവർത്തകരെയും അവരുടെ പരസ്പര പ്രവർത്തനം ഉണ്ടാക്കുന്ന സ്വാധീനത്തെയും ആർക്കും പ്രതിരോധിക്കാൻ കഴിയില്ല. ഈ സ്വാധീനം പെട്ടെന്ന് കാണാൻ കഴിഞ്ഞെന്നുവരില്ല, എന്നാൽ, നിശ്ചിത സമയത്തിനകം അവ തീർച്ചയായും പ്രത്യക്ഷപ്പെടും.

മോശം കൂട്ടുകെട്ട്, അല്ലെങ്കിൽ സ്വപ്നങ്ങളില്ലാത്തവർ... ഇവരായിരിക്കും ചുറ്റും കൂടുതലും, ഇവരെ നമുക്ക് എളുപ്പം ബന്ധപ്പെടാൻ കഴിയും. അതുകൊണ്ടുതന്നെ, ഏറ്റവും മികച്ചതിനുവേണ്ടി ഗൗരവകരമായ പരിശ്രമം നടത്തിയില്ലെങ്കിൽ, നിങ്ങളെ വലിച്ചുതാഴെയിടുന്നവർക്കിടയിൽ നിങ്ങളും പെട്ടുപോകും.

മുമ്പത്തേക്കാളും വേഗത്തിൽ നിങ്ങൾക്ക് മുന്നോട്ടുപോകണമെന്നിരിക്കട്ടെ, ഉയർന്ന സ്വപ്നങ്ങളുള്ളവരും വളർന്നുകൊണ്ടിരിക്കുന്നവരുമായ ആളുകളുമായി നിങ്ങൾ ബന്ധപ്പെടൂ... നിങ്ങൾക്ക് ബഹുമാനം തോന്നുന്നവരുമായി, നിങ്ങൾ റോൾ മോഡലായി കാണുന്നവരുമായി, എങ്ങോട്ടു പോകുന്നു എന്ന് അറിയുന്നവരുമായി, ലക്ഷ്യങ്ങളിലേക്ക് കുതിക്കുന്നവരുമായി. ബിസിനസിലെ ഏറ്റവും മികച്ചവരെ, നിങ്ങൾ എത്താൻ കാത്തിരിക്കുന്ന ലക്ഷ്യത്തിലേക്ക് എത്തിച്ചേർന്നവരെ അന്വേഷിച്ച് കണ്ടെത്തൂ.

ചിലപ്പോൾ, ശരിയായ വ്യക്തികൾ നിങ്ങൾക്കുമുന്നിൽ പരന്നുനിൽക്കും, അവരുമായുള്ള കൂട്ടുകെട്ട് നിങ്ങൾക്ക് അസുഖകരമാകും, എങ്കിലും അത് വളർച്ചയുടെ സൂചനയാണ്. അത് കാത്തിരിക്കാനും വളർച്ചയിൽ ആഹ്ലാദിക്കാനുമുള്ള സമയമാണ്. അതോടൊപ്പം ഉറച്ചുനിൽക്കുക, പഴയ ബന്ധങ്ങളിലേക്ക് തിരിച്ചുപോകാതിരിക്കുക. അവർക്കൊപ്പം ഡിന്നറുകൾ ചെലവിടുക, അത്തരക്കാരുമായി ഇടപഴകാൻ അവസരം ലഭിച്ചാൽ ചില ജോലികൾക്ക് സന്നദ്ധരാകുക, അവരുമായി സമയം ചെലവിടാൻ എല്ലാ അവസരവും പ്രയോജനപ്പെടുത്തുക. സ്വന്തം ബിസിനസിന്റെ തലപ്പത്തുള്ളവർ ജനങ്ങളുടെ മാർഗ്ഗദർശിയും വഴികാട്ടിയും ആകാൻ ഇഷ്ടപ്പെടുന്നവരാണെന്ന് എനിക്ക് വ്യക്തിപരമായി കാണാനാൻ കഴിഞ്ഞിട്ടുണ്ട്. മറ്റുള്ളവരുടെ ഉയർച്ചയ്ക്കുവേണ്ടി തങ്ങളുടെ വിജയരഹസ്യം പങ്കിടുന്നതിൽ തുറന്ന മനസ്സുള്ളവരായിരിക്കും പൊതുവെ ഇവർ. പക്ഷേ, നിങ്ങളുടെ മാർഗ്ഗദർശിയാകാൻ അവർക്ക് നിങ്ങളെ ഇഷ്ടപ്പെടേണ്ടതുണ്ട്. അതുകൊണ്ട്, ശുദ്ധരായിരിക്കൂ, കഠിനാധ്വാനിയായിരിക്കൂ, ആവേശഭരിതരായിരിക്കൂ... ശരിയായ ആളുകൾ നിങ്ങളെ തിരിച്ചറിയുക തന്നെ ചെയ്യും. നിങ്ങൾ തെരഞ്ഞെടുത്ത മേഖലയിലും നിങ്ങളുടെ ജീവിതത്തിലും നിങ്ങൾ എത്രത്തോളം മെച്ചപ്പെടുന്നു, അത്രത്തോളം ഏറ്റവും മികച്ചതിൽ എത്താനുള്ള നിങ്ങളുടെ സാധ്യത കൂടുതലായിരിക്കും.

ഓരോ മേഖലയിലും വിജയം എന്നത് ഒരേ അടിസ്ഥാന തത്വങ്ങളെ ആധാരമാക്കിയുള്ളതാണ്. മറ്റു മേഖലകളിലെ പ്രതിഭാശാലികൾക്ക് നിങ്ങളുടെ സ്വന്തം മേഖലയിലെ പ്രതിഭാശാലികൾക്ക് പഠിപ്പിക്കാൻ കഴിയുന്ന അതേ കാര്യങ്ങൾ പറഞ്ഞുതരാൻ കഴിയും. അതുകൊണ്ട്, മറ്റു മേഖലകളിലെ ഏറ്റവും മികച്ചവയിൽനിന്നുകൂടി കാര്യങ്ങൾ പഠിക്കാനുള്ള തുറന്ന മനസ്സ് കാണിക്കൂ. എല്ലാ പരിപാടികളിലും പങ്കെടുക്കുകയും ശരിയായ പുസ്തകങ്ങൾ വായിക്കുകയും ശരിയായ ഓഡിയോ വീഡിയോ പരിപാടികൾ കേൾക്കുകയും സ്പോൺസർഷിപ്പിന്റെ നിങ്ങളുടെ ആക്റ്റീവ് ലൈനുമായി ബന്ധപ്പെട്ടുകൊണ്ടിരിക്കുകയും ചെയ്യുന്നതിലൂടെ നെറ്റ്‌വർക്ക് മാർക്കറ്റിങ് ബിസിനസിൽ നിങ്ങൾക്ക് സ്വയമേവ ശരിയായ കൂട്ടുകെട്ടിലെത്തിച്ചേരാൻ കഴിയും. അതുകൊണ്ട്, എവിടെയാണ് നിങ്ങൾ ശരിയായ വ്യക്തികളെ കണ്ടെത്തുന്നത്, അവരോട് ചേർന്നുനിൽക്കുക, അതുവഴി മുകളിലേക്കുള്ള നിങ്ങളുടെ വഴി ഉറപ്പാക്കുക. ഓർക്കുക, നിങ്ങളുടെ കൂട്ടുകെട്ടാണ് നിങ്ങളുടെ ഭാഗധേയം നിർണ്ണയിക്കുന്നത്.

തെറ്റായ ചങ്ങാത്തം വിനാശകരമാണ്

പേര് സൂചിപ്പിക്കാതെതന്നെ, എന്റെ ടീമിലെ ചില മിടുക്കരായ സഹപ്രവർത്തകരെക്കുറിച്ച് ഞാൻ പറയാം. ചുരുങ്ങിയ സമയത്തിനുള്ളിൽ വലിയ വരുമാനവും അതിവേഗ വളർച്ചയും നേടിയവരാണവർ, പക്ഷേ, അവർ പെട്ടെന്ന് ബിസിനസ് ഉപേക്ഷിച്ചുപോയി. ഇന്ന്, ഏറെ വർഷങ്ങൾക്കുശേഷവും അവർ നിലനിൽപിനായി പാടുപെടുകയാണ്. എന്തുകൊണ്ട് ഇവർ, അവരുടെ കരിയറിന്റെ ഏറ്റവും ഉയരത്തിൽവച്ച് ഇത് വിട്ടുപോയി എന്ന് ആഴത്തിൽ പരിശോധിച്ചപ്പോൾ എനിക്ക് കാണാൻ കഴിഞ്ഞത്, ബിസിനസ് ഉപേക്ഷിച്ചുപോകുന്നതിന് 36 മാസം മുമ്പ് പലരും ശരിയല്ലാത്ത ആളുകളുമായി ചില പുതിയ ചങ്ങാത്തങ്ങളുണ്ടാക്കിയിരുന്നു എന്നാണ്. അവരുടെ സ്വാധീനത്താൽ, ഇവരുടെ ചിന്തയിൽ വിഷം കലരുകയും ബിസിനസ് വിടുക എന്ന തെറ്റായ തീരുമാനത്തിലെത്തുകയും ചെയ്തു. എന്റെ എല്ലാ പരിശീലനങ്ങളിലും തുടർച്ചയായി നൽകുന്ന ഒരു ഉപദേശം, ശരിയായ സുഹൃത്തുക്കളെ, ശ്രദ്ധാപൂർവം തെരഞ്ഞെടുക്കുക എന്നതാണ്, നിങ്ങളുടെ ഫേസ്ബുക്ക് സുഹൃത്തുക്കളെ അടക്കം.

നിങ്ങൾ വളരെ അടുത്ത് പ്രവർത്തിക്കുന്ന അഞ്ചുപേരിൽ ശരാശരിയായിരിക്കും നിങ്ങൾ – ജിം റോഹ്ൻ

4. എഴുതപ്പെട്ട ലക്ഷ്യങ്ങളുടെ കരുത്ത്

വ്യക്തമായ, എഴുതപ്പെട്ട ലക്ഷ്യങ്ങളുള്ളവർ, അതില്ലാത്തവർക്ക് സങ്കൽപ്പിക്കാൻ കഴിയുന്നതിനേക്കാൾ ചുരുങ്ങിയ സമയത്തിനകം വലിയ നേട്ടങ്ങൾ കൊയ്യാൻ കഴിയും. – ബ്രയാൻ ട്രാസി

ലളിതമായി പറഞ്ഞാൽ, ലക്ഷ്യങ്ങൾ എന്നത് സമയപരിധിയുള്ള സ്വപ്നങ്ങളാണ്. സ്വപ്നങ്ങൾ നമ്മളുടെ കാഴ്ചപ്പാടുകളിൽനിന്ന് പുഷ്പിക്കുകയും ജീവിതത്തിന് ലക്ഷ്യബോധം നൽകുകയും ചെയ്യുമ്പോൾ, ലക്ഷ്യങ്ങൾ ആ സ്വപ്നങ്ങളുടെ സാക്ഷാൽക്കാരത്തിന് ആവശ്യമായ ത്വര നൽകുന്നു. സ്വപ്നങ്ങളിലേക്കുള്ള നമ്മുടെ യാത്രയിലെ നാഴികക്കല്ലുകളാണ് ലക്ഷ്യങ്ങൾ. നാം എവിടെയാണ് എത്താൻ ആഗ്രഹിക്കുന്നത്, അവിടെ നമ്മെ എത്തിക്കാനുള്ള പ്രചോദന സംവിധാനമായി ലക്ഷ്യങ്ങളെ നമുക്ക് ഉപയോഗപ്പെടുത്താം. ലക്ഷ്യങ്ങൾ ഹ്രസ്വകാലത്തേക്കും ഇടക്കാലത്തേക്കും ദീർഘകാലത്തേക്കുമുള്ളതായിരിക്കണം.

സമയക്രമം അനുസരിച്ച് പൂർത്തിയാകാനുള്ള വിവിധ തരം ലക്ഷ്യങ്ങൾ

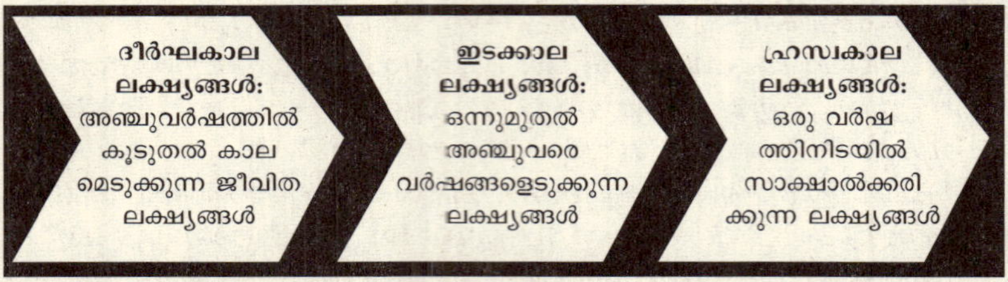

ആദ്യമായി, നിങ്ങളുടെ ദീർഘകാല ലക്ഷ്യം നിർണ്ണയിക്കുക. അവ നിങ്ങളുടെ സ്വപ്നങ്ങളിൽനിന്നും കാഴ്ചപ്പാടിൽനിന്നും ജീവിതത്തിലെ ഉദ്ദേശ്യങ്ങളിൽനിന്നും രൂപപ്പെടുന്നവയാണ്. ദീർഘകാല ലക്ഷ്യങ്ങൾ തീരുമാനിച്ചുകഴിഞ്ഞാൽ, നിങ്ങൾക്ക് ഉദ്ദിഷ്ടസ്ഥാനവും ദിശയും ആവശ്യമാണ്. ഇനി, നിങ്ങളുടെ ദീർഘകാല ലക്ഷ്യങ്ങളിൽ ഓരോ വർഷവും സാക്ഷാൽക്കരിക്കേണ്ട നാഴികക്കല്ലുകൾ തീരുമാനിക്കണം. ഇതാണ് നിങ്ങളുടെ ഇടക്കാല ലക്ഷ്യങ്ങൾ. അടുത്ത 12 മാസം കൊണ്ട് ചെയ്തു തീർക്കേണ്ട അടിയന്തര ലക്ഷ്യങ്ങൾ കണ്ടെത്തുകയാണ് അടുത്ത ഘട്ടം. നിങ്ങളുടെ ദീർഘകാല, ഇടക്കാല, ഹ്രസ്വകാല ലക്ഷ്യങ്ങൾ ഒരു ഡയറിൽ കുറിച്ചിടുകയോ ലാപ്ടോപ്പിലോ മൊബൈൽ ഫോണിലോ രേഖപ്പെടുത്തുകയോ ചെയ്യുക, ഇതോടെ, നിങ്ങൾ ലക്ഷ്യങ്ങളിലേക്കുള്ള പറക്കലിന് സന്നദ്ധരായി.

സ്മാർട്ട് ലക്ഷ്യങ്ങൾ

നിങ്ങളുടെ ലക്ഷ്യങ്ങൾ സ്മാർട്ട് ആണെങ്കിൽ, അവ സാക്ഷാൽക്കരിക്കാൻ നിങ്ങൾ കൂടുതൽ അവസരങ്ങൾ ലഭിക്കും. നിങ്ങളുടെ ലക്ഷ്യങ്ങളെ സ്മാർട്ട് ലക്ഷ്യങ്ങളാക്കാൻ താഴെകൊടുക്കുന്ന നിർദേശങ്ങൾ ഉപയോഗിക്കാം. തൊലിപ്പുറത്തുമാത്രം പ്രവർത്തിക്കുന്നതിനാൽ നിരവധി പേർക്ക് അവരുടെ ലക്ഷ്യങ്ങൾ നിറവേറ്റാൻ കഴിയാറില്ല, ഈ പുസ്തകത്തിൽ ഞാൻ നിർദേശിക്കുന്ന എല്ലാം നിങ്ങൾ ചെയ്യുകയാണെങ്കിൽ, തീർച്ചയായും നിങ്ങൾക്ക് നിങ്ങളുടെ ലക്ഷ്യങ്ങൾ സാക്ഷാൽക്കരിക്കാൻ കഴിയും, മുമ്പത്തേക്കാൾ അതിവേഗതയിൽ.

SPECIFIC (പ്രത്യേകമായ)	സാധ്യമായിടത്തോളം നിങ്ങളുടെ ലക്ഷ്യങ്ങൾ നിർവചിക്കുക. ആര്, എന്ത്, എവിടെ, എപ്പോൾ, എന്തുകൊണ്ട്, എങ്ങനെ, എന്ത്, തുടങ്ങിയവ.

MEASURABLE (അളക്കാവുന്ന)	നിങ്ങൾ എത്രത്തോളം ലക്ഷ്യത്തിലെത്തിയെന്ന് എങ്ങനെ നിങ്ങൾ അറിയും നിങ്ങൾക്ക് അതിനെ ട്രാക്ക് ചെയ്യാനാകുമോ അതിന്റെ അളവ്, പണം, സമയം തുടങ്ങിയവ.
ATTAINABLE (പ്രാപ്യമായ)	വെല്ലുവിളി നിറഞ്ഞത്, എന്നാൽ, അസാധ്യമല്ല. സാക്ഷാൽക്കാരത്തിന് സമയക്രമം നല്ലതാണ്.
RELEVANT (പ്രസക്തം)	ലക്ഷ്യം സന്ദർഭോചിതമാണോ, ആണെങ്കിൽ അത് നിങ്ങളുടെ ദീർഘകാല ലക്ഷ്യങ്ങളെയും കാഴ്ചപ്പാടുകളെയും സാക്ഷാൽക്കരിക്കാൻ സഹായിക്കും.
TIME BOUND (സമയപരിധിയുള്ളത്)	നിങ്ങൾ ആഗ്രഹിക്കുന്ന ഫലം എന്ന് സാക്ഷാൽക്കരിക്കണം എന്നതിന് ഒരു പദ്ധതി നിങ്ങൾക്കുണ്ടോ? കൃത്യമായ തീയതി, മാസം, വർഷം.

നിങ്ങളുടെ ലക്ഷ്യം എന്തുമാകട്ടെ, അതിനെ മുകളിൽ കൊടുത്ത മാർഗ്ഗനിർദേശങ്ങളുപയോഗിച്ച് SMART ലക്ഷ്യങ്ങളായി മാറ്റുക, എന്നിട്ട് ജീവിതത്തിൽ നിങ്ങൾക്കുവേണ്ട എല്ലാത്തിനും വേണ്ടിയുള്ള SMART ലക്ഷ്യങ്ങളുടെ കുറിപ്പുകളുണ്ടാക്കുക.

എഴുതിവച്ച ലക്ഷ്യങ്ങൾ:

അത് എഴുതിവെക്കുക. ആഗ്രഹങ്ങളെ ആവശ്യങ്ങളാക്കി മാറ്റാൻ എഴുതപ്പെട്ട ലക്ഷ്യങ്ങൾ കൊണ്ട് കഴിയും. കഴിയാത്തവയെ കഴിയുന്നവ ആക്കുക, സ്വപ്നങ്ങളെ പദ്ധതികളാക്കുക, എന്നിട്ട് പദ്ധതികളെ യാഥാർഥ്യമാക്കുക. അതേക്കുറിച്ച് വെറുതെ ചിന്തിക്കാതിരിക്കുക, അതിൽ മഷി പുരട്ടുക.

– മിഷേൽ കോർദ

നിങ്ങളുടെ ലക്ഷ്യങ്ങൾ നിർവചിച്ചശേഷം, അവ എഴുതിവക്കണം. ഒരു നോട്ടുപുസ്തകത്തിലോ ഡയറിയിലോ കടലാസിലോ നിങ്ങളുടെ ലാപ്ടോപ്പിലോ ഐ പാഡിലോ സ്മാർട്ട് ഫോണിലോ നിങ്ങളുടെ പ്രിയപ്പെട്ട ആപ്പിലോ, അങ്ങനെ നിങ്ങൾക്കും എഴുതപ്പെട്ട ലക്ഷ്യങ്ങളായി.

'What They Don't Teach You At Harvard Business School' എന്ന പുസ്തകത്തിൽ മാർക് മക്കോർമാക് 1979-ൽ നടന്ന ഒരു സർവേയെക്കുറിച്ച് പറയുന്നുണ്ട്. പാസായി പോകുന്ന വിദ്യാർഥികളോടായിരുന്നു ചോദ്യം: "നിങ്ങളുടെ ഭാവിയിലേക്കുവേണ്ടി എഴുതിവച്ച, കൃത്യമായ ലക്ഷ്യങ്ങൾ നിങ്ങൾക്കുണ്ടോ, അവ സാക്ഷാൽക്കരിക്കുന്നതിനുവേണ്ടിയുള്ള പദ്ധതികളുണ്ടോ? അവരുടെ പ്രതികരണം ഇതായിരുന്നു

- ✓ 3 ശതമാനത്തിന് എഴുതിവച്ച ലക്ഷ്യങ്ങളും പദ്ധതികളും ഉണ്ടായിരുന്നു;
- ✓ 13 ശതമാനത്തിന് ലക്ഷ്യങ്ങളുണ്ട്, പക്ഷേ, അവ എഴുതിവച്ചിട്ടില്ല;
- ✓ 84 ശതമാനത്തിനും പ്രത്യേക ലക്ഷ്യങ്ങൾ തന്നെയുണ്ടായിരുന്നില്ല.

10 വർഷങ്ങൾക്കുശേഷം, എഴുതിവച്ച ലക്ഷ്യങ്ങളും പദ്ധതികളുമുണ്ടായിരുന്ന 3 ശതമാനം പേർക്കും ബാക്കി 97 ശതമാനത്തേക്കാൾ ശരാശരി പത്തുമടങ്ങ് വരുമാനമുണ്ടായി

നിങ്ങളുടെ ലക്ഷ്യങ്ങൾ വെറുതെയെങ്കിലും ഒന്ന് എഴുതിവച്ചാൽ, അവ സാക്ഷാൽക്കരിക്കാനുള്ള സാധ്യത പതിന്മടങ്ങാകും. നിങ്ങളുടെ ലക്ഷ്യങ്ങൾ പതിവായി എഴുതിവക്കുക. നിങ്ങളുടെ ലക്ഷ്യങ്ങൾ രൂപപ്പെടുത്താൻ നിങ്ങളുടെ കുടുംബത്തെ കൂടി പങ്കാളികളാക്കുക. നിങ്ങളുടെ ഭാര്യയും കുട്ടികളും നിങ്ങളുടെ ഹോം ടീമിന്റെ ഭാഗമാണ്, അതുകൊണ്ടുതന്നെ, നിങ്ങളുടെ ലക്ഷ്യങ്ങൾ സാക്ഷാൽക്കരിക്കുന്നതിൽ അവരുടെ പിന്തുണ നിർണ്ണായകമാണ്. ലക്ഷ്യങ്ങൾ തീരുമാനിക്കുന്നതിൽ അവരെ കൂടി പങ്കാളികളാക്കുക. അവരുടെ പരമാവധി അവർ നിങ്ങളെ സഹായിക്കും. കുടുംബത്തിന്റെ ലക്ഷ്യങ്ങൾ നിറവേറ്റുന്നതിന് നിങ്ങൾ വീട്ടിൽനിന്ന് അകലെയായിരുന്നാലും, നിങ്ങൾ നിങ്ങൾക്കുവേണ്ടി മാത്രമല്ല, കുടുംബത്തിനുവേണ്ടികൂടിയാണ് പണിയെടുക്കുന്നത് എന്ന് അവർ തിരിച്ചറിയും. അത് നിങ്ങളുടെ ജീവിതത്തിന് ബാലൻസ് ഉണ്ടാക്കാൻ സഹായിക്കും.

നിങ്ങളുടെ ലക്ഷ്യങ്ങൾ ഒരിക്കൽ എഴുതിവച്ചു കഴിഞ്ഞാൽ, അതിൽ ചില SPARK കൂട്ടിച്ചേർക്കുക. ഈ SPARKകൾ നിങ്ങളുടെ ലക്ഷ്യങ്ങൾ അതിവേഗം സാക്ഷാൽക്കരിക്കാൻ സഹായിക്കും.

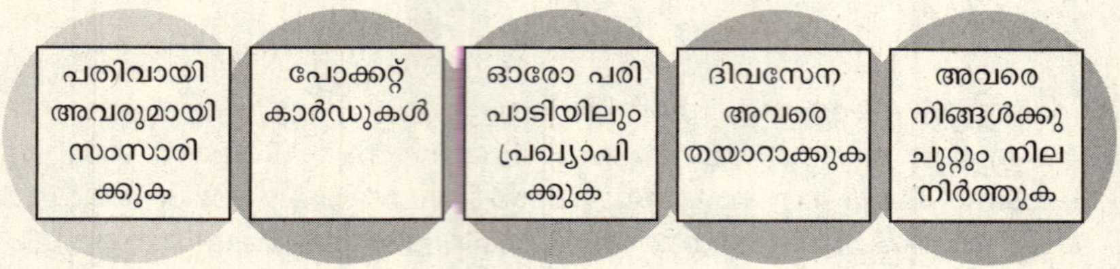

SPARK ലളിതമാണ്:

1. **നിങ്ങളുടെ ലക്ഷ്യങ്ങൾ തുറന്നുപറയുക.** എല്ലായിടത്തും നിങ്ങൾ തനിച്ചായിരിക്കുമ്പോഴും അവയെക്കുറിച്ച് പറയുക.

2. 2 X 4 അല്ലെങ്കിൽ 3 × 5 വലുപ്പമുള്ള **പോക്കറ്റ് കാർഡുകളിൽ** നിങ്ങളുടെ ലക്ഷ്യങ്ങൾ എഴുതിവക്കുക, പോകുന്നിടത്തേക്കെല്ലാം അവ കൊണ്ടുപോകുക, യാത്രക്കിടയിലും ജോലിക്കിടയിലും അവ എടുത്തുനോക്കുക.

3. ഒരു ഓഡിയൻസിൽ നിങ്ങൾക്ക് സംസാരിക്കാൻ അവസരം ലഭിക്കുമ്പോഴെല്ലാം, **നിങ്ങളുടെ ലക്ഷ്യങ്ങൾ അവിടെ പ്രഖ്യാപിക്കുക,** അത് വലിയ പരിപാടിയാകട്ടെ, വീട്ടിലെ പരിപാടിയാകട്ടെ, ഒരാളുമായുള്ള കൂടിക്കാഴ്ചയാകട്ടെ, എല്ലായ്പ്പോഴും നിങ്ങളുടെ ലക്ഷ്യങ്ങളെക്കുറിച്ച് പറയുക. തനിക്ക് പരിചയമുള്ള ഒരാൾ എവിടേക്കാണ് പോകുന്നത് എന്നറിയാൻ ആളുകൾക്ക് താൽപര്യമുണ്ടാകും. നിങ്ങൾ നിങ്ങളുടെ ലക്ഷ്യങ്ങളെക്കുറിച്ച് പറയുമ്പോൾ, അത് നിങ്ങളുടെ ബോധ്യത്തെക്കുറിച്ചും നിങ്ങൾക്ക് നിങ്ങളിൽതന്നെയും നിങ്ങളുടെ ബിസിനസിലുമുള്ള വിശ്വാസത്തെക്കുറിച്ചും കാണിക്കുന്നു.

4. **നിങ്ങളുടെ ലക്ഷ്യങ്ങൾ ദിവസവും വായിക്കുക.** നിങ്ങളുടെ ലക്ഷ്യങ്ങൾ വായിച്ചുകൊണ്ട് ദിവസം തുടങ്ങുകയും അവസാനിപ്പിക്കുകയും ചെയ്യുക. ഈ ചടങ്ങിലൂടെ, നിങ്ങളുടെ ലക്ഷ്യങ്ങളെ നിങ്ങളുടെ ബോധമനസ്സിൽനിന്ന് ഉപബോധ മനസ്സിലേക്ക് കൊണ്ടുപോകാൻ കഴിയും. നിങ്ങളുടെ ബോധമനസ്സിനേക്കാൾ കരുത്തുറ്റതാണ് നിങ്ങളുടെ ഉപബോധ മനസ്സ്, അത്, നിങ്ങളുടെ ലക്ഷ്യം സാക്ഷാൽക്കരിക്കാൻ പ്രവർത്തിച്ചുതുടങ്ങും.

5. **നിങ്ങളുടെ ലക്ഷ്യങ്ങളെ നിങ്ങൾക്കുചുറ്റും ചേർത്തുവയ്ക്കുക.** പതിവായി അവയെ കണ്ടുകൊണ്ടിരിക്കുക. അവ പോസ്റ്ററിൽ എഴുതി നിങ്ങളുടെ വീട്ടിലോ പഠനമുറിയിലോ വർക്ക് ഡെസ്കിലോ പതിച്ചുവക്കുക. അവ നിങ്ങളുടെ കമ്പ്യൂട്ടർ സ്ക്രീനിൽ സൂക്ഷിക്കുകയോ മൊബൈലിന്റെ ഹോം പിക്ചർ ആക്കുകയോ വാട്സ്ആപ്പിന്റെയോ ഫേസ്ബുക് പ്രൊഫൈലിന്റെയോ ഡിസ്പ്ലേ പിക്ചർ ആക്കുകയോ ചെയ്യുക. അവ തുടർച്ചയായി കാണുന്നതിലൂടെ, അവയെക്കുറിച്ച് നിങ്ങളുടെ ബോധ്യം ഉറയ്ക്കുകയും അതിനെ ഉപബോധമനസ്സിലേക്ക് മാറ്റാൻ സഹായിക്കുകയും ചെയ്യും.

ലക്ഷ്യങ്ങളുടെ മുന്നേറ്റം:

ലക്ഷ്യങ്ങൾ നിർണ്ണയിക്കുന്നതിന്റെ അടുത്ത ഘട്ടത്തിലേക്ക് നിങ്ങളെ കൊണ്ടുപോകാം, അതായത്, മുന്നേറാനുള്ള ലക്ഷ്യങ്ങൾ നിർണ്ണയിക്കൽ. ഏതെങ്കിലും വിധത്തിൽ ലക്ഷ്യങ്ങൾ നിർണ്ണയിക്കുമ്പോൾ, എന്തുകൊണ്ട് മുന്നേറാനുള്ള ലക്ഷ്യങ്ങൾ നിർണ്ണയിച്ചുകൂടാ, നിങ്ങളെ മാറ്റിത്തീർക്കുന്ന ലക്ഷ്യങ്ങൾ, സാക്ഷാൽക്കരിച്ചുകഴിഞ്ഞാൽ നിങ്ങളെ അവിശ്വസനീയമാംവിധം മെച്ചപ്പെടുത്തുന്ന ലക്ഷ്യങ്ങൾ. നിങ്ങളെ എന്നന്നേക്കുമായി

സ്വതന്ത്രരാക്കുന്ന ലക്ഷ്യങ്ങൾ, ഒരിക്കൽ സാക്ഷാൽക്കരിച്ചുകഴിഞ്ഞാൽ, നിങ്ങൾ ലോകത്തെ നോക്കിക്കണ്ടിരുന്ന അടിസ്ഥാനങ്ങളെ തന്നെ പൂർണ്ണമായി മാറ്റിത്തീർക്കുന്ന ലക്ഷ്യങ്ങൾ, സാക്ഷാൽക്കരിച്ചുകഴിഞ്ഞാൽ, നിങ്ങളുടെ ജീവിതം പിന്നീടൊരിക്കലും മുമ്പത്തെപ്പോലെ ആയിത്തീരാത്ത, അത്ര വലിയ ലക്ഷ്യങ്ങൾ.

'മുന്നേറാനുള്ള ലക്ഷ്യങ്ങൾ എന്നത്, ഒരിക്കൽ സാക്ഷാൽക്കരിച്ചുകഴിഞ്ഞാൽ, അവ നിങ്ങളുടെ ജീവിതത്തിലെ, നിങ്ങളുടെ കമ്പനിയുടെ ജീവിതത്തിലെ എല്ലാത്തിനെയും മാറ്റിക്കളയുന്ന ലക്ഷ്യങ്ങളാണ്. പൂർണ്ണമായും അജ്ഞാതനായ അവസ്ഥയിൽനിന്ന് അത് നിങ്ങളെ താരമാക്കി മാറ്റും, നേരത്തെ കൊട്ടിയടക്കപ്പെട്ട വാതിലുകൾ അത് തുറക്കും, അത് നിങ്ങളെ, ഏറ്റവുമധികം നേട്ടമുണ്ടാക്കുന്ന ഒരു ശതമാനത്തിലേക്ക് സ്വയമേവ ചേർത്തുവക്കും, പെട്ടെന്ന് നിങ്ങൾ ഏറ്റവും പ്രിയപ്പെട്ട വ്യക്തിയായി മാറും. മുന്നേറാനുള്ള ലക്ഷ്യങ്ങളെ ഞാൻ വ്യക്തിപരമായി ഇഷ്ടപ്പെടുന്നതിന് ഒരു കാരണമുണ്ട്: ആ ലക്ഷ്യം ഒരിക്കൽ നിങ്ങൾക്ക് സാക്ഷാൽക്കരിക്കാനായില്ലെങ്കിലും, അത് സാക്ഷാൽക്കരിക്കാനുള്ള പ്രക്രിയയിൽ നിങ്ങൾ എന്തായി തീർന്നു എന്ന കാര്യമാണത്. മുന്നേറാനുള്ള ലക്ഷ്യം സാക്ഷാൽക്കരിക്കാൻ നിങ്ങൾ പരിശ്രമിക്കുമ്പോൾ, നിങ്ങളുടെ ജീവിതത്തിലെ എല്ലാ മേഖലകളിലും നിങ്ങൾ സ്വയം പൂർണ്ണമായും മാറേണ്ടിവരും. ഈ ലക്ഷ്യങ്ങൾ നിറവേറ്റാൻ നിങ്ങൾ സമ്പൂർണ്ണമായ പരിവർത്തനത്തിന് വിധേയനാകേണ്ടിവരും, അത് വിസ്മയാവഹമാണ്.

നാം നെറ്റ്‌വർക്ക് മാർക്കറ്റിങ് ബിസിനസിൽ ആയതുകൊണ്ട്, കണ്ണുതുറന്ന് നിങ്ങൾ തീരുമാനിച്ചുറപ്പിച്ച എല്ലാ കാര്യങ്ങളും നിറവേറ്റാൻ ഈ ബിസിനസിലൂടെ കഴിയുമെന്ന് എനിക്ക് നിങ്ങൾക്ക് ഉറപ്പുനൽകാൻ കഴിയും. വിജയകഥകളും മുന്നേറ്റങ്ങളും സൃഷ്ടിച്ച നിരവധി ദശകങ്ങളുടെ ട്രാക്ക് റെക്കോർഡ് നെറ്റ്‌വർക്ക് മാർക്കറ്റിങ് വ്യവസായത്തിനുണ്ട്. നെറ്റ്‌വർക്ക് മാർക്കറ്റിങ്ങിൽ, നിങ്ങൾ ആരാണ് എന്നത് കാര്യമാക്കുന്നില്ല, അതുവരെ നിങ്ങൾ എന്തെല്ലാം നേടിയിട്ടുണ്ട് എന്നതും കാര്യമാക്കുന്നില്ല. നിങ്ങൾക്ക് ഒരു സ്വപ്നമുണ്ടോ, വ്യവസ്ഥാപിതമായ രീതിയിൽ ആ സ്വപ്നത്തിനുവേണ്ടി പരിശ്രമിക്കാൻ നിങ്ങൾ സന്നദ്ധനാണോ എന്നീ കാര്യങ്ങൾ മാത്രമാണ് കണക്കിലെടുക്കുക. ഇതാണ്, കുതിപ്പിനുള്ള സമയം. ഇതാണ്, വലിയ ചിന്തയ്ക്കുള്ള സമയം. അതെ. വലിയത്, ധീരമായത്, ജീവിതത്തെ മാറ്റുന്ന ലക്ഷ്യങ്ങൾ തീരുമാനിക്കൂ, എന്നിട്ട് അവ സാക്ഷാൽക്കരിക്കാൻ പരിശ്രമിക്കൂ: എന്തുകൊണ്ട് അത് നിങ്ങൾക്കു തന്നെയായിക്കൂടാ, എന്തുകൊണ്ട് ഇപ്പോൾ തന്നെ ആയിക്കൂടാ. നിങ്ങളുടെ ലക്ഷ്യങ്ങൾ സാക്ഷാൽക്കരിച്ചുകഴിഞ്ഞാൽ, എനിക്ക് ഒന്നെഴുതുക. നിങ്ങളുടെ കഥ കേൾക്കാൻ എനിക്ക് ആഗ്രഹമുണ്ട്.

മുന്നേറാനുള്ള ലക്ഷ്യങ്ങൾ നിങ്ങളുടെ ഒളിഞ്ഞിരിക്കുന്ന കരുത്ത് പുറത്തുകൊണ്ടുവരും

2006-ലാണ് ഈ ബിസിനസ് തുടങ്ങാനുള്ള ആലോചന ഞാൻ തുടങ്ങിയത്, 2007 ജൂണിൽ തുടങ്ങി. ഞാൻ ഈ ബിസിനസിൽ 13 മാസം വൈകിയാണ് എത്തിയത് എന്ന ഖേദം സദാ എനിക്കുണ്ടായിരുന്നു. ഇത് പരിഹരിക്കാൻ, പ്രത്യേക ലെവലിലൂടെ മൂന്നുമാസം കൊണ്ട് സാക്ഷാൽക്കരിക്കാവുന്ന ഒരു ഭ്രാന്തൻ ലക്ഷ്യം ഞാൻ തീരുമാനിച്ചു. 99 ശതമാനം പേരും ഒരിക്കലും ആ ലെവലിൽ എത്തിയിരുന്നില്ല, ആ ലെവലിൽ എത്തിയവർ തന്നെ 35 വർഷം എടുത്തിരുന്നു. മൂന്നുമാസം കൊണ്ട് അവിടെയെത്താൻ, ദിവസം ഞാൻ 16-18 മണിക്കൂറുകൾ പ്രസന്റേഷൻ നടത്തി. എനിക്ക് അപ്പോൾ ജോലിയുണ്ടായിരുന്നു, ആദ്യ കുഞ്ഞിന് ഒരു മാസം പ്രായമേ ഉണ്ടായിരുന്നുള്ളൂ. ആ മൂന്നുമാസങ്ങളിൽ ഞാൻ എങ്ങനെയാണ് ഞാൻ ഭക്ഷണം കഴിച്ചത്, എന്താണ് കഴിച്ചത് എന്നെനിക്ക് അറിയില്ല. ഞാൻ കാറിലിരുന്നും ഓഫീസ് കോൺഫറൻസ് മേശമേലുമാണ് കിടന്നുറങ്ങിയത്. രാത്രി മുഴുവൻ ജോലി ചെയ്തിരുന്നതിനാൽ എന്റെ ഓഫീസ് മീറ്റിങ്ങുകൾക്കിടയിൽ ഉറക്കം എന്നെ പിടികൂടി. ഒരു പ്രസന്റേഷൻ നടത്താൻ വേണ്ടിമാത്രം ഞാൻ 500 കിലോമീറ്ററുകൾ യാത്ര ചെയ്തു. ഞാൻ ഭ്രാന്തുപിടിച്ച അവസ്ഥയിലായിരുന്നു. എനിക്കറിയില്ല, ഇത് എങ്ങനെയാണ് സംഭവിച്ചത് എന്ന്, ഇതെല്ലാം ചെയ്യാൻ എനിക്ക് എങ്ങനെയാണ് ബലം കിട്ടിയത് എന്ന്, എങ്കിലും 14 ആഴ്ച കൊണ്ട് ഞാൻ ആ ലെവലിൽ എത്തി, ഉത്തരേന്ത്യയിലെ ഏറ്റവും വേഗമേറിയ ആളായി മാറി. ഇന്ന് ഞാൻ തിരിഞ്ഞുനോക്കുമ്പോൾ, ആ ലക്ഷ്യത്തിന്റെ കരുത്തുകൊണ്ടാണ് എനിക്ക് അത് നേടാനായത് എന്നു ഞാൻ വിശ്വസിക്കുന്നു. മുന്നേറാനുള്ള ലക്ഷ്യങ്ങൾ നമ്മുടെ ഏറ്റവും മികച്ചതിനെ പുറത്തുകൊണ്ടുവരും, മറ്റൊരുവിധത്തിലും അവ പുറത്തുവരികയുമില്ല.

ഞങ്ങളുടെ ലൈവ് ഈവന്റിൽ, നെറ്റ്‌വർക്ക് മാർക്കറ്റിങ് മില്യനയേഴ്സ് അക്കാദമി, നിങ്ങളുടെ ലക്ഷ്യങ്ങൾ നിർവചിക്കുന്ന നിരവധി അഭ്യാസങ്ങൾ ഞങ്ങൾ ചെയ്യുന്നുണ്ട്, അതിൽ പങ്കെടുക്കുന്ന ഓരോരുത്തരും പ്രത്യേക രീതിയിലുള്ള പ്രവർത്തന പദ്ധതിയുമായാണ് പുറത്തുപോകുന്നത്.

> *ഏറ്റവും ഉയർന്ന ഒരു ലക്ഷ്യം നിശ്ചയിച്ച് താഴേക്കുവീഴുന്നതല്ല നമ്മളെ സംബന്ധിച്ച് ഏറ്റവും വലിയ ദുരന്തം, ഏറ്റവും താഴെയുള്ള ഒരു ലക്ഷ്യം നിശ്ചയിച്ച് അത് നേടിയെടുക്കുന്നതാണ്.*
>
> – മൈക്കലാഞ്ചലോ

5. വലിയ പ്രതീക്ഷകളുടെ കരുത്ത്

ആളുകളിൽനിന്ന് വലിയത് പ്രതീക്ഷിക്കുക, അത് കലർപ്പില്ലാതെ തന്നെ പ്രതീക്ഷിക്കുക. നിങ്ങളുടെ പ്രതീക്ഷയെ സജീവമാക്കി നിർത്താൻ, അവരവരുടെ ശേഷിക്കനുസരിച്ച് അവർ എല്ലാം ചെയ്യും. - ദീപക് ബജാജ്

പ്രതീക്ഷയിൽനിന്നാണ് എല്ലാം തുടങ്ങുന്നത്. ജീവിതത്തിൽനിന്ന് വലിയത് നിങ്ങൾ പ്രതീക്ഷിക്കുന്നതുകൊണ്ടാണ് നിങ്ങൾ ഈ ബിസിനസിലേക്ക് വന്നത്. മറ്റ് നിരവധി പേർ വിട്ടുപോകുമ്പോഴും നിങ്ങൾ ഈ ബിസിനസിൽ തുടരുന്നത്, നിങ്ങളുടെ വലിയ പ്രതീക്ഷകളും സ്വപ്നങ്ങളും നിറവേറ്റിത്തരാൻ ഈ ബിസിനസിന് കഴിയും എന്ന് നിങ്ങൾ പ്രതീക്ഷിക്കുന്നതുകൊണ്ടാണ്. അതുകൊണ്ട്, നിങ്ങളിൽനിന്നുതന്നെ വലിയവ പ്രതീക്ഷിക്കുക, ജീവിതത്തിൽനിന്ന് വലിയത് പ്രതീക്ഷിക്കുക, ദൈവത്തിൽനിന്ന് വലിയത് പ്രതീക്ഷിക്കുക, പ്രപഞ്ചത്തിൽനിന്ന് വലിയത് പ്രതീക്ഷിക്കുക. അടുത്ത ഘട്ടത്തിൽ, നിങ്ങളുടെ ടീമിൽനിന്ന് വലിയത് പ്രതീക്ഷിക്കുക. ഓരോ മീറ്റിങ്ങിൽനിന്നും വലിയത് പ്രതീക്ഷിക്കുക. ഓരോ സഹപ്രവർത്തകനിൽനിന്നും വലിയത് പ്രതീക്ഷിക്കുക. ഓരോ പരിപാടിയിൽനിന്നും വലിയത് പ്രതീക്ഷിക്കുക. നിങ്ങളുടെ പ്രതീക്ഷകൾ തെരഞ്ഞെടുക്കാനുള്ള ബലം ദൈവം നിങ്ങൾക്കു തന്നിരിക്കുന്നു, അപ്പോൾ എന്തുകൊണ്ട് വലിയ പ്രതീക്ഷ തന്നെ തെരഞ്ഞെടുത്തുകൂടാ.

മറ്റുള്ളവർ തങ്ങളിൽ അർപ്പിച്ച പ്രതീക്ഷ സാക്ഷാൽക്കരിക്കാൻ ആളുകൾ തങ്ങളെക്കൊണ്ട് ആകുന്നതെല്ലാം ചെയ്യും എന്ന് ഞാൻ മനസ്സിലാക്കിയിട്ടുണ്ട്. നിങ്ങൾക്ക് എന്തുചെയ്യാൻ കഴിയും, എന്ത് നേടിയെടുക്കാൻ കഴിയും എന്ന് ആളുകളോട് ആവർത്തിച്ചു പറഞ്ഞുകൊണ്ടിരുന്നാൽ പതുക്കെ അവർ അത് വിശ്വസിച്ചുതുടങ്ങും, നിങ്ങളുടെ ആ പ്രതീക്ഷകൾ സാക്ഷാൽക്കരിക്കാൻ അവർ അവരെക്കൊണ്ട് ആകുന്നതെല്ലാം ചെയ്യും.

നിങ്ങളുടെ ശരീരത്തിൽനിന്ന്, നിങ്ങളുടെ മുഖത്തുനിന്ന്, നിങ്ങളുടെ ഊർജത്തിൽനിന്ന്, നിങ്ങളുടെ വാക്കുകളിൽനിന്ന്, നിങ്ങൾക്കുചുറ്റിലും നിന്ന് വലിയ പ്രതീക്ഷകൾ വികിരണം ചെയ്യട്ടെ. വർഷത്തിൽ ദിവസവും നിങ്ങൾക്കുചുറ്റും വലിയ പ്രതീക്ഷകളുടെ ഒരു പ്രഭാവലയം രൂപപ്പെടട്ടെ. വലിയ പ്രതീക്ഷകളുടെ ഈ പ്രഭാവലയത്തിന്റെ സ്വാധീനമേൽക്കാതെ ഒരാൾക്കും നിങ്ങളിലൂടെ കടന്നുപോകാൻ കഴിയില്ല. ക്രമേണ നിങ്ങൾ മനസ്സിലാക്കും, നിങ്ങൾക്കുചുറ്റുമുള്ള കാര്യങ്ങൾ മാറുകയാണ്, മനോഭാവത്തിലെ ഈ മാറ്റം നിങ്ങളുടെ ജീവിതം തന്നെ മാറ്റിമറിക്കും. ജീവിതത്തിൽനിന്നോ, ബിസിനസിൽനിന്നോ, ആളുകളിൽനിന്നോ ഉള്ള വലിയ പ്രതീക്ഷകൾ നിങ്ങളുടെ പ്രത്യാശയെയും ശുഭാപ്തിവിശ്വാസത്തെയും പൊസിറ്റീവ് ചിന്തയെയും സൂചിപ്പിക്കുന്നു. ഈ നന്മകൾ നിങ്ങൾക്ക് വലിയ ആരാധകവൃന്ദത്തെ ഉണ്ടാക്കിത്തരും, ആളുകൾ നിങ്ങളോട് ഒട്ടിച്ചേർന്നുനിൽക്കും.

നിങ്ങളുടെ പ്രതീക്ഷക്കൊത്ത് ചിലർ പ്രവർത്തിക്കുന്നില്ല എങ്കിൽ എന്തുചെയ്യാൻ കഴിയും. ഒരു കാര്യം ഓർക്കുക, നിങ്ങളുടെ ടീമിലെ ഓരോ വ്യക്തിയുടെയും പ്രകടനവും മികവും നിങ്ങളുടെയും അവരുടെയും പ്രതീക്ഷകളുടെയും കഠിനാധ്വാനത്തിന്റെയും സംയുക്തഫലമാണ്. നിങ്ങളിൽ ഒരാൾ എവിടെയെങ്കിലും പാളിപ്പോയാൽ, ആഗ്രഹിക്കുന്ന പ്രതീക്ഷകളുമായി ഒത്തുപോകാനാകില്ല. നിങ്ങൾക്ക് ആളുകളുടെ മാർഗ്ഗദർശിയാകാം, കഴിയാവുന്നത്ര മികച്ച പിന്തുണ അവർക്ക് വാഗ്ദാനം ചെയ്യാം, നിങ്ങൾക്ക് വഴി മാറി സഞ്ചരിക്കാം. പക്ഷേ, മറ്റുള്ളവർക്ക് സ്വയം സ്വപ്നങ്ങളും പ്രതിബദ്ധതയും കഠിനാധ്വാനവും പ്രതീക്ഷകളും ഇല്ലെങ്കിൽ, നിങ്ങളുടെ പ്രതീക്ഷ കൊണ്ടുമാത്രം കാര്യം നടക്കില്ല. എല്ലാവരിൽ നിന്നും നല്ലത് പ്രതീക്ഷിക്കുക, അതോടൊപ്പം നിങ്ങളുടെ സമയവും ഊർജവും നിങ്ങൾ വലിയത് പ്രതീക്ഷിക്കുന്ന ആളുകളിൽ ഫോക്കസ് ചെയ്യുക.

നിങ്ങളുടെ പ്രതീക്ഷകൾക്കനുസരിച്ച് ചുരുക്കം ചിലർ ഇക്കാലത്ത് പ്രവർത്തിക്കണമെന്നില്ല. പക്ഷേ, ഏതു നിമിഷവും അവർക്ക് ശരിയായ ഒരു വ്യക്തിയെ ലഭിച്ചേക്കാം, അതോടെ ബിസിനസ് എന്നന്നേക്കുമായി മാറിമറിയും. നമ്മുടെ ബിസിനസിൽ വിജയം എന്നത് കൈപ്പിടിയിലുള്ള ഒന്നാണ്, അതുകൊണ്ട് എപ്പോഴും നല്ലതുമാത്രം പ്രതീക്ഷിക്കുക.

E^2R നിയമം

Qualtiy & Quanttiy of your Efforts (നിങ്ങളുടെ പ്രവൃത്തിയുടെ **ഗുണവും അളവും**) α Size of your Expectations (നിങ്ങളുടെ **പ്രതീക്ഷകളുടെ** അളവ്)

Expectations (പ്രതീക്ഷകൾ) → **Efforts (പരിശ്രമം)** → **Results (പ്രതിഫലം)**

ആയിരക്കണക്കിന് ആളുകൾക്കൊപ്പം പ്രവർത്തിച്ചതിന്റെ അനുഭവത്തിൽ, ഫലങ്ങളെ കൂടുതൽ മെച്ചപ്പെടുത്താനുള്ള ശക്തമായൊരു താക്കോൽ ഞാൻ വികസിപ്പിച്ചെടുത്തിട്ടുണ്ട്, അതിനെ ഞാൻ E^2 R നിയമം എന്നുവിളിക്കുന്നു. ഈ നിയമം അനുസരിച്ച്: ഏതെങ്കിലും ഒരാൾ ചെയ്യുന്ന പ്രവൃത്തിയുടെ അളവും ഗുണവും, അയാളുടെ/അവളുടെ പ്രതീക്ഷകളുടെ അളവുമായി നേർഅനുപാതത്തിലായിരിക്കും, ഇതിന്റെ അടിസ്ഥാനത്തിലായിരിക്കും എന്തായിരിക്കണം ഫലം എന്ന് തീരുമാനിക്കപ്പെടുക.

ഒന്നുകൂടി വ്യക്തമായി പറഞ്ഞാൽ, നമ്മൾ പ്രതീക്ഷിക്കുന്ന ഫലം, ആ പ്രവൃത്തിക്കുവേണ്ടിയുള്ള നമ്മുടെ സമർപ്പണത്തെയും പരിശ്രമത്തെ

യും ആശ്രയിച്ചിരിക്കുന്നു. ആ പ്രവൃത്തി നമ്മൾ എങ്ങനെ ചെയ്തു എന്നതിന്റെ അടിസ്ഥാനത്തിലായിരിക്കും അതിന്റെ ഫലവും. പ്രതീക്ഷ പൂജ്യമാണെങ്കിൽ ആ പ്രവൃത്തിക്കുവേണ്ടിയുള്ള പരിശ്രമവും പൂജ്യമായിരിക്കും, സാധാരണ പ്രതീക്ഷ മാത്രമേ ഉള്ളൂ എങ്കിൽ അതിനുവേണ്ടിയുള്ള പരിശ്രമവും സാധാരണ മട്ടിലായിരിക്കും, പ്രതീക്ഷ വലിയതാണെങ്കിൽ, പരിശ്രമവും അതിനൊത്ത് ഉയർന്നതായിരിക്കും, അത് മഹത്തായ വിജയത്തിലേക്ക് നയിക്കും. നിങ്ങളുടെ പ്രതീക്ഷകളുടെ അളവും നിങ്ങളുടെ പ്രതീക്ഷകളിൽ നിങ്ങൾക്കുള്ള വിശ്വാസവുമാണ് നിങ്ങളുടെ ലക്ഷ്യങ്ങൾക്കുവേണ്ടി എത്രത്തോളം പരിശ്രമിക്കണം എന്ന കാര്യം തീരുമാനിക്കുന്നത്. നിങ്ങളുടെ പരിശ്രമങ്ങളുടെ അളവും ഗുണവുമാണ് നിങ്ങളുടെ നേട്ടങ്ങളുടെ അളവിനെ തീരുമാനിക്കുക. വലിയ പ്രതീക്ഷകളുമായി തുടങ്ങുക, അത് എല്ലാറ്റിനെയും എന്നന്നേക്കുമായി മാറ്റിമറിക്കും. വലിയ പ്രതീക്ഷകൾ വലിയ പരിശ്രമങ്ങൾക്ക് കാരണമാകും, വലിയ പരിശ്രമങ്ങൾ ഏറ്റവും മികച്ച ഫലങ്ങളുണ്ടാക്കുകയും ചെയ്യും.

www.deepakbajaj.biz എന്ന വെബ്സൈറ്റ് കാണുക, നിങ്ങളുടെ ഫലങ്ങളെ കൂടുതൽ മെച്ചപ്പെടുത്താനുള്ള അന്വേഷണത്തിനും ഏറ്റവും പുതിയ മാർഗ്ഗങ്ങൾക്കും എന്റെ വിവിധ സോഷ്യൽ മീഡിയ ചാനലുകളുടെ സഹായം തേടാം.

12. ആശയവിനിമയവും ബന്ധങ്ങളും

ബന്ധപ്പെടുന്നവരുമായുള്ള ആശയവിനിമയം ജീവന് ഓക്സിജൻ പോലെയാണ്. അതില്ലെങ്കിൽ, അത് മരിച്ചുപോകും.
- ടോണി ഗാസ്കിൻസ്

നമ്മുടെ ബിസിനസിലെ പ്രാഥമികമായ ഒരു കാര്യമാണ് അപ്ലൈനും ഡൗൺലൈനുമായുള്ള പതിവായ ആശയവിനിമയം. അത് ഓക്സിജൻ പോലെയാണ്. നമ്മുടേത് ചലനാത്മകമായ ഒരു ബിസിനസ് ആണ്. ഓരോ വ്യക്തിയും വ്യത്യസ്തനാണ്; ഓരോ മീറ്റിങ്ങും വ്യത്യസ്തമാണ്, നമ്മുടെ ബിസിനസിൽ കാര്യങ്ങൾ അതിവേഗം മാറിക്കൊണ്ടിരിക്കുന്നു. ടീമിലും ടീം അംഗങ്ങളിലും എന്ത് സംഭവിച്ചുകൊണ്ടിരിക്കുന്നു എന്നതിന്റെ അടിസ്ഥാനത്തിൽ ശരിയായ സമയത്ത് അപ്ലൈനും ഡൗൺലൈനും നവീകരിക്കപ്പെട്ടുകൊണ്ടിരിക്കണം. അപ്ലൈനും ഡൗൺലൈനും ദിവസവും പരസ്പരം ആശയവിനിമയം നടത്തിക്കൊണ്ടിരുന്നാലേ പ്രത്യേകിച്ച്, ബിസിനസിന്റെ തുടക്കമാസങ്ങളിൽ ടീമുകൾ ശരിക്കും ഉയരങ്ങളിലേക്ക് വളരൂ. ബന്ധങ്ങളുടെ അടിത്തറയാണ് ആശയവിനിമയം, അത് ബന്ധങ്ങളെയും ബിസിനസിനെയും സജീവമാക്കി നിലനിർത്തുന്നു. ഏതുസമയത്തും നമുക്ക് ബന്ധങ്ങൾ ആരംഭിക്കുകയും പരിപോഷിപ്പിക്കുകയും ചെയ്യാം, എന്നാൽ, കാര്യങ്ങൾ നന്നായി പോകുന്നില്ലെങ്കിൽ ഇത് പ്രധാനപ്പെട്ട ഒരു കാര്യമായി മാറുന്നു. എനിക്ക് ഒരു കാര്യം മനസ്സിലാക്കാൻ കഴിഞ്ഞിട്ടുണ്ട്; സമയം മോശമാകുമ്പോൾ, നല്ല ബന്ധങ്ങളില്ലാത്ത, ആശയവിനിമയം നടത്താത്ത ആളായിരിക്കും ആദ്യം വിട്ടുപോകുന്നത്. ബിസിനസിനെ ശക്തവും സുസ്ഥിരവും ആക്കി മാറ്റാനുള്ള താക്കോലാണ് ആശയവിനിമയം.

പണത്തിൽനിന്ന് സുരക്ഷിതത്വം ഉണ്ടാകില്ല; അത് ബന്ധങ്ങളിൽ നിന്നാണ് വരുന്നത്.
- ടിം ഹാമിൽടൺ

നെറ്റ്വർക്ക് മാർക്കറ്റിങ്ങിൽനിന്ന് നിങ്ങൾ ബന്ധങ്ങളെ ഒഴിവാക്കുകയാണെങ്കിൽ, അത് വെറും വിൽപന മാത്രമായി മാറും. ബന്ധങ്ങളാണ് ഈ ബിസിനസിനെ മനോഹരമാക്കുന്നത്. നിങ്ങളുടെ ടീമിനെ ഒന്നിച്ചുചേർത്തു നിർത്തുന്ന പശയാണ് ബന്ധങ്ങൾ. ബന്ധങ്ങൾ ഉണ്ടാക്കിയെടുക്കാനും അവ പരിപോഷിപ്പിക്കാനുമുള്ള കഴിവുകൾ വികസിപ്പിച്ചെടുക്കാനുള്ള അവസരമായി ഈ ബിസിനസിനെ ഉപയോഗപ്പെടുത്തൂ.

നിങ്ങളുടെ ടീം അംഗങ്ങളുമായി ശരിയായ ബന്ധങ്ങളുണ്ടാക്കുക. പല സംഭവങ്ങളിലും എനിക്ക് കാണാൻ കഴിഞ്ഞത്, തുടക്കത്തിൽ

നിങ്ങൾ ബന്ധങ്ങൾ ഉണ്ടാക്കിയെടുക്കും, പിന്നീട് ആ വ്യക്തി നിങ്ങളുടെ ടീം അംഗമാകും. ആളുകൾ വ്യത്യസ്തരും പ്രത്യേകതകളുള്ളവരുമാണ്. അവർക്ക് അവരുടേതായ മൂല്യങ്ങളും അനുഭവങ്ങളും വെല്ലുവിളികളുമുണ്ട്. നിങ്ങളിൽ വിശ്വാസമുണ്ടാകുന്നതുവരെ, നിങ്ങളുമായി നല്ല ബന്ധം ഉണ്ടാക്കിയെടുക്കുന്നതുവരെ അവർ അവരുടെ ഏറ്റവും മികച്ചത് തന്നു എന്നുവരില്ല.

ബന്ധങ്ങൾ ഉണ്ടാക്കിയെടുക്കാൻ സമയവും പരിശ്രമവും ആവശ്യമാണ്. അതിന് ആശയവിനിമയം, വിശ്വാസം, ആദരവ്, ത്യാഗം തുടങ്ങി നെറ്റ്‌വർക്ക് മാർക്കറ്റർമാർക്ക് വിജയിക്കാൻ ആവശ്യമായി ഈ പുസ്തകത്തിൽ പറയുന്ന എല്ലാ ഗുണങ്ങളും ആവശ്യമാണ്. ആദ്യം ആളുകളെ മുന്നിൽനിർത്തുക; ഓർക്കുക, ആളുകളാണ് ഉൽപ്പന്നങ്ങളെ ചലിപ്പിക്കുന്നത്, അല്ലാതെ മറ്റൊരു വഴിയിലൂടെയല്ല.

> *നിങ്ങൾക്ക് എത്രത്തോളം അറിയാം എന്ന് ആരും ശ്രദ്ധിക്കില്ല, എത്രത്തോളം നിങ്ങൾ കരുതലെടുക്കുന്നു എന്ന് അവർ അറിയുന്നതുവരെ.*
> – തിയോഡോർ റൂസ്വെൽറ്റ്

നിങ്ങളുടെ ആളുകളുടെ മേൽ കരുതലുണ്ടായിരിക്കുക, ബന്ധങ്ങൾ പോഷിപ്പിക്കുക. ആളുകളുമായി സ്ഥിരമായി ബന്ധപ്പെട്ടുകൊണ്ടിരിക്കുക. അവരുടെ വീടുകൾ സന്ദർശിക്കുക. അവർക്കൊപ്പം ആഘോഷങ്ങളിൽ പങ്കെടുക്കുക. അവരുടെ നല്ലതും മോശവുമായ സമയങ്ങളിൽ അവർക്കൊപ്പം നിൽക്കുക. ഒരു കുട്ടിയെ മാതാപിതാക്കൾ പരിപാലിക്കുന്നതുപോലെ നിങ്ങളുടെ ടീം അംഗത്തെയും കൈകാര്യം ചെയ്യുക. ഒരു ടീം അംഗത്തെ ഉണ്ടാക്കിയെടുക്കുന്നത് ആദ്യ വർഷങ്ങളിൽ ഒരു കുട്ടിയെ വളർത്തുന്നതുപോലെയാണ്. പിതാവും കുട്ടിയും തമ്മിലുള്ളതുപോലെ, ഈ ബന്ധവും സാവധാനം വികസിച്ചുവരും. ഇടപെടുമ്പോഴും അവരെ പോകാൻ അനുവദിക്കുമ്പോഴും ഈ കഴിവ് വികസിപ്പിച്ചെടുക്കുക. ആരുടെയും ഈഗോയെ മുറിവേൽപ്പിക്കരുത്.

ഒരു പൊസീറ്റീവ് **ഇമോഷണൽ ബാങ്ക് അക്കൗണ്ട്** നിലനിർത്തുക: ഓരോ തവണയും നിങ്ങൾ ഒരു നല്ല കാര്യം ചെയ്യുമ്പോൾ, ഒരു പോയിന്റ് നിങ്ങളുടെ ഇമോഷണൽ ബാങ്ക് അക്കൗണ്ടിൽ ക്രെഡിറ്റ് ചെയ്യും, അതുപോലെ, ഒരു മോശം കാര്യം ചെയ്യുമ്പോൾ 10 പോയിന്റ് നിങ്ങളുടെ ഇമോഷണൽ ബാങ്ക് അക്കൗണ്ടിൽനിന്ന് കുറക്കും. നിങ്ങളുടെ പ്രധാന സഹപ്രവർത്തകരുമായി ബന്ധപ്പെട്ട്, നിങ്ങളുടെ ബാങ്ക് അക്കൗണ്ട് എപ്പോഴും പൊസീറ്റീവ് ആണ് എന്നുറപ്പുവരുത്തുക.

ആളുകളെ ഉയർത്തുക: ഒരു എനർജി ബാങ്ക് ആയി മാറുക. പ്രതീക്ഷയുടെയും ശുഭാപ്തിവിശ്വാസത്തിന്റെയും ഒരു സുവിശേഷകനാകുക. ഒരിടത്ത് പ്രതിഷ്ഠിക്കാതെ ആളുകളെ വിട്ടയക്കുക. നെറ്റ്‌വർക്ക് മാർക്കറ്റിങ് ബിസിനസിൽ, നമ്മുടെ ഏക വിഭവം ആളുകളാണ്, എന്തു

ചെയ്തും നാം സദാ അവർക്കൊപ്പമുണ്ടായിരിക്കണം. അവരിൽ വിശ്വാസവും പ്രതീക്ഷയും ശുഭാപ്തിവിശ്വാസവും ആത്മവിശ്വാസവും പകരുന്നതായിരിക്കണം അവരുമായുള്ള നമ്മുടെ ഓരോ ഇടപെടലും. അവരിൽ സ്വപ്നങ്ങൾ രൂപപ്പെടുത്താനും പ്രതികൂലാവസ്ഥകളിലും തിരസ്കാരങ്ങളിലും തുഴഞ്ഞുമുന്നേറാൻ അവരെ സഹായിക്കാനും ഉതകുന്ന അവസരങ്ങളായിരിക്കണം നിങ്ങളുടെ ഓരോ ഇടപെടലും. അത് വ്യക്തിപരമായ ഒരു കൂടിക്കാഴ്ചയാകട്ടെ, ഒരു ഫോൺവിളിയാകട്ടെ, നിങ്ങൾ ബന്ധപ്പെടുന്നവരിലേക്ക് നിങ്ങളുടെ പൊസിറ്റീവ് മനോഭാവം പകരുക. സാധ്യമായ എല്ലാ സന്ദർഭങ്ങളിലും ആളുകളെ പ്രശംസിക്കുക. ആളുകളുമായി ഇടപെടുമ്പോൾ, അവരെ വിധിക്കാതിരിക്കുക, മനസ്സിലാക്കുക.

ഓർക്കുക, ബന്ധങ്ങൾ ഉണ്ടാക്കിയെടുക്കുന്നതും പരിപോഷിപ്പിക്കുന്നതും ഒരു കഴിവാണ്, അത് വികസിപ്പിച്ചെടുക്കണം, അത് ജീവിതത്തിലെ എല്ലായിടത്തും നിങ്ങൾക്ക് പ്രയോജനപ്പെടും. ഇപ്പോൾ നിങ്ങൾക്ക് ഈ കഴിവ് എത്രത്തോളം ഉണ്ടെങ്കിലും, അത് കൂടുതൽ മെച്ചപ്പെടുത്താനുള്ള സാധ്യതയുണ്ട്. ഒരു സമയം ഒരു ബന്ധമെങ്കിലും വളർത്തിയെടുക്കുക.

> *ആളുകളെ നിങ്ങൾ വിധിച്ചുകൊണ്ടിരുന്നാൽ, നിങ്ങൾക്ക് അവരെ സ്നേഹിക്കാൻ സമയം കിട്ടില്ല.* – മദർ തെരേസ

ഞാനും നിങ്ങളും ആരും പൂർണ്ണരല്ല. ആളുകളെ സ്നേഹിക്കുക. ഓരോരുത്തരിലും ചില നല്ലത് കണ്ടെത്തുക, അതിനെ ആഘോഷിക്കുക. നിങ്ങളുടെ ജീവിതം പണം കൊണ്ടും ബന്ധങ്ങൾ കൊണ്ടും സമ്പന്നമാകും, അത് ജീവിതകാലം മുഴുവൻ നീണ്ടുനിൽക്കും.

ബന്ധങ്ങൾ = ലാഭവും സുസ്ഥിരതയും

എന്റെ ബിസിനസിൽ ഒരു ദിവസം ഞാൻ രണ്ടുപേരെ സ്പോൺസർ ചെയ്തു. അതിൽ ഒരാളായിരുന്നു ഗൗരവ് മെഹ്റ. ഒരു പ്രമുഖ ഇൻസ്റ്റിറ്റ്യൂട്ടിൽനിന്ന് എം.ബി.എ. ചെയ്തശേഷം ഗൗരവ് എനിക്കൊപ്പം അതേ കമ്പനിയിൽ ഒരുവർഷമുണ്ടായിരുന്നു. ഞങ്ങളുടെ ബിസിനസിൽ അദ്ദേഹത്തിന് ചെയ്യാൻ കഴിയുന്നതെല്ലാം അദ്ദേഹം ചെയ്തു. എന്നാൽ, രണ്ടുവർഷത്തേക്ക് അദ്ദേഹത്തിന്റെ ടീമിന് എന്തുകൊണ്ടോ പറന്നുയരാനായില്ല. ഏറ്റവും അടിത്തട്ടിലുള്ള ലീഡർമാരുമായുള്ള ആശയവിനിമയത്തിന്റെ കരുത്ത് തിരിച്ചറിഞ്ഞത് അദ്ദേഹത്തിന് വഴിത്തിരിവായി മാറി. റാങ്കോ പദവിയോ പ്രദേശമോ തൊഴിലോ കണക്കിലെടുക്കാതെ, ടീമിലെ എല്ലാവരുമായും അദ്ദേഹം ഇടപഴകാൻ തുടങ്ങി, ആറു മാസത്തിനകം അദ്ദേഹത്തിന്റെ ബിസിനസ് പറന്നുയർന്നു. പിന്നീടൊരിക്കലും അദ്ദേഹത്തിന് തിരിഞ്ഞുനോക്കേണ്ടിവന്നില്ല. ബന്ധങ്ങളാണ് ഏതൊരു ബിസിനസിന്റെയും താക്കോൽ.

13. പേഴ്സണൽ സ്പോൺസറിങ് കളിയുടെ ഗതി മാറ്റും

പേഴ്സണൽ സ്പോൺസറിങ്ങിലൂടെയാണ് എല്ലാവരും അയാളുടെ/അവളുടെ നെറ്റ്വർക്ക് മാർക്കറ്റിങ് കരിയർ തുടങ്ങുന്നത്. വ്യവസായത്തിൽ ഏറ്റവും ഉയരത്തിലുള്ള ഒരു ശതമാനത്തിൽ എത്തുന്നവർ, വർഷങ്ങൾ കഴിഞ്ഞാലും ഇത് തുടർന്നുകൊണ്ടിരിക്കും.

\- ദീപക് ബജാജ്

നിങ്ങളുടെ ലിസ്റ്റിൽനിന്ന് ബിസിനസിലേക്ക് പുതിയ ആളുകളെ കൊണ്ടുവരുന്നതാണ് പേഴ്സണൽ സ്പോൺസറിങ്. പേഴ്സണൽ സ്പോൺസറിങ്ങിന് നിങ്ങൾ ആളുകളെ സമീപിക്കണം, പ്ലാൻ കാണിക്കണം, പണം ചോദിക്കണം. തിരസ്കരിക്കപ്പെടാനും പരിഹസിക്കപ്പെടാനും സാധ്യതയുള്ളതിനാൽ, തുടക്കത്തിൽ പലരും പേഴ്സണൽ സ്പോൺസറിങ്ങിനോട് വിമുഖരായിരിക്കും, തുടക്കത്തിൽ അത് ചെയ്യുന്നവർ തന്നെ പിന്നീട് അത് തുടരാനും ആഗ്രഹിക്കില്ല. അതുകൊണ്ട്, ടീമിൽ 26 ആളുകളുണ്ടെങ്കിൽ, മിക്കവാറും വിതരണക്കാർ ഈ ടീമുകളെ വച്ച് തുടങ്ങും, പൂർണ്ണമായും അവരെ ആശ്രയിക്കും. തുടക്കത്തിലെ രണ്ടുമുതൽ ആറുവരെ ആളുകളുടെ മനോഭാവത്തിന്റെയും ധാരണകളുടെയും പുറത്ത് ബിസിനസ് കെട്ടിപ്പടുക്കാനുള്ള നിങ്ങളുടെ ശ്രമം, ഈ ആശ്രിതത്വം അപകടകരമാണ്. ഒപ്പം, നിങ്ങളുടെ ബിസിനസിന്മേലുള്ള നിയന്ത്രണം നിങ്ങൾ നഷ്ടമാകുകയും അത് ടീമിൽ തെറ്റായ സംസ്കാരമുണ്ടാക്കുകയും ചെയ്യും.

ആളുകൾ നെറ്റ്വർക്ക് മാർക്കറ്റിങ് ബിസിനസ് തുടങ്ങുമ്പോൾ, മുഴുവൻ ലോകവും അവരുടെ ടീമാണ്. 4-5 പേരുടെ ടീം അവർക്കുണ്ടാകുമ്പോൾ, ഈ ടീം അവരുടെ ലോകമാകും.

- ദീപക് ബജാജ്

തലമുറകളിലൂടെ കൈമാറ്റം ചെയ്യാൻ കഴിയുന്ന മിച്ച വരുമാനം നിങ്ങൾക്ക് നൽകുന്ന, സദാ വളർന്നുകൊണ്ടിരിക്കുന്ന ശക്തമായ ബിസിനസ് നിങ്ങൾ ആഗ്രഹിക്കുന്നുവെങ്കിൽ, തുടർച്ചയായി പേഴ്സണൽ സ്പോൺസറിങ് ചെയ്യുന്ന സ്വഭാവം നിങ്ങൾ വളർത്തിയെടുക്കണം. അത് നിങ്ങളുടെ ബിസിനസിനെ സംബന്ധിച്ച് റൊട്ടിയും വെണ്ണയും പോലെയാണ്. യഥാർഥത്തിൽ, ഒരു ശതമാനത്തിൽ കുറവ് ആളുകൾക്കേ ഇത് ചെയ്യാൻ കഴിയൂ, അവർക്കേ വലിയ വരുമാനവും പദവിയും ആദരവും ജീവിതശൈലിയും

ആസ്വദിക്കാൻ കഴിയൂ. നിങ്ങൾക്ക് ഈ കഴിവ് വളർത്തിയെടുക്കാനാകുമെന്ന് ഒന്ന് ഭാവനയിൽ കാണുക, നിങ്ങളുടെ കമ്പനിയിലെ ഏറ്റവും ഉയർന്ന പദവിയിൽ നിങ്ങൾ സ്വയമേവ എത്തിച്ചേരും. എട്ട് പ്രധാന നേട്ടങ്ങളാണ് പേഴ്സണൽ സ്പോൺസറിങ്ങിനുള്ളത്:

1. അത് ഏറെ ലാഭകരമാണ്. ലോകത്തെ എല്ലാ വരുമാന പദ്ധതിയിലും, വ്യക്തികളുടെ ആഴവും പരപ്പും അനുസരിച്ച് അധിക ലാഭമുണ്ടാകാറുണ്ട്. അധികവരുമാനവും പുതിയ റാങ്കും നിങ്ങൾക്ക് ലഭിക്കത്തക്കവിധമായിരിക്കും നിങ്ങൾ സ്പോൺസർ ചെയ്യുന്ന പുതിയ ആളുകളെ നിങ്ങൾ തന്ത്രപരമായി വിന്യസിക്കുക
2. അത് ടീമിൽ ശരിയായ ജോലി സാസ്കാരം കൊണ്ടുവരു. ഈ ബിസിനസിൽ നമ്മൾ പിന്തുടരുന്നവരെയല്ല, ലീഡർമാരെയാണ് ഉണ്ടാക്കുന്നത്. ഒരു ലീഡറെ ഉണ്ടാക്കണമെങ്കിൽ, നിങ്ങൾ മാതൃകാപരമായി അൽപം പിൻവാങ്ങുകയും ലീഡറെ അദ്ദേഹത്തിന്റെ/അവളുടെ ടീമിനെ നയിക്കാൻ അനുവദിക്കുകയും വേണം. നിങ്ങൾ പേഴ്സണൽ സ്പോൺസറിങ് നടത്തുന്നില്ല എങ്കിൽ, നിങ്ങൾക്ക് അധികം ജോലി ചെയ്യാനുണ്ടാകില്ല, മാത്രമല്ല, നിങ്ങളുടെ സ്വന്തം ആളുകളുടെ നിഴലിലായിപ്പോകും നിങ്ങൾ. നിങ്ങൾ പതിവായി പേഴ്സണൽ സ്പോൺസറിങ് നടത്തിയാൽ, നിങ്ങൾക്ക് പുതിയ ടീമുകളെ ഉണ്ടാക്കിയെടുക്കാനാകും, അതിലൂടെ നിങ്ങളുടെ പഴയ സഹപ്രവർത്തകരെ മികച്ച ലീഡർമാരായി വികസിപ്പിക്കാൻ തക്ക സ്വാതന്ത്ര്യവും ഇടവും നൽകാനും കഴിയും. അതുകൊണ്ട്, പേഴ്സണൽ സ്പോൺസറിങ് ശരിയായ ജോലി സംസ്കാരം സൃഷ്ടിക്കുന്നു, ശരിയായ കാര്യങ്ങൾ ചെയ്യുന്നതിൽ ഒരു വ്യക്തിയെ വ്യാപൃതനാക്കുന്നു.
3. വിവിധ സ്ഥലങ്ങളിൽനിന്ന് നിരവധി ടീമുകൾ ഒന്നിച്ച് ജോലി ചെയ്യുമ്പോഴാണ് നിങ്ങളുടെ ബിസിനസിന് സ്ഥിരതയുണ്ടാകൂ. പുതിയ പേഴ്സണൽ ടീമുകളെ വികസിപ്പിച്ചെടുക്കാനുള്ള ഉറപ്പായതും എളുപ്പവുമായ വഴിയാണ് പേഴ്സണൽ സ്പോൺസറിങ്, അതിലൂടെ നിങ്ങളുടെ ബിസിനസിനെ സുസ്ഥിരമാക്കാൻ കഴിയും.
4. അത് കുതിപ്പ് നൽകും. നിങ്ങൾ പേഴ്സണൽ സ്പോൺസർ ചെയ്ത ടീമുകൾ പ്രവർത്തിച്ചുതുടങ്ങുമ്പോൾ അത് നിങ്ങളുടെ മുഴുവൻ ടീമിനും കുതിപ്പേകും.
5. എനിക്കുറപ്പുണ്ട്, നിങ്ങളാണ് ടീമിലെ ഏറ്റവും മികച്ച ആൾ. നിങ്ങൾ ഒരാളെ പേഴ്സണൽ സ്പോൺസർ ചെയ്യുമ്പോൾ, ഈ പുതിയ ആളെ ലീഡറായി വികസിപ്പിക്കുമ്പോൾ അയാൾ/അവൾ നേരിട്ട് നിങ്ങളെ പകർത്തുകയാണ് ചെയ്യുന്നത്. കൂടുതൽ കൂടുതൽ ലീഡർമാരിൽ നിങ്ങൾക്ക് ആഴത്തിലും പരപ്പിലും നിങ്ങളുടെ

വ്യക്തിപ്രഭാവം ചെലുത്താൻ കഴിയുന്നു എന്നു കരുതുക, അത് ഏറ്റവും ഉയർന്ന ഉൽപാദനക്ഷമതയും കാര്യശേഷിയുമുള്ള ഒരു സ്ഥാപനത്തെ നിർമ്മിക്കാൻ സഹായിക്കും.

6. ഓരോ തവണയും നിങ്ങൾ പേഴ്സണൽ സ്പോൺസറിങ് നടത്തുമ്പോൾ, നിങ്ങൾ ഒരു പുതിയ വിതരണക്കാരന്റെ ഉൺമയിലേക്ക് ഒരിക്കൽ കൂടി എത്തിച്ചേരുകയാണ്. ബിസിനസിന്റെ ഏറ്റവും താഴെത്തട്ടിലുള്ള യാഥാർഥ്യങ്ങളുമായി അത് നിങ്ങളെ ബന്ധിപ്പിക്കും. ബിസിനസിന്റെ നാഡിമിഡിപ്പ് അത് നിങ്ങളെ അനുഭവിപ്പിക്കും. ഫീൽഡ്‌വർക്കിലെ ഈ പുതിയ ബന്ധത്തെക്കുറിച്ച് ഓരോ തവണയും നിങ്ങൾ സ്റ്റേജിൽ സംസാരിക്കുമ്പോൾ, നിങ്ങളുടെ വാക്കുകൾ ആളുകളിൽ ഒരു മാന്ത്രിക സ്വാധീനമുണ്ടാക്കും. ഈ ബിസിനസിൽ നിങ്ങൾക്ക് ഒന്നിനെയും ഒരിക്കലും ഭയമുണ്ടാകില്ല, അത് നിങ്ങൾക്ക് വ്യത്യസ്തമായ തലത്തിലുള്ള ആത്മവിശ്വാസവും ശുഭാപ്തിവിശ്വാസവും നൽകും.

7. ആരെയെങ്കിലും എന്തെങ്കിലും പഠിപ്പിക്കാനുള്ള ഏറ്റവും നല്ല മാർഗ്ഗം, അത് ജീവിച്ചു കാണിക്കുക എന്നതാണ്. നിങ്ങൾ സ്വയം പേഴ്സണൽ സ്പോൺസറിങ് നടത്തുമ്പോൾ, നിങ്ങൾ ഒരു സ്നോബോൾ ഇഫക്ട് (ചെറിയ തുടക്കത്തിൽനിന്ന് അതിവേഗം ഗംഭീര വളർച്ചയിലേക്ക്) ഉണ്ടാക്കുകയാണ്, നിങ്ങളുടെ ടീമിലെ എല്ലാവരും പേഴ്സണൽ സ്പോൺസറിങ് ചെയ്യാൻ തുടങ്ങും. ഇത് നിങ്ങളുടെ ടീമിൽ ശരിയായ ജോലി സംസ്കാരം കൊണ്ടുവരും, ആഴ്ചകൾക്കോ, മാസങ്ങൾക്കോ ഉള്ളിൽ നിങ്ങളുടെ സ്ഥാപനത്തിലുടനീളം അവിശ്വസനീയമായ കുതിപ്പുണ്ടാക്കും.

8. ഓരോ പുതിയ വ്യക്തിയും പുതിയ ഊർജവും പുതിയ പ്രതീക്ഷകളും കൊണ്ടുവരും, അതുകൊണ്ട് നമുക്കൊപ്പം കൂടുതൽ പുതിയ ആളുകൾ വരുമ്പോൾ, ഊർജത്തിന്റെയും പ്രതീക്ഷയുടെയും അളവും കൂടും. ആളുകളെ ലഭിച്ചെങ്കിൽ മാത്രമേ നിങ്ങൾക്ക് അവരെ പരിശീലിപ്പിച്ചെടുക്കാൻ കഴിയൂ, പേഴ്സണൽ സ്പോൺസറിങ് ആണ് കൂടുതൽ ആളുകളെ കിട്ടാനുള്ള ഏക മാർഗ്ഗം.

പേഴ്സണൽ സ്പോൺസറിങ് നിങ്ങളുടെ മനോഭാവവും വിശ്വാസങ്ങളുമായി ബന്ധപ്പെട്ടിരിക്കുന്നു. നിങ്ങളുടെ വിശ്വാസത്തിൽ ചെറിയൊരു വ്യതിയാനം വിൽപനയിൽനിന്ന് പങ്കിടലിലേക്ക്, പങ്കിടലിൽനിന്ന് സേവനത്തിലേക്ക് നടത്തി എന്നിരിക്കട്ടെ, നിങ്ങൾക്ക് എന്തൊക്കെ ചെയ്യാൻ കഴിയും എന്ന കാര്യത്തിൽ നിങ്ങൾ സ്വയം അമ്പരന്നുപോകും. – ദീപക് ബജാജ്

പേഴ്സണൽ സ്പോൺസറിങ് വിഷമകരമാണെന്ന് നിങ്ങൾക്ക് തോന്നുന്നുവെങ്കിൽ, എല്ലാവർക്കും അത് വിഷമകരമായിരിക്കും. അതോടെ, ആളുകളിലേറെ പേരും അതിൽനിന്ന് അകലം പാലിക്കും, എങ്കിലും ഏറ്റവും ഉയരത്തിലുള്ളവർ അത് ഏതുവിധേനയും തുടരും. നിങ്ങളുടെ ഭയം മറികടന്ന്, അതിനെ ഒരു സ്വഭാവമാക്കി മാറ്റേണ്ട കാര്യമേയുള്ളൂ. മറ്റെല്ലാ സ്വഭാവങ്ങളെയുംപോലെ, പേഴ്സണൽ സ്പോൺസറിങ്ങും പഠിച്ചെടുക്കാവുന്ന ഒരു വിദ്യയാണ്, ഏതാനും ആഴ്ചകൾ അത് നിങ്ങൾ ചെയ്താൽ, അത് ഒരു സ്വഭാവമായി മാറും. ഒരാഴ്ചയോ, രണ്ടാഴ്ചയോ കൂടുമ്പോൾ ചുരുങ്ങിയത് ഒരാളെയെങ്കിലും സ്പോൺസർ ചെയ്യാൻ കഴിഞ്ഞാൽ അത് പരിധികളില്ലാത്ത സാധ്യതകൾ നിങ്ങൾക്കുമുന്നിൽ തുറക്കും.

പേഴ്സണൽ സ്പോൺസറിങ് ചെയ്യാൻ കഴിയാത്തവരാണ് ഈ ബിസിനസിൽനിന്ന് ആദ്യം പുറത്തുപോകുന്നത്.

– ദീപക് ബജാജ്

ബിസിനസ് സ്തംഭിച്ചുനിൽക്കുന്നതായോ വേഗം കുറഞ്ഞതായോ നിങ്ങൾക്കോ ടീമിലെ ആർക്കെങ്കിലുമോ എപ്പോഴെങ്കിലും തോന്നുകയാണെങ്കിൽ, പേഴ്സണൽ സ്പോൺസറിങ് വർധിപ്പിക്കുക, അതിലൂടെ നിങ്ങൾക്ക് അതിവേഗം, ചിന്തിക്കുന്നതിലും വേഗത്തിൽ ട്രാക്കിലെത്താൻ കഴിയും. അത് വശീകരണശക്തിയുള്ളതാണ്; നിങ്ങൾ അത് ചെയ്യാൻ തുടങ്ങിയാൽ, അത് നിർത്താൻ കഴിയില്ല. നല്ല ആളുകൾക്കുമേൽ എപ്പോഴും ഒരു കണ്ണുണ്ടായിരിക്കണം.

നിങ്ങളുടെ ആളുകൾക്കുമുന്നിലെത്താൻ കഴിയുംവിധം വേഗത്തിൽ ഓടുന്നതിനെയാണ് ലീഡിങ് എന്നു പറയുന്നത്.

– എസ്.എം. സ്റ്റർലിങ്

വൻതോതിലുള്ള പേഴ്സണൽ സ്പോൺസറിങ്ങിനുശേഷം അടുത്ത ലെവലിലേക്ക് പോകുക. എല്ലാ ആറുമാസത്തിലും പേഴ്സണൽ സ്പോൺസറിങ്ങിനായി ഒരു മാസം നീക്കിവക്കുക, ഈ മാസം 20–30 പേരെ സ്പോൺസർ ചെയ്യുക. ഇവരെ നേട്ടത്തിനുടമകളാക്കാനും നിങ്ങളെ പകർത്തുന്നത് അവരെ പഠിപ്പിക്കാനുമായി ബാക്കി അഞ്ചുമാസം വിനിയോഗിക്കുക. എന്നെ വിശ്വസിക്കുക; ഈ ബിസിനസിൽ ഏറ്റവും കരുത്താർന്നതും പ്രയോജനപ്രദവുമായ സ്വഭാവമാണ് പേഴ്സണൽ സ്പോൺസറിങ്. ആദ്യ മൂന്നുവർഷങ്ങൾ ഇതിനായി മാറ്റിവക്കുക, കഴിയുന്നിടത്തോളം അത് തുടരുക. അതുവഴി ഈ ബിസിനസിലെ എതിരില്ലാത്ത രാജാവായി മാറുക.

പേഴ്സണൽ സ്പോൺസറിങ് എന്നത് ഒരു മാനസിക കളിയാണ്

എന്റെ ബിസിനസ് സുദൃഢമായിരുന്ന ഒരു ഘട്ടത്തിൽ, പേഴ്സണൽ സ്പോൺസറിങ് ഇല്ലാത്തതുമൂലം എന്റെ വരുമാനം വളരാതെ നിന്നു. ഞാൻ മുംബൈയിൽ ഒരു സമ്മേളനത്തിന് പോകുകയും ഞാൻ എല്ലായ്പ്പോഴും ആദരിക്കുന്ന ഒരു ലീഡറായ സേങ്കഷ് വായലുമായി ചർച്ച നടത്തുകയും ചെയ്തു. പേഴ്സണൽ സ്പോൺ സറിങ്ങിനെ ഒരു ശിക്ഷയായാണ് ഞാൻ കണ്ടിരുന്നത് എന്നതു കൊണ്ടാണ് എന്റെ വരുമാനം വളരാതിരുന്നത് എന്നു ഞാൻ തിരിച്ചറിഞ്ഞു, എന്നാൽ, പേഴ്സണൽ സ്പോൺസറിങ് ഒരാളുടെ ജീവിതത്തിൽ സന്തോഷവും പുരോഗതിയും കൊണ്ടുവരുന്ന സന്ദർഭമാണ്. ഞാനാണ് ഏറ്റവും മികച്ചത് എങ്കിൽ, എന്നോടൊപ്പം പ്രവർത്തിക്കാൻ മറ്റുള്ളവർക്ക് ഞാൻ അവസരം നൽകിയില്ല എങ്കിൽ, അവർ എന്നെപ്പോലെത്തന്നെ, തങ്ങളെ സഹായിക്കാത്ത മറ്റാരുടെയെങ്കിലും അടുത്തേക്കുപോകാൻ നിർബന്ധിതരായേനേ എന്ന് ഇപ്പോൾ ഞാൻ വിശ്വസിക്കുന്നു. അതുകൊണ്ട്, ആളുകൾക്ക് ഏറ്റവും മികച്ചത് നൽകുക എന്നത് എന്റെ ചുമതലയാണ്. ഇന്ന് പേഴ്സണൽ സ്പോൺസറിങ്ങിൽ മാസ്റ്ററാണ് ഞാൻ, എല്ലാ ആഴ്ച യിലും ചുരുങ്ങിയത് ഒരു പങ്കാളിയെ എങ്കിലും ഞാൻ പേഴ്സണൽ സ്പോൺസറിങ് നടത്തുകയും അവരോടൊത്ത് ജോലി ചെയ്യു കയും ചെയ്യുന്നു, അത് ഞാൻ ഇഷ്ടപ്പെടുന്നു.

14. അടിത്തറ ബലപ്പെടുത്തൽ

ഏതൊരു കെട്ടിടത്തിന്റെയും ഉയരം അതിന്റെ അടിത്തറയുടെ ബലവുമായി നേർഅനുപാതത്തിലായിരിക്കും.

നിങ്ങൾ ഉയരം കൂടിയതും സുന്ദരവുമായ കെട്ടിടം നിർമ്മിക്കാൻ ആഗ്രഹിക്കുന്നുണ്ടെങ്കിൽ, ആദ്യമായി നിങ്ങൾ ചെയ്യേണ്ടത് ബലമുള്ളതും ആഴത്തിലുള്ളതുമായ ഒരു അടിത്തറയുണ്ടാക്കലാണ്. ഇതുപോലെ, നിങ്ങൾക്കും കുടുംബത്തിനും തലമുറകളോളം സ്ഥായിയായതും വളരുന്നതുമായ വരുമാനം ലഭ്യമാക്കുന്ന ഒരു ബിസിനസ് കെട്ടിപ്പടുക്കണമെങ്കിൽ ബലവും ആഴവുമുള്ള ഒരു അടിത്തറയിലാകണം നിങ്ങൾ അതിനെ നിർമ്മിച്ചെടുക്കേണ്ടത്.

അടിത്തറ ബലപ്പെടുത്തൽ എന്നത് ആസൂത്രിതമായ ഒരു ബിസിനസ് വികസന പ്രക്രിയയാണ്, ഒരു സ്ഥാപനത്തിൽ നമ്മൾ ഒന്നിനു പുറകേ ഒന്നായി ഒരുകൂട്ടം ലീഡർമാരെ സൃഷ്ടിക്കുന്നു, അതിലൂടെ സ്പോൺസർഷിപ്പിന്റെ ശക്തമായ ഒരു ലൈൻ ഉണ്ടാക്കിയെടുക്കുന്നു, പരസ്പരം ബന്ധിതമായിരിക്കുമ്പോൾ തന്നെ എല്ലാവർക്കും സ്വതന്ത്രമായി ജോലി ചെയ്യാവുന്ന ഒരു സാഹചര്യം. എല്ലാ ലീഡർമാരും സ്വന്തമായി അവരുടെ സ്വതന്ത്രമായ ടീമുകളെ മാനേജുചെയ്യുന്നു, അതേസമയം, ശക്തമായ, സ്ഥിരമായ, സദാ വളർന്നുകൊണ്ടിരിക്കുന്ന സ്ഥാപനത്തിന്റെ സൃഷ്ടിക്കുവേണ്ടി അന്യോന്യം സഹായിച്ചുകൊണ്ടിരിക്കുകയും ചെയ്യുന്നു. ആഴം കൂട്ടൽ എന്നാൽ, താഴെത്തട്ടിൽ ഒന്നിലേറെ ടീമുകളെ ഉണ്ടാക്കി പരസ്പരം പ്രവർത്തിക്കുകയാണ്, എല്ലാ ടീം ലീഡർമാരും നേരിട്ട് നിങ്ങളെ ബന്ധപ്പെടുന്നതുപോലെ, അവർ തമ്മിലും പരസ്പരം ബന്ധിക്കപ്പെട്ടിരിക്കും.

അടിത്തറ ബലപ്പെടുത്തൽ എന്ന പ്രക്രിയ നിങ്ങൾക്ക് നാലു നേട്ടങ്ങളുണ്ടാക്കിത്തരുന്നു: സുസ്ഥിരത, കുതിപ്പ്, സുരക്ഷ, ശരിയായ പകർത്തലുകൾ.

- **സുസ്ഥിരതയും കുതിപ്പും:** അനവധി ടീമുകൾ താഴെത്തട്ടിൽ അന്യോന്യം ബന്ധപ്പെട്ട് ജോലി ചെയ്യുമ്പോഴാണ് സുസ്ഥിരതയുടെ ഏറ്റവും ഉയർന്ന തലത്തിലെത്താനാകുക. ഈ ടീമുകൾ സ്വതന്ത്രവും പരസ്പരം ബന്ധിതവുമായ സ്ഥാപനങ്ങളെപ്പോലെയാണ് പ്രവർത്തിക്കുക. എല്ലാ ടീമുകളും ഒന്നിച്ച് പ്രവർത്തിക്കുമ്പോൾ അത് സംഘടിതമായ മുന്നേറ്റമുണ്ടാക്കുന്നു. ഈ ടീമുകൾ സ്പോൺസർഷിപ്പിന്റെ അതേ ലൈനിലാണ്, പരസ്പരം ബന്ധമുള്ളവയാണ്, അതുകൊണ്ടുതന്നെ, ഇവയിൽ ഏതാനും ടീമുകൾക്ക് വേണ്ടത്ര

കുതിപ്പില്ലെങ്കിലും, മറ്റുള്ള ടീമുകൾ ഉച്ചസ്ഥായിയിൽ പ്രവർത്തിക്കുന്നതുകാണുമ്പോൾ ഇവയും ആ വേഗത്തിലെത്താൻ കുതിക്കും. എല്ലാ ടീമുകൾക്കും അപ്ടൈമും ഡൗൺ ടൈമും ഉണ്ട് എന്ന് എനിക്ക് കാണാൻ കഴിഞ്ഞിട്ടുണ്ട്. എപ്പോഴൊക്കെ ഒരു പ്രത്യേക ടീമിന്റെ പ്രവർത്തനത്തിന് വേഗം കുറയുന്നുവോ, അവക്കുചുറ്റുമുള്ള സംഘടിതമായ കുതിപ്പിന്റെ ബലം ഉപയോഗിച്ച് ഇവയെ നിങ്ങൾക്ക് വലിച്ചുകൊണ്ടുപോകാൻ കഴിയും. ഈ പുസ്തകത്തിൽ വിവരിക്കുന്നതുപോലെ, വേണ്ടത്ര ബലത്തിലാണ് നിങ്ങൾ അടിത്തറ നിർമ്മിക്കുന്നത് എങ്കിൽ ഈ ബിസിനസിൽ വർഷം മുഴുവൻ നിങ്ങൾക്ക് കുതിപ്പ് നിലനിർത്താൻ കഴിയും.

- **സുരക്ഷയും ശരിയായ പകർത്തലും:** ഓരോ ടീമുമായും നിങ്ങൾക്ക് വ്യക്തിപരമായ ബന്ധമുള്ളതിനാൽ, ദിവസേനയുള്ള അവരുടെ അടിസ്ഥാന ആവശ്യങ്ങളെക്കുറിച്ച് നിങ്ങൾ ബോധവാനായിരിക്കും, ഓരോ ടീമിന്റെയും വളർച്ചക്കും വികസനത്തിനും തക്കസമയത്ത് ആവശ്യമുള്ള നടപടിയെടുക്കാനും നിങ്ങൾക്ക് കഴിയും, ഇത് നിങ്ങൾക്ക് അവർക്കുമേൽ നല്ല നിയന്ത്രണവും സുരക്ഷയും നൽകുന്നു. ഓരോ ടീമിനും അവയുടെ ലീഡർമാർക്കും നിങ്ങൾ മാർഗ്ഗദർശിയായതുകൊണ്ട്, നിങ്ങൾക്ക് അവരിൽ ഓരോരുത്തരെയും മികച്ച ശേഷികളുള്ള ലീഡർമാരായി വികസിപ്പിച്ചെടുക്കാൻ കഴിയും. നിങ്ങൾ ചെയ്യുന്ന ജോലിയുടെ ധാർമ്മികത നേരിട്ടുതന്നെ അവർക്ക് പകർത്താൻ കഴിയുന്നതിനാൽ, അവർക്ക് ശരിയായ സംസ്കാരം സ്വായത്തമാക്കാൻ കഴിയുന്നു. ഈ ലീഡർമാർ, അവരുടെ സ്വന്തം ടീമുകളിൽ കൂടുതൽ ലീഡർമാരെ വികസിപ്പിച്ചെടുക്കുമ്പോൾ, അത് ഒരുതരം തിരമാലയുടെ ഫലമുണ്ടാക്കുന്നു, അത് നിങ്ങൾക്ക് സുരക്ഷയും മികച്ച ലീഡർഷിപ്പും കുതിപ്പും നൽകുന്നു.

ശരിയായ വഴിയിലൂടെ എങ്ങനെയാണ് അടിത്തറ ബലപ്പെടുത്തുക?

നിങ്ങൾക്കൊപ്പം ആരെങ്കിലും ജോലി തുടങ്ങുന്ന നിമിഷം, അവരുടെ ലിസ്റ്റുമായാണ് നിങ്ങൾ അയാൾക്കൊപ്പം പ്രവർത്തിച്ചുതുടങ്ങുക. വിജയിച്ച മാർഗ്ഗങ്ങൾ അനുകരിച്ച്, ചില ആളുകളെ സ്പോൺസർ ചെയ്യാൻ നിങ്ങൾ അവരെ സഹായിക്കുന്നു. ആ വ്യക്തിയിലൂടെ ചിലരെ സ്പോൺസർ ചെയ്യാൻ കഴിഞ്ഞു എന്നിരിക്കട്ടെ, ഈ പുതിയ ആളുകൾക്ക് നിങ്ങൾ വിജയിക്കാവുന്ന മാർഗ്ഗങ്ങൾ പറഞ്ഞുകൊടുക്കുകയും ആദ്യത്തെ അപ്പോയ്ന്റ്മെന്റുകളെടുക്കാൻ അവരെ സഹായിക്കുകയും ചെയ്യുന്നു. നിങ്ങളുടെ ആദ്യത്തെ വിതരണക്കാരനും അദ്ദേഹത്തിന്റെ ടീമും അപ്പോയ്ന്റ്മെന്റുകൾ ഒരുമിച്ച് എടുക്കുന്നതുകൊണ്ട് ഈ ഘട്ടത്തിൽ, നിങ്ങൾക്ക് നിരവധി ജോലികൾ ചെയ്യാനുണ്ടാകും. ഓരോരുത്തർക്കും നിങ്ങൾ തുല്യമായ

പിന്തുണ നൽകുന്നുവെന്നിരിക്കട്ടെ, അവരിൽ ചിലർ സ്വയമേവ ലീഡർ മാരായി ഉയർന്നുവരും, അവരുടെ വ്യത്യസ്തമായ സ്വപ്നങ്ങളുടെയും മനോഭാവങ്ങളുടെയും പ്രതിബദ്ധതയുടെയും അടിസ്ഥാനത്തിൽ. ഈ ഗുണങ്ങളുടെ അടിസ്ഥാനത്തിൽ, ആദ്യ വിതരണക്കാരന്റെ ടീമിൽനിന്ന് നിങ്ങൾ മികച്ച 2–4 ലീഡർമാരെ കണ്ടെത്തുന്നു, എന്നിട്ട് ആദ്യത്തെ ആളെ നിങ്ങൾ എങ്ങനെ പിന്തുടർന്നുവോ അതേ പ്രക്രിയ ഇവരിലൂടെയും തുട ങ്ങുക. ഇതിനകം നിങ്ങൾ ആദ്യ വിതരണക്കാരനുമായി 10–15 കൂടിക്കാഴ്ച കൾ നടത്തിയിട്ടുണ്ടാകും, അദ്ദേഹം തന്റെ പ്ലാനുകൾ സ്വതന്ത്രമായി കാണിക്കാനും തയാറെടുത്തിരിക്കും. അദ്ദേഹം തന്റെ ടീമിനെ പിന്തു ണക്കുന്നതിലൂടെയും അദ്ദേഹത്തിന്റേതായ ലീഡർമാരെ സൃഷ്ടിക്കുന്ന തിലൂടെയും, അദ്ദേഹത്തിന്റെ കഴിവിനനുസരിച്ച് കൂടുതൽ ലീഡർമാരെ വികസിപ്പിച്ചെടുക്കാൻ നിങ്ങൾ തുടക്കമിട്ടിരിക്കും.

> *ലീഡർമാർ മാലാഖമാരെപ്പോലെയാണ്. അവരെ കൂട്ടമായി കാണില്ല, ഒരു സമയം ഒരാളെ മാത്രമേ കാണാനാകൂ.*
>
> – നൂട്ടേ റോക്ക്ൻ

അനിവാര്യമായും നിങ്ങൾ ചെയ്യേണ്ടത് എന്താണെന്നുവച്ചാൽ, നിങ്ങൾ ഒരാൾക്കൊപ്പം ജോലി ചെയ്യുക, ആ വ്യക്തിയെ സ്വതന്ത്രമായി ജോലി ചെയ്യാൻ പരിശീലിപ്പിക്കുക. നിങ്ങൾ പരിശീലിപ്പിച്ച കാര്യങ്ങൾ അവൻ/ അവൾ ചെയ്തുകൊണ്ടിരിക്കുമ്പോൾ തന്നെ നിങ്ങൾ അവരുടെ മാർഗ്ഗ നിർദേശകനായി തുടരുക, അയാളുടെ/അവളുടെ ടീമിലെ മറ്റുള്ളവരിലും ഇതേ പ്രക്രിയ നിങ്ങൾ തുടങ്ങുക, തെരഞ്ഞെടുത്ത വിതരണക്കാർക്ക് നേരിട്ട് പരിശീലനം നൽകി അവരെ സ്വതന്ത്ര ലീഡർമാരായി വികസിപ്പി ച്ചെടുക്കുക. സ്പോൺസർഷിപ്പിന്റെ അതേ ലൈനിലൂടെ 8–10 സ്വതന്ത്ര ലീഡർമാരെ വികസിപ്പിച്ചെടുക്കുന്നതുവരെ നിങ്ങൾ ഈ പ്രക്രിയ തുട രുക. സ്പോൺസർഷിപ്പിന്റെ ഈ ലൈനിൽ ഒന്നിനുപുറകേ മറ്റൊന്നായി നിരവധി വിതരണക്കാരുണ്ടാകും, എന്നാൽ സ്വപ്നങ്ങളുടെയും നിങ്ങളുടെ സംവിധാനത്തോടുമുള്ള പ്രതിബദ്ധതയുടെയും സമർപ്പണത്തിന്റെയും അടിസ്ഥാനത്തിൽ നിങ്ങൾ തെരഞ്ഞെടുത്ത ആളുകൾക്കായി നിങ്ങളുടെ സമയവും ഊർജവും പ്രതിബദ്ധതയും വിനിയോഗിക്കുക.

നിങ്ങളുടെ വ്യത്യസ്ത ബ്രാഞ്ചുകൾക്കായി ഈ പ്രക്രിയ ഒരേസമയം ചെയ്യാവുന്നതാണ്. ഈ ബിസിനസിനെ നിങ്ങൾ വികസിപ്പിക്കുമ്പോൾ, ഈ ലീഡർമാരെ അതിവേഗം തിരിച്ചറിയാനുള്ള ശേഷിയും സ്വയമേവ നിങ്ങൾ കൈവരിക്കും, അവർ പൂർണ്ണ സജ്ജരും പൂർണ്ണമായും സ്വതന്ത്ര രുമാകുമ്പോൾ, ആ ലീഡർമാരിൽനിന്നുള്ള സിഗ്നലുകൾ നിങ്ങൾ തിരി ച്ചറിയും. ഇവരിൽ ആരെ എപ്പോൾ സ്വതന്ത്ര ലീഡർ എന്ന് വിളിക്കണം എന്നത് നിങ്ങളുടെ മാത്രം തീരുമാനമാണ്, നിങ്ങൾക്കുമുന്നിലുള്ള ചില അളവുകോലുകളുടെ അടിസ്ഥാനത്തിൽ നിങ്ങൾക്ക് അവരെ അംഗീകൃത സ്വതന്ത്ര ലീഡർ ആയി പരിഗണിക്കാം:

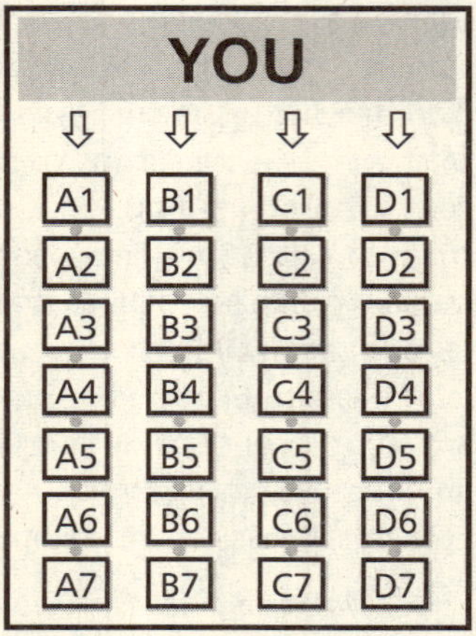

ചില പ്രത്യേക റാങ്കുകൾ, മിനിമം ആഴ്ച/പ്രതിമാസ വരുമാനം, ബിസിനസിലെ ഫുൾടൈം ആളുകൾ, വിവിധ സ്ഥലങ്ങളിൽ ബിസിനസ് ചെയ്യുന്നവർ, ശരിയായ മനോഭാവം, സ്വന്തമായി പ്രൊജക്റ്ററും ലാപ്ടോപ്പും കാറും പഠിപ്പിക്കാനുള്ള ശേഷിയും ഉള്ളവർ, സിസ്റ്റത്തിന് 100 ശതമാനം സമർപ്പിച്ചവർ, സ്വഭാവം, ആർജവം, ടീമിനകത്തും ക്രോസ്‌ലൈനുകളിലുമുള്ള പ്രശസ്തി, എല്ലാതരം പ്രതീക്ഷകളെയും കൈകാര്യം ചെയ്യാനും സ്വന്തം നിലക്ക് ടീമിന്റെ എല്ലാ പ്രശ്നങ്ങളും പരിഹരിക്കാനും അവരവരുടെ ടീമുകൾക്കായി അനുയോജ്യമായ പരിപാടികൾ ആസൂത്രണം ചെയ്യാനുമുള്ള കഴിവ്, അവരുമായുള്ള നിങ്ങളുടെ ബന്ധം, നിങ്ങളുമായുള്ള അവരുടെ ബന്ധം, അവരുടെ ടീമിലെ പ്രധാന ലീഡർമാരുമായുള്ള ബന്ധം.

ഒരു ഔൺസ് സ്വർണ്ണം കിട്ടാൻ ടൺ കണക്കിന് ചെളി മാറ്റേണ്ടി വരും.

ശരിയായ ലീഡർമാരെ കണ്ടെത്താൻ അടിത്തറ ബലപ്പെടുത്തേണ്ടതിന്റെ പ്രാധാന്യത്തിന് ഒരു പ്രധാന കാരണം കൂടിയുണ്ട്, ശരിയായ ലീഡർമാരുമായി ബന്ധപ്പെടുക. എല്ലാവരെയും സ്വാഗതം ചെയ്യുന്ന ഒരു ബിസിനസാണ് നെറ്റ്‌വർക്ക് മാർക്കറ്റിങ്. എന്റെ അറിവിൽ, നമുക്കാണ് ഏറ്റവും കുറഞ്ഞ എൻട്രി, എക്സിറ്റ് ചെലവുള്ളത്. നെറ്റ്‌വർക്ക് മാർക്കറ്റിങ്ങിലേക്കുള്ള എൻട്രി സൗജന്യമാണ്, പൂജ്യം നിക്ഷേപത്തിൽ തുടങ്ങാം. റെസ്യൂം വേണ്ട, നിങ്ങളുടെ പരിസ്ഥിതികൾ പരിശോധിക്കില്ല, ഇന്റർവ്യൂ ഇല്ല, സർട്ടിഫിക്കറ്റുകൾ വേണ്ട, ഒരു വിതരണക്കാരൻ ആകാൻ ആഗ്രഹിക്കുന്ന ആർക്കും സ്വാഗതം. ഈ ബിസിനസിന്റെ ഏറ്റവും പ്രധാനപ്പെട്ട സവിശേഷതയാണിത്, അതിനെ ഞാൻ വ്യക്തിപരമായി ഇഷ്ടപ്പെടുകയും ചെയ്യുന്നു. എന്നാൽ, ഇതേ സവിശേഷത, ഈ ബിസിനസിന്റെ പോരായ്മയായും ചിലപ്പോൾ മാറാറുണ്ട്.

പൊതുവെ, 26 പേരടങ്ങുന്ന ആദ്യ സെറ്റ് ആളുകളെ കിട്ടിയാൽ, ചിലർ പുതിയ ആളുകളുടെ റിക്രൂട്ടുമെന്റ് അവസാനിപ്പിക്കുകയും അവരുടെ പങ്കാളികൾ ജോലി ചെയ്യും എന്ന പ്രതീക്ഷയിൽ ഇരിക്കുകയും ചെയ്യും. സ്വഭാവികമായും ചിലർ ചെയ്യും, ചിലർ ചെയ്യില്ല. ചിലപ്പോൾ ഈ ആറുപേരും ആദ്യ ആഴ്ചകളിൽ നമ്മൾ പ്രതീക്ഷക്കൊത്ത് ജോലി ചെയ്തില്ല എന്നും വരാം. തുടക്കത്തിലുള്ള ഈ പങ്കാളികളെവച്ചു

കൊണ്ടായിരിക്കും ആളുകൾ ഈ ബിസിനസിനെക്കുറിച്ചുള്ള അവരുടെ അഭിപ്രായം രൂപപ്പെടുത്തുക.

നാം ഒരു കാര്യം ഓർക്കണം, ആർക്കുവേണമെങ്കിലും ഈ ബിസിനസിലേക്ക് വരാം, എന്നാൽ, എല്ലാവർക്കും വിജയിക്കാനാകില്ല. ഈ ബിസിനസിന് ഒരുതരത്തിലുമുള്ള സാമ്പത്തിക നിക്ഷേപം ആവശ്യമില്ല, എന്നാൽ, പൊതുവായ ചില ബിസിനസ് സ്വഭാവങ്ങൾ അനിവാര്യമാണ്: കഠിനാധ്വാനം, തുടർച്ചയായ പ്രവർത്തനം, പ്രതിബദ്ധത, ത്യാഗമനോഭാവം തുടങ്ങിയവ. കൂടുതൽ ആഴത്തിലേക്ക് നിങ്ങൾ പോകുമ്പോൾ, ഒരു സ്ഥാപനത്തിലൂടെ നിങ്ങൾ ജോലി ചെയ്യുമ്പോൾ നിങ്ങൾക്ക് നിങ്ങൾ അന്വേഷിച്ചുകൊണ്ടിരിക്കുന്ന, ശരിയായ ഗുണങ്ങളുള്ള നല്ല ആളുകളെ കണ്ടെത്താൻ കഴിയും. മുകളിലുള്ള ചിലരുടെ വേണ്ടത്ര ശ്രദ്ധ കിട്ടാത്തതുകൊണ്ട് ഇത്തരം നല്ല വ്യക്തികൾ ചിലപ്പോൾ ബിസിനസ് ഉപേക്ഷിച്ചു പോകാറുണ്ട്. ഇത്തരം വ്യക്തികളെ ആഴത്തിൽ നിങ്ങൾ തിരിച്ചറിഞ്ഞു കഴിഞ്ഞാൽ, അവരെ ഫോക്കസ് ചെയ്യുക, നിങ്ങളുടെ 100 ശതമാനം സമയവും ഊർജവും വിനിയോഗിച്ച് അവരെ സ്വതന്ത്രരായ ലീഡർമാരായി വികസിപ്പിക്കുക.

അടിത്തറ ശക്തമാക്കുന്ന പ്രക്രിയയിൽ നിങ്ങളുടെ പുരോഗതി പരിശോധിക്കാൻ ഒരു വഴിയുണ്ട്; ഓരോ പരിപാടിയിലും ഈ ചോദ്യം ചോദിക്കുക. ഒരേ ബ്രാഞ്ചിലെ (A1- A7) വിവിധ ടീമുകളിൽനിന്ന് എത്ര പേർ ഈ പരിപാടിയിൽ പങ്കെടുക്കുന്നുണ്ട്? നിങ്ങളുടെ ഓരോ ബ്രാഞ്ചുകളുടെയും അടിത്തറ തുടർച്ചയായി ശക്തിപ്പെടുത്തിക്കൊണ്ടിരിക്കുക, അങ്ങനെ ഏറ്റവും ഉയരത്തിലെത്തുക.

ചിലർ നിങ്ങൾക്കൊപ്പം ചേർന്ന് ബിസിനസ് തുടങ്ങുന്നു, മറ്റാർക്കെങ്കിലും നിങ്ങളെ പരിചയപ്പെടുത്താനായി ചിലർ ബിസിനസിലേക്കുവരുന്നു, അയാൾ നിങ്ങൾക്കൊപ്പം ബിസിനസ് തുടങ്ങുന്നു.

– ദീപക് ബജാജ്

അടിത്തറ ബലപ്പെടുത്തൽ = സുസ്ഥിരത

എന്റെ ടീമിൽ അടിത്തറ ബലപ്പെടുത്തുന്നതിന് ഏറ്റവും വൈദഗ്ധ്യമുള്ള ആൾ ഗൗരവ് ബജാജ് ആണ്. ശരിയായ ആളുകളെ തിരിച്ചറിയാൻ അദ്ദേഹത്തിന് പ്രത്യേക പാടവമുണ്ട്, ശരിയായ ആളെ കണ്ടെത്തിക്കഴിഞ്ഞാൽ, അദ്ദേഹത്തെ മഹാനായ ഒരു ലീഡറായി വികസിപ്പിച്ചെടുക്കാനുള്ള ദൗത്യം അദ്ദേഹം ഏറ്റെടുക്കും. അടിത്തറ ശക്തിപ്പെടുത്തുന്നതിലൂടെ മാത്രമേ തന്റെ ബിസിനസ് മുന്നോട്ടുപോകൂ എന്ന് അദ്ദേഹം വിശ്വസിക്കുന്നു. ഈ പ്രക്രിയയിൽ, നമ്മൾ ആദ്യ പങ്കാളിക്കൊപ്പം ചെയ്തത് ആവർത്തിക്കുകയാണ് ചെയ്യുന്നത്. ഈ പുസ്തകത്തിൽ പറയുന്ന വിജയവഴി പിന്തുടരുകയാണെങ്കിൽ, നമ്മുടെ ടീമിന്റെ അടിത്തറ സ്വയമേവ ബലപ്പെടുത്താൻ നമുക്കു കഴിയുമെന്ന് അദ്ദേഹം പറയുന്നു. അത് ലളിതമാണ് ഒരാളെ റിക്രൂട്ടുചെയ്യുക, അയാളെ/അവളെ കഴിയുംവേഗം ഒരു സ്വതന്ത്ര ലീഡറായി മാറ്റുക. ഇതാണ് അടിസ്ഥാനപരമായ കാര്യം, ഇതിൽനിന്ന് വ്യതിചലിക്കുന്ന എല്ലാ വിതരണക്കാരും കുറഞ്ഞ വരുമാനത്തെക്കുറിച്ചും ടീമുകളുടെ മോശം പ്രകടനത്തെക്കുറിച്ചും പരാതിപ്പെട്ടുകൊണ്ടിരിക്കും.

എന്റെ നല്ല രണ്ട് സുഹൃത്തുക്കളും ഈ ബിസിനസിലെ പ്രതിഭയുള്ള ലീഡർമാരുമായ ധയാലൻ ടി.എച്ച്., രാജേഷ് യാദവ് എന്നിവരിൽ, അടിത്തറ ബലപ്പെടുത്തുന്നതിനുള്ള ശേഷി ഞാൻ കണ്ടിട്ടുണ്ട്. ഇവർക്ക് വർഷങ്ങളായി സ്ഥിരമായി വരുമാനം ലഭിച്ചുകൊണ്ടിരിക്കുന്നു, കാരണം, ഇന്ത്യയിലുടനീളം ഒന്നിനു പുറകേ മറ്റൊന്നായി അവർക്ക് നിരവധി ടീമുകളുണ്ട്.

15. പകർപ്പ് (ഡ്യൂപ്ലിക്കേഷൻ) – ബിസിനസിന്റെ നട്ടെല്ല്

നിങ്ങൾ ചെയ്യാനാവശ്യപ്പെടുന്നത് ആളുകൾ ചെയ്യണമെന്നില്ല, നിങ്ങൾ ചെയ്യുന്നതേ ആളുകൾ ചെയ്യൂ.

ആരുടെയെങ്കിലും എന്തിന്റെയെങ്കിലും തനി പകർപ്പുകളുണ്ടാക്കുന്ന പ്രക്രിയയെയാണ് ഡ്യൂപ്ലിക്കേഷൻ എന്നു പറയുന്നത്. നെറ്റ്‌വർക്ക് മാർക്കറ്റിങ്ങിന്റെ അടിസ്ഥാന തത്വങ്ങളിൽ ഒന്നാണിത്. നെറ്റ്‌വർക്ക് മാർക്കറ്റിങ് ബിസിനസിനെ സംബന്ധിച്ച് എനിക്ക് ഏറ്റവും ഇഷ്ടമുള്ളത്, അത് ലീഡറിൽനിന്ന് അനുയായി എന്ന ആശയത്തിനുപകരം ലീഡറിൽനിന്ന് ലീഡറിലേക്ക് എന്ന ആശയത്തിന്മേലാണ് പ്രവർത്തിക്കുന്നത് എന്നതാണ്. ബിസിനസിലേക്ക് നിങ്ങളെ കൊണ്ടുവരുന്നത് ആരായാലും, അയാൾക്ക്/ അവൾക്ക് അറിയാവുന്ന കാര്യങ്ങളെല്ലാം, സാധ്യമെങ്കിൽ അൽപം കൂടുതൽ, നിങ്ങളെ പഠിപ്പിക്കും. ലീഡർമാരെ സൃഷ്ടിക്കുക എന്നത് ഈ ബിസിനസിലെ ഒരു ഓപ്ഷൻ അല്ല, അത് ഒരു അനിവാര്യതയാണ്. ശരിക്കും പറഞ്ഞാൽ, ഡ്യൂപ്ലിക്കേഷൻ ഇല്ലാത്ത നെറ്റുവർക്ക് മാർക്കറ്റിങ് വെറുമൊരു ജോലി മാത്രമായി മാറുന്നു.

ഈ ആശയം നാം ഉണ്ടാക്കിയതല്ല, ദൈവം ഉണ്ടാക്കിയതാണ്. ഡ്യൂപ്ലിക്കേഷൻ എന്നത് മനുഷ്യ ഡി.എൻ.എ.യുടെ ഒരു ഭാഗമാണ്, നാം ജനിക്കുന്നത് ഡ്യൂപ്ലിക്കേഷൻ നടത്താനുള്ള ശേഷിയോടെയാണ്. ഒരു കുട്ടി നടക്കാനോ സംസാരിക്കാനോ നിൽക്കാനോ പഠിക്കുന്നത് എങ്ങനെയാണ് എന്ന് നിങ്ങൾ ശ്രദ്ധിച്ചിട്ടുണ്ടോ സ്കൂളില്ല, ഭാഷയില്ല, പുസ്തകങ്ങളില്ല; എന്നിട്ടും കുട്ടി തനിച്ച്, ഏറ്റവും കാര്യക്ഷമമായി ഇതെല്ലാം പഠിക്കുന്നു, ഡ്യൂപ്ലിക്കേഷൻ എന്ന തത്വത്തിന്റെ സഹായത്തോടെ. ചിലർ ചില കാര്യങ്ങൾ ചെയ്യുന്നത് കുഞ്ഞ് കാണുന്നു, അത് പകർത്തുന്നു. കുഞ്ഞ് സദാ ജിജ്ഞാസുവായിരിക്കും, പുതിയ കാര്യങ്ങൾ ചെയ്യാൻ ശ്രമിച്ചുകൊണ്ടിരിക്കും. ഒരു പുതിയ കാര്യം ആരെങ്കിലും ചെയ്യുമ്പോൾ കുട്ടിയുടെ ജന്മവാസന അവനോട് പറയും, 'ഹേയ്, അതൊരു തമാശയാണ്, അത് ചെയ്യാൻ ശ്രമിക്കൂ'. പഠനത്തിനുള്ള ഏറ്റവും ലളിതമായ വഴിയാണിത്. നിങ്ങൾ എന്തെങ്കിലും പഠിക്കാൻ ആഗ്രഹിക്കുന്നുണ്ടെങ്കിൽ, അത് നന്നായി ചെയ്യുന്ന ആരെയെങ്കിലും അനുകരിക്കുക മാത്രം ചെയ്താൽ മതി, അധികകാലം കഴിയുന്നതിനുമുമ്പ് നിങ്ങൾക്ക് അതിൽ മാസ്റ്റർ ആകാം. അതാണ് ഡ്യൂപ്ലിക്കേഷൻ.

ആളുകളിൽനിന്ന് നിങ്ങൾ ആഗ്രഹിച്ച ഏത് സ്വഭാവവും ലഭിക്കും, ദീർഘകാലയളവിൽ അതേ സ്വഭാവം പ്രദർശിപ്പിക്കുന്നതിലൂടെ.
- ദീപക് ബജാജ്

ഒരു നെറ്റുവർക്ക് മാർക്കറ്റിങ് ലീഡർക്ക് ലഭ്യമായ ഏറ്റവും ശക്തമായ ഉപകരണമാണ് ഡ്യൂപ്ലിക്കേഷൻ. വീണ്ടും വീണ്ടും ഓരോ രാജ്യവും കോർപറേഷനും രാഷ്ട്രീയപാർട്ടിയും പ്രവചനാത്മകമായി പെരുമാറുന്നത് അവയുടെ സംസ്കാരം കൊണ്ടാണ്. ഒരു വ്യക്തി പ്രത്യേകതരത്തിൽ പെരുമാറുമ്പോൾ അതിനെ സ്വഭാവം എന്നുവിളിക്കുന്നു. ഒരു സ്ഥാപനം മുഴുവൻ പ്രത്യേക തരത്തിൽ പെരുമാറുമ്പോൾ അതിനെ സംസ്കാരം എന്നുവിളിക്കും. നിങ്ങൾ സ്മാർട്ടും മാറ്റമില്ലാത്തയാളും ശേഷിയുള്ളയാളും കഠിനാധ്വാനിയും ആണെങ്കിൽ അതുകൊണ്ടുമാത്രം നിങ്ങൾക്ക് ചില ലെവലിൽ എത്താൻ കഴിയും, എന്നാൽ, നിങ്ങളുടെ സ്ഥാപനത്തിലെ ഭൂരിഭാഗം ആളുകളും സ്മാർട്ടും മാറ്റമില്ലാത്തവരും ശേഷിയുള്ളവരും കഠിനാധ്വാനികളും ആണെങ്കിൽ അത് ഒരു വലിയ ബിസിനസായി മാറും. ഓരോ സ്ഥാപനത്തിലെയും ലീഡർമാർ അത്തരം സ്ഥാപന സംസ്കാരമാണ് സ്വപ്നം കാണുന്നത്, എന്നാൽ, നെറ്റ്‌വർക്ക് മാർക്കറ്റർമാർക്ക് ഈ പൂട്ട് തുറക്കാനുള്ള താക്കോലുണ്ട്, എങ്ങനെ ശരിയായ സംസ്കാരം ഉണ്ടാക്കിയെടുക്കാം എന്ന് അതിലൂടെ നമുക്ക് അറിയാം. ആ താക്കോലിന്റെ പേരാണ് ഡ്യൂപ്ലിക്കേഷൻ.

ഡ്യൂപ്ലിക്കേഷൻ എങ്ങനെ സംഭവിക്കുന്നു അത് ലളിതമാണ്: നിങ്ങൾ എന്തുചെയ്താലും നിങ്ങളുടെ ടീം അത് പകർത്തും. എന്തുതന്നെ നിങ്ങൾ അവരെ പഠിപ്പിച്ചാലും, അന്തിമമായി അവർ ചെയ്യുന്നത്, നിങ്ങൾ ചെയ്യുന്ന കാര്യങ്ങളായിരിക്കും. അതുകൊണ്ട്, നിങ്ങളുടെ പങ്കാളി എന്തുചെയ്യണമെന്ന് നിങ്ങൾ ആഗ്രഹിക്കുന്നുവോ, നിങ്ങൾ തന്നെ അത് ചെയ്തുതുടങ്ങുക, തുടർച്ചയായി അതുതന്നെ നിങ്ങൾ ചെയ്തുകൊണ്ടിരുന്നാൽ നിങ്ങളുടെ സ്ഥാപനം മുഴുവൻ കൃത്യമായി അതുതന്നെ ചെയ്യുന്നത് കാണാം. നിങ്ങളുടെ പങ്കാളികൾ എല്ലാം പകർത്തും: നിങ്ങൾ നടക്കുന്ന രീതി, സംസാരിക്കുന്ന രീതി, നിങ്ങൾ ഉപയോഗിക്കുന്ന വാക്കുകൾ, ജോലിയുടെ സ്വഭാവം, യാത്ര ചെയ്യുന്ന രീതി, ചെലവഴിക്കുന്ന രീതി, തെരഞ്ഞെടുക്കുന്ന കാറുകൾ തുടങ്ങിയവ എല്ലാം.

അതുകൊണ്ട്, നല്ല സ്വഭാവം എന്നത് ലീഡർക്കുവേണ്ട ഒഴിവാക്കാനാകാത്ത ഉത്തരവാദിത്തം കൂടിയായി മാറുന്നു, കാരണം, ടീം ലീഡറുടെ തനിപ്പകർപ്പായിരിക്കും. അതുകൊണ്ട്, എന്തെങ്കിലും മാറ്റം വേണമെന്ന് നിങ്ങൾ ആഗ്രഹിക്കുന്നുണ്ടെങ്കിൽ നിങ്ങളുടെ ടീമിനെ മാറ്റുന്നതിനെക്കുറിച്ച് നിങ്ങൾ വിഷമിക്കേണ്ടതില്ല, നിങ്ങൾ സ്വയം മാറിയാൽ മതി, എല്ലാവരും ആ മാറ്റം പിന്തുടരുന്നത് കാണാം.

ഒരു ബില്യൻ ഡോളർ കമ്പനിയുടെ പ്രസിഡന്റ് അദ്ദേഹത്തിന്റെ വീട്ടിൽവച്ച് ഞായറാഴ്ച വൈകുന്നേരങ്ങളിൽ ഫിനാൻഷ്യൽ ന്യൂസ്പേപ്പർ

വായിക്കാറുണ്ട്. കഴിഞ്ഞ രണ്ടാഴ്ചയായി അദ്ദേഹത്തിന്റെ എട്ടുവയസ്സായ മകൻ പിതാവിനെ കാത്തിരിക്കുകയായിരുന്നു. പിതാവ് വീട്ടിലായതു കൊണ്ട്, കുട്ടി അദ്ദേഹത്തോടൊപ്പം കളിക്കാൻ ആഗ്രഹിച്ചു, തന്നോടൊപ്പം കളിക്കാൻ വരാൻ ആവശ്യപ്പെട്ടുകൊണ്ടിരുന്നു. എന്നാൽ, പിതാവിന് വാർത്തകളിലായിരുന്നു താൽപര്യം, അതുകൊണ്ട് രണ്ടുമണിക്കൂർ നേരത്തേക്ക് തനിക്ക് ശാന്തമായി ന്യൂസ്പേപ്പർ വായിക്കാൻ കഴിയുംവിധം മകന്റെ ശ്രദ്ധ മറ്റെന്തെങ്കിലും കാര്യത്തിലേക്ക് തിരിച്ചുവിടാൻ അയാൾ ശ്രമിച്ചു. ന്യൂസ്പേപ്പറിന്റെ ഒരു പേജിൽ ലോകഭൂപടമുണ്ടായിരുന്നു. ഈ ഭൂപടം നിരവധി കഷണങ്ങളായി കീറിയെടുത്തശേഷം മകന് നൽകി, അത് വീണ്ടും ചേർത്തുവച്ച് ഭൂപടമാക്കി മാറ്റാൻ അദ്ദേഹം മകനോട് ആവശ്യപ്പെട്ടു, അത് ഭൂപടമാക്കി മാറ്റിയാൽ താൻ കളിക്കാൻ വരാമെന്നും ഉറപ്പുനൽകി. ഒരു ദിവസമെടുത്താലും ഈ ഭൂമിയിൽ ആർക്കും ആ കടലാസുകഷണങ്ങൾ ചേർത്തുവച്ച് ഭൂപടമാക്കാൻ കഴിയില്ലെന്ന് അയാൾക്ക് ഉറപ്പായിരുന്നു, ആ സമാധാനത്തിൽ അയാൾ വീണ്ടും വായനയിൽ മുഴുകി. എന്നാൽ, അദ്ദേഹത്തെ അമ്പരപ്പിച്ച്, അഞ്ചുമിനിറ്റിനകം മകൻ ഭൂപടവുമായി എത്തി. അയാൾ ഞെട്ടിപ്പോയി. അത് അയാൾ പലവട്ടം പരിശോധിച്ചു, എല്ലാം അതാതിന്റെ സ്ഥാനത്തുതന്നെയുണ്ടായിരുന്നു. ഏതാനും മിനിറ്റുകൾ കൊണ്ട് എങ്ങനെ ഇത്രയും സങ്കീർണ്ണമായ ഭൂപടം ശരിയായി ചേർത്തുവക്കാൻ കഴിഞ്ഞു എന്ന് അയാൾ മകനോട് ചോദിച്ചു. മകന്റെ മറുപടി ലളിതമായിരുന്നു, 'ഈ ഭൂപടത്തിന്റെ പുറകുവശത്ത് ഒരു മനുഷ്യന്റെ മുഖം ഉണ്ടായിരുന്നു. **ആ മുഖം ഞാൻ ശരിയാക്കി വച്ചപ്പോൾ തനിയെ ലോകവും ശരിയായി വന്നു'.** നിരവധി സെമിനാറുകളിൽ നൂറുകണക്കിന് തവണ ഞാൻ ഈ കഥ പറഞ്ഞിട്ടുണ്ട്. ഓരോ തവണയും എനിക്കുതന്നെ അത് പ്രചോദനം നൽകാറുമുണ്ട്. നിങ്ങൾ മെച്ചപ്പെടാൻ തുടങ്ങുമ്പോൾ സ്വയമേവ നിങ്ങളുടെ ടീമും മെച്ചപ്പെടാൻ തുടങ്ങുന്നു.

ചിലർ നിങ്ങളുടെ സ്വഭാവം പകർത്താൻ മറ്റുള്ളവരേക്കാൾ കൂടുതൽ സമയമെടുത്തു എന്നുവരാം, അതിൽ വിഷമിക്കേണ്ടതില്ല. ഡ്യൂപ്ലിക്കേഷൻ എന്നത് പകർത്തുന്നതിന്റെ മറ്റൊരു വാക്കാണ്, നമ്മുടെ സ്കൂൾ സംവിധാനം, പകർത്തലിനെ ഒരു മോശം കാര്യമായി ഉറപ്പിച്ചുവച്ചു. സ്കൂൾ അധാർമ്മികമായി കരുതിയതിനെ യഥാർഥത്തിൽ ഈ ലോകം വിളിക്കുന്നത് സഹകരണം എന്നാണ്, ചിലപ്പോൾ ടീം വർക്ക് എന്നും. എന്നാൽ, ദശാബ്ദങ്ങളായുള്ള കണ്ടീഷനിങ്ങിലൂടെ ചില ആളുകൾക്ക് പകർത്തൽ ബുദ്ധിമുട്ടുള്ള ഒരു കാര്യമായി തോന്നാം, എന്നാൽ, അതിന്റെ നേട്ടത്തെക്കുറിച്ച് അറിയുന്നതോടെ, അവർ അത് ചെയ്യാൻ തുടങ്ങും. ഇത്തരം ആളുകൾക്ക് ഒരു വ്യക്തിയിൽ നിന്നുള്ളതിനേക്കാൾ ഒരു സ്ഥാപനത്തിൽ നിന്നുള്ള നിർദേശങ്ങൾ പിന്തുടരുന്നതായിരിക്കും എളുപ്പം. ഈ ആളുകളെ നിങ്ങളുടെ സീനിയർമാർ സംഘടിപ്പിക്കുന്ന പരിശീലന പരിപാടികളിൽ പങ്കെടുപ്പിക്കണം, സ്ഥാപനം മുഴുവനും എല്ലാ സീനിയർമാരും

ഒരേ നിർദേശങ്ങൾ തന്നെ നൽകുന്നതു കാണുമ്പോൾ, പെട്ടെന്നുതന്നെ അവരും അത് പിന്തുടരാൻ തുടങ്ങും. അതുകൊണ്ട്, ഒരു മികച്ച അപ്ലൈനിനും നിങ്ങളുടെ സ്ഥാപനത്തിന്റെ ശക്തവും ഉയർന്നതോതിൽ വികസിച്ചതുമായ ഒരു വിജയസംവിധാനത്തിനും ഒരു വിജയ കൂട്ടുകെട്ട് ആകാൻ കഴിയും, നിങ്ങളുടെ ടീമിൽ ശരിയായ ഒരു ജോലി സംസ്കാരം വികസിപ്പിച്ചെടുക്കാൻ.

ചില നല്ല ആളുകൾ നമ്മുടെ ബിസിനസിൽ പരാജയപ്പെടാൻ ഒരു കാരണം, അവർ അവരുടെ സമർഥമായ ആശയങ്ങൾ പ്രയോഗിക്കാൻ ശ്രമിക്കുന്നതുകൊണ്ടാണ്. ഈ ആശയങ്ങൾക്ക് നിശ്ചിത തോതിൽ മൽസരശേഷി ആവശ്യമാണ്, അത് എല്ലാവർക്കും ഉണ്ടായിരിക്കണമെന്നില്ല. ഈ ആളുകളുടെ കാര്യത്തിൽ ഈ ആശയങ്ങൾക്ക് അത്ഭുതം സൃഷ്ടിക്കാൻ കഴിയുമായിരിക്കും, എന്നാൽ, അവരുടെ ടീമുകൾ ഈ ആശയം ചെയ്യാൻ ശ്രമിച്ചാൽ, അവർക്ക് അതേ ഫലം കിട്ടണമെന്നില്ല. ഇത് ആളുകളെ ആശയക്കുഴപ്പത്തിലാക്കുകയും അവർ ജോലി നിർത്തുകയും ചെയ്യും. അതുകൊണ്ട്, ഈ ബിസിനസിൽ നാം മഹത്തായ കാര്യങ്ങൾ ചെയ്യേണ്ടതില്ല, ചെയ്യേണ്ടത് ഇത്രമാത്രം പകർത്തൽ.

നിങ്ങൾ എല്ലാം ശരിയായി ചെയ്താലും, ചില ആളുകൾ തീർച്ചയായും വ്യത്യസ്തരീതിയിൽ പെരുമാറും. എന്നാൽ, നിയമങ്ങളെ സംശയിച്ചുതുടങ്ങരുത്, കാരണം, ചില ആളുകൾ ചില സമയങ്ങളിൽ വ്യത്യസ്തമായി പെരുമാറും. നമ്മൾ ജനങ്ങളുമായി ബന്ധപ്പെട്ട ബിസിനസാണ് ചെയ്യുന്നത്, ജനങ്ങളുടെ സ്വഭാവം അവരുടെ പ്രകൃതത്തിനും മനോഭാവത്തിനും സാഹചര്യങ്ങൾക്കും അനുസരിച്ച് മാറിക്കൊണ്ടിരിക്കും. വിവിധ തരം ആളുകളെ കൈകാര്യം ചെയ്യുന്ന കല പഠിക്കുക, ബിസിനസിനുവേണ്ടി ശരിയായ കാര്യങ്ങൾ ചെയ്ത് മുന്നോട്ടുപോകുക.

വലിയ വിജയത്തിനുവേണ്ടി നിങ്ങളുടെ ടീമിൽ പ്രയോഗിക്കാവുന്ന ചില മികച്ച ഡ്യൂപ്ലിക്കേഷൻ ആശയങ്ങൾ:

- ✓ ഞാൻ എന്റെ ടീമിൽ ഏറ്റവും കഠിനാധ്വാനം ചെയ്യുന്ന ആളാണ്.
- ✓ എന്റെ സ്ഥാപനത്തിന്റെ വിജയ സംവിധാനത്തിന് അനുസരിച്ചാണ് ഞാൻ പൂർണ്ണമായും ജോലി ചെയ്യുന്നത്.
- ✓ ഞാൻ ഉദ്ദേശിക്കുന്നത് ഞാൻ ചെയ്യുന്നു, ചിലപ്പോൾ കുറച്ച് അധികവും.
- ✓ നല്ലത് എന്താണ് അതല്ല ഞാൻ ചെയ്യുന്നത്, എന്താണ് പകർത്താൻ കഴിയുന്നത് അതാണ് ഞാൻ ചെയ്യുന്നത്.

ഡ്യൂപ്ലിക്കേഷൻ എന്നത് ഇരുതല വാളാണ്. നിങ്ങളുടെ നല്ല പ്രവൃത്തികൾ പകർത്തപ്പെടുമ്പോൾ തന്നെ മോശം കാര്യങ്ങളും പകർത്തപ്പെടും. യഥാർത്ഥത്തിൽ, നിങ്ങളുടെ നല്ല ജോലി 25-30 ശതമാനമാണ് പകർത്തപ്പെടുക,

അതേസമയം, നിങ്ങൾ ചെയ്യുന്ന മോശമായ കാര്യങ്ങൾ കൂടുതൽ അളവിൽ പകർത്തപ്പെടും. ആളുകൾ നിങ്ങളെ സദാ നിരീക്ഷിച്ചുകൊണ്ടിരിക്കുകയാണ്: നിങ്ങൾ അതേക്കുറിച്ച് ബോധവാനാണെങ്കിലും അല്ലെങ്കിലും. സ്റ്റേജിൽനിന്ന് നിങ്ങൾ പറയുന്നത് ആളുകൾ ശ്രദ്ധിക്കും, എന്നാൽ, അവർ അത് നടപ്പാക്കുന്നതിനുമുമ്പ്, സ്റ്റേജിനുപുറത്ത് നിങ്ങൾ അത് ചെയ്യുന്നുണ്ടോ എന്ന് അവർ ശ്രദ്ധിക്കും. ശരിക്കും പറഞ്ഞാൽ, നിങ്ങൾ സ്റ്റേജിൽ അല്ലാത്ത സമയത്ത് നിങ്ങൾക്കുള്ള സ്വഭാവങ്ങളാണ് പകർത്തപ്പെടാൻ കൂടുതൽ സാധ്യത, കൂടുതൽ വേഗത്തിലും.

ചിലപ്പോൾ, ഒരു ഫോട്ടോകോപ്പി മെഷീനിൽ നിന്നെടുക്കുന്ന പകർപ്പുകൾ നന്നായി തെളിഞ്ഞിട്ടില്ല എന്ന് ചിലർ പരാതിപ്പെടാറുണ്ട്. ഓർക്കുക, ഫോട്ടോകോപ്പി മോശമായാൽ, അതിനർഥം യഥാർഥ കോപ്പിയും മോശമാണ് എന്നാണ്. ഒരു മോശം ഒറിജിനൽ കോപ്പിയിൽനിന്ന് നിങ്ങൾക്ക് നല്ല ഫോട്ടോകോപ്പി എടുക്കാൻ കഴിയില്ല. നല്ലത്, ഒറിജിനലിനുമേൽ നിങ്ങൾക്ക് എപ്പോഴും പൂർണ്ണമായ നിയന്ത്രണം ഉണ്ടായിരിക്കുക എന്നതാണ്.

> *ജനങ്ങളെ നയിക്കുന്നതിനുള്ള മൂന്ന് പ്രധാനപ്പെട്ട വഴികൾ ഇതാണ്: ഉദാഹരണം കൊണ്ട്, ഉദാഹരണം കൊണ്ട്, ഉദാഹരണം കൊണ്ട്.*
> – ആൽബർട്ട് ഷെയ്റ്റ്സർ

എൻജിന്റെ വേഗം = ട്രെയിനിന്റെ വേഗം

എന്റെ ടീമിന് ഇത്ര വേഗം കിട്ടുന്നത് എങ്ങനെയാണ് എന്ന് നിരവധി പേർ ചോദിക്കാറുണ്ട്. ഉത്തരം ലളിതമാണ് എനിക്ക് വേഗമുള്ളതുകൊണ്ട്. ഒന്നിനുപുറകേ ഒന്നായി ഞാൻ പുതിയ റെക്കോർഡുകൾ സ്ഥാപിക്കുന്നു, എന്റെ ടീം എന്നെ പകർത്തിക്കൊണ്ടിരിക്കുന്നു. തൽഫലമായി, ഒരു അതിവേഗ മനുഷ്യനിൽനിന്ന് ഞാൻ ഒരു അതിവേഗ ടീമായി മാറുന്നു. ഇപ്പോഴും, ഓരോ ആഴ്ചയിലും എനിക്ക് നിരവധി പുതിയ ആളുകളെ കിട്ടാറുണ്ട്, അവർ എന്റെ അടുത്തെത്തുന്നത് ഒരേയൊരു കാരണം കൊണ്ടാണ് അവർക്ക് അതിവേഗത്തിൽ നേട്ടമുണ്ടാക്കണം.

16. ബോധവൽക്കരണം – ടീമിനെ ചേർത്തുനിർത്തുന്ന വജ്രപ്പശ

മറ്റുള്ളവരെ ഉയർത്തുന്നതിലൂടെയാണ് നാം ഉയരുന്നത്.

– റോബർട്ട് ഇംഗർസോൾ

നെറ്റ്‌വർക്ക് മാർക്കറ്റിങ്ങിൽ വരുന്നതിനുമുമ്പ് ബോധവൽക്കരണം എന്നൊരു വാക്ക് ഉണ്ട് എന്നുപോലും എനിക്ക് അറിയില്ലായിരുന്നു, ബോധവൽക്കരണം ഇല്ലാതെയാണ് നിങ്ങൾ ജീവിക്കുന്നത് എങ്കിൽ നിങ്ങൾക്ക് നെറ്റ്‌വർക്ക് മാർക്കറ്റിങ്ങിൽ നിലനിൽക്കാനാകില്ല എന്ന് ഇന്ന് ഞാൻ വിശ്വസിക്കുന്നു. ബോധവൽക്കരണം എന്നത് ഒരു ആശയമല്ല, അത് ഒരു തത്വശാസ്ത്രമാണ്. ജീവിതരീതിയാണ്. എന്റെ ബിസിനസ് മെച്ചപ്പെടുത്താനാണ് ഞാൻ ബോധവൽക്കരണം എന്ന വിദ്യ പഠിച്ചത്, എന്നാൽ, സാവധാനം അത് എന്റെ ജീവിതമപ്പാടെ നെറ്റ്‌വർക്ക് മാർക്കറ്റിങ്ങിനുപുറത്തുള്ളതും മാറ്റിമറിച്ചു. ഞാൻ ശക്തമായി നിങ്ങൾക്ക് ശുപാർശ ചെയ്യുന്നു, നിങ്ങളും ബോധവൽക്കരണത്തെ നിങ്ങളുടെ ജീവിതത്തിലെ ഒരു വഴികാട്ടിയായി സ്വീകരിക്കുക. അത് പുതിയ വാതിലുകൾ തുറക്കും, പുതിയ സുഹൃത്തുക്കളെ നൽകും, ശാന്തിയും സന്തോഷവും കൊണ്ടുവരും, നിങ്ങളുടെ ഭ്രാന്തമായ സ്വപ്നങ്ങളിലുള്ളതിനേക്കാൾ വലിയരീതിയിൽ ബിസിനസിനെ രൂപപ്പെടുത്താനും കഴിയും.

ബോധവൽക്കരണം = ഉയർത്തൽ, വെളിച്ചം നൽകൽ, പ്രോൽസാഹിപ്പിക്കൽ

ബോധവൽക്കരണം എന്നാൽ ആളുകളെ മുകളിലേക്ക് ഉയർത്തലാണ്. ബോധവൽക്കരണം നിങ്ങൾക്ക് ചുറ്റുമുള്ളവരിൽ ആദരവും പ്രോൽസാഹനവും സ്നേഹവും അടുപ്പവുമുണ്ടാക്കും, ചിലപ്പോൾ അവർ മികച്ച ജോലി ചെയ്യുമ്പോൾ, ചിലപ്പോൾ ഒരു കാരണവുമില്ലാതെ തന്നെ. നമ്മുടേത് ജനകീയമായ ബിസിനസാണ്, ജനങ്ങളാണ് നമ്മുടെ വിഭവം. നാം സദാ ജനങ്ങളുമായി ഇടപെടുന്നവരാണ്: വ്യക്തിപരമായി, സ്റ്റേജിൽ, ഫോണിൽ, വാട്സ്ആപ്പിൽ, സോഷ്യൽമീഡിയയിലൂടെ. എനിക്ക് നിർദേശിക്കാനുള്ളത് ഇതാണ്, ആളുകളുമായുള്ള ഓരോ ഇടപെടലും അവരെ ഉയർത്തുന്നതിനുള്ള അവസരമായി ഉപയോഗപ്പെടുത്തുക. ജീവിതത്തിൽ ഒരു തത്വം സ്വീകരിക്കുക: ആളുകളെ നിങ്ങൾ കണ്ടെത്തുന്നതിനേക്കാൾ നല്ലത് അവരെ വിട്ടുകൊടുക്കുകയാണ്.

കരുത്തർ മറ്റുള്ളവരെ താഴേക്കുവലിക്കില്ല, അവർ അവരെ ഉയർത്തുകയേ ഉള്ളൂ. - മൈക്കൽ പി. വാട്സൺ

എല്ലാ സാഹചര്യത്തിലും എല്ലാവരിലും ചില നന്മകൾ കാണാൻ ശ്രമിക്കുക. നല്ലതിനുവേണ്ടിയുള്ള അന്വേഷണം ഒരു മനോഭാവം കൂടിയാണ്, എനിക്ക് ഉറപ്പുനൽകാൻ കഴിയും, ആഴത്തിലേക്ക് നോക്കുകയാണെങ്കിൽ, നിങ്ങൾക്ക് നിരവധി നന്മകൾ കണ്ടെത്താൻ കഴിയും. നന്മ കണ്ടെത്തിക്കഴിഞ്ഞാൽ, അത് മറ്റൊരാൾക്ക് പകർന്നുനൽകുന്നുവെന്ന് ഉറപ്പുവരുത്തണം, എല്ലാ നല്ല കാര്യങ്ങളുടെയും ക്രെഡിറ്റ് അവർക്കും കൊടുക്കുക, ചില കാര്യങ്ങൾ നേരായ രീതിയിലല്ല പോകുന്നത് എങ്കിൽ അവയുടെ കുറ്റം നിങ്ങൾ ഏറ്റെടുക്കുക. അവർ അർഹിക്കുന്നതിലും അൽപം കൂടുതൽ ക്രെഡിറ്റ് അവർക്ക് നൽകുക. അവരെ പ്രോൽസാഹിപ്പിക്കുന്നതും ഉത്തേജിപ്പിക്കുന്നതുമായ വാക്കുകൾ ഉപയോഗിക്കുക. ഹലോ പറഞ്ഞു തുടങ്ങി ബൈയിൽ അവസാനിക്കുന്നതുവരെ, അവരുടെ ആത്മാവിന് ഉത്തേജനം നൽകുന്ന വാക്കുകൾ ഉപയോഗിക്കുക. അവരെ ഉയർത്തുന്നതിനുവേണ്ടിയുള്ള പുതിയൊരു പദസമ്പത്തുതന്നെ രൂപപ്പെടുത്തിയെടുക്കുക.

നേരിയ നേട്ടങ്ങളെ പോലും വാഴ്ത്തുക, എല്ലാ നേട്ടങ്ങളെയും വാഴ്ത്തുക. അവരെ അംഗീകരിക്കുന്നത് ഹൃദയപൂർവമായിരിക്കുക, പ്രശംസകൾ വാരിക്കോരി നൽകുക.

- ഡെയ്ൽ കാർണേഗി

നിങ്ങളുടെ അപ്പ്ലൈനിനെ ആദരിക്കുക, അയാളെ/അവളെ ഉയരത്തിലേക്ക് നയിക്കുക. നിങ്ങളുടെ അപ്പ്ലൈൻ ചിലപ്പോൾ അത്ര വലിയ ബുദ്ധിശക്തിയുള്ള ആളാകണമെന്നില്ല, നിങ്ങളേക്കാൾ പ്രായവും വിദ്യാഭ്യാസവും സമ്പത്തും ഉള്ള ആളുമായിരിക്കും, പല രക്ഷിതാക്കളെയും അവരുടെ മക്കളെയും പോലെ. എങ്കിലും നിങ്ങളുടെ അപ്പ്ലൈൻ നിങ്ങളേക്കാൾ കൂടുതൽ ഈ ബിസിനസ് കണ്ടിട്ടുള്ള ആളായിരിക്കും, അയാൾ/അവൾ ആണ് നിങ്ങളെ ഈ ബിസിനസിലേക്ക് കൊണ്ടുവന്നത്. അതുകൊണ്ടുതന്നെ സദാ സമയവും, ഏതു വേദിയിൽ സംസാരിക്കാൻ അവസരം ലഭിക്കുന്നുവോ, അവിടെയെല്ലാം നിങ്ങൾ അദ്ദേഹത്തോടുള്ള നന്ദി പ്രകടിപ്പിക്കാൻ മറക്കരുത്. നമ്മുടേത് പകർത്താവുന്ന ഒരു ബിസിനസ് ആയതുകൊണ്ട്, നിങ്ങൾ എന്ത് നൽകുന്നുവോ അത് നിങ്ങൾക്ക് തിരിച്ചുകിട്ടും. നിങ്ങൾ നിങ്ങളുടെ അപ്പ്ലൈനിന് ആദരവ് നൽകുന്നില്ല എങ്കിൽ നിങ്ങൾക്ക് നിങ്ങളുടെ ഡൗൺലൈനുകളിൽനിന്ന് ആദരം ലഭിക്കില്ല. നിങ്ങൾ ഒരാൾക്ക് അത് നൽകുമ്പോൾ, ഓർക്കുക, നിരവധി പേരിൽനിന്ന് അത് നിങ്ങൾക്ക് തിരിച്ചുകിട്ടും. ഈ ബോധവൽക്കരണവും നിങ്ങളുടെ അപ്പ്ലൈനിന് അർപ്പിക്കുന്ന നന്ദിയും നിങ്ങൾ അപ്പ്ലൈനിനേക്കാൾ ഉയർന്ന റാങ്കിലെത്തിക്കഴിഞ്ഞാലും നിങ്ങൾക്കൊപ്പമുണ്ടാകും.

അപ്ലൈനിന് നിങ്ങൾ ഒരു സ്വത്തായി മാറുക. എല്ലാ അപ്ലൈനുകൾക്കും അഭിമാനിക്കാവുന്ന ഒരാളായി മാറുക. അയാളുടെ/അവളുടെ അപ്ലൈനിനെ പ്രചോദിപ്പിക്കാൻ കഴിയുന്ന ഒരാളായി ഞാൻ നിങ്ങളെ ശുപാർശ പോലും ചെയ്യും.

പ്രചോദനത്തിന്റെ ഉറവിടമാകുക, ലോകത്ത് ആവശ്യത്തിന് വിമർശകർ ഇപ്പോൾ തന്നെയുണ്ട്.

ബന്ധങ്ങൾ ഉണ്ടാക്കിയെടുക്കാനും ആദരവ് നേടാനുമുള്ള എളുപ്പവഴി ബോധവൽക്കരണമാണ്. നിങ്ങളുടെ ജീവിത തത്വശാസ്ത്രത്തെക്കുറിച്ച് പറയൂ, നിങ്ങൾ ആളുകളുടെ ഏറ്റവും പ്രിയങ്കരനായി മാറും. അവർ നിങ്ങളുടെ നിർദേശങ്ങൾ പിന്തുടരും, നിങ്ങൾക്ക് ആദരം ലഭിക്കും, നിങ്ങൾക്ക് കൂടുതൽ സുഹൃത്തുക്കളെ നേടിയെടുക്കാൻ കഴിയും, ബിസിനസിലേക്ക് ശരിയായ ആളുകളെ നിങ്ങൾക്ക് ആകർഷിക്കാൻ കഴിയും. ജീവിതത്തെ ബോധവൽക്കരിച്ചുകൊണ്ടിരിക്കൂ, ഉയരത്തിൽ പറന്നുകൊണ്ടിരിക്കൂ.

നിങ്ങളുടെ മേൽ ഏതാനും തുള്ളികൾ തളിക്കാതെ, നിങ്ങൾക്ക് മറ്റുള്ളവർക്കുമേൽ തളിക്കാൻ കഴിയുന്ന ഒരു പെർഫ്യൂ അല്ല സന്തോഷം.
– റാൽഫ് വാൽഡോ എമേഴ്സൺ

ബോധവൽക്കരിക്കുക, സ്വയം ബോധവൽക്കരിക്കപ്പെടുക

എന്റെ ടീമിലുള്ള ചിന്തൻ അറോറ ബോധവൽക്കരണത്തിൽ ഒരു വിദഗ്ധനാണ്. അദ്ദേഹത്തിന്റെ കഴിഞ്ഞ പിറന്നാൾദിനത്തിൽ, മറ്റേതൊരു ലീഡർക്കും ലഭിച്ചതിനേക്കാൾ കൂടുതൽ ആശംസകൾ അദ്ദേഹത്തിന്റെ ടീമിൽനിന്ന് കിട്ടി. ആളുകൾ ഫേസ്ബുക്കിൽ ആശംസ പറയുകയും കേക്കുകൾ മുറിക്കുകയും ചെയ്തു. ഇത് എങ്ങനെ സംഭവിച്ചു എന്ന് ഞാൻ അത്ഭുതപ്പെട്ടു, പക്ഷേ, ഒടുവിൽ മനസ്സിലായി, അദ്ദേഹം തന്റെ അപ്ലൈനുകൾക്കുവേണ്ടി ഇതെല്ലാം ചെയ്തിട്ടുണ്ട്. തന്റെ അപ്ലൈനുകളെ ഏറ്റവുമധികം ബോധവൽക്കരിച്ച ആളാണ് അദ്ദേഹം, അവർക്ക് പരമാവധി ആദരം നൽകി, അത് പതിന്മടങ്ങായി അദ്ദേഹത്തിന്റെ ടീമിൽനിന്ന് അദ്ദേഹത്തിന് തിരിച്ചുകിട്ടുന്നു.

17. അക്കൗണ്ട്സ് നയം ഇല്ല

ഒരു ശത്രുവിന് പണം കടം കൊടുക്കുക, അയാളെ നിങ്ങൾക്ക് കിട്ടും, ഒരു സുഹൃത്തിന് നൽകിയാൽ അയാളെ നിങ്ങൾക്ക് നഷ്ടമാകും.
– ബെഞ്ചമിൻ ഫ്രാങ്ക്ളിൻ

അക്കൗണ്ട് ഇല്ലാത്ത ബിസിനസ്, ഇതാണ് ഈ ബിസിനസിന്റെ ഒരു സവിശേഷത. നെറ്റ്വർക്ക് മാർക്കറ്റിങ്ങിൽ അക്കൗണ്ട്സ് സ്വീകരിക്കലും നൽകലും ഇല്ല. നിങ്ങൾ എന്തെങ്കിലും എടുക്കുന്നു, അവിടെവച്ചുതന്നെ പണം നൽകുന്നു; നിങ്ങൾ അതിന് അക്കൗണ്ട് സൂക്ഷിക്കേണ്ടതില്ല. പക്ഷേ, ചുരുക്കം ചിലർ ഈ നിയമം ലംഘിക്കാറുണ്ട്, ചില ഒഴിവുകഴിവ് പറഞ്ഞ്. പത്തുവർഷത്തിലേറെയായി ഈ ബിസിനസ് അടുത്തുനിന്ന് കണ്ടുകൊണ്ടിരിക്കുന്നതിന്റെ അടിസ്ഥാനത്തിൽ എനിക്ക് നിരീക്ഷിക്കാൻ കഴിഞ്ഞ കാര്യം, അപ്ലൈനിനോ ഡൗൺലൈനിനോ കണക്കിൽപെടാത്ത പണമിടപാടും അക്കൗണ്ടും ഉണ്ടെങ്കിൽ, അത് ബിസിനസിന്റെ നാശത്തിലാണ് അവസാനിക്കുക. കഴിവുള്ള നിരവധി ബിസിനസ് ബിൽഡർമാർക്ക് ഈ ബിസിനസിനുപുറത്തേക്ക് പോകേണ്ടിവന്നത് ഈ സ്വഭാവം കാരണമാണെന്ന് എനിക്ക് കാണാൻ കഴിഞ്ഞിട്ടുണ്ട് അതായത്, ഉപകരണങ്ങൾ, ഉൽപ്പന്നങ്ങൾ, പരിപാടി ടിക്കറ്റുകൾ, മറ്റുള്ളവ എന്നിവയ്ക്കുവേണ്ടി ക്രെഡിറ്റ് നൽകുകയും എടുക്കുകയും ചെയ്തതിനാൽ.

ഇതെല്ലാം ചെയ്യുന്നതിന് നൂറുകണക്കിന് കാരണങ്ങളുണ്ടാകാം, നിങ്ങളെ സംബന്ധിച്ച് ഒരു സമയത്ത് അവ യുക്തിഭദ്രവും പ്രസക്തവും ആയിരിക്കും, എന്നാൽ എനിക്ക് ശക്തമായി നിർദേശിക്കാനുള്ളത്, ഒരു സാഹചര്യത്തിലും അപ്ലൈനിനും ഡൗൺലൈനിനും ഇടക്ക് ഒരുതരത്തിലുമുള്ള പണവായ്പയോ ക്രെഡിറ്റ് ഇടപാടുകളോ പാടില്ല. ഈ ബിസിനസിൽ ആർക്കും അക്കൗണ്ട് ബുക്ക് ഇല്ല. എല്ലാം അപ്പോൾത്തന്നെ, അവിടെവച്ചുതന്നെ തീർക്കുകയാണ് ചെയ്യുന്നത്.

ഒരു കമ്പനിയും ഉൽപ്പന്നങ്ങൾ വിതരണക്കാരന് ക്രെഡിറ്റിൽ നൽകില്ല, അതുകൊണ്ടുതന്നെ എന്തിന് ഒരു വിതരണക്കാരൻ അയാളുടെ/ അവളുടെ ടീം അംഗങ്ങൾക്ക് ക്രെഡിറ്റ് നൽകണം? എല്ലാ ഉപകരണങ്ങൾക്കും പരിപാടി ടിക്കറ്റുകൾക്കും മുൻകൂറായി പണം നൽകണം? അതുകൊണ്ടുതന്നെ എന്തിന് ഒരു വിതരണക്കാരൻ ഈ ഉപകരണങ്ങളും ടിക്കറ്റുകളും തന്റെ പങ്കാളികൾക്ക് ക്രെഡിറ്റിൽ നൽകണം? അതിന്റെ ആവശ്യമെന്താണ്? ഇതിന് ഒരു മോശം ഫലം കൂടിയുണ്ട്. അങ്ങനെ ചെയ്യുമ്പോൾ, അത് ഒരു ചെറിയ, ശ്രദ്ധിക്കപ്പെടാത്ത, ഉപദ്രവമില്ലാത്ത നടപടിയായാണ് തോന്നുക, അതേസമയം, ഇതേ പ്രവൃത്തി സ്ഥാപനത്തിലുട

നീളം തെറ്റായ പ്രതീക്ഷയ്ക്കും തെറ്റായ സംസ്കാരത്തിനും കാരണമാകും. നമ്മൾ ഡ്യൂപ്ലിക്കേഷന്റെ ബിസിനസാണ് ചെയ്യുന്നത്, മോശം കാര്യങ്ങൾ നല്ല കാര്യങ്ങളേക്കാൾ പത്തിരട്ടി വേഗത്തിൽ പകർത്തപ്പെടും. നിങ്ങളുടെ സ്ഥാപനത്തിൽ ഇത്തരം കാര്യങ്ങൾ പകർത്തിത്തുടങ്ങിയാൽ അത് വർഷങ്ങളെടുത്ത് നിങ്ങൾ കെട്ടിപ്പൊക്കിയ സ്ഥാപനത്തെ ആകെ തകർക്കും.

ഞാൻ അതിശക്തമായി ശുപാർശ ചെയ്യുന്നു, ഒരു പരിപാടി ടിക്കറ്റും ഉൽപ്പന്നങ്ങളും ഉപകരണങ്ങളും നിങ്ങളുടെ ഒരു വിതരണക്കാരനും ക്രെഡിറ്റിൽ നൽകരുത്. ഇയാളും അയാളുടെ/അവളുടെ ടീമും നിങ്ങളുടെ ബിസിനസിന് വൻ നഷ്ടമാണുണ്ടാക്കുക. ഒരേയൊരു സാമ്പത്തിക തത്വത്തിന്റെ അടിസ്ഥാനത്തിൽ പ്രവർത്തിക്കുക: ഡൗൺലൈനിനും അപ്ലൈനിനും ഇടയിൽ ഒരു അക്കൗണ്ടും പാടില്ല. ക്രെഡിറ്റ് എടുക്കുകയോ ക്രെഡിറ്റ് നൽകുകയോ അരുത്. എല്ലാ ഉൽപ്പന്നങ്ങളും ഉപകരണങ്ങളും പരിപാടി ടിക്കറ്റുകളും നേരിട്ട് പണം വാങ്ങി മാത്രം നൽകുക.

ഒരു പങ്കാളിക്ക് നിങ്ങൾ പണം വായ്പ നൽകുമ്പോൾ, പണവും പങ്കാളിയെയും നിങ്ങൾക്ക് നഷ്ടമാകും.

പണം വായ്പയായി നൽകിയാൽ ആ പണം, ലീഡർ, ടീം, ബിസിനസിന്റെ ഭാവി എല്ലാം നിങ്ങൾക്ക് നഷ്ടമാകും

ഏറ്റവും വേഗമേറിയ ലീഡർ എന്നാണ് ആളുകൾ എന്നെ വിളിക്കുന്നത്. വേഗത്തിൽ ഞാൻ ആളുകളെ വിശ്വസിക്കും, അതുകൊണ്ടാണ്, എന്റെ ടീം അംഗങ്ങൾക്ക് ഞാൻ ഉദാരമായി വായ്പകൾ നൽകുന്നത്, പ്രത്യേകിച്ച് ബിസിനസിന്റെ ആദ്യ വർഷങ്ങളിൽ. ഓരോ തവണയും എന്റെ ഉദ്ദേശ്യം ഇത്രമാത്രം, അവരെ സഹായിക്കുക, അയാളെ ടീമിൽ നിലനിർത്തുക. കൗതുകകരമെന്നു പറയട്ടെ, ഇവരിൽ ഭൂരിപക്ഷവും ബിസിനസ് വിട്ടുപോയി, നഷ്ടം വലിയതായിരുന്നു, എനിക്ക് എന്റെ പണവും ടീമും ആ ടീമിന് ചെയ്യാൻ കഴിയുമായിരുന്ന എന്റെ ഭാവി ബിസിനസും നഷ്ടമായി. കഠിനമാർഗ്ഗത്തിലൂടെയാണെങ്കിലും ഞാൻ ഈ പാഠം പഠിച്ചു നിങ്ങളുടെ അപ്ലൈനിൽനിന്ന് ഒരിക്കലും പണം വാങ്ങരുത്, നിങ്ങളുടെ ഡൗൺലൈനിന് ഒരിക്കലും പണം കടമായി നൽകരുത്.

18. ചുരുക്കം ചിലരെ സ്പോൺസർ ചെയ്യാം

ശരിയായ ആളുകളെ തെരഞ്ഞെടുത്ത് അവർക്ക് ചിറകുവിരിക്കാൻ അവസരം നൽകുകയാണെങ്കിൽ, നിങ്ങൾക്ക് അവരെ കൈകാര്യം ചെയ്യേണ്ടിവരില്ല. – ജാക്ക് വെൽഷ്

ഈ ബിസിനസിൽ ഞാൻ ചെയ്ത ഏറ്റവും വലിയൊരു അബദ്ധം എന്താണെന്നുചോദിച്ചാൽ, തെറ്റായ ആളുകൾക്കൊപ്പം ജോലി ചെയ്തതുമൂലം എനിക്ക് ലക്ഷക്കണക്കിന് രൂപ നഷ്ടമാകുകയും നിരവധി മാസങ്ങളും വർഷങ്ങളും പാഴാകുകയും ചെയ്തു എന്നതാണ്. ഓർക്കുക, മോശം ആളുകൾ എന്ന് ഞാൻ പറയില്ല. ആരാണ് നല്ലത് ആരാണ് മോശം എന്ന് ഞാൻ വിധിക്കുകയില്ല, എന്റെ ജീവിതത്തിലെ ഒരു ഭാഗം പങ്കിടാൻ ഞാൻ ആഗ്രഹിക്കുന്ന ആളെ ഞാൻ തെരഞ്ഞെടുക്കുകയാണ്, അയാളുമായി ഞാൻ എന്റെ വിലപ്പെട്ട സമയം പങ്കിടുന്നു. ഞാൻ പരുഷശബ്ദമുള്ള ആളായിരിക്കാം, എന്നാൽ, ചില ആളുകൾ യഥാർഥത്തിൽ, വലിയ സ്വപ്നങ്ങളോ പ്രതിബദ്ധതയോ ശരിയായ മനോഭാവമോ ഇല്ലാത്തവരായിരിക്കും. മറ്റുചിലർ ഈഗോ ഉള്ളവരായിരിക്കും, അവർ കീഴടങ്ങാനോ ടീം സ്പിരിറ്റിൽ ജോലിയെടുക്കാനോ തയാറാകാത്തവരാണ്.അതുകൊണ്ട്, ആർക്കെങ്കിലും എന്റെ ജീവിതത്തിന്റെ ഒരു ഭാഗം നൽകാൻ ഞാൻ തീരുമാനിക്കുമ്പോൾ, അവർ അത് അർഹിക്കുന്നുണ്ടെന്ന് ഞാൻ ഉറപ്പുവരുത്തേണ്ടതുണ്ട്.

കണക്കില്ലാത്ത അത്ര ആളുകളെ നിങ്ങൾക്ക് സ്പോൺസർ ചെയ്യാൻ കഴിഞ്ഞാലും, വിരലിലെണ്ണാവുന്നവർക്കൊപ്പമേ നിങ്ങൾക്ക് ജോലി ചെയ്യാനാകൂ. അവരെ ബുദ്ധിപൂർവം തെരഞ്ഞെടുക്കുക. – ദീപക് ബജാജ്

കൗതുകകരമെന്നുപറയട്ടെ, ആരെയെങ്കിലും നിങ്ങൾ തെരഞ്ഞെടുക്കുന്നതിനുമുമ്പ്, ആളുകൾ സ്വയം വിട്ടുപോകുകയോ അവർ ശരിയായ ആളുകളല്ല എന്നതിനെ സൂചന നൽകുകയോ ചെയ്യും. ഒരു ഹോബിക്കോ വെറുമൊരു രസത്തിനോ ഈ ബിസിനസ് ചെയ്യുന്നവരും ഒരു ബിസിനസായി തന്നെ ചെയ്യുന്നവരും തമ്മിൽ വ്യക്തമായ വ്യത്യാസമുണ്ട്. അല്ലെങ്കിൽ, യഥാർഥ സമർപ്പണത്തോടെ ഇത് ചെയ്യുന്നവരും വെറുമൊരു നാട്യത്തിൽ ചെയ്യുന്നവരും തമ്മിൽ വ്യത്യാസമുണ്ട്. നിങ്ങളുടെ കണ്ണും കാതും തുറന്നുപിടിച്ചാൽ ഈ വ്യത്യാസം വ്യക്തമാകും. നിങ്ങൾക്കൊപ്പം തുടങ്ങുന്ന എല്ലാവർക്കും നിങ്ങൾക്ക് കഴിയാവുന്ന അത്ര മികച്ച പിന്തുണ നൽകണം, എന്നാൽ, അവർ നൽകുന്ന സൂചനകൾ നിരന്തരം വീക്ഷി

ക്കണം, എന്നിട്ട്, ഏറ്റവും അർഹിക്കുന്നവരിൽ മാത്രം നിങ്ങളുടെ വിലപ്പെട്ട സമയം നിക്ഷേപിക്കണം. ഇതാണ് നമുക്ക് കാണാൻ കഴിയുന്ന സൂചനകൾ:

- ✓ അവർക്ക് സ്വപ്നങ്ങളുണ്ട്, ആ സ്വപ്നങ്ങൾക്കുവേണ്ടി അവർ പ്രതിബദ്ധതയോടെ പ്രവൃത്തിക്കുന്നു.
- ✓ നിങ്ങളുടെ ടീമിന്റെ സിസ്റ്റം പഠിക്കാനും അത് പിന്തുടരാനും അവർ സന്നദ്ധരായിരിക്കും.
- ✓ ടീമിനൊപ്പം അവർ എല്ലാ പരിപാടികളിലും പങ്കെടുക്കും.
- ✓ ഒമ്പത് അടിസ്ഥാന പ്രവർത്തനങ്ങളും സ്വതന്ത്രമായി അവർ ചെയ്യുന്നു.
- ✓ സ്വന്തം വാക്കുകളെ അവർ ആദരിക്കുന്നു, അവരെ ഏൽപ്പിച്ചത് അവർ ചെയ്യുന്നു.
- ✓ അവർ മുൻഗണനാക്രമത്തിൽ ഈ ബിസിനസ് ചെയ്യുന്നു, ഈ ബിസിനസിനുവേണ്ടി സമയം മാറ്റിവെക്കാൻ അവർ തയാറാണ്.
- ✓ തിരസ്കരിക്കപ്പെട്ടാലും പരിഹസിക്കപ്പെട്ടാലും അവർ അവരുടെ സ്വപ്നങ്ങൾക്കുവേണ്ടി പ്രവർത്തിക്കാനുള്ള പ്രതിബദ്ധത കാണിക്കുന്നു.
- ✓ സിസ്റ്റത്തിനോടും അപ്ലൈനിനോടും 100 ശതമാനം സമർപ്പണം.
- ✓ ടീമുമായും അപ്ലൈനുമായും മികച്ച ബന്ധം.
- ✓ നല്ല സ്വഭാവം, ആരുമായും അക്കൗണ്ടുകളില്ല.

> *തെറ്റായ ആളുകൾക്കൊപ്പം ജോലി ചെയ്യുന്നത് സമയം ചെലവാക്കലാണ്, ശരിയായ ആളുകൾക്കൊപ്പം ജോലി ചെയ്യുന്നത് സമയം നിക്ഷേപിക്കലാണ്, അത് വർഷങ്ങളോളം, ദശാബ്ദങ്ങളോളം നിങ്ങൾക്ക് മികച്ച രീതിയിൽ പ്രതിഫലമായി തിരിച്ചുകിട്ടിക്കൊണ്ടിരിക്കും.*
> - ദീപക് ബജാജ്

നെറ്റ്‌വർക്ക് മാർക്കറ്റിങ്ങിനെക്കുറിച്ച് ലോകത്തുള്ള ഏറ്റവും മികച്ച പുസ്തകമാണ് നിങ്ങളുടെ കൈയിൽ, ബിസിനസ് അതിവേഗം കെട്ടിപ്പടുക്കുന്നതിന് ഏറ്റവും മികച്ച ആളുകളെ തെരഞ്ഞെടുക്കാൻ നിങ്ങൾക്ക് കഴിയും. സൂചനകൾ വായിക്കാനുള്ള ശേഷി വികസിപ്പിച്ചെടുത്താൽ മാത്രം മതി, ആ ശേഷി വികസിച്ചുകൊണ്ടിരിക്കും, അത് നിങ്ങൾക്ക് മാസങ്ങളുടെയും വർഷങ്ങളുടെയും കഠിനാധ്വാനം ലാഭിച്ചുതരും, ധാരാളം പണവും.

നിരവധി പേർ ഈ ബിസിനസിൽനിന്ന് വിട്ടുപോകുന്നത് ഞാൻ കണ്ടിട്ടുണ്ട്, എന്നാൽ, മിക്കവാറും സംഭവങ്ങളിൽ, അവർ വിട്ടുപോകുന്നതിന് ആഴ്ചകൾക്കുമുമ്പേ അതിന്റെ സൂചനകളുണ്ടായിരുന്നു. ആളുകൾ ചിലതെല്ലാം പറയും, പക്ഷേ, അവരുടെ പ്രവൃത്തികൾ അവരുടെ യഥാർഥ

ഉദ്ദേശ്യം വെളിപ്പെടുത്തും. നിങ്ങളും മറ്റുള്ളവരുമായുള്ള അവരുടെ ഓരോ ഇടപെടലും അവരെ നിങ്ങൾക്ക് കൂടുതലായി വെളിപ്പെടുത്തിത്തരും. ഈ സൂചനകൾ നിങ്ങൾ നിരീക്ഷിക്കുക, എന്നിട്ട് അവർക്ക് ശരിയായ കൗൺസലിങ് നൽകുക, ശരിയായ പരിപാടികളിൽ പങ്കെടുപ്പിക്കുക.

> *നിങ്ങളുടെ സമയത്തിന് നിങ്ങൾ മൂല്യം കൽപ്പിക്കുന്നില്ല എങ്കിൽ, മറ്റുള്ളവരും അത് ചെയ്യില്ല. നിങ്ങളുടെ സമയവും കഴിവും ദാനം നൽകുന്നത് അവസാനിപ്പിക്കുക അതിനെ ചാർജ് ചെയ്യാൻ തുടങ്ങുക.*
> – കിം ഗാർസ്റ്റ്

നിങ്ങളുടെ ടീം അംഗങ്ങൾ കൈവരിച്ച പുരോഗതി അവലോകനം ചെയ്യുമ്പോൾ, അവരെ സഹായിക്കാൻ കഴിയുന്നതെല്ലാം ചെയ്യുക, പക്ഷേ, ഓർക്കുക; ഈവന്റുകളിലൂടെ മാത്രമേ മാറ്റം സംഭവിക്കൂ. എല്ലാവരും ഈവന്റുകളിൽ പങ്കെടുക്കുന്നുണ്ട് എന്ന് ഉറപ്പുവരുത്തുക. നെറ്റ്‌വർക്ക് മാർക്കറ്റിങ് ഈവന്റുകൾ വളരെ കരുത്തുറ്റതാണ്; അവ വിശ്വാസവും ആത്മവിശ്വാസവും ഉണ്ടാക്കാൻ സഹായിക്കും. വിജയിച്ച ഓരോ ലീഡറിലും ഓരോ പരിപാടിയും എക്കാലത്തേക്കുമുള്ള മാറ്റങ്ങളുണ്ടാക്കും. ഈവന്റുകളിൽ ഓരോരുത്തരെയും കാണുക, തങ്ങളുടെ ഭാഗം നന്നായി ചെയ്യുന്ന എല്ലാവരെയും സഹായിക്കാൻ സന്നദ്ധത കാണിക്കുക. എല്ലാവരെയും പ്രോൽസാഹിപ്പിക്കുക, എന്നാൽ, നിങ്ങൾ അന്വേഷിക്കുന്ന സൂചനകൾ തുടർച്ചയായി പ്രദർശിപ്പിക്കുന്നവരെ മാത്രം ഫോക്കസ് ചെയ്ത് അവർക്ക് നിങ്ങളുടെ വ്യക്തിപരമായ ശ്രദ്ധ നൽകുക.

ചില തെരഞ്ഞെടുക്കപ്പെട്ട ലീഡർമാർക്കൊപ്പമാണ് നിങ്ങൾ ജോലി ചെയ്യുന്നത് എങ്കിലും ഉയർന്നുവരുന്ന ലീഡർമാരിലേക്ക് നിങ്ങളുടെ കണ്ണും കാതും കൂർപ്പിച്ചുവക്കുക. കൂടുതൽ ലീഡർമാരെ നിങ്ങൾക്ക് വഴികാട്ടിയായി കിട്ടുകയാണെങ്കിൽ, അത് നിങ്ങളുടെ സ്ഥാപനത്തിന് ഗുണകരമായിരിക്കും. ഒരേസമയം നിരവധി ലീഡർമാർക്കൊപ്പം ജോലി ചെയ്യുക, നിങ്ങളുടെ സമയം നീതിയുക്തമായി പങ്കിടുക.

> *നിങ്ങളുടെ സമയം സമ്പാദിക്കാൻ നിങ്ങളുടെ ടീമിനെ പഠിപ്പിക്കുക. നിങ്ങളുടെ സമയം ശരിക്കും അവർ അർഹിക്കുന്നുണ്ട് എന്ന് തെളിയിക്കാൻ ടീമിലെ ഓരോ അംഗത്തെയും പരിശീലിപ്പിക്കുക.*
> – ദീപക് ബജാജ്

ശരിയായ ആളുകളെ നിങ്ങൾ അന്വേഷിച്ചുകൊണ്ടിരിക്കുമ്പോൾ, ഓർക്കുക, നിങ്ങൾ ഒരു കാന്തം ആയിത്തീരുകയാണ്. നല്ല ആളുകൾക്കേ നല്ല ആളുകളെ ആകർഷിക്കാനാകൂ. അതുകൊണ്ട്, നിങ്ങൾ സ്വയം വ്യക്തിപരമായ വളർച്ചക്കുവേണ്ടി തുടർച്ചയായി പ്രയത്നിക്കുക, നിങ്ങളിലുള്ള ഏറ്റവും മികച്ചതിനേക്കാൾ മികച്ചതായി മാറുക. മികച്ച ലീഡർമാർ നിങ്ങളെതേടി വരും. ഒരു മാലാഖയുടെ കണ്ണുകൾ വികസിപ്പിച്ചെടുക്കുക,

എന്നിട്ട് ഡയമണ്ടുകളെ തിരിച്ചറിയുക. ജീവിതത്തെ പരിപോഷിപ്പിക്കാൻ കഴിയുന്ന ഒരു യാത്രയായിരിക്കും അത്.

> *ഈ ബിസിനസിൽ നാം ചെയ്യുന്ന എല്ലാ കാര്യങ്ങളും, ഈ ബിസിനസിന്റെയും ജീവിതത്തിന്റെയും പൂർണ്ണ ചുമതല ഏറ്റെടുക്കുന്ന ചുരുക്കം ചിലരിൽ എത്താനാണ് ലക്ഷ്യമിടുന്നത്.*
>
> \- ദീപക് ബജാജ്

മഹത്തായ ഒരു ടീം കെട്ടിപ്പടുക്കുന്നതിനെക്കുറിച്ചുള്ള ആശയങ്ങൾക്കായി എന്റെ സോഷ്യൽ മീഡിയ ചാനലുകളുമായി ബന്ധപ്പെടുക.

ആസൂത്രിതമായ തിരസ്കാരമാണ് വിജയം

എന്റെ മഹാനായ അപ്ലൈൻ, മുബീൻ മുഹമ്മദ് എപ്പോഴും പറയും, 'ഒരു വ്യക്തിയെ തെരഞ്ഞെടുക്കുന്നതിനുമുമ്പ് ആയിരം വട്ടം ചിന്തിക്കണം, എന്നാൽ, ഒരിക്കൽ തെരഞ്ഞെടുത്തുകഴിഞ്ഞാൽ, അദ്ദേഹത്തെ വിജയത്തിലേക്ക് നയിക്കാൻ വേണ്ട എല്ലാ കാര്യങ്ങളും ചെയ്യണം'. ഈ തത്വം ഉപയോഗിച്ച് അദ്ദേഹം വൻ വ്യവസായം കെട്ടിപ്പടുത്തു. അദ്ദേഹത്തിന് നന്ദി, ഇപ്പോൾ ഞാനും ഈ ഗുണം വികസിപ്പിച്ചെടുത്തിട്ടുണ്ട്, ഓരോ തവണയും ഉയർന്ന സ്വപ്നങ്ങളുള്ള വ്യക്തി എന്നിലേക്ക് വരും, എന്റെ സിസ്റ്റം 100 ശതമാനവും പിന്തുടരാനുള്ള സന്നദ്ധതയുമായി, ഏതാനും മാസങ്ങൾ കൊണ്ട് ഞാൻ അദ്ദേഹത്തെ കോടീശ്വരനാക്കി മാറ്റും.

19. പൊസിറ്റീവായതും കരുത്തുറ്റതുമായ പ്രതിച്ഛായ

നമ്മുടെ പ്രതിച്ഛായ, ഉറച്ചുവിശ്വസിക്കുന്നത്, അതാണ് നാം എന്തായിത്തീരണം എന്ന് നിശ്ചയമായും തീരുമാനിക്കുന്നത്.

– മാക്സ്വെൽ മാൽട്സ്

ഒരു കൺസ്ട്രക്ഷൻ സൈറ്റിൽ ജോലി ചെയ്യുന്ന മൂന്ന് തൊഴിലാളികൾ. അവർ പരസ്പരം ചോദിക്കുകയാണ്, 'നിങ്ങൾ എന്താണ് ചെയ്യുന്നത്'. ആദ്യത്തെ ആൾ പറഞ്ഞു, 'എനിക്ക് പണിയില്ലായിരുന്നു. ഇത് എനിക്ക് ആദ്യമായി കിട്ടിയ പണിയാണ്, ഈ പണിയിൽനിന്ന് തുടങ്ങുകയാണ്'. രണ്ടാമൻ പറഞ്ഞു, 'ഞാൻ ഒരു കൺസ്ട്രക്ഷൻ കമ്പനിക്കുവേണ്ടി പണിയെടുക്കുകയാണ്. കമ്പനിയോടും എന്റെ പണിയോടുമുള്ള ചുമതല ചെയ്തുകൊണ്ടിരിക്കുകയാണ്'. മൂന്നാമൻ പറഞ്ഞു, 'ഞാൻ ഒരു ദേശീയ സ്മാരകം നിർമ്മിച്ചുകൊണ്ടിരിക്കുകയാണ്'. മൂന്നുപേരും ഒരേ പണിയാണ് ചെയ്യുന്നത്, അവരുടെ പണിയെ വ്യത്യസ്തരീതിയിലാണ് അവർ നോക്കിക്കാണുന്നത്. ഈ മൂന്നുപേരിൽ ആരാണ് ഏറ്റവും നന്നായി പണിയെടുക്കുന്നത്, തന്റെ പണിയിൽനിന്ന് ആർക്കാണ് പരമാവധി ആഹ്ലാദവും സംതൃപ്തിയും പ്രതിഫലവും ലഭിക്കുന്നത് ആരാണ് എന്നാണ് നിങ്ങളുടെ സംശയം

യഥാർഥത്തിൽ, നിങ്ങൾ എന്താണ് ചെയ്യുന്നത് എന്നതല്ല, ജോലിയോടുള്ള നിങ്ങളുടെ മനോഭാവമാണ് നിങ്ങൾക്ക് സന്തോഷവും സംതൃപ്തിയും മികവും നേടിത്തരുന്നത്. നിങ്ങളുടെ ജോലി നിങ്ങൾക്ക് എത്രമാത്രം പ്രചോദനം നൽകുന്നു, നിങ്ങളുടെ ലക്ഷ്യം നിറവേറ്റുന്നതിന് നിങ്ങൾ ചെയ്യുന്ന പരിശ്രമങ്ങളുടെ അളവിനെയും ഗുണത്തെയും അത് എങ്ങനെ ബാധിക്കുന്നു എന്നീ കാര്യങ്ങൾ നിങ്ങൾ എങ്ങനെയാണ് നോക്കിക്കാണുന്നത്. ഇതാണ് നിങ്ങളുടെ പ്രതിഫലത്തെയും നിങ്ങൾക്ക് ലഭിക്കുന്ന പാരിതോഷികങ്ങളെയും തീരുമാനിക്കുക.

സ്വയം നിങ്ങൾക്ക് ഒരു ആത്മവിശ്വാസം ഇല്ലെങ്കിൽ, ജീവിതമെന്ന പന്തയത്തിൽ നിങ്ങൾക്ക് ഇരട്ടി തോൽവിയായിരിക്കും .

– മാർകസ് ഗാർവി

നിങ്ങൾ നിങ്ങളെക്കുറിച്ച്, നിങ്ങളുടെ ജോലിയെക്കുറിച്ച്, നിങ്ങളുടെ സംഭാവനകളെക്കുറിച്ച്, നിങ്ങളുടെ പ്രവൃത്തിയിലൂടെ നിങ്ങൾ നേടിയെടുക്കുന്ന മൂല്യങ്ങളെക്കുറിച്ച് എന്തുചിന്തിക്കുന്നു എന്നിവയുടെ ഒരു മിശ്രിതമാണ്

പ്രതിച്ഛായ. നിങ്ങളെക്കുറിച്ച്, നിങ്ങളുടെ ബിസിനസിനെക്കുറിച്ച് മറ്റുള്ളവർ എന്ത് ചിന്തിക്കുന്നു എന്നത് പ്രധാനമല്ല, പ്രധാനം, നിങ്ങളുടെ ബിസിനസിനെ നിങ്ങൾ എങ്ങനെ നോക്കിക്കാണുന്നു എന്നതാണ്. ആളുകൾ വ്യത്യസ്തരാണ്, അതുകൊണ്ടുതന്നെ അവരുടെ അനുഭവങ്ങളും അഭിപ്രായങ്ങളും വ്യത്യസ്തമായിരിക്കും. ഈ ബിസിനസിനുവേണ്ടി നിങ്ങൾ ആളുകളെ കാണാൻ തുടങ്ങുമ്പോൾ, നെറ്റ്വർക്ക് മാർക്കറ്റിങ് ബിസിനസിനെക്കുറിച്ച് നിങ്ങൾക്ക് വ്യത്യസ്ത വീക്ഷണങ്ങൾ കേൾക്കാൻ കഴിയും. നെറ്റ്വർക്ക് മാർക്കറ്റിങ്ങിനെ ഒരു ബിസിനസ് ആയി പോലും പരിഗണിക്കാത്ത ആളുകളെ കാണാൻ കഴിയും. ഇത്തരം കാര്യങ്ങൾ കേൾക്കുമ്പോൾ, പ്രത്യേകിച്ച് നിങ്ങളുടെ ബിസിനസിന്റെ തുടക്ക ഘട്ടത്തിൽ, നിങ്ങൾക്കുതന്നെ നിങ്ങളുടെ ബിസിനസിനെക്കുറിച്ച് സംശയം തോന്നാം. പരിഹരിക്കപ്പെടാത്ത സംശയങ്ങൾ നെഗറ്റീവ് പ്രതിച്ഛായയിലേക്കാണ് നമ്മളെ നയിക്കുക, ഈ നെഗറ്റീവ് പ്രതിച്ഛായയുമായി നിങ്ങൾക്ക് ഒരിക്കലും ഒരു വലിയ ബിസിനസ് കെട്ടിപ്പടുക്കാൻ കഴിയില്ല.

ഒരു പ്രതിഫലവും ലഭിക്കാതെ നിരവധി പേർ ഈ ബിസിനസിൽ കിടന്ന് നട്ടംതിരിയുന്നത് ഞാൻ കണ്ടിട്ടുണ്ട്, ഒന്നിനുപുറകേ മറ്റൊന്നായി മീറ്റിങ്ങുകൾ നടത്തിയിട്ടും. ഇത്തരം ഭൂരിപക്ഷം സംഭവങ്ങളിലും, പ്രശ്നം ഉൽപ്പന്നത്തിലോ ബിസിനസ് ടെക്നിക്കുകളിലോ അല്ല, നിങ്ങളുടെ പ്രതിച്ഛായയിലാണ്. നിങ്ങളുടെ അറിവിനെയും ശേഷിയെയും എന്നപോലെ നിങ്ങളുടെ പ്രതിച്ഛായയെയും മനോഭാവത്തെയും ആശ്രയിച്ചാണ് നിങ്ങളുടെ പ്രതിഫലവും എന്ന് ദയവായി മനസ്സിലാക്കുക.

> *നിങ്ങളെ പുറകോട്ടുവലിക്കുന്നതല്ല യഥാർഥത്തിൽ നിങ്ങൾ,*
> *നിങ്ങൾ എന്തല്ല എന്ന് നിങ്ങൾ ചിന്തിക്കുന്നതാണ് അത്.*
>
> – അജ്ഞാതൻ

ഈ ബിസിനസിൽ എല്ലാവർക്കുമായി എനിക്ക് നിർദേശിക്കാനുള്ളത്, പൊസിറ്റീവായതും കരുത്തുറ്റതുമായ പ്രതിച്ഛായയോടെ പ്രവർത്തിക്കുക എന്നതാണ്. ഉയരാനും സ്വന്തം ജീവിതത്തിലും മറ്റുള്ളവരുടെ ജീവിതത്തിലും വ്യത്യസ്തകളുണ്ടാക്കാനും ഏവർക്കും തുല്യ അവസരം നൽകുന്ന ഒരു ബിസിനസാണിത്. ഈ ബിസിനസിലൂടെ ജീവിതം മാറ്റിമറിച്ച നിരവധി പേരുടെ ലക്ഷക്കണക്കിന് വിജയകഥകളുണ്ട്. പ്രസക്തമായ പുസ്തകങ്ങൾ വായിക്കുക, പ്രോഗ്രാമുകളിൽ പങ്കെടുക്കുക, സീനിയർമാരെയും അപ്പ്ലൈനുകളെയും കാണുക, വിജയികളായ ആളുകളുടെ വീഡിയോ കണ്ട് വിശ്വാസ്യവും ബോധ്യവും സൃഷ്ടിച്ചെടുക്കുക. വിവിധ രാജ്യങ്ങളിൽ, വ്യത്യസ്ത പ്രായത്തിലും ലിംഗത്തിലും തൊഴിലിലും വിദ്യാഭ്യാസയോഗ്യതയിലും സാമ്പത്തിക സ്ഥിതിയിലുംപെട്ട നിരവധി പേർക്ക് ദശാബ്ദങ്ങളായി വിജയികളാകാമെങ്കിൽ എന്തുകൊണ്ട് നിങ്ങൾക്കും ആയിക്കൂടാ? നിങ്ങളിലും നിങ്ങളുടെ ബിസിനസിലും വിശ്വാസമാർ

ജിക്കുക. ആത്മവിശ്വാസത്തോടെ മുന്നോട്ടുപോകുക, നിങ്ങളുടെ സ്വപ്നങ്ങൾക്കനുസരിച്ച ഒരു ജീവിതം കെട്ടിപ്പടുക്കുക.

വ്യത്യസ്ത വീക്ഷണവും അഭിപ്രായവുമുള്ളവരെയായിരിക്കും നിങ്ങൾ കണ്ടുമുട്ടുന്നത്. ഈ ബിസിനസിലെ ആദ്യദിനം മുതൽ ഞാൻ ചെയ്തത്, അഭിപ്രായവും വാസ്തവവും തമ്മിലുള്ള വ്യത്യാസം മനസ്സിലാക്കുകയാണ്. വാസ്തവം എന്നാൽ പൊതുവായ സത്യമാണ്, അത് ഡാറ്റകളെയും വിശ്വസനീയമായ വിവരങ്ങളെയും അടിസ്ഥാനമാക്കിയുള്ളതായിരിക്കും, എന്നാൽ അഭിപ്രായം എന്നത് പൂർണ്ണമായും ചില ആളുകളെക്കുറിച്ചോ ബിസിനസിനെക്കുറിച്ചോ മറ്റു ചിലതിനെക്കുറിച്ചോ ഉള്ള ഒരാളുടെ വീക്ഷണമാണ്, അതിന് യുക്തിപരമായ ഡാറ്റകളോ തെളിവുകളോ ഉണ്ടാകില്ല. അഭിപ്രായങ്ങളുടെ പുറത്തല്ല, വാസ്തവങ്ങളെ അടിസ്ഥാനമാക്കിയാകണം നാം എപ്പോഴും നമ്മുടെ തീരുമാനങ്ങൾ എടുക്കേണ്ടത് എന്ന് ഞാൻ ശക്തിയായി വിശ്വസിക്കുന്നു. ഈ ബിസിനസിനെക്കുറിച്ച് ഭൂരിപക്ഷം പേരും പറയുന്നത് പൂർണ്ണമായും അവരുടെ അഭിപ്രായമാണ്, അത് സത്യത്തിൽനിന്ന് ഏറെ അകലെയായിരിക്കും. എല്ലാവരും പറയുന്നത് ശ്രദ്ധിക്കുക, ഒരു തീർപ്പിൽ എത്തുന്നതിനുമുമ്പ് ഇവയെക്കുറിച്ചുള്ള നിങ്ങളുടെ വാസ്തവങ്ങൾ കൂടി കണക്കിലെടുക്കുക.

ഇങ്ങനെ പറയുന്ന നിരവധി പേരെ നിങ്ങൾക്ക് കാണാം: ഞങ്ങൾ ഈ ബിസിനസിൽ ഉണ്ടായിരുന്നു, എങ്കിലും പരാജയപ്പെട്ടു, ഈ ബിസിനസുമായി മുന്നോട്ടുപോകാനാകില്ല... ദയവായി മനസ്സിലാക്കൂ... 100 വിദ്യാർഥികളുള്ള ഒരു ക്ലാസ് ഒരു ടീച്ചർ പഠിപ്പിക്കുന്നു, ഒരേ പുസ്തകങ്ങൾ, ഒരേ സ്കൂൾ, ഒരേ സിലബസ്, ഒരേ ചോദ്യപേപ്പർ...എന്നിട്ടും ഓരോരുത്തർക്കും വ്യത്യസ്ത മാർക്കുകളാണ് കിട്ടുന്നത്. ഈ സാഹചര്യങ്ങളെല്ലാമുണ്ടായിട്ടും എല്ലാവർക്കും അറിയാം, ഒരു കുട്ടിക്ക് ലഭിക്കുന്ന മാർക്ക് അവന്റെ/അവളുടെ സമർപ്പണം, കഠിനാധ്വാനം, തയ്യാറെടുപ്പ് എന്നിവയെ ആശ്രയിച്ചിരിക്കുന്നു എന്ന്. ഇതുപോലെ, നെറ്റ്‌വർക്ക് മാർക്കറ്റിങ്ങിലും മറ്റേതൊരു ബിസിനസിലും വിജയത്തിന്റെ തോത് വ്യക്തിയുടെ കഴിവ്, പരിശ്രമം, പ്രതിബദ്ധത, സിസ്റ്റത്തിനനുസരിച്ച് ജോലി ചെയ്യാനുള്ള സന്നദ്ധത എന്നിവയെ ആശ്രയിച്ചിരിക്കുന്നു.

നിങ്ങൾ ബിസിനസിനെക്കുറിച്ച് മനസ്സിലാക്കണം, അതിന്റെ തത്വങ്ങളിലും അത് കെട്ടിപ്പടുക്കാനുള്ള ടെക്നിക്കുകളിലും മാസ്റ്റർ ആകണം, പിന്നെ സിസ്റ്റത്തിനനുസരിച്ച് പൂർണ്ണവിശ്വാസത്തോടെ, നിങ്ങളുടെ അപ്ലൈനുമൊത്ത് സത്യസന്ധമായി ജോലി ചെയ്യുക. നിങ്ങൾക്ക് നല്ലത് അല്ല എന്ന് തോന്നുന്ന ഒന്നിനെ നിങ്ങൾക്ക് ഒരിക്കലും പ്രമോട്ട് ചെയ്യാനാകില്ല എന്ന കാര്യം ഓർക്കുക. നിങ്ങളെക്കുറിച്ചും നിങ്ങളുടെ ജോലിയെക്കുറിച്ചും ഉയർന്നതോതിൽ ചിന്തിക്കുമ്പോൾ മാത്രമേ മികവ് സാധ്യമാകൂ. പൊസിറ്റീവ് പ്രതിച്ഛായയോടെ നിങ്ങളുടെ ബിസിനസ് കെട്ടിപ്പടുക്കൂ, നിങ്ങൾക്ക് ഒരു ഇന്ദ്രജാലം കാണാൻ കഴിയും.

നിങ്ങളുടെ വിശ്വാസത്തിനനുസരിച്ച് നിങ്ങൾക്ക് പ്രവർത്തിക്കാൻ കഴിയും, അല്ലെങ്കിൽ വിശ്വാസത്തിനനുസരിച്ച് നിങ്ങൾക്ക് പ്രവർത്തിക്കാൻ കഴിയില്ല. പക്ഷേ, നിങ്ങൾക്ക് ഒരിക്കലും നിങ്ങളുടെ വിശ്വാസത്തിനപ്പുറത്തേക്ക് പ്രവർത്തിക്കാൻ കഴിയില്ല.

– ടി.ടി. രംഗരാജൻ

നിങ്ങളുടെ ബിസിനസിനെക്കുറിച്ച് ഉയരത്തിൽ ചിന്തിക്കുക

നാം, എല്ലാ ടോപ്പ് നെറ്റ്‌വർക്ക് മാർക്കറ്റർമാരും ശരിക്കും ഉയർന്ന പ്രതിച്ഛായയോടെ ജോലി ചെയ്യുന്നവരാണ്, എന്നാൽ, അതിനെ അടുത്ത ലെവലിലേക്ക് കൊണ്ടുപോകുന്ന എന്റെ മൂന്ന് സുഹൃത്തുക്കളെക്കുറിച്ച് എനിക്ക് പ്രത്യേക മതിപ്പുണ്ട് – ചഞ്ചൽ റോസ്തഗി, ദുർഗേഷ് ത്രിപാഠി, മോഹിത് ടണ്ഠൻ. നിങ്ങളുടെ ബിസിനസിനെക്കുറിച്ച് നിങ്ങൾ എന്തു ചിന്തിക്കുന്നു, അത് ഒരിക്കലും നിങ്ങളുടെ ഉള്ളിൽ വക്കരുത്, ഓരോ മീറ്റിങ്ങിലും നിങ്ങളുടെ സ്വഭാവത്തിലും നിങ്ങളുടെ വാക്കുകളിലും അത് പ്രതിഫലിക്കണം എന്ന ഞാൻ മനസ്സിലാക്കുന്നു.

20. വളർന്നുകൊണ്ടിരിക്കുന്ന ഉപഭോക്തൃ അടിത്തറ

വിതരണക്കാർ നിങ്ങൾക്ക് വളർച്ച നൽകുമ്പോൾ, ഒരു ഉപഭോക്തൃ അടിത്തറ നിങ്ങൾക്ക് മികച്ച സ്ഥിരതയും യോഗ്യരായ വിതരണക്കാരുടെ ചാനലും നേടിത്തരും. – ദീപക് ബജാജ്

വിക്കിപീഡിയയിൽ പറയുന്നത്, 'ഉപഭോക്തൃ അടിത്തറ എന്നത്, ഒരു സംഘം ഉപഭോക്താക്കളാണ്, അവർ ഒരു ബിസിനസിൽനിന്ന് സാധനങ്ങളും സേവനങ്ങളും തുടർച്ചയായി വാങ്ങിക്കൊണ്ടിരിക്കുന്നു'. ഉപഭോക്തൃ അടിത്തറ വിപുലമാകുമ്പോൾ, വരുമാനവും കൂടും. വിതരണക്കാർക്ക് ചിലപ്പോൾ ചില ആഴ്ചകളിൽ/മാസങ്ങളിൽ പുതിയ റിക്രൂട്ടുമെന്റ് നടത്താൻ കഴിഞ്ഞെന്നുവരില്ല, പക്ഷേ, നിങ്ങൾക്ക് വലിയ ഉപഭോക്തൃ അടിത്തറയുണ്ടെങ്കിൽ, അവർ നിങ്ങളുടെ ഉൽപ്പന്നങ്ങൾ ഉപയോഗിച്ചുകൊണ്ടിരിക്കും, അതിലൂടെ നിങ്ങൾക്ക് സ്ഥിരമായ അളവിലുള്ള വിൽപന സാധ്യമാകും.

ഓരോ മികച്ചതും നിയമപ്രകാരമുള്ളതുമായ നെറ്റ്‌വർക്ക് മാർക്കറ്റിങ് കമ്പനിക്കും നല്ല ഉൽപ്പന്നങ്ങളും സേവനങ്ങളും ഉണ്ടായിരിക്കും, അവ തുടർച്ചയായി വാങ്ങാനും കഴിയും. ഉപഭോക്താക്കളിൽനിന്ന് വാങ്ങുന്ന തുകക്ക് തുല്യമായ മൂല്യമുള്ള ഉൽപ്പന്നങ്ങളോ സേവനങ്ങളോ ഒരു കമ്പനിക്ക് നൽകാൻ കഴിയുന്നില്ല എന്ന് നിങ്ങൾ കാണുകയാണെങ്കിൽ, അതിൽനിന്ന് വിട്ടുനിൽക്കുക. ഉപഭോക്താക്കൾക്ക് യഥാർഥ മൂല്യം നൽകാത്ത ബിസിനസ് ഒരിക്കലും നിലനിൽക്കില്ല. നിങ്ങൾക്ക് നല്ല ബിസിനസ് ഉണ്ടാകുന്നത്, നിങ്ങളുടെ നിലവിലുള്ള വിതരണക്കാരും ഉപഭോക്താക്കളും വീണ്ടും വീണ്ടും വാങ്ങിക്കൊണ്ടിരിക്കുമ്പോഴാണ്, അതിലൂടെയാണ് നിങ്ങൾക്ക് സ്ഥിരമായി വരുമാനം ലഭിക്കുക.

എങ്ങനെ വളർന്നുകൊണ്ടിരിക്കുന്ന ഒരു ഉപഭോക്തൃ അടിത്തറ വികസിപ്പിച്ചെടുക്കാം എന്നതിനുള്ള ചില ഉപായങ്ങൾ:

1. നിങ്ങളുടെ എല്ലാ ഉൽപ്പന്നങ്ങളും നിങ്ങൾ തന്നെ ഉപയോഗിക്കുക. നിങ്ങളുടെ കമ്പനി ഉണ്ടാക്കുന്നതെല്ലാം നിങ്ങളുടെ വീട്ടിലും ഉപയോഗിക്കുക.
2. നിങ്ങളുടെ ഉൽപ്പന്നത്തെക്കുറിച്ച് പരമാവധി വിവരം ശേഖരിക്കുക; വിവരം കൂടുംതോറും അതേക്കുറിച്ചുള്ള ബോധ്യവും കൂടും.

3. കിട്ടുന്ന സന്ദർഭങ്ങളിലെല്ലാം അവയെക്കുറിച്ച് സംസാരിക്കുക. നിരാശനായ ഒരു വിൽപ്പനക്കാരനാകാതിരിക്കുക, സംതൃപ്തനായ ഒരു ഉപഭോക്താവിനെപ്പോലെ പെരുമാറുക.

4. ഒരു ഉപഭോക്താവിന് നിങ്ങൾ ഒരു പുതിയ ഉൽപ്പന്നം നൽകുമ്പോൾ, അവർക്ക് ആവശ്യമായ എല്ലാ വിവരങ്ങളും നൽകുക, ബ്രോഷറുകളും വീഡിയോകളും മറ്റു തെളിവുകളും അവർക്ക് അയച്ചുകൊടുക്കുക. ഇതേക്കുറിച്ച് വിവരങ്ങൾ ഉൽപ്പന്നത്തിലുള്ള അവരുടെ വിശ്വാസം വർധിപ്പിക്കും, ആ ഉൽപ്പന്നം അവർ വിശ്വാസപൂർവം ഉപയോഗിക്കുമ്പോൾ അത് മാന്ത്രികഫലം ഉണ്ടാക്കും.

5. ചില ഉൽപ്പന്നങ്ങൾ ഏതാനും ആഴ്ചകളോ മാസങ്ങളോ ഒരു ശ്രേണിയായി എടുക്കേണ്ടിവരും; അപ്പോൾ ആ ഉൽപ്പന്നം മുഴുവനായും നൽകുക. ആ ശ്രേണി മുഴുവനുമായി ഉപയോഗിക്കാൻ കഴിഞ്ഞില്ലെങ്കിൽ ഉപഭോക്താവിന് അതിന്റെ ഫലം കിട്ടണമെന്നില്ല, അങ്ങനെ വന്നാൽ അയാൾ നിങ്ങളെയോ ഉൽപ്പന്നത്തെയോ കുറ്റപ്പെടുത്തും.

6. പിന്നീട് നിറവേറ്റാൻ കഴിയാത്ത ഒരു ഉറപ്പും വാഗ്ദാനവും ഒരിക്കലും നൽകാതിരിക്കുക. ഉപഭോക്താവിന് എല്ലാം അറിയാം, അവർ നിങ്ങളെ പരീക്ഷിച്ചേക്കാം.

7. നിങ്ങളുടെ ഉപഭോക്താക്കൾക്ക് മികച്ച സേവനം നൽകുക. അടുത്ത ഓർഡറുകളെക്കുറിച്ച് ഓർമ്മിപ്പിക്കുക, പ്രതികരണം ആരായുക, സമയത്തിന് സാധനം നൽകുന്നുണ്ടെന്ന് ഉറപ്പുവരുത്തുക.

8. ചില ഉൽപ്പന്നങ്ങളെക്കുറിച്ച് അനുകൂലമായ പ്രതികരണം ലഭിക്കുന്നില്ല എങ്കിൽ, ആ ഉപഭോക്താവിനെ നേരിട്ട് ചെന്നുകാണുക. നിങ്ങളുടെ ഉപഭോക്താവിനുമേൽ ഒരു ജീവിതകാലത്തേക്ക് വിജയം നേടാനുള്ള സമയമാണിത്. അവർ സ്ഥലത്തില്ലെങ്കിൽ, മറ്റാരെയെങ്കിലും അദ്ദേഹത്തിന്റെ അടുത്തേക്ക് പറഞ്ഞുവിടുക, അല്ലെങ്കിൽ ഒന്ന് വീഡിയോ കോൾ ചെയ്യുക.

9. ഒരു ഉൽപ്പന്നം ഉപയോഗിക്കുന്നുണ്ടെങ്കിലും ഇല്ലെങ്കിലും നിങ്ങൾ നിങ്ങളുടെ ഉപഭോക്താക്കളുമായി ബന്ധപ്പെട്ടുകൊണ്ടിരിക്കുക.

10. നിങ്ങൾക്ക് ഒരു ഉൽപ്പന്നത്തെക്കുറിച്ച് നല്ല അഭിപ്രായം കിട്ടിയാൽ അത് സാധ്യമായ എല്ലാ ഗ്രൂപ്പുകളിലും പ്ലാറ്റ്ഫോമുകളിലും പങ്കുവെക്കുക. അത് ഒരു ഗംഭീര കാര്യമായിരിക്കും. ആ തെളിവുകളെ സ്വയം സംസാരിക്കാൻ അനുവദിക്കുക.

11. നിങ്ങളുടെ നിലവിലുള്ള ഉപഭോക്താക്കളോട് മറ്റുള്ളവരെക്കുറിച്ചുള്ള റഫറൻസ് ചോദിക്കുക. നിങ്ങളുടെ നിലവിലെ ഉപഭോക്താക്കളിൽ

നിന്നുള്ള റഫറൻസുകളിലൂടെ നിങ്ങൾക്ക് എത്രമാത്രം വിൽപന യുണ്ടാക്കാൻ കഴിയും എന്ന കാര്യം നിങ്ങളെ അമ്പരപ്പിക്കും.

12. നിങ്ങളുടെ നിലവിലുള്ള ഉപഭോക്താക്കൾ റഫറൻസ് നൽകുകയാ ണെങ്കിൽ അവർക്ക് ചില ഇളവുകളോ സൗജന്യ സമ്മാനങ്ങളോ സൗജന്യ ഉൽപ്പന്നങ്ങളോ നൽകുക.
13. ഓരോ തവണയും നിങ്ങൾക്ക് പുതിയൊരു ഉൽപ്പന്നം കിട്ടുമ്പോൾ, അത് നിങ്ങളുടെ ഗ്രൂപ്പുമായും ചുറ്റിലുമുള്ളവരുമായും പങ്കിടുക.
14. നിങ്ങളുടെ ഉൽപ്പന്നങ്ങൾ പ്രചരിപ്പിക്കാൻ സോഷ്യൽമീഡിയ ഉപ യോഗിക്കുക.

നിങ്ങളുടെ ഉൽപ്പന്നങ്ങളുടെ/സേവനങ്ങളുടെ നമ്പർ വൺ ആരാധക നായി മാറുക, അവയെ നിങ്ങളുടെ കഴിവിനനുസരിച്ച് പ്രമോട്ട് ചെയ്യുക. സ്വയം ഉപയോഗത്തിലൂടെയും നിങ്ങളുടെ ഉൽപ്പന്നങ്ങൾ കൂടുതൽ പേർക്ക് പരിചയപ്പെടുത്തിയും നിങ്ങളുടെ ഉപഭോക്താക്കൾ നിങ്ങൾക്ക് തുടർച്ചയായ വിൽപന സാധ്യമാക്കിത്തരും. കൂടാതെ, സംതൃപ്തരായ നിങ്ങളുടെ ഉപഭോക്താക്കൾ ക്രമേണ നിങ്ങളുടെ സഹപ്രവർത്തകരായി മാറുകയും ചെയ്യും. വിതരണക്കാരുടെ ടീമിനെ ഉണ്ടാക്കുന്നതിനൊപ്പം നിങ്ങളുടെ ഉപഭോക്തൃ അടിത്തറയും ശക്തിപ്പെടുത്തുക, അതുവഴി, സുസ്ഥിരവും വളരുന്നതുമായ ഒരു ബിസിനസ് കെട്ടിപ്പടുക്കുക.

നിങ്ങൾ നിങ്ങളുടെ ഉപഭോക്താവിനെ ശ്രദ്ധിക്കുന്നില്ല എങ്കിൽ,
നിങ്ങളുടെ പ്രതിയോഗിക്ക് കഴിയും. - ബോബ് ഹൂനി

നിങ്ങളുടെ റീ പർച്ചേസ് അളവ് നഷ്ടപ്പെടുത്താതിരിക്കുക

നിരവധി ലീഡർമാർ പുതിയ പങ്കാളികളെ നിയമിക്കുന്നതിൽ മാത്രമാണ് ഫോക്കസ് ചെയ്യുന്നത് എന്ന കാര്യം എനിക്ക് ശ്രദ്ധിക്കാൻ കഴിഞ്ഞിട്ടുണ്ട്. അവരുടെ പരിശീലനങ്ങളിൽ നിയമിക്കുന്നതിനെക്കുറിച്ചുമാത്രമാണ് അവർ പഠിപ്പിക്കുക. ഞാനും അവരിൽ ഒരാളായിരുന്നു. അത് മോശം കാര്യമല്ല, മാത്രമല്ല, അത് നമ്മുടെ ബിസിനസിന്റെ അടിസ്ഥാനവുമാണ്. എന്നാൽ, നാം റിക്രൂട്ടുമെന്റ് മാത്രം നടത്തിക്കൊണ്ടിരുന്നാൽ, നമുക്ക് മൂന്ന് സ്ഥലങ്ങളിൽ നമ്മുടെ അളവ് നഷ്ടമാകും:

1. *എല്ലാവരും റിക്രൂട്ടുമെന്റ് ചെയ്യാൻ സന്നദ്ധരായിരിക്കുകയില്ല, ഈ ബിസിനസ് ഇതുമാത്രം ചെയ്യാനുള്ളതാണ് എന്ന് അവർക്കു തോന്നിയാൽ, അവർ ബിസിനസ് വിട്ടുപോകും.*
2. *റീ പർച്ചേസിലൂടെ ഓരോ തവണയും നമുക്ക് അധിക അളവ് ലഭിക്കുന്നു, നമ്മുടെ ടീം അംഗങ്ങൾ അവരുടെ ഉപയോഗത്തിന് നമ്മുടെ കമ്പനിയുടെ ഉൽപ്പന്നങ്ങൾ വാങ്ങുന്നു.*
3. *ഉൽപ്പന്നങ്ങളുടെ പതിവായുള്ള ഉപയോഗം നമ്മുടെ പങ്കാളികളുടെയും അവരുടെ കുടുംബങ്ങളുടെയും വിശ്വാസം ഇരട്ടിപ്പിക്കുന്നു. ആളുകൾ വിശ്വാസപൂർവം പ്രവർത്തിക്കുമ്പോൾ, അത് മികച്ച ഫലമുണ്ടാക്കുന്നു.*

   എന്റെ സുഹൃത്തുക്കളോട് ഞാൻ നന്ദി പറയുന്നു – വിനോദ് സോളമൻ, മോഹനൻ, ഇന്തോനേഷ്യയിലെ ബാലിയിൽ വച്ചു നടന്ന നമ്മുടെ ചർച്ചകളിൽ, റീ പർച്ചേസിങ്ങിന്റെ കരുത്തിലുള്ള എന്റെ വിശ്വാസം ഊട്ടിയുറപ്പിച്ചതിന്.

ഭാഗം മൂന്ന്

വിജയപ്രക്രിയ

എങ്ങനെ ഒരാൾക്ക് ഒരു ചിത്രശലഭമായി മാറാൻ കഴിയും? ഒരു കമ്പിളിപ്പുഴു ആകാൻ വിസമ്മതിച്ചുകൊണ്ട് കഴിയാവുന്നിടത്തോളം പറക്കാൻ നിങ്ങൾ ആഗ്രഹിക്കുക. - ട്രിന പൗലസ്

വിജയം എന്നത് ഒരു യാത്രയാണ്. അർഥവത്തായ ലക്ഷ്യങ്ങൾ നേടിയെടുക്കാനുള്ള പുരോഗമനപരമായ ഒരു മുന്നേറ്റമാണത്. നിങ്ങൾക്ക് ഒരു ആഗ്രഹമുണ്ട്, ആ ആഗ്രഹപൂർത്തീകരണത്തിനായി പ്രവർത്തിക്കാൻ നിങ്ങൾ തീരുമാനിക്കുകയാണ്. നിങ്ങൾ പ്രവർത്തിച്ചുതുടങ്ങിയാൽ, നിങ്ങൾ ധാരാളം പഠിക്കും, ഒരു നല്ല വ്യക്തിയാകാനുള്ള പ്രക്രിയയിൽ നിങ്ങൾ സ്വയം മാറും. കൂടുതൽ ചെയ്താൽ, നിങ്ങൾക്ക് കൂടുതൽ നേട്ടമുണ്ടാക്കാൻ കഴിയും. മറ്റേതൊരു മേഖലയെയും പോലെ, നെറ്റ്‌വർക്ക് മാർക്കറ്റിങ്ങിലും നിങ്ങൾ നിങ്ങളുടെ ലക്ഷ്യം തീരുമാനിക്കുന്നു, അത് നിറവേറ്റുന്നതിനായി പ്രവർത്തിക്കുന്നു, ചില നടപടികൾ പിന്തുടർന്നുകൊണ്ട്. ഇതിനെയാണ് വിജയ പ്രക്രിയ എന്നു പറയുന്നത്, ഈ ബിസിനസിന്റെ ഏറ്റവും ഉയരത്തിലെത്തിയ ഓരോ വ്യക്തിയും ഇതേ പ്രക്രിയ പിന്തുടർന്നവരായിരിക്കും.

ഈ പ്രക്രിയയിൽ മാസ്റ്റർ ആകുക എന്നത് ഒരു യാത്രയാണ്. ഈ പ്രക്രിയ പിന്തുടരുന്നതിൽ പ്രതിബദ്ധരായിരിക്കുക, കടന്നുപോകുന്ന ഓരോ ദിനവും നിങ്ങൾക്ക് മികച്ച നെറ്റ്‌വർക്ക് മാർക്കറ്റർ ആകാൻ കഴിയും, ഉയർന്ന റാങ്കുകളും ഉയർന്ന വരുമാനവും നേടിക്കൊണ്ട്. ഇവിടെ വിശദീകരിച്ച പ്രക്രിയ, നെറ്റ്‌വർക്ക് മാർക്കറ്റിങ്ങിന്റെ അടിസ്ഥാനമാണ്. ലോകത്തെങ്ങുമുള്ള മികച്ച നെറ്റ്‌വർക്ക് മാർക്കറ്റിങ് ലീഡർമാർ ഉപയോഗിച്ച പ്രക്രിയകൾ പഠിച്ചശേഷമാണ് ഈ പ്രക്രിയക്ക് രൂപം നൽകിയിരിക്കുന്നത്.

ബിസിനസിൽ വിജയിക്കാൻ പരിശീലനവും അച്ചടക്കവും കഠിനാധ്വാനവും വേണം. എന്നാൽ, നിങ്ങൾക്ക് ഈ കാര്യങ്ങളെ പേടിയില്ലെങ്കിൽ, അവസരങ്ങൾ ഏതുസമയത്തും ഉണ്ടായിരിക്കുന്നതുപോലെ ഇന്നും ഉണ്ടായിരിക്കും.

- ഡേവിഡ് റോക്ക്ഫെല്ലർ

ഞാൻ എപ്പോഴും ഈ തത്വമനുസരിച്ചാണ് പ്രവർത്തിച്ചിരുന്നത്. വിജയത്തിന് രഹസ്യങ്ങളില്ല; വിജയത്തിന് ഒരു സിസ്റ്റം ഉണ്ട്. അർഹിക്കുന്ന

വിജയം ലഭിക്കാതെ ദിവസേന ഈ ബിസിനസിൽ പ്രവർത്തിച്ചുകൊണ്ടിരിക്കുന്ന ആയിരക്കണക്കിന് പേരെ ഞാൻ വേദനയോടെ കണ്ടിട്ടുണ്ട്. അവർക്ക് വേണ്ടത്ര പ്രചോദനമുണ്ട്, കഠിനാധ്വാനികളാണ്, സ്വപ്നങ്ങളുണ്ട്, തുടർച്ചയായി ജോലി ചെയ്യുന്നവരാണ്, എന്നാൽ, അവർ ആഗ്രഹിക്കുന്നത് അവർക്ക് കിട്ടുന്നില്ല. കാരണം, അവർക്ക് ശരിയായ നടപടിക്രമം അറിയില്ല. ഞാനിവിടെ അവതരിപ്പിക്കാൻ പോകുന്നത്, എനിക്കും ആയിരക്കണക്കിന് മറ്റു നെറ്റ്‌വർക്ക് മാർക്കറ്റർമാർക്കും 11 വർഷത്തിലേറെയായി വൻവിജയം സമ്മാനിക്കുന്ന അതേ വിജയപ്രക്രിയയാണ്. നെറ്റ്‌വർക്ക് മാർക്കറ്റിങ്ങിലുള്ള നിങ്ങളുടെ സ്വപ്നം സാക്ഷാൽക്കരിക്കാനുള്ള ഒരു തീർച്ചയായ കുറുക്കുവഴിയാണിത്. ഭൂരിപക്ഷം പേർക്കും 10 വർഷംകൊണ്ട് ചെയ്യാൻ കഴിയാതിരുന്നത്, ഈ സിസ്റ്റം ഉപയോഗിച്ചുകൊണ്ട് നിങ്ങൾക്ക് 25 വർഷംകൊണ്ട് ചെയ്യാൻ കഴിയും.

ഇതിലെ ചിലത്, അല്ലെങ്കിൽ എല്ലാ കാര്യങ്ങളും നിങ്ങൾക്ക് ഇതിനകം അറിയാൻ കഴിഞ്ഞിരിക്കും; ചിലത് നിങ്ങൾ ഇപ്പോൾ തന്നെ ചെയ്യുന്നുണ്ടാകും, എന്നാൽ, സത്യം ബാക്കിയാകുന്നു നിങ്ങൾ ഈ പുസ്തകം വായിക്കുന്നതുകൊണ്ട്, നിങ്ങൾക്ക് ഈ ബിസിനസിൽ വളരണമെന്ന ആഗ്രഹമുണ്ടാകും. ഈ ഭാഗത്ത് വിശദീകരിക്കുന്ന തത്വങ്ങളും പ്രവർത്തനങ്ങളും നെറ്റ്‌വർക്ക് മാർക്കറ്റിങ് ബിസിനസിന്റെ അടിസ്ഥാനകാര്യങ്ങൾക്കുവേണ്ട നിങ്ങളുടെ ശേഷികളെ ശക്തിപ്പെടുത്തും, അതിലൂടെ നിങ്ങളുടെ വരുമാനവും ബിസിനസും പുതിയ ഉയരങ്ങളിലെത്തും.

നിങ്ങൾ ചെയ്യുന്നതുതന്നെ ചെയ്തുകൊണ്ടിരുന്നാൽ, നിങ്ങൾക്ക് കിട്ടുന്നതുമാത്രമേ കിട്ടിക്കൊണ്ടിരിക്കൂ.

ഞാൻ ഇവിടെ ചെയ്യാൻ ഉദ്ദേശിക്കുന്നത്, നിങ്ങളെ മാറ്റാൻ സഹായിക്കുക എന്നതാണ്. തുടക്കത്തിൽ, ഞാൻ നിർദേശിക്കുന്ന ചില കാര്യങ്ങൾ വിഷമകരമായി തോന്നിയേക്കാം, മറ്റു ചിലർ നിങ്ങളോട് അത് ആവശ്യപ്പെടില്ല. ചില കാര്യങ്ങൾ, അല്ലെങ്കിൽ എല്ലാം ചെയ്യാൻ നിങ്ങൾക്ക് ഇഷ്ടമുണ്ടാകണമെന്നില്ല, പക്ഷേ, നിങ്ങളുടെ സ്വപ്നങ്ങളെ നിങ്ങൾ ഗൗരവത്തോടെയാണ് കാണുന്നത് എങ്കിൽ, മുന്നോട്ടുപോകുക, ഇവിടെ ഞാൻ നിർദേശിക്കുന്നത് ചെയ്യുക. നിങ്ങളുടെ നേട്ടത്തിനെച്ചൊല്ലി നിങ്ങൾക്കുതന്നെ സ്വയം അമ്പരപ്പുണ്ടാകും. ഓർക്കുക, ഓരോ ചിത്രശലഭവും ഒരു പുഴുവായാണ് തുടങ്ങുന്നത്, ആ പുഴുവിനെ കണ്ടാൽ, അത് ഒരു ദിവസം ചിത്രശലഭമായി മാറുമെന്ന് ആർക്കും വിശ്വസിക്കാനാകില്ല. എന്നാൽ, അത് ശാന്തമായി ആ പ്രക്രിയ പിന്തുടരുകയും സ്വഭാവികമായി രൂപാന്തരം പ്രാപിക്കുകയും ചെയ്യുന്നു.

ലോകം അവസാനിച്ചു എന്ന് പുഴു ചിന്തിക്കുന്ന നിമിഷം, അത് ഒരു ചിത്രശലഭമായി മാറുന്നു.

അതുകൊണ്ട്, നിങ്ങൾ എന്തായിത്തീരാൻ പോകുന്നു എന്നതിൽ നിങ്ങൾ ആവേശഭരിതനാകുക, ഈ ബിസിനസിൽ ഒരിക്കൽ നിങ്ങൾ വിജയം നേടിക്കഴിഞ്ഞാൽ നിങ്ങളുടെ എല്ലാ സ്വപ്നങ്ങളും നിറവേറ്റാൻ നിങ്ങൾക്ക് കഴിയും.

1. വിൽപന എന്ന കടംകഥയുടെ കുരുക്കഴിക്കാം

വിൽപന എന്നാൽ, ആരോ ഒരാൾക്ക് നിങ്ങൾ ചെയ്യുന്ന എന്തോ ഒന്ന് അല്ല, അത് ആരോ ഒരാൾക്കുവേണ്ടി നിങ്ങൾ ചെയ്യുന്ന ഒന്നാണ്.
– സിഗ് സിഗലാർ

ദൈവം ഓരോരുത്തരെയും വിൽപ്പനക്കാരായാണ് സൃഷ്ടിച്ചിരിക്കുന്നത്. ഓരോ വ്യക്തിയും ജന്മനാ വിൽപ്പനക്കാരനാണ്, വിൽപന എല്ലാവരിലും സ്വാഭാവികമായി വരുന്നതാണ്. എല്ലാ മനുഷ്യജീവിയിലും ദൈവം സമ്മാനിച്ച ഈ നൈസർഗ്ഗിക കഴിവുണ്ട്, അതിനെ ഒന്ന് തേച്ചുമിനുക്കിയെടുത്ത് ഇപ്പോൾ നിങ്ങൾ ഉപയോഗിക്കുന്നതിനേക്കാൾ കൂടുതൽ സാഹചര്യങ്ങളിൽ ഉപയോഗിച്ചാൽ മതി. എല്ലാവർക്കും എല്ലാ സമയവും വിൽക്കാൻ കഴിയും:

✓ പെൺകുട്ടിയോട് തന്റെ ഇഷ്ടം പറയുന്ന ഒരു ആൺകുട്ടി.

✓ ജോലിക്കുവേണ്ടിയുള്ള ഇന്റർവ്യൂവിൽ ഒരു ഉദ്യോഗാർഥി.

✓ വോട്ട് കിട്ടാൻ പ്രസംഗം നടത്തുന്ന ഒരു രാഷ്ട്രീയക്കാരൻ.

✓ തന്റെ കക്ഷിയുടെ കേസ് വാദിക്കുന്ന ഒരു അഭിഭാഷകൻ.

✓ വില കുറഞ്ഞ വസ്ത്രത്തെക്കുറിച്ചോ ഒരു ഡയമണ്ടിനെക്കുറിച്ചോ ഭാര്യയെ ബോധ്യപ്പെടുത്തുന്ന നിങ്ങൾ.

✓ ഒരു പാർട്ടിക്ക് പോകാൻ നിങ്ങളെ വശത്താക്കുന്ന നിങ്ങളുടെ മകൻ.

✓ മതപരമായ ഒരു പരിപാടിക്ക് ശേഖരിക്കുന്ന ഫണ്ട്.

✓ സാധനങ്ങൾ വെയ്സ്റ്റ് ബാസ്ക്കറ്റിൽ ഇടാനോ അവന്റെ മുറി വൃത്തിയായി സൂക്ഷിക്കാനോ നിങ്ങളുടെ കുട്ടിയോട് ആവശ്യപ്പെടുന്ന നിങ്ങൾ.

ഇതെല്ലാം വിൽപനയാണ്. ആരെങ്കിലുമായി നമ്മൾ നടത്തുന്ന ഇടപാടുകളിലും നമ്മൾ ചെയ്യുന്ന എല്ലാ പ്രവൃത്തികളിലും വിൽപനയുണ്ട്. വിൽപനയാണ് ഈ ലോകത്തിലെ ഏറ്റവും മഹത്തായ തൊഴിൽ എന്നു ഞാൻ കരുതുന്നു. വിൽപനക്കാർക്ക് വരുമാനമുണ്ടാക്കാൻ കഴിയും. മറ്റെല്ലാം ഡിപ്പാർട്ടുമെന്റുകളും പണം എടുക്കുമ്പോൾ, സെയിൽസ് ഡിപ്പാർട്ടുമെന്റ് പണം നൽകുകയാണ്. എല്ലാ സെയിൽസ് പ്രൊഫഷനലുകൾക്കിടയിലും, കമ്മീഷൻ സെയിൽസ്മാന്മാരെയാണ് ഞാൻ ഏറ്റവും കൂടുതൽ ആദരിക്കുന്നത്, കാരണം അവരുടെ ആത്മവിശ്വാസവും പ്രവർത്തന

തത്വവും, "ഞാൻ വിറ്റില്ലെങ്കിൽ നിങ്ങൾ എനിക്ക് വില നൽകേണ്ടതില്ല." ഇതുമൂലം, വിൽപ്പനക്കാരാണ് ഏറ്റവും വരുമാനമുള്ളവർ, വിൽപന ബിസിനസിന്റെ ലോകത്ത് നമ്പർ വൺ വൈദഗ്ധ്യമായി പരിഗണിക്കപ്പെടുന്നു.

ഒരേയൊരു പ്രശ്നം, വിൽപ്പനക്കാരെക്കുറിച്ച് നാം ഉണ്ടാക്കിവച്ചിരിക്കുന്ന കാഴ്ചപ്പാടാണ്. ഇപ്പോൾ പോലും, വിൽപനയെക്കുറിച്ച് നാം ചിന്തിക്കുമ്പോൾ നിങ്ങളുടെ മനസ്സിലേക്ക് ഓടിയെത്തുന്ന ചിത്രങ്ങൾ വാതിൽക്കൽ മുട്ടുന്ന ആളുകളാണ്, നിങ്ങളുടെ കാർ വിൻഡോകളിൽ തട്ടുന്നവരാണ്, അല്ലെങ്കിൽ സ്റ്റോർ കൗണ്ടറുകളിൽ നിൽക്കുന്ന ദുരിതംപിടിച്ച സെയിൽസ്മാന്മാരാണ്. ഈ ചിത്രങ്ങൾ മാറ്റാറായി, പകരം, മറ്റു ചില സെയിൽസ്മാന്മാർ, ശരിക്കും വലിയ, മികച്ച സെയിൽസ്മാൻ, മഹാത്മാ ഗാന്ധിയെപ്പോലെ, നരേന്ദ്രമോദിയെപ്പോലെ, സ്റ്റീവ് ജോബ്സിനെപ്പോലെ അല്ലെങ്കിൽ ജാക്ക് മായെപ്പോലെ. ഇവരെല്ലാം, യഥാർഥത്തിൽ ലോകത്തിലെ മികച്ച സെയിൽസ്മാന്മാരാണ്.

> *കുതിരപ്പുറത്തിരിക്കുന്ന നിങ്ങൾ നിസ്സാരക്കാരനാണെന്ന് കരുതിയാൽ നിങ്ങൾക്ക് ഒരു യുദ്ധം നയിക്കാൻ കഴിയില്ല.*
>
> \- നെപ്പോളിയൻ ബോണപ്പാർട്ട്

വിൽപന എന്നത് വളരെ നല്ലതാണെങ്കിലും എന്തുകൊണ്ടാണ് ചില ആളുകൾ അതിനെ ഭയപ്പെടുന്നത് ചില തെറ്റായ വിശ്വാസങ്ങൾ മൂലം, അല്ലാതെ ഒന്നുമല്ല.

1. ഞാൻ വിൽപനയിൽ അത്ര മെച്ചമല്ല. എനിക്ക് ഒരിക്കലും അത് ചെയ്യാനാകില്ല.

അതെ. വിൽപനയിൽ ഇപ്പോൾ നിങ്ങൾ അത്ര മെച്ചമുള്ള ആളാകണമെന്നില്ല, എന്നാൽ, വിൽപന എന്നത് പഠിക്കാവുന്ന ഒരു കഴിവാണ്. ഒരു വിൽപനക്കാരനായി ജനിച്ച ഒരാളെ നിങ്ങൾക്ക് അറിയാമോ നിങ്ങൾ അത് ചെയ്യാൻ തീരുമാനിക്കുന്ന ഏതുസമയത്തും നിങ്ങൾക്ക് അത് മെച്ചപ്പെട്ട രീതിയിൽ ചെയ്യാൻ കഴിയും. നിരവധി പുസ്തകങ്ങൾ, പരിശീലന പരിപാടികൾ, വീഡിയോകൾ എല്ലാം നിങ്ങളുടെ സഹായത്തിനെത്തും. ശരിക്കും നിങ്ങൾക്ക് വിൽപനയിൽ കഴിവില്ലാത്തതുകൊണ്ടല്ല, വിൽപനയെക്കുറിച്ച് പഠിക്കാനുള്ള മനോഭാവം ഇല്ലാത്തതാണ്. പഠിക്കാനുള്ള പ്രതിബദ്ധത കാണിക്കുക, എന്നിട്ട് വിൽപനയിലേക്കിറങ്ങുക. പരിശീലനവും സ്ഥിരോൽസാഹവും നിങ്ങളെ സമർഥനാക്കും.

2. എനിക്ക് ആരെയും ബോധ്യപ്പെടുത്താനാകില്ല.

അതൊരു തോന്നലാണ്, നിങ്ങൾക്ക് ആളുകളെ ബോധ്യപ്പെടുത്താൻ കഴിയും. അതിനെ ബോധ്യപ്പെടുത്തൽ എന്ന് വിളിക്കേണ്ടതില്ല. നിങ്ങളുടെ ഉൽപ്പന്നങ്ങൾ/സേവനങ്ങൾ ആകർഷകമായും അപ്രിയം തോന്നാതെയും

അവതരിപ്പിക്കുകയും പങ്കിടുകയും ചെയ്യുന്നതാണ് നിങ്ങളുടെ ജോലി. അവരുടെ പ്രശ്നങ്ങൾ പരിഹരിക്കാനും അവരെ സഹായിക്കാനും എന്ന മനോഭാവത്തോടെ നിങ്ങൾ പോകുക, ബാക്കിയുള്ളതെല്ലാം മറ്റേ ആളെ, അയാളുടെ/അവളുടെ ആവശ്യങ്ങളെ ആശ്രയിച്ചിരിക്കും.

3. ആളുകൾ നെഗറ്റീവ് ആണ്.

15 വർഷത്തെ എന്റെ വിൽപന എന്നെ പഠിപ്പിച്ചത്, ഉപഭോക്താവിന്റേതിനേക്കാൾ വിൽപ്പനക്കാരന്റെ മനോഭാവത്തെ ആശ്രയിച്ചാണ് വിൽപന എന്നാണ്. ഒരു നല്ല സെയിൽസ് പ്രൊഫഷനൽ ഒരിക്കലും അദ്ദേഹത്തിന്റെ/അവളുടെ തൊഴിലിനെക്കുറിച്ചോർത്ത്, അയാൾ/അവൾ എന്ത് വിൽക്കുന്നു എന്നതിൽ ലജ്ജിക്കില്ല. പരിഹാരം കണ്ടെത്തുന്ന ആൾ എന്ന നിലക്കാണ് നിങ്ങളുടെ റോൾ, താമസിയാതെ, നിങ്ങളുടെ ഉൽപ്പന്നങ്ങൾ അവർക്കായി നിങ്ങൾ നിർദേശിക്കുന്നതിൽ മറ്റുള്ളവർ നിങ്ങളോട് കടപ്പാടുള്ളവരായി മാറുന്നു.

4. വിൽപനയുടെ തന്ത്രം എനിക്ക് അറിയില്ല.

യഥാർഥത്തിൽ ഒരു തന്ത്രവുമില്ല. വിൽപനയെക്കുറിച്ച് പഠിക്കൂ, തന്ത്രങ്ങളെ ഓർത്ത് ഉൽക്കണ്ഠപ്പെടാതിരിക്കൂ. തന്ത്രങ്ങൾ ചുരുങ്ങിയ കാലത്തേക്കുള്ള തട്ടിപ്പുകളാണ്; ദീർഘകാല കളിക്കാർക്ക് ഉറച്ച അടിത്തറകളുണ്ടായിരിക്കും. വിൽപനയിലൂടെ, വിൽപ്പനക്കാരൻ വാങ്ങുന്നയാളിലേക്ക് വിശ്വാസവും ആവേശവും കൈമാറുകയാണ്. എന്തിനെക്കുറിച്ചാണ് നിങ്ങൾ സംസാരിക്കുന്നത് എന്നതിനെക്കുറിച്ച് നിങ്ങൾ അറിഞ്ഞിരിക്കണം. നിങ്ങൾക്ക് അടിസ്ഥാനപരമായ സാമാന്യമര്യാദയും സാമാന്യബോധവും കേൾക്കാനുള്ള കഴിവും ഉണ്ടെങ്കിൽ നിങ്ങൾക്ക് അത്ഭുതം സൃഷ്ടിക്കാം.

5. എനിക്ക് സെയിൽസ് ഇഷ്ടമല്ല.

'എനിക്ക് സെയിൽസ് ഇഷ്ടമല്ല' എന്ന് ആളുകൾ എന്നോട് പറയുമ്പോൾ, അവരോടുള്ള എന്റെ ചോദ്യം ഇതാണ്; 'നിങ്ങൾ ഇഷ്ടപ്പെടുന്നത് മാത്രമേ നിങ്ങൾ ചെയ്യൂ നിങ്ങളുടെ ജോലി നിങ്ങൾക്ക് ഇഷ്ടമാണോ നിങ്ങളുടെ ബോസിനെ നിങ്ങൾക്ക് ഇഷ്ടമാണോ ബാക്കിയുള്ള ജീവിതകാലം മുഴുവൻ ദിവസവും രാവിലെ ഓഫിസിലേക്ക് പോകാൻ നിങ്ങൾക്ക് ഇഷ്ടമാണോ, നിങ്ങളുടെ ജീവിതരീതി നിങ്ങൾക്ക് ഇഷ്ടമാണോ നിങ്ങൾ ഓടിക്കുന്ന കാർ നിങ്ങൾക്ക് ഇഷ്ടമാണോ, നിങ്ങൾ താമസിക്കുന്ന വീട് നിങ്ങൾക്ക് ഇഷ്ടമാണോ, നിങ്ങൾക്ക് സാമ്പത്തിക സുരക്ഷിതത്വം ഇല്ല എന്ന വാസ്തവം നിങ്ങൾ ഇഷ്ടപ്പെടുന്നുണ്ടോ ദിവസവും ഒത്തുതീർപ്പുകളും ത്യാഗങ്ങളും ചെയ്യുന്നത് നിങ്ങൾ ഇഷ്ടപ്പെടുന്നുണ്ടോ'. ജീവിതത്തിൽ ഏറെ കാലവും ഭൂരിപക്ഷം പേരും തങ്ങൾക്ക് ഇഷ്ടമില്ലാത്ത

കാര്യങ്ങളാണ് ചെയ്യുന്നത്. എന്താണ് ചെയ്യുന്നത് എന്നതിലല്ല കാര്യം; നമ്മൾ ചെയ്യുന്ന കാര്യം എന്തുകൊണ്ട് നമുക്ക് ചെയ്യേണ്ടിവരുന്നു എന്നതിലാണ് കാര്യം. സെല്ലിങ് എന്ന പുതിയ കഴിവ് പഠിക്കുകയാണെങ്കിൽ, നിങ്ങൾക്ക് നിങ്ങളുടെ സ്വപ്നങ്ങൾ അതിവേഗം സാക്ഷാൽക്കരിക്കാൻ അത് സഹായിക്കും, നിങ്ങൾ ജോലി ചെയ്യുന്ന മണിക്കൂറുകൾക്ക് മികച്ച പ്രതിഫലം നൽകും, എന്തുകൊണ്ട് അതിനെ സ്വീകരിച്ചുകൂടാ ഈ പുതിയ കഴിവ്, ചുരുക്കം വർഷങ്ങൾ കൊണ്ട് നിങ്ങൾക്ക് ഇത്രമാത്രം സാമ്പത്തിക സമൃദ്ധി നൽകുമെങ്കിൽ, ജീവിതത്തിലെ ബാക്കി വർഷം മുഴുവൻ നിങ്ങൾക്ക് ഇഷ്ടമുള്ള കാര്യങ്ങൾ മാത്രം ചെയ്ത് ജീവിക്കാം.

6. സെയിൽസ് കോളുകളെ എനിക്ക് ഭയമാണ്.

പുതിയ ഒരു കാര്യം ചെയ്യാൻ തുടങ്ങുമ്പോൾ എപ്പോഴും തുടക്കത്തിൽ ഒരു പേടിയും മടിയും ഉണ്ടാകും. കാറോ ബൈക്കോ ഓടിക്കുമ്പോൾ, ആദ്യ പ്രസന്റേഷനിൽ, പെയ്ന്റിങ്ങിൽ, സ്പോർട്സിൽ, ഒരു സംഗീത ഉപകരണം വായിക്കുമ്പോൾ... അതുകൊണ്ട്, ആദ്യ ചില സെയിൽസ് കോളുകൾ നിരവധി പേർക്ക് പേടിയുണ്ടാക്കുന്നത് സ്വാഭാവികമാണ്, ചിലപ്പോൾ ഈ പേടി പിന്നീടുമുണ്ടാകും. തയാറെടുപ്പ്, ആത്മവിശ്വാസം, അംഗീകാരം എന്നിവയാണ് പേടിക്കുള്ള മറുമരുന്ന്. നന്നായി തയാറെടുക്കുക, ജോലി ചെയ്യാനുള്ള സഹായികൾ നിങ്ങൾക്കൊപ്പം കരുതുക, എന്നിട്ട് മുന്നോട്ടുപോകുക. നിങ്ങൾ ആദരിക്കുന്ന എല്ലാവരും ഇതേ വഴിയിലൂടെ സഞ്ചരിച്ചവരാണ്.

നെറ്റ്‌വർക്ക് മാർക്കറ്റിങ്ങിന്റെ ഏറ്റവും മികച്ച വശം, തുടർച്ചയായ പ്രോഗ്രാമുകളിലൂടെ സെല്ലിങ്ങിനെക്കുറിച്ച് നിങ്ങൾക്ക് ആവശ്യത്തിന് പരിശീലനം ലഭിക്കും. മാത്രമല്ല, നിങ്ങളുടെ അപ്ലൈനും നിങ്ങളുടെ എല്ലാ സീനിയർമാരും നിങ്ങൾക്ക് ഫീൽഡിൽ വ്യക്തിപരമായി എല്ലാ സഹായവും ചെയ്യും, നിങ്ങൾ അതിൽ മെച്ചപ്പെടുന്നതുവരെ അവർ നിങ്ങളുടെ കൈകൾ ചേർത്തുപിടിക്കും. പരിശീലനം, ഗ്രൗണ്ട് വർക്ക് എന്ന ഇരട്ട പിന്തുണ നിങ്ങളെ സെല്ലിങ്ങിൽ മാസ്റ്റർ ആക്കും.

ഇപ്പോൾ, നിങ്ങൾ സെയിൽസ് ഇഷ്ടപ്പെട്ടുതുടങ്ങുന്നതോടെ, നിങ്ങളുടെ അടിസ്ഥാന ആശങ്കൾക്ക് പരിഹാരമാകുകയാണ്, ഇനി നമ്മുടെ ലളിതവും പരീക്ഷിച്ച് തെളിയിച്ചതും ഉയർന്ന അംഗീകാരങ്ങൾ നേടിയെടുത്തതുമായ വിജയപ്രക്രിയയെക്കുറിച്ച് കൂടുതൽ കാര്യങ്ങൾ അറിയാം.

തുടർച്ചയായി ചെയ്യേണ്ട അഞ്ച് പ്രധാന കാര്യങ്ങൾ അതിലുണ്ട്:

1. ലിസ്റ്റ് തയാറാക്കലും തെരഞ്ഞെടുപ്പും.
2. നിങ്ങളുടെ ലിസ്റ്റിനെ ആധാരമാക്കി അപ്പോയ്ന്റ്മെന്റുകൾ ഉറപ്പുവരുത്തുക.
3. അവസരങ്ങൾ പങ്കിടുക.

4. പിന്തുടരലും സെയിൽസ് ക്ലോസിങ്ങും.
5. പുതിയ സഹായിക്കുവേണ്ടിയുള്ള ശരിയായ തുടക്കം.

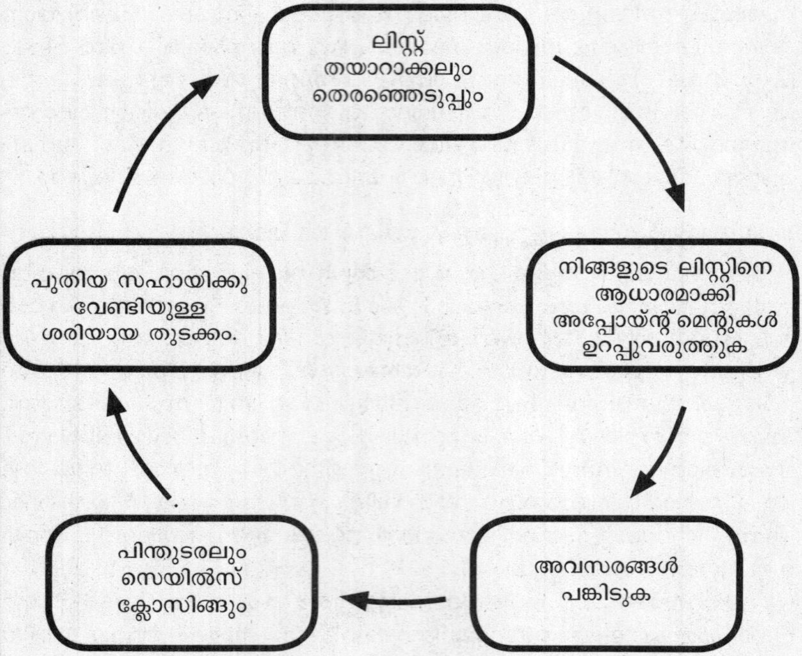

ചെയ്യലാണ് പഠിക്കാനുള്ള ഏക മാർഗ്ഗം, അതിൽ മാസ്റ്റർ ആകാനുള്ള ഏക മാർഗ്ഗം തുടർച്ചയായി ചെയ്തുകൊണ്ടിരിക്കുകയാണ്.

- ദീപക് ബജാജ്

2. ലിസ്റ്റ് തയാറാക്കലും തെരഞ്ഞെടുപ്പും

ശക്തമായ ഒരു നെറ്റ്‌വർക്ക് മാർക്കറ്റിങ് ബിസിനസ് തുടങ്ങാനുള്ള ആദ്യ പടി തീർച്ചയായും പ്രതീക്ഷകളുടെ ഒരു വലിയ പട്ടികയാണ്. ഈ ബിസിനസിൽ നിങ്ങളുടെ പട്ടികയാണ് നിങ്ങളുടെ ഏറ്റവും വലിയ വിഭവം.

ലിസ്റ്റ് = പ്രതീക്ഷ

നമ്മുടെ ബിസിനസിൽ ലിസ്റ്റ് ഉണ്ടാക്കൽ ലളിതമായ പടിയാണ്, അതിന് 30-60 മിനിറ്റേ വേണ്ടൂ, എന്നാൽ, വിരോധാഭാസമെന്നുപറയട്ടെ, ഈ ബിസിനസ് തുടങ്ങുന്ന പത്തിൽ എട്ടുപേരും ലിസ്റ്റ് ഉണ്ടാക്കാറില്ല. അതുകൊണ്ട്, നിങ്ങൾ ഒരു ലിസ്റ്റ് ഉണ്ടാക്കുകയാണെങ്കിൽ, നെറ്റ്‌വർക്ക് മാർക്കറ്റിങ്ങിൽ ഏറ്റവും ഉയരത്തിലുള്ള 20 ശതമാനം പേരുടെ സ്ഥാനത്ത് നിങ്ങളും എത്തും, മാത്രമല്ല, അതിന്റെ ഏറ്റവും നല്ല വശം എന്താണെന്നു വച്ചാൽ, നിങ്ങൾക്ക് ആരോടും സംസാരിക്കേണ്ടിവരില്ല, ഒരു ലിസ്റ്റ് ഉണ്ടാക്കാൻ നിങ്ങൾ വീടുവിട്ട് പുറത്തിറങ്ങുകയോ വേണ്ടതില്ല. നിങ്ങളുടെ മീറ്റിങ്ങിന്റെ ഫലം എന്തായാലും ശരി, നിങ്ങളെക്കുറിച്ചും നിങ്ങളുടെ ബിസിനസിനെക്കുറിച്ചും മറ്റുള്ളവർ എന്തുതന്നെ പറഞ്ഞാലും ശരി, നിങ്ങളുടെ ലിസ്റ്റിൽ ആളുകളുണ്ടെങ്കിൽ നിങ്ങൾക്ക് ഈ ബിസിനസിൽ നിന്ന് ഒരിക്കലും വിട്ടുപോകേണ്ടിവരില്ല, കാരണം, ഈ ബിസിനസുമായി ബന്ധപ്പെട്ട് നിങ്ങൾ ഇനിയും സമീപിക്കാത്ത നിരവധി ആളുകളുണ്ട് എന്ന പ്രതീക്ഷ നിങ്ങൾക്കുണ്ടായിരിക്കും.

അതുകൊണ്ട്, അതിവേഗം നിങ്ങളുടെ ലിസ്റ്റ് ഉണ്ടാക്കുക. അൽപ സമയത്തേക്ക് ഈ പുസ്തകം മാറ്റിവച്ച്, ഇപ്പോൾ തന്നെ നിങ്ങൾ ലിസ്റ്റ് ഉണ്ടാക്കുകയാണെങ്കിലും, എനിക്ക് സന്തോഷമായിരിക്കും.

ഒരു ലിസ്റ്റ് ഉണ്ടാക്കുന്നതുകൊണ്ടുള്ള നേട്ടങ്ങൾ

✓ ബിസിനസിനൊപ്പം നിങ്ങളുടെ പ്രതീക്ഷകൾക്കും തുടക്കമാകും. നിങ്ങളുടെ ലിസ്റ്റിൽ നിങ്ങളുടെ ആളുകളുടെ പേര് നിങ്ങൾ എഴുതുന്നില്ല എങ്കിൽ, ചില, നല്ല കഴിവുകളുള്ള സഹായികൾ അതിൽനിന്ന് പുറത്തുപോകാനുള്ള സാധ്യത ഏറെയാണ്. വരും വർഷങ്ങളിൽ ഈ ബിസിനസിനുണ്ടാകാൻ പോകുന്ന ഭീമാകാരമായ വളർച്ച മുന്നിൽ കാണുക മറ്റു ചിലർ മൂലമാകാം നിങ്ങളുടെ പ്രതീക്ഷ നിറവേറുന്നത്, നിങ്ങളുടെ സുഹൃത്തുക്കൾ മറ്റൊരു കമ്പനിയിലോ അതേ കമ്പനിയിലെ മറ്റൊരു ടീമിലോ ജോലി ചെയ്യുന്നത് കാണേണ്ടി വരുന്നത് വലിയ വിഷമമുണ്ടാക്കുന്ന കാര്യമാണ്.

✓ ഒരു വലിയ ലിസ്റ്റ് ഉണ്ടാകുന്നതുകൊണ്ടുള്ള ഏറ്റവും വലിയ നേട്ടം, ആളുകളുടെ നെഗറ്റീവ് പ്രതികരണങ്ങളോട് നിങ്ങൾ അമിതമായി പ്രതികരിക്കില്ല. നിങ്ങളുടെ ആദ്യ സെറ്റിൽപെട്ട 10 പേരെ സമീപിക്കുന്നു എന്നുകരുതുക, അവരിൽനിന്ന് നെഗറ്റീവ് പ്രതികരണമാണ് ഉണ്ടായത് എന്നും കരുതുക. ബിസിനസിൽനിന്ന് പുറത്തുപോകാൻ വരെ ചിലർ നിങ്ങളെ ഉപദേശിക്കും. നിങ്ങളുടെ ലിസ്റ്റിലെ ആളുകളുടെ പ്രതികരണത്തിന്റെ അടിസ്ഥാനത്തിലല്ലാതെ, ലിസ്റ്റിലെ ആളുകളുടെ എണ്ണത്തിന്റെ അടിസ്ഥാനത്തിൽ തുടക്കത്തിലെ ഈ പ്രതികരണങ്ങളെ കണക്കിലെടുത്താൽ നിങ്ങൾക്ക് എന്ത് സംഭവിക്കും? നിങ്ങളുടെ ലിസ്റ്റിൽ 10-20 പേരേ ഉള്ളൂ എങ്കിൽ പ്രത്യേകിച്ചും, ഈ നെഗറ്റീവ് പ്രതികരണങ്ങൾ തീർച്ചയായും ഒരു സുനാമിയായിരിക്കും, അത് നിങ്ങളുടെ ബിസിനസിനെ ഒഴുക്കിക്കൊണ്ടുപോകാൻ സാധ്യതയേറെയാണ്. എന്നാൽ, നിങ്ങളുടെ ലിസ്റ്റിൽ 300-ലേറെ പേരുണ്ടെങ്കിൽ, മേൽപറഞ്ഞ അതേ പ്രതികരണമുണ്ടാകുന്ന സാഹചര്യത്തിലും, നിങ്ങൾക്ക് അൽപം ക്ഷോഭമുണ്ടാകാമെങ്കിലും, നിങ്ങൾ നന്നായി പ്രതികരിക്കും, കാരണം, നിങ്ങളുടെ ലിസ്റ്റിൽ ഇനിയും ഏറെ പേരുണ്ട്, സമീപിക്കാനായി.

മറ്റുള്ളവരുടെ നെഗറ്റീവ് പ്രതികരണം കേട്ട് നിങ്ങൾ ഈ ബിസിനസിൽനിന്ന് വിട്ടുപോകരുത്, കാരണം, അവർക്ക് ചെറിയ ലിസ്റ്റാണ് ഉണ്ടായിരിക്കുക.

✓ സെലക്ഷനിൽ നിങ്ങൾക്ക് നിയന്ത്രണം ലഭിക്കും. ഒരിക്കൽ നിങ്ങൾക്ക് വലിയ ലിസ്റ്റ് ഉണ്ടായിക്കഴിഞ്ഞാൽ, ആദ്യത്തെ ചില കൂടിക്കാഴ്ചകൾക്കായി ഏറ്റവും മികച്ച കസ്റ്റമേഴ്സിനെ നിങ്ങൾക്ക് തെരഞ്ഞെടുക്കാം, നിങ്ങൾ നിങ്ങളുടെ ഏറ്റവും മികച്ച ഉപഭോക്താക്കളെയാണ് കാണുന്നത് എന്നതുകൊണ്ട്, സെയിൽ ക്ലോസ് ചെയ്യാനുള്ള നിങ്ങളുടെ സാധ്യതയും ഏറിയിരിക്കും. തുടക്കഘട്ടത്തിൽ, മികച്ച ആളുകളിൽനിന്ന് തുടങ്ങാൻ കഴിഞ്ഞാൽ, അത് നിങ്ങൾക്ക് ബിസിനസിൽ മറ്റുള്ളവരെ അപേക്ഷിച്ച് ഒരു മുൻതൂക്കം നൽകും. നിങ്ങൾക്ക് തിരിച്ചുകിട്ടാത്തവിധം, ആർക്കെങ്കിലും നിങ്ങളുടെ ജീവിതത്തിന്റെ ഒരു ഭാഗം നൽകുകയാണ് ഈ ബിസിനസിൽ ഏർപ്പെടുന്നതിലൂടെ സംഭവിക്കുന്നത്. നിങ്ങളുടെ ജീവിതം നൽകാൻ, ശരിയായ ഒരാളെ തന്നെ എന്തുകൊണ്ട് തെരഞ്ഞെടുത്തുകൂടാ.

✓ ഒരു വലിയ ലിസ്റ്റ് ബിസിനസിനോടുള്ള നിങ്ങളുടെ ഗൗരവകരമായ സമീപനത്തെയാണ് കാണിക്കുന്നത്, തുടർനടപടികളിൽ അത് വളരെ കാര്യക്ഷമമായ ഉപകരണം കൂടിയായിരിക്കും. ഈ ബിസിനസുകൊണ്ട് നിങ്ങളുടെ പ്രതീക്ഷ നിറവേറ്റുന്നതിൽ നിങ്ങൾ എത്രത്തോളം

സീരിയസാണ് എന്നതിന്റെ തെളിവായി ആളുകളെ ഈ വലിയ ലിസ്റ്റ് നിങ്ങൾക്ക് കാണിച്ചുകൊടുക്കാം.

✓ വലിയ ലിസ്റ്റ് നിങ്ങളുടെ ആത്മവിശ്വാസം ഉയരത്തിലാക്കും, നിങ്ങൾക്കൊപ്പം വലിയ വിഭവശേഖരമുള്ളതുകൊണ്ട്, നിങ്ങൾക്ക് മുന്നേറാനും കഴിയും.

ഇത്തരം നിരവധി നേട്ടങ്ങളുള്ളപ്പോൾ, എന്തുകൊണ്ടാണ് ആളുകൾ ഒരു ലിസ്റ്റ് ഉണ്ടാക്കാൻ മടിക്കുന്നത്? ബിസിനസിൽ അവർക്ക് വിശ്വാസമില്ലാത്തതുകൊണ്ടുതന്നെ. ഈ ബിസിനസ് അവർക്കും അവരുടെ ആളുകൾക്കും ഗുണം ചെയ്യുമെന്ന് അവർക്ക് വിശ്വാസമില്ല. ഈ ബിസിനസ് നടത്താൻ അറിയാവുന്ന, ഇതേ മനോഭാവമുള്ള മറ്റുചിലരാകട്ടെ, ബിസിനസിലെ തെളിയിക്കപ്പെട്ട സംവിധാനം പിന്തുടാൻ ആഗ്രഹിക്കാത്തവരുമാണ്. ഇത്തരം കേസുകളിൽ, ചെയ്യാവുന്ന നല്ല കാര്യം, ഇവരെ 13 പരിപാടികളിൽ പങ്കെടുപ്പിക്കുക എന്നതാണ്, എന്നിട്ട് അവരെ കൂടി ചേർത്ത് ലിസ്റ്റ് ഉണ്ടാക്കി തുടങ്ങുക. മാറ്റം കണ്ട് നിങ്ങൾ അത്ഭുതപ്പെടും.

വലിയ വിജയത്തിനുവേണ്ടിയുള്ള ലിസ്റ്റ് ഉണ്ടാക്കൽ

ഇപ്പോൾ ഞാൻ നിങ്ങൾക്ക് വിശദീകരിച്ചുതന്നത്, ലിസ്റ്റ് ഉണ്ടാക്കാനുള്ള ലളിതവും ശക്തമായതും തെളിയിക്കപ്പെട്ടതുമായ ഒരു സംവിധാനമാണ്. നിങ്ങളുടെ ലിസ്റ്റ് തയാറാക്കി തുടങ്ങുമ്പോൾ, ഉപയോഗപ്രദമായ ഒരു ലിസ്റ്റ് വികസിപ്പിച്ചെടുക്കാനുള്ള എന്റെ സുവർണ സമവാക്യം സദാ ഓർക്കുക: The Best List (മികച്ച ലിസ്റ്റ്). ഒരു ലിസ്റ്റ് ഉണ്ടാക്കുക, പിന്നെ അത് വികസിപ്പിക്കുക, നിങ്ങളുടെ ലിസ്റ്റിൽനിന്ന് ഏറ്റവും മികച്ച ആളുകളെ തെരഞ്ഞെടുക്കുക, ദിവസേന നിങ്ങളുടെ ലിസ്റ്റിലേക്ക് ആളുകളെ ചേർക്കാനുള്ള വിദ്യ നിങ്ങൾ സ്വയം പരിശീലക്കുക. ഈ നാലു കാര്യങ്ങളും വിശദമായി നോക്കാം:

ദ ബെസ്റ്റ് ലിസ്റ്റ്	
1.	ഒരു ലിസ്റ്റ് ഉണ്ടാക്കുക.
2.	നിങ്ങളുടെ ലിസ്റ്റ് വികസിപ്പിക്കുക.
3.	നിങ്ങളുടെ ലിസ്റ്റിൽനിന്ന് ആളുകളെ തെരഞ്ഞെടുക്കുക.
4.	ദിവസേന നിങ്ങളുടെ ലിസ്റ്റിലേക്ക് കൂടുതൽ പേരെ ചേർക്കാനുള്ള വിദ്യ നിങ്ങൾ സ്വയം പരിശീലിക്കുക.

1. ഒരു ലിസ്റ്റ് ഉണ്ടാക്കുക

നിങ്ങൾക്ക് ഇന്ന് സമീപിക്കാൻ സംശയമുള്ള ആളുകൾ, ഏതാനും മാസങ്ങൾക്കുശേഷം നിങ്ങളോട് നന്ദിയുള്ളവരായിരിക്കും, നിങ്ങളുടെ ലിസ്റ്റിൽ അവരെ കൂടി ഉൾപ്പെടുത്തിയതിന്.

- ദീപക് ബജാജ്

✓ നിങ്ങളെക്കൊണ്ട് കഴിയാവുന്ന അത്ര വലിയ ലിസ്റ്റ് ഉണ്ടാക്കുക, എല്ലാവരെയും അതിൽ ഉൾപ്പെടുത്തുക. അവർ നിങ്ങൾക്കൊപ്പം വരുമോ ഇല്ലയോ, അവർ കൂടിക്കാഴ്ചക്ക് ഒരു അവസരം നൽകുമോ എന്നൊന്നും നോക്കേണ്ടതില്ല. എല്ലാ പേരുകളും നിങ്ങളുടെ ലിസ്റ്റിൽ ഉൾപ്പെടുത്തുക. ലിസ്റ്റിലെ എല്ലാവരുമായും നമുക്ക് ബന്ധപ്പെടാൻ കഴിഞ്ഞെന്നുവരില്ല, എങ്കിലും നമുക്ക് ലിസ്റ്റിൽ ആളുകളെ ആവശ്യമാണ്. നമ്മുടെ ബിസിനസിൽ, ഒരാളിലൂടെ മറ്റു നിരവധി പേരെ ബന്ധപ്പെടാനുള്ള വഴി തുറക്കാനാകും, എവിടെനിന്നാണ് നമ്മുടെ സ്റ്റാർ പെർഫോർമർ വരുന്നത് എന്ന് നമുക്ക് അറിയാൻ കഴിയില്ല.

✓ നിങ്ങളുടെ നിലപാട് മാറ്റുക: ബിസിനസ് തുടങ്ങിയപ്പോൾ, ലിസ്റ്റ് ഉണ്ടാക്കുന്നതിൽ ഞാനും വിമുഖനായിരുന്നു, എന്നാൽ, വിൽപനയിൽനിന്ന് പങ്കിടലിലേക്കും സേവനത്തിലേക്കും ഞാൻ എന്റെ മനോഭാവം മാറ്റിയപ്പോൾ ഈ ബിസിനസിന് അനുയോജ്യരായ നൂറുകണക്കിനുപേരെ എനിക്ക് പെട്ടെന്ന് ഓർമവന്നു. അന്നുമുതൽ, എനിക്ക് ഒരിക്കലും അവസാനിക്കാത്ത ഒരു ലിസ്റ്റ് ഉണ്ടായി. യഥാർഥത്തിൽ, എല്ലാവരും ഇന്ന് എന്റെ ഉപഭോക്താവോ സഹായിയോ ആണ് എന്നു ഞാൻ വിശ്വസിക്കുന്നു.

✓ ചിലർ ഇങ്ങനെ വാദിക്കും: എനിക്ക് മനസ്സിൽ ഒരു ലിസ്റ്റ് ഉണ്ട്, അത് ഒരു പേപ്പറിൽ എഴുതിയിടേണ്ട കാര്യമില്ല. ഒരു ഡയറിയിൽ നിങ്ങൾ ലിസ്റ്റ് രേഖപ്പെടുത്തിവയ്ക്കണം എന്നു ഞാൻ നിർദേശിക്കാൻ കാരണമുണ്ട്: നിങ്ങളുടെ മനസ്സിനെ നിങ്ങൾ ശൂന്യമാക്കുമ്പോൾ, നിങ്ങൾക്കുവേണ്ടി കൂടുതൽ പേരുകൾ നിറയ്ക്കാൻ നിങ്ങളുടെ മനസ്സ് സ്വയമേവ ശ്രമിക്കും. ഒന്നിനുപുറകേ മറ്റൊന്നായി പേരുകൾ കുന്നുകൂടുന്നത് കണ്ട് നിങ്ങൾ അമ്പരക്കും. നിങ്ങൾക്കുവേണ്ടി പേരുകൾ കൂട്ടിച്ചേർക്കാൻ നിങ്ങളുടെ തലച്ചോറിനെ സജീവമാക്കുന്ന ഐഡിയ. ഒരു ഡയറിയിൽ പേരുകൾ എഴുതിവച്ചാൽ അത് നിങ്ങൾക്ക് അത്ഭുതകരമായ കാര്യങ്ങൾ ചെയ്യും, നിങ്ങളുടെ ടാബ്ലറ്റിലോ മൊബൈൽ ആപ്പിലോ സൗകര്യമനുസരിച്ച് നിങ്ങൾ ലിസ്റ്റ് ഉണ്ടാക്കിവയ്ക്കാം. എങ്ങനെയായാലും ശരി, അന്തിമ ലക്ഷ്യം, ഒരു വലിയ ലിസ്റ്റ് ഉണ്ടാക്കലാണ്.

✓ ലിസ്റ്റിൽ ആരെല്ലാം ഉണ്ടായിരിക്കണം: ജീവിച്ചിരിക്കുന്ന ആരെയും, ഒരു ബിസിനസ് മീറ്റിങ്ങിനായി 45–60 മിനിറ്റ് ചെലവഴിക്കാൻ സന്നദ്ധ

തയുള്ള ആരെയും സ്വാഗതം ചെയ്യാം. സുഹൃത്തുക്കൾ, ബന്ധുക്കൾ, സഹപ്രവർത്തകർ, അയൽക്കാർ, കോളജ് സ്കൂൾ സഹപാഠികൾ, വിവിധ സംഘടനകളിൽ നിങ്ങൾ കണ്ടുമുട്ടിയവർ, നിങ്ങളുടെ ക്ലബിലെ സുഹൃത്തുക്കൾ, മറ്റു പരിചയക്കാർ തുടങ്ങിയവർ.

✓ നിങ്ങളേക്കാൾ വലിയ സ്വപ്നങ്ങളുള്ളവരെ കണ്ടുപിടിക്കുക. ഇവരും നിങ്ങൾക്കൊപ്പം ബിസിനസ് ചെയ്യാൻ തുടങ്ങുമ്പോൾ, നിങ്ങളുടെ ഭാവനയ്ക്കപ്പുറത്തേക്ക് അവർ ബിസിനസിനെ കൊണ്ടുപോകും.

✓ നിങ്ങളും ഭാര്യയും ഒന്നിച്ചിരുന്ന് ലിസ്റ്റ് തയാറാക്കുക. അവിവാഹിത നാണെങ്കിൽ നിങ്ങളുടെ സഹോദരങ്ങളെയോ മാതാപിതാക്കളെയോ പങ്കാളികളാക്കുക. കൂടുതൽപേരെ നിങ്ങളുടെ ഓർമയിലേക്ക് കൊണ്ടുവരാൻ അവർ സഹായിക്കും, മാത്രമല്ല, അവർക്ക് അവരുടേതായ ലിസ്റ്റ് ഉണ്ടാകും, അതുകൂടി നിങ്ങളുടെ ലിസ്റ്റിൽ കൂട്ടിച്ചേർക്കാൻ കഴിയും. അതുവഴി ഒരു വലിയ കുടുംബ ലിസ്റ്റ് തയാറാക്കാൻ കഴിയും.

✓ ലിസ്റ്റ് ഉണ്ടാക്കുമ്പോൾ ആളുകളെക്കുറിച്ച് മുൻധാരണകൾ ഒഴിവാക്കുക. എന്തിനെങ്കിലും വേണ്ടി അന്വേഷിച്ചുകൊണ്ടിരിക്കുന്നവരെയാണ് നമ്മളും അന്വേഷിക്കുന്നത്, ആര്, എന്തിന് അന്വേഷിച്ചുകൊണ്ടിരിക്കുന്നു എന്ന കാര്യം നമുക്ക് യഥാർഥത്തിൽ അറിയണമെന്നില്ല. ഓരോരുത്തർക്കുമുള്ള പ്രായോഗികമായ ചില കാര്യങ്ങൾ ഈ ബിസിനസിൽ അടങ്ങിയിരിക്കുന്നു.

✓ കരുത്തിന്റെ ഒരു മണിക്കൂർ: കരുത്തിന്റെ ഒരു മണിക്കൂർ എന്ന എന്റെ രഹസ്യ സമവാക്യം ഞാൻ നിങ്ങൾക്ക് നൽകുകയാണ്. നിങ്ങളുടെ പ്രാരംഭ ലിസ്റ്റ് തയാറാക്കാൻ ഒരു മണിക്കൂർ പ്രത്യേകമായി നീക്കിവക്കുക. നിങ്ങളുടെ ഭാര്യയുമൊത്തോ മറ്റ് കുടുംബാംഗങ്ങളുമൊത്തോ സൗകര്യപ്രദമായ ഒരു സ്ഥലത്ത്, വിഭവസമൃദ്ധവും അനുകൂലവുമായ സാഹചര്യത്തിൽ ഇരിക്കുക. നിങ്ങളുടെ മൊബൈൽ ഫോൺ എയർപ്ലെയിൻ മോഡിൽ ഇടുക, എല്ലാ തടസ്സങ്ങളും ഒഴിവാക്കുക, എന്നിട്ട് വേഗത്തിൽ പേരുകൾ എഴുതാൻ തുടങ്ങുക. നമ്മളുമായി ബന്ധമുള്ള കാര്യങ്ങളും ആളുകളെയും മനസ്സ് ഓർമ്മിപ്പിക്കും. അതുകൊണ്ട് ഒരു ക്രമത്തിൽ തുടങ്ങുക: അതായത്, നിങ്ങളുടെ ജനനം മുതൽ ഇന്നുവരെ, അല്ലെങ്കിൽ തിരിച്ചുള്ള ഓർഡറിൽ. നിങ്ങൾ ജോലി ചെയ്ത കമ്പനികളിലെ, നിങ്ങൾ പഠിച്ച സ്കൂളുകളിലെയും കോളജുകളിലെയും ആളുകളുടെ പേരുകൾ എഴുതുക, ഒന്നിനു പുറകേ ഒന്നായി. നിങ്ങളുടെ തലച്ചോറിന് അൽപം സമയം നൽകുക, അപ്പോൾ, അത് ഏതാനും പേരുകൾ നിങ്ങളെ ഓർമപ്പെടുത്താൻ തുടങ്ങും. ഇപ്പോൾ അവയെ വിശകലനം ചെയ്യുകയോ അവയെച്ചൊല്ലി തർക്കിക്കുകയോ അരുത്. നിങ്ങൾക്ക് കഴിയാവുന്ന പേരുകൾ എഴുതി

വയ്ക്കുക എന്നതുമാത്രമാണ് ഇപ്പോഴത്തെ നിങ്ങളുടെ അജണ്ട. ഇത് നന്നായി ചെയ്യുക, ഈയൊരു ശ്രമം നടത്തിക്കഴിഞ്ഞാൽ നിങ്ങൾ അമ്പരന്നുപോകും, ഒരു കൂറ്റൻ ലിസ്റ്റ് കണ്ട്. വാച്ചിൽ നോക്കരുത്. നിങ്ങളുടെ മനസ്സ് നിങ്ങൾക്കുവേണ്ടി സമാഹരിക്കുന്ന പേരുകളുമായി മുന്നോട്ടുപോകുക. ലിസ്റ്റ് ഉണ്ടാക്കാൻ നിങ്ങൾ നിക്ഷേപിക്കുന്ന സമയം, നിങ്ങളുടെ മാസങ്ങളോളമുള്ള അസ്വസ്ഥതയും നിരാശയും ഇല്ലാതാക്കും.

✓ ഈ ശ്രമത്തിനുശേഷം 1000-ലേറെ പേരുള്ള ലിസ്റ്റ് ഉണ്ടാക്കാൻ കഴിഞ്ഞവരെ ഞാൻ കണ്ടിട്ടുണ്ട്, ഞാൻ ശക്തമായി നിർദേശിക്കുന്നു, നിങ്ങളുടെ ലിസ്റ്റിൽ 300–500 പേർ വരുന്നതുവരെ നിങ്ങൾ അവസാനിപ്പിക്കരുത്. ഒരു സർവേ പ്രകാരം, ശരാശരി 20 വയസ്സുള്ള ഒരാൾക്ക് 2000-ലേറെ പേരെ, ആദ്യ പേരുകൊണ്ടുതന്നെ അറിയാം, അതുകൊണ്ട് 2000 പേരെ ലക്ഷ്യം വക്കുക.

2. നിങ്ങളുടെ ലിസ്റ്റ് വികസിപ്പിക്കുക

പുരോഗതി എന്നത് ഒരു കോൺടാക്റ്റ് അകലത്തിലാണ്.

- ദീപക് ബജാജ്

✓ ഒരു പ്രാരംഭ ലിസ്റ്റ് ഉണ്ടാക്കിയശേഷം, അതിവേഗം അത് വികസിപ്പിക്കുക. യഥാർഥ സ്വർണ്ണം ഇവിടെയാണുള്ളത്, ഇക്കാര്യത്തിൽ എനിക്ക് അതിശക്തമായ ബോധ്യവും ആയിരക്കണക്കിന് തെളിവുകളുമുണ്ട്. നിങ്ങൾക്ക് അത് എങ്ങനെ ചെയ്യാം

✓ ഈയൊരു നിലപാടും വിശ്വാസവും ആർജിക്കുക: ഈ ലോകത്തെ മുഴുവൻ നിങ്ങൾക്ക് നിങ്ങളുടെ ടീമാക്കി മാറ്റാൻ കഴിയും, നിങ്ങളുടെ ലിസ്റ്റിലേക്ക് അവരെ കൂട്ടിച്ചേർത്തുകൊണ്ട് അവരെ നിങ്ങൾക്ക് സഹായിക്കാനും കഴിയും.

✓ നമ്മുടെ ചങ്ങാത്ത മനസ്സിന്റെ വിസ്മയകരമായ കരുത്തിന്റെ പടച്ചട്ട നാം അണിയേണ്ടതുണ്ട്. നിങ്ങളുടെ ലിസ്റ്റിലെ ഓരോരുത്തരെയായി നിങ്ങൾ നോക്കുമ്പോൾ, നിങ്ങൾക്ക് അവരുടെ ചിത്രം കാണാനാകും. അവരുടെ ചിത്രത്തിൽ നിങ്ങൾ നോക്കുമ്പോൾ, അവർക്ക് അറിയാവുന്ന കൂടുതൽ ആളുകളെ കൂടി നിങ്ങൾ നോക്കുകയാണ് ചെയ്യുന്നത്. അവരുടെ പേരുകൾ കൂടി ഇപ്പോൾ തന്നെ നമ്മുടെ ലിസ്റ്റിൽ ചേർക്കുക: നമുക്ക് അറിയാവുന്നവർക്ക് പരിചയമുള്ളവരുടെ പേരുകൾ. ഇനി ചെയ്യേണ്ടത്, നമ്മുടെ ലിസ്റ്റിലുള്ളവർക്കൊപ്പമോ അവർക്ക് ചുറ്റുമോ സാധാരണ കാണുന്ന ആളുകളുടെ പേരുകൾ എഴുതി വയ്ക്കുക. ഉടൻ തന്നെ അവരെ വിളിക്കുന്നതിലോ അവരുടെ അപ്പോയ്ന്റ്മെന്റ് എടുക്കുന്നതിലോ മടിക്കേണ്ടതില്ല. ഒരുപക്ഷേ, അത്

നമുക്ക് ആവശ്യമുണ്ടായെന്നുവരില്ല. ഇപ്പോൾ തന്നെ, നിങ്ങളുടെ ലിസ്റ്റിലേക്ക് അവരുടെ പേരുകൾ കൂട്ടിച്ചേർക്കുക. നിങ്ങളുടെ പ്രാരംഭ ലിസ്റ്റ് 500-ലെത്തിയെന്നു കരുതുക, ഇവർക്ക് അറിയാവുന്ന 10 പേരെ കൂടി കൂട്ടിച്ചേർത്താൽ നിങ്ങളുടെ ലിസ്റ്റ് 5000-ലേക്ക് വളരും.

- ✓ പ്രാരംഭ ലിസ്റ്റ് ഉണ്ടാക്കിയതുപോലെ, നിങ്ങളുടെ ലിസ്റ്റ് വികസിപ്പിക്കാനും അൽപം സമയം നീക്കിവെക്കുക. അത് നിങ്ങളുടെ പങ്കാളിക്കോ സഹോദരങ്ങൾക്കോ മാതാപിതാക്കൾക്കോ ഒപ്പമായിരിക്കണം. മറ്റൊന്നിലേക്കും നിങ്ങളുടെ ശ്രദ്ധ തിരിയുന്നില്ലെന്ന് ഉറപ്പുവരുത്തുക. ബന്ധുക്കളുമായി ചർച്ച തുടങ്ങാതിരിക്കുക, അവർ എന്ത് ചെയ്യുന്നു എന്ന് ശ്രദ്ധിക്കാതിരിക്കുക, നിങ്ങളുടെ ലിസ്റ്റിൽ പേരുകൾ കൂട്ടിച്ചേർത്തുകൊണ്ടേയിരിക്കുക.
- ✓ ഫേസ്ബുക്ക്, ലിങ്ക്ഡ്ഇൻ, ഇൻസ്റ്റഗ്രാം, വാട്സ്ആപ് ഗ്രൂപ്പ്, ഫോൺബുക്ക്, പഴയ ഫോട്ടോകൾ, ആൽബം തുടങ്ങിയ വിവിധതരം ഉറവിടങ്ങളിൽനിന്ന് നിങ്ങൾക്ക് പേരുകൾ കൂട്ടിച്ചേർക്കാൻ കഴിയും.
- ✓ ലിസ്റ്റ് തയാറാക്കാൻ നിങ്ങളുടെ പുതിയ പങ്കാളികളെ സഹായിക്കുക. നിങ്ങൾക്കൊപ്പം തുടങ്ങുന്ന ഓരോ ആളും ബിസിനസ് തുടങ്ങി ഒരാഴ്ചക്കകം ഒരു ലിസ്റ്റ് ഉണ്ടാക്കിക്കഴിഞ്ഞിരിക്കും. ഇപ്പോൾ നിങ്ങൾ പഠിച്ച ബെസ്റ്റ് ലിസ്റ്റ് ഫോർമുല അവരെ കൂടി പഠിപ്പിക്കുക.
- ✓ നിരവധി അപ്രധാന കാരണങ്ങൾ പറഞ്ഞ് ആളുകൾ ലിസ്റ്റ് ഉണ്ടാക്കാൻ വിസമ്മതം കാണിക്കും, ഈ പ്രശ്നം എളുപ്പത്തിൽ കൈകാര്യം ചെയ്യാം. ഇതിന്റെ ഒരു പ്രധാന കാരണം, ഒരു ലിസ്റ്റ് ഉണ്ടാക്കുന്നതിന്റെ കരുത്ത്, അല്ലെങ്കിൽ ആ സാവിധാനം പിന്തുടരുന്നതിന്റെ കരുത്ത്, അവർ മനസ്സിലാക്കിയിട്ടില്ല. നിങ്ങളുടെ അപ്ലൈനിനെ ഉപയോഗിച്ചോ അടുത്ത പരിശീലനപരിപാടിയിലോ ഈ പരിഷ്കാരം കൊണ്ടുവരിക. ഓർക്കുക, പ്ലാനിനനുസൃതമായി നിങ്ങൾ പണിയെടുത്താലേ പ്ലാൻ പ്രവർത്തികമാകൂ.

3. തെരഞ്ഞെടുപ്പ്

ആരാണ് പ്ലാൻ നൽകുന്നത് എന്ന കാര്യം അത്ര പ്രധാനമല്ല, ആരാണ് പ്ലാൻ കൈവശപ്പെടുത്തുന്നത് എന്നതിലാണ് കാര്യം.

- ദീപക് ബജാജ്

ഒരു വലിയ ലിസ്റ്റ് ഉണ്ടാക്കുന്നതുപോലെ തന്നെ പ്രധാനമാണ് മികച്ച സെലക്ഷൻ. ശരിയായ സെലക്ഷൻ നടത്തിക്കഴിഞ്ഞാൽ പണി പകുതി പൂർത്തിയായി എന്നാണർഥം. നിങ്ങളുടെ വിജയപ്രക്രിയയിലെ വളരെ പ്രധാനപ്പെട്ട ഭാഗമാണ് സെലക്ഷൻ. ബിസിനസിന്റെ തുടക്കത്തിലെ നിങ്ങളുടെ ഏതാനും ആഴ്ചകൾ ആവേശകരവും വെല്ലുവിളി നിറഞ്ഞ

തുമായിരിക്കും. സ്വപ്നത്തിലേക്കുള്ള നിങ്ങളുടെ യാത്രയുടെ തുടക്കത്തിൽ ആരൊക്കെ നിങ്ങൾക്കൊപ്പമുണ്ടായിരിക്കണം എന്ന തെരഞ്ഞെടുപ്പ് പ്രധാനമാണ്. ബിസിനസിന്റെ തുടക്കത്തിൽ ഏറ്റവും മികച്ചവരിൽ മികച്ചവരെത്തന്നെ സെലക്റ്റ് ചെയ്യുക. നിങ്ങളുടെ ലിസ്റ്റ് തയാറാകുന്നതോടെ, അത് നിങ്ങളുടെ അപ്ലൈനുമായി ചർച്ച ചെയ്യുക, എന്നിട്ട് സമീപിക്കേണ്ട ആദ്യ ബാച്ച് ആളുകളെ നിങ്ങൾ ഇരുവരും ചേർന്ന് തെരഞ്ഞെടുക്കുക, എന്നിട്ട് നിങ്ങളുടെ ബിസിനസ് സൗകര്യങ്ങൾ അവരുമായി പങ്കിടുക. പ്രതീക്ഷകളുടെ തെരഞ്ഞെടുപ്പിനുള്ള എന്റെ മാർഗ്ഗനിർദേശങ്ങൾ ഇതാ. ദയവായി നിങ്ങളുടെ ലിസ്റ്റ് മൂന്ന് വിഭാഗങ്ങളായി തിരിക്കുക: ചൂടേറിയത്, ഊഷ്മളമായ, തണുത്തത്.

✓ **ചൂടേറിയത്:** പതിവായി നിങ്ങൾ ബന്ധപ്പെടുന്നവർ. നിങ്ങൾ അവരെ പതിവായി കാണുന്നു, അവരുമായി നല്ല യോജിപ്പ് കാത്തുസൂക്ഷിക്കുന്നു. അവരുമായി നിങ്ങൾക്ക് നല്ല ബന്ധമുണ്ടായിരിക്കും, അതുകൊണ്ടുതന്നെ നിങ്ങളിൽനിന്ന് ഇത്തരമൊരു നിർദേശമുണ്ടായാൽ, അവർ അത് ഗൗരവത്തോടെ പരിഗണിക്കും. ഈ വിഭാഗത്തിൽ എല്ലാവർക്കും 20-30 പേരെങ്കിലും കാണും.

✓ ഇവരെ നിങ്ങളുടെ ചൂടൻ ലിസ്റ്റിൽ പെടുത്തുന്നതിന് രണ്ട് കാരണങ്ങളുണ്ട്: ഇവർക്ക് നിങ്ങളുമായി നല്ല അടുപ്പമുള്ളതുകൊണ്ട്, നിങ്ങൾക്കിടയിൽ ചില പൊതുവായ ഇഷ്ടങ്ങളും വിചാരങ്ങളുമുണ്ടായിരിക്കും, നിങ്ങൾ എന്തിനെയൊക്കെ ഇഷ്ടപ്പെടുന്നുവോ, അവരും അവയെ ഇഷ്ടപ്പെടാനുള്ള സാധ്യതയുണ്ട്. രണ്ടാമത്, നെറ്റ്‌വർക്ക് മാർക്കറ്റിങ് എന്നത് ആളുകളെ സംബന്ധിച്ച് അത്ര പുതിയ ഒന്നല്ല. നേരത്തെ ആരെങ്കിലുമൊക്കെ തീർച്ചയായും അവരെ സമീപിച്ചിരിക്കും, ഇതേക്കുറിച്ച് അവർക്ക് സ്വന്തമായ അഭിപ്രായങ്ങളുമുണ്ടായിരിക്കും. ഇപ്പോൾ ഈ നിർദേശം നിങ്ങളിൽനിന്ന് വന്നതുകൊണ്ട്, അത് അവർ ശ്രദ്ധയോടെ കേൾക്കും, ഗൗരവത്തോടെ പരിഗണിക്കും. നമ്മുടെ നിർദേശം തുറന്ന മനസ്സോടെ ശ്രദ്ധിക്കുന്നവരെയാണ് നമുക്കാവശ്യം, ചൂടൻ വിഭാഗത്തിലുള്ളവർ അത്തരക്കാരായിരിക്കും.

✓ **ഊഷ്മളം:** മിതമായ തോതിൽ നിങ്ങൾ അറിയുന്നവർ, നിങ്ങളുടെ ബിസിനസിന് അനുയോജ്യമെന്ന് കരുതപ്പെടുന്നവർ. പൊതുവെ, ഇവർ പൊസിറ്റീവും ഉയർന്ന സ്വപ്നങ്ങളുള്ളവരും ഊർജസ്വലരും ആകർഷക വ്യക്തിത്വമുള്ളവരും മികച്ച സാമൂഹിക പ്രതിച്ഛായ ഉള്ളവരുമായിരിക്കും, പക്ഷേ, അവരുമായുള്ള നിങ്ങളുടെ ബന്ധവും അടുപ്പവും അത്ര ഗാഢമായിരിക്കില്ല. കുടുംബ ചടങ്ങിനിടെയായിരിക്കാം നിങ്ങൾ അവരെ കണ്ടിരിക്കുക, അല്ലെങ്കിൽ നിങ്ങളുടെ മക്കളുടെ സ്കൂളിൽവച്ച്. അവർ നിങ്ങളുടെ അയൽക്കാരായിരിക്കാം, മുഖം കണ്ടാൽ തിരിച്ചറിയുമായിരിക്കും, എന്നാൽ, ശരിക്കും അവരെക്കുറിച്ച്

അറിവുണ്ടാകില്ല, അല്ലെങ്കിൽ പലപ്പോഴും നാം കണ്ടുമുട്ടാറുള്ള വിവിധ സംഘടനകളിൽപെട്ട ആളുകളെപ്പോലെയാകാം, ജോലിക്കപ്പുറത്ത് നാം അവരുമായി ബന്ധപ്പെട്ടിട്ടുണ്ടാകില്ല. നിങ്ങളുടെ ചില സോഷ്യൽ മീഡിയ സുഹൃത്തുക്കളും ഈ വിഭാഗത്തിൽ വരും.

✓ **തണുത്തത്:** ഈ വിഭാഗത്തിൽ ആരുവേണമെങ്കിലും ഉൾപ്പെടാം. ചൂടൻ, ഊഷ്മള വിഭാഗങ്ങളിൽ പെടാത്ത എല്ലാവരെയും ഈ വിഭാഗത്തിൽ പെടുത്താം. നിങ്ങളുടെ ബന്ധുക്കളുടെയോ സുഹൃത്തുക്കളുടെയോ ബന്ധുക്കളും സുഹൃത്തുക്കളും, നിങ്ങൾ ഒരിക്കലും സംസാരിച്ചിട്ടില്ലാത്തവർ, അല്ലെങ്കിൽ സോഷ്യൽ മീഡിയയിലെ നിങ്ങളുടെ ഭൂരിഭാഗം സുഹൃത്തുക്കളെയും ഈ വിഭാഗത്തിൽ പെടുത്താം.

നമ്മുടെ ബിസിനസ് അവസരങ്ങൾക്കായി നാം സമീപിക്കാൻ താൽപര്യപ്പെടുന്നവർക്കുവേണ്ടിയാണ് മുകളിൽ പറഞ്ഞ ലിസ്റ്റ് ഉണ്ടാക്കുന്നത്; ഉൽപ്പന്നങ്ങൾ മാത്രം പങ്കിടാൻ നിങ്ങൾ ഇഷ്ടപ്പെടുന്ന ചുരുക്കം ചിലരേയുണ്ടാകൂ. ഇവരെ ഒരു പ്രത്യേക ലിസ്റ്റിൽ പെടുത്തുക, അവരെ പ്രൊഡക്റ്റ് കസ്റ്റമേഴ്സ് എന്നുവിളിക്കുക. അവർ നിങ്ങളുടെ ഉൽപ്പന്നങ്ങൾ ഉപയോഗിക്കുകയും അവ ശുപാർശ ചെയ്യുന്നവരുമാണ്. നിങ്ങളുടെ പ്രൊഡക്റ്റ് കസ്റ്റമേഴ്സ് ലിസ്റ്റ് മൂന്നുവിഭാഗങ്ങളായി തിരിക്കുക: ചൂടേറിയത്, ഊഷ്മളമായത്, തണുത്തത്.

4. ദിവസവും നിങ്ങളുടെ ലിസ്റ്റിലേക്ക് കൂടുതൽ പേരെ കൂട്ടിച്ചേർക്കുന്നതിൽ സ്വയം പരിശീലനം നേടുക

ഓർക്കുക, മറ്റെല്ലാ കഴിവുകളെയും പോലെ, ലിസ്റ്റ് ഉണ്ടാക്കലും അഭ്യസിക്കാവുന്ന, വികസിപ്പിക്കാവുന്ന ഒരു കഴിവാണ്. നമ്മുടെ തൊഴിലായി നെറ്റ്‌വർക്ക് മാർക്കറ്റിങ്ങിനെ തെരഞ്ഞെടുത്തതിനാൽ, നമ്മുടെ എല്ലാ സ്വപ്നങ്ങളും ഈ തൊഴിലിലൂടെ നിറവേറ്റേണ്ടതുണ്ട്, അതുകൊണ്ടുതന്നെ നമ്മുടെ ലിസ്റ്റിലേക്ക് പതിവായി പുതിയ പേരുകൾ കൂട്ടിച്ചേർക്കുന്ന വിദ്യയിൽ നാം വിദഗ്ധന്മാരാകേണ്ടതുണ്ട്.

✓ നിങ്ങൾ പ്രാരംഭ ലിസ്റ്റ് ഉണ്ടാക്കി അതിൽ കൂട്ടിച്ചേർക്കൽ വരുത്തിക്കഴിഞ്ഞു. ഇനി നിങ്ങളുടെ ലിസ്റ്റിലേക്ക് അപരിചിതരെ കൂട്ടിച്ചേർക്കാനുള്ള സമയമാണ്. അപരിചിതരിൽനിന്നാണ് നിങ്ങളുടെ ബിസിനസിന് വൻകുതിപ്പുണ്ടാകാൻ പോകുന്നത് അപരിചിതർ എന്നാൽ, നിങ്ങൾ ഇതുവരെ സൗഹൃദം സ്ഥാപിക്കാത്തവർ, അതേസമയം, അവർ വലിയ അവസരങ്ങൾ തുറന്നുതരുന്നവരുമായിരിക്കും. അപരിചിതർ, നിരവധിപേരെ സംബന്ധിച്ച് സ്വർണ്ണഖനികളാണ്, അവരുടെ അതിശക്തമായ ടീമുകളിലേറെയും ഉണ്ടാക്കിയിരിക്കുന്നത് അപരിചിതരെക്കൊണ്ടായിരിക്കും. വ്യക്തിപരമായി പറഞ്ഞാൽ, ഈ

ബിസിനസിലേക്ക് ഞാനും എത്തിപ്പെട്ടത് ഒരു അപരിചിതനായാണ്. എന്തുകൊണ്ടെന്നാൽ, ഈ മുഴുവൻ ലോകവും നിങ്ങളുടെ മാർക്കറ്റാണ്. പുറത്തിറങ്ങിവന്ന് എല്ലാവരോടുമായി പറയൂ, നിങ്ങളുടെ സ്വപ്നം സാക്ഷാൽക്കരിക്കാനുള്ള മികച്ചതും വേഗമേറിയതുമായ ഒരു വഴി ഞങ്ങളുടെ കൈയിലുണ്ട്.

✓ നിങ്ങളുടെ വ്യക്തിത്വവും അനുഭവങ്ങളും തൊഴിലും പാശ്ചാത്തലവും പരിഗണിക്കാതെതന്നെ, നിങ്ങൾക്ക് പുതിയ സുഹൃത്തുക്കളെ ഉണ്ടാക്കിയെടുക്കാൻ കഴിയുമെന്ന് ഞാൻ ഉറപ്പുതരുന്നു. ആശയവിനിമയം നടത്താനും ബന്ധങ്ങൾ ഉണ്ടാക്കിയെടുക്കാനുമുള്ള കല പരിപോഷിപ്പിച്ചെടുക്കുക. എന്താ, അത് ആവേശകരമായിരിക്കില്ലേ ആരെങ്കിലും നിങ്ങളോട് ഇങ്ങനെ ചോദിക്കുന്നുവെന്ന് കരുതുക, "നിങ്ങളുടെ ബിസിനസിൽ നിങ്ങളുടെ ജോലി എന്താണ്", നിങ്ങളുടെ ഉത്തരം, പുതിയ സുഹൃത്തുക്കളെ ഉണ്ടാക്കുക എന്നതായിരിക്കും. പരിപാടികളിൽ (പാർട്ടികൾ, ജന്മദിനാഘോഷം, വാർഷികങ്ങൾ, ക്ലബ് യോഗങ്ങൾ, കോളജ് സമാഗമം, പ്രാദേശിക കമ്യൂണിറ്റി പരിപാടികൾ), സ്കൂളിലെ അധ്യാപക രക്ഷാകർതൃയോഗങ്ങൾ, സ്പോർട്സ് പരിപാടികൾ, ഉൽസവാഘോഷങ്ങൾ അല്ലെങ്കിൽ യാത്ര ചെയ്യുമ്പോൾ, അല്ലെങ്കിൽ കഴിയാവുന്ന അവസരങ്ങളിലെല്ലാം അൽപം പ്രസന്നമായി, ആളുകളോട് സംസാരിക്കുക.

✓ എന്നെ വിശ്വസിക്കൂ, ആരാണ് ആദ്യത്തെ ചിരി നിങ്ങൾക്ക് സമ്മാനിക്കുന്നത് എന്നതിൽ എല്ലാം അടങ്ങിയിരിക്കുന്നു. മനുഷ്യൻ ഒരു സമൂഹജീവിയാണ്. മറ്റുള്ളവരുമായി കൂട്ടുചേരാനും ജോലി ചെയ്യാനും സാമൂഹികജീവിതത്തിനും അനുയോജ്യമായ രീതിയിലാണ് നമ്മുടെ ഡി.എൻ.എ. പ്രോഗ്രാം ചെയ്യപ്പെട്ടിരിക്കുന്നത്. എല്ലാവരും മനുഷ്യസഹവാസം കൊതിക്കുന്നു. ഒരു സുഹൃത്തുകൂടി എനിക്ക് വേണ്ട എന്ന് ആരും പറയുമെന്ന് തോന്നുന്നില്ല. ഈഗോ, തെറ്റായ വിചാരങ്ങൾ, കണ്ടീഷനിങ് എന്നിവ മൂലം ആളുകൾ ആശയവിനിമയം തുടങ്ങിവയ്ക്കാൻ മടിക്കും. ആദ്യത്തെ ചിരി ചിരിക്കുന്ന ആൾ നിങ്ങളാണ് എന്ന് സ്വയം നിങ്ങൾ അങ്ങ് തീരുമാനിക്കുക, എന്നിട്ട് സംസാരം തുടങ്ങുക, ബാക്കിയുള്ളവർ തനിയേ നിങ്ങൾക്കുപുറകേ ഒഴുകിയെത്തിക്കൊള്ളും. ചില അവസരങ്ങളിൽ, ഇങ്ങനെ സംഭവിക്കണമെന്നില്ല, എങ്കിലും മുന്നോട്ടുപോകുക.

✓ ശുദ്ധരായ സുഹൃത്തുക്കളായി മാറാൻ കഴിയുന്ന ആളുകളുമായി ബന്ധപ്പെടാൻ ഞാൻ നിങ്ങളോട് ശക്തമായി പറയുന്നു, എന്നിട്ട് അവരെ അറിയാൻ ശ്രമിക്കുക; അവരെ റിക്രൂട്ട് ചെയ്യാൻ ഒരു അജണ്ടയുമായി പോകരുത്. രണ്ടാമത്തെ കൂടിക്കാഴ്ചയിൽ എന്ത് സംഭവിക്കും എന്ന് ഓർത്തോ ഈ ബന്ധത്തിന്റെ ഭാവിയെക്കുറിച്ചോർ

ത്തോ വിഷമിക്കേണ്ടതില്ല. മറ്റേ വ്യക്തി എന്തുമാത്രം ഉൽകൃഷ്ടനാണ് എന്ന് അറിയുക എന്നതുമാത്രമായിരിക്കണം നമ്മുടെ അജണ്ട. ഇതിനുള്ള നിയമം ലളിതമാണ്: പുതിയ സുഹൃത്തുക്കളെ ഉണ്ടാക്കുക, അവരുമായി ബന്ധപ്പെട്ടുകൊണ്ടിരിക്കാൻ ഒരു വഴി കണ്ടെത്തുക. ഇപ്പോൾ സോഷ്യൽ മീഡിയയും അതുപോലുള്ള അത്യാധുനിക സാങ്കേതിക വിദ്യകളും നിങ്ങളുടെ വിരൽതുമ്പിലുള്ളപ്പോൾ ഇത് വളരെ എളുപ്പമാണ്.

✓ ഓർക്കുക, ആളുകളെ റാഞ്ചിയെടുത്ത് അവരുമായുള്ള ആദ്യ ഇടപെടലിൽ തന്നെ നമ്മുടെ ബിസിനസ് പ്ലാൻ അവരുമായി പങ്കിടരുത്. ശരിയായ സമയത്ത്, ആവശ്യമെങ്കിൽ മാത്രമേ പ്ലാൻ നമ്മൾ കാണിക്കാവൂ.

✓ ഓരോ ദിവസവും ചുരുങ്ങിയത് ഒരാളെയെങ്കിലും നിങ്ങളുടെ ലിസ്റ്റിൽ ചേർക്കുന്നുണ്ടെന്ന് ഉറപ്പുവരുത്തുക. നിങ്ങൾക്ക് തീർച്ചയായും കൂടുതൽ പേരെ ചേർക്കാൻ കഴിയും, എന്നാൽ, നിങ്ങളുടെ മിനിമം സ്റ്റാന്റേഡുവച്ച് ഒരു പുതിയ ആളെ ദിവസവും ചേർത്തുകൊണ്ടിരിക്കുക. എത്ര കാലം ലിസ്റ്റിൽ നിങ്ങൾ ആളുകളെ ചേർത്തുകൊണ്ടിരിക്കും? സത്യസന്ധമായി പറഞ്ഞാൽ, മുന്നോട്ടുപോകണമെന്ന് നിങ്ങൾ ആഗ്രഹിക്കുന്ന കാലത്തോളം. അല്ലെങ്കിൽ, ശരിയായ ഘടനയനുസരിച്ച്, നിങ്ങൾ സമ്പാദിക്കുന്നതിന്റെ പകുതിയോളം സമ്പാദിക്കുന്ന 20 പേരെങ്കിലും നിങ്ങളുടെ സ്ഥാപനത്തിൽ ഉണ്ടാകുമ്പോൾ.

✓ നെറ്റ്‌വർക്ക് മാർക്കറ്റിങ് ബിസിനസിൽ നിങ്ങളുടെ ഏറ്റവും പ്രധാന മുൻഗണന, നിങ്ങളുടെ ലിസ്റ്റ് വളർത്തിയെടുക്കുക എന്നതാണ്. നിങ്ങളുടെ വൈപുല്യത്തിനും ആഴത്തിനും അനുസരിച്ച് നിങ്ങളുടെ വരുമാനം വർധിക്കാത്ത ഒരു നെറ്റ്‌വർക്ക് മാർക്കറ്റിങ് കമ്പനിയെയും ഞാൻ കണ്ടിട്ടില്ല. അതുകൊണ്ട്, വളർന്നുവരുന്ന ലിസ്റ്റ് എന്നതിനർഥം വളരുന്ന വരുമാനവും സ്ഥിരതയും എന്നാണ്, അതുകൊണ്ടുതന്നെ നമ്മുടെ ലിസ്റ്റ് തുടർച്ചയായി വളർത്തിക്കൊണ്ടുവരാനുള്ള എല്ലാ കാരണങ്ങളും നമുക്കുണ്ട്. ആളുകളുടെ അടുത്ത് എത്താനുള്ള എല്ലാ വഴിയും മാർഗ്ഗവും കണ്ടെത്തുക. സംഘടനകളിൽ, ക്ലബുകളിൽ, കമ്യൂണിറ്റി സർവീസുകളിൽ, സാമൂഹിക സംഘടനകളിൽ, ആർ.ഡബ്ല്യു.എ.യിൽ ചേരുക. പരിപാടികളിൽ വളണ്ടിയർ ആകുക. ഓരോ ദിവസവും പുതിയ ആളുകളെ കാണുന്നതിനും പുതിയ ബന്ധങ്ങളുണ്ടാക്കുന്നതിനും മുൻഗണന നൽകുക.

✓ നിങ്ങളുടെ പോക്കറ്റിൽ ഒരു ചെറിയ നോട്ട്പാഡ് കരുതുന്ന ശീലമുണ്ടാക്കുക, എപ്പോൾ ഒരു പേര് നിങ്ങളുടെ ശ്രദ്ധയിൽ വരുന്നുവോ, അത് അപ്പോൾ തന്നെ കുറിച്ചിടുക. ഇപ്പോൾ ഒരു മൊബൈൽ ആപ്പിൽ ഞാൻ ഇത് ചെയ്യുന്നുണ്ട്.

എന്റെ ലൈവ് ഈവന്റിൽ, നെറ്റ്‌വർക്ക് മാർക്കറ്റിങ് മില്ലനറീസ് അക്കാദമിയിൽ, നമ്മുടെ ലിസ്റ്റ് വികസിപ്പിക്കാനും അത് ഒരു തുടർ പ്രക്രിയയായി മാറ്റാനുള്ള തന്ത്രങ്ങളെക്കുറിച്ചും നിരവധി പ്രായോഗിക കാര്യങ്ങൾ ചെയ്യുന്നുണ്ട്.

ഓർക്കുക, നെറ്റ്‌വർക്ക് മാർക്കറ്റിങ് ബിസിനസിൽ, വിൽക്കാൻ നല്ല വൈദഗ്ധ്യമുള്ള ആളോ സ്റ്റേജ് പെർഫോർമെൻസിൽ മികവുള്ള ആളോ അല്ല വിജയിക്കുന്നത്, മറിച്ച്, ഒരു വലിയ, വികസിച്ചുകൊണ്ടിരിക്കുന്ന ലിസ്റ്റ് കൈവശമുള്ള ആളാണ്, ബിസിനസിനുവേണ്ടി പരമാവധി ആളുകളെ സമീപിച്ചുകൊണ്ടിരിക്കുന്ന ആളാണ്.

ലിസ്റ്റ് = ആത്മവിശ്വാസവും ഉന്മേഷവും

നമ്മുടെ ബിസിനസിൽ ശരിക്കും സന്തോഷവും ഉന്മേഷവുമുള്ളവരിൽ രണ്ടു വിഭാഗക്കാരെ ഞാൻ കണ്ടിട്ടുണ്ട്, വൻതോതിൽ പണം ഉണ്ടാക്കുന്നവരും വലിയ ലിസ്റ്റ് കൈവശമുള്ളവരും. എന്റെ ടീമിൽ ലിസ്റ്റ് എപ്പോഴും വലുതാക്കിക്കൊണ്ടിരിക്കുന്ന രണ്ടുപേരെ എനിക്കറിയാം, ദേബഷീഷ് കുന്തിയ, നിഷാന്ത് ചൗധരി. എനിക്ക് അറിയാവുന്നവരിൽ, സദാ ചിരിക്കുന്നവരും ഏറ്റവും ആത്മവിശ്വാസമുള്ളവരുമാണ് ഇവർ. കാരണം, വലിയ ലിസ്റ്റും വലിയ വരുമാനവുമാണ്. ഒറീസയിൽനിന്നുള്ള എൻജിനീയറാണ് ദേബഷീഷ്. മൂന്നുനാലു വർഷങ്ങൾക്കുമുമ്പ് ഞങ്ങൾക്കൊപ്പം ബിസിനസ് തുടങ്ങുമ്പോൾ നിഷാന്ത് കർണാലിൽ ഒരു ടെലികോം സ്റ്റോറിൽ ജോലി ചെയ്യുകയായിരുന്നു, പ്രതിമാസം 11000 രൂപ ശമ്പളത്തിന്. അദ്ദേഹം ഇപ്പോൾ ഒരു പ്രീമിയം കാർ ഡ്രൈവ് ചെയ്യുന്നു, അദ്ദേഹത്തിന്റെ ജോലിയിൽനിന്ന് കിട്ടിയിരുന്നതിനേക്കാൾ 30 ഇരട്ടി പണം സമ്പാദിക്കുന്നു.

3. നിങ്ങളുടെ ലിസ്റ്റിനെ സമീപിക്കുക, അപ്പോയ്ന്റ്മെന്റുകൾ സുരക്ഷിതമാക്കുക

നമ്മുടെ ലിസ്റ്റ് തയാറായിക്കഴിഞ്ഞാൽ, സെലക്ഷൻ നടത്തിക്കഴിഞ്ഞാൽ, അടുത്ത അടിയന്തര നടപടി, ലിസ്റ്റിലെ ആളുകളെ സമീപിക്കുകയാണ്. ഏതെങ്കിലും രണ്ട് ലക്ഷ്യംവച്ച് നമുക്ക് ആളുകളെ സമീപിക്കാം: നമ്മുടെ ബിസിനസ് പ്ലാൻ ഇപ്പോൾ തന്നെ പങ്കിടാൻ പാകത്തിൽ അപ്പോയ്ന്റ്മെന്റ് സുരക്ഷിതമാക്കുക, അല്ലെങ്കിൽ അവരുമായി നമ്മുടെ ബിസിനസ് പ്ലാൻ പങ്കിടുന്നത് ഭാവിയിലേക്ക് മാറ്റിവയ്ക്കുക.

ആളുകളെ ഉടൻ സമീപിക്കുന്നില്ലെങ്കിൽ നാം ഒരു ലിസ്റ്റ് ഉണ്ടാക്കിയതുകൊണ്ടോ സെലക്ഷൻ നടത്തിയതുകൊണ്ടോ ഒരു കാര്യവുമില്ല. ഞാൻ ഈ ബിസിനസ് തുടങ്ങുമ്പോൾ, എനിക്ക് ഒരു ലിസ്റ്റ് ഉണ്ടായിരുന്നു, എന്നാൽ എനിക്ക് ആളുകളെ സമീപിക്കാൻ മടിയായിരുന്നു. ഒരു വലിയ ടീമിനെ ഉണ്ടാക്കാൻ ഞാൻ ആത്മാർഥമായും ആഗ്രഹിച്ചു, എന്നാൽ, ഒരു അപ്പോയ്ന്റ്മെന്റിനുവേണ്ടി അവരെ വിളിക്കാൻ എനിക്ക് കഴിഞ്ഞില്ല. ചില കാരണങ്ങൾ കൊണ്ടാണിത് സംഭവിക്കുന്നത് ആളുകൾ തിരസ്കരിക്കും എന്ന ഭയം, എന്റെ ഇമേജ്/എനിക്കുള്ള ആദരവ് നഷ്ടമാകും എന്ന ഭയം, ബിസിനസിലോ എന്നിൽ തന്നെയോ ഉള്ള വിശ്വാസമില്ലായ്മ, എന്റെ ഈഗോ/പദവി/ ഡിഗ്രി ഞാൻ ആ സമയത്ത് ഒരു ബഹുരാഷ്ട്ര കമ്പനിയിൽ ഉയർന്ന ശമ്പളത്തിൽ റീജിയണൽ മാനേജറായി ജോലി ചെയ്യുകയായിരുന്നു. പക്ഷേ, കാരണം എന്തായാലും, എന്റെ സ്വപ്നം സാക്ഷാൽക്കരിക്കുന്നതിൽനിന്ന് അത് എന്നെ തടഞ്ഞുകൊണ്ടിരുന്നു.

ഒരു ദിവസം, ഒരു പരിശീലന പരിപാടിയിൽ, ഒരു പ്രസ്താവന എന്നെ സ്വാധീനിച്ചു, അത് എന്നെ സംബന്ധിച്ച് വഴിത്തിരിവായി. **'വിസ്മയകരമായ ഒരു അവസരത്താൽ അനുഗ്രഹിക്കപ്പെടാൻ ദൈവം നിങ്ങളെ തെരഞ്ഞെടുത്തിട്ടുണ്ടെങ്കിൽ, നിങ്ങൾക്കുമാത്രമായി അതിനെ കരുതിവയ്ക്കാൻ നിങ്ങൾക്ക് തീർച്ചയായും അവകാശവുമുണ്ടായിരിക്കില്ല'.** പരിശീലകൻ വീണ്ടും ഊന്നിപ്പറഞ്ഞു, ഈ അത്ഭുതകരമായ അവസരം മറ്റുള്ളവരുമായി പങ്കിടുന്നില്ല എങ്കിൽ അത് എന്റെ ഭാഗത്തുനിന്നുള്ള സ്വാർഥതയായിരിക്കും. സാവധാനത്തിൽ, ഈ തിരിച്ചറിവ് എന്നിൽ രൂഢമൂലമായി, **എന്റെ അവസരങ്ങൾ ആരെങ്കിലുമായി ഞാൻ പങ്കിട്ടുകൊണ്ടിരുന്ന ഓരോ സമയത്തും, ഞാൻ ദൈവത്തിന്റെ ജോലിയാണ് ചെയ്യുന്നത് എന്ന് എനിക്ക് അനുഭവപ്പെടാൻ തുടങ്ങി. ഓരോ പ്ലാൻ പ്രസന്റ് ചെയ്യുമ്പോഴും, ഈ അവസരം മറ്റുള്ളവരുമായി പങ്കിടുന്ന**

ഒരു സാമൂഹികക്ഷേമപ്രവൃത്തിയാണ് ഞാൻ ചെയ്യുന്നത് എന്ന തോന്ന ലാണുണ്ടായിരുന്നത്.

നിങ്ങളുടെ ലിസ്റ്റിനെ സമീപിക്കാൻ തുടങ്ങുമ്പോൾ, ഇതാണ് എനിക്ക് നൽകാനുള്ള മാർഗ്ഗനിർദേശം. എന്റെ ടീമിലെ ആയിരക്കണക്കിന് പാർട് ണർമാരും ഞാനും വിവിധതരം ആളുകളുമായി എല്ലാതരം കോമ്പിനേഷ നുകളും പരീക്ഷിച്ചിട്ടുണ്ട്, ഓരോ തവണയും മനസ്സിലാക്കിയത് ഇതാണ്: ആദ്യം ചൂടൻ വിഭാഗക്കാരെ കാണുന്നതാണ് ഏറ്റവും നല്ലത്, തുടർന്ന് ഊഷ്മളമായവരെ. തണുപ്പൻ വിഭാഗക്കാരെ ഊഷ്മള വിഭാഗത്തിലേക്ക് കൊണ്ടുവന്നശേഷം അവരുമായി നമ്മുടെ അവസരം പങ്കിടുന്നതായി രിക്കും നല്ലത്. ഇതാ, നമ്മുടെ മാർഗ്ഗനിർദേശങ്ങൾ:

വിഭാഗം	പ്രവർത്തനം
ചൂടൻ	ഇപ്പോൾ തന്നെ അവരെ വിളിക്കുക, എന്നിട്ട് ഈ അധ്യായത്തിൽ നിർദേശിച്ചിരിക്കുന്ന ആറ് വഴികളിൽ ഏതെങ്കിലും ഉപയോഗിച്ച് അപ്പോയ്ന്റ്മെന്റ് ഉറപ്പാക്കുക.
ഊഷ്മളം	ഇവരുമായുള്ള ബന്ധം ഒരു കൂടിക്കാഴ്ചയിലൂടെയോ കൂടിക്കാഴ്ചക്കുമുമ്പുള്ള ഫോൺ വിളിയിലൂടെയോ മെച്ചപ്പെടുത്തുക. ഈ കൂടിക്കാഴ്ചയിലും ഫോൺ വിളിയിലും ഒരിക്കലും നിങ്ങളുടെ ബിസിനസ് അവസരം പങ്കിടരുത്. മുകളിൽ പറഞ്ഞ കാര്യം ചെയ്തുകഴിഞ്ഞാൽ, ആറ് വഴികളിൽ ഏതെങ്കിലും ഉപയോഗിച്ച് അവരെ വിളിക്കുകയും അപ്പോയ്ന്റ്മെന്റ് ഉറപ്പിക്കുകയും ചെയ്യുക.
തണുത്തത്	ഇവരുമായി നിങ്ങളുടെ ആശയവിനിമയം തുടങ്ങുക, അവരുമായുള്ള ബന്ധം മെച്ചപ്പെടുത്തുക. ബന്ധം തുടങ്ങി അത് വളർന്ന്, ഇവർ ഊഷ്മള വിഭാഗത്തിലേക്ക് മാറുമ്പോൾ നിങ്ങളുടെ അവസരം പങ്കിടാൻ, ആറു വഴികളിൽ ഏതെങ്കിലും ഉപയോഗിച്ച് അവരുമായി ഒരു അപ്പോയ്ന്റ്മെന്റ് ആവശ്യപ്പെടുക. ബന്ധം വളർന്നുവികസിക്കാത്തവരെ അടുത്ത വർഷത്തേക്കുള്ള നിങ്ങളുടെ ലിസ്റ്റിൽ മാറ്റിനിർത്തുക.

നിങ്ങളുടെ ഉൽപ്പന്നം പങ്കിടാൻ മാത്രമായി നിങ്ങൾ തെരഞ്ഞെടുത്ത വരെ ചൂടൻ, ഊഷ്മളം, തണുത്തത് വിഭാഗങ്ങളിൽ ഉൾപ്പെടുത്തുക, എന്നിട്ട് നിങ്ങളുടെ ഉൽപ്പന്നങ്ങൾ ഉടൻ ചൂടൻ, ഊഷ്മള വിഭാഗക്കാരുമായി പങ്കിട്ടുതുടങ്ങുക.

നിങ്ങളുടെ ചൂടൻ, ഊഷ്മള വിഭാഗക്കാരുമായി ഒരു അപ്പോയ്ന്റ്മെന്റ് എടുക്കാൻ ഇവിടെ നിർദേശിക്കപ്പെട്ട ഏതു വഴിയും സ്വീകരിക്കാം. നിങ്ങളുടെ അപ്ലൈൻ മറ്റൊരു വഴിയാണ് നിർദേശിക്കുന്നതെങ്കിൽ, അതും പിന്തുടരാം. അനുഭവമാണ് മികച്ച ഗുരുനാഥൻ. എല്ലാ വഴികളും പരീക്ഷിക്കുക, എന്നിട്ട് നിങ്ങൾക്ക് ഏറ്റവും മികച്ചത് എന്ന് തോന്നുന്നത് തീരുമാനിക്കുക. ഒരു അപ്പോയ്ന്റ്മെന്റ് നേടിയെടുക്കുക എന്നതാണ് അന്തിമ ലക്ഷ്യം, നമ്മുടെ ലക്ഷ്യം നമ്മുടെ പങ്കാളിയായി മാറാനുള്ള സാധ്യത കൂട്ടുന്ന വഴി കൂടിയാകണം അത്.

അപ്പോയ്ന്റ്മെന്റുകൾ ഉറപ്പിക്കുന്നതിനുള്ള മാർഗ്ഗങ്ങൾ:

1. നേരിട്ടുള്ള ഇടപെടൽ

ഒരു ബിസിനസ് അവസരത്തിനുവേണ്ടി നിങ്ങൾക്കൊപ്പം ചേർന്ന് പ്രവർത്തിക്കാമോ എന്ന് ആളുകളെ ക്ഷണിക്കുകയാണ് ഈ വഴി. നിങ്ങൾ നൽകുന്ന സന്ദേശം വളരെ വ്യക്തമാണ്. ഒരു ബിസിനസ് തുടങ്ങാനുള്ള ക്ഷണമാണത്. അതിനുള്ള സാധ്യമായ സന്ദേശങ്ങൾ ഇതാ:

- ✓ 'നിങ്ങളുടെ ഇപ്പോഴത്തെ ജോലിയെയോ പ്രൊഫഷനെയോ ബാധിക്കാത്ത തരത്തിൽ അധിക വരുമാനം നേടിത്തരുന്ന ഒരു കാര്യം ചെയ്യാൻ നിങ്ങൾക്ക് താൽപര്യമുണ്ടോ'.
- ✓ 'എന്റെ എല്ലാ സാമ്പത്തിക ബുദ്ധിമുട്ടുകളും പരിഹരിക്കാനുള്ള ഒരു മാർഗ്ഗം ഞാൻ കണ്ടെത്തിയിട്ടുണ്ട്. ഇതുപയോഗിച്ച് നിങ്ങളുടെ വെല്ലുവിളികളും പരിഹരിക്കാൻ കഴിയുമോ എന്ന് ഒന്നു നോക്കാമോ.'
- ✓ നിങ്ങൾ ഇങ്ങനെ പറയുന്നു എന്നിരിക്കട്ടെ, നിങ്ങൾക്ക് (ഇതിൽ ഏതും ഉപയോഗിക്കാം) പണം ആവശ്യമാണ്, നിങ്ങളുടെ കുടുംബത്തെ സുരക്ഷിതമാക്കണം, മികച്ച ഒരു ജീവിതരീതി സ്വന്തമാക്കണം, കൂടുതൽ സമ്പാദിക്കണം, നിങ്ങളുടെ ജോലിയെ വെറുക്കുന്നു, പുതിയ ഒരു വീട് വേണം), നിങ്ങൾ ഇക്കാര്യങ്ങൾ ഗൗരവത്തോടെയാണോ കാണുന്നത് അല്ലെങ്കിൽ തമാശക്കോ (എല്ലാവരും 'അതെ' എന്നാണ് പറയുക). വിസ്മയാവഹം, ഇതിൽ ഒന്ന് നിങ്ങൾക്ക് നേടിത്തരാനുള്ള ഒരു വഴി ഞാൻ കണ്ടുപിടിച്ചിട്ടുണ്ട് (അവർ നിങ്ങളോട് പറഞ്ഞ കാര്യങ്ങൾ ഒന്നുകൂടി ആവർത്തിക്കുക).
- ✓ 'നിങ്ങൾ ഒന്നുകൂടി മികച്ച ഒരു ജോലിക്ക് ശ്രമിച്ചുകൊണ്ടിരിക്കുകയാണോ ഒരു മികച്ച ഒന്ന് ഞാൻ കണ്ടെത്തിയിട്ടുണ്ട്, ഇതിനപ്പുറം നിങ്ങൾക്ക് മറ്റൊരു ജോലി വീണ്ടും തെരയേണ്ടിവരില്ല.'
- ✓ 'നമുക്ക് രണ്ടുപേർക്കും ഒന്നിച്ച് പങ്കാളികളാകാൻ കഴിയുന്ന ഒന്ന് ഞാൻ കണ്ടുപിടിച്ചിട്ടുണ്ട്, അതിലൂടെ നാം സ്വപ്നം കാണുന്ന ജീവിതം സാധ്യമാകും.'

- ✓ 'നമുക്ക് ചുരുങ്ങിയത് രണ്ട് വരുമാന സ്രോതസ്സെങ്കിലും വേണം എന്ന കാര്യം എല്ലാവർക്കും അറിയാം. നിങ്ങളുടെ കഴിവിനിണങ്ങുന്നതും പരീക്ഷിച്ച് ജയിച്ചതും രണ്ടാമതൊരു വരുമാനം നേടിത്തരുന്നതുമായ ഒന്ന് എന്തുകൊണ്ട് തുടങ്ങിക്കൂടാ.'
- ✓ നിരവധി വർഷങ്ങളിലെ ഏറെ അന്വേഷണങ്ങൾക്കുശേഷം, നിങ്ങളുടെ വീട്ടിലിരുന്ന് ചെയ്യാനുള്ള ഒരു പാർട്ടൈം തൊഴിലവസരം ഞാൻ കണ്ടെത്തിയിട്ടുണ്ട്, അതിലൂടെ നിങ്ങൾക്ക് ഇപ്പോഴത്തെ ജോലിയിൽനിന്ന് ലഭിക്കുന്നതിനേക്കാൾ കൂടുതൽ പണം സമ്പാദിക്കാൻ കഴിയും.'

2. അഭിപ്രായം

ഇത് വളരെ ശക്തമായ ഒരു ഇടപെടലാണ്, അത് നിങ്ങളുടെ ലക്ഷ്യത്തിനുള്ള ആളുടെ ഈഗോയെ നേരിട്ട് സ്വാധീനിക്കുന്നു. നിങ്ങൾ അവരുടെ അഭിപ്രായവും ഉപദേശവും മാർഗ്ഗനിർദേശവും ചോദിച്ചാൽ അവർ സന്തോഷിക്കും, ഒരു പ്രശസ്തനെപ്പോലെ അവരുടെ ഉപദേശം നിങ്ങൾക്ക് തരികയും ചെയ്യും. ചെറുപ്പക്കാരായവർ വയസ്സുള്ളവരെ സമീപിക്കുമ്പോൾ പ്രത്യേകിച്ചും ഉപയോഗിക്കാവുന്ന വഴിയാണിത്, അല്ലെങ്കിൽ ചില കാര്യങ്ങളിൽ തന്നേക്കാൾ മുതിർന്നവരെയോ കഴിവുള്ളവരെയോ സമീപിക്കുമ്പോൾ ഉപയോഗിക്കാവുന്ന വഴി.

- ✓ 'എന്റെ എല്ലാ സാമ്പത്തിക പ്രതിസന്ധികളും പരിഹരിക്കാൻ കഴിയുമെന്ന് ഞാൻ വിചാരിക്കുന്ന ഒരു കാര്യം ഞാൻ ചെയ്തുതുടങ്ങിയിട്ടുണ്ട്. ഇക്കാര്യത്തിൽ എനിക്ക് നിങ്ങളുടെ അഭിപ്രായം വിലപ്പെട്ടതാണ്. അതുകൊണ്ട്, ദയവായി ഇതേക്കുറിച്ച് താങ്കളുടെ അഭിപ്രായം പറയാമോ.'
- ✓ എന്റെ സ്വപ്നങ്ങൾ അതിവേഗം സാക്ഷാൽക്കരിക്കാനുള്ള ഒരു വഴി ഞാൻ കണ്ടെത്തിയിട്ടുണ്ട്, എന്നാൽ, അതിൽ പൂർണ്ണമായി മുഴുകുന്നതിനുമുമ്പ്, താങ്കൾ അതൊന്ന് പരിശോധിച്ച് താങ്കളുടെ വിദഗ്ധ ഉപദേശം നൽകണമെന്ന് എനിക്കാഗ്രഹമുണ്ട്.'
- ✓ 'എന്റെ പിതാവ് എന്നോട് പറയാറുണ്ട്: ഒരു ബിസിനസ് തുടങ്ങുമ്പോൾ ചെയ്യേണ്ട ഏറ്റവും മികച്ച കാര്യം, ഞാൻ ആദരിക്കുകയും ബഹുമാനിക്കുകയും ചെയ്യുന്ന ആളുകളുടെ ഉപദേശം തേടുക എന്നതാണ്. എന്റെ പുതിയ ബിസിനസ് ഐഡിയ താങ്കളുമായി പങ്കിടുകയാണെങ്കിൽ എനിക്ക് താങ്കളുടെ വിലയേറിയ ഉപദേശം നൽകാമോ.'
- ✓ താങ്കളുടെ നഗരത്തിലാണ് എന്റെ കമ്പനി വിപുലപ്പെടുത്താൻ ആഗ്രഹിക്കുന്നത്. ദയവായി താങ്കൾ എനിക്ക് ഒരു ഉപകാരം ചെയ്യാമോ ഞങ്ങളുടെ ജോലി ഒന്ന് പരിശോധിച്ച്, താങ്കളുടെ പ്രദേശത്ത് അതിന് പ്രവർത്തിക്കാൻ കഴിയുമോ എന്ന് ഒന്നു പറയാമോ.'

- ✓ 'സമ്പന്നനും പ്രശസ്തവും ആകാൻ കഴിയുമെന്ന് തെളിയിക്കപ്പെട്ടതും പരീക്ഷിക്കപ്പെട്ടതും പ്രാവർത്തികമായി ചെയ്യാവുന്നതുമായ ഒരു ബിസിനസ് ഞാൻ കണ്ടെത്തിയിട്ടുണ്ട്. ഇത് എനിക്ക് ശരിയായ ഒന്നാണോ എന്ന കാര്യത്തിൽ ഒരു ഉപദേശം നൽകാമോ.'

3. സസ്പെൻസ്

സൂചിപ്പിക്കുന്നതുപോലെ ഒരു സസ്പെൻസ്. നാം എന്താണ് ശരിക്കും ചെയ്യുന്നത് എന്ന കാര്യം വെളിപ്പെടുത്താതെ, നാം ഉദ്ദേശിക്കുന്നവരെ ഒരു കൂടിക്കാഴ്ചയ്ക്ക് ക്ഷണിക്കുക. ബിസിനസിന്റെ പേര് നമ്മൾ അവരോട് പറയില്ല, പക്ഷേ, അതിന്റെ സവിശേഷതകളും നേട്ടങ്ങളും പറയും, ആഗോളതലത്തിൽ തന്നെ പരമ്പരാഗത പരസ്യരീതികളിൽ ഇത് എന്തു മാറ്റമുണ്ടാക്കി എന്നതടക്കമുള്ള കാര്യങ്ങൾ. ഓർക്കുക, നിങ്ങൾ ഒരുതരത്തിലുമുള്ള നുണയും വ്യാജ അവകാശവാദങ്ങളും പറയാൻ പാടില്ല. ഒരു പാർട്ടിക്കോ സുഹൃത്തിന്റെ 'ഗെറ്റ് ടുഗതറി'നോ ആളുകളെ ക്ഷണിക്കാനും പാടില്ല. നിങ്ങളുടെ പ്രായത്തിലുള്ളവരോ നിങ്ങളേക്കാൾ കുറഞ്ഞ പ്രായമുള്ളവരുമായോ നിങ്ങളുടെ സഹപ്രവർത്തകരുമാരോ നിങ്ങളേക്കാൾ താഴെയുള്ളവരുമായോ ഉള്ള ഇടപെടലിൽ ഈ സമീപനം നന്നായി ഫലിക്കും.

- ✓ 'എന്റെ സുഹൃത്തുക്കളിൽ ഒരാൾ എനിക്കുവേണ്ടി ഒരു സാമ്പത്തിക പദ്ധതി കൊണ്ടുവന്നിട്ടുണ്ട്, അതിലൂടെ അടുത്ത അഞ്ചുവർഷത്തേക്ക് തുടർച്ചയായി പ്രതിമാസം ഒരു വലിയ വരുമാനം ലഭിക്കുംവിധം എനിക്ക് വിരമിക്കാൻ കഴിയും. താങ്കൾക്ക് താൽപര്യമുണ്ടെങ്കിൽ അത് താങ്കളുമായി ഞാൻ പങ്കിടാം.'
- ✓ 'എന്തെങ്കിലും സംരംഭം തുടങ്ങുക എന്നത് അപകടം പിടിച്ചതും വലിയ പണം ആവശ്യമുള്ളതുമായ ഒന്നാണെന്നാണ് ഞാൻ കരുതിയിരുന്നത്. എന്നാൽ, എനിക്ക് തെറ്റി. അത്ഭുതകരവും ചെറിയ മുതൽമുടക്കുള്ളതും ശരിക്കും സീറോ അപകടസാധ്യതയുള്ളതുമായ ഒരു വ്യവസായ സംരംഭം ഞാൻ കണ്ടെത്തിയിരിക്കുന്നു, അതും അവിശ്വസനീയമായ പ്രതിഫലം ലഭിക്കുന്നത്. ഞാൻ ശരിക്കും ആവേശഭരിതനായിരിക്കുകയാണ്. നാം തമ്മിൽ ഒന്ന് കാണുകയാണെങ്കിൽ അത് താങ്കളെ കൂടി കാണിച്ചുതരാം.'
- ✓ 'നിങ്ങൾ എന്ത് തൊഴിലും ചെയ്യാനുള്ള തയാറെടുപ്പിലാണോ (മറുപടിക്ക് കാത്തുനിൽക്കുക. എല്ലാവരും അതെ എന്നാണ് പറയുക. അതെ എന്ന് പറഞ്ഞാൽ...), എന്റെ നല്ല സുഹൃത്തുക്കളിൽ ഒരാൾ ഏറ്റവും വേഗം വളർന്നുകൊണ്ടിരിക്കുന്ന വ്യവസായങ്ങളിൽ ചില മികച്ച അവസരങ്ങളെക്കുറിച്ച് പറഞ്ഞുതന്നിട്ടുണ്ട്. എന്തുകൊണ്ട് അതൊന്ന് പരിശോധിച്ചു നോക്കിക്കൂടാ.'

✓ 'ഇപ്പോൾ നിങ്ങൾ ചെയ്തുകൊണ്ടിരിക്കുന്നതുതന്നെ ബാക്കിയുള്ള ജീവിതകാലം മുഴുവൻ ചെയ്യാനാണോ നിങ്ങളുടെ പദ്ധതി' (ഈ സാമ്പത്തിക വ്യവസ്ഥയിൽ എല്ലാവർക്കും വളർച്ചയും അവസരങ്ങളുമാണ് വേണ്ടത്). എന്റെ സുഹൃത്തുക്കളിൽ ഒരാൾ, അതിവേഗം വളർന്നുകൊണ്ടിരിക്കുന്ന വ്യവസായങ്ങളിൽ ഒന്നിലുള്ള അത്ഭുതകരമായ ഒരു അവസരത്തെക്കുറിച്ച് എന്നോട് പറഞ്ഞു. അടുത്ത വാരാന്ത്യത്തിൽ നമുക്കു കാണാം, നമ്മളുമായുള്ള കൂടിക്കാഴ്ചയിൽ എന്റെ ആ സുഹൃത്തിനോടുകൂടി വരാൻ പറയാം, അദ്ദേഹം ഒ.കെ. പറയുകയാണെങ്കിൽ.'

✓ 'ഒരേയൊരു വരുമാനവുമായി ജീവിക്കുക എന്നത് ഇപ്പോഴത്തെ സാമ്പത്തിക സ്ഥിതിയിൽ അപകടകരമല്ലേ. നിങ്ങളുടെ വരുമാനം വൈവിധ്യവൽക്കരിക്കണമെന്ന് നിങ്ങൾക്ക് തോന്നിയിട്ടില്ലേ' (പൊതുവെ ഇതിനുള്ള ഉത്തരം 'അതെ, ഞാൻ അങ്ങനെ ആലോചിച്ചിട്ടുണ്ട്' എന്നായിരിക്കും). നിങ്ങളുടേതുപോലെ അതേ ജോലി ചെയ്യുന്ന എന്റെ നല്ല സുഹൃത്തുക്കളിൽ ഒരാൾ നിങ്ങൾക്ക് ചെയ്യാൻ കഴിയുന്നതും പരീക്ഷിച്ച് വിജയിച്ചതുമായ ഒരു ബിസിനസിനെക്കുറിച്ച് പറഞ്ഞിട്ടുണ്ട്. അതിലൂടെ ഒരു മികച്ച രണ്ടാമത്തെ വരുമാനം ഉണ്ടാക്കാൻ കഴിയും. 'ഈ വാരാന്ത്യത്തിൽ ഞാൻ അദ്ദേഹത്തെ കാണുന്നുണ്ട്. ഇതേക്കുറിച്ച് അറിയാൻ താങ്കൾക്ക് ആഗ്രഹമുണ്ടോ.'

✓ 'കുത്തക വ്യാപാരം', 'സ്വകാര്യ ഫ്രാഞ്ചൈസിയിങ്', 'റീടെയ്‌ലിങ്', 'ഇ കൊമേഴ്സ്', 'ഹെൽത്ത് കെയർ' തുടങ്ങി നിങ്ങളുടെ ഉൽപ്പന്നമോ സേവനമോ പ്രതിനിധീകരിക്കുന്ന എതു വാക്കുകളും നിങ്ങൾക്ക് ഉപയോഗിക്കാം. *'എന്റെ സുഹൃത്തുമായി ഞാൻ ഒരു ഇകൊമേഴ്സ് ബിസിനസ് തുടങ്ങിയിട്ടുണ്ട്. അതിൽ വലിയ വളർച്ചാസാധ്യതയാണുള്ളത്, ഞങ്ങൾ വളർന്നുകൊണ്ടിരിക്കുകയുമാണ്. ഞങ്ങൾക്ക് ഒരു പാർട്ണറെ വേണം. ഞങ്ങൾ എന്താണ് ചെയ്യുന്നത് എന്നു നോക്കി അത് താങ്കൾക്കുംകൂടി അനുയോജ്യമാണോ എന്ന് പരിശോധിക്കുമോ.'*

ഈ സമീപനത്തിൽ, നാം നമ്മുടെ വിതരണ മാതൃകയുടെ പേര് പറയുന്നില്ല, എന്നാൽ, നമ്മുടെ ഉൽപ്പന്നങ്ങളും സേവനങ്ങളും പ്രതിനിധീകരിക്കുന്ന വ്യവസായത്തിന്റെ പേര് പറയുന്നുണ്ട്. നിങ്ങൾ ഒരു നുണ പറയാതിരിക്കുന്നിടത്തോളം അത് പൂർണ്ണമായും നല്ലതാണ്.

അടിസ്ഥാനപരമായി നെറ്റ്‌വർക്ക് മാർക്കറ്റിങ് എന്നാൽ എന്താണ്? അത് വിതരണത്തിനുള്ള ഒരു മാർഗ്ഗമാണ്. ഉൽപ്പന്നങ്ങൾ വിതരണം ചെയ്യുന്നതിനുള്ള മറ്റ് ചാനലുകളിൽനിന്ന് നെറ്റ്‌വർക്ക് മാർക്കറ്റിങ് എങ്ങനെ വ്യത്യാസപ്പെട്ടിരിക്കുന്നു? ഒരു സാധാരണ ഉൽപ്പന്നമായ ടൂത്ത് പേസ്റ്റിന്റെ ഉദാഹരണം എടുക്കുക.

നിങ്ങളുടെ വീടിനടുത്തുള്ള ഒരു ചെറിയ കടയിൽ അത് വിൽക്കുന്നുണ്ടെങ്കിൽ, അത് പലചരക്ക്/ചെറുകിട വിൽപനയാണ്.

മോർ, ബിഗ് ബസാർ പോലുള്ള വൻകിട വ്യാപാരികൾ അത് വിൽക്കുന്നുണ്ടെങ്കിൽ നാം അതിനെ കുത്തകവ്യാപാരം എന്നുവിളിക്കുന്നു.

വലിയ കച്ചവടക്കാർ അത് വിൽക്കുന്നുണ്ടെങ്കിൽ അതിനെ മൊത്ത വ്യാപാരം എന്നുപറയുന്നു.

ആമസോൺ, ഫ്ളിപ്കാർക്ക് തുടങ്ങിയവ വിൽക്കുന്നുണ്ടെങ്കിൽ ഇ-കൊമേഴ്സ് എന്നു പറയുന്നു.

നാം വിൽക്കുന്നുണ്ടെങ്കിൽ, അതിനെ ഡയറക്റ്റ് സെല്ലിങ് എന്നോ നെറ്റ്വർക്ക് മാർക്കറ്റിങ് എന്നോ പറയുന്നു.

അതുകൊണ്ട്, ടൂത്ത്പേസ്റ്റോ മറ്റ് വ്യക്തിഗത ഉൽപ്പന്നങ്ങളോ വിൽക്കുന്ന ഒരു കടയുടമയ്ക്ക് അദ്ദേഹത്തിന്റെ ബിസിനസിനെ പലവിധത്തിൽ പരിചയപ്പെടുത്താം, ഞാനൊരു റീട്ടെയിൽ കടയുടമയാണ്, അല്ലെങ്കിൽ ഞങ്ങൾ പേഴ്സണൽ കെയർ ബിസിനസ് ചെയ്യുന്നു, അല്ലെങ്കിൽ ഞങ്ങൾ ഡിസ്ട്രിബ്യൂഷൻ ബിസിനസിലാണ്. ഈ വിശേഷണങ്ങളെല്ലാം ശരിയാണ്.

4. വികസിപ്പിക്കൽ

ഈ സമീപനം തികച്ചും ലളിതമാണ്.

✓ *'ഞാൻ ജോലി ചെയ്യുന്ന കമ്പനി താങ്കളുടെ പ്രദേശത്തേക്കുകൂടി വ്യാപിപ്പിക്കുകയാണ്, ഊർജസ്വലരും ഉയർന്ന സ്വപ്നങ്ങളുള്ളവരുമായ ആളുകളെ പങ്കാളികളാക്കാൻ ഞങ്ങൾക്ക് ആഗ്രഹമുണ്ട്. നിങ്ങൾക്ക് അത്തരം ആവേശമുണ്ടെങ്കിൽ, ആവേശകരമായ ഒരു അവസരത്തിനായി കാത്തിരിക്കുന്നുണ്ടെങ്കിൽ ഇതുമായി ബന്ധപ്പെട്ട ചിലരും താങ്കളുമായി ഒരു കൂടിക്കാഴ്ച ഞാൻ ശരിപ്പെടുത്താം അത് ഫലിക്കുമോ എന്നറിയാമല്ലോ.'*

✓ *'അത്ഭുതകരമായ ഒരു ബിസിനസ് ഞാൻ വിജയകരമായി കെട്ടിപ്പടുത്തിരിക്കുന്ന കാര്യം താങ്കൾക്ക് അറിയാമല്ലോ. ഈ വർഷം ഭയങ്കരമായ ചില വലിയ പദ്ധതികൾ എനിക്കുണ്ട്, കൊള്ളാവുന്ന ചിലരുമായി പങ്കാളിത്തത്തിന് ഞാൻ ശ്രമിച്ചുകൊണ്ടിരിക്കുകയാണ്. നിങ്ങൾ വലിയ സ്വപ്നം കാണുന്നയാളാണെങ്കിൽ, അതിനെ ഇനിയും വിപുലമാക്കാനാഗ്രഹിക്കുന്നുണ്ടെങ്കിൽ നമുക്ക് ഉപാധികളൊന്നുമില്ലാത്ത ഒരു കൂടിക്കാഴ്ച നടത്താം, എന്നിട്ട് അതിന്റെ സാധ്യതകൾ ആരായാം.'*

5. പ്രയോഗം

അടുത്ത സുഹൃത്തുക്കളിലും ബന്ധുക്കളിലുമാണ് ഈ സമീപനം പ്രാവർത്തികമാകുക.

'ഞാൻ ഒരു പുതിയ ബിസിനസ് തുടങ്ങിയിട്ടുണ്ട്, എനിക്ക് പേടിയുമുണ്ട്. മറ്റുള്ളവരോട് സംസാരിക്കുന്നതിനുമുമ്പ്, ഏറ്റവും അടുത്ത ആരോടെങ്കിലും അതിന്റെ പ്രായോഗികത ചോദിച്ചറിയണമെന്നുണ്ട്. കുഴപ്പമില്ലെങ്കിൽ താങ്കൾ അതിന്റെ പ്രായോഗികതയെക്കുറിച്ച് പറയൂ.'

6. വിവരം തേടലും ശുപാർശയും

ഇത് അത്ഭുതകരമായ സമീപനമാണ്, അത് ഭൂരിപക്ഷം ആളുകളിലും പ്രവർത്തിക്കും. മനഃശാസ്ത്രപരമായ നിരവധി തലങ്ങളിൽ പ്രവർത്തിക്കുമെന്നതിനാൽ അത് വളരെ ഫലപ്രദവുമാണ്. ഈ സമീപനത്തിൽ, നാം ലക്ഷ്യംവയ്ക്കുന്നവരോട് ഇങ്ങനെ പറയുക, ഞങ്ങളുടെ പ്രതീക്ഷയിൽ വരുന്നവരല്ല നിങ്ങൾ, ഈ ബിസിനസ് ചെയ്യാൻ താൽപര്യമുള്ളവരും അറിയുന്നവരുമായ ചില ആളുകളെയാണ് ഞങ്ങൾ അന്വേഷിച്ചുകൊണ്ടിരിക്കുന്നത്.

- ✓ *'ഞാൻ ഇപ്പോൾ ചെയ്യുന്ന ബിസിനസ് ചിലപ്പോൾ താങ്കൾക്കു വേണ്ടിയുള്ളതാകണമെന്നില്ല. വൻതോതിൽ പണമുണ്ടാക്കുന്നതിൽ അത്യാവേശമുള്ള, ഉയർന്ന സ്വപ്നങ്ങളുള്ള ഊർജസ്വലരായ ചിലരുടെ വിവരമാണ് ഞങ്ങൾ തേടിക്കൊണ്ടിരിക്കുന്നത്. പക്ഷേ, അവരെ ഞങ്ങൾക്ക് നിങ്ങൾ പരിചയപ്പെടുത്തുന്നതിനുമുമ്പ്, ഞാൻ എന്താണ് ചെയ്യുന്നത് എന്ന് താങ്കൾ അറിഞ്ഞിരിക്കണം. അതുകൊണ്ട്, ഞാൻ എന്താണ് ചെയ്യുന്നത് എന്ന് താങ്കളുമായി പങ്കുവയ്ക്കട്ടെ, അതിലൂടെ, കൊള്ളാവുന്ന ചിലരെ എനിക്ക് പരിചയപ്പെടുത്തി തരാൻ താങ്കൾക്ക് കഴിയും.*
- ✓ *'എന്റെ ബിസിനസ് ഇപ്പോൾ താങ്കൾക്ക് ആവശ്യമില്ലായിരിക്കാം, എന്നാൽ വ്യവസായിക കണക്കുകൾ പ്രകാരം, രാജ്യത്തെ ഏറ്റവും വേഗത്തിൽ വളർന്നുകൊണ്ടിരിക്കുന്ന ബിസിനസുകളിൽ ഒന്നാണ് എന്റെ ബിസിനസ്. എനിക്കുറപ്പാണ്, സമീപഭാവിയിൽ തന്നെ സമാന ബിസിനസ് പ്രപ്പോസലുമായി ആരെങ്കിലും ഒരാൾ താങ്കളുടെ അരികിലെത്തും, അല്ലെങ്കിൽ താങ്കൾക്ക് അത് തുടങ്ങാനുള്ള താൽപര്യമുണ്ടാകും. അതുകൊണ്ട്, ഇപ്പോൾ തന്നെ എന്റെ ബിസിനസ് മോഡലിനെക്കുറിച്ച് താങ്കളെ ബോധവാനാക്കാൻ ഞാൻ ആഗ്രഹിക്കുന്നു. താങ്കൾ ആഗ്രഹിക്കുന്ന സമയത്ത് അതേക്കുറിച്ച് താങ്കൾക്ക് ശരിയായി വിശകലനം ചെയ്യാനും താരതമ്യപ്പെടുത്താനും കഴിയും, അതിലൂടെ ആ സമയത്ത് ശരിയായ തീരുമാനമെടുക്കാനും കഴിയും.'*
- ✓ *അയാളുടെ/അവളുടെ ജോലിയിൽ അസംതൃപ്തരായവരെ, ഒരു മാറ്റം പ്രതീക്ഷിച്ചുകൊണ്ടിരിക്കുന്നവരെ താങ്കൾക്ക് അറിയാമോ?*

- ✓ *കുറഞ്ഞ മുതൽമുടക്ക് ആവശ്യമായതും കുറഞ്ഞ അപകടസാധ്യതയുള്ളതും തന്റെ ഇപ്പോഴത്തെ ജോലിക്ക് തടസമുണ്ടാകാത്തവിധം ചെയ്യാവുന്നതുമായ ഒരു ബിസിനസ് സംരംഭത്തെക്കുറിച്ച് അന്വേഷിക്കുന്നവരെ താങ്കൾക്ക് അറിയാമോ?'*
- ✓ *'ഇപ്പോഴത്തെ ബിസിനസിൽ സ്തംഭിച്ചുനിൽക്കുന്നവരെ, വരുമാനം വൈവിധ്യവൽക്കരിക്കാനുള്ള വഴി തേടുന്നവരെ താങ്കൾക്ക് അറിയാമോ?'*
- ✓ *'ഞാൻ ജോലി ചെയ്യുന്ന കമ്പനി ഈ പ്രദേശത്ത് തുടങ്ങാൻ ആഗ്രഹിക്കുന്നു, ഉയർന്ന സ്വപ്നങ്ങളുള്ളവരും ഭാവിയെക്കുറിച്ച് പ്രതീക്ഷയുള്ളവരും വരുമാനം ഇരട്ടിപ്പിക്കാൻ ആഗ്രഹിക്കുന്നവരും ഈ പ്രദേശത്ത് മുന്നിലെത്താൻ ആഗ്രഹിക്കുന്നവരുമായ ആളുകളെ ഞാൻ തേടുകയാണ്. ഇത്തരത്തിൽപെട്ട ആരെയെങ്കിലും താങ്കൾക്ക് അറിയാമോ?'*

മുകളിൽ പറഞ്ഞ അഞ്ച് ചോദ്യങ്ങളിൽ ഏതെങ്കിലും, 'ഇല്ല' എന്നാണ് അവർ പറയുന്നത് എങ്കിലും അല്ലെങ്കിൽ ചില പേരുകൾ പറഞ്ഞാലും നിങ്ങൾ ഇങ്ങനെ പറയാം, 'ഞാൻ ആരെയെങ്കിലും കാണുന്നതിനുമുമ്പ് (അവരുടെ പേര് പറയാം), പെട്ടെന്ന് എന്റെ ബിസിനസ് മോഡൽ താങ്കൾക്ക് വിശദീകരിച്ചുതരാൻ ഞാൻ ആഗ്രഹിക്കുന്നു. അടുത്ത ശനിയാഴ്ച വൈകിട്ട് ആറുമണിയോടെ നമുക്ക് കാണാമല്ലോ?' (അയാൾക്ക്/അവൾക്ക് സൗകര്യപ്രദമായ ഒരു ദിവസവും സമയവും നിർദേശിക്കുക).

നിരവധി പേരിൽ ഞാൻ പ്രയോഗിച്ച സമീപനങ്ങളാണിത്. നിങ്ങൾക്ക് അനുയോജ്യമെന്ന് തോന്നുന്ന മറ്റൊരു വഴിയും നിങ്ങൾക്ക് പ്രയോഗിക്കാം. ക്രിയാത്മകമായ ഏത് സമീപനവും ഞാൻ അംഗീകരിക്കുന്നു, ഒരുകാര്യ മാത്രം, നിങ്ങൾ നുണ പറയാൻ പാടില്ല, കൂടാതെ, അതിന് നിങ്ങളുടെ അപ്‌ലൈനിന്റെ അനുമതിയും വേണം.

ദയവായി ഓർക്കുക, മുകളിൽ സൂചിപ്പിച്ച ഏത് വഴിയിലൂടെ നിങ്ങൾ സമീപിച്ചാലും അവർ വരികയും കൂടിക്കാഴ്ച തുടങ്ങുകയും ചെയ്യുമ്പോൾ എന്തിനാണ് നിങ്ങൾ അവരെ വിളിച്ചത് എന്ന കാര്യം അവർ മറന്നുപോകും, അതൊരു സാധാരണ കൂടിക്കാഴ്ചയായി മാറും.

ചിലർ നിങ്ങൾക്ക് അപ്പോയ്ന്റ്മെന്റ് തരും, മറ്റുചിലർ കൂടുതൽ വിവരങ്ങൾ ആരായും. ഫോണിലൂടെയോ വാട്സ്ആപ്പിലൂടെയോ ഇ-മെയിലിലൂടെയോ എല്ലാ വിവരവും നിങ്ങൾ നൽകിക്കഴിഞ്ഞാൽ നിങ്ങളെ വ്യക്തിപരമായി പിന്നീട് കാണേണ്ട ആവശ്യം വരുന്നില്ല. വ്യക്തിപരമായ കൂടിക്കാഴ്ചയാണ് നമ്മുടെ ലക്ഷ്യം. അതുകൊണ്ട്, അവരുടെ ജിജ്ഞാസ ഇരട്ടിപ്പിക്കുംവിധം വിവരങ്ങൾ നൽകുക, നിങ്ങൾക്ക് അതിവേഗം അപ്പോയ്ന്റ്മെന്റ് ലഭിക്കാൻ അത് ഇടയാക്കും.

നിങ്ങൾ ലക്ഷ്യമിടുന്ന ആളെ കൂടിക്കാഴ്ചയ്ക്ക് വരാൻ പ്രേരിപ്പിക്കുംവിധം ആത്മവിശ്വാസത്തോടെയും അനുനയിപ്പിക്കുന്ന രീതിയിലും

ക്ഷണിക്കുക. കൂടിക്കാഴ്ചയ്ക്ക് വരുന്നതിനുമുമ്പ് മറ്റൊരാൾ കൂടുതൽ വിവരങ്ങൾ ആവശ്യപ്പെട്ടാൽ, അവർക്ക് അയച്ചുകൊടുക്കാൻ പാകത്തിൽ ചില വീഡിയോ ലിങ്കുകളോ മറ്റു സംഗതികളോ നൽകാൻ നിങ്ങളുടെ അപ്ലൈനിനോട് ആവശ്യപ്പെടുക.

അപ്പോയ്ന്റ്മെന്റ് എടുക്കാനുള്ള ശരിയായ വഴി

അപ്പോയ്ന്റ്മെന്റ് എടുക്കാനുള്ള നിരവധി മാർഗ്ഗങ്ങൾ ഞാൻ നൽകിക്കഴിഞ്ഞു; അവ ഇപ്പോൾ നിങ്ങൾക്കരികിലുണ്ട്, നിങ്ങളുടെ അതിഥികളെ സംബന്ധിച്ച് ഏത് വഴിയാണ് ഏറ്റവും മെച്ചം എന്ന് തീരുമാനിക്കുക. ഇപ്പോൾ നിങ്ങൾ അവരെ വിളിക്കാൻ സജ്ജരായി, എന്നാൽ, നിങ്ങൾക്ക് അപ്പോയ്ന്റ്മെന്റ് കിട്ടുന്നു എന്ന് ഉറപ്പുവരുത്തണം, അതുകൊണ്ട് അപ്പോയ്ന്റ്മെന്റ് എടുക്കാൻ ശരിയായ ചില വഴികൾ പിന്തുടരണം. നിലവാരമുള്ള ക്ഷണം നടത്താൻ ഈ പ്രക്രിയ നിങ്ങളെ സഹായിക്കും, അതിലൂടെ ഒരു അപ്പോയ്ന്റ്മെന്റ് ലഭിക്കാനുള്ള സാധ്യത ഇരട്ടിയാകും, ശരിയായ മാനസിക തയാറെടുപ്പോടെ നിങ്ങൾ പ്രതീക്ഷിക്കുന്ന ആൾ കൂടിക്കാഴ്ചയ്ക്ക് എത്തും എന്ന് ഉറപ്പിക്കാനും കഴിയും.

നിലവാരമുള്ള അപ്പോയ്ന്റ്മെന്റ് ഉറപ്പാക്കാനുള്ള ഒമ്പത് ലളിതമായ വഴികൾ:

1.	പൊസീറ്റിവായതും വിഭവസമൃദ്ധവുമായ മാനസികാവസ്ഥ
2.	ചിരിയോടെ വിളിക്കുക, മികച്ച മാനസികാവസ്ഥ നിലനിർത്തുക.
3.	ആശംസകളും സുഖാന്വേഷണവും
4.	പ്രതീക്ഷിക്കുന്ന ആളെ പ്രശംസിക്കുക
5.	ആറ് സമീപനങ്ങളിൽ ഏതെങ്കിലും ഒന്നിലൂടെ ക്ഷണിക്കുക
6.	പ്രതീക്ഷിക്കുന്ന ആളിൽനിന്ന് ഉറപ്പ് സമ്പാദിക്കുക
7.	ചുമതല
8.	ചിരിയോടെ ഫോൺ സംഭാഷണം അവസാനിപ്പിക്കുക
9.	ആവശ്യമെങ്കിൽ വിവരങ്ങൾ അയച്ചുകൊടുക്കുക

1. പൊസീറ്റിവായതും വിഭവസമൃദ്ധവുമായ സ്ഥിതിയിലാകുക: എന്റെ ഇന്റർനാഷനൽ മാസ്റ്റർ എൻ.എൽ.പി. സർട്ടിഫിക്കേഷൻകോഴ്സിൽ ഞാൻ പഠിച്ചത്, ഉള്ളടക്കത്തേക്കാൾ പ്രധാനം അവസ്ഥയാണ് എന്നാണ്. അതുകൊണ്ട്, ഓരോ വിളിക്കുമുമ്പും, നിങ്ങൾ നല്ല മാനസികാവസ്ഥയിലാണെന്ന് ഉറപ്പുവരുത്തുക. അവസ്ഥ എന്ന് ഞാൻ പറയുമ്പോൾ, ഒരു പ്രത്യേക സമയത്ത് നിങ്ങൾക്കുള്ള മാനസികാവസ്ഥയെയാണ് അർഥമാക്കുന്നത്. ഒരു പ്രത്യേക സമയത്തുള്ള നിങ്ങളുടെ ചിന്തകൾ, ആന്തരികമായ സംഭാഷണങ്ങൾ, വികാരങ്ങൾ എന്നിവയാണ് നിങ്ങളുടെ മാനസികാവസ്ഥയെ

തീരുമാനിക്കുന്നത്. ആദ്യം മാനസികാവസ്ഥയിലേക്കുവരൂ, എന്ത് പറയണം എന്ന് പിന്നീടാകാം.

ഭയം, ആത്മവിശ്വാസമില്ലായ്മ, സംശയം, ഉൽക്കണ്ഠ, വേവലാതി തുടങ്ങിയ വിവേകശൂന്യമായ വികാരങ്ങളിൽനിന്ന് വിട പറയുക. ഇതൊരു ജീവിത മരണ വിളിയല്ല. മറ്റൊരാളുടെ ജീവിതത്തെ കൂടി എന്നന്നേക്കുമായി മാറ്റിത്തീർക്കുന്ന ഒരു പങ്കാളിത്തത്തിനുവേണ്ടിയുള്ള ക്ഷണമാണ്. ഇത് ചില കാര്യങ്ങൾ നൽകാനുള്ള, എടുക്കാനുള്ളതല്ല, വിളിയാണ്. ശരീരം ഒന്നു നന്നായി കുലുക്കുക, ഒന്ന് നടക്കുക, നല്ല സംഗീതം കേൾക്കുക, സന്തോഷിപ്പിക്കുന്ന വീഡിയോ കാണുക, അതുവഴി സ്വയം പൊസിറ്റീവായതും ശുഭാപ്തിവിശ്വാസമുള്ളതും ആഹ്ലാദകരവുമായ അവസ്ഥയിൽ മനസ്സിനെ എത്തിക്കുക.

ഇത്തരം കാര്യങ്ങൾ ആരിൽനിന്നെങ്കിലും ആദ്യമായിട്ടാകും നിങ്ങൾ കേൾക്കുന്നത്, എന്നാൽ, ആയിരക്കണക്കിന് പേരിൽ വർഷങ്ങളായി നടത്തിയ പരിശീലനത്തിൽനിന്നും പ്രവൃത്തികളിൽനിന്നുമാണ് ഇത് ഉരുത്തിരിഞ്ഞുവന്നത്. ഇത് നിങ്ങൾ ഉപയോഗിക്കുകയാണെങ്കിൽ ആദ്യ വിളിയിൽനിന്നുതുടങ്ങി നിങ്ങൾക്ക് വ്യത്യാസം അനുഭവപ്പെട്ടുതുടങ്ങും.

2. ചിരിയോടെ വിളിക്കുക, മികച്ച മാനസികാവസ്ഥ നിലനിർത്തുക: ഫോൺ എടുത്ത് വിളിക്കുക. നിങ്ങൾക്ക് കഴിയാവുന്ന മികച്ച ചിരി നൽകുക, വിഭവസമൃദ്ധമായ മനോഭാവം തുടരുക. എന്നെ വിശ്വസിക്കൂ, നിങ്ങളുടെ ചിരി ഫോണിലൂടെ കാണാനും കഴിയും.

3. ആശംസകളും സുഖാന്വേഷണവും: സാധാരണ ആശംസകളോടെ വിളി തുടങ്ങുക, എങ്ങനെയുണ്ട് കാര്യങ്ങൾ എന്നുതുടങ്ങിയുള്ള അന്വേഷണങ്ങളോടെ. അവരുടെ കുടുംബത്തെക്കുറിച്ചും ജോലിയെക്കുറിച്ചും ചോദിക്കുക, മറുപടിക്കായി കാത്തിരിക്കുക. വിളിക്കുന്ന ആൾ ആ സമയം വീട്ടിലോ മറ്റോ എന്തെങ്കിലും ഗൗരവകരമായ പണി ചെയ്യുകയാണെങ്കിൽ പുതിയ ഉദ്യമത്തിനുള്ള ശരിയായ സമയം ഇതല്ല. അടുത്ത സമയത്തേക്ക് അത് മാറ്റിവെക്കുക, അദ്ദേഹവുമായി പതിവ് വിളികൾ തുടരുക.

4. പ്രതീക്ഷിക്കുന്ന ആളെ പ്രശംസിക്കുക: എല്ലാവർക്കും ആത്മാർഥമായ പ്രശംസ ഇഷ്ടമാണ്. അത് മറ്റൊരാളുടെ ഉൽസാഹം വർധിപ്പിക്കുകയും നിങ്ങളുമായുള്ള കൂടിക്കാഴ്ചയ്ക്ക് പ്രത്യേകതരം ഊർജം നൽകുകയും ചെയ്യും. നാം കാണുന്നയാളെക്കുറിച്ച് ചില നല്ല കാര്യങ്ങൾ കണ്ടെത്തുക, എന്നിട്ട് ഹ്രസ്വമായ പ്രശംസ അർപ്പിക്കുക.

5. ക്ഷണിക്കുക: ആറ് സമീപനങ്ങളിൽ ഏതെങ്കിലും ഒന്ന് ഉപയോഗിച്ച് കൂടിക്കാഴ്ചയ്ക്ക് ക്ഷണിക്കുക. ആദ്യത്തെ നാല് പടികൾ കഴിഞ്ഞാൽ, ഇങ്ങനെ പറയുക, 'ഒരു പ്രത്യേക കാര്യത്തിനാണ് ഞാൻ ഇന്ന് താങ്കളെ വിളിച്ചത്', എന്നിട്ട് അദ്ദേഹത്തിന് അനുയോജ്യമായ ലൈനിലൂടെ

ആശയവിനിമയം തുടരുക. ഇതിനുശേഷം രണ്ട്, മൂന്ന് മിനിറ്റിനകം വിളി അവസാനിപ്പിക്കാം. ഇതിനായി താഴെപറയുന്ന ക്രമം പാലിക്കുക.

ആദ്യത്തെ നാലുഘട്ടങ്ങൾക്ക് കൂടുതൽ സമയം എടുക്കുന്നു എങ്കിൽ, അവസാനത്തെ 35 മിനിറ്റിൽ ക്ഷണം നടത്തിയാൽ മതി. തുടക്കത്തിൽ നിങ്ങൾക്കുണ്ടായിരുന്ന വിഭവസമൃദ്ധമായ മാനസികാവസ്ഥ നിലനിർത്തുക, ശരിയായ രീതിയിൽ നല്ല ഒരു ക്ഷണം നടത്തുക.

ഒറ്റയ്ക്കൊറ്റയ്ക്കുള്ള കൂടിക്കാഴ്ചയ്ക്കോ ഗ്രൂപ്പുമായുള്ള കൂടിക്കാഴ്ചയ്ക്കോ ഹാളിലോ യോഗത്തിനോ ക്ഷണം ആകാം, അടുത്ത തവണ ഏതുതരത്തിലുള്ള പരിപാടിയാണ് നിങ്ങളുടേത് എന്നതിനെയും ആ വ്യക്തിക്ക് ഏതാണ് അനുയോജ്യം എന്നതിനെയും അടിസ്ഥാനമാക്കിയാകാം ക്ഷണം.

ഈ ഘട്ടത്തിൽ, നാം വിളിക്കുന്ന ആൾ ചില അധിക വിവരങ്ങൾ ആവശ്യപ്പെട്ടേക്കാം. സ്വയം നിയന്ത്രിച്ച് ഫോണിലൂടെ കൂടുതൽ വിവരങ്ങൾ നൽകുക. സാവധാനം, വ്യക്തിപരമായ കൂടിക്കാഴ്ചയിലേക്ക് സംഭാഷണം കൊണ്ടുവരിക. ചില വിവരങ്ങൾ നൽകിക്കഴിഞ്ഞാൽ ഒരു കാര്യം ഉറപ്പുവരുത്തുക: നമ്മൾ നൽകുന്ന വിവരങ്ങൾ ഒന്നോ രണ്ടോ ലക്ഷ്യം വച്ചുള്ളതാകണം; എ) അപ്പോയ്ന്റ്മെന്റ് അതിവേഗം ലഭിക്കാൻ സഹായിക്കുംവിധമുള്ളത്, ബി) കൂടിക്കാഴ്ചയ്ക്കുവരുന്നതിനുമുമ്പ് അദ്ദേഹത്തെ ശരിയായ മാനസികാവസ്ഥയിലെത്തിക്കാൻ പര്യാപ്തമായത്.

6. പ്രതീക്ഷിക്കുന്ന ആളിൽനിന്ന് ഉറപ്പ് സമ്പാദിക്കുക: അദ്ദേഹത്തിൽ നിന്ന് സമയത്തെക്കുറിച്ച് ഒരു ഉറപ്പ് കിട്ടേണ്ട സമയമാണിത്. ഗ്രൂപ്പ് യോഗമോ ഹാളിലെ യോഗമോ ആണെങ്കിൽ, അതിന്റെ സമയം അറിയിച്ച് അദ്ദേഹത്തിൽനിന്ന് നിങ്ങൾ ഉറപ്പുവാങ്ങണം. തനിച്ചുള്ള കൂടിക്കാഴ്ചയാണെങ്കിൽ എന്റെ സമയവും ദിവസവും നൽകാനാണ് ഞാൻ ഇഷ്ടപ്പെടുക. അൽപം വഴങ്ങുന്നതും മറ്റു ചില ഓപ്ഷനുകളുള്ളതുമായ നിർദേശമായിരിക്കാം, എന്നാൽ, അദ്ദേഹത്തിന്റെ ഉറപ്പ് അതിപ്രധാനമാണ്.

7. ചുമതല: അപ്പോയ്ന്റ്മെന്റിന്റെ വിശദാംശങ്ങൾ നിങ്ങൾ സംഗ്രഹിച്ച് പറയുക, എന്നിട്ട് അദ്ദേഹത്തിന്റെ മനസ്സിൽ അത് ഉറപ്പിച്ചുവയ്ക്കുക ഇതാണ് ചുമതല. ഇതിനുള്ള ചില സംഭാഷണങ്ങൾ ഇതാ:

'സന്തോഷം, അപ്പോൾ ശനിയാഴ്ച വൈകിട്ട് ഏഴിന് എന്റെ വീട്ടിൽ വച്ച് (അല്ലെങ്കിൽ നിങ്ങൾ തീരുമാനിക്കുന്ന മറ്റേതെങ്കിലും സ്ഥലം) നാം കാണുന്നു. കഴിയുമെങ്കിൽ ഒരു 10–15 മിനിറ്റുകൾക്കുമുമ്പേ എത്തുക, എന്നിട്ട് അടുത്ത ഒരു മണിക്കൂർ നേരത്തേക്ക് ഒരുവിധത്തിലുമുള്ള ഇടപാടും ഇല്ല എന്നുറപ്പുവരുത്തുക.'

8. ചിരിയോടെ ഫോൺ സംഭാഷണം അവസാനിപ്പിക്കുക: ഫോൺ വിളി അവസാനിപ്പിക്കാനുള്ള സമയമായി. ഊർജസ്വലതയോടെ ഒരു ബൈ പറയുക.

9. ആവശ്യമെങ്കിൽ വിവരങ്ങൾ അയച്ചുകൊടുക്കുക: വിളിക്കിടെ, ഏതെങ്കിലും വിവരം നൽകാമെന്ന് നിങ്ങൾ ഉറപ്പുകൊടുത്തിട്ടുണ്ടെങ്കിൽ, വിളി കഴിഞ്ഞ് ഉടനെയോ ഏതാനും മണിക്കൂറുകൾക്കകമോ അത് അയച്ചു കൊടുക്കുക. അദ്ദേഹവുമായി എന്തെല്ലാം പങ്കിടുന്നു എന്ന കാര്യം നിങ്ങ ളുടെ അപ്ലൈനുമായി ചേർന്ന് പരിശോധിക്കുക. ബിനിനസ് പ്രസന്റേഷൻ പൂർണ്ണമായും മെയിൽ ചെയ്യരുത്.

അപ്പോയ്ന്റ്മെന്റ് എടുക്കുമ്പോൾ താഴെ പറയുന്ന കാര്യങ്ങൾ പിന്തുടരുക:

അപ്പോയ്ന്റ്മെന്റ് എടുക്കുന്നതിനുള്ള മാർഗ്ഗനിർദേശങ്ങൾ

1. എല്ലായ്പ്പോഴും ഫോണിലൂടെ മാത്രം അപ്പോയ്ന്റ്മെന്റ് എടുക്കുക. അത് എളുപ്പവും വേഗത്തിലുള്ളതുമാണ്.
2. അപ്പോയ്ന്റ്മെന്റ് എടുക്കുക, പ്ലാൻ വിശദീകരിക്കാതിരിക്കുക. KISS തത്വം പിന്തുടരുക – Keep it Short and Simple (ഹ്രസ്വവും ലളിതവും ആയിരിക്കുക). ഫോണിലൂടെ കൂടുതൽ വിവരങ്ങൾ നൽകരുത്, ഫോണിലൂടെ എത്ര കൂടുതൽ വിവരം നൽകുന്നുവോ, അപ്പോയ്ന്റ് മെന്റ് ലഭിക്കാനുള്ള സാധ്യത അത്രയും കുറയും. സമയം മാറിക്കൊ ണ്ടിരിക്കുകയാണ്, നേരിട്ട് കാണുന്നതിനുപകരം ആളുകൾ വീഡിയോ കോൺഫറൻസും സ്കൈപ്പും ഉപയോഗിക്കാൻ തുടങ്ങിയിരിക്കുന്നു, എന്നാൽ, ഞാൻ ഊന്നി പറയുന്നു, നേരിട്ടുള്ള കൂടിക്കാഴ്ചയിലൂടെ യാണ് നിങ്ങൾക്ക് അടിസ്ഥാന കാര്യങ്ങളിൽ മാസ്റ്റർ ആകാൻ കഴിയൂ, നിങ്ങൾ ഒരിക്കൽ അതിൽ വൈദഗ്ധ്യം നേടിക്കഴിഞ്ഞാൽ, നിങ്ങൾ ആഗ്രഹിക്കുന്ന എന്തിലേക്കും നിങ്ങൾക്ക് പോകാൻ കഴിയും. കൂടാതെ, ഇതൊരു പകർപ്പിന്റെ ബിസിനസാണ്, അതുകൊണ്ട്, എളുപ്പത്തിൽ പകർത്താൻ കഴിയുന്നത് ചെയ്യുക.
3. നിങ്ങളുടെ വിളികളുടെ പരിണതഫലത്തെക്കുറിച്ച് ഓർത്തുള്ള വൈകാരികാവസ്ഥയിൽനിന്ന് നിങ്ങൾ മുക്തനാകുക. 100 ശതമാനം പേരും എല്ലാത്തിനോടും അതെ എന്ന് ഒരിക്കലും പറയില്ല. ചെയ്യുന്ന തിനേക്കാൾ പറയുന്നതാണ് എളുപ്പം എന്ന് എനിക്കറിയാം, പക്ഷേ, ഓർക്കുക, നാം സെയിൽസ്മാനോ സെയിൽസ്വുമനോ അല്ല; ഒരു മികച്ച ജീവിതം നയിക്കാൻ ആളുകൾക്ക് കരുത്തുനൽകുകയും വഴി കാട്ടിയാകുകയും ചെയ്യുന്ന കൺസൾട്ടന്റുമാരായാണ് നമ്മൾ ജോലി ചെയ്യുന്നത്. വിൽപനയല്ല നമ്മുടെ ജോലി, പങ്കിടലാണ്. തുടക്കത്തിൽ, നാം എല്ലാം മനസ്സിലാക്കാനും അറിയാനുമാണ് ശ്രമിക്കുക. അതു കൊണ്ട്, അതിന്റെ പരിണതഫലത്തെക്കുറിച്ചോർക്കാതെ ആ അനു ഭവത്തിൽ ആഹ്ലാദാം കണ്ടെത്തുക.
4. ഇത് എണ്ണം കൊണ്ടുള്ള കളിയാണ്. തുടക്കത്തിലെ ഏതാനും വിളി കളെ അവലോകനം ചെയ്ത് തെറ്റായ തീർപ്പിലെത്തരുത്. നിങ്ങൾ

മതിയായ എണ്ണം വിളികൾ വിളിച്ചിട്ടുണ്ടെങ്കിൽ നിങ്ങൾക്ക് ആവശ്യത്തിനനുസരിച്ച അപ്പോയ്ന്റ്മെന്റുകൾ ലഭിച്ചിട്ടുണ്ടാകും.

5. നുണ പറയരുത്. ഒരു ബർത്ത്ഡേ പാർട്ടിക്കോ മറ്റേതെങ്കിലും പാർട്ടികൾക്കോ ആളുകളെ ക്ഷണിച്ച് അവിടെവച്ച് നിങ്ങളുടെ അവസരങ്ങൾ അവരുമായി പങ്കിടരുത്. അത് ഏറ്റവും മോശമായ കാര്യമാണ്. അവർ നിങ്ങളെ ചതിയന്മാരായി കാണും, ഒരു ചതിയനുമായി ഭാവി കെട്ടിപ്പടുക്കാൻ ആരും ആഗ്രഹിക്കില്ല.

6. നിങ്ങളായിരിക്കുക. മറ്റാരെയെങ്കിലും അനുകരിക്കാനോ അഭിനയിക്കാനോ ശ്രമിക്കരുത്. നിങ്ങൾ പ്രതീക്ഷിക്കുന്ന ആൾക്ക് നിങ്ങളെ അറിയാം, നിങ്ങളെയാണ് അദ്ദേഹം ഇഷ്ടപ്പെടുന്നത്. ആളുകളെ ആദരിക്കുക, അവരിൽനിന്ന് പഠിക്കുക, എന്നാൽ, മറ്റാരെയെങ്കിലും പകർത്താതിരിക്കുക. നിങ്ങളെക്കൊണ്ട് കഴിയാവുന്നിടത്തോളം മികച്ചതാകാൻ ശ്രമിക്കുക.

7. പൊസിറ്റീവായ പ്രതിച്ഛായയോടെ പ്രവർത്തിക്കുക. കരുത്തും ആത്മവിശ്വാസവും നിലനിർത്തുക. ഈ ബിസിനസിലൂടെ, ആളുകളുടെ ജീവിതം എന്നന്നേക്കുമായി മാറ്റിത്തീർക്കാൻ ഉതകുന്ന വിസ്മയകരമായ ഒരു സമ്മാനം എല്ലാവർക്കുമായി സമ്മാനിക്കാൻ നിങ്ങൾക്ക് കഴിയും. നിങ്ങൾക്ക് മെച്ചപ്പെട്ട ഒരു വഴിയുണ്ടാകും, തികച്ച ആത്മവിശ്വാസത്തോടെ അത് നിങ്ങൾ പങ്കിടുകയും ചെയ്യും.

8. തിരക്കുള്ളവനായിരിക്കുക. തിരക്കുള്ളവരെയും തങ്ങളുടെ ലക്ഷ്യത്തിലേക്ക് അതിവേഗം സഞ്ചരിക്കുന്നവരെയുമാണ് വിജയികളായി പരിഗണിക്കുക. നിങ്ങൾ തിരക്കുള്ള ആളാണെന്ന തോന്നൽ ആദ്യ വിളിയിൽതന്നെ നൽകാൻ കഴിഞ്ഞാൽ, മികച്ച ഫലത്തോടെ നിങ്ങളുടെ വിളികൾ അതിവേഗം പൂർത്തിയാക്കാൻ കഴിയും. കുറച്ച് ചോദ്യങ്ങൾ കൊണ്ട് നിങ്ങൾക്ക് കൂടുതൽ അപ്പോയ്ന്റ്മെന്റുകൾ എടുക്കാൻ കഴിയും. നിങ്ങളുമായുള്ള കൂടിക്കാഴ്ചക്ക് ആളുകൾ കാത്തുനിൽക്കുകയും ചെയ്യും.

കസ്റ്റമേഴ്സിനുവേണ്ടിയുള്ള അന്വേഷണം

ഇതുവരെ നമ്മൾ പറഞ്ഞത്, ചൂടൻ, ഊഷ്മളവിഭാഗക്കാരായ ആളുകളെ സമീപിക്കുകയും അവരിൽനിന്ന് ഇപ്പോൾ തന്നെ അപ്പോയ്ന്റ്മെന്റ് എടുക്കുന്നതിനെക്കുറിച്ചുമാണ്. അതേസമയം, സി വിഭാഗത്തിൽ നമ്മുടെ കൈവശം ഒരു വലിയ ലിസ്റ്റ് ഉണ്ട്, ഭാവിയിൽ നമ്മുടെ ലിസ്റ്റിൽ ചേർക്കാൻ പോകുന്ന നിരവധി അപരിചിതരായ ആളുകളായിരിക്കും അവർ. ഇവരുമായി നല്ല ബന്ധം വളർത്തിയെടുക്കുക, അതോടൊപ്പം നമ്മുടെ പ്രസന്റേഷനുകൾ ഇവരുമായി പങ്കിടുക ഇത് നെറ്റ്‌വർക്ക് മാർക്കറ്റിങ്ങിന്റെ ലൈഫ് ലൈൻ ആണ്. ഇത് തുടർച്ചയായതും അവിരാമവുമായ പ്രത്യാശയിലേക്ക്

നമ്മെ നയിക്കും. ഇതിനെയാണ് കസ്റ്റമേഴ്സിനുവേണ്ടിയുള്ള അന്വേഷണം എന്നു പറയുന്നത്, ഇതിലൂടെ നെറ്റ്‌വർക്ക് മാർക്കറ്റിങ്ങിൽ നിങ്ങൾക്ക് അൽപം മുൻതൂക്കം ലഭിക്കും.

ഡിക്ഷ്ണറിയിലെ നിർവചനപ്രകാരം, കസ്റ്റമേഴ്സിനുവേണ്ടിയുള്ള അന്വേഷണം എന്നുപറയുന്നത്, 'സാമർഥ്യമുള്ള കസ്റ്റമർമാരുമായി മുഖാമുഖം കൂടിക്കാഴ്ചക്കുള്ള തുടർച്ചയായ ഒരു കൂട്ടം പ്രവർത്തനം' എന്നാണ്. അപ്പോയ്ന്റ്മെന്റുകൾ നേടിയെടുക്കുന്നതിനുള്ള എല്ലാ പ്രവർത്തനങ്ങളും ഇതിൽ പെടും. അടിസ്ഥാനപരമായി, ഇത് ഒരു അപരിചിതനെ/മുഖപരിചയമുള്ള ആളെ വിലപ്പെട്ട ഒരു കസ്റ്റമറായി മാറ്റിയെടുക്കലാണ്. ഇതിനുള്ള മികച്ച വഴികൾ നമുക്ക് പഠിക്കാം:

1. സി വിഭാഗത്തിലുള്ളവരുമായുള്ള ആശയവിനിമയം ക്രമേണ കൂട്ടിക്കൊണ്ടുവരിക. അവരെ വ്യക്തിപരമായി കാണുക, അനൗപചാരികമായി അവരെ വിളിക്കുക, ആഘോഷ അവസരങ്ങളിൽ ആശംസ കൈമാറുക, വാട്സ്ആപിലോ സോഷ്യൽ മീഡിയയിലോ ഉള്ള പോസ്റ്റുകൾക്ക് മെസേജുകൾ ഇടുക എന്നിവ നല്ല തുടക്കമായിരിക്കും. ഇതെല്ലാം തുടർച്ചയായി ചെയ്തുകൊണ്ടിരിക്കുക, നിങ്ങളുടെ ബന്ധം ശക്തിപ്പെടുത്താനുള്ള പ്രവർത്തനം നടത്തുക.
2. ആളുകളെ ആത്മാർഥമായി പ്രശംസിക്കാനും അംഗീകരിക്കാനുമുള്ള അവസരങ്ങൾക്കായി കാത്തിരിക്കുക.
3. ആളുകൾ പറയുന്നത് ശ്രദ്ധിക്കുക. സഹാനുഭൂതിയോടെ ഒരാളെ ശ്രദ്ധിക്കുന്നത്, അവരുമായി നല്ല ബന്ധമുണ്ടാക്കുന്നതിന് സഹായിക്കും.
4. ആത്മാർഥമായി മറ്റുള്ളവരെ സഹായിക്കുക എന്ന ഉദ്ദേശ്യത്തോടെ ജോലി ചെയ്യുക. നിങ്ങൾക്ക് സാധ്യമാകുന്നിടത്തോളം ആളുകളെ സഹായിക്കാനുള്ള ഈ മനോഭാവം വികസിപ്പിച്ചെടുക്കുക. അവരുടെ ബിസിനസിനെ സഹായിക്കാനുള്ള റഫറൻസുകൾ അവർക്ക് നൽകുക, പരസ്പരം ആളുകളെ ബന്ധപ്പെടുത്തുക, അതിലൂടെ എല്ലാത്തിനും പരിഹാരം കാണാൻ കഴിയുന്ന ഒരു സമർഥനായ വ്യക്തിയായി അറിയപ്പെടുക. ഇതുവഴി ആളുകളെ നിങ്ങളിലേക്ക് ആകർഷിക്കാം, അത് നിങ്ങളുടെ വിശ്വാസ്യത ബലപ്പെടുത്തും.
5. എല്ലാ ബന്ധങ്ങളും വ്യത്യസ്തമാണ്, അതിന് വ്യത്യസ്ത സമയവും സാഹചര്യവും വേണ്ടിവരും. യഥാർഥത്തിൽ ലക്ഷ്യം എന്നുപറയുന്നത്, അദ്ദേഹം സ്വയം അയാളെയോ/അവളെയോ റിക്രൂട്ട് ചെയ്യുന്ന തലത്തിലേക്ക് നിങ്ങളുടെ ബന്ധങ്ങളെ കൊണ്ടുവരിക എന്നതാണ്. അത് ചെയ്തുകൊണ്ടിരിക്കുക, ജീവിതത്തിൽ നിങ്ങൾക്ക് അത്ഭുതകരമായ പങ്കാളികളെയും സുഹൃത്തുക്കളെയും ലഭിക്കും.

6. എല്ലാ ആളുകളുമായും നിങ്ങൾക്ക് ബന്ധമുണ്ടാക്കാൻ കഴിയുമോ തീർച്ചയായും ഇല്ല. അതുകൊണ്ട്, ചിലരുമായുള്ള ബന്ധം വേണ്ടത്ര മുന്നോട്ടുപോകുന്നില്ലെങ്കിൽ അതേച്ചൊല്ലി സ്വയം മാനസിക പിരിമുറുക്കത്തിൽ വീഴാതിരിക്കുക. നമ്മുടെ ലക്ഷ്യം, നമ്മുടെ ബിസിനസ് പങ്കിടുന്നതിന് പറ്റിയ ആളുകളെ തെരഞ്ഞെടുക്കുകയാണ്. ഓർക്കുക, രണ്ടുപേർക്കും ഒരേപോലെ താൽപര്യമുണ്ടെങ്കിലേ ബന്ധങ്ങൾ വികസിക്കൂ.

7. ബന്ധങ്ങൾ തുടങ്ങുകയും അവ പുരോഗമിക്കുകയും ചെയ്തശേഷം ആളുകൾ ഊഷ്മള വിഭാഗത്തിലേക്ക് മാറുമ്പോൾ നിങ്ങളുടെ ബിസിനസ് അവസരം പങ്കിടുന്നതിന് അവരുമായി ഒരു അപ്പോയ്ന്റ്മെന്റിന് ശ്രമിക്കുക, ആറ് മാർഗ്ഗങ്ങളിൽ ഏതെങ്കിലും ഉപയോഗിച്ച്.

8. വളർന്നുവികസിക്കാത്ത ബന്ധങ്ങളുടെ കാര്യത്തിൽ, അടുത്തവർഷത്തേക്കുള്ള നിങ്ങളുടെ ലിസ്റ്റിലേക്ക് അവരെ മാറ്റിനിർത്തുക. ആദ്യ കൂടിക്കാഴ്ചയിൽ തന്നെ പ്ലാൻ കാണിച്ചുകൊടുക്കേണ്ടതില്ല. നിങ്ങളുടെ ബന്ധം വളർത്തിക്കൊണ്ടുവരാൻ ശ്രമിക്കുക, ശരിയായ സമയത്ത് ബിസിനസ് അവസരം നിങ്ങൾക്ക് പങ്കിടാൻ കഴിയും.

9. നെഗറ്റീവ് ആളുകളെ അവഗണിക്കുക, പ്രത്യേകിച്ച് ബിസിനസിന്റെ ആദ്യ 69 മാസങ്ങളിൽ. ഒരു കാര്യവും നടക്കാത്ത ചില ആളുകൾ എവിടെയും കാണും, മാത്രമല്ല, എല്ലാത്തിലും അവർ കുറ്റങ്ങൾ മാത്രം കണ്ടുകൊണ്ടിരിക്കും. ദൈവത്തിൽ പോലും അവർ കുറ്റമേ കാണൂ. അത്തരം ആളുകളെ അവഗണിക്കുന്നതാണ് നല്ലത്.

10. പ്രതീക്ഷാനിർഭരമായ ഒരു കാഴ്ചപ്പാട് ഉണ്ടായിരിക്കുക. ബിസിനസിനായി യോഗ്യരായ ആളുകളെ കണ്ടെത്തുക. അവരുമായി ആശയവിനിമയം നടത്താനുള്ള വൈദഗ്ധ്യം വളർത്തിയെടുക്കുക, നിങ്ങളുടെ ബിസിനസിനെക്കുറിച്ച് അറിയാൻ അവർ സന്നദ്ധരാണോ എന്ന് പരിശോധിക്കുക. ഉപഭോക്താക്കളെ കണ്ടെത്തുന്നത് ഒരു ജീവിതരീതിയാക്കുക. തുടർച്ചയായി ഉപഭോക്താക്കളെ കണ്ടെത്തുന്നത് നിങ്ങൾക്ക് ഒരിക്കലും അവസാനിക്കാത്ത ഉപഭോക്താക്കളുടെ നീണ്ട നിരയെ സമ്മാനിക്കും.

4. അവസരങ്ങൾ പങ്കിടുക

അപ്പോയ്ന്റ്മെന്റ് ഉറപ്പാക്കിയശേഷം, തയാറെടുപ്പിനുള്ള സമയമായി, പുറത്തുവന്ന് അവസരം പങ്കിടുക. താഴെ പറയുന്ന മൂന്നിൽ ഏതെങ്കിലും മാർഗ്ഗത്തിലൂടെ നിങ്ങൾക്ക് അവസരം പങ്കിടാം:

1. നേരിട്ടുള്ള കൂടിക്കാഴ്ച
2. ഗ്രൂപ്പ് മീറ്റിങ്
3. ഹാളിൽ നടത്തുന്ന മീറ്റിങ്

ഈ വഴികളെല്ലാം മികച്ചതാണ്, നിങ്ങളുടെ ഉപഭോക്താവിനെയും നിങ്ങളുടെ സാഹചര്യങ്ങളെയും ആശ്രയിച്ച് ഇതിൽ ഏതു വഴിയും ഉപയോഗിക്കാം. ഓർക്കുക, നിങ്ങളുടെ അവസരം പങ്കിടാൻ പോകുമ്പോൾ നിങ്ങളുടെ ഏറ്റവും ഉയർന്ന പ്രകടനം കാഴ്ചവക്കുന്ന സ്ഥിതിയിലെത്തണം. ഓരോ വഴിയുടെയും ഗുണങ്ങളെക്കുറിച്ച് നമുക്ക് പരിശോധിച്ചു നോക്കാം.

1. നേരിട്ടുള്ള കൂടിക്കാഴ്ച

പേര് സൂചിപ്പിക്കുന്നതുപോലെ, ഒരാൾ തനിച്ചോ അയാളുടെ അപ്ലൈനിനോടൊപ്പമോ അവസരം ഉപഭോക്താവുമായി പങ്കിടുന്നു. അത് അതിവേഗത്തിലായിരിക്കും, വ്യക്തിപരമായിരിക്കും, ആഴ്ചയിലുടനീളം വീട്ടിലോ ഓഫീസിലോ കഫേകളിലോ മറ്റ് സൗകര്യപ്രദമായ സ്ഥലങ്ങളിലോ വച്ച് അത് ചെയ്യാം. ഗ്രൂപ്പ് യോഗങ്ങളും ഹാൾ യോഗങ്ങളും പ്രത്യേക ഷെഡ്യൂൾ അനുസരിച്ചാണ് നടക്കുന്നത്, എന്നാൽ, നിങ്ങൾക്ക് എത്ര പേരുമായി വേണമെങ്കിലും ആഴ്ചയിലുടനീളം കൂടിക്കാഴ്ച നടത്താം. നേരിട്ടുള്ള കൂടിക്കാഴ്ചയിൽ താഴെ പറയുന്ന കാര്യങ്ങൾ ശ്രദ്ധിക്കുക:

1. **ഉപഭോക്താവിനെ നിങ്ങളുടെ വീട്ടിലേക്കോ ഇരുവർക്കും സൗകര്യപ്രദമായ കഫേയിലേക്കോ റസ്റ്റോറന്റിലേക്കോ വിളിക്കുക:** അവസരം പങ്കിടാൻ ഒരിക്കലും ഉപഭോക്താവിന്റെ വീട്ടിലേക്കോ ഓഫീസിലേക്കോ പോകരുത്. ഉപഭോക്താവ് നിങ്ങളുടെ സ്ഥലത്തേക്കോ ഇരുവർക്കും സമ്മതമായ സ്ഥലത്തേക്കോ വരുമ്പോൾ, അത് ഇക്കാര്യത്തിലുള്ള അയാളുടെ/അവളുടെ താൽപര്യത്തിനുള്ള വ്യക്തമായ സൂചനയാണ്, മാത്രമല്ല, സ്പോൺസർ നൽകിയ ക്ഷണത്തിന്റെ നിലവാരത്തെയും സ്പോൺസറും ഉപഭോക്താവും തമ്മിലുള്ള നല്ല ബന്ധത്തെയും അത് സൂചിപ്പിക്കുന്നു. യഥാർഥത്തിൽ,

ഉപഭോക്താവിനെ അദ്ദേഹത്തിന്റെ/അവളുടെ ഓഫീസിനോ വീടിനോ പുറത്തുവച്ച് കാണുന്നതുതന്നെ പകുതി വിജയമാണ്. രണ്ടാമതായി, നിങ്ങൾ ഒരു ഉപഭോക്താവിന്റെ വീട്ടിലേക്ക് പോകുകയാണെങ്കിൽ, ആ കൂടിക്കാഴ്ചയുടെ ചുറ്റുപാടുകളിൽ ഒരുവിധ നിയന്ത്രണവും നിങ്ങൾക്കുണ്ടായിരിക്കുകയില്ല ടി.വി, ശബ്ദങ്ങൾ, വളർത്തുമൃഗങ്ങൾ, കുട്ടികളുടെ കളി, ശ്രദ്ധ തിരിക്കുന്ന മറ്റു സംഭവങ്ങൾ, ആരൊക്കെയാണ് കൂടിക്കാഴ്ചക്ക് വന്നിരിക്കുക, ഉപഭോക്താവിന്റെ മാനസികാവസ്ഥ തുടങ്ങിയ കാര്യങ്ങളിൽ.

2. **സ്വയം നിങ്ങളുടെ പ്രസന്റേഷൻ കാണിച്ചുതുടങ്ങുക:**
ആദ്യത്തെ ഏതാനും ഒറ്റക്കൊറ്റക്കുള്ള പ്രസന്റേഷനുകൾക്ക് നിങ്ങളുടെ അപ്ലൈനിനെ കൂടി കൂട്ടുക, പക്ഷേ, പെട്ടെന്ന് നിങ്ങൾ തന്നെ പ്രസന്റേഷനുകൾ കാണിച്ചുതുടങ്ങുക. 5+5 പ്ലാൻ പിന്തുടരുക: ആദ്യത്തെ അഞ്ച് മീറ്റിങ്ങുകളിൽ നിങ്ങളുടെ അപ്ലൈനായിരിക്കും അവസരങ്ങൾ പങ്കിടുക, നിങ്ങൾ അത് നിരീക്ഷിച്ചുകൊണ്ടിരിക്കും. അടുത്ത അഞ്ച് മീറ്റിങ്ങുകളിൽ നിങ്ങൾ അവസരം വിശദീകരിക്കും, നിങ്ങളുടെ അപ്ലൈൻ അത് നിരീക്ഷിക്കും. ആദ്യത്തെ അഞ്ച് മീറ്റിങ്ങുകൾ കഴിയുന്നതിനുമുമ്പേ നിങ്ങൾക്ക് നിങ്ങളുടെ പ്രസന്റേഷൻ കാണിച്ചുതുടങ്ങാൻ കഴിയും. ഈ 5+5 മീറ്റിങ്ങുകൾക്കുശേഷം, നിങ്ങൾ തന്നെ നിങ്ങളുടെ പ്ലാനുകളെല്ലാം വിശദീകരിക്കണം, പ്രത്യേക അവസരങ്ങളിൽ മാത്രം അപ്ലൈനുമായി ചർച്ച ചെയ്യുക. നിങ്ങൾ സ്വന്തം പ്രസന്റേഷനുകൾ കാണിച്ചുതുടങ്ങുന്ന ഘട്ടത്തിലെ ഈ ബിസിനസ് നിങ്ങളുടെ ബിസിനസ് ആയി മാറുകയുള്ളൂ.

3. **സാഹചര്യങ്ങളുടെ മേലുള്ള നിയന്ത്രണം:**
നിങ്ങളുടെ മീറ്റിങ് സ്ഥലത്ത് ശ്രദ്ധ തിരിക്കുന്ന യാതൊന്നുമില്ല എന്ന് ഉറപ്പുവരുത്തണം ടി.വി, സംഗീതം, കുട്ടികൾ, മൊബൈൽ ഫോൺ, ആളുകൾ നടക്കുന്നത്, അനാവശ്യ ശബ്ദങ്ങൾ, ഉച്ചത്തിലുള്ള പാട്ട് തുടങ്ങിയവ. ശരിയായ ചുറ്റുപാട് ഒരുക്കേണ്ടത് സ്പോൺസറുടെ പ്രാഥമിക ഉത്തരവാദിത്തമാണ്, പക്ഷേ, നിങ്ങൾ ഒരു അപ്ലൈനായാണ് പോകുന്നത് എങ്കിൽ നിങ്ങളുടെ പങ്കാളി ഇക്കാര്യത്തിൽ ഒരു ശ്രദ്ധയും നൽകുന്നില്ല എങ്കിൽ, പ്രസന്റേഷൻ വിശദീകരിക്കുന്നതിനുമുമ്പ് നിങ്ങൾ തന്നെ ചുറ്റുപാടുകളെ ശരിയാക്കി വക്കണം.

4. **അപ്ലൈനിനും ഉപഭോക്താവിനും അനുയോജ്യമായ ബോധവൽക്കരണം:**
ശരിയായ ബോധവൽക്കരണത്തിലൂടെ ഉപഭോക്താവിനെയും അവതാരകനെയും ശരിയായ മാനസികാവസ്ഥയിലെത്തിക്കാൻ കഴിയും. മീറ്റിങ്ങിൽ അപ്ലൈൻ കൂടിയുണ്ടെങ്കിൽ, ബിസിനസ് പ്രസന്റേഷൻ തുടങ്ങുന്നതിനുമുമ്പ് അപ്ലൈനിനെയും ഉപഭോക്താവിനെയും ബോധവൽക്കരിക്കേണ്ട ജോലി സ്പോൺസറുടേതാണ്.

5. **അറിവിനേക്കാൾ പ്രധാനം ആവേശം:**
നിരവധി പുതിയ ആളുകളും സ്വന്തം നിലക്ക് അവസരങ്ങൾ വിദശീകരിക്കാൻ മടിയുള്ളവരാണ്, ഉൽപ്പന്നങ്ങളെക്കുറിച്ചും വരുമാന പദ്ധതികളെക്കുറിച്ചും തങ്ങൾക്ക് ആവശ്യത്തിന് അറിവില്ല എന്ന് ഇവർ കരുതുന്നു. എന്നെ വിശ്വസിക്കൂ, നിങ്ങളുടെ അറിവിനേക്കാൾ ഇവിടെ പ്രധാനം ഉൽപ്പന്നങ്ങളെയും വരുമാന പദ്ധതികളെയും കുറിച്ച് നിങ്ങളുടെ ആവേശത്തിനാണ്. ഉൽപ്പന്നങ്ങളെയും വരുമാന പദ്ധതികളെയും കുറിച്ച് മാത്രമാണെങ്കിൽ നമുക്ക് ഒരു മെയിൽ അയക്കാം, അല്ലെങ്കിൽ ഒരു വീഡിയോ പ്രസന്റേഷൻ നടത്താം. എന്നാൽ, ഇവിടെ നാം ചെയ്യുന്നത് നമ്മുടെ വിശ്വാസവും ആവേശവും പകർന്നുനൽകാനുള്ള വ്യക്തിപരമായ ഒരു കൂടിക്കാഴ്ചയാണ്. ഓർക്കുക, എന്നന്നേക്കുമായി അവരുടെ ജീവിതത്തെ കൂടി മാറ്റിമറിക്കുന്നതിനുള്ള ഒരു അവസരമാണ് നിങ്ങളുടെ പക്കലുള്ളത്. അതുമായി മുന്നോട്ടുപോകുക, ആത്മവിശ്വാസത്തോടെ അത് അവരുമായി പങ്കിടുക.

6. **അപ്പോയ്ന്റ്മെന്റ് ഇല്ലാതെ പോകരുത്:**
അതൊരു ദുരന്തമായിരിക്കും. അത് ഒരിക്കലും പ്രാവർത്തികമാകുകയില്ല. യഥാർഥത്തിൽ, അപ്പോയ്ന്റ്മെന്റിനുവേണ്ടി വിളിക്കുമ്പോൾ നിങ്ങൾ എന്താണ് സംസാരിക്കുന്നത് എന്നത്, ഒരു യോഗത്തിൽ നിങ്ങൾ എന്ത് സംസാരിക്കുന്നു എന്നതിനേക്കാൾ പ്രധാനപ്പെട്ടതാണ്. 40-60 മിനിറ്റ് കൂടിക്കാഴ്ചയ്ക്കുള്ള ഒരു അപ്പോയ്ന്റ്മെന്റുമായി എപ്പോഴും മുന്നോട്ടുപോകുക.

7. **കൃത്യനിഷ്ഠത വേണം, നന്നായി വസ്ത്രം ധരിക്കണം:**
ഇത് നേരിട്ടുള്ള കൂടിക്കാഴ്ചയായതിനാൽ, അതിന്റെ മുഴുവൻ ശ്രദ്ധാകേന്ദ്രം നിങ്ങളായിരിക്കും. കമ്പനിയെയും ബിസിനസിനെയും നിങ്ങളാണ് പ്രതിനിധീകരിക്കുന്നത്. കൂടിക്കാഴ്ചയുടെ നിശ്ചിതസമയത്തിന് അഞ്ചുമിനിറ്റുമുമ്പ് നിങ്ങൾ എത്തുക. നന്നായി വസ്ത്രം ധരിച്ചിരിക്കണം. അത് മറ്റേയാൾക്ക് നിങ്ങളുമായി ബന്ധപ്പൊൻ സഹായിക്കും. നിങ്ങൾ നിങ്ങളുടെ അമ്മാവനെ കാണാൻ അദ്ദേഹത്തിന്റെ വീട്ടിലോ ഒരു പുതിയ ഗിറ്റാറിസ്റ്റിനെ കാണാൻ ഒരു കഫേയിലോ പോകുമ്പോൾ നിങ്ങളുടെ വസ്ത്രം വ്യത്യസ്തമായിരിക്കും. ഒരു വലിയ ബിസിനസ് അവസരത്തെക്കുറിച്ച് വിശദീകരിക്കാൻ എത്തുമ്പോൾ മറ്റുള്ളവരിൽനിന്ന് വ്യത്യസ്ത രീതിയിൽ വസ്ത്രം ധരിക്കുക എന്നത് ലളിതമായ ഒരു നിയമമാണ്.

8. **മീറ്റിങ്ങിനായി നന്നായി തയാറെടുക്കുക:**
നിങ്ങൾ നടത്താൻ പോകുന്ന പ്രസന്റേഷൻ നന്നായി റിഹേഴ്സൽ ചെയ്യുക. എല്ലാ സാധനങ്ങളും കരുതിവക്കുക ഫോമുകൾ, ബ്രോഷറുകൾ, മാഗസിനുകൾ, ഉൽപ്പന്നങ്ങളെക്കുറിച്ച വിവരങ്ങൾ,

വീഡിയോകൾ: കമ്പനി പ്രൊഫൈൽ, വലിയ പരിപാടികളുടെ വീഡിയോകൾ, വിജയകഥകൾ, ഉൽപ്പന്നങ്ങൾ, അവയെക്കുറിച്ച സാക്ഷ്യപത്രങ്ങൾ തുടങ്ങിയവ. ആവേശവും ഊർജവും വിശ്വാസവും അതിന്റെ പാരമ്യത്തിൽ കാത്തുസൂക്ഷിക്കുക.

മീറ്റിങ് ശരിയായി നടത്തുക

രണ്ടുതരം മീറ്റിങ്ങുകളുണ്ട്: നിങ്ങളുടെ ഉപഭോക്താവുമായി നിങ്ങൾ സ്വയം പ്ലാൻ പങ്കിടുക, മറ്റൊന്ന്; നിങ്ങളുടെ അപ്ലൈനുമായി പോകുക. സ്പോൺസറും അപ്ലൈനും ഒന്നിച്ചുപോകുമ്പോൾ ചെയ്യേണ്ട ചില കാര്യങ്ങൾ താഴെ കൊടുക്കുന്നു. രണ്ട് കേസുകളിലും ഈ വഴികൾ പിന്തുടരാവുന്നതാണ്. നിങ്ങളുടെ പുതിയ ടീം അംഗങ്ങളുമായാണ് പോകുന്നത് എങ്കിൽ, പോകുന്നതിനുമുമ്പ് അവർക്കുകൂടി ഈ വഴികൾ പറഞ്ഞുകൊടുക്കുന്നത് നന്നായിരിക്കും.

1. **നിങ്ങൾ ഏറ്റവും മികച്ചതും ഊർജസ്വലവുമായ മാനസികാവസ്ഥയിലായിരിക്കുക:**

   നിങ്ങൾ എപ്പോഴും അന്വേഷിച്ചുകൊണ്ടിരുന്ന യോഗ്യരായ ആളുകളെ ഈ മീറ്റിങ്ങിലൂടെ നേടിയെടുക്കാൻ കഴിയണം. മികച്ച ലക്ഷ്യത്തിലേക്ക് ഉന്നംവെക്കുക. മീറ്റിങ്ങിനുമുമ്പ് നന്നായി തയാറെടുക്കുക. ആരെങ്കിലും ഉപേക്ഷിച്ച് പോകുന്നുവെങ്കിൽ വിഷമിക്കേണ്ട, ബോധ്യത്തിന്റെയും ആത്മവിശ്വാസത്തിന്റെയും അടിസ്ഥാനത്തിൽ മുന്നോട്ടു പോകുക.

2. **ദൃഢമായതും സൗഹാർദപൂർവവുമായ ഒരു ഹസ്തദാനം:** ഒരു ഹസ്തദാനമാണ് ഒരു ബന്ധത്തിന്റെ തുടക്കം. ദൃഢമായതും സൗഹാർദപൂർവവുമായ ഒരു ഹസ്തദാനം നൽകുക. ആധിപത്യമോ വിധേയത്വമോ വേണ്ട, ശരിയായ അളവിൽ മാത്രം സമ്മർദം ചെലുത്തുക. ഒരേ ലിംഗത്തിൽപെട്ടവരുമായുള്ള ഹസ്തദാനമാണ് നല്ലത്, മറ്റു ചില സമുദായങ്ങളിൽ എതിർലിംഗത്തിൽ പെട്ടവരുമായുള്ള ഹസ്തദാനം പ്രോൽസാഹിപ്പിക്കപ്പെടുന്നില്ല. അത് ഒഴിവാക്കുക.

3. **ചിരി:** സദാ നിങ്ങളുടെ ഏറ്റവും നല്ല ചിരി പുറത്തെടുക്കുക, അത് എല്ലായ്പ്പോഴും സഹായകമായിരിക്കും.

4. **ഉപഭോക്താവിനെ പ്രശംസിക്കുക:** ഹൃദയപൂർവമായ അനുമോദനം എല്ലാവർക്കും ഇഷ്ടമാണ്. മറ്റുള്ളവരിലെ, സ്ഥലങ്ങളിലെ, സാഹചര്യങ്ങളിലെ നന്മ കണ്ടെത്താനുള്ള കല വികസിപ്പിച്ചെടുക്കുക. ആഴത്തിലേക്ക് നോക്കുകയാണെങ്കിൽ നിങ്ങൾക്ക് അഭിനന്ദിക്കാനുള്ള നിരവധി വഴികൾ തെളിഞ്ഞുകിട്ടും. ഉപഭോക്താവിനെ ആത്മാർഥമായി തന്നെ അഭിനന്ദിക്കുക.

5. **മീറ്റിങ്ങിനുവേണ്ട ശരിയായ അന്തരീക്ഷം ഒരുക്കുക:** ഒരു കഫേയിലാണെങ്കിൽ കുറഞ്ഞ ശബ്ദവും മറ്റ് ശല്യങ്ങളുമില്ലാത്ത ഒരു ടേബിൾ തെരഞ്ഞെടുക്കുക. ടേബിളിനുചുറ്റും ഇരിക്കുമ്പോൾ, ഉപഭോക്താവ് നിങ്ങൾക്കും ചുമരിനും അഭിമുഖമായി വേണം വരാൻ. കൂടിക്കാഴ്ച വീട്ടിലാണെങ്കിൽ ടി.വി ഓഫാക്കുക, കുട്ടികളെ മാറ്റി നിർത്തുക. മൊബൈൽ ഫോൺ സൈലന്റ് മോഡിലാക്കുകയോ സ്വിച്ച്ഓഫ് ചെയ്യുകയോ വേണം. ഇങ്ങനെ പറഞ്ഞുതുടങ്ങാം; 'നമ്മളെല്ലാവരും നമ്മുടെയും മറ്റുള്ളവരുടെയും സമയത്തെ ആദരിക്കുന്നവരാണ്. ഈ കൂടിക്കാഴ്ച കഴിയുന്നതുവരെ നമ്മുടെ മൊബൈലുകൾ സൈലന്റാക്കി വക്കാം'. എന്നിട്ട്, ആദ്യം നിങ്ങൾ തന്നെ നിങ്ങളുടെ മൊബൈൽ സ്വിച്ച്ഓഫ് ചെയ്യുക. ഒരു പൊസിറ്റീവ് ഊർജവും നല്ലൊരു അന്തരീക്ഷവും ഒരുക്കുക.

6. **അപ്ലൈനിനെ പരിചയപ്പെടുത്തലും ബോധവൽക്കരണവും:** അപ്ലൈനിനെക്കുറിച്ച് സ്പോൺസർ ചെറിയ ആമുഖം നൽകുക, തുടർന്ന് നടക്കാൻ പോകുന്നതിനെക്കുറിച്ച് ഒരു ബോധവൽക്കരണവും. ഇതിന് പറ്റിയ ഏറ്റവും അനുയോജ്യമായ സമയം, മീറ്റിങ്ങിനുമുമ്പ് അപ്ലൈനിന്റെ അസാന്നിധ്യത്തിലാണ്. ഏതൊരു കേസിലും, മീറ്റിങ് തുടങ്ങുന്ന സമയത്ത്, നിങ്ങളുടെ അപ്ലൈനിനെക്കുറിച്ച് വേഗത്തിൽ ഒരു വിശദീകരണം നൽകുക. അപ്ലൈനും ഉപഭോക്താവും തമ്മിൽ ചില സാമ്യങ്ങളുണ്ടെങ്കിൽ അത് ശ്രദ്ധിക്കുക.

7. **ഉപഭോക്താവിനെ പരിചയപ്പെടുത്തുക, ബോധവൽക്കരിക്കുക:** ഇനി നിങ്ങളുടെ ഉപഭോക്താവിനെ പരിചയപ്പെടുത്തുക, അദ്ദേഹവുമായുള്ള നിങ്ങളുടെ ബന്ധം, ബിസിനസ് തുടങ്ങാൻ സഹായകമായ അദ്ദേഹത്തിന്റെ ഗുണങ്ങൾ എന്നിവ എടുത്തുപറയുക. തുറന്ന മനസ്സ്, പുതിയ ആശയങ്ങൾ പരീക്ഷിക്കാനുള്ള സന്നദ്ധത, പൂർണ്ണമായ വിശ്വാസം, എല്ലായ്പ്പോഴും അയാൾ/അവൾ സ്വയം തീരുമാനങ്ങളെടുക്കുന്നു, ഇപ്പോൾ തന്നെ ആരംഭിക്കാൻ കഴിയുംവിധം നല്ല സാമ്പത്തിക സ്ഥിതി, കഴിഞ്ഞകാലത്ത് എപ്പോഴും എന്നെ പിന്തുണച്ചിരുന്നു, വളരെ പൊസിറ്റീവ്, ഉയർന്ന സ്വപ്നങ്ങളുള്ളയാൾ, എന്റെ നിർദേശങ്ങൾ എപ്പോഴും ഗൗരവത്തോടെ പരിഗണിച്ചിരുന്നയാൾ തുടങ്ങിയ കാര്യങ്ങൾ പറയാം.

8. **ബിസിനസിലേക്ക് നിങ്ങളുടെ ഉപഭോക്താവിനെ അതിവേഗം തയാറാക്കുക** (TSD):

   (എ) ഇങ്ങനെ പറഞ്ഞ് തുടങ്ങുക, '*നാം എന്താണ് ചെയ്യാൻ പോകുന്നത് എന്ന് പറയുന്നതിനുമുമ്പ്, എന്തുകൊണ്ട് നാം ഇത് ചെയ്യുന്നു എന്ന് പറയാം. ആളുകൾ നെറ്റ്‌വർക്ക് മാർക്കറ്റിങ് ചെയ്യാനുള്ള കാരണങ്ങൾ ഇതാണ്...*'. നിങ്ങളുടെ വിസിറ്റിങ് കാർഡിലോ മൊബൈലിലോ ലാപ്ടോപ്പിലോ അച്ചടിച്ച TSD

കാർഡിലോ ഉള്ള Top Success Drivers (TSD) ലിസ്റ്റ് അവതരിപ്പിക്കുക. TSD ചാർട്ട് ഈ പുസ്തകത്തിലെ ടൂൾസ് വിഭാഗത്തിലുണ്ട്. എന്റെ www.deepakbajaj.biz എന്ന വെബ്സൈറ്റിൽ നിന്ന് ഡൗൺലോഡ് ചെയ്ത് എടുക്കുകയുമാകാം.

(ബി) എന്നിട്ട് പറയുക, *'ഈ ലിസ്റ്റിൽനിന്ന് നിങ്ങൾ തെരഞ്ഞെടുക്കുന്ന മൂന്ന് മികച്ച വിജയകാരണങ്ങൾ ഏതാണ് എന്നറിയാൻ എനിക്ക് ആഗ്രഹമുണ്ട്. ജീവിതത്തിൽ നിങ്ങൾ സാക്ഷാൽക്കരിക്കാൻ ആഗ്രഹിക്കുന്ന ഏറ്റവും പ്രധാനപ്പെട്ട കാര്യം എന്താണ്'*, എന്നിട്ട് അദ്ദേഹത്തിന്റെ മറുപടിക്ക് കാത്തിരിക്കുക.

(സി) എന്നിട്ട് ചോദിക്കുക, *'എന്തുകൊണ്ട് ഈ മൂന്നെണ്ണം നിങ്ങളെ സംബന്ധിച്ച് പ്രധാനപ്പെട്ടതായി?'* എന്നിട്ട് മറുപടിക്ക് കാത്തിരിക്കുക.

(ഡി) ഇങ്ങനെ പറഞ്ഞ് അവസാനിപ്പിക്കുക, 'ഈ ബിസിനസിൽ നിരവധി പേരുമായി പ്രവർത്തിച്ചതിൽനിന്ന് തുറന്ന മനസ്സോടെ നിങ്ങൾ ആഴത്തിലേക്ക് നോക്കുകയാണെങ്കിൽ എനിക്ക് ഉറപ്പാണ്, ഈ മൂന്നു കാര്യങ്ങളും മികച്ച രീതിയിലും അതിവേഗത്തിലും സാക്ഷാൽക്കരിക്കാൻ എങ്ങനെ ഈ ബിസിനസ് നിങ്ങളെ സഹായിക്കും എന്ന് നിങ്ങൾക്ക് മനസ്സിലാക്കാനാകും.

9. **ബിസിനസ് അവസരം പങ്കിടുക:** പൂർണ്ണമായ ആവേശത്തോടെ നിങ്ങൾ നിങ്ങളുടെ ബിസിസ് അവസരം വിശദീകരിക്കുക, അല്ലെങ്കിൽ നിങ്ങളുടെ അപ്ലൈനിനോട് അത് അവതരിപ്പിക്കാൻ ആദരവോടെ അഭ്യർഥിക്കുക. നിങ്ങളുടെ കൈവശം ബിസിനസിനെ പരിചയപ്പെടുത്തുന്ന ചെറിയ വീഡിയോകളോ മാഗസിനുകളോ കമ്പനിയെയും ഉൽപ്പന്നത്തെയും പരിചയപ്പെടുത്തുന്ന വിവരങ്ങളോ നിങ്ങളുടെ ടീമിന്റെ സവിശേഷതയും മേന്മയും വിശദമാക്കുന്ന വിവരങ്ങളോ ഉണ്ടെങ്കിൽ അത് വിശദീകരിക്കുക.

10. **നിങ്ങളുടെ കഥ പങ്കുവെക്കുക:** ബിസിനസ് അവസരം വിശദീകരിച്ചു കഴിഞ്ഞാൽ, നിങ്ങളുടെ കഥ പങ്കിടുക. ഈ കൂടിക്കാഴ്ചയുടെ ഏറ്റവും പ്രധാന ഭാഗമാണിത്, ഇവിടെവച്ചാണ് തീരുമാനമെടുക്കാൻ പോകുന്നത്. ഈ കൂടിക്കാഴ്ചയിൽ നമ്മൾ ഇതുവരെ ചെയ്ത കാര്യങ്ങളെല്ലാം പകർത്താവുന്നതാണ്, എന്നാൽ നിങ്ങളുടെ കഥ എല്ലാം വ്യത്യസ്തമാക്കും. ഓർക്കുക, ആളുകൾ ഒരു കമ്പനിയിലോ ഉൽപ്പന്നത്തിലോ അല്ല ചേരുന്നത്, ആളുകൾ ചേരുന്നത് ആളുകളുമായാണ്. കഥ പറയുന്ന കഥ പരിശീലിക്കുക.

മഹാന്മാരായ എല്ലാ നെറ്റ്‌വർക്ക് മാർക്കറ്റർമാരും നല്ല കഥ പറച്ചിലുകാരുമാണ്.

- ദീപക് ബജാജ്

ഒരു നല്ല കഥക്ക് ഏഴ് ഘടകങ്ങളുണ്ട്:

(എ) ഈ ബിസിനസ് തുടങ്ങുന്നതിനുമുമ്പ് നിങ്ങൾ എന്താണ് ചെയ്തിരുന്നത്

(ബി) എന്താണ് നിങ്ങളുടെ അവസ്ഥ എന്താണ് നല്ലത്, എന്താണ് നിങ്ങളെ അലോസരപ്പെടുത്തുന്നത്

(സി) ഈ ബിസിനസ് പ്രസന്റേഷനിൽ നിങ്ങളുടെ ആദ്യ പ്രതികരണം എന്താണ്

(ഡി) തുടങ്ങാനുള്ള നിങ്ങളുടെ ബോധ്യം എന്തായിരുന്നു, മനസ്സിലെ ബ്ലോക്കുകളെ എങ്ങനെ ഒഴിവാക്കി

(ഇ) ഇതുവരെയുള്ള നിങ്ങളുടെ നേട്ടങ്ങൾ, യാത്രകൾ

(എഫ്) ഈ ബിസിനസിൽനിന്നുള്ള നിങ്ങളുടെ ഹ്രസ്വകാല, ദീർഘകാല ലക്ഷ്യങ്ങൾ

(ജി) സാധ്യമായ ഏറ്റവും മികച്ച വ്യക്തിപരമായ പിന്തുണ ഉപഭോക്താവിന് നൽകാനുള്ള നിങ്ങളുടെ പ്രതിബദ്ധത

എങ്ങനെ നിങ്ങളുടെ കഥയിൽ ഒരു മാസ്റ്റർ ആകാം എന്ന കാര്യം ഈ പുസ്തകത്തിലെ ടൂൾസ് ഫോർ എക്സലൻസ് എന്ന വിഭാഗത്തിൽനിന്ന് അറിയാം. എന്റെ വെബ്സൈറ്റിലും ഇക്കാര്യമുണ്ട്. www.deepakbajaj.biz എന്ന എന്റെ വെബ്സൈറ്റിലോ എന്റെ യു ട്യൂബ് ചാനലിലോ എന്റെ കഥ നിങ്ങളുടെ അറിവിനായി കേൾക്കാം.

11. **ബൈ പറയാൻ സമയമായി:**

എങ്ങനെയാണ് മീറ്റിങ് തുടങ്ങേണ്ടത് എന്ന് മിക്കവാറും പേർക്ക് അറിയാം, അവസാനിപ്പിക്കേണ്ടത് എങ്ങനെയാണ് എന്നാണ് അറിയാത്തത്. 60 മിനിറ്റ് എന്നത് നല്ല സമയമാണ്. കഴിയുമെങ്കിൽ സമയത്തിന്റെ ഒരു അടയാളം വക്കുക, നിങ്ങളുടെ ഉപഭോക്താവിന് പോകേണ്ട സമയത്തിന് അഞ്ചുമിനിറ്റുമുമ്പ് അവസാനിപ്പിക്കുക. തന്റെ സമയത്തെ നിങ്ങൾ വിലമതിക്കുന്നു എന്ന തോന്നൽ അതുവഴി അദ്ദേഹത്തിനുണ്ടാകും, നിങ്ങളുടെ ടീമിന് പകർത്താനുള്ള നല്ലൊരു പാഠം കൂടിയാകും അത്.

നിങ്ങളുടെ മീറ്റിങ്ങിന്റെ നിലവാരം വർധിപ്പിക്കാനും അത് വിൽപനയിലേക്ക് മാറ്റാനുള്ള സാധ്യത വർധിപ്പിക്കാനും ഈ പുസ്തകത്തിലെ 'ടൂൾസ് ഫോർ എക്സലൻസ്' എന്ന വിഭാഗത്തിലെ 'പവർ കണക്ടേഴ്സ്' എന്ന അധ്യായം വായിക്കുക. ഇത് എന്റെ വെബ്സൈറ്റിലും ലഭ്യമാണ്.

ഈ മീറ്റിങ്ങിന്റെ പ്രാഥമിക ലക്ഷ്യം, അദ്ദേഹം ഇപ്പോൾ തന്നെ നിങ്ങളുടെ ടീമിനൊപ്പം പ്രവർത്തിച്ചുതുടങ്ങുക എന്നതാണ്. ചിലർ ഇപ്പോൾ തന്നെ തുടങ്ങും, മറ്റു ചിലർ പിന്നീടും. പക്ഷേ, എന്റെ 11 വർഷത്തെ അനുഭവത്തിൽ കൂടുതൽ ശക്തമായും ജീവിതത്തെ മാറ്റിമറിക്കുന്നതുമായ ചില കാര്യങ്ങളാണ് പഠിച്ചത്.

'ആളുകളിൽ പൊസിറ്റീവ് ആയതും ശക്തമായതുമായ സ്വാധീനമുണ്ടാക്കുംവിധമായിരിക്കണം മീറ്റിങ് നടത്തേണ്ടത്, ഇതേ ബിസിനസിനോ ഉൽപ്പന്നത്തിനോ വേണ്ടി മറ്റു ചിലർ അവരെ സമീപിക്കുമ്പോൾ, ഈ ബിസിനസിനെക്കുറിച്ച് ചർച്ച ചെയ്യാൻ ആദ്യം അവർ നിങ്ങളെ വിളിക്കണം. നിങ്ങൾ അവതരിപ്പിക്കുന്ന ഓരോ ബിസിനസ് പ്രസന്റേഷനുകളും അതിന്റെ ഫലം കൊയ്യണം, ഭാവിയിലേക്കുവേണ്ട നല്ല വിളവുകളാകണം.'

2. ഗ്രൂപ്പ് മീറ്റിങ്

വ്യക്തിപരമായി എനിക്ക് ഏറ്റവും ഇഷ്ടപ്പെട്ടതാണിത്. ഗ്രൂപ്പ് മീറ്റിങ് എന്നാൽ, രണ്ടിലധികം ഉപഭോക്താക്കളുമായുള്ള കൂടിക്കാഴ്ച. ഒരു ഗ്രൂപ്പ് മീറ്റിങ്ങിൽ സാധാരണ 330 ആളുകളുണ്ടാകും, അത് വീട്ടിലോ റസ്റ്റോറന്റുകളിലോ ഏതെങ്കിലും സ്ഥാപനങ്ങളിലോ മറ്റ് സൗകര്യപ്രദമായ സ്ഥലങ്ങളിലോ നടത്താം, നിരവധി വിതരണക്കാർക്ക് അവരുടെ ബിസിനസ് പ്രസന്റേഷനുകൾക്കായി ഉപഭോക്താക്കളെ കിട്ടുന്ന ഇടത്ത്. ഗ്രൂപ്പ് മീറ്റിങ്ങുകൾക്ക് നിരവധി ഗുണങ്ങളുണ്ട്:

- ✓ ഒരേ സമയം നിരവധി ഉപഭോക്താക്കളുമായി കൂടിക്കാഴ്ച നടത്താം, മാത്രമല്ല, നിങ്ങളുടെ കൂടിക്കാഴ്ചകളുടെ എണ്ണം പതിന്മടങ്ങാക്കാം, ഏറെ സമയം ലാഭിക്കാം.
- ✓ ഒറ്റയ്ക്കൊറ്റയ്ക്കുള്ള കൂടിക്കാഴ്ചകൾ അവസാന നിമിഷം റദ്ദാക്കപ്പെടാൻ സാധ്യതയുണ്ട്, അത് സമയം പാഴാക്കും. നിരവധി പേരെ ഒരുമിച്ച് ക്ഷണിക്കുമ്പോൾ, ചിലർ ആകസ്മികമായി വന്നുപെടും, ചിലർ പിന്തിരിയും, എങ്കിലും നിങ്ങളുടെ യോഗം തീർച്ചയായും നടക്കും.
- ✓ ഇതൊരു വലിയ ഹാളിലോ ഹോട്ടലിലോ അല്ല നടക്കുന്നത് എന്നതിനാൽ, വേഗം അവസാനിക്കും, ഒരു കുടുംബാന്തരീക്ഷമുണ്ടാകും, ആളുകളെ ക്ഷണിക്കുന്നതും എളുപ്പമാണ്.
- ✓ ലീഡർമാരെ വികസിപ്പിച്ചെടുക്കുന്നതിനുള്ള മികച്ച പ്ലാറ്റ്ഫോമാണിത്. പൊതുവേദിയിൽ സംസാരിക്കാൻ മടിയുള്ളവരും തുടക്കക്കാരനായതുകൊണ്ട് വലിയ മീറ്റിങ്ങുകളിൽ സംസാരിക്കാൻ അവസരം ലഭിക്കാത്തവരുമായ നിങ്ങളുടെ പങ്കാളികൾക്ക് പ്രസന്റേഷനും അനുഭവം പങ്കിടാനുമുള്ള അവസരം നൽകാം.
- ✓ ആഴ്ചതോറും പതിവായി ഗ്രൂപ്പ് മീറ്റിങ് നടത്തുന്നത് ബിസിനസിനെ സംബന്ധിച്ച് സുസ്ഥിരതയും തുടർച്ചയും സമ്മാനിക്കും. ആളുകൾ മീറ്റിങ് ഷെഡ്യൂൾ പിന്തുടരും.

✓ ഒരു പുതിയ വിതരണക്കാരനെ സംബന്ധിച്ച്, നിങ്ങൾ നിങ്ങളുടെ ടീമിൽ എല്ലാ ആഴ്ചയിലും 2-3 ഗ്രൂപ്പ് മീറ്റിങ്ങുകൾ നടത്തുകയാണെങ്കിൽ അത് അവിശ്വസനീയമായ വേഗം നിങ്ങൾക്ക് നൽകും.

ഗ്രൂപ്പ് മീറ്റിങ്ങുകളുടെ സംസ്കാരമുള്ള ഒരു ടീം അതിവേഗം വളരും, അതിന് സ്ഥിരമായ ബിസിനസ് ലഭിക്കും. ഗ്രൂപ്പ് മീറ്റിങ് വീട്ടിലോ റസ്റ്റോറന്റിലോ ആണ് നടത്തുന്നത് എങ്കിൽ ആതിഥ്യമര്യാദയുടെ കാര്യത്തിൽ അമിതമായി ആസക്തരാകാതിരിക്കുക. 90 മിനിറ്റിലോ കുറവ് സമയത്തിലോ മീറ്റീങ് അവസാനിപ്പിക്കുക. ചായയോ കാപ്പിയോ വെള്ളമോ കൊടുക്കാം, ഒപ്പം കുക്കീസും, എന്നാൽ സ്നാക്കിലേക്കോ ഭക്ഷണത്തിലേക്കോ കടക്കേണ്ടതില്ല.

3. ഹാൾ മീറ്റിങ്

ഗ്രൂപ്പ് മീറ്റിങ്ങിന്റെ ഒരു വിപുലീകൃത രൂപമാണിത്, ഹോട്ടലുകളിലോ ഓഡിറ്റോറിയത്തിലോ സെമിനാർ ഹാളുകളിലോ വലിയ ഓഡിയൻസിന്റെയും അനുഭവം പങ്കിടാൻ കഴിയുന്ന ധാരാളം ലീഡർമാരുടെയും സാന്നിധ്യത്തിൽ നടത്തുന്നവ. ഇതും ഏറെ ഫലപ്രദമാണ്, നിരവധി നേട്ടങ്ങളുമുണ്ട്:

✓ ഒരു സംവിധാനത്തിലൂടെ നടത്തുന്ന മീറ്റിങ്ങാണിത്. ഒരു ഹാൾ മീറ്റിങ്ങിനെ സംബന്ധിച്ച മികച്ച കാര്യം, അത് പതിവായി നടത്താൻ കഴിയും എന്നതാണ്, അത് നിങ്ങൾ ഇല്ലാതെയും നടക്കും. ഇവിടെയാണ് ശരിക്കും ബിസിനസ് തുടങ്ങുന്നത്. കാര്യങ്ങൾ പകർത്താനും പല മടങ്ങാക്കാനുമുള്ള സ്ഥലമാണിത്. നിങ്ങളുടെ ടീം പതിവായി ഹാൾ മീറ്റിങ്ങുകളിൽ പങ്കെടുത്തു തുടങ്ങിയാൽ, നിങ്ങളുടെ ബിസിനസ് അതിവേഗം വളർന്ന് വലുതാകും.

✓ ഗ്രൂപ്പ് ഒന്നിച്ചുചെലുത്തുന്ന ഊർജവും പങ്കെടുക്കുന്ന അംഗങ്ങളുടെ സ്വാധീനവും അതിവേഗത്തിൽ ഫലപ്രാപ്തിയിലെത്തും. നിരവധി പേർ അവിടെവച്ചുതന്നെ തീരുമാനമെടുക്കും.

✓ വിവിധ പ്രൊഫൈലുള്ളവരും ജോലിയുള്ളവരും വിവിധ ലിംഗത്തിലും പ്രായത്തിലും പെട്ടവരും ഒന്നിച്ച് പ്രവർത്തിക്കുന്നതു കാണുമ്പോൾ പുതിയ ഉപഭോക്താക്കൾക്ക് കൂടുതൽ വിശ്വാസം വരും.

✓ ഹാൾ മീറ്റിങ്ങിൽ, സ്റ്റേജിൽ നിരവധി പേർ അവരുടെ വിജയകഥകൾ പറയും, നിങ്ങളുടെ അതിഥിക്കും അവരിൽ ആരുടെയെങ്കിലും അനുഭവത്തെ സ്വന്തം അനുഭവവുമായി ചേർത്തുവയ്ക്കാനുള്ള അവസരമുണ്ടാകും. അത് ബിസിനസുമായി ബന്ധപ്പെട്ട് പൊസിറ്റീവാ

യതും നിശ്ചയദാർഢ്യത്തോടെയുള്ളതുമായ തീരുമാനങ്ങൾക്കിടയാക്കും.

✓ നേരിട്ടുള്ള കൂടിക്കാഴ്ചയിൽ നിങ്ങൾ ബിസിനസിനെക്കുറിച്ച് വിശദീകരിച്ചുകൊടുത്തവർ അടക്കം ആരെയും നിങ്ങൾക്ക് ക്ഷണിക്കാം, പക്ഷേ, അവർ നിങ്ങൾക്കൊപ്പം ഇതുവരെ ബിസിനസ് തുടങ്ങാത്തവർ ആയിരിക്കണം. ഈ മീറ്റിങ് അവരെ സംബന്ധിച്ച് ഒരു തുടർ യോഗമായിരിക്കണം.

✓ നിങ്ങളുടെ അതിഥികൾക്ക് നിരവധി മുതിർന്ന ബിസിനസ് ലീഡർമാരെയും നിങ്ങളുടെ അപ്‌ലൈനുകളെയും കാണാനും ചോദ്യങ്ങൾക്ക് ഉത്തരം ലഭിക്കാനുമുള്ള അവസരം കൂടിയാണിത്.

ഒരു ഹാൾ മീറ്റിങ് വിജയിപ്പിക്കാൻ ശ്രദ്ധിക്കേണ്ട കാര്യങ്ങൾ:

✓ ശക്തമായ ഒരു ക്ഷണം നടത്തുക, അതിന് ഉറപ്പുവേണം, പ്രതിബദ്ധതയുള്ളതായിരിക്കണം.

✓ യോഗത്തിന് ഒരു ദിവസം മുമ്പ് നിങ്ങളുടെ ഉപഭോക്താവിനെ ഒന്നുകൂടി ഓർമ്മിപ്പിക്കുക.

✓ നിങ്ങൾക്കൊപ്പം ഒരു ടീം ആളുകളുണ്ടെങ്കിൽ ഒരു ദിവസം മുമ്പേ അവരുടെ അതിഥികളുടെ പേരുകൾ ശേഖരിക്കുക.

✓ യോഗം അവസാനിച്ചശേഷം ഹാളിൽവച്ചുതന്നെ അതിന്റെ അനന്തര നടപടികൾ ചെയ്യാൻ മറക്കരുത്. നിങ്ങളുടെ അതിഥികളുടെ എല്ലാ ചോദ്യങ്ങൾക്കും ഉത്തരം കിട്ടി എന്ന് ഉറപ്പാക്കുക. അടുത്ത നാലു ദിവസത്തിനകം ഇതിന്റെ തുടർയോഗം നടത്താനുള്ള തീയതി തീരുമാനിച്ചശേഷം യോഗം അവസാനിപ്പിക്കുക.

✓ മികച്ച ഫലമുണ്ടാകാൻ എല്ലാ ആഴ്ചയിലും ഹാൾ മീറ്റിങ്ങുകൾ നടത്തണം, ആ മീറ്റിങ്ങുമായി ബന്ധപ്പെടുന്ന എല്ലാ ലീഡർമാരും വ്യക്തിപരമായി തന്നെ മീറ്റിങ്ങിനെ ഉൽസാഹത്തോടെ പ്രമോട്ട് ചെയ്യണം.

✓ ഒരു പ്രത്യേക ഹാൾ മീറ്റിങ്ങിന്റെ എല്ലാ ലീഡർമാരും ഒരു കാര്യം ഉറപ്പുവരുത്തണം, മീറ്റിങ്ങിൽ പങ്കെടുക്കുന്നവരുടെ എണ്ണം ആഴ്ച തോറും കൂടിവരികയാണ് എന്ന്.

ഹാൾ മീറ്റിങ് നടത്താൻ കഴിയുന്ന സ്ഥലത്താണ് നിങ്ങൾ ജോലി ചെയ്യുന്നത് എങ്കിൽ നിങ്ങളുടെ പുതിയ പങ്കാളികൾക്കും അവരുടെ അതിഥികൾക്കും ഒപ്പം കഴിയാവുന്നിടത്തോളം ഹാൾ മീറ്റിങ്ങുകളിൽ പങ്കെടുത്തുതുടങ്ങുക. നിങ്ങളുടെ എല്ലാ പങ്കാളികളും പരമാവധി അതിഥികൾക്കൊപ്പം ഹാൾ മീറ്റിങ്ങുകളിൽ പങ്കെടുക്കുന്നുണ്ട് എന്ന് ഉറപ്പുവരുത്തുക,

ഇതിനായി ആഴ്ചയിലുടനീളം ശ്രമം നടത്തുക. ആർക്കെങ്കിലും അതിഥികളെ കൊണ്ടുവരാൻ കഴിഞ്ഞില്ല എങ്കിൽ, അവർ തനിച്ചുവരട്ടെ.

ഹാൾ മീറ്റിങ് ഇല്ലാത്ത ഒരു പുതിയ സ്ഥലത്ത് നിങ്ങൾ ഒരു പുതിയ ടീം തുടങ്ങുകയാണെന്നിരിക്കട്ടെ, ഒറ്റയ്ക്കൊറ്റയ്ക്കുള്ള കൂടിക്കാഴ്ചകളിലൂടെ തുടങ്ങാം, 24 ആഴ്ചക്കകം ഗ്രൂപ്പ് മീറ്റിങ്ങുകളിലേക്ക് കടക്കാം, നിങ്ങളുടെ ടീമിൽ 20-ലേറെ പങ്കാളികൾ എത്തിക്കഴിഞ്ഞാൽ ചെറിയൊരു ഹാളിലേക്ക് മാറുക, എന്നിട്ട് ഹാൾ മീറ്റിങ് തുടങ്ങുക.

ബിസിനസ് പതിന്മടങ്ങാക്കാൻ
ഏറ്റവും നല്ലതാണ് ഹാൾ മീറ്റിങ്ങുകൾ

എന്റെ ടീമിൽ ഹാൾ മീറ്റിങ്ങുകൾ തുടങ്ങിയശേഷമാണ് ബിസിനസ് പതിന്മടങ്ങായി വളരുന്നതിന്റെ യഥാർഥ രുചി ഞാൻ വ്യക്തിപരമായി അനുഭവിച്ചുതുടങ്ങിയത്. ഹാൾ മീറ്റിങ്ങുകളിലുള്ള എന്റെ വിശ്വാസം ശക്തമാണ്. സീനിയർ ലീഡർമാർക്ക് പരിശീലനം നൽകുമ്പോൾ ഞാൻ അവരോട് രണ്ടു ചോദ്യങ്ങൾ മാത്രമാണ് ചോദിക്കാറ്. നിങ്ങളുടെ ടീമിൽ നിങ്ങൾ എത്ര പ്രതിവാര ഹാൾ മീറ്റിങ്ങുകൾ നടത്താറുണ്ട്, കഴിഞ്ഞ മൂന്നുമാസം നിങ്ങൾ നടത്തിയ പ്രതിവാര ഹാൾ മീറ്റിങ്ങുകളുടെ എണ്ണം നിങ്ങൾക്ക് അറിയാമോ. മുംബൈയിൽ എനിക്ക് ചില വലിയ സുഹൃത്തുക്കളുണ്ട്, ഓരോ തവണയും അവരെ കാണുമ്പോൾ ഞാൻ നിരവധി കാര്യങ്ങൾ അവരിൽനിന്ന് പഠിക്കാറുണ്ട് – മൃണാൾ ഫാൽശങ്കർ, ഹരീഷ് ഷെട്ടിഗർ, ബാബു തോമസ്, സുനിൽ സാവ്ലേങ്കർ, ബദ്രേഷ് ചൗഹാൻ, ഡി.എച്ച്. കദം, കിഷോർ അധിരേ തുടങ്ങിയവർ. ഹാൾ മീറ്റിങ്ങുകളിലുള്ള എന്റെ വിശ്വാസം ഇവർ വീണ്ടും വീണ്ടും ബലപ്പെടുത്തിക്കൊണ്ടിരിക്കുന്നു.

5. പിന്തുടർച്ചയും സെയിൽസ് ക്ലോസിങ്ങും

വിൽപന എന്നത് ലളിതമാണ്. നമ്മുടെ ബോധ്യങ്ങളും വികാരങ്ങളും മറ്റൊരു വ്യക്തിക്ക് കൈമാറലാണ് അത്.

- ദീപക് ബജാജ്

നമ്മുടെ പരിശ്രമങ്ങൾ പണമായി മാറ്റാനുള്ള സമയമായി. നമ്മുടെ കുടുംബത്തിലേക്ക് പുതിയ പങ്കാളികളെ ചേർക്കാനുള്ള സമയമാണിത്. ബിസിനസ് അവസരം അവതരിപ്പിച്ചശേഷവും സെയിൽസ് ക്ലോസിങ്ങിനുമുമ്പും നടത്തുന്ന യോഗങ്ങളുടെ പരമ്പരയാണ് പിന്തുടർച്ച. നമ്മുടെ ബിസിനസിൽ, ലിസ്റ്റ് ഉണ്ടാക്കുന്നതിനോ പ്ലാനുകൾ കാണിക്കുന്നതിനോ നമുക്ക് പണം ലഭിക്കുന്നില്ല. നാം സെയിൽസ് ക്ലോസ് ചെയ്യുമ്പോൾ മാത്രമാണ് നമുക്ക് പണം ലഭിക്കുന്നത്. ലിസ്റ്റ് ഉണ്ടാക്കൽ മുതൽ പ്ലാൻ പങ്കിടുന്നതുവരെ നാം ചെയ്യുന്ന എല്ലാ കാര്യങ്ങളും സെയിൽസ് ക്ലോസ് ചെയ്യുന്നതിലേക്കുള്ള നാഴികക്കല്ലുകളാണ്. ഫലപ്രദമായ ഒരു പിന്തുടർച്ചാ പ്രവർത്തനത്തിനുവേണ്ട പ്രധാന കാര്യങ്ങൾ:

- ✓ സെയിൽസ് പ്രക്രിയയിലെ അനിവാര്യ ഭാഗമാണ് തുടർ യോഗങ്ങൾ. സെയിൽസ് ക്ലോസിങ് എപ്പോഴും സംഭവിക്കുന്നത് തുടർ യോഗങ്ങളിലാണ്. ഇവിടെവച്ച് നിങ്ങൾക്ക് പണം ആവശ്യപ്പെടാം, നിങ്ങളുടെ ഉപഭോക്താവിനെ നിങ്ങളുടെ പാർട്ണറാകാൻ ക്ഷണിക്കാം. ഓർക്കുക, നാം ചോദിച്ചില്ലെങ്കിൽ ഒരിക്കലും നമുക്ക് അത് ലഭിക്കില്ല. നിങ്ങളുടെ ഉപഭോക്താവ് 'ഞാൻ തയാറാണ്' എന്ന് പറയുമെന്ന് ഒരിക്കലും കരുതരുത്. പണവും നാം ആവശ്യപ്പെടണം. പ്ലാൻ അവതരിപ്പിച്ച് ഒരാഴ്ചക്കകം തുടർ യോഗം നടത്താൻ നിങ്ങൾക്ക് കഴിയുന്നില്ലെങ്കിൽ പ്ലാൻ കാണിക്കേണ്ടതില്ല.
- ✓ തുടർ യോഗം എന്നാൽ, നിങ്ങളുടെ ഉപഭോക്താവിനോട് 'അതെ', 'അല്ല' എന്ന് ചോദിക്കാൻ പെട്ടെന്ന് സംഘടിപ്പിക്കുന്ന ഒന്നല്ല. ബിസിനസ് അവസരം വിശദീകരിക്കുന്നതിനേക്കാൾ നിർണ്ണായകമായ ഒന്നാണിത്, കാരണം ഇവിടെ നിങ്ങളുടെ ഉപഭോക്താവും നിങ്ങളോട് ചോദ്യം ചോദിക്കും, എന്നിട്ട് നിങ്ങളുടെ ബിസിനസ് തുടങ്ങാനുള്ള തീരുമാനമെടുക്കും. അതുകൊണ്ട് വളരെ ഗൗരവത്തോടെ വേണം ഈ യോഗം സംഘടിപ്പിക്കാൻ.
- ✓ പ്ലാൻ പങ്കിട്ടതിനുശേഷം ഉടൻ ആദ്യ തുടർയോഗം വിളിക്കണം. പ്രസന്റേഷനുശേഷം ഇനി എന്തെങ്കിലും കാര്യത്തിൽ വിശദീകരണം ആവശ്യമുണ്ടോ എന്ന് അവരോട് ചോദിക്കുക, അവർ പറയുന്ന

കാര്യം ചർച്ച ചെയ്തുകഴിഞ്ഞാൽ അവരോട് തുടങ്ങാൻ പറയുക. പണം ആവശ്യപ്പെടുക.

- ✓ അടുത്ത 2-4 ദിവസത്തിനകം രണ്ടാമത്തെ തുടർയോഗം ചേരാം. ആഴ്ചയുടെ അടിസ്ഥാനത്തിൽ ജോലിചെയ്യുന്ന ആളാണ് നിങ്ങൾ എങ്കിൽ തുടർയോഗം അടുത്ത നാലുദിവസത്തിനുള്ളിൽ വിളിച്ചാൽ മതിയാകും. നിങ്ങൾക്ക് അത് കൈകാര്യം ചെയ്യാനാകുന്നില്ലെങ്കിൽ അടുത്ത വാരാന്ത്യത്തിൽ യോഗം നടക്കുന്നുണ്ടെന്ന് ഉറപ്പുവരുത്തുക. കൂടുതൽ യോഗം ആവശ്യമായി വന്നാൽ, അത് അടുത്ത 47 ദിവസങ്ങൾക്കകം നടത്തണം.
- ✓ **എല്ലാ മീറ്റിങ്ങും പണം സമാഹരിക്കുന്നതിലോ അടുത്ത മീറ്റിങ്ങിലെ അപ്പോയ്ന്റ്മെന്റ് ഉറപ്പിക്കുന്നതിലോ അവസാനിക്കും എന്നത് തുടർപ്രവർത്തനത്തിന്റെ അടിസ്ഥാന നിയമമാണ്.**
- ✓ ക്ഷമാശീലനായിരിക്കുക. ഒരാൾക്ക് തുടങ്ങാൻ സാധാരണഗതിയിൽ 25 മീറ്റിങ്ങുകൾ വേണ്ടിവരും. അതൊരു പ്രക്രിയയാണ്. ഓരോ യോഗവും നിങ്ങളുടെ ഉപഭോക്താവിലുള്ള വിശ്വാസവും അറിവും പതിന്മടങ്ങാക്കുകയും ഓരോ യോഗവും നിങ്ങളെ സെയിൽസ് ക്ലോസിങ്ങിന്റെ അടുത്തെത്തിക്കുകയും ചെയ്യും. ഇത് നിങ്ങൾ ആവശ്യമനുസരിച്ച് ചെയ്തുകഴിഞ്ഞാൽ, ഈ പ്രക്രിയ എത്ര നാൾ തുടരണം എന്ന് തീരുമാനിക്കാനുള്ള ഒരു ചോദന നിങ്ങളിൽ വികസിച്ചുവരും, പക്ഷേ, ഞാൻ നിർദേശിക്കുന്നു, അഞ്ച് മീറ്റിങ്ങുകൾ വരെയെങ്കിലും അത് നിലനിർത്തണം.
- ✓ തയാറെടുപ്പാണ് വിജയത്തിലേക്കുള്ള താക്കോൽ. നിങ്ങളുടെ ബിസിനസ് കിറ്റ് എപ്പോഴും കൈവശമുണ്ടായിരിക്കണം. ഉപഭോക്താവ് ചോദിക്കുന്ന എല്ലാ കാര്യങ്ങളും അയാളുടെയോ/അവളുടെയോ വിശ്വാസം ഉറപ്പിക്കുന്ന എല്ലാ കാര്യങ്ങളും നിങ്ങളുടെ കൈവശം വേണം, കിറ്റിൽ ഉണ്ടായിരിക്കണം, അതോടൊപ്പം നിങ്ങളുടെ മൊബൈലിലോ ലാപ്ടോപ്പിലോ ടാബ്ലറ്റിലോ ഉണ്ടായിരിക്കണം.
- ✓ തുടർപ്രക്രിയയിലുടനീളം ടൂൾസ് ഉപയോഗിക്കുക. എല്ലാ യോഗങ്ങളിലും അവർക്ക് മാഗസിനുകളോ ബിസിനസിനെ മനസ്സിലാക്കാൻ സഹായിക്കുന്ന ലേഖനങ്ങളോ നൽകുക. വീഡിയോ, ന്യൂസ്പേപ്പർ ക്ലിപ്പിങ്, ലേഖനങ്ങൾ, സാക്ഷ്യപത്രങ്ങൾ തുടങ്ങി തീരുമാനം എടുക്കുന്നത് വേഗത്തിലാക്കാൻ സഹായിക്കുന്ന മറ്റു കാര്യങ്ങൾ അവർക്ക് നൽകാം. **നിങ്ങൾ ഉപഭോക്താവിനൊപ്പമില്ലെങ്കിലും ഇത്തരം ടൂളുകൾ നിങ്ങൾക്കുവേണ്ടി ജോലി ചെയ്തുകൊണ്ടിരിക്കും.**
- ✓ തുടർയോഗങ്ങൾ വ്യക്തിപരമായി വേണം നടത്താൻ, ഫോണിലൂടെ വേണ്ട. യോഗത്തിന്റെ അപ്പോയ്ന്റ്മെന്റ് എടുക്കാൻ മാത്രം ഫോണോ ചാറ്റോ ഉപയോഗിച്ചാൽ മതി. ഉപഭോക്താവ് മറ്റൊരു നഗരത്തിലാണെ

ങ്കിൽ, ഒരു വീഡിയോ കോൾ നടത്തുക, എന്നിട്ട് അതിലൂടെ തുടർ യോഗത്തെക്കുറിച്ച് തീരുമാനിക്കുക.

✓ ഓർക്കുക, ആളുകൾ കമ്പനിയിലോ പ്ലാനിലോ അല്ല ചേരുന്നത്, ആളുകൾ ആളുകളുമായാണ് ചേരുന്നത്. നിങ്ങൾ കാരണമാണ് അവർ തുടങ്ങാനുള്ള ഒരു തീരുമാനം എടുക്കുന്നത്. അതുകൊണ്ട് നിങ്ങൾ, നിങ്ങളെക്കൊണ്ട് സാധ്യമാകുന്ന അത്രയും മെച്ചപ്പെട്ടിരിക്കണം, ഈ ബിസിനസ് തുടങ്ങാൻ സാധ്യമായ അത്രയും പിന്തുണ അവർക്ക് നൽകുമെന്ന് **നിങ്ങൾ പൂർണ്ണമായ ഉറപ്പ് നൽകണം.**

✓ ഉൽപ്പന്നത്തേക്കാളും പ്ലാനിനെക്കുറിച്ചുള്ള അറിവിനേക്കാളും പ്രധാനമാണ് നിങ്ങളുടെ ആവേശവും വിശ്വാസവും. നമ്മുടെ പ്രധാന ഉൽപ്പന്നം, നാം വിൽക്കുന്ന സേവനമോ ഉൽപ്പന്നമോ അല്ല, മറിച്ച് സ്വപ്നങ്ങൾ സാക്ഷാൽക്കരിക്കാനുള്ള ഒരു അവസരമാണ്, അതിനുള്ള തെളിയിക്കപ്പെട്ടതും ചെയ്യാൻ കഴിയുന്നതുമായ ഒരു സംവിധാനമാണ്.

✓ നിങ്ങൾക്ക് ചെയ്യാൻ കഴിയാത്തത് അവർക്ക് ഉറപ്പുനൽകരുത്. അവർക്ക് ഒന്നും ചെയ്യാൻ കഴിയില്ല എന്ന് ഒരിക്കലും പറയരുത്, അതുപോലെ, പിന്നീട് നിങ്ങൾക്ക് നിറവേറ്റാൻ കഴിയാത്ത പ്രസ്താവനകൾ നടത്തരുത്. അവരുടെ പങ്ക് വ്യക്തമാക്കിക്കൊടുക്കുക, നിങ്ങളുടെ ഇടപെടലുകൾ സുതാര്യവും സത്യസന്ധവുമായിരിക്കുക. സത്യം ജയിക്കും.

✓ വിഡ്ഢിച്ചോദ്യങ്ങൾ ചോദിക്കാതിരിക്കുക; **എന്താണ് നിങ്ങൾ ചിന്തിക്കുന്നത് എങ്ങനെയാണ് നിങ്ങൾ കണ്ടെത്തിയത് എന്നിങ്ങനെയുള്ളവ.** ശരിയായ ചോദ്യങ്ങൾ ചോദിക്കുക. ചർച്ചയിലേക്കും തുടർന്ന് സെയിൽസ് ക്ലോസിങ്ങിലേക്കും നയിക്കുന്ന ചോദ്യങ്ങൾ ചോദിക്കുക. ഒരു തീരുമാനത്തിലെത്താൻ നിങ്ങളുടെ ഉപഭോക്താവിനെ സഹായിക്കുക.

✓ ഈ പ്രക്രിയയിലുടനീളം, നിങ്ങളുടെ ഉപഭോക്താവുമായി നല്ല ബന്ധം കാത്തുസൂക്ഷിക്കുക. ഒരു തർക്കത്തിൽ ജയിക്കുകയല്ല നമ്മുടെ ലക്ഷ്യം, നാം മനസ്സിലാക്കിയ കാര്യങ്ങളും നമ്മുടെ അറിവും കൈമാറലാണ്. ഹൃദയപൂർവം, മറ്റൊരു വ്യക്തിയെ സഹായിക്കാനും ശാക്തീകരിക്കാനുമുള്ള ലക്ഷ്യത്തോടെ നിങ്ങൾ സംസാരിക്കുകയാണെങ്കിൽ നിങ്ങൾ പറയുന്ന കാര്യം അതിവേഗം അവരുടെ ഹൃദയത്തിലെത്തും.

✓ ക്ഷമയുള്ള നല്ലൊരു കേൾവിക്കാരനാകുക. ഒരു മറുപടി നൽകുന്നതിൽ മാത്രം ഒതുങ്ങരുത്, മറ്റൊരാളെ മനസ്സിലാക്കാൻ, അയാളുടെ/അവളുടെ വിശ്വാസങ്ങളെ മനസ്സിലാക്കാൻ ശ്രദ്ധ നൽകുക. ശരിയായ ചോദ്യങ്ങൾ ചോദിക്കുകയും ഉപഭോക്താക്കൾക്ക് നിങ്ങൾ ശ്രദ്ധ

നൽകുകയും ചെയ്താൽ അവർ തന്നെ സെയിൽസ് ക്ലോസിങ് നടത്തിക്കൊള്ളും.

- ✓ ചില ആളുകൾ 'ഇല്ല' എന്നു പറയും. അത് വ്യക്തിപരമായി എടുക്കരുത്. അവർ അത് നിങ്ങളോട് പറയുന്നതല്ല, നിങ്ങളുടെ നിർദേശത്തോടാണ്, ഇന്ന് അവർ 'ഇല്ല' എന്നുപറഞ്ഞാൽ, ഭാവിയിൽ ഒരിക്കലും അവർ ബിസിനസ് തുടങ്ങില്ല എന്ന് അർഥമില്ല. അവരെ സംബന്ധിച്ച് ഇപ്പോൾ ശരിയായ സമയം അല്ല. ഇത്തരം കേസുകൾ മാറ്റിവക്കുക, ആറുമാസം കഴിഞ്ഞ് ഒന്നുകൂടി ശ്രമിച്ചുനോക്കുക. 'ഇല്ല' എന്നതിന്റെ അർഥം അടുത്ത അവസരം എന്നാണ്.
- ✓ പ്രതിഫലത്തെക്കുറിച്ച് വൈകാരികമായി ചിന്തിക്കുന്നതിൽനിന്ന് മാറിനിൽക്കുക. നമ്മൾ തേടുന്നവരെത്തന്നെയാണ് നാം നോക്കിക്കൊണ്ടിരിക്കുന്നത്. ബിസിനസിലേക്ക് വരാൻ അവർ തീരുമാനിച്ചിട്ടുണ്ടെങ്കിൽ നല്ലത്, ഇല്ലെങ്കിൽ അടുത്ത തവണയാകട്ടെ. മുന്നോട്ടുതന്നെ പോകുക.

തുടർപ്രക്രിയയും സെയിൽസ് ക്ലോസിങ്ങും വളരെ ചലനാത്മകമായ മേഖലയാണ്, അതിന്റെ ഉപകരണങ്ങളും ടെക്നിക്കുകളും സമയത്തിനനുസരിച്ച് മാറിക്കൊണ്ടിരിക്കും. എന്റെ സോഷ്യൽമീഡിയ ചാനലുമായും www.deepakbajaj.biz എന്ന എന്റെ വെബ്സൈറ്റുമായും ബന്ധപ്പെടുക, നിങ്ങളുടെ സെയിൽസ് പതിന്മടങ്ങാക്കാനുള്ള ഏറ്റവും പുതിയ തന്ത്രങ്ങളും വഴികളും ഇവിടെയുണ്ട്.

പതിവായി ചോദിക്കുന്ന ചോദ്യങ്ങൾ (FAQs)

എല്ലാ സെയിൽസ് സാഹചര്യങ്ങളിലും, നിങ്ങളുടെ ബിസിനസ് പ്രസന്റേഷൻ പൂർത്തിയായിക്കഴിഞ്ഞാൽ, ഉപഭോക്താവ് നിങ്ങളോട് നിരവധി ചോദ്യങ്ങൾ ചോദിക്കും, ഇവിടെനിന്നാണ് യഥാർഥ ജോലി തുടങ്ങുന്നത്. ബിസിനസ് പ്രസന്റേഷൻ എല്ലാ മീറ്റിങ്ങിലും സമാനമായിരിക്കും, ചോദ്യങ്ങളും ചർച്ചകളുമാണ് അതിനെ ആവേശഭരിതമാക്കുന്നത്. ഓർക്കുക, ചോദ്യങ്ങൾ എന്നത് ഒരു നല്ല അടയാളമാണ്. ഉപഭോക്താവിന്റെ താൽപര്യമാണ് ചോദ്യങ്ങളിലൂടെ തെളിയുന്നത്. ഉപഭോക്താക്കൾ അവരുടെ ഹൃദയം തുറക്കുന്നത് ചോദ്യങ്ങളിലൂടെയാണ്.

ചില ചോദ്യങ്ങൾ നിങ്ങൾക്ക് ഇഷ്ടപ്പെട്ടില്ല എന്നുവരാം, അല്ലെങ്കിൽ ചോദ്യം ചോദിക്കുന്ന രീതി. എന്നാൽ, ഒരിക്കലും ചോദ്യത്തെയോ ചോദിക്കുന്ന ആളെയോ എതിർക്കരുത്. ചോദ്യങ്ങൾ നിങ്ങളെക്കുറിച്ചോ നിങ്ങളുടെ ബിസിനസിനെക്കുറിച്ചോ അല്ല, ചോദിക്കുന്ന ആളുടെ മാനസികാവസ്ഥയെയും മനോഭാവത്തെയും കുറിച്ച് ഏറെ കാര്യങ്ങൾ ചോദ്യങ്ങളിൽ അടങ്ങിയിരിക്കുന്നു. ഒരിക്കലും ഉപഭോക്താവുമായി തർക്കിക്കരുത്. ഒരു തർക്കത്തിൽ ജയിക്കാനല്ല നിങ്ങൾ ഇവിടെ വന്നിരിക്കുന്നത്,

വ്യക്തിയെ ജയിക്കാനാണ്. ചോദ്യങ്ങളിൽ ഉപയോഗിക്കുന്ന വാക്കുകൾ വ്യത്യസ്തമായിരിക്കാം, പക്ഷേ, അടിസ്ഥാനപരമായി, ചോദ്യങ്ങൾ ഉയരുന്നതിന് ഒരു കാരണമുണ്ട്. ഉപഭോക്താവ് ഈ പറയുന്ന രണ്ടു കാര്യങ്ങളിൽ ഒന്നിൽ വിശ്വസിക്കുന്നില്ല എന്നാണ് അതിനർഥം: 1. നെറ്റ്‌വർക്ക് മാർക്കറ്റിങ് എന്നത് വിസ്മയകരമായ ഒരു ബിനിനസ്സാണ്, നമ്മുടെ സ്വപ്നങ്ങൾ സാക്ഷാൽക്കരിക്കാനുള്ള മികച്ച വഴിയാണ് 2. ഈ ബിസിനസിൽ വിജയിക്കാൻ ആവശ്യമായ ജോലി ചെയ്യാൻ ഉപഭോക്താവിന് കഴിയില്ല.

പൊതുവായി രണ്ടുതരത്തിലുള്ള ചോദ്യങ്ങളാണ് ചോദിക്കുക:

1. ഡാറ്റ നൽകേണ്ട ചോദ്യങ്ങൾ പ്രത്യേക ചില വിവരങ്ങൾ അറിയാനുള്ള ചോദ്യങ്ങൾ, എന്നാണ് ഈ കമ്പനി തുടങ്ങിയത്? എത്ര വർഷം ഈ ബിസിനസിൽ പ്രവർത്തിക്കുന്നു? തുടങ്ങിയവ.
2. വൈകാരിക ചോദ്യങ്ങൾ – മറ്റ് എല്ലാ ചോദ്യങ്ങളും ഈ വിഭാഗത്തിൽ വരും.

ഓരോ വ്യക്തിക്കും സാഹചര്യത്തിനും അനുസരിച്ച് നിങ്ങളുടെ ഉത്തരങ്ങളിലെ ഭാഷ വ്യത്യാസപ്പെട്ടുകൊണ്ടിരിക്കും, സാധാരണയായി ചോദിക്കപ്പെടുന്ന ചോദ്യങ്ങൾ കൈകാര്യം ചെയ്യാനുള്ള ചില അടിസ്ഥാനങ്ങൾ ഞാൻ വിശദീകരിക്കാം:

- നല്ലൊരു ചിരിയോടെ നിങ്ങളുടെ ഉത്തരം തുടങ്ങുക, ഒരു അഭിനന്ദനവും ആകാം, 'ഇത് ബുദ്ധിപരമായ ഒരു ചോദ്യമാണ്', അല്ലെങ്കിൽ 'ഞാൻ താങ്കൾ പറഞ്ഞതിനോട് പൂർണ്ണമായും യോജിക്കുന്നു', അല്ലെങ്കിൽ 'നിങ്ങൾ പറഞ്ഞത് പൂർണ്ണമായും ശരിയാണ്' അല്ലെങ്കിൽ 'ഞാൻ ഈ ചോദ്യത്തിന് കാത്തിരിക്കുകയായിരുന്നു', അല്ലെങ്കിൽ 'ഈ ചോദ്യം ചോദിച്ചതിന് നന്ദി, ഞാനിത് വിശദീകരിക്കാൻ ഇരിക്കുകയായിരുന്നു'. നിങ്ങൾ തിരിച്ചടിക്കുമെന്നാണ് ഉപഭോക്താവ് പ്രതീക്ഷിക്കുന്നത്, എന്നാൽ നിങ്ങളുടെ ചിരിയും ചോദ്യത്തെ സ്വീകരിച്ച രീതിയും അയാളെ/അവളെ സമചിത്തതയിലേക്ക് നയിക്കും. ഈ സന്ദർഭത്തിൽ നിങ്ങൾക്ക് ചെയ്യാൻ കഴിയുന്ന ഏറ്റവും നല്ല കാര്യം നിങ്ങളുടെ ഉപഭോക്താവ് പറയുന്നത് സ്വീകരിച്ചുകൊണ്ട് അദ്ദേഹത്തോടൊപ്പം നിൽക്കുക എന്നതാണ്, ഈ സമയത്ത് നിങ്ങൾ പറയുന്നതെല്ലാം സ്വീകരിക്കപ്പെടാൻ കൂടുതൽ സാധ്യതയുണ്ട്. ഈ സമീപനം മുകളിൽ സൂചിപ്പിച്ച രണ്ടുതരം ചോദ്യങ്ങൾക്കും ഫലപ്രദമാകും.
- *'അനുഭവം, അനുഭവിച്ചത്,* കണ്ടത്' എന്ന ഒരു വിദ്യ ഉപയോഗിക്കുക: എല്ലാ സെയിൽസ് പേഴ്സണും അറിയുകയും ഉപയോഗിക്കുകയും

ചെയ്യുന്ന ശക്തമായ പഴയൊരു ആശയമാണിത്. എന്നാൽ, 10 ശതമാനത്തിൽ താഴെ വരുന്ന ആളുകളിലേ ഇത് പ്രവർത്തിക്കൂ, ബാക്കി 90 ശതമാനത്തിൽ അത് നിഷ്ഫലമാണ്. ബാങ്കോക്കിലെ എന്റെ ഇന്റർനാഷനൽ എൻ.എൽ.പി. സർട്ടിഫിക്കേഷൻ പരിപാടിയിൽ ഞാൻ ഈ മത്സരത്തിന് ഉത്തരം കണ്ടെത്തി. ഈ വിദ്യ സമ്പൂർണ്ണമാണ്, എന്നാൽ, ഉപഭോക്താവുമായി നല്ല ബന്ധത്തിലുള്ളപ്പോഴേ ഇത് പ്രവർത്തിക്കൂ, അതിന് ഉപഭോക്താവിന് നിങ്ങളെക്കുറിച്ച് വിശ്വാസ്യത ഉണ്ടായിരിക്കണം, മീറ്റിങ്ങിലെങ്കിലും. വൈകാരികമായ ചോദ്യങ്ങൾ കൊണ്ടാണ് ഈ ആശയം പ്രവർത്തിക്കുന്നത്.

- മറ്റൊരാൾ എന്തുതരം ചോദ്യം ചോദിച്ചാലും അനുഭവം, അനുഭവിച്ചത്, കണ്ടത് എന്നീ വാക്കുകൾ ഉപയോഗിച്ച് മറുപടി നൽകുക എന്നതാണ് ഈ ആശയം പറയുന്നത്. ഉദാഹരണത്തിന്, ഉപഭോക്താവ് ചോദിക്കുന്നു *'ഈ ബിസിനസിൽ ഒരാളും വിജയിക്കുന്നത് ഞാൻ കണ്ടിട്ടില്ല'.* *ഇതിന് നിങ്ങൾക്ക് ഇങ്ങനെ മറുപടി പറയാം 'നിങ്ങളുടെ അനുഭവം ഞാൻ മനസ്സിലാക്കുന്നു, ഈ ബിസിനസിനുവേണ്ടി ഞാൻ പോയപ്പോഴും ഇതേ കാര്യം അനുഭവിച്ചു, ഇത്തരം ബിസിനസിൽ ആരും വിജയിച്ചിട്ടില്ല എന്നത്, എന്നാൽ, നിരവധി പരിപാടികളിൽ പങ്കെടുത്തപ്പോൾ, ബിസിനസിലെ രീതികളെക്കുറിച്ച് ആഴത്തിൽ അന്വേഷിച്ചപ്പോൾ, ബിസിനസിലെ ചില ലീഡർമാരെ കണ്ടപ്പോൾ, ഈ ബിസിനസിനെക്കുറിച്ച് എനിക്കുണ്ടായിരുന്ന അഭിപ്രായം തെറ്റാണെന്ന് ഞാൻ കണ്ടെത്തി. ഈ സത്യം തിരിച്ചറിഞ്ഞശേഷം, ഞാൻ ഈ ബിസിനസ് ഗൗരവത്തോടെ ചെയ്യാൻ തീരുമാനിച്ചു, ഇപ്പോൾ ഈ ബിസിനസിലൂടെ എന്റെ എല്ലാ സ്വപ്നങ്ങളും സാക്ഷാൽക്കരിക്കാനുള്ള തീരുമാനത്തിലാണ് ഞാൻ'.* ഇത്തരം ചോദ്യങ്ങൾക്ക് ഇതേ മറുപടി നിങ്ങൾക്ക് ഉപയോഗിക്കാം.
- ചോദ്യങ്ങൾക്ക് ചോദ്യങ്ങൾ തന്നെ മറുപടിയായി നൽകുക. *ഇതും അത്ഭുതകരമായ ഒരു സമീപനമാണ്, നമ്മുടെ ഉപഭോക്താവ് ചോദിക്കുന്ന ചോദ്യങ്ങൾക്ക്, മറുചോദ്യങ്ങളിലൂടെ അയാളെക്കൊണ്ട്/അവളെക്കൊണ്ടുതന്നെ മികച്ച ഉത്തരം കണ്ടെത്താൻ സഹായിക്കുന്ന വിദ്യ.* ചിലപ്പോഴെല്ലാം മറ്റേയാൾ ചോദിക്കുന്ന ചോദ്യം യഥാർഥ ചോദ്യമായിരിക്കണമെന്നില്ല, ഇത്തരം സാഹചര്യത്തിൽ യഥാർഥ ചോദ്യം കണ്ടെത്താനും ഈ മാർഗ്ഗം ഉപകാരപ്പെടും.
- നിങ്ങൾക്ക് ഇങ്ങനെ പറയാം, *'അത്ഭുതകരമായ ചോദ്യം. ഈ ചോദ്യത്തിനുള്ള മറുപടിക്ക് താങ്കൾ ഗൗരവത്തോടെ കാത്തിരിക്കുകയാണോ (ഉടൻ മറുപടി കിട്ടും, 'അതെ'). എങ്കിൽ ഞാൻ ഒരു കാര്യം പറയാം, നമ്മുടെ അടുത്ത ആഴ്ചയിലെ പരിപാടിയിൽ*

നിങ്ങൾ തീർച്ചയായും പങ്കെടുക്കുക, ഇതിനുള്ള മികച്ച പരിഹാരം താങ്കൾക്ക് അവിടെനിന്ന് കിട്ടും. അല്ലെങ്കിൽ, നമ്മുടെ അടുത്ത വാരാന്ത്യ പരിപാടിയിൽ ഈ ചോദ്യം ഉൾപ്പെടുത്തി ഒരു പ്രത്യേക സെഷൻ ഉണ്ടായിരിക്കും. എന്തുകൊണ്ട് അതിൽ പങ്കെടുത്ത് ഇതിനുള്ള ഉത്തരം കണ്ടെത്തിക്കൂടാ'.

ചോദ്യങ്ങൾക്ക് വെറുതെ ഉത്തരം നൽകരുത്, നിങ്ങളുടെ ഉപഭോക്താവുമായി ഇടപഴകുക, എന്നിട്ട് അവരുടെ അകം മനസ്സിലാക്കാൻ ശ്രമിക്കുക. അവരെ കൂടുതൽ സംസാരിക്കാൻ അനുവദിക്കുക. ചോദ്യങ്ങൾക്ക് ചോദ്യങ്ങൾ ഉത്തരമായി നൽകുക. ഇന്നുതന്നെ പണം കിട്ടുക എന്നതല്ല നമ്മുടെ ലക്ഷ്യം, അറിവുണ്ടാക്കലും മനസ്സിലാക്കലുമാണ്. തുടർപരിപാടികളിൽ ഈവന്റുകളും ഉപകരണങ്ങളും ഉപയോഗിക്കുക. 25 മീറ്റിങ്ങുകൾ വേണ്ടിവരും. ക്രമേണ, വലിയൊരു വിഭാഗത്തിനും മനസ്സിലാകും, ഇതൊരു നല്ല ബിസിനസ് മാതൃകയാണ്, ഇതിലൂടെ തങ്ങളുടെ ലക്ഷ്യത്തിലെത്താൻ കഴിയും, തങ്ങളുടെ ചില പ്രശ്നങ്ങളെങ്കിലും പരിഹരിക്കാൻ കഴിയും, അതോടെ അവർ നിങ്ങൾക്കൊപ്പം ബിസിനസ് തുടങ്ങും. തുടർയോഗങ്ങളിലൂടെ അവരും നിങ്ങളുമായുള്ള ബന്ധം വികസിക്കും, അവരിൽ പലരും നിങ്ങളുടെ ജീവിതകാലം മുഴുവനുമുള്ള പങ്കാളികളായി മാറും.

സെയിൽസ് ക്ലോസിങ്

ഇപ്പോൾ സെയിൽസ് ക്ലോസ് ചെയ്യാനുള്ള സമയമാണ്. നിങ്ങൾക്ക് ഇപ്പോൾ തന്നെ പ്രതിഫലം കിട്ടണം. രജിസ്ട്രേഷൻ പൂർത്തിയാക്കുകയും വേണം. എല്ലാ ചോദ്യങ്ങൾക്കും ഉത്തരം നൽകിക്കഴിഞ്ഞാൽ, ചർച്ച സംഗ്രഹിക്കാം, എന്നിട്ട് താഴെ പറയുന്ന വഴികളിലൂടെ സെയിൽസ് ക്ലോസിങ്ങിലേക്ക് പോകാം.

- ഇപ്പോൾ നിങ്ങളുടെ മനോഭാവം എന്താണ് എന്ന് എനിക്കറിയാം, എന്തെല്ലാം ചോദ്യങ്ങളാണ് നിങ്ങളുടെ തലയിലുള്ളതെന്നും എനിക്കറിയാം. ഞാനും ഇത് അനുഭവിച്ചിട്ടുണ്ട്, സമാന സംശയങ്ങൾ എനിക്കും ഉണ്ടായിട്ടുണ്ട്. എന്നാൽ, ചുരുക്കം ചിലരെ കാണുകയും ഈ ബിസിനസിനെക്കുറിച്ച് അന്വേഷണം നടത്തുകയും ചെയ്തപ്പോൾ, എന്റെ അഭിപ്രായങ്ങളിൽനിന്നും വികാരങ്ങളിൽനിന്നും വ്യത്യസ്തമാണ് സത്യം എന്ന് ഞാൻ തിരിച്ചറിഞ്ഞു. ഞാൻ ചുരുക്കം മീറ്റിങ്ങുകളിൽ പങ്കെടുത്തു, ഏതാനും സീനിയർമാരെ കണ്ടു. എന്റെ ആഴത്തിലുള്ള അന്വേഷണത്തിനുശേഷം, നിങ്ങളോട് ഉറപ്പുപറയാൻ സാധിക്കും:

  1. *ഇതൊരു അത്ഭുതകരമായ ബിസിനസ് അവസരമാണ്, ഇന്ത്യയിൽ ഈ ബിസിനസ് തുടങ്ങാനുള്ള ഏറ്റവും മികച്ച സമയ*

മാണ് ഇത്. ഇതൊരു വിസ്മയകരമായ കമ്പനിയാണ്, അതിന് തെളിയിക്കപ്പെട്ട ട്രാക്ക് റെക്കോർഡുകളുണ്ട്, മികച്ച വരുമാന പദ്ധതികളുണ്ട്, അത്ഭുതകരമായ ഉൽപ്പന്നങ്ങളുണ്ട്, അമ്പരപ്പി ക്കുന്ന സപ്പോർട്ട് സംവിധാനമുണ്ട്. വ്യവസായത്തിൽ ലഭ്യമായ ഏറ്റവും മികച്ച ഓപ്ഷനാണിത് (ഈ കമ്പനിയെ തെരഞ്ഞെടുക്കാനുള്ള നിങ്ങളുടെ കാരണങ്ങൾ പറയുക).

2. *കുറച്ചുകാലമായി ഞാൻ ഇത്തരം ബിസിനസുകളെ നിരീക്ഷിച്ചു വരികയാണ്/കുറച്ചുകാലമായി ഒരു ബിസിനസ് അവസരത്തിനായി ഞാൻ കാത്തിരിക്കുകയാണ്/ ഞാൻ ഇതിനകം സമാനമായ 23 ബിസിനസുകളിൽ പണം നിക്ഷേപിച്ചിരുന്നു(നെറ്റ്‌വർക്ക് മാർക്കറ്റിങ്ങിനെക്കുറിച്ചുള്ള നിങ്ങളുടെ സ്വന്തം അനുഭവത്തിന്റെ വെളിച്ചത്തിൽ ഇവിടെ സത്യം പറയാവുന്നതാണ്), എന്നാൽ ഞാൻ ഗൗരവത്തോടെ ജോലി ചെയ്തില്ല. ഇപ്പോൾ ഞാൻ തീരുമാനിച്ചുകഴിഞ്ഞു, ഈ ബിസിനസ് ഞാൻ ഗൗരവത്തോടെ ചെയ്യാൻ പോകുകയാണ്, ഇതിൽ ഞാൻ സൂപ്പർ വിജയിയായി മാറും. ഞാൻ ഇപ്പോൾ തന്നെ തുടങ്ങിക്കഴിഞ്ഞു, ഇപ്പോൾ എനിക്ക് പ്രതിമാസം .... രൂപ കിട്ടുന്നുണ്ട്, അടുത്ത മാസം .... കിട്ടും.* (നിങ്ങളുടെ യഥാർഥ ലക്ഷ്യം ഇവിടെ പറയുക).

3. കാണുന്നത് വിശ്വസിക്കും. നിങ്ങളുടെ ലിസ്റ്റിലുള്ള പേരുകളും നിങ്ങളുടെ വർക്ക്ബുക്കും നിങ്ങളുടെ ഉപഭോക്താവിനെ കാണിക്കുക. എങ്ങനെയാണ് ഇത് തയാറാക്കുന്നതെന്നും ഈ ബിസിനസിനെ നിങ്ങൾ എത്രമാത്രം ഗൗരവത്തോടെയാണ് സമീപിക്കുന്നതെന്നും അവർക്ക് കാണിച്ചുകൊടുക്കുക. ആത്മവിശ്വാസത്തോടെ നിങ്ങളുടെ ഉപഭോക്താവിനോട് പറയുക, '*എന്റെ ജീവിതത്തിനുവേണ്ടി ഞാൻ സീരിയസ്സായിരിക്കുന്നു, എന്തായാലും ശരി, ഞാൻ നേടിയെടുക്കുകതന്നെ ചെയ്യും........................ വരുമാനം/ ജീവിതരീതി/കാർ തുടങ്ങിയവ ഈ ബിസിനസിലൂടെ..................ദിവസത്തിനകം/ആഴ്ചകൾക്കകം/മാസങ്ങൾക്കകം. ബിസിനസിന്റെ അടിസ്ഥാനകാര്യങ്ങൾ ഞാൻ മനസ്സിലാക്കി കഴിഞ്ഞു, ഈ ബിസിനസിൽ സാധ്യമായ എല്ലാ പിന്തുണയും ഞാൻ നിങ്ങൾക്ക് നൽകാമെന്ന് ഉറപ്പുതരുന്നു. നമുക്കൊരുമിച്ച് ഒരു വലിയ ബിസിനസ് കെട്ടിപ്പടുക്കാം.*

ഈ വരികൾ പറയുന്നത് വളരെ പ്രധാനമാണ്, അതിലും പ്രധാനമാണ് അത് പറയുമ്പോഴുള്ള നിങ്ങളുടെ ബോധ്യവും വിശ്വാസവും. ഓർക്കുക, നിങ്ങൾ എന്താണ് പറയുന്നത് എന്നതിലല്ല, അത് പറയുമ്പോഴുള്ള നിങ്ങളുടെ അവസ്ഥയും ചേർച്ചയുമാണ് അതിന്റെ പ്രതിഫലത്തെ തീരുമാനിക്കുക.

✓ അവർ ബിസിനസ് തുടങ്ങാൻ തീരുമാനിച്ചിരിക്കുന്നു എന്ന വിചാരത്തോടെ സംസാരിക്കുക. രേഖകളോ പണമോ ആത്മവിശ്വാസത്തോടെ തന്നെ ചോദിക്കുക. പണമില്ലാത്ത ഉറപ്പുകൊണ്ട് ഒരു കാര്യവുമില്ല.

✓ നിങ്ങളുടെ ടീം ചില ഫോമുകൾ ഉപയോഗിക്കുന്നുണ്ടെങ്കിൽ, ഫോമിൽ അവരുടെ ഒപ്പ് വാങ്ങുക.

✓ മുഴുവൻ സംഖ്യയും അവർക്ക് നൽകാൻ കഴിയില്ലെങ്കിൽ അഡ്വാൻസ് വാങ്ങുക.

✓ ക്ഷമയുള്ളവനായിരിക്കുക. ഓരോ മീറ്റിങ്ങിലും സെയിൽസ് ക്ലോസ് ചെയ്യാൻ ശ്രമിക്കുക, പക്ഷേ, ക്ഷമയോടെ. അതിന് അൽപം സമയമെടുത്തു എന്നുവരും. ആളുകൾ നെറ്റ്‌വർക്ക് മാർക്കറ്റിങ്ങിനെക്കുറിച്ച് ധാരാളം കേൾക്കുകയും കാണുകയും ചെയ്തിട്ടുണ്ടായിരിക്കും, അതിലൂടെ ബിസിനസിനെക്കുറിച്ച് അവർക്ക് സ്വന്തമായ അഭിപ്രായങ്ങളുണ്ടായിരിക്കും. ക്ഷമയോടെയും അനുകമ്പയോടെയും അവരെ അവരുടെ അഭിപ്രായത്തിൽ മാറ്റം വരുത്താൻ അനുവദിക്കുക. ഈ ബിസിനസിനെ കൃത്യമായി മനസ്സിലാക്കാൻ സാധിക്കുന്ന പ്രസക്തമായ വിവരങ്ങൾ അവർക്ക് നൽകുകയാണ് നമ്മുടെ ജോലി.

✓ അഞ്ച് ശക്തികൾ: നല്ല ബന്ധം സ്ഥാപിച്ചെടുക്കാൻ അഞ്ച് മീറ്റിങ്ങുകൾ വേണ്ടിവരും, ഒടുവിൽ സെയിൽ ക്ലോസ് ചെയ്യണം. മിക്കവാറും ആളുകൾക്ക് രണ്ട് മീറ്റിങ്ങുകളിൽ കൂടുതൽ നടത്താൻ കഴിയാറില്ല. അഞ്ചാമത്തെ മീറ്റിങ്ങിലാണ് സെയിൽസ് ക്ലോസ് ചെയ്യുന്നത് എങ്കിൽ, ആദ്യത്തെ നാലു മീറ്റിങ്ങുകൾ പാഴായിപ്പോയില്ലേ ഇല്ല, അവയ്ക്കെല്ലാം വളർച്ചയിൽ ഇടമുണ്ട്. ചിലർക്ക് നിങ്ങളെയും നിങ്ങളുടെ ബിസിനസിനെയും മനസ്സിലാക്കാൻ സമയമെടുത്തേക്കാം. എല്ലാ മീറ്റിങ്ങുകളും പ്രധാനപ്പെട്ടതാണ്. അഞ്ച് എന്ന തത്വശാസ്ത്രം നിങ്ങൾ ഇന്ന് സ്വീകരിക്കുകയാണെങ്കിൽ, നിങ്ങൾക്ക് സ്ഥാപനത്തിൽ മറ്റുള്ളവരേക്കാൾ മുന്നിലെത്താൻ കഴിയും. ജീവിതത്തിൽ എല്ലായിടത്തും അത് പ്രതിഫലനമുണ്ടാക്കും.

✓ എല്ലായിടത്തും പഠിപ്പിക്കുന്ന ഈ പദസഞ്ചയം ഓർക്കുക SWSWSWSW. Some Will, Some Won't, So What? Someone is Waiting. (ചിലത് കഴിയും, ചിലത് കഴിയില്ല, അതുകൊണ്ട് എന്താണ്? ആരോ കാത്തിരിക്കുന്നു)

✓ നിങ്ങളുടെ സെയിൽസ് പ്രസന്റേഷനുകളിലും ആശയവിനിമയങ്ങളിലും അൽപം ഹൃദയം കൂടി സമർപ്പിക്കാൻ ഓർക്കുക. അത് മാജിക്കിനെപ്പോലെ പ്രവർത്തിക്കും. നിങ്ങളുടെ ഹൃദയംഗമമായ പിന്തുണ അവർക്ക് ഉറപ്പുകൊടുക്കുക, അത് അവർ തിരിച്ചറിയും.

അതെ, അല്ലെങ്കിൽ അല്ല എന്നത്
പ്രക്രിയയുടെ ഭാഗമാണ്

2007-ൽ ഞാൻ ഈ ബിസിനസ് തുടങ്ങുമ്പോൾ, ജോലിയിലെ എന്റെ തിരക്കേറിയ ദിവസങ്ങൾക്കുശേഷവും ഞാൻ ചുരുങ്ങിയത് ദിവസവും നാല് മീറ്റിങ്ങുകളെങ്കിലും ചെയ്തിരുന്നു. തുടർച്ചയായ അഞ്ചു ദിവസങ്ങൾക്കുശേഷം ദിവസവും നാല് മീറ്റിങ്ങുകൾ നടത്തുക എന്നതിനെക്കുറിച്ച് ആലോചിച്ചുനോക്കൂ, 20-ാമത്തെ ആൾ നിങ്ങളോട് 'ഇല്ല' എന്നു പറയുമ്പോൾ നിങ്ങൾക്ക് നിങ്ങളെക്കുറിച്ചുതന്നെ, നിങ്ങളുടെ കമ്പനിയെക്കുറിച്ച്, അല്ലെനിന്നെക്കുറിച്ച്, ബിസിനസിനെക്കുറിച്ച് സംശയം തോന്നാം. മിക്ക പരാജിതരും വീണുപോകുന്ന ഒരു കെണിയാണിത്. ഇത് ഉപേക്ഷിച്ചുപോകാനുള്ള സമയമല്ല, അത് കൂടുതൽ പ്ലാനുകൾ കാണിക്കാനുള്ള സമയമാണ്. അധികം ആവേശത്തോടെ കൂടുതൽ തുടർയോഗങ്ങൾ നടത്താനുള്ള സമയമാണിത്. ശരാശരി നിയമപ്രകാരം, നിങ്ങൾ കേൾക്കുന്ന ഓരോ 'ഇല്ല'ക്കുശേഷവും 'അതെ' എന്നു കേൾക്കാനുള്ള സാധ്യത യഥാർഥത്തിൽ വർധിക്കുകയാണ് ചെയ്യുന്നത്.

6. പുതിയ പങ്കാളിക്കുവേണ്ടിയുള്ള ശരിയായ തുടക്കം

ബിസിനസിൽ ഒരു പുതിയ വിതരണക്കാരനെ കിട്ടാൻ ഏറെ സമയവും ശ്രമവും വേണ്ടിവരും. എന്നാൽ, 60-80 ശതമാനം പുതിയ വിതരണക്കാരും തുടങ്ങി നാല് ആഴ്ചക്കകം ബിസിനസ് ഉപേക്ഷിച്ചുപോകും. ഭൂരിഭാഗം കേസുകളിലും, സ്പോൺസറുടെ ഭാഗത്തുനിന്നുള്ള അവഗണനയാണ് ഇതിനുകാരണം. സെയിൽസ് ക്ലോസ് ചെയ്യുന്നതുവരെ മിക്കവാറും വിതരണക്കാർ ആക്രമണകാരികളായിരിക്കും, എന്നാൽ ബിസിനസിൽ ചേർന്നു കഴിഞ്ഞാൽ അവരുടെ ഗൗരവം ഇല്ലാതാകും. എന്നാൽ, നെറ്റ്‌വർക്ക് മാർക്കറ്റിങ്ങിൽ ഏറ്റവും കൂടുതൽ വരുമാനമുള്ളവർ, പുതിയ പങ്കാളികളെ കണ്ടെത്തുന്നതിനുള്ള അടിസ്ഥാനകാര്യങ്ങളിൽ മാസ്റ്റർമാരായിരിക്കും.

> *സെയിൽ കിട്ടുന്നതോടെ നെറ്റ്‌വർക്ക് മാർക്കറ്റിങ് പ്രൊഫഷനൽ എന്ന നിലയ്ക്കുള്ള നിങ്ങളുടെ ജോലി അവസാനിപ്പിക്കരുത്, സെയിൽസ് കിട്ടുന്നതോടെയാണ് യഥാർഥത്തിൽ ജോലി തുടങ്ങുന്നത്. ഇതാണ് നെറ്റ്‌വർക്ക് മാർക്കറ്റിങ്ങും വിൽപനയും തമ്മിലുള്ള വ്യത്യാസം.* – ദീപക് ബജാജ്

പുതിയ പങ്കാളികൾക്കുവേണ്ടിയുള്ള ശരിയായ തുടക്കം എന്ന ശാസ്ത്രത്തിൽ മാസ്റ്റർ ആകാൻ കഴിഞ്ഞാൽ, നമുക്ക് റെക്കോർഡ് സമയത്തിനകം ആവശ്യമായ വരുമാനം നേടിയെടുക്കാൻ കഴിയും. പുതിയ പങ്കാളികളെ കിട്ടാനുള്ള മൂന്ന് പ്രധാന വഴികൾ ഇതാ.

ബിസിനസ് തുടങ്ങിക്കഴിഞ്ഞ് ഒരാഴ്ചക്കകം നിങ്ങളുടെ വീട്ടിൽ ഒരു **വെൽകം മീറ്റിങ്** നടത്തുക, എന്നിട്ട് താഴെ പറയുന്ന മൂന്ന് കാര്യങ്ങൾ ചെയ്യുക:

1. വിവരങ്ങളും ടൂളുകളും നൽകുക:

(എ) വിശ്വാസത്തോടെയും ആവേശത്തോടെയും നിങ്ങളുടെ ദശലക്ഷം ഡോളറുകളുടെ കഥ ആവർത്തിക്കുക. നിങ്ങളുടെ വ്യവസായത്തെയും കമ്പനിയെയും ടീമിനെയും അപ്ലൈനിനെയും ഡയറി/ മാന്വൽ/ വെബ്സൈറ്റ്/ വീഡിയോ/മറ്റേതെങ്കിലും ടൂളുകൾ ഉപയോഗിച്ച പരിചയപ്പെടുത്തുക.

(ബി) രജിസ്ട്രേഷന് ആവശ്യമായ എന്തെങ്കിലും രേഖകൾ ശേഖരിക്കുക (ഉണ്ടെങ്കിൽ മാത്രം).

(സി) അവർ എല്ലാ ഉൽപ്പന്നങ്ങളും സേവനങ്ങളും സ്വീകരിച്ചു എന്ന് ഉറപ്പുവരുത്തുക. ഉൽപ്പന്നങ്ങളെക്കുറിച്ചും സേവനങ്ങളെക്കുറിച്ചും അവരോട് വിശദീകരിക്കുക, അവ ഉപയോഗിച്ച് തുടക്കമിടുക.

(ഡി) ടൂളുകളുടെ ഒരു കോപ്പി അവർക്ക് നൽകുക ഏതെങ്കിലും വെൽകം കിറ്റോ ലഭ്യമായ മറ്റ് ടൂളുകളോ. ടൂളുകൾ രജിസ്ട്രേഷനോടുകൂടി യാണ് വരുന്നത് എങ്കിൽ അത് അവർക്ക് നൽകുക, അത് വാങ്ങേണ്ട വയാണെങ്കിൽ അവരെ വാങ്ങാൻ പ്രേരിപ്പിക്കുക.

(ഇ) വരുമാന പദ്ധതി വിശദമായി ചർച്ച ചെയ്യുക, ഇതേക്കുറിച്ച് അവർക്ക് എന്തെങ്കിലും സംശയമുണ്ടെങ്കിൽ അതിന് ഉത്തരം നൽകുക.

(എഫ്) വാട്സ്ആപ്പിലോ മറ്റേതെങ്കിലും ഓൺലൈൻ ഗ്രൂപ്പുകളിലോ അവരെ ആഡ് ചെയ്യുക, അതിലൂടെ അവർക്ക് എല്ലാ വിവരവും നൽകുക.

(ജി) പുസ്തകങ്ങളെക്കുറിച്ച്, ഓഡിയോകളെക്കുറിച്ച്, വീഡിയോ കളെക്കുറിച്ച് അവരോട് പറയുക, അതിലൂടെ ശരിയായ സമയത്ത് അവർക്ക് തുടങ്ങാൻ കഴിയണം. എന്റെ വെബ്സൈറ്റിലും ഈ പുസ്തകത്തിലെ ടൂൾസ് സെക്ഷനിലും ലിസ്റ്റ് ലഭ്യമാണ്.

(എച്ച്) രാഷ്ട്രീയവും മതവും ഈ കൂടിക്കാഴ്ചയിൽ ഒരിക്കലും ചർച്ച ചെയ്യരുത്.

(ഐ) നിങ്ങളുടെ പുതിയ പങ്കാളികൾക്ക് ഈ പുസ്തകം ഗുണകര മാണെന്ന് നിങ്ങൾക്ക് തോന്നുന്നുവെങ്കിൽ, നിങ്ങൾക്ക് ഇതിന്റെ ഒരു കോപ്പി അവർക്ക് നൽകുകയോ അവരെക്കൊണ്ട് പുസ്തകം വാങ്ങിപ്പിക്കുകയോ ചെയ്യാം. നെറ്റ്‌വർക്ക് മാർക്കറ്റിങ്ങിനെക്കുറിച്ച നിരവധി സൗജന്യ വിവരങ്ങളും ടൂളുകളും www.deepakbajaj.biz എന്ന എന്റെ വെബ്സൈറ്റിലും എന്റെ യു ട്യൂബ് ചാനലിലും ഇൻ സ്റ്റഗ്രാം പേജിലും ഫേസ്ബുക്കിലും മറ്റ് സോഷ്യൽ മീഡിയ ചാന ലുകളിലും ലഭ്യമാണ്.

2. അവരുടെ സ്വപ്നങ്ങൾ നിർവചിക്കുക, ലക്ഷ്യം നിർണ്ണയിക്കുക:

(എ) അവരുടെ സ്വപ്നങ്ങൾ നിർമ്മിച്ചെടുക്കുക. ഇത് ഏറ്റവും പ്രധാന വ്യായാമമാണ്. TSD ഷീറ്റ് എടുക്കുക, ഈ ബിസിനസ് തുടങ്ങാൻ അവർക്കുള്ള ഏറ്റവും പ്രധാനപ്പെട്ട മൂന്ന് കാരണങ്ങൾ കണ്ടെ ത്തുക.

(ബി) ഈ ബിസിനസിൽനിന്ന് അവരുടെ ലക്ഷ്യം നിർണ്ണയിക്കുക, രണ്ട് പ്രധാന ചോദ്യങ്ങൾക്ക് ഉത്തരം നൽകുന്നതിലൂടെ ഇത് ചെയ്യാം:

(1) അടുത്ത ഒരു മാസം/മൂന്നുമാസം/ആറുമാസം/ഒരു വർഷം/അഞ്ചുവർഷം നിങ്ങൾ എത്ര വരുമാനം പ്രതീക്ഷിക്കുന്നു.

(2) അടുത്ത മൂന്നുമാസത്തിനുള്ളിൽ/ആറുമാസത്തിനുള്ളിൽ/ഒരു വർഷത്തിനുള്ളിൽ/അഞ്ചുവർഷത്തിനുള്ളിൽ ഈ ബിസിനസിൽനിന്ന് നിങ്ങൾക്ക് സാക്ഷാൽക്കരിക്കാനുള്ള സ്വപ്നങ്ങൾ എന്തൊക്കെയാണ്.

(സി) ഏതെങ്കിലും ഉൽപ്പന്നങ്ങളുടെ പ്രമോഷനുകളെക്കുറിച്ചോ അപ്പോൾ നടക്കുന്ന ഏതെങ്കിലും മൽസരങ്ങളെക്കുറിച്ചോ അവരോട് വിശദീകരിക്കുക.

(ഡി) അടുത്ത റാങ്കിലേക്ക് അവരെ അപ്ഡേറ്റ് ചെയ്യുക, അടുത്ത ലെവലിലേക്കുവേണ്ടി അവർക്ക് ഒരു ലക്ഷ്യം നിർണ്ണയിച്ചുകൊടുക്കുക.

3. ബിസിനസ് വികസന നടപടികൾ:

(എ) അടുത്ത ഒരാഴ്ചക്കകം അവരുടെ വീട്ടിൽ ഒരു ബിസിനസ് ഓപ്പണിങ് ആഘോഷം പ്ലാൻ ചെയ്യുക, അതിൽ അവരുടെ കുടുംബാംഗങ്ങൾ, അടുത്ത സുഹൃത്തുക്കൾ, അയൽക്കാർ എന്നിവർ കൂടി പങ്കെടുക്കണം. ഉൽപ്പന്നങ്ങളുടെ പ്രദർശനവും. അവർ ഒരു ബിസിനസ് തുടങ്ങിയിരിക്കുന്നു എന്ന് അവരുടെ കുടുംബത്തെയും സുഹൃത്തുക്കളെയും അറിയിക്കാനുമുള്ളതാണ് ഈ പരിപാടി. ലളിതമായ ക്ഷണം മതി, ആരെയും സ്വാഗതം ചെയ്യാം, നാം നമ്മുടെ ഔദ്യോഗികമായ ബിസിനസ് അവസരം ഇവിടെ വിശദീകരിക്കരുത്. ആളുകളുടെ താൽപര്യം നാം നിരീക്ഷിക്കണം, പിന്നീട് അവരിൽനിന്ന് തെരഞ്ഞെടുക്കപ്പെട്ടവരുമായി നമ്മുടെ ബിസിനസ് പങ്കിടാം. ജീവിതത്തെ മാറ്റിമറിക്കുന്ന ഒരു ബിസിനസ് തുടങ്ങുന്നതിലുള്ള ആവേശം ഉണ്ടാക്കിയെടുക്കുക.

(ബി) അവരുടെ ഉപഭോക്താക്കളുടെ ലിസ്റ്റ് അവർക്കൊപ്പം ഉണ്ടാക്കിയെടുക്കുക.

(സി) ഉടനെ നടത്തേണ്ട കൂടിക്കാഴ്ചക്കായി ആദ്യ ബാച്ച് ഉപഭോക്താക്കളെ തെരഞ്ഞെടുക്കുക.

(ഡി) ഉടനെയുള്ള മീറ്റിങ്ങിനായി ആദ്യത്തെ വിളി വിളിക്കാൻ അവർക്ക് കരുത്തുനൽകുക, ആദ്യത്തെ സെറ്റ് അപ്പോയ്ന്റ്മെന്റ് നടത്തുക. നിങ്ങളുടെ സാന്നിധ്യത്തിൽ തന്നെ കോൾ ചെയ്യാൻ അവരെ പ്രോൽസാഹിപ്പിക്കുക.

(ഇ) അടുത്ത പരിപാടിയിൽ അവരുടെ സാന്നിധ്യം ഉറപ്പാക്കുക. (കഴിയുന്നിടത്തോളം പുതിയ പങ്കാളികൾ ചുരുങ്ങിയത് മൂന്ന് പരിപാടി

കളിലെങ്കിലും പങ്കെടുക്കണം. അതിൽ ഒന്ന് വലിയ പരിപാടിയാണ് എന്ന് ഉറപ്പുവരുത്തുക).

ഒരു ചെടി നട്ട് പരിപാലിക്കുന്നതുപോലെ നമ്മുടെ ബിസിനസിനെ ഒരു പുതിയ ഡിസ്ട്രിബ്യൂട്ടറെ വികസിപ്പിച്ചെടുക്കുക. ശരിയായി ചെയ്തു കഴിഞ്ഞാൽ, ആദ്യ ഏതാനും ആഴ്ചകളിലോ മാസങ്ങളിലോ ആവശ്യത്തിന് ശ്രദ്ധ നൽകിക്കഴിഞ്ഞാൽ, ഈ ചെടി വൃക്ഷമായി നിങ്ങളെയും നിങ്ങളുടെ ഭാവി തലമുറയെയും സംരക്ഷിച്ചുകൊള്ളും.

അഞ്ചിന്റെ കരുത്തിനെക്കുറിച്ച് ഓർമ്മിക്കുക. പുതിയ ഡിസ്ട്രിബ്യൂട്ടർക്ക് ഈ ബിസിനസിൽ വിശ്വാസം വരാനും ഇത് ചെയ്യാനാകുമെന്ന് ആത്മവിശ്വാസം നേടിയെടുക്കാനും അഞ്ച് പരിപാടികളും അഞ്ച് പേഴ്സണൽ മീറ്റിങ്ങുകളും ആവശ്യമായി വരും. ഇതിനുശേഷം, ഈ സംരംഭത്തെ ഗൗരവകരമായ ഒരു ബിസിനസായി പുതിയ ഡിസ്ട്രിബ്യൂട്ടർ പരിഗണിച്ചുതുടങ്ങും. അതുകൊണ്ട്, പുതിയ പങ്കാളികളുടെ കാര്യത്തിൽ എത്രയും വേഗം ഇത് പൂർത്തിയാക്കുന്നുണ്ടെന്ന് നിങ്ങൾ ഉറപ്പുവരുത്തണം, ഈ സമയം മുഴുവൻ അവരുമായി സജീവമായ ആശയവിനിമയം നടത്തുകയും വേണം.

ആരെയെങ്കിലും സ്പോൺസർ ചെയ്യാൻ അവരെ സജ്ജമാക്കുന്ന കാലത്തോളം നിങ്ങൾക്ക് ഒരു പുതിയ ആളെ കിട്ടിയെന്നുവരില്ല.

ശരിയായ പരിഷ്കാരങ്ങൾക്ക് ആദ്യ 24 ആഴ്ചകളിൽ അത്ഭുതമുണ്ടാക്കാൻ കഴിയും

ബിസിനസ് തുടങ്ങി 24 ആഴ്ചകൾക്കകം എല്ലാ പുതിയ പങ്കാളികൾക്കുമായി ഒരു വെൽകം മീറ്റ് നടത്തണം. നമ്മുടെ ടീമിൽ ഈ സംസ്കാരം എപ്പോഴും പിന്തുടരണം. എന്തെങ്കിലും പുതിയത് തുടങ്ങി ആദ്യ 24 ആഴ്ചയിൽ എല്ലാവർക്കും ഒരു പുതിയ ആവേശവും പ്രേരണയുമുണ്ടാകും. നാല് ആഴ്ചയ്ക്കുള്ളിൽ ഒരു പുതിയ പങ്കാളിയുടെ വീട്ടിൽവച്ച് വെൽകം മീറ്റ് നടത്തുമ്പോൾ, ഈ ബിസിനസിൽ നിലനിൽക്കാനുള്ള അയാളുടെ/അവളുടെ സാധ്യത 20 ഇരട്ടിയാകും. എന്റെ പ്രിയപ്പെട്ട ടീം അംഗങ്ങളിൽ ഒരാളായ സൗരഭിന്, ഹോട്ടൽ മാനേജുമെന്റ് കോഴ്സ് ചെയ്തശേഷം ആസ്ത്രേലിയയിൽ ഒരു ജോലി കിട്ടി. അദ്ദേഹം അവധിക്കാലങ്ങളിൽ ഇവിടെയായിരിക്കുമ്പോഴാണ് ഞങ്ങൾക്കൊപ്പം അദ്ദേഹം ഈ ബിസിനസ് തുടങ്ങിയത്. പിന്നീട്, ഈ ബിസിനസിനുവേണ്ടി ആസ്ത്രേലിയ വിടുകയായിരുന്നു. ഇന്ന് കമ്പനിയിൽ ഏറ്റവും ഉയർന്ന വരുമാനത്തിലെത്തിനിൽക്കുന്നു അദ്ദേഹം, തന്റെ വിജയം അദ്ദേഹം ആഘോഷിക്കുന്നു.

7. വൻവിജയത്തിന്റെ ത്രികോണം

അതൊരു വ്യവസ്ഥയല്ല; വ്യവസ്ഥയിലുള്ള നിങ്ങളുടെ വിശ്വാസത്തിന്റെ ദൃഢതയാണ് അസാധാരണ ഫലങ്ങൾ നൽകുന്നത്.

- ദീപക് ബജാജ്

മുകളിൽ പറഞ്ഞ തത്വങ്ങളെല്ലാം ഫലപ്രദമാകുന്നത്, പൂർണ്ണ വിശ്വാസത്തോടെയും ശരിയായ മാനസികാവസ്ഥയിലും അവയെ നടപ്പാക്കുമ്പോഴാണ്.

വിശ്വാസത്തിന് മാജിക്ക് ഉണ്ടാക്കാൻ കഴിയും. നിങ്ങൾ പറയുന്നതും ചെയ്യുന്നതുമായ എല്ലാത്തിനും അത് കരുത്തുപകരും. നിങ്ങൾക്കും നിങ്ങളുടെ ഉപഭോക്താവിനും ഈ ബിസിനസ് കൊണ്ട് എന്തുചെയ്യാൻ കഴിയും എന്ന നിങ്ങളുടെ വിശ്വാസം, നിങ്ങളുടെ എല്ലാ മീറ്റിങ്ങുകളെയും ഇന്ദ്രജാലതുല്യമാക്കും. വിശ്വാസത്തിന് ഹൃദയത്തെ സ്വാധീനിക്കാൻ കഴിയും, അതോടെ ഹൃദയം ഒരു തീരുമാനമെടുക്കും.

വാക്കുകളേക്കാൾ നന്നായി നിങ്ങളുടെ മാനസികാവസ്ഥയ്ക്കും ശരീരഭാഷയ്ക്കും സംസാരിക്കാനാകും. ഓരോ തവണ മീറ്റിങ്ങിനു പോകുമ്പോഴും ഫോൺ വിളിക്കുമ്പോഴും വീഡിയോ കോൺഫറൻസിലും സന്തോഷവാനും ഊർജസ്വലനുമായിരിക്കുക. നിങ്ങളുടെ അവസ്ഥ അതിവേഗം അത്ഭുതങ്ങളിലേക്ക് പരിണമിക്കും.

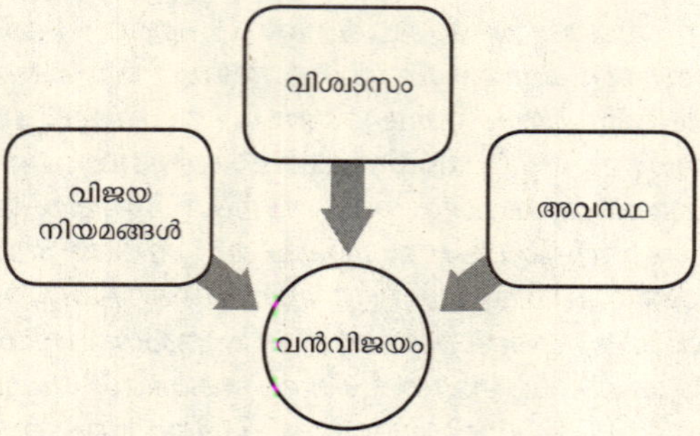

വിജയ നിയമങ്ങൾ + വിശ്വാസം + അവസ്ഥ = വൻ വിജയം

എല്ലാ ബിസിനസിനും സ്വന്തമായ നിയമങ്ങളുണ്ട്. ഈ ബിസിനസിലും അതെ. പത്തുവർഷത്തിലേറെയായി ലക്ഷക്കണക്കിന് പേരിൽ ആയിരക്കണക്കിന് ഡിസ്ട്രിബ്യൂട്ടർമാർ പരീക്ഷിച്ചതും വിജയിച്ചതുമാണ്

ഈ നിയമങ്ങൾ. അത് പിന്തുടരുക, നിങ്ങളുടെ ലക്ഷ്യത്തിലേക്ക് അതിവേഗം എത്താനാകും, നിങ്ങളുടെ വർഷങ്ങളുടെ അധ്വാനവും വൻതോതിൽ പണവും ലാഭിക്കാനാകും.

ഈ ബിസിനസ് തുടങ്ങാനാഗ്രഹിക്കുന്ന ആയിരക്കണക്കിന് പേരെ ഞാൻ കണ്ടിട്ടുണ്ട്, പക്ഷേ, അക്കാര്യം അവർ ആരോടും പറയാറില്ല. അവർക്ക് സ്വപ്നങ്ങളുണ്ടെന്നും അത് നിറവേറ്റാൻ എന്തും ചെയ്യുമെന്നുമൊക്കെ അവർ നിങ്ങളോട് പറയും, എന്നാൽ, ഒരുതരം മിഥ്യാഭിമാനത്താൽ, ജീവിതത്തെ മാറ്റിമറിക്കാൻ കഴിയുന്ന ഒരു ബിസിനസാണ് ചെയ്യാൻ പോകുന്നത് എന്ന കാര്യം അവർ പറയില്ല. ഇത്തരം ആളുകൾ ഒരുതരം അർധമനസ്സോടെയും സംശയത്തോടെയുമാണ് എല്ലാ കാര്യങ്ങളും ചെയ്യുക, ഒടുവിൽ സ്വന്തം തോൽവിക്ക് കമ്പനിയെയും ബിസിനസിനെയും അപ്ലൈനുകളെയും കുറ്റപ്പെടുത്തി അവർ ബിസിനസ് ഉപേക്ഷിച്ചുപോകുകയും ചെയ്യും.

ഏതൊരു കമ്പനിയുടെയും പ്രധാന ചെലവ് പരസ്യമാണ്, തങ്ങൾ എന്താണ് ചെയ്യുന്നത് എന്ന് പരമാവധി ജനങ്ങളോട് ഉച്ചത്തിൽ പറയുകയാണ് പരസ്യങ്ങളിലൂടെ. ഒരു ബിസിനസിന് ഒരു ഷോറൂമോ ആസ്ഥാനമോ ആവശ്യമായി വന്നാൽ, കൂടുതൽ ആളുകൾ കാണുന്ന സ്ഥലത്തിനായിരിക്കും അവർ ഏറ്റവും കൂടുതൽ തുക മുടക്കുക. ഒളിച്ചുപിടിച്ച് ഒരു ബിസിനസും കൊണ്ടുപോകാനാകില്ല. അത് ലളിതമായ സത്യമാണ്. മോശമായതും അധാർമ്മികമായതും നിയമവിരുദ്ധമായതുമായ കാര്യങ്ങളാണ് നമ്മൾ മറച്ചുപിടിക്കുക. നമ്മൾ അഭിമാനിക്കുന്നതും വിലമതിക്കുന്നതുമായ കാര്യങ്ങൾ പ്രമോട്ട് ചെയ്യുകയും പ്രദർശിപ്പിക്കുകയുമാണ് ചെയ്യുക.

ഈ ബിസിനസിനോടുള്ള നിങ്ങളുടെ സമീപനം, ഈ ബിസിനസിനോടുള്ള നിങ്ങളുടെ വിശ്വാസത്തിന്റെ സൂചകമാണ്. നിങ്ങൾക്ക് ഇല്ലാത്ത ഒന്ന്, നിങ്ങൾക്ക് നൽകാനും കഴിയില്ല. അതുകൊണ്ട്, നിങ്ങളുടെ ദൃഢവിശ്വാസം ആദ്യം ഉറപ്പിക്കുക. നിങ്ങളിൽ തന്നെ ആദ്യം പരീക്ഷിക്കുക, എന്നിട്ട് മറ്റുള്ളവരിലും.

അത് ഫലവത്താണെങ്കിൽ, അത് ശരിയായ വഴിയിലുള്ളതായിരിക്കും. ഈ ബിസിനസ് ശരിയല്ല എന്ന് നിങ്ങൾക്ക് തോന്നുന്നുണ്ടെങ്കിൽ, ഉപേക്ഷിച്ചുപോകുക, പക്ഷേ, അത്തരമൊരു തീരുമാനമെടുക്കുമ്പോൾ, അത് ശരിയായ വഴിയിലൂടെയായിരിക്കണം. ഒപ്പം, എത്ര കൂടുതൽ നിങ്ങൾ ചെയ്യുന്നുവോ, അത്രയും നന്നായി നിങ്ങൾക്ക് അത് ചെയ്യാൻ കഴിയും. സൈഡിൽ ഇരുന്ന് നിങ്ങൾക്ക് നീന്തൽ പഠിക്കാനാകില്ല. നിങ്ങൾ നനയാൻ തയാറാകണം.

അതുകൊണ്ട്, പൂർണ്ണമായ വിശ്വാസമുണ്ടായിരിക്കുക, നിങ്ങളുടെ ഏറ്റവും മികച്ച മാനസികാവസ്ഥയിലായിരിക്കുക, ഈ നിയമങ്ങൾ ഉപയോഗിച്ച് ഏറ്റവും മുകളിലെത്താനുള്ള വഴി കണ്ടെത്തുക.

ഭാഗം നാല്

വിജയത്തിന്റെ വേഗം കൂട്ടുന്ന ഘടകങ്ങൾ

നിങ്ങളുടെ ബിസിനസ് അതിവേഗ പാതയിലെത്തിക്കാനുള്ള നിയമങ്ങളും വിദ്യകളും

വെറും ഒരു ശതമാനം പേർക്കുള്ളത് ആസ്വദിക്കാൻ ചെയ്യേണ്ടത് ഇത്രമാത്രം, വെറും ഒരു ശതമാനം ആളുകൾ ചെയ്യുന്നത് ചെയ്യുക.

- ദീപക് ബജാജ്

ഈ ബിസിനസിലേക്ക് ആളുകൾ വരാനും ഈ ബിസിനസിൽ വലിയ കാര്യങ്ങൾ നേടാൻ ഒരു വിഭാഗം ആളുകൾക്കുമാത്രം കഴിയുന്നതിനും ഒരു കാരണമുണ്ട്, അത് അവരുടെ ഒത്തുതീർപ്പുകളില്ലാത്ത വലിയ സ്വപ്നങ്ങളാണ്. ഇപ്പോൾ അവർ ചെയ്തുകൊണ്ടിരിക്കുന്ന കാര്യത്തിൽ നിന്ന് ആ സ്വപ്നങ്ങൾ അവർക്ക് നിറവേറ്റാൻ കഴിയില്ല. ഈ ബിസിനസിൽ വലിയ കാര്യങ്ങൾ നേടുന്നവർ വലിയ ആർത്തിയുള്ളവരായിരിക്കും, മതിവരാത്തവരായിരിക്കും, തങ്ങൾ ആഗ്രഹിക്കുന്നത് നേടിയെടുക്കുന്നതുവരെ പ്രവർത്തിക്കാൻ പ്രതിബദ്ധതയുള്ളവരായിരിക്കും. തങ്ങൾ ആഗ്രഹിക്കുന്ന ജീവിതം നേടിയെടുക്കാനാണ് ആളുകൾ ഈ ബിസിനസ് തെരഞ്ഞെടുക്കുന്നത്, മറ്റേതൊരു ജോലിയേക്കാളും വേഗത്തിൽ അത് സാധ്യമാകുകയും വേണം.

ഇത്തരം ആളുകൾക്കുവേണ്ടിയാണ് ഈ ഭാഗം എഴുതിയിരിക്കുന്നത്, തങ്ങളുടെ സ്വപ്നങ്ങൾ അതിവേഗം സാക്ഷാൽക്കരിക്കാൻ എന്തും ചെയ്യുന്നവർക്കുവേണ്ടി. ഈ ബിസിനസിൽ ആയിരക്കണക്കിന് അതിവേഗ വിജയികളെ സൃഷ്ടിച്ച 11 വർഷത്തെ വിജ്ഞാനത്തിന്റെ സത്തയാണ് അടുത്ത ഏതാനും പേജുകളിലുള്ളത്. ഈ നിയമങ്ങളും വിദ്യകളും പിന്തുടരാൻ നിങ്ങൾ തീരുമാനിച്ചുകഴിഞ്ഞാൽ, നിങ്ങളുടെ ബിസിനസ് റോക്കറ്റ് പോലെ കുതിച്ചുയരുന്നതുകാണാം, ആളുകൾ വർഷങ്ങൾ കൊണ്ടും ദശാബ്ദങ്ങൾ കൊണ്ടും നേടുന്നത് ഏതാനും മാസങ്ങൾ കൊണ്ട് നിങ്ങൾക്ക് ലഭിക്കും.

എത്ര വലിയതാണ് നിങ്ങളുടെ സ്വപ്നം എന്നത് പ്രധാനമാണ്, എന്നാൽ, അതിലും പ്രധാനമാണ് ആ സ്വപ്നങ്ങൾ നിങ്ങൾ എത്ര കാലം സജീവമാക്കി നിലനിർത്തുന്നു എന്നത്.

- ദീപക് ബജാജ്

ദയവായി ഓർക്കുക, ഈ ഭാഗത്തിലെ ഉള്ളടക്കം എല്ലാവർക്കുമുള്ളതല്ല, കാരണം, ഇതിഹാസതുല്യമായ ഒരു വിജയത്തിന് ആവശ്യമായ പ്രതിബദ്ധതയ്ക്കും സമർപ്പണത്തിനും എല്ലാവരും തയാറായി എന്നുവരില്ല. അത് ലളിതമാണ്: വേദനയില്ലാതെ നേട്ടമുണ്ടാകില്ല. നിങ്ങൾ നിങ്ങളുടെ ബിസിനസിന്റെ ഉടമയാണ്, നിങ്ങളുടെ ബിസിനസ് എങ്ങനെ കെട്ടിപ്പടുക്കണം എന്ന കാര്യം തീരുമാനിക്കുന്നത് നിങ്ങൾ മാത്രമാണ്. ബിസിനസിന്റെ ലക്ഷ്യവും വേഗവും അതിനുവേണ്ട മാർഗ്ഗവും തീരുമാനിക്കുന്നതിൽ നിങ്ങൾക്ക് പൂർണ്ണ നിയന്ത്രണമുണ്ടായിരിക്കും. എങ്കിലും, ഞാൻ പറയുന്നു, നിങ്ങൾ ഈ ബിസിനസ് ചെയ്യാൻ തീരുമാനിച്ച സ്ഥിതിക്ക്, എന്തുകൊണ്ട്, സാധ്യമായ ഏറ്റവും മികച്ച വഴിയിലൂടെ തന്നെ അത് ചെയ്തുകൂടാ, ഒരു സാധാരണ നെറ്റ്‌വർക്ക് മാർക്കറ്റർ 10-20 വർഷംകൊണ്ട് നേടിയെടുക്കുന്നത് 2-3 വർഷംകൊണ്ട് എന്തുകൊണ്ട് നേടിയെടുത്തുകൂടാ?

നിങ്ങളുടെ മുഴുവൻ ജീവിതവും വേണ്ട, ആദ്യ ഏതാനും മാസങ്ങളിൽ വിജയത്തിനുള്ള ഈ മാർഗ്ഗം ഉപയോഗിച്ചുനോക്കുക.

> *ഇപ്പോൾ തന്നെ നേടാൻ കഴിയുന്ന കാര്യങ്ങൾക്കായി എന്തിന് ഒരു ജീവിതകാലം മുഴുവൻ കാത്തിരിക്കണം.*- ദീപക് ബജാജ്

അതുകൊണ്ട് നിങ്ങളുടെ സീറ്റ്ബെൽറ്റ് മുറുക്കുക, ഒരു വലിയ ടേക്ക് ഓഫിന് തയാറെടുക്കുക. ഇതാ, വിജയത്തിന്റെ വേഗം കൂട്ടാനുള്ള വഴികൾ. ഈ 11 കാര്യങ്ങൾ പരീക്ഷിച്ചുനോക്കുക, ഒരു വ്യവസ്ഥയോടെ: ഞാൻ ഏറ്റവും മികച്ച ആളാകുന്നതുവരെ എനിക്ക് വിശ്രമമില്ല.

വിജയത്തിന്റെ വേഗം കൂട്ടാനുള്ള 11 വഴികൾ:

1. വലിയ സ്വപ്നങ്ങളുമായി ജോലി ചെയ്യുക
2. MAD (Massive Action Daily ദിവസവും വലിയ പ്രവർത്തനങ്ങൾ)
3. വ്യക്തികളെ ടീമുകളായി അതിവേഗം മാറ്റിയെടുക്കുക
4. ശക്തമായ ഷോട്ടുകൾ
5. നിങ്ങളുടെ ടീമിനെ ലീഡർമാരെ ഉണ്ടാക്കുന്ന ഫാക്ടറിയാക്കുക
6. നിങ്ങളുടെ സ്ഥാപനത്തിൽ വേഗത സൃഷ്ടിക്കുക
7. വ്യത്യസ്ത പ്രദേശങ്ങളിൽ ബിസിനസ് തുടങ്ങുക
8. വീണ്ടും നിക്ഷേപിക്കുക
9. നിങ്ങളുടെ ബ്രാൻഡ് കെട്ടിപ്പടുക്കുക, അതാണ് നിങ്ങളുടെ ഏറ്റവും വിലപ്പെട്ട സ്വത്ത്
10. മൽസരം: വിജയിയാകുക, വിജയികളെ സൃഷ്ടിക്കുക
11. സോഷ്യൽ മീഡിയ നിങ്ങളുടെ ബിസിനസിന്റെ ടർബോ ചാർജർ

ഇനി, ഈ അതിവേഗഘടകങ്ങളിൽ മാസ്റ്റർ ആകുക.

1. വലിയ സ്വപ്നങ്ങളുമായി ജോലി ചെയ്യുക

നിങ്ങൾ ഉറക്കത്തിൽ കാണുന്നതല്ല സ്വപ്നം, നിങ്ങളെ ഉറങ്ങാൻ അനുവദിക്കാത്തവയാണ് സ്വപ്നങ്ങൾ.

– ഡോ. എ.പി.ജെ. അബ്ദുൽ കലാം

വലിയ സ്വപ്നങ്ങളുമായി ജോലി ചെയ്യുന്നത് വലിയ ഉത്തേജനം നൽകുന്ന കാര്യമാണ്. ഓരോ മനുഷ്യരിലും സംഭരിച്ചുവച്ചിരിക്കുന്ന കരുത്തുണ്ട് എന്നു ഞാൻ വിശ്വസിക്കുന്നു, വലിയ സ്വപ്നങ്ങളും വലിയ ലക്ഷ്യങ്ങളുമായി പ്രവർത്തിച്ചാലോ അതിനെ തുറന്നുവിടാനാകൂ. വലിയ സ്വപ്നങ്ങളുമായി നിങ്ങൾ ജോലി ചെയ്യുമ്പോൾ നിങ്ങൾ ഒരു വ്യത്യസ്ത മനുഷ്യനായി തീരുന്നു തളരാത്ത, തോൽപ്പിക്കപ്പെടാത്ത ഒരു സൂപ്പർഹീറോ, വിസ്മയകരമായ ഊർജവും ആവേശവുമുള്ള ഒരാൾ.

തങ്ങളുടെ സ്വപ്നങ്ങളുടെ സൗന്ദര്യത്തിൽ വിശ്വസിക്കുന്നവർക്കുള്ളതാണ് ഭാവി. – എലനോർ റൂസ്വെൽറ്റ്

വെറും സ്വപ്നങ്ങൾ പോരാ, വലിയ സ്വപ്നങ്ങൾ തന്നെ വേണം. ജീവിതത്തിലെ ഏറ്റവും മികച്ചത് ആവശ്യപ്പെടുക. നിങ്ങൾക്ക് എന്ത് ലഭിക്കുന്നു എന്നതല്ല വലിയ സ്വപ്നങ്ങൾ സാക്ഷാൽക്കരിക്കുന്നതിനുള്ള വഴി, ആ സ്വപ്നങ്ങൾ സാക്ഷാൽക്കരിക്കുന്നതിനുവേണ്ടിയുള്ള പ്രക്രിയയിൽ നിങ്ങൾ എന്തായിത്തീരുന്നു എന്നതാണ്. നിങ്ങളുടെ പരിധി പരമാവധി വിടർത്തുക, എന്നിട്ട് ഒരു പുതിയ നിങ്ങളെ സൃഷ്ടിക്കുക.

വലിയ സ്വപ്നങ്ങൾ എന്നാൽ വലിയ വരുമാനം എന്നാണർഥം, വലിയ വരുമാനം സാധ്യമാകണമെങ്കിൽ, വൻതോതിൽ പണം സമ്പാദിക്കുന്ന നിരവധി പേർ നിങ്ങളുടെ ടീമിൽ വേണം. നെറ്റ്വർക്ക് മാർക്കറ്റിങ്ങിൽ ദീർഘകാല വളർച്ചയും സുസ്ഥിരതയും ഉണ്ടാകണമെങ്കിൽ ദിവസവും 100 ശതമാനം സമർപ്പണമുള്ള ലീഡർമാരുടെ ഒരു ശക്തമായ നിര ആവശ്യമാണ്. തങ്ങളുടെ ലക്ഷ്യങ്ങൾ സാക്ഷാൽക്കരിച്ചാലേ നിങ്ങളുടെ ടീം അംഗങ്ങൾ ഈ ബിസിനസിനോട് പ്രതിബദ്ധത കാണിക്കുകയുള്ളൂ. നിങ്ങളുടെ വലിയ ലക്ഷ്യങ്ങൾ സാക്ഷാൽക്കരിക്കുന്നതിലൂടെ മാത്രമേ നിങ്ങളുടെ അടുത്ത ലെവലിലെ പങ്കാളികളുടെയും ലക്ഷ്യങ്ങൾ സാക്ഷാൽക്കരിക്കാനാകൂ. അതുകൊണ്ട്, നിങ്ങൾ വലിയ ബിസിനസ് ചെയ്യാൻ തീരുമാനിക്കുകയാണെങ്കിൽ, നിങ്ങളുടെ ടീമിലെ ആളുകൾക്കും പുതിയ റാങ്കുകളും സ്വപ്ന വരുമാനങ്ങളും സാക്ഷാൽക്കരിക്കാനാകും. നിങ്ങളുടെ വലിയ സ്വപ്നങ്ങൾക്ക് നിങ്ങളുടെ ടീമിൽ തിരമാലകൾക്കു

തുല്യമായ സ്വാധീനമുണ്ടാക്കാൻ കഴിയും, അത് നിങ്ങളുടെ ടീമിലൂടെ നീളം പുതിയ ആവേഗം പകരും.

ഇഷ്ടം ഇഷ്ടത്തെ ആകർഷിക്കുന്നു. നിങ്ങൾ വലിയത് സ്വപ്നം കാണുമ്പോൾ, നിങ്ങൾ നിങ്ങളുടെ ടീമിലെ ഉയർന്ന സ്വപ്നങ്ങളുള്ളവരെ കൂടി ആകർഷിക്കുന്നു. ആളുകളെ സംബന്ധിച്ച് നിങ്ങൾ ഒരു കാന്തം പോലെ പ്രവർത്തിക്കുന്നു, അവർ നിങ്ങൾക്കൊപ്പം വലിയ ബിസ്നസ് സാമ്രാജ്യങ്ങൾ കെട്ടിപ്പടുക്കുന്നു.

എല്ലാ ബിസിനസും ദിവസവും വെല്ലുവിളികളിലൂടെയാണ് കടന്നുപോകുന്നത്. നിങ്ങൾക്ക് മഹത്തായ സ്വപ്നങ്ങളുണ്ടെങ്കിൽ, ചെറിയ പ്രശ്നങ്ങളെച്ചൊല്ലി, പരാതി പറയുന്നവരെച്ചൊല്ലി, പ്രകടനം മോശമായവരെച്ചൊല്ലി, ആവർത്തിച്ചുകൊണ്ടിരിക്കുന്ന വെല്ലുവിളികളെച്ചൊല്ലി നിങ്ങൾക്ക് നിരാശപ്പെടേണ്ടിവരില്ല.

ഈ ബിസിനസിൽ നിങ്ങൾക്ക് ഒരു ബോസ് ഇല്ല. നിങ്ങൾക്ക് നിങ്ങളോടുതന്നെയാണ് ഉത്തരവാദിത്തം. ഒരു ബോസിനുകീഴിൽ ജോലി ചെയ്യുന്ന നിരവധി പേർ, അവർക്ക് വലിയ സ്വപ്നങ്ങളില്ലെങ്കിൽ നശിച്ചുപോകാറുണ്ട്. സ്വപ്നങ്ങളാണ് നമ്മെ മുന്നോട്ടുനയിക്കുന്നത്.

ലക്ഷ്യങ്ങൾക്കൊപ്പം പ്രവർത്തിക്കുക, ആഗ്രഹത്തിനൊപ്പമല്ല.

സ്വപ്നങ്ങൾ അടുക്കിവക്കുന്നത് നിങ്ങളുടെ ടീമിന്റെ ഒരു പ്രവർത്തനമാക്കി മാറ്റുക. എല്ലാവരോടും അവരുടെ സ്വപ്നങ്ങൾ എഴുതിവക്കാൻ പറയുക, അവരുടെ സ്വപ്നങ്ങൾക്കായി പ്രവർത്തിക്കുക, മാസത്തിൽ ഒരിക്കലെങ്കിലും അവരുടെ സ്വപ്നങ്ങൾ അവലോകനം ചെയ്യുക. ഒരു വലിയ സ്വപ്നാടകനാകുക, ഒപ്പം, വലിയ സ്വപ്നങ്ങളുള്ളവരുടെ ഒരു സൈന്യത്തെ സൃഷ്ടിച്ച് അവരെ ഒപ്പം കൂട്ടുക.

നിങ്ങൾക്ക് അത് സ്വപ്നം കാണാൻ കഴിയുമെങ്കിൽ, നിങ്ങൾക്ക് അത് ചെയ്യാനും കഴിയും. - വാൾട്ട് ഡിസ്നി

ലോകത്തെ വിസ്മയിപ്പിച്ചുകൊണ്ടിരിക്കുക.

രണ്ടാഴ്ചക്കകം ഞാൻ തായ്ലന്റ് ട്രിപ്പിനുവേണ്ടിയുള്ള ജയം നേടുമെന്ന് പറഞ്ഞപ്പോൾ ആളുകൾ എന്നെ നോക്കി ചിരിച്ചു. ഞാൻ അത് ചെയ്തു, മൂന്നുമാസത്തിനുള്ളിൽ ഉയർന്ന വരുമാന ലെവലിൽ എത്തുക എന്ന ലക്ഷ്യം ഞാൻ തീരുമാനിച്ചുറപ്പിച്ചു. ആളുകൾ വീണ്ടും ചിരിച്ചു, പക്ഷേ, ഞാൻ അത് ചെയ്തു. പിന്നീട് ഞാൻ ഒരു ലക്ഷ്യം തീരുമാനിച്ചു, നോർത്ത് ഇന്ത്യയിൽ മേഴ്സിഡസ് ബെൻസ് സമ്പാദിക്കുന്ന ആദ്യത്തെ ആളാകുക. അതും സാക്ഷാൽക്കരിച്ചു. പിന്നീട് ഞങ്ങൾ ഒരു കപ്പലിൽ അന്താരാഷ്ട്ര കൺവെൻഷൻ നടത്തുന്ന ആദ്യത്തെ ടീമായി. ഞാൻ എന്റെ ടീമിനൊപ്പം ദുബൈയിലെ ബുർജ് അൽ അറബിൽ ഒരു കോൺഫറൻസ് നടത്തി. 44-ാം നിലയിലെ എന്റെ ഡിപ്ലോമാറ്റിക് സ്യൂട്ടിൽ നിന്ന് ഫേസ്ബുക്കിൽ ഒരു ലൈവ് നൽകി, ആളുകൾ വിശ്വസിക്കാൻ വേണ്ടി. സോഷ്യൽ മീഡിയയിൽ ആ വീഡിയോ വൈറലായി, അപ്പോൾ ആളുകൾ വീണ്ടും അമ്പരന്നു. എന്നെ വിശ്വസിക്കൂ, ഈ ലക്ഷ്യങ്ങൾക്കുവേണ്ടിയുള്ള കഠിനാധ്വാനത്തിന്റെ ഓരോ ഘട്ടവും ഞാൻ ആസ്വദിക്കുന്നു, ഈ ലക്ഷ്യങ്ങൾക്കുവേണ്ടി പ്രവർത്തിക്കുക എന്നത് എന്റെ ജീവിതത്തിലെ ഏറ്റവും ആഹ്ലാദകരമായ കാലഘട്ടമായിരുന്നു. ഇപ്പോൾ ഞാൻ അതിനെ എന്റെ ജീവിത തത്വശാസ്ത്രമാക്കി മാറ്റിയിരിക്കുന്നു, സ്വയം വിസ്മയിപ്പിക്കുന്നതിനെ ഞാൻ ഇഷ്ടപ്പെടുന്നു, അതുവഴി ലോകത്തെ വീണ്ടും വീണ്ടും വിസ്മയിപ്പിക്കുന്നു. എല്ലാവരുടെയും ഉള്ളിൽ ഒളിഞ്ഞിരിക്കുന്ന ശക്തികളുണ്ട്. വലിയ സ്വപ്നങ്ങൾക്കൊപ്പം അവയെ പുറത്തുകൊണ്ടുവരൂ.

2. 'MAD' സ്വന്തമാക്കുക (Massive Action Daily – ദിവസവും വലിയ പ്രവർത്തനങ്ങൾ)

ബൃഹത്തായ, തീരുമാനിച്ചുറപ്പിച്ച പ്രവർത്തനങ്ങൾ ഏറ്റെടുക്കലാണ് വിജയത്തിലേക്കുള്ള പാത. - ടോണി റോബിൻസ്

പ്രവർത്തനത്തിന്റെ പുരുഷനോ സ്ത്രീയോ ആകുക. ബൃഹത്തായ പ്രവർത്തനങ്ങളില്ലാതെ വേഗം സാധ്യമല്ല. ശരാശരി പ്രവർത്തനം നിങ്ങൾക്ക് ശരാശരി വരുമാനമേ നൽകൂ, ബൃഹത്തായ പ്രവർത്തനം നിങ്ങൾക്ക് വലിയ വരുമാനവും വലിയ വിജയവും നൽകും. അത് ലളിതമാണ്. നിങ്ങൾക്ക് അസാധാരണമായ ഒരു വരുമാനം വേണമെന്നുണ്ടെങ്കിൽ, നിങ്ങൾ അസാധാരണ പരിശ്രമങ്ങൾ നടത്തേണ്ടിവരും. കാരണത്തിന്റെയും ഫലത്തിന്റെയും തത്വത്തിലാണ് ജീവിതം പ്രവർത്തിക്കുന്നത്. എല്ലാ വിജയങ്ങളും നേട്ടങ്ങളും ഫലങ്ങളാണ്, എന്നാൽ, ദിവസേനയുള്ള കഠിനാധ്വാനമാണ് അതിന്റെ അടിസ്ഥാന കാരണം. എല്ലാവരും ഫലവും അംഗീകാരവും കാംക്ഷിക്കുന്നു, എന്നാൽ ആരും യാത്ര ഏറ്റെടുക്കാനും വില നൽകാനും തയാറല്ല. **നിങ്ങളുടെ ടീമിലെ ഏറ്റവും കഠിനാധ്വാനിയായ വ്യക്തിയായിരിക്കാൻ നിങ്ങൾ സ്വയം സമർപ്പിക്കുക.**

> **നെറ്റ്‌വർക്ക് മാർക്കറ്റിങ്ങിലെ ബിഗ് 6**
>
> *വേഗത്തിലും അവിരാമമായും മുന്നേറാനുള്ള സൂത്രവാക്യം*
>
> 1. കൂടുതൽ പ്ലാനുകൾ കാണിക്കുക
> 2. കൂടുതൽ സെയിലുകൾ ക്ലോസ് ചെയ്യുക
> 3. കൂടുതൽ, വേഗത്തിൽ പഠിക്കുക
> 4. പരിപാടികൾക്ക് കൂടുതൽ പേരെ കൊണ്ടുവരിക
> 5. കൂടുതൽ ലീഡർമാരെ സൃഷ്ടിക്കുക
> 6. കൂടുതൽ ആളുകളെ പ്രതീക്ഷിക്കുക

ഒരു സാധാരണക്കാരന് ലഭ്യമായ ചുരുക്കം ജോലികളിൽ ഒന്നാണ് നെറ്റ്‌വർക്ക് മാർക്കറ്റിങ്, അതിൽ നിങ്ങൾ ഒരിക്കൽ മാത്രം പ്രതിഫലം നൽകിയാൽ മതി, അത് ശരിയായി ചെയ്താൽ, അതിന്റെ പ്രതിഫലം ജീവിതകാലം മുഴുവനുമുണ്ടാകും. 'MAD' സ്വന്തമാക്കാൻ ശ്രമിക്കുക, എന്നിട്ട് നിങ്ങളുടെ സ്വപ്നങ്ങളിലേക്ക് എല്ലാ ദിവസവും, ദിനംപ്രതി ബൃഹത്തായ പ്രവർത്തനങ്ങൾ കരുതിവക്കുക.

ശരിയായ കാര്യങ്ങൾ ചെയ്യുക, അത് അതിവേഗം ചെയ്യുക.
- ദീപക് ബജാജ്

കഠിനാധ്വാനം പ്രധാനമാണ്, തുല്യപ്രാധാന്യമുള്ളതാണ്, നിങ്ങൾ ശരിയായ കാര്യമാണ് ചെയ്യുന്നത് എന്ന് ഉറപ്പുവരുത്തൽ. റെക്കോർഡ് സമയത്തിനുള്ളിൽ ലക്ഷക്കണക്കിന് പേരുടെ ഒരു ടീം ഉണ്ടാക്കിയെടുത്ത എന്റെ അനുഭവത്തിൽനിന്ന് എനിക്ക് പറയാൻ കഴിയും, ആറ് കാര്യങ്ങൾ നിങ്ങൾ ദിവസേന ചെയ്യുകയാണെങ്കിൽ ഈ ബിസിനസിൽ നിങ്ങൾ ഒരു ഇതിഹാസമായി മാറും: കൂടുതൽ പ്ലാനുകൾ കാണിക്കുക, കൂടുതൽ സെയിലുകൾ ക്ലോസ് ചെയ്യുക, കൂടുതൽ, വേഗത്തിൽ പഠിക്കുക, പരിപാടികൾക്ക് കൂടുതൽ പേരെ കൊണ്ടുവരിക, കൂടുതൽ ലീഡർമാരെ സൃഷ്ടിക്കുക, കൂടുതൽ ആളുകളെ പ്രതീക്ഷിക്കുക. നിങ്ങളുടെ സമയത്തിന്റെ 80 ശതമാനവും, നെറ്റ്‌വർക്ക് മാർക്കറ്റിങ്ങിലെ 'ബിഗ് 6' എന്ന് ഞാൻ വിളിക്കുന്ന ഇവയ്ക്കുവേണ്ടി ചെലവാക്കുന്നു എന്ന് ഉറപ്പാക്കുക. ലേസറിന് തുല്യമായ ശ്രദ്ധ വികസിപ്പിച്ചെടുക്കുക, നിങ്ങളുടെ സമയം പാഴാക്കരുത്. ഏതാനും മാസങ്ങൾ ഈ ബിഗ് 6-ൽ നിങ്ങളുടെ ദിവസേനയുള്ള പ്രവർത്തനം കേന്ദ്രീകരിച്ചാൽ, അത് നിങ്ങളുടെ ടീമിന് അതിഭീമമായ വേഗം സമ്മാനിക്കും.

നിങ്ങൾക്ക് ആവശ്യമുള്ളത് എന്താണോ അത് ചെയ്യൂ, എന്നിട്ട് അൽപം കൂടുതൽ കൂടി ചെയ്യൂ.
- ദീപക് ബജാജ്

ആവശ്യപ്പെടുന്നതിലും അൽപം കൂടുതൽ ചെയ്യാനുള്ള ഒരു മനോഭാവവും ജീവിതമൂല്യവും വികസിപ്പിച്ചെടുക്കുക. നമുക്ക് കൈകാര്യം ചെയ്യാൻ കഴിയുന്നതുമാത്രമല്ല ചെയ്യേണ്ടത്, ഉൽകൃഷ്ടമായത് ചെയ്യണം. എന്റെ പ്രാരംഭ വർഷങ്ങളിൽ, ഞാൻ കോർപറേറ്റ് ജീവനക്കാരനായിരുന്നപ്പോൾ, ഞാൻ മനസ്സിലാക്കിയ ഒരു കാര്യമുണ്ട്: ഒരു ജോലി സാവധാനത്തിൽ ഒരാളെ ഒരു കാര്യം പഠിപ്പിക്കും കഠിനാധ്വാനം ചെയ്യുന്നതിനുപകരം, നല്ലത് എന്താണോ അത് ചെയ്യുന്നതിനെയായിരിക്കും സ്മാർട്ട് ആയി പരിഗണിക്കുക. റോബർട്ട് കിയോസാകിയുടെ ഒരു പുസ്തകത്തിൽ ഞാൻ വായിച്ചിട്ടുണ്ട്, ഒരു തൊഴിലാളി പണിയെടുക്കുന്നത്, അയാൾ/അവൾ പുറത്താക്കപ്പെടാതിരിക്കാൻ വേണ്ടി മാത്രമാണ്, ഒരു തൊഴിലുടമ കൂലി നൽകുന്നത് തൊഴിലാളി വിട്ടുപോകാതിരിക്കാൻ വേണ്ടി മാത്രമാണ്. നിങ്ങൾ ഒരു പുതിയ വ്യവസായ സംരംഭകൻ ആണെങ്കിൽ, ആവശ്യത്തിലധികം ചെയ്യാനുള്ള ഒരു സ്വഭാവം അതിവേഗം വളർത്തിയെടുക്കാൻ ഞാൻ നിങ്ങളോട് അഭ്യർഥിക്കുന്നു. നിങ്ങൾ അധികം ചെയ്യുമ്പോൾ, നിങ്ങൾ അധികം പഠിക്കുന്നു, നിങ്ങൾ അധികം പഠിക്കുമ്പോൾ, നിങ്ങളും വലുതാകുന്നു. എല്ലാം ഇതിലടങ്ങിയിരിക്കുന്നു.

നിങ്ങൾ 'MAD'ൽ ആണെന്ന് ഞാൻ എങ്ങനെ അറിയും? ലളിതം- നിങ്ങളുടെ കൈവശം നിറയെ അപ്പോയ്ന്റ്മെന്റുകളുള്ള ഒരു കലണ്ടർ ഉണ്ടോ?

പ്രവർത്തിച്ചുതുടങ്ങാൻ സജ്ജമാകുന്നതുവരെ കാത്തിരിക്കരുത്, പകരം, സജ്ജമാകാൻ പ്രവർത്തിച്ചുതുടങ്ങുക.

– ജെൻസൺ സിയാവ്

വേദന താൽക്കാലികമാണ്, അഭിമാനം എന്നന്നേക്കുമുള്ളതാണ്

ഇന്ന് ഞാൻ ഒരു മേഴ്സിഡസ് ബെൻസ് ഓടിച്ചുവരുന്നത് ആളുകൾ കാണുമ്പോൾ, എല്ലായിടത്തും വൻതോതിൽ ആരാധകവൃന്ദം പിന്തുടരുന്നതു കാണുമ്പോൾ, ചിലർക്കെങ്കിലും തോന്നാം, 2007-ൽ ഞാൻ തുടങ്ങുമ്പോൾ ഉണ്ടായിരുന്ന വെൽകം കിറ്റിൽ നിന്നാണ് ഇതെല്ലാം ഉണ്ടായത് എന്ന്. അല്ല! ഈ ജീവിതരീതി നിങ്ങൾ ആഗ്രഹിക്കുന്നുവെങ്കിൽ, ഈ ജീവിതരീതിയിലേക്കു നയിക്കുന്ന ഒരു തൊഴിൽരീതി നിങ്ങൾ സ്വീകരിക്കേണ്ടതുണ്ട്. ഞാൻ ബിസിനസ് തുടങ്ങിയത് ഒരു ടാറ്റ ഇൻഡിക്ക കാറിലാണ്. എന്റെ തലയിണയും പുതപ്പും ഞാൻ സ്ഥിരമായി കാറിൽ തന്നെയാണ് സൂക്ഷിച്ചിരുന്നത്. ഏതുസമയത്തും കഴിക്കാനായി എപ്പോഴും വറുത്ത കടലയും കപ്പലണ്ടിയും കരുതുമായിരുന്നു. ആളുകൾ അവരുടെ കാറുകളിൽ വെള്ളക്കുപ്പികൾ കരുതും, എനിക്ക് ഒരു പത്തുലിറ്ററിന്റെ വെള്ളം ജഗ്ഗാണുണ്ടായിരുന്നത്.

മാസങ്ങളോളം ഞാൻ കഴിഞ്ഞുകൂടിയത് റോഡരികിലെ തട്ടുകടകളിൽനിന്ന് കണക്കില്ലാത്ത പൊറോട്ടയും ഗാലൻകണക്കിന് ചായയും കഴിച്ചാണ്. റോഡരികിലെ തട്ടുകടകൾക്കുസമീപം പാർക്കുചെയ്ത കാറിലിരുന്നായിരുന്നു പല രാത്രികളും ഞാൻ ഉറങ്ങിയിരുന്നത്, കാരണം എനിക്ക് കാർ ഓടിക്കാൻ കഴിയുമായിരുന്നില്ല. പരിഹാസത്തിന്റെയും അവജ്ഞയുടെയും ഓരോ തുണ്ടും ഞാൻ ശ്രദ്ധിച്ചു. എന്റെ സുഹൃത്തുക്കൾ എന്റെ ഏറ്റവും വലിയ വിമർശകർ ആയി മാറുന്നത് ഞാൻ കണ്ടു. പക്ഷേ, ഓരോ നിമിഷത്തിലും ഞാൻ അറിഞ്ഞു, ഇതെല്ലാം സ്ഥിരമല്ല; ഇതൊരു താൽക്കാലിക ഘട്ടമാണ്. ഓരോ നിമിഷത്തിലും ഞാൻ വിശ്വസിച്ചു, എന്തിനാണ് ഞാൻ വന്നത്, അത് താമസിയാതെ എനിക്ക് കിട്ടുക തന്നെ ചെയ്യും, അതിലും കൂടുതൽ കിട്ടും. സ്വപ്നം എത്ര വലുതാകുന്നുവോ, ആവശ്യമായ ***മാഡ്നസ്സിന്റെ*** *അളവും അത്രയും കൂടും.*

3. വ്യക്തികളെ അതിവേഗം ടീമുകളായി മാറ്റുക

ഒരു വ്യക്തിയെ സ്പോൺസർ ചെയ്യുന്നതല്ല നിങ്ങളുടെ ജോലി. ഒരു വ്യക്തിയെ ഒരു ടീമായി മാറ്റുന്നതാണ് നിങ്ങളുടെ ജോലി.

- ദീപക് ബജാജ്

നിങ്ങൾ ആരെയെങ്കിലും സ്പോൺസർ ചെയ്യുമ്പോൾ, നിങ്ങളുടെ ഘടനയിൽ ഒരു വൃത്തം ചേർക്കുക മാത്രമാണ് ചെയ്യുന്നത്. ആ വൃത്തം ഒരു വ്യക്തിയായി മാറണമെങ്കിൽ, അയാൾ/അവൾ മറ്റൊരാളെ സ്പോൺസർ ചെയ്യണം. അതുകൊണ്ട്, ഒരു വ്യക്തി ഒരാളെയെങ്കിലും സ്പോൺസർ ചെയ്യുന്നതുവരെ, നിങ്ങൾ അയാളെ സ്പോൺസർ ചെയ്യേണ്ട ആവശ്യമില്ല. അതിനുശേഷം, അയാളെ നിങ്ങൾക്ക് ഒരു സജീവ ഡിസ്ട്രിബ്യൂട്ടർ ആയി മാറ്റിയെടുക്കാം, ക്രമേണ അയാൾക്ക്/അവൾക്ക് ഒപ്പം ഒരു ടീം ഉണ്ടാക്കിയെടുക്കാം.

ഒരു വ്യക്തിയെ സ്പോൺസർ ചെയ്യുന്നത് നമ്മുടെ ബിസിനസിലെ സ്റ്റാർട്ടിങ് പോയിന്റാണ്, ഈ ബിസിനസിൽ നിങ്ങൾ എത്രത്തോളം മുന്നോട്ടുപോകുമെന്ന് തീരുമാനിക്കുന്നത് അതിനുശേഷം നിങ്ങൾ ചെയ്യുന്ന കാര്യങ്ങളായിരിക്കും.

- ദീപക് ബജാജ്

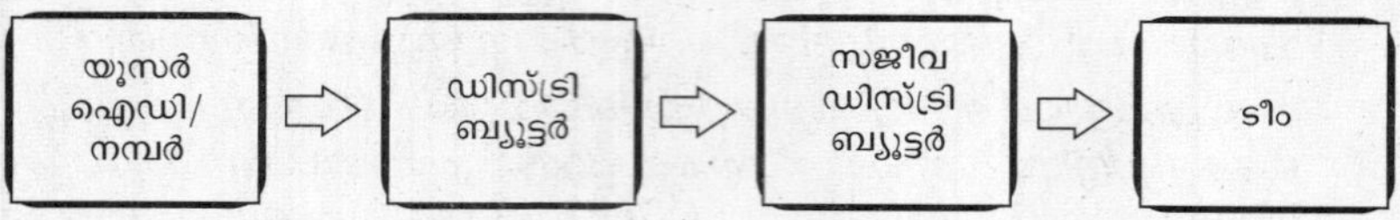

ഒരു പുതിയ ആളെ നിങ്ങൾ സ്പോൺസർ ചെയ്യുമ്പോൾ, അദ്ദേഹത്തോടൊപ്പം/അവൾക്കൊപ്പം ഒരു വെൽകം മീറ്റ് നടത്തുക, എന്നിട്ട് അയാളെ/അവളെ ഒരാഴ്ചയ്ക്കകം ഒരു പരിപാടിയിൽ പങ്കെടുപ്പിക്കുക. 8–10 അപ്പോയ്ന്റ്മെന്റുകൾ നേടിയെടുക്കാൻ അദ്ദേഹത്തെ/അവളെ സഹായിക്കുക, തുടങ്ങിക്കഴിഞ്ഞ് ആദ്യത്തെ രണ്ടാഴ്ചക്കയ്കം അവരുടെ ആദ്യത്തെ 2–3 സെയിൽസുകൾ ക്ലോസ് ചെയ്യാൻ സഹായിക്കുക. ബിസിനസ് തുടങ്ങുമ്പോൾ, ഒരു പുതിയ ഡിസ്ട്രിബ്യൂട്ടറെ എങ്ങനെ ലഭിക്കും എന്നതിനെക്കുറിച്ചുള്ള വിശദമായ വഴികൾ 'വിജയപ്രക്രിയ' എന്ന ഭാഗത്ത് നിങ്ങൾക്ക് വായിക്കാം.

അതായിരുന്നു അവരുടെ ടീമിന്റെ തുടക്കം. ഒരു വ്യക്തിയേക്കാൾ ഒരു ടീമിന് അതിജീവിക്കാനും തഴച്ചുവളരാനും സാധ്യത ഏറെയാണ്. ഈ ടീമിന് ശരിയായ കാര്യങ്ങളിൽ പരിശീലനം നൽകുക, നിങ്ങൾ കഴി

യാവുന്ന മികച്ച പിന്തുണ അവർക്കു നൽകുക, അവർ എല്ലാ പരിപാടികളിലും പങ്കെടുക്കുന്നുണ്ട് എന്ന് ഉറപ്പാക്കുക. പരിപാടികളുമായി ബന്ധപ്പെട്ടിരിക്കുന്ന ടീം ദീർഘകാലം നിലനിൽക്കും, മെച്ചപ്പെട്ട പ്രകടനം കാഴ്ചവയ്ക്കും.

നമ്മോടൊപ്പം തുടങ്ങുന്ന ഓരോ പുതിയ ആളുകൾക്കൊപ്പവും നാം പിന്തുടരേണ്ട അടിസ്ഥാന കാര്യമാണിത്. ഇത് അതിവേഗത്തിലും കൂടുതൽ കൂടുതൽ ആളുകൾക്കൊപ്പവും ചെയ്യുന്നതിലുള്ള നിങ്ങളുടെ കാര്യക്ഷമത, നിങ്ങൾക്ക് ഏറ്റവും മികച്ച വേഗതയുണ്ടാക്കിത്തരും. കൂടുതൽ പേരിൽ ഈ പ്രക്രിയ ആവർത്തിക്കുക, അവരുടെ ആളുകളിൽ ഇത് ചെയ്യാൻ അവരെ ശക്തരാക്കുക. അന്യോന്യം പ്രവർത്തിക്കുന്ന നിരവധി സ്വതന്ത്ര ടീമുകളാണ് ലക്ഷ്യം. ഇതിലൂടെ വേഗവും സ്ഥിരതയും ഉറപ്പാക്കാൻ കഴിയും.

> *എല്ലാവരും ആവേശത്തോടെയാണ് തുടങ്ങുന്നത്. ഈ ആവേശം തണുക്കുന്നതിനുമുമ്പ് അവർക്ക് എന്തെങ്കിലും നേട്ടമുണ്ടാക്കിക്കൊടുക്കുക.* – ദീപക് ബജാജ്

ഓരോ പരിപാടിയിലും, നിങ്ങൾ സ്വയം ചോദിക്കുക, 'ഈ പരിപാടിയിൽ നിങ്ങളുടെ എത്ര വ്യത്യസ്തങ്ങളായ ടീമുകൾ പങ്കെടുക്കുന്നുണ്ട്'. നിങ്ങളുടെ ടീമുകളുടെ എണ്ണം പല ഇരട്ടികളാക്കി മാറ്റുന്നതിലൂടെ നിങ്ങളുടെ ബിസിനസും ഇരട്ടിപ്പിക്കാൻ കഴിയും.

TEAM = Togehter Everyone Achieves More
(ടീം = ഒന്നിച്ച് എല്ലാവരും നേടുന്നു കൂടുതൽ)

ഗൗരവും ഞാനും ആദ്യകാല സംരംഭകരാണ്. ഞങ്ങൾ അന്തർമുഖരും മികച്ച വ്യക്തിഗത കളിക്കാരുമായിരുന്നു. എന്നാൽ, ഈ ബിസിനസിൽ വന്ന് ഏതാനും മാസം കഴിഞ്ഞപ്പോൾ, ഒരു പരിധി വിട്ട് ഞങ്ങളുടെ വരുമാനം വർധിക്കുന്നില്ല എന്നുകണ്ടു. എല്ലാ കാര്യങ്ങളും ഞങ്ങൾ തന്നെയാണ് ചെയ്തിരുന്നത് എന്നതിനാൽ, ഞങ്ങൾ ആകെ ദഹിച്ചുപോയിരുന്നു. നെറ്റ്‌വർക്ക് മാർക്കറ്റിങ് എന്നത് ഒരു ടീം സ്പോർട്സ് ആണ് എന്ന് മനസ്സിലാക്കിയതാണ് ഞങ്ങളുടെ വഴിത്തിരിവ്. സജീവരായ ഓരോ ഡിസ്ട്രിബ്യൂട്ടർക്കും വേണ്ടി ഞങ്ങൾ ഒരു ടീമിനെ ഞങ്ങൾ വികസിപ്പിച്ചെടുക്കാൻ തുടങ്ങി. സാവധാനത്തിൽ ഞങ്ങൾക്ക് നൂറുകണക്കിന് ചെറിയ ടീമുകളുണ്ടായി ഒന്നിച്ച് പ്രവർത്തിക്കുന്ന, കൂടുതൽ അളവിൽ സ്ഥിരമായി ഫലം നൽകുന്ന ടീമുകൾ. ടീമുകൾ ഉണ്ടാക്കുന്നതിൽ വിദഗ്ധരായ ചില നല്ല സുഹൃത്തുക്കൾ എനിക്കുണ്ടായിരുന്നു, ഞങ്ങൾ തമ്മിൽ ആശയങ്ങൾ പങ്കിട്ടുകൊണ്ടിരുന്നു – ഷീജൻ നായർ, ഉത്തം ചെട്ടിയ, വിജയ് തെതർവാൾ.

4. ശക്തമായ നിറയൊഴിക്കൽ

നമ്മുടേത് ആവേശത്തിന്റെയും നേട്ടങ്ങളുടെയും ബിസിനസാണ്. എല്ലാ കാര്യങ്ങളും സുഗമമായി നടക്കുമ്പോഴും ഈ ഉന്മേഷവും ആവേശവും ഇല്ലാതാകുന്ന സമയമുണ്ടാകും. മറ്റചിലപ്പോൾ, നിങ്ങളുടെ ഇപ്പോഴത്തെ ടീമുകൾ നന്നായി ജോലി ചെയ്യുന്നുണ്ടാകും, അതേസമയം, നിങ്ങളുടെ വരുമാനം ഇരട്ടിയാക്കാനോ പുതിയ റാങ്ക് നേടാനോ നിങ്ങൾക്ക് പുതിയ പേഴ്സണൽ ടീമിനെ കൂടി വേണ്ടിവരും. ചിലപ്പോൾ, അടിത്തട്ടിനെ ചൂടാക്കി ഒരു ടീമിനെ കുതിപ്പിക്കാൻ ആവശ്യമായ കാര്യങ്ങൾ ചെയ്യേണ്ടി വരും, അല്ലെങ്കിൽ ഒരു വിദേശയാത്രയോ മറ്റു ചില മൽസരങ്ങളോ... റെക്കോർഡ് സമയത്തിനകം നിങ്ങൾക്ക് യോഗ്യത നേടാൻ കഴിയുന്ന കാര്യങ്ങൾ ചെയ്യേണ്ടിവരും. ഇത്തരം സാഹചര്യങ്ങളിൽ നിങ്ങൾക്ക് വേണ്ടത് പവർ ഷോട്ടാണ്.

പവർ ഷോട്ടിനെ (ശക്തമായ നിറയൊഴിക്കൽ) ഞാൻ ഇങ്ങനെ നിർവചിക്കും: വ്യക്തമായി ഉന്നംവെക്കുന്നതും ഫലം ലഭിക്കുന്നതുമായ പ്രവർത്തനങ്ങൾ, ചെറിയ കാലയളവിൽ അവ വൻതോതിലുള്ള ഫലമുണ്ടാക്കും. മുഴുവൻ ടീമിനെയും റീചാർജ് ചെയ്യാൻ 60–90 ദിവസത്തെ പവർഷോട്ടിനുവേണ്ടി നാം സ്വയം സമർപ്പിക്കണം, മുഴുവൻ ടീമിനെയും ആവേശം കൊണ്ട് ജ്വലിപ്പിക്കണം, ആളുകളിൽ അഭിനിവേശവും തീയും പടർത്തണം, അതോടൊപ്പം വരുമാനവും റാങ്കും ഉപഹാരങ്ങളും സൗജന്യ യാത്രകളും കുമിഞ്ഞുകൂടും.

ഈ 90 ദിവസത്തെ കാലയളവിൽ, ആദ്യ 30 ദിവസങ്ങൾ വൻതോതിലുള്ള റിക്രൂട്ടുമെന്റിന് നിങ്ങൾ മാറ്റിവക്കുക, ആളുകളെ കൂട്ടമായി റിക്രൂട്ടുചെയ്യുക, ആദ്യ 30 ദിവസം കൊണ്ട് 20–30 പുതിയ പങ്കാളികളെ റിക്രൂട്ടു ചെയ്യുക. അവർ ജോലി തുടങ്ങിക്കഴിഞ്ഞാൽ എത്രയും വേഗം അവർ പരിപാടികളിൽ പങ്കെടുക്കുന്നുണ്ട് എന്നുറപ്പുവരുത്തുക. അടുത്ത 15 ദിവസത്തിനകം, ഈ വലിയ പ്രവർത്തനം പകർത്താനാവശ്യമായ പരിശീലനവും കരുത്തും അവർക്ക് നൽകുക. അടുത്ത 45 ദിവസത്തേക്ക്, ഈ പുതിയ ടീം ഒന്നാകെ, ചില പുതിയ റാങ്കുകൾ നേടിത്തരുന്നതിനും വലിയ വരുമാനം ഉണ്ടാക്കുന്നതിനുമുള്ള ദൗത്യത്തിലായിരിക്കും. 90 ദിവസങ്ങൾക്കുശേഷം പുതുതായി നേട്ടമുണ്ടാക്കിയവരെ ആദരിക്കാൻ ഒരു വലിയ പരിപാടി നടത്താം, അതിലൂടെ അവർക്ക് ഈ വേഗം സ്വയം നിലനിർത്താൻ ആവശ്യമായ ഊർജം നൽകാൻ കഴിയും.

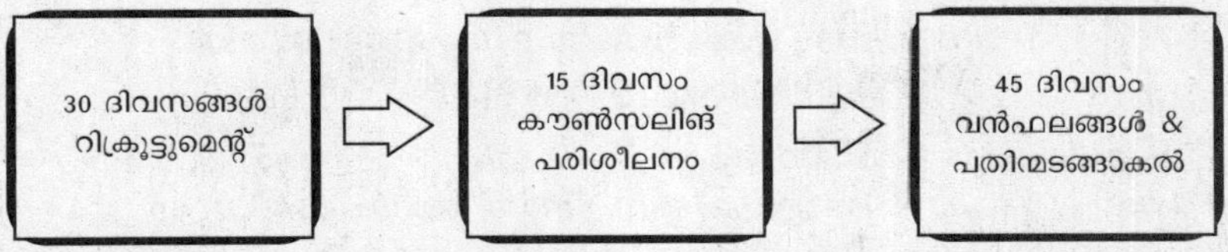

നിങ്ങളുടെ ലിസ്റ്റിൽ നോക്കിക്കൊണ്ടിരുന്നാൽ നിങ്ങൾ ധനികനോ പ്രശസ്തനോ ആകില്ല; നിങ്ങളുടെ ലിസ്റ്റിനെ മീറ്റിങ്ങുകളായും പങ്കാളികളായും മാറ്റുക, അപ്പോൾ അത് സാധിക്കും.
- ദീപക് ബജാജ്

വൻതോതിലുള്ള സ്പോൺസറിങ് പ്രവർത്തനം

പവർഷോട്ടിന്റെ ആദ്യഘട്ടം വൻതോതിലുള്ള പേഴ്സണൽ സ്പോൺസറിങ്ങാണ്. നെറ്റ്വർക്ക് മാർക്കറ്റിങ്ങിൽ എല്ലാവരും ആളുകളെ സ്പോൺസർ ചെയ്യുന്നുണ്ട് എങ്കിലും ഈ ബിസിനസിൽ നിങ്ങൾക്ക് ഇക്കാര്യത്തിൽ വേഗതയും വലുപ്പവും വർധിപ്പിക്കണമെങ്കിൽ നിങ്ങൾ ബൃഹത്തായ പേഴ്സണൽ സ്പോൺസറിങ്ങിലേക്ക് പോകണം. ഒരു സ്പോൺസറിങ് ഫാക്ടറിയായി മാറുക. നിങ്ങളുടെ ലിസ്റ്റ് ശൂന്യമാക്കുക, എന്നിട്ട് പുതിയത് ഉണ്ടാക്കുക. എല്ലാവരോടും സംസാരിക്കുക. സഞ്ചരിക്കുക. കൂടുതൽ അപ്പോയ്ന്റ്മെന്റുകൾ എടുക്കുക. നിങ്ങളുടെ ലിസ്റ്റ് വികസിപ്പിക്കുന്നതിനുള്ള നിരവധി തന്ത്രങ്ങൾ ഈ പുസ്തകത്തിലുണ്ട്, എന്റെ വെബ്സൈറ്റിലുണ്ട്, ഓൺലൈനിൽ ലഭ്യമായ എന്റെ നിരവധി സൗജന്യ വീഡിയോകളിലും ഇക്കാര്യമുണ്ട്.

അലൻ പീസ് പറഞ്ഞതുപോലെ, *'ബൃഹത്തായ ഫലങ്ങളുണ്ടാകാൻ, അടുത്ത ആഴ്ചയിലെ ഉപഭോക്താവിനെ ഈ ആഴ്ച തന്നെ കാണുക. അടുത്ത മാസത്തെ ഉപഭോക്താവിനെ ഈ മാസം തന്നെ കാണുക. ഒരു ശരാശരി മനുഷ്യൻ 56 ആഴ്ചകൊണ്ട് പൂർത്തിയാക്കുന്നത് നിങ്ങൾ 34 ആഴ്ചകൊണ്ട് പൂർത്തിയാക്കുക.'*

അതുകൊണ്ട്, പവർഷോട്ട് ലളിതമാണ്: ആളുകളെ കൂട്ടമായി റിക്രൂട്ടുചെയ്യുക, നേട്ടങ്ങളുണ്ടാക്കാൻ പാകത്തിൽ അവരെ ശക്തിപ്പെടുത്തുക, വിജയം ഇരട്ടിപ്പിക്കുക, 90 ദിവസങ്ങൾക്കുശേഷം ഒരു വിജയാഹ്ലാദ പരിപാടി സംഘടിപ്പിക്കുക.

പവർഷോട്ട് (ശക്തമായ നിറയൊഴിക്കൽ) മുകളിലേക്കുള്ള നിങ്ങളുടെ വഴി

പവർഷോട്ട് മൂലമാണ് എന്റെ കരിയറിന്റെ ഉച്ചസ്ഥായിയിൽവച്ച് വളരെ ഉയർന്ന ശമ്പളം കിട്ടുന്ന ജോലി ഞാൻ രാജിവച്ചത്. ഈ ബിസിനസ് തുടങ്ങി 90 ദിവസത്തിനകം, ഞാൻ ഇതിൽ മുഴുവൻ സമയക്കാരനായി, തുടങ്ങി 98 ദിവസത്തിനകം എനിക്ക് ഏറ്റവും ഉയർന്ന വരുമാനത്തിൽ സ്പർശിക്കാൻ കഴിഞ്ഞു. ഈ 90 ദിവസങ്ങൾ ഞാൻ ഗൗരവ് മെഹ്റ, ഗൗരവ് ബജാജ് എന്നിവർക്കൊപ്പമാണ് പ്രവർത്തിച്ചത്, ഈ പുസ്തകത്തിൽ ഞാൻ വിശദീകരിച്ച അതേ പ്ലാൻ അനുസരിച്ച്. പിന്നീട് എന്റെ ടീമിലെ നിരവധി ലീഡർമാർ അത് പകർത്തി, പ്രത്യേകിച്ച് വികാസ് സിങ്ളയും മാണിക് കൗറയും, അങ്ങനെ ഞങ്ങൾ ഏറ്റവും വേഗത്തിൽ വളർന്നുകൊണ്ടിരിക്കുന്ന സ്ഥാപനത്തെ സൃഷ്ടിച്ചു.

5. നിങ്ങളുടെ ടീമിനെ ലീഡർമാരെ ഉണ്ടാക്കുന്ന ഫാക്ടറിയാക്കുക

ലീഡർഷിപ്പ് എന്നു പറഞ്ഞാൽ, നിങ്ങളുടെ സാന്നിധ്യം കൊണ്ട് മറ്റുള്ളവരെ മികച്ചവരാക്കുക എന്നതാണ്, നിങ്ങളുടെ അസാന്നിധ്യത്തിലും ആ സ്വാധീനം നിലനിൽക്കുകയും വേണം.

– ഷേറിൽ സാൻഡ്ബർഗ്ഗ്

മറ്റ് ജോലികളിൽ വളരെ വിജയിച്ച ആളുകൾ നെറ്റ്വർക്ക് മാർക്കറ്റിങ്ങിലേക്ക് വരുമ്പോൾ വിജയിക്കുന്നില്ല, ഇത് എന്തുകൊണ്ടാണ് എന്നോർത്ത് നിങ്ങൾ അത്ഭുതപ്പെട്ടിട്ടുണ്ടോ? തന്റെ വ്യവസായത്തിൽ റെക്കോർഡുകൾ ഉണ്ടാക്കിയിട്ടുള്ള ഏറെ വിജയം വരിച്ച ഒരു സെയിൽസ് പേഴ്സൺ നെറ്റ്വർക്ക് മാർക്കറ്റിങ്ങിൽ പ്രതിബന്ധങ്ങളെ തകർത്ത് മുന്നേറുന്നതിൽ പരാജയപ്പെട്ടേക്കാം, അതേസമയം, സാധാരണക്കാരനായ, ഒരുവിധത്തിലുള്ള സെയിൽസ് പരിചയം ഇല്ലാത്തതുമായ ഒരു ശരാശരി വ്യക്തിക്ക് പ്രകടനത്തിന്റെ കാര്യത്തിൽ മറ്റുള്ളവരുടെ പ്രതീക്ഷകളെ കടത്തിവെട്ടാൻ കഴിഞ്ഞേക്കും. നെറ്റ്വർക്ക് മാർക്കറ്റിങ് എന്നത് ഒരു വ്യക്തിഗത കളിയല്ല, ടീമായുള്ള കളി ആണ് എന്നതാണ് ഇതിനുകാരണം.

പുറകിൽനിന്ന് നയിക്കുക, തങ്ങൾ മുന്നിലാണെന്ന് മറ്റുള്ളവരെ വിശ്വസിപ്പിക്കുക. – നെൽസൺ മണ്ഡേല

വിജയകരമായതും വളർന്നുകൊണ്ടിരിക്കുന്നതുമായ ഒരു നെറ്റ്വർക്ക് മാർക്കറ്റിങ് ടീം ലീഡർമാരെ സൃഷ്ടിക്കുന്ന ഫാക്ടറിയായാണ് പ്രാഥമികമായി പ്രവർത്തിക്കുക. നിങ്ങൾ നെറ്റ്വർക്ക് മാർക്കറ്റിങ് ബിസിനസ് തുടങ്ങുമ്പോൾ, എല്ലാ കാര്യങ്ങളും നിങ്ങൾ തന്നെ ചെയ്യണം, നിങ്ങളുടെ പ്രാഥമിക ജോലി ഒരു ടീമിനെ ഉണ്ടാക്കിയെടുക്കലാണ്, ഉൽപ്പന്നങ്ങൾ വിൽക്കലും. ബിസിനസിൽ നിങ്ങൾ വളരുമ്പോഴും ഈ പ്രാഥമിക കാര്യങ്ങൾക്ക് മാറ്റമുണ്ടാകില്ല. നിങ്ങളുടെ സ്ഥാപനത്തിൽ ആളുകളുടെ എണ്ണം കൂടിവരുമ്പോഴാണ് നിങ്ങളുടെ വരുമാനവും കൂടിക്കൊണ്ടിരിക്കുക, ഒരു ടീമിനെ ഉണ്ടാക്കുക, ഉൽപ്പന്നങ്ങൾ വിൽക്കുക എന്നീ രണ്ട് പ്രാഥമിക ജോലികൾ നിങ്ങളുടെ സ്ഥാപനത്തിലെ ഈ ആളുകളും ചെയ്തുകൊണ്ടിരിക്കും. വൻതോതിലുള്ളതും സുസ്ഥിരമായതും എപ്പോഴും വളർന്നുകൊണ്ടിരിക്കുന്നതുമായ വരുമാനപ്രവാഹം ഉണ്ടാകണമെന്ന് നിങ്ങൾ ആഗ്രഹിക്കുന്നുണ്ടെങ്കിൽ, നിങ്ങൾ അടിസ്ഥാനപരമായി ചെയ്യേണ്ടത് ഇതാണ്: നിങ്ങൾ ചെയ്യുന്നത് വിജയകരമായി ചെയ്യാൻ കഴിയുന്ന കൂടുതൽ കൂടുതൽ ആളുകളെ ഉണ്ടാക്കിയെടുക്കുക. നൂറുകണക്കിന്

ഗ്രാമങ്ങളിലും നഗരങ്ങളിലും പട്ടണങ്ങളിലും മെട്രോകളിലുമുള്ള ആയിരക്കണക്കിന് ആളുകളെ ചേർത്ത് ഞാൻ എന്റേതായ, വലിയ, വളർന്നുകൊണ്ടിരിക്കുന്ന നെറ്റ്‌വർക്ക് മാർക്കറ്റിങ് ടീമിനെ ഉണ്ടാക്കിയെടുത്തപ്പോൾ, നിങ്ങളുടെ ടീമിനെ അതിവേഗം, വിജയകരമായി സദാ വളർന്നുകൊണ്ടിരിക്കുന്ന ലീഡർമാരുടെ ഫാക്ടറിയായി മാറ്റാൻ കഴിയുന്ന ചില കാര്യങ്ങൾ ഞാൻ തിരിച്ചറിഞ്ഞു. അവ ഇതാണ്:

1. ആദ്യമായി, പ്രധാനമായും, നിങ്ങൾ നിങ്ങളുടെ ടീം അംഗങ്ങളെ സ്വന്തം കാലിൽ നിൽക്കാൻ സജ്ജരാക്കണം. നിങ്ങളുടെ ടീം അംഗങ്ങൾക്ക് നൽകാൻ കഴിയുന്ന ഏറ്റവും വലിയ സഹായം, അവരെക്കൊണ്ടുതന്നെ ബിസിനസ് നടത്തുന്നതിനുള്ള കഴിവും അറിവും അവർക്ക് നേടിക്കൊടുക്കുക എന്നതാണ്. വലിയ മരത്തിന്റെ തണലിൽ ഒരു ചെടിക്കും വളരാനാകില്ല എന്നുപറയുന്നതുപോലെ, അയാളുടെയോ അവളുടെയോ ടീമിനുമേൽ സ്ഥിരമായി നിഴൽവിരിച്ചു നിൽക്കുന്ന ഒരു അപ്‌ലൈനിനുകീഴിൽ സമർഥനായ ഒരു ലീഡർക്കും ഉയർന്നുവരാനാകില്ല. എപ്പോൾ ഇടപെടണം, എപ്പോൾ പോകാൻ അനുവദിക്കണം എന്നിവയ്ക്കിടയിൽ ഒരു ബാലൻസ് ഉണ്ടായിരിക്കണം, ഈ ബിസിനസിലെ എല്ലാ വലിയ ലീഡർമാരും ഇക്കാര്യത്തിൽ വൈദഗ്ധ്യം നേടണം. ആളുകളെ സ്വന്തം കാലിൽനിൽക്കാൻ അനുവദിക്കുന്നത് ഒരു ഓപ്ഷൻ അല്ല, മറിച്ച്, ഈ ബിസിനസിൽ വിജയത്തിനുവേണ്ട അടിസ്ഥാന തത്വമാണ്, മുന്നുപാധിയാണ്.

   ഒരു കുട്ടിയെ വളർത്തുന്നതുപോലെ ലളിതമാണ് ഇതും. ഒരു പ്രത്യേക കാലം കഴിഞ്ഞും നിങ്ങൾ കുട്ടിക്ക് സ്പൂണിൽ തന്നെ ആഹാരം നൽകിക്കൊണ്ടിരുന്നാൽ, അവനെ/അവളെ സഹായിക്കുന്നതിനു പകരം നിങ്ങൾ അവരെ നശിപ്പിക്കുകയാണ് ചെയ്യുന്നത്. അതുകൊണ്ട്, നിങ്ങളുടെ ടീം അംഗങ്ങളിൽ വിശ്വാസമർപ്പിക്കുക, അവരെ പഠിക്കാനും വളരാനും അനുവദിക്കുക, അതുവഴി അവർ നിങ്ങളുടെ ടീമിന്റെ വ്യവസ്ഥകൾ നടപ്പിലാക്കട്ടെ. ചില ടീം അംഗങ്ങൾ അവസരങ്ങൾ സ്വയം പിടിച്ചുപറിക്കും, എന്നാൽ, മറ്റുചിലരെ നിങ്ങൾക്ക് തള്ളിക്കൊടുക്കേണ്ടിവരും, എന്തായാലും ശരി, ശരിയായ സമയത്ത് നിങ്ങളുടെ ഡിസ്ട്രിബ്യൂട്ടർമാരെ അവരുടെ ജോലി ചെയ്യാൻ തക്കവണ്ണം ശാക്തീകരിക്കുക എന്ന നിങ്ങളുടെ കടമ നിറവേറ്റുക.

2. ക്ഷമ കാണിക്കുക, തെറ്റുകൾക്ക് വിട്ടുവീഴ്ച ചെയ്യുക. തുടങ്ങുമ്പോൾ നിങ്ങൾ പൂർണ്ണനായിരിക്കില്ല. ആവർത്തിച്ചുള്ള, ശരിയായ മാർഗ്ഗനിർദേശങ്ങൾ നിങ്ങളുടെ ഡിസ്ട്രിബ്യൂട്ടർമാരെ ഏതാനും സമയത്തിനുള്ളിൽ മെച്ചപ്പെട്ടവരാക്കും. ഓർക്കുക, പ്രോഗ്രാമുകളുടെ പ്രസന്റേഷൻ നടത്തുമ്പോൾ ഉള്ളടക്കം അതേപടി പറയുന്നത് ഒരു സ്വാധീനവും ഉണ്ടാക്കില്ല, മറിച്ച് പറയുമ്പോഴുള്ള ആവേശവും കണ്ണുകളിലെ

തിളക്കവും ആത്മവിശ്വാസത്തിന്റെ അളവും പരിപൂർണ്ണ വിശ്വാസവുമാണ് സ്വാധീനമുണ്ടാക്കുക. തങ്ങളുടെ സ്വന്തം അനുഭവങ്ങളിൽനിന്ന് പാഠം പഠിക്കാൻ നിങ്ങളുടെ പങ്കാളികളെ അനുവദിക്കുക.

3. തുടക്കത്തിൽ പുതിയ ഡിസ്ട്രിബ്യൂട്ടർമാരോട് ഇങ്ങനെ പറയുന്നത് നല്ലതാണ്: താമസിയാതെ നിങ്ങൾ നിങ്ങളുടെ ബിസിനസിന്റെ ചുമതല ഏറ്റെടുക്കേണ്ടിവരും, നിങ്ങൾ സ്വയം നിങ്ങളുടെ പ്ലാനുകൾ കാണിക്കേണ്ടിവരും. തുടക്കത്തിൽ തന്നെ ലക്ഷ്യം നിർണ്ണയിക്കുന്നത് നിങ്ങളുടെ ജോലി എളുപ്പമാക്കും. ഇതിനെല്ലാം പുറമേ, തങ്ങളുടെ ജീവിതകാലം മുഴുവൻ തങ്ങൾക്കുവേണ്ടി നിങ്ങൾ പ്ലാനുകൾ കാണിച്ചുകൊണ്ടിരിക്കണം എന്ന് പ്രതീക്ഷിക്കുന്ന ചില ആളുകളുണ്ടാകും, അവരെ പരിശീലനപരിപാടികളിൽ പങ്കെടുപ്പിക്കുക, അല്ലെങ്കിൽ നിങ്ങളുടെ അപ്ലൈനുമായി ഒരു കൗൺസലിങ് സംഘടിപ്പിക്കുക. സ്ഥാപനത്തിലെ ഓരോരുത്തരും ഒരേ ഭാഷ തന്നെയാണ് സംസാരിക്കുന്നത് എന്ന് കേൾക്കാനിടവരുമ്പോൾ, അവരും അത് സ്വീകരിക്കും, വ്യവസ്ഥ പിന്തുടരാൻ തുടങ്ങുകയും ചെയ്യും.

4. നിങ്ങളുടെ പുതിയ പങ്കാളിയെ സ്വതന്ത്രരായ ലീഡർമാരായി മാറ്റാനുള്ള നിങ്ങളുടെ ഏറ്റവും വലിയ സഹായി നിങ്ങളുടെ ആശയവിനിമയം ആയിരിക്കും, പ്രത്യേകിച്ച് നിങ്ങൾ ഉപയോഗിക്കുന്ന വാക്കുകൾ. വാക്കുകൾക്ക് അസാമാന്യമായ ശക്തിയുണ്ട്, അത് ഒരു വ്യക്തിയെ സൃഷ്ടിക്കുകയും തകർക്കുകയും ചെയ്യും. കരുത്തു പകരുന്നതും ഉത്തേജിപ്പിക്കുന്നതുമായ വാക്കുകൾ കൊണ്ട് നിങ്ങളുടെ പദാവലി സമ്പന്നമാക്കുക, ഈ വാക്കുകൾ തുടർച്ചയായി ഉപയോഗിക്കുന്നത് നിങ്ങളുടെ സ്വഭാവമാക്കുക. ഇത് നിങ്ങളുടെ ഭാഗമാകുന്നതുവരെ ഈ പരിശീലനം തുടരുക. പുതിയ ഡിസ്ട്രിബ്യൂട്ടർമാരുമായുള്ള നിങ്ങളുടെ പതിവായുള്ള ആശയവിനിമയങ്ങൾ അവരെ ആത്മവിശ്വാസമുള്ളവരാക്കും, മുൻകൈയെടുക്കാൻ പ്രേരിപ്പിക്കും. നിങ്ങളുടെ അനുഭവങ്ങളിൽനിന്ന് കഥകളും സംഭവങ്ങളും എടുത്ത് ഉപയോഗിക്കുക, അതിലൂടെ ആളുകൾക്ക് മുൻകൈയെടുക്കാനാകും, അടിസ്ഥാനകാര്യങ്ങൾ പഠിക്കാനാകും, അതിവേഗം ബിസിനസിന്റെ ചുമതല ഏറ്റെടുക്കാനും കഴിയും, അതുവഴി ബിസിനസ് വ്യത്യസ്ത ഉയരങ്ങളിലേക്ക് കുതിക്കും. ഫലപ്രദമായി പ്രയോഗിക്കുക, തങ്ങൾക്ക് സ്വയം ചെയ്യാൻ കഴിയുന്ന ഒരു അവസരം ചോദിച്ച് നിങ്ങളുടെ പുതിയ പങ്കാളികൾ നിങ്ങൾക്കരികിലെത്തും. ഇതാണ് ഈ ബിസിനസിനെ ശരിക്കും ശക്തമാക്കുന്നതും പല മടങ്ങായി പെരുപ്പിക്കുന്നതുമായ തന്ത്രം.

5. നിങ്ങളുടെ ടീം അംഗങ്ങൾക്ക് ബിസിനസ് പ്രസന്റേഷനുകൾ നൽകുമ്പോൾ, പ്രസന്റേഷൻ എന്ന കലയിൽ വൈദഗ്ധ്യം നേടാനുള്ള

കാര്യങ്ങൾ അതിൽനിന്ന് പഠിച്ചെടുക്കാൻ അവരോട് പറയുക. ഈയൊരു ലക്ഷ്യത്തോടെയാകണം അവർ പ്രസന്റേഷനുകൾ കാണേണ്ടത്. കാരണം, 36 പ്രസന്റേഷനുകൾ കഴിഞ്ഞാൽ, അവർ തന്നെ സ്വയം പ്രസന്റേഷൻ ചെയ്യേണ്ടിവരും. ഈ പുസ്തകത്തിലെ വിജയപ്രക്രിയ എന്ന ഭാഗത്ത് നൽകിയിരിക്കുന്ന ബിസിനസ് പ്രസന്റേഷനുള്ള 5+5 മാതൃക ഞാൻ നിർദേശിക്കുന്നു.

6. ഒരു അപ്ലൈൻ ആയതുകൊണ്ട്, നിങ്ങളുടെ ടീം അംഗങ്ങൾക്ക് വളരാൻ ആവശ്യമായ സാഹചര്യങ്ങൾ ഒരുക്കിക്കൊടുക്കാനുള്ള ഉത്തരവാദിത്തം നിങ്ങൾക്കാണ്. മുൻകൈയെടുക്കാൻ നിങ്ങളുടെ ടീം അംഗങ്ങളെ പ്രോൽസാഹിപ്പിക്കുക, ആദ്യത്തെ ചില സന്ദർഭങ്ങളിൽ പുതിയ വെല്ലുവിളികൾ നേരിടുമ്പോൾ അവർക്ക് പിന്തുണ നൽകുക. അവരെ കമ്മിറ്റികളുടെ ഭാഗമാക്കുക, മീറ്റിങ്ങുകളും പരിപാടികളും നടത്തുമ്പോൾ പഴയ ഡിസ്ട്രിബ്യൂട്ടർമാർക്കൊപ്പം പുതിയ ആളുകളെയും കൊണ്ടുവരിക.

7. ഫീൽഡിൽ സുഗമമായി പ്രവർത്തിക്കുന്നതിനാവശ്യമായ എല്ലാ ഉപാധികളും നിങ്ങളുടെ ടീം അംഗങ്ങൾക്ക് ലഭ്യമാക്കുക: പ്രസന്റേഷനുകൾ, വീഡിയോകൾ, ബ്രോഷറുകൾ, പ്രസ്താവനകൾ, ഡെമോ കിറ്റുകൾ തുടങ്ങിയവ. പുതിയ ഡിസ്ട്രിബ്യൂട്ടർക്ക് ടൂളുകൾ വലിയ ആത്മവിശ്വാസം നൽകും, ഉപഭോക്താക്കൾക്ക് എല്ലാ അവശ്യ വിവരങ്ങളും കൈമാറി എന്നുറപ്പുവരുത്താനും ഇതിലൂടെ കഴിയും.

8. എല്ലാ പ്രോഗ്രാമുകളിലും പങ്കെടുക്കാനും സിസ്റ്റം 100 ശതമാനം പിന്തുടരാനും നിങ്ങളുടെ ടീം അംഗങ്ങൾക്ക് പരിശീലനം നൽകുക. ഒറ്റക്കൊറ്റക്കുള്ള കൗൺസലിങ്ങിൽനിന്നും പ്രസന്റേഷനുകളിൽ നിന്നും നേടിയെടുക്കാനാകാത്ത ആത്മവിശ്വാസവും ബോധ്യങ്ങളും പ്രോഗ്രാമുകളിൽനിന്ന് ലഭിക്കും. നിങ്ങളുടെ ടീം അംഗങ്ങൾ പ്രോഗ്രാമുകളിൽ പങ്കെടുക്കുകയും നിലനിൽക്കുന്ന സിസ്റ്റം അതേപടി പിന്തുടരുകയും ചെയ്യുമ്പോൾ അവർ തെറ്റായ വഴിയിലൂടെ സഞ്ചരിക്കില്ല, മറിച്ച്, അവർ തെറ്റായ വഴിയിലൂടെ പോയാലും സിസ്റ്റം അവരെ നേർവഴിക്ക് നയിക്കും. ബിസിനസിൽ അനുഭവപരിചയം, യോഗ്യത, റാങ്ക്, പദവി എന്നിവക്കുപരിയായി എല്ലാവരും ഒരേ പ്രസന്റേഷൻ ഉപയോഗിക്കണം. ഇക്കാര്യത്തിൽ കാർക്കശ്യം പുലർത്തണം. ഒരു സാഹചര്യത്തിലും ബിസിനസ് പ്രസന്റേഷൻ മാറ്റാൻ ആരെയും അനുവദിക്കരുത്.

9. ഹോം മീറ്റിങ്ങുകൾ ലീഡർമാരെ സൃഷ്ടിക്കാനുള്ള യഥാർഥ ഫാക്ടറികളാണ്, ഭാവിയിലെ എല്ലാ ലീഡർമാർക്കും ഏറ്റവും മികച്ച പരിശീലനത്തറ അത് ഒരുക്കിക്കൊടുക്കുന്നു. ഒരു ഹോം മീറ്റിങ് പുതിയ ഡിസ്ട്രിബ്യൂട്ടറെ സംബന്ധിച്ച് അദ്ദേഹത്തിന്റെ/അവളുടെ

പ്രസന്റേഷൻ പരീക്ഷിക്കാനുള്ള, എതിർപ്പുകളെ കൈകാര്യം ചെയ്യാനുള്ള, പ്രോഗ്രാം സംഘടിപ്പിക്കാനുള്ള, പൊതുവേദിയിൽ പ്രസംഗിക്കാനുള്ള കഴിവ് വളർത്തിയെടുക്കാനുള്ള എളുപ്പമേറിയതും വെല്ലുവിളികളില്ലാത്തതുമായ പ്ലാറ്റ്ഫോമാണ്. അത് അവതാരകനെയും കാണികളെയും സംബന്ധിച്ച് വീടിന്റെ പാശ്ചാത്തലമുള്ള സുഖകരമായ അന്തരീക്ഷമായിരിക്കും. അതൊരു ചെറിയ മീറ്റിങ്ങായിരിക്കും, അതേസമയം, വലിയ പരിപാടികൾക്കുള്ള ചവിട്ടുപടിയുമാണ്. അത് ലീഡർമാരെ സംബന്ധിച്ച് പഠനത്തിനുള്ള തികഞ്ഞ അവസരവും തയാറെടുപ്പുകൾക്കുള്ള അടിത്തറയുമാണ്. അതുകൊണ്ട് ഹോം മീറ്റിങ്ങുകളിൽ പങ്കെടുക്കാൻ നിങ്ങളുടെ ടീം അംഗങ്ങളെ പ്രോൽസാഹിപ്പിക്കുക, ക്രമേണ അവർക്ക് വിവിധ ഉത്തരവാദിത്തങ്ങളും റോളുകളും നൽകുക.

ലീഡർമാർ ജനിക്കുകയല്ല, അവർ സൃഷ്ടിക്കപ്പെടുകയാണ്. മറ്റെല്ലാത്തിനെയുംപോലെ അവരും കഠിനാധ്വാനത്തിലൂടെയാണ് സൃഷ്ടിക്കപ്പെടുന്നത്. – വിൻസ് ലൊംബാർഡി

ലീഡർമാരെ സൃഷ്ടിക്കൂ, അനുയായികളെയല്ല. **നിങ്ങളുടെ സമയം അർഹിക്കാൻ നിങ്ങളുടെ ആളുകളെ പഠിപ്പിക്കുക. അർഹർക്ക് നിങ്ങളുടെ സമയം നൽകുക, അത് ആവശ്യമല്ലാത്തവർക്ക് നൽകരുത്.** സ്വപ്നങ്ങൾ വലുതായിരിക്കട്ടെ, അത്രത്തോളം പ്രധാനമായിരിക്കട്ടെ ടീമും. നല്ല ലീഡർമാർക്ക് നിങ്ങളുടെ ബിസിനസിൽ വിസ്മയം തീർക്കാനാകും. നിങ്ങളുടെ ഭാവനയുടെ സീമക്കപ്പുറത്തെ ലെവലിലേക്ക് നിങ്ങളുടെ ബിസിനസിനെ ലീഡർമാർ നയിക്കും. അവർ നിങ്ങളുടെ ടീമിൽ ആയതുകൊണ്ട്, അവരുടെ സ്വപ്നങ്ങൾ, വിശ്വാസം, ബോധ്യങ്ങൾ എന്നിവയെല്ലാം നിങ്ങൾക്കൊപ്പമുണ്ടാകും.

ചിലർ എന്നോട് ചോദിക്കും: ലീഡർമാരെ സൃഷ്ടിക്കുകയാണോ കണ്ടെത്തുകയോണോ?

എന്റെ ഉത്തരം ഇതായിരിക്കും: ലീഡർമാർ എപ്പോഴും സൃഷ്ടിക്കപ്പെടുകയാണ്. ഇപ്പോഴത്തെ ജോലിയിലോ തൊഴിലിലോ പഠനത്തിലോ മിടുക്കരായവരെ നമുക്ക് കാണാൻ കഴിയും, പക്ഷേ, ഈ മിടുക്കരായവർക്ക് അവരുടെ മാനസികാവസ്ഥയും മനോഭാവങ്ങളും മികച്ചനിലയിൽ നിലനിർത്താൻ ആരുടെയെങ്കിലും അല്ലെങ്കിൽ ഏതെങ്കിലും സിസ്റ്റത്തിന്റെയോ സ്ഥാപനത്തിന്റെയോ സ്വാധീനം ആവശ്യമാണ്. അവരെ ശരിയായ സ്വാധീനത്താൽ, കരുത്തുറ്റ ഒരു സിസ്റ്റത്തിന്റെ സഹായത്തോടെ മഹാന്മാരായ ലീഡർമാരായി വികസിപ്പിക്കുകയും വളർത്തിയെടുക്കുകയും ചെയ്യേണ്ടത് ആവശ്യമാണ്.

ആളുകൾ സജ്ജരാകുമ്പോൾ, അവർ ഈ ബിസിനസിൽ പൂർണ്ണസമയക്കാരാകും. ആരെങ്കിലും ഒരു പ്രത്യേക ലെവൽ വരുമാനമോ നേട്ടമോ കൈവരിച്ചാൽ അവർ തീർച്ചയായും ബിസിനസിൽ പൂർണ്ണസമയ

ക്കാരാകും. ഗിയർ മാറ്റി അടുത്ത ലെവലിലേക്ക് പോകണമെങ്കിൽ നിങ്ങൾ ഈ ബിസിനസിന് നിങ്ങളുടെ മുഴുവൻ സമയവും നൽകണം. ബിസിനസിൽ പൂർണ്ണസമയക്കാരനായാൽ, നിങ്ങളിലും നിങ്ങളുടെ ബിസിനസിലുമുള്ള നിങ്ങളുടെ ടീമിന്റെയും പുറത്തുള്ളവരുടെയും വിശ്വാസം അത്ഭുതകരമായ വിധത്തിൽ ഇരട്ടിക്കും. ബിസിനസിൽ മുഴുവൻ സമയവും അർപ്പിക്കാൻ നിങ്ങളുടെ അപ്ലൈനുമായി ചേർന്ന് ഒരു പ്ലാൻ തയാറാക്കുക.

> *തങ്ങളുടെ ജീവിതത്തിന്റെയും ഈ ബിസിനസിന്റെയും പൂർണ്ണ ഉത്തരവാദിത്തം ഏറ്റെടുക്കുന്ന ചുരുക്കം ചിലരിലേക്ക് എത്തിച്ചേരുക എന്ന ലക്ഷ്യത്തിനായാണ് നാം ഈ ബിസിനസിൽ എല്ലാം ചെയ്യുന്നത്.* – ദീപക് ബജാജ്

ലീഡർമാരെ സൃഷ്ടിക്കുക എന്നത് ഒരു മനോഭാവമാണ്

സാധാരണക്കാരിൽനിന്ന് ലീഡർമാരെ സൃഷ്ടിക്കുന്നതിൽ ഒരു വിദഗ്ധനായിരുന്നു എന്റെ ടീമിലെ ഗൗരവ് ബജാജ്. അദ്ദേഹം എന്നോടു പറയും, 'ലീഡർമാരെ സൃഷ്ടിക്കുക എന്നത് ഒരു മനോഭാവമാണ്. ആളുകളെ സഹായിക്കുകയും അവരെ കരുത്തരാക്കുകയും ചെയ്യുക എന്ന ഉദ്ദേശ്യത്തോടെ നാം പ്രവർത്തിക്കുമ്പോൾ, അവർ വലിയ ഉത്തരവാദിത്തങ്ങൾ ഏറ്റെടുക്കാൻ തുടങ്ങും, അങ്ങനെ ലീഡർമാരായി തീരും. അതോടൊപ്പം നാം അവർക്ക്, എല്ലായ്പ്പോഴും അവർക്കൊപ്പമുണ്ടാകുമെന്ന ആത്മവിശ്വാസവും നൽകണം. യു.എസ്.എ.യിൽനിന്നുള്ള പ്രതിഭാശാലിയായ ഒരു ലീഡറിൽനിന്നാണ് നമ്മൾ ഇത് പഠിച്ചത്, ബിൽ ബ്രിട്ട്.'

6. നിങ്ങളുടെ മുഴുവൻ ടീമിനെയും വേഗത്തിലേക്ക് കുതിപ്പിക്കുക, അത് തുടരുക

ഒരു സിംഹം നയിക്കുന്ന ആടുകളുടെ ഒരു കൂട്ടത്തിന് ഒരു ആട് നയിക്കുന്ന സിംഹങ്ങളുടെ ഒരു കൂട്ടത്തെ തോൽപ്പിക്കാൻ കഴിയും.
- ആഫ്രിക്കൻ പഴമൊഴി

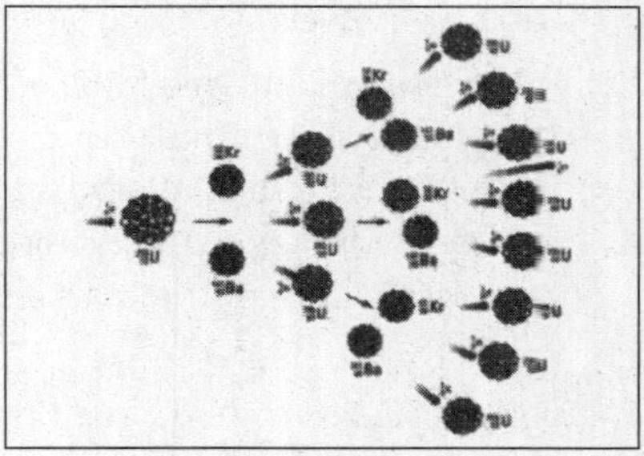

ഒരിക്കൽ നിങ്ങൾക്ക് നല്ല വേഗം ഉണ്ടാക്കാൻ കഴിഞ്ഞാൽ, അതോടൊപ്പം നിങ്ങളുടെ വേഗം നിലനിർത്താനും ഭാവനയ്ക്കപ്പുറത്തേക്ക് വളർത്താനും ആഗ്രഹിക്കുന്നുവെങ്കിൽ, ഈ വേഗം നിങ്ങളുടെ ടീമിന്റെ സകല പരിധിയും ഭേദിക്കും. നെറ്റ്‌വർക്ക് മാർക്കറ്റിങ് ബിസിനസിലെ മിക്കവാറും പേർക്ക് വേഗം കൈവരിക്കാൻ കഴിയുന്നില്ല, വേഗത്തിലെത്തുന്ന ഭൂരിപക്ഷത്തിനും അവരുടെ ടീമിനപ്പുറത്തേക്ക് അതിനെ കൊണ്ടുപോകാൻ കഴിയുന്നില്ല. വേഗം കൈവരിക്കുകയും അതിനെ അതേവേഗത്തിൽ അവരുടെ ടീമിലേക്ക് പകർത്തുകയും ചെയ്യുന്ന ചുരുക്കം ചിലർക്കുള്ള റാങ്ക് കൈവരിക്കുക എന്നതായിരിക്കണം നിങ്ങൾ ലക്ഷ്യമാക്കേണ്ടത്. ഇവിടെയെത്തിയാൽ നിങ്ങൾക്ക് വൻതോതിലുള്ള വരുമാനവും അംഗീകാരവും ലഭിക്കും, കൂടുതൽ സമയവും അധികമായി കിട്ടും.

നിങ്ങൾക്കുള്ള എന്റെ ലക്ഷ്യം ഇതാണ്: വലുപ്പത്തിൽനിന്ന് വലുപ്പത്തിലേക്കുള്ള കുതിപ്പ് തുടരാൻ കഴിയുന്ന, ഒരു ന്യൂക്ലിയർ റിയാക്ഷൻ തുടങ്ങാനുള്ള കരുത്തിലേക്ക് നിങ്ങളെ നയിക്കുക. നിങ്ങളുടെ ടീമിനെ സ്വയം വളർന്നുകൊണ്ടിരിക്കുന്ന വിജയത്തിന്റെ പരമ്പരയിലേക്ക് നയിക്കാനുള്ള വിജയം നിങ്ങൾക്ക് ഉണ്ടാക്കിത്തരാനാണ് എന്റെ ശ്രമം.

അതുകൊണ്ട്, ഇതാ, നിങ്ങളുടെ ടീമിൽ ഒന്നടങ്കം വേഗത സൃഷ്ടിക്കാനും അത് നിലനിർത്താനുമുള്ള ചില മാർഗ്ഗങ്ങൾ:

1. വേഗം കൈവരിക്കാൻ ഒരേയൊരു വഴിയേയുള്ളൂ: ചെറിയ സമയത്തിനുള്ളിൽ ഭീമമായ പ്രവൃത്തി ചെയ്യുക. ഒരു മാസത്തിൽ 100

പ്ലാനുകൾ കാണിക്കുക അല്ലെങ്കിൽ ആറുമാസത്തിനുള്ളിൽ 100 പ്ലാനുകൾ കാണിക്കുക. ഇതിന് പൂർണ്ണമായും വ്യത്യസ്തവും അത്ഭുതകരവുമായ ഫലമാണുണ്ടാകുക. അതുകൊണ്ട്, 45-60 ദിവസം തെരഞ്ഞെടുത്ത്, ഈ സമയപരിധിക്കുള്ളിൽ നിങ്ങളുടെ ടീമിലെ ഓരോരുത്തരെയും അവരുടെ ഏറ്റവും മികച്ചത് നൽകാൻ അനുവദിക്കുക. ഇത് നിങ്ങളുടെ ടീമിന് വേഗം കൂട്ടിത്തുടങ്ങും.

2. ഈ സമയത്ത് ധാരാളം ശബ്ദമുണ്ടാക്കുക, പണി ചെയ്യുക: ഇത് പരമാവധി പ്രവർത്തനത്തിനുള്ള കാലമാകട്ടെ – ഹോം മീറ്റിങ്ങുകൾ, ആഘോഷങ്ങൾ, അംഗീകാരങ്ങൾ, ഗ്രൂപ്പ് യോഗങ്ങൾ, പ്രമോഷനുകൾ, പരിപാടികൾ എന്നിവ. പരമാവധി ആളുകളെ ഇതിൽ പങ്കെടുപ്പിക്കുക.

3. നിങ്ങളുടെ സ്വന്തം തുടർവേഗം: ട്രെയിന്റെ വേഗത എന്നത് എൻജിന്റെ വേഗതയാണ്. ആവേശത്തോടെയും അടിയന്തരമായും ഈ സമയത്ത് നിങ്ങൾ ദിവസവും നിങ്ങളുടെ ഏറ്റവും മികച്ചത് നൽകുക. അത് കത്തിപ്പടരാൻ കുറച്ച് സമയമെടുക്കുമെങ്കിലും, പ്രതിബദ്ധതയോടെ പ്രവർത്തിച്ചാൽ, ഇന്നലത്തേക്കാൾ കൂടുതൽ ശ്രമം ഇന്ന് നടത്താൻ കഴിയും.

4. മുഴുവൻ ടീമിനുമായി ഒരു ദൗത്യം ഉണ്ടാക്കുക, എന്നിട്ട് എല്ലാവരെയും ഈ ദൗത്യവുമായി കൂട്ടിച്ചേർക്കുക: ആളുകളെ ആദ്യം ഒരു ദൗത്യവുമായി ബന്ധിപ്പിക്കുക, മറ്റൊരാളുമായി ബന്ധിപ്പിക്കുന്നതിനുമുമ്പ്. 45-60 ദിവസങ്ങൾക്കുള്ളിൽ വരാനിരിക്കുന്ന ഒരു പരിപാടിയായിരിക്കാം ഈ ദൗത്യം, അല്ലെങ്കിൽ ഒരു പുതിയ റാങ്ക്, പുതിയ അളവുകോൽ, പുതിയ ഉൽപ്പന്നം, കമ്പനിയുടെ അന്താരാഷ്ട്ര കൺവെൻഷൻ തുടങ്ങിയവ. അത് എന്തുമാകാം, പക്ഷേ, എല്ലാവരും പങ്കെടുക്കുകയും അവരുടെ ഏറ്റവും മികച്ച രീതിയിൽ പ്രവർത്തിക്കുന്നുവെന്ന് ഉറപ്പുവരുത്തുകയും വേണം. ഇതിന് സ്ഥാപനത്തിലുട നീളം ഒരു ലക്ഷ്യവും ഒരു ഭാഷയും ഒരു പൊതുവായ പ്രവർത്തനവും മാത്രമേ പാടുള്ളൂ.

5. ഈ ദൗത്യത്തിന് പ്രത്യേക കോർ ടീമുകളുണ്ടാക്കുക: ഒരു ദൗത്യത്തിനുവേണ്ടിയുള്ള കോർ ടീമിന്റെ ഭാഗമായി ആളുകൾ വിശേഷിപ്പിക്കപ്പെടുമ്പോൾ, അവർക്ക് അത് വിശിഷ്ടമായിതോന്നും, ആവശ്യമായി തോന്നും. അവരെക്കൊണ്ട് ചെയ്യാൻ കഴിയുന്ന മഹത്തായ കാര്യങ്ങളിൽ അവർ നിങ്ങളെയും അവരെത്തന്നെയും വിസ്മയിപ്പിക്കും. ഒടുവിൽ, നിങ്ങൾ ഒരു കോർടീം ഉണ്ടാക്കുക, എന്നിട്ട് നിങ്ങളുടെ ടീമിലെ എല്ലാ അംഗങ്ങളും അവരുടേതായ ടീമുകൾ ഉണ്ടാക്കട്ടെ. ചിലപ്പോൾ ടീമുകൾ തമ്മിൽ ആരോഗ്യകരമായ ഒരു മൽസരം സൃഷ്ടിക്കുന്നത് ഒരു നല്ല ആശയമാകാം.

6. മൽസരം പ്രോൽസാഹിപ്പിക്കുക: മൽസരങ്ങൾ പുതിയ പ്രതീക്ഷ നൽകുന്നതായി എനിക്ക് കാണാൻ കഴിഞ്ഞിട്ടുണ്ട്, കൂടാതെ അത് ഓരോരുത്തർക്കും സ്വയമേവ ആവേശകരമായ ഹ്രസ്വകാല ലക്ഷ്യങ്ങൾ തീരുമാനിച്ചുനൽകുന്നു. എല്ലാ കമ്പനികളും കാലാകാലം അന്താരാഷ്ട്ര യാത്രകളും പ്രത്യേക പ്രമോഷനുകളും നൽകാറുണ്ട്. നിങ്ങളുടെ സ്വന്തം ടീമിന് നിങ്ങൾക്ക് ചെറിയ മൽസരങ്ങൾ നൽകാവുന്നതാണ്. അത് ഒരു യാത്രയോ പണച്ചെലവുള്ള ഒന്നോ ആകണമെന്നില്ല. അടുത്ത വലിയ ഈവന്റിൽ അംഗീകരിക്കപ്പെടാനുള്ള ഒരു സാധ്യത പോലും ഇവിടെ ഈ സമ്മാനങ്ങൾക്ക് തുല്യമായ ഗുണം ചെയ്യും. പാരിതോഷികം എന്താണ് എന്നതല്ല മൽസരത്തെ സംബന്ധിച്ച് പ്രധാനം, എത്രത്തോളം ആവേശകരമായി നിങ്ങൾക്ക് അതിനെ പ്രമോട്ട് ചെയ്യാൻ കഴിയുന്നു എന്നതാണ്, പരമാവധി എത്രത്തോളം പേരുമായി അതിനെ ബന്ധിപ്പിക്കാൻ കഴിയുന്നു എന്നതാണ്.

7. നിങ്ങളുടെ ടീമിലെ വിവിധ വിഭാഗങ്ങൾക്ക് വേഗത പകരാനുള്ള താക്കോൽ ആശയവിനിമയമാണ്: എല്ലാ നല്ല വാർത്തകളും, എല്ലാ നേട്ടങ്ങളും, എല്ലാ പുരോഗതികളും മുഴുവൻ ടീമിനെയും അറിയിക്കണം. ഒരു മൽസരം തുടങ്ങാനുള്ള ചങ്കൂറ്റം ചുരുക്കം പേർക്കേ ഉണ്ടാകൂ, പക്ഷേ, മൽസരത്തിൽ ചേരാൻ എല്ലാവർക്കും ഇഷ്ടമായിരിക്കും. നിങ്ങളുടെ ടീമിലുടനീളം വേഗത പകരാനുള്ള താക്കോലാണ് ആശയവിനിമയം. വാട്സ് ആപ്പും നിങ്ങളുടെ ടീമിൽ വ്യാപകമായ എല്ലാ സോഷ്യൽമീഡിയ വഴികളും ഉപയോഗിച്ച് നിങ്ങളുടെ ദൗത്യത്തിന്റെ വിജയകരമായ മുന്നേറ്റം പ്രചരിപ്പിക്കുക.

8. ലളിതവും പകർത്താവുന്നതുമായ പ്രവർത്തനങ്ങൾ: ആളുകൾക്ക് ചെയ്യാൻ ധാരാളം കാര്യങ്ങൾ നൽകരുത്, എല്ലാ ദിവസവും ആവർത്തിച്ചുചെയ്യാൻ ഒന്നോ രണ്ടോ പ്രവർത്തനങ്ങൾ മാത്രം നൽകുക. ലളിതമായും സുഗമമായും ചെയ്യാവുന്ന കാര്യങ്ങളാണ് നിങ്ങളുടെ ടീമിൽ പകർത്തപ്പെടുക. മുഴുവൻ ടീമും ദിവസവും/ആഴ്ചയിലും ചെയ്യാവുന്ന 23 ലളിതമായ കാര്യങ്ങൾ പിന്തുടരട്ടെ. ഉദാഹരണത്തിന്, ദിവസവും രണ്ട് പുതിയ പ്ലാനുകൾ, ശനിയാഴ്ചയിലെ ഓപ്പൺ മീറ്റിങ്ങിന് നാല് പുതിയ അതിഥികൾ തുടങ്ങിയവ. KISS തത്വം പിന്തുടരുക – Keep it Short and Simple (അതിനെ ഹ്രസ്വവും ലളിതവുമായി സൂക്ഷിക്കുക).

9. നിങ്ങളുടെ പരിപാടികളുടെ എണ്ണം നിരീക്ഷിക്കുക: നിങ്ങളുടെ കോർ ടീം വഴിയും ആശയവിനിമയ ഉപാധികൾ വഴിയും വിവിധ തലങ്ങളിൽ പങ്കെടുക്കുന്ന സഹായികളുടെ എണ്ണം കണക്കാക്കുക. എണ്ണം കൂടിക്കൊണ്ടിരിക്കുകയാണെങ്കിൽ ഉറപ്പായും വേഗവും കൂടും.

എല്ലാ ഈവന്റുകളെയും അതിശക്തമായി പ്രോൽസാഹിപ്പിക്കുക. പരമാവധി എണ്ണം പരിപാടികൾ സംഘടിപ്പിക്കുന്നുണ്ട് എന്ന് ഉറപ്പു വരുത്തുക, ഓരോ പരിപാടിയിലും പരമാവധി പങ്കാളിത്തം ഉണ്ടെന്നും.

10. വിജയം ഉറപ്പാക്കാൻ, നേരത്തെ തന്നെ നാം നന്നായി തയാറെടുക്കണം, പ്രതിബന്ധങ്ങളെ തകർത്ത് വിജയം നേടുമെന്ന് വ്യക്തിപരമായി ഉറപ്പ് നൽകാൻ കഴിയുന്ന ചുരുക്കം സഹായികളെ തെരഞ്ഞെടുക്കണം. ടീമിലെ എല്ലാവരെയും FIREൽ നിർത്തുക.

    FIRE= Focussed Ignited Right actions done with Excitement (തീ പിടിപ്പിക്കുന്ന ശരിയായ കാര്യങ്ങളിലൂന്നിയുള്ള പ്രവർത്തനം, അത്യാവേശത്തോടെ).

ഈ സമയത്ത്, സെയിൽസിലുള്ള മാറ്റം രണ്ടിരട്ടിയും മൂന്നിരട്ടിയുമാകും. സാവധാനത്തിൽ പ്രവർത്തിച്ചുകൊണ്ടിരുന്ന നിരവധി പേർ അവിശ്വസനീയമായ ഫലങ്ങൾ നൽകും. നേട്ടങ്ങൾ അസാധാരണമാകും: വലിയ വരുമാനം, അതിവേഗത്തിലുള്ള റാങ്ക് പ്രമോഷനുകൾ, അധിക നേട്ടങ്ങൾ. ഏറ്റവും വലിയ നേട്ടം, ആളുകളെ അതിവേഗം റിക്രൂട്ട് ചെയ്യാം എന്നതാണ്. ആറു മാസത്തിനകം ചേരാനുദ്ദേശിക്കുന്നവർ ആറ് ആഴ്ച കഴിയുമ്പോൾ നമുക്കൊപ്പമുണ്ടാകും. അത് കഴിവുള്ള ലീഡർമാരെ പുറത്തുകൊണ്ടുവരികയും ചെയ്യും.

ഇതിന് അൽപം സമയമെടുത്തേക്കാം, എന്നാൽ, ശരിയായി നടപ്പാക്കിയാൽ, അത് കാട്ടുതീ പോലെ പടരും, ഓരോരുത്തർക്കും വലിയ പ്രതിഫലം നൽകുകയും ചെയ്യും.

വേഗതയാണ് താക്കോൽ

ഒരേയൊരു കാരണം കൊണ്ടാണ് നാം ഈ ബിസിനസിലെത്തിയത്, നമ്മുടെ സ്വപ്നങ്ങൾ അതിവേഗം സാക്ഷാൽക്കരിക്കാൻ. വേഗതയാണ് താക്കോൽ. എന്റെ അപ്ലൈൻ എന്നോട് പറയാറുണ്ട്, ഒരു മിനിമം വേഗതയിലെത്തുമ്പോഴേ ഒരു വിമാനത്തിന് പറക്കാൻ കഴിയൂ. ഞാൻ ഈ സത്യം മനസ്സിലാക്കി, എന്റെ ടീമിൽ എല്ലാവരെയും പഠിപ്പിക്കാൻ തുടങ്ങി. ഈ അധ്യായത്തിൽ ഞാൻ വിശദീകരിച്ച എല്ലാ കാര്യങ്ങളും ഞങ്ങൾ ഉപയോഗിച്ചു, അതിലൂടെ ഒരു അതിവേഗ സ്ഥാപനം ഞങ്ങൾ കെട്ടിപ്പടുത്തു. കൊൽക്കത്തയിൽ നിന്നുള്ള എന്റെ രണ്ട് നല്ല സുഹൃത്തുക്കൾ പ്രസൻജിത്ത് മൊൺഡാല, തരുൺ കുമാർ പ്രധാൻ ഒരിക്കൽ എന്നോടു പറഞ്ഞു, വേഗതയുണ്ടാക്കാൻ അധിക പ്രതിഭ ആവശ്യമില്ല; നിങ്ങൾക്ക് ഒരു സ്വപ്നവും അത് ചെയ്യാനുള്ള പ്രതിബദ്ധതയും മതി.

7. ബിസിനസ് ഒന്നിലേറെ ഇടങ്ങളിൽ വികസിപ്പിച്ചെടുക്കുക

നിങ്ങളുടെ ടീമിൽ ഉണ്ടാക്കാൻ കഴിയുന്ന സ്ഥിരമായ നേട്ടങ്ങളുടെ അളവ്, നിങ്ങൾ ബിസിനസ് ചെയ്യുന്ന പ്രദേശങ്ങളുടെ എണ്ണത്തിന് നേർഅനുപാതത്തിലായിരിക്കും.

– ദീപക് ബജാജ്

എല്ലായ്പ്പോഴും ഈ അനുപാതം പ്രവർത്തിക്കുന്നതായി എനിക്ക് കാണാൻ കഴിഞ്ഞിട്ടുണ്ട്. എത്ര കൂടുതൽ പ്രദേശങ്ങളിൽ നിങ്ങൾ ബിസിനസ് ചെയ്യുന്നുവോ, അത്രയും കൂടുതൽ അളവിലുള്ള സുസ്ഥിരത നിങ്ങളുടെ സ്ഥാപനത്തിനുണ്ടാകും. നിങ്ങളുടെ ബിസിനസ് വളരുമ്പോൾ, അതിനൊപ്പം നിങ്ങൾ യാത്ര തുടങ്ങുക, എന്നിട്ട് വിവിധ നഗരങ്ങളിൽ ഒന്നിനുപുറകേ ഒന്നായി ബിസിനസ് തുടങ്ങുക. വിവിധ സ്ഥലങ്ങളിൽ നിന്ന് ആളുകളെ നിങ്ങൾക്ക് വ്യക്തിപരമായി സ്പോൺസർ ചെയ്യാം, അല്ലെങ്കിൽ മറ്റ് പ്രദേശങ്ങളിലുള്ള നിങ്ങളുടെ പങ്കാളികളുടെ ഉപഭോക്താക്കളുമായി ചേർന്ന് ജോലി ചെയ്യാം.

നിങ്ങൾ ബിസിനസ് തുടങ്ങുമ്പോൾ, അത് നിങ്ങളുടെ സ്വന്തം പ്രദേശത്തായിരിക്കാൻ ശ്രദ്ധിക്കുക. പതുക്കെ, 50 കിലോമീറ്റർ ചുറ്റളവിലേക്ക് വ്യാപിപ്പിക്കുക. നിങ്ങളുടെ ഇപ്പോഴത്തെ ബിസിനസ് പച്ചപിടിക്കുകയും പ്രാദേശികമായി ലീഡർമാരെ വികസിപ്പിച്ചെടുക്കാനും തുടങ്ങിയാൽ, സമീപ നഗരങ്ങളിലേക്കും പട്ടണങ്ങളിലേക്കും ബിസിനസിനുവേണ്ടിയുള്ള അന്വേഷണം വ്യാപിപ്പിക്കുക.

ഒരു പുതിയ സ്ഥലത്ത് ബിസിനസ് തുടങ്ങുമ്പോൾ അവയെ പതിവായി പരിപാലിക്കേണ്ട ഉത്തരവാദിത്തം കൂടിയുണ്ട്. അതുകൊണ്ട്, നിങ്ങളുടെ ഇപ്പോഴത്തെ സ്ഥലത്തിന് വളരെ അടുത്തുള്ള പ്രദേശങ്ങളിൽ തുടങ്ങുക, അപ്പോൾ നിങ്ങൾക്ക് പതിവായി ഇവിടങ്ങളിൽ സന്ദർശനം നടത്താൻ കഴിയും. നിങ്ങൾ ഒരു ഫുൾടൈമറാണെങ്കിൽ, വിവിധ സ്ഥലങ്ങളിൽ ബിസിനസ് തുടങ്ങുന്നത് ഒരു ഓപ്ഷനല്ല, അത് ഒരു അനിവാര്യതയാണ്. യാത്ര ചെയ്ത് പുതിയ സ്ഥലങ്ങളിൽ പതിവായി ബിസിനസ് വികസിപ്പിച്ചെടുക്കുക. നിങ്ങളുടെ ടീം/കമ്പനി പതിവായി ഈവന്റുകൾ നടത്തുന്ന സ്ഥലങ്ങൾ ആദ്യം തെരഞ്ഞെടുക്കുക, അവിടെ നിങ്ങളുടെ ടീമിന് അടിസ്ഥാനപരമായ പിന്തുണ ലഭ്യമാക്കാൻ നിങ്ങൾക്കാകും.

ഈ പുസ്തകത്തിൽ നാം ആവർത്തിച്ച് പറയുന്നതുപോലെ, നമ്മുടേത് ലീഡർമാരെ വികസിപ്പിച്ചെടുക്കുന്ന ഒരു ബിസിനസ് ആണ്, ഒപ്പം,

പരമാവധി എത്ര സ്വതന്ത്ര ലീഡർമാർ ഒരാൾക്കുണ്ടോ, അയാൾ ഈ ബിസിനസിൽ വിജയിക്കും. ഒരു പുതിയ സ്ഥലത്ത് നിങ്ങൾ ബിസിനസ് തുടങ്ങുമ്പോൾ, പുതിയ സ്ഥലത്തെ നിങ്ങളുടെ പങ്കാളികളുമായി പൊതുവായ ജോലികൾ ഒന്നുരണ്ടു ദിവസത്തിനകം തുടങ്ങുക, ബാക്കി സമയം അവർ സ്വയം ജോലി ചെയ്യട്ടെ. ഓരോ ചെറിയ കാര്യങ്ങൾക്കും ദിവസവും അവർക്ക് നിങ്ങളെ അവിടേക്ക് വിളിച്ചുവരുത്തേണ്ട കാര്യമില്ല, നിങ്ങൾ അവിടെനിന്ന് പോന്ന ശേഷവും അവർ സ്വന്തമായി ചില ചെറിയ കാര്യങ്ങൾ ചെയ്യുന്നുണ്ടെന്ന് നിങ്ങൾക്കും പ്രതീക്ഷിക്കാം. ഇത് സ്വഭാവികമായും അവരെ മികച്ച സ്വതന്ത്ര ലീഡർമാരാക്കി മാറ്റും. വിവിധ സ്ഥലങ്ങളിൽ ജോലി ചെയ്യുക എന്നത് അതിമനോഹരമായ ഒരു അരിച്ചെടുക്കൽ സംവിധാനം കൂടിയാണ്, കാരണം, തങ്ങളുടെ ഭാഗത്തുനിന്ന് എന്തെങ്കിലും ചെയ്യാൻ സന്നദ്ധതയുള്ളവർക്കുമാത്രമേ ഇത്തരം സാഹചര്യങ്ങളെ അതിജീവിക്കാൻ കഴിയൂ. ദുർബലരായ ലീഡർമാർ ബിസിനസ് വിട്ടുപോകും, നിങ്ങൾക്കൊപ്പം നല്ല ശേഷിയുള്ള ലീഡർമാർ മാത്രം അവശേഷിക്കും.

അതോടൊപ്പം, ആഴ്ചയിൽ 2–3 ദിവസം നിങ്ങൾ നിങ്ങളുടെ സ്വന്തം പ്രദേശത്തുനിന്ന് മാറിനിൽക്കുമ്പോൾ, അവിടെയുള്ള നിങ്ങളുടെ പങ്കാളികൾ, എല്ലാ സമയവും നിങ്ങളെ ചുറ്റിപ്പറ്റിനിന്നവർ, സ്വന്തം നിലയ്ക്ക് കാര്യങ്ങൾ ചെയ്യാൻ തുടങ്ങും. ഇത് അവരെ സ്വന്തം കാലിൽ നിൽക്കാൻ പ്രാപ്തരാക്കും. എളുപ്പം സമീപസ്ഥമല്ലാത്ത മൂല്യങ്ങളെ ആളുകൾ ആദരിക്കും. അതുകൊണ്ട്, നിങ്ങളുടെ സാമീപ്യം സെലക്റ്റീവ് ആകുമ്പോൾ, നിങ്ങൾക്ക് നിങ്ങളുടെ പങ്കാളികളിൽനിന്ന് മികച്ച ആദരവ് ലഭിക്കും.

അങ്ങനെ, നിങ്ങളുടെ യാത്രകൾ നിങ്ങളുടെ സ്വന്തം പ്രദേശത്തും പുതിയ പ്രദേശത്തുമുള്ള നിങ്ങളുടെ പങ്കാളികൾക്ക് സഹായകമാകും, സ്വതന്ത്ര ലീഡർമാരായി മാറുന്നതിൽ. വളരെ വേഗം, ഇവർ അവരുടെ സ്വന്തം ടീമുകളെ നയിക്കാൻ തുടങ്ങും, വൻതോതിലുള്ള അളവിൽ പ്രകടനം കാഴ്ചവയ്ക്കും, ഇത് നിങ്ങൾ ആഗ്രഹിക്കുന്ന വേഗതയിലെത്താൻ സഹായിക്കും.

അതോടൊപ്പം, യാത്രകൾ നിങ്ങളുടെ ബുദ്ധിക്കും ബിസിനസിന്റെ വികാസത്തിനും നല്ലതാണ്. വലുപ്പത്തിലേക്കും വേഗതയിലേക്കും വളരണമെങ്കിൽ, പുതിയ സ്ഥലങ്ങളിൽ ബിസിനസ് തുടങ്ങുക എന്നതിന് ഏറ്റവും മുൻഗണന നൽകുക.

യാത്രകൾ നിങ്ങളുടെ ജീവിതത്തിൽ കരുത്തും സ്നേഹവും തിരികെത്തരും.
– റൂമി

സ്ഥലങ്ങളുടെ എണ്ണം കൂടുമ്പോൾ, ലാഭവും കൂടുന്നു

ഗൗരവ് ബജാജ് അത് ചെയ്യുന്നത് ഞാൻ കണ്ടിട്ടുണ്ട്. പുതിയ സ്ഥലത്ത് ജോലി ചെയ്യുന്നതിലും അവിടെനിന്ന് പുതിയ വിജയികളെ ഉണ്ടാക്കുന്നതിലും ആർത്തിയുള്ള ആളാണ് അദ്ദേഹം. മുമ്പ് ബിസിനസ് തീരെ ഇല്ലാതിരുന്ന സ്ഥലങ്ങളിൽ പ്രവർത്തിച്ചതു കൊണ്ടാണ് അദ്ദേഹത്തിന് ഇത്ര വളർച്ചയുണ്ടാക്കാൻ കഴിഞ്ഞത്. ഈ കലയിൽ അദ്ദേഹം മാസ്റ്റർ ആണ്, അദ്ദേഹത്തോട് സംസാരിക്കുമ്പോഴെല്ലാം, ബിസിനസ് തുടങ്ങാൻ പോകുന്ന ഒരു പുതിയ സ്ഥലം അദ്ദേഹത്തിന്റെ കൈവശമുണ്ടാകും.

8. പുനർനിക്ഷേപം

നിങ്ങൾ ഒരു ബിസിനസ് ഉടമയാണെങ്കിൽ, ലാഭത്തിന്റെ ആദ്യ സൂചന കാണുമ്പോൾ, അത് ചെലവാക്കുന്നതിനുപകരം അത് നിങ്ങളുടെ ബിസിനസിൽ തന്നെ ചെലവഴിക്കുക, എന്നിട്ട് ഗുണമേന്മ വർധിപ്പിക്കുക. നിങ്ങളുടെ ലാഭം നിങ്ങൾ വീണ്ടും നിക്ഷേപിക്കുകയാണെങ്കിൽ, നിങ്ങളുടെ ബിസിനസിൽ വളർച്ച യുണ്ടാക്കാൻ കഴിയും.

– *വാറൻ ബുഫേ,* warrenbuffet.com
പുനർനിക്ഷേപത്തിനെക്കുറിച്ചുള്ള ഒരു ലേഖനത്തിൽനിന്ന്
(Buffet on Reinvesting), *ജനുവരി 14, 2017.*

പുനർനിക്ഷേപം എന്നത് ലളിതമാണ്: ബിസിനസിൽനിന്ന് നിങ്ങൾ സമ്പാദിച്ചത്, മുഴുവനായോ ഒരു ഭാഗമോ ബിസിനസിന്റെ വികസനത്തിന് ചെലവഴിക്കുക. പ്രാരംഭ ദിവസങ്ങളിൽ, നിങ്ങളുടെ സമ്പാദ്യം മുഴുവനായി തന്നെ, പക്ഷേ, ബിസിനസിൽ നിങ്ങൾ മുന്നേറുമ്പോൾ, നിങ്ങളുടെ സമ്പാദ്യത്തിന്റെ ഒരു ഭാഗം മതി. നെറ്റ്‌വർക്ക് മാർക്കറ്റിങ്ങിൽ, നിങ്ങളാണ് ബിസിനസ്. നമുക്ക് ഒരു ഓഫീസ് ഇല്ല, ജീവനക്കാർ ഇല്ല, മറ്റ് അടിസ്ഥാന കാര്യങ്ങൾ ഇല്ല, അതുകൊണ്ട്, പുനർനിക്ഷേപത്തിന്റെ ഭൂരിഭാഗവും നിങ്ങളുടെ തന്നെ സ്വന്തം വികസനത്തിനാണ് ഉപയോഗപ്പെടുക. എല്ലായ്പ്പോഴും എല്ലാ ബിസിനസിനും പുനർനിക്ഷേപം ആവശ്യമാണ്. നമ്മുടെ ബിസിനസിൽ, പുനർനിക്ഷേപം എന്നു പറഞ്ഞാൽ,

- ✓ നിങ്ങളെ സ്വയം വികസിപ്പിച്ചെടുക്കാനുള്ള പരിശീലന പരിപാടികളിൽ പങ്കെടുക്കുക.
- ✓ നിങ്ങളുടെ വ്യക്തിപരമായ വികാസത്തിനുവേണ്ട പുസ്തങ്ങളും മറ്റ് ടൂളുകളും വാങ്ങുക.
- ✓ ഇത്തരം പുസ്തകങ്ങളും ടൂളുകളും ശേഖരിച്ച് നിങ്ങളുടെ ടീം അംഗങ്ങൾക്കിടയിൽ വിതരണം ചെയ്യുക.
- ✓ നിങ്ങളുടെ ടീമിനുവേണ്ടി ഈവന്റുകൾ സംഘടിപ്പിക്കുക, അല്ലെങ്കിൽ ഈവന്റുകൾ സംഘടിപ്പിക്കുന്നതിൽ സഹായം ചെയ്യുക.
- ✓ നിങ്ങളുടെ ബിസിനസ് ഇരട്ടിപ്പിക്കുന്നതിന് നിങ്ങളുടെ ടീമിന് മൽസരങ്ങളും ഇൻസെന്റീവുകളും നൽകുക.

- ✓ ഈവന്റുകളിലേക്ക് പുതിയ ടീം അംഗങ്ങളെ എടുക്കാൻ പതിവായി യാത്രകൾ സംഘടിപ്പിക്കുക.
- ✓ പ്രൊഡക്റ്റ് കസ്റ്റമേഴ്സിന് ഉടൻ വിതരണം ചെയ്യാൻ സ്റ്റോക്ക് സംഭരിച്ചുവക്കുക.
- ✓ പുതിയ നഗരത്തിൽ ബിസിനസ് തുടങ്ങാനുള്ള ചെലവ് നടത്തുക.
- ✓ ടീമിനെ ഉണ്ടാക്കിയെടുക്കാനും അവർക്ക് പ്രചോദനം നൽകാനും ബിസിനസ് യാത്രകളും മറ്റ് നിരവധി ചെലവുകളും നടത്തുക.

ഓർക്കുക, പ്രോഗ്രാം ടിക്കറ്റ് ഒരു ചെലവ് അല്ല, പകരം ബിസിനസിലെ ഒരു നിക്ഷേപമാണ്. നിങ്ങളുടെ സ്വന്തം വികാസത്തിനുവേണ്ടി നിങ്ങൾ ചെലവഴിക്കുന്ന എല്ലാ പണവും മറ്റൊരാൾക്കുവേണ്ടി നടത്തുന്ന ഒരു ചെലവ് അല്ല, മറിച്ച് നിങ്ങളുടെ സ്വന്തം വികാസത്തിനുള്ള ചെലവാണ്, അത് നിങ്ങൾക്ക് ഇരട്ടിയായി തിരിച്ചുകിട്ടും, അത് സദാ നിങ്ങൾക്കൊപ്പമുണ്ടാകും. ചുരുക്കം പേർക്ക് ഈ മനോഭാവമാണ് ഉണ്ടാകുക: ആദ്യം വരുമാനമുണ്ടാകട്ടെ, എന്നിട്ട് പരിശീലനത്തിൽ പങ്കെടുക്കാം. എന്നാൽ, സത്യം എന്താണ്? ആദ്യം നിങ്ങൾ പരിശീലനത്തിൽ പങ്കെടുക്കണം, എങ്കിലേ നിങ്ങൾക്ക് വേഗം വരുമാനമുണ്ടാക്കാൻ കഴിയൂ. അതുകൊണ്ട് നിങ്ങളുടെ സ്വന്തം വികസനത്തിന്, നിങ്ങളുടെ ടീം അംഗങ്ങളുടെ വികസനത്തിന് നിക്ഷേപിക്കൂ, നിങ്ങളുടെ ബിസിനസ് പതിന്മടങ്ങായി കുതിക്കും, നിങ്ങളുടെ നിക്ഷേപത്തിന്റെ ഏറ്റവും ഉയർന്ന പ്രതിഫലം തിരിച്ചുകിട്ടുകയും ചെയ്യും.

> *നിങ്ങളുടെ ബിസിനസിൽ വീണ്ടും നിക്ഷേപിക്കുന്നത് ഭീമമായ വളർച്ചയിലേക്ക് നയിക്കും. പുനർനിക്ഷേപം എന്നത് സമ്പത്ത് ഉണ്ടാക്കാനുള്ള ഏറ്റവും മികച്ച വഴിയാണ്. നിങ്ങളുടെ ബിസിനസിൽ തുടർച്ചയായ വളർച്ചയും വിജയവും നിലനിർത്തുന്നതിൽ നിർണ്ണായകമാണ് പുനർനിക്ഷേപം.*
>
> – ബ്രെൻടൺ ഹെയ്ഡൻസിന്റെ ലേഖനം
> *'Warren Buffet Knows It'*- Entrepreneur.com.

ബാഹ്യ വിജയം ആന്തരിക വിജയത്തിന്റെ പ്രതിഫലനമാണ്

നമ്മുടെ പ്രാഥമിക ജോലി എന്നത് നമ്മളുടെ ബിസിനസിനൊപ്പം നമ്മളെയും സ്വയം വികസിപ്പിക്കലാണ്, ഇക്കാര്യം പുസ്തകങ്ങളിലൂടെയും ഓഡിയോ വീഡിയോ പരിപാടികളിലൂടെയും പരിശീലന പരിപാടികളിലൂടെയും യോഗ്യരായ ആളുകളുമായുള്ള കൂട്ടുകെട്ടിലൂടെയും നാം പഠിച്ച കാര്യങ്ങൾ നടപ്പാക്കുന്നതിലൂടെയും ചെയ്യാം. ഈ ബിസിനസിൽ വന്നശേഷം മാത്രമാണ് എനിക്ക് ഇക്കാര്യം മനസ്സിലാക്കാൻ കഴിഞ്ഞത്. എനിക്ക് ഇപ്പോൾ 1800-ലധികം പുസ്തങ്ങളും ഓഡിയോ വീഡിയോ പരിപാടികളുമുള്ള ഒരു ലൈബ്രറിയുണ്ട്. ലോകത്തെ മികച്ച പരിശീലകരായ ടോണി റോബിൻസ്, അന്റാനോ സോലാർ ജോൺ, റോബർട്ട് കിയോസാകി, ലെസ് ബ്രൗൺ, ശിവ് ഖേര, ജാക്ക് കാൻഫീൽഡ്, ബ്രെയിൻ ട്രാസി തുടങ്ങിയവരുടെ പരിശീലനങ്ങളിൽ പങ്കെടുക്കാൻ കഴിഞ്ഞ വർഷങ്ങളിൽ ഞാൻ 50 ലക്ഷം രൂപയിലേറെയാണ് ചെലവാക്കിയത്. ഞാൻ ചെയ്യുന്നതിനെ ഏറ്റവും മികച്ചതാക്കാൻ ഇതുവഴി എനിക്ക് കഴിഞ്ഞു, താമസിയാതെ ഇത് എന്നെ വേൾഡ് സ്റ്റേജിൽ എത്തിക്കും. പരിശീലനം ഒരിക്കലും അവസാനിക്കാത്തതാണ് എന്നു ഞാൻ കരുതുന്നു. ലോകത്തെ ഏറ്റവും മികച്ചവയിൽനിന്ന് പഠിക്കുന്നതിൽ ഞാൻ ആവേശഭരിതനാണ്, ഒപ്പം, അത് എന്റെ വായനക്കാർക്കും എന്റെ പരിശീലന പരിപാടികളിലെ പങ്കാളികൾക്കും നൽകുന്നതിലും.

9. നിങ്ങളുടെ ബ്രാൻഡ് സൃഷ്ടിക്കുക: നിങ്ങളുടെ ഏറ്റവും വലിയ സ്വത്ത്

നിങ്ങളുടെ ബിസിനസിൽ നിങ്ങൾക്ക് ഉണ്ടാക്കാൻ കഴിയുന്ന ഏറ്റവും പ്രധാനപ്പെട്ട നിക്ഷേപമാണ് നിങ്ങളുടെ ബ്രാൻഡ്.

- സ്റ്റീവ് ഫോർബ്സ്

നിങ്ങളുടെ ബ്രാൻഡ് വികസിപ്പിച്ചെടുക്കുക. ഞാൻ മനസ്സിലാക്കിയത് ഇതാണ്: 'നിങ്ങളുടെ ആവർത്തിച്ചുള്ള വാക്കുകളും പ്രവർത്തനങ്ങളും സ്വഭാവങ്ങളും നിരീക്ഷിച്ച് നിങ്ങളുടെ പേരിനൊപ്പം ആളുകൾ കൂട്ടി ചേർക്കുന്ന ഒരുകൂട്ടം മൂല്യങ്ങളും നേട്ടങ്ങളുമാണ് ഒരു ബ്രാൻഡ് എന്നു പറയുന്നത്'. നിങ്ങൾ എന്താണോ ആവർത്തിച്ച് പറയുന്നത്, ചെയ്യുന്നത് അത് നിങ്ങളുടെ ബ്രാൻഡ് ആയിത്തീരും. ആദ്യമായി, നിങ്ങൾ നിങ്ങളുടെ ബ്രാൻഡ് ഉണ്ടാക്കും, അതിനുശേഷം നിങ്ങളുടെ ബ്രാൻഡ് നിങ്ങളെ ഉണ്ടാക്കും. ഒരു ലീഡർ എന്ന നിലക്ക്, നിങ്ങൾ നിരന്തരം നിരീക്ഷിക്കപ്പെടുന്നുണ്ട്. എത്ര വേഗത്തിലും എത്ര ദൂരത്തിലും ഈ ബിസിനസിൽ നിങ്ങൾ മുന്നേറുന്നുണ്ട് എന്ന കാര്യം നിങ്ങളുടെ പ്രശസ്തിയോ ബ്രാൻഡോ ആണ് തീരുമാനിക്കുന്നത്. നല്ലതും ചീത്തയുമായ ബ്രാൻഡുകളുണ്ട്. അടിസ്ഥാനപരമായി ഒരു ലേബൽ ആണിത്, ഒരിക്കൽ ശ്രദ്ധ പിടിച്ചു പറ്റിയാൽ, അത് ദീർഘകാലം നീണ്ടുനിൽക്കും. അതുകൊണ്ട്, നിങ്ങൾ സ്വയം മികച്ചതും പൊസിറ്റീവ് ആയതുമായ ഒരു ബ്രാൻഡ് സൃഷ്ടിച്ചെടുക്കുക, എന്നിട്ട് അതിന്റെ ഗുണഫലങ്ങൾ അനുഭവിക്കുക. ഒരു നല്ല ബ്രാൻഡ് കൊണ്ടുള്ള ചില ഗുണങ്ങൾ ഇതാ:

- ✓ ആളുകളെ എളുപ്പത്തിൽ ഓർത്തെടുക്കാൻ കഴിയും. തങ്ങൾ ഒരു നല്ല ലീഡർക്കൊപ്പമാണെന്ന അറിവ് അവർക്ക് സുരക്ഷിതത്വം നൽകും, വിധേയത്വം ഉണ്ടാകും, നിങ്ങളുടെ ടീമിൽനിന്ന് അവർ വിട്ടുപോകില്ല.
- ✓ നിങ്ങളുടെ നേതൃത്വം അംഗീകരിക്കപ്പെട്ടതാണ്, അതുകൊണ്ട് നിങ്ങൾ എന്ത് പറയുന്നു എന്നത് ആളുകൾ ശ്രദ്ധിക്കും. ആളുകൾ നിങ്ങളെ ആദരിക്കുകയും നിങ്ങളുടെ പ്ലാനുകൾ പിന്തുടരുകയും ചെയ്യുമ്പോൾ നിങ്ങളുടെ മുഴുവൻ ടീമും ഒരൊറ്റ പ്ലാനുമായി പ്രവർത്തിച്ചുതുടങ്ങും, അതിന്റെ ഫലം പതിന്മടങ്ങായിരിക്കും.
- ✓ നിങ്ങൾക്ക് മികച്ച ഉപഭോക്താക്കളെ ആകർഷിക്കാൻ കഴിയും, അതിലൂടെ അതിവേഗം വളരാനും.
- ✓ നിങ്ങളുടെ സെയിൽസ് മാറ്റങ്ങൾ മികച്ചതാകും. നിങ്ങൾക്ക് മികച്ച പ്രതിഫലം ലഭിക്കും.

- ✓ നിങ്ങൾക്ക് വലിയ പ്രശസ്തിയും അംഗീകാരവും ലഭിക്കും. നന്മ എപ്പോഴും ആദരിക്കപ്പെടും.
- ✓ ആഴത്തിലും വ്യാപ്തിയിലുമുള്ള പേഴ്സണൽ സ്പോൺസറിങ്ങിലൂടെ നിങ്ങളുടെ വരുമാനം ഇരട്ടിപ്പിക്കാൻ എളുപ്പം കഴിയുന്നു.
- ✓ നമ്മുടെ പ്രസംഗങ്ങളുടെയും പരിശീലനങ്ങളുടെയും സ്വാധീനം ഇരട്ടിയാകുന്നു. നിങ്ങളുടെ പ്രവർത്തനങ്ങൾക്ക് കൂടിയ മുൻതൂക്കം ലഭിക്കുന്നു.

എല്ലാ കാര്യങ്ങളും തുല്യമാണ്, ആളുകൾ ബിസിനസ് ചെയ്യുന്നതിനൊപ്പം, അവർ അറിയുന്ന, അവർക്ക് വിശ്വാസമുള്ള, ഇഷ്ടമുള്ള ആളുകൾക്ക് അവർ ബിസിനസിനെക്കുറിച്ച് പറഞ്ഞുകൊടുക്കുകയും ചെയ്യും. – ബോബ് ബുർഗ്ഗ്

രണ്ട് പ്രധാന കാര്യങ്ങളാണ് നിങ്ങളുടെ ബ്രാൻഡ് മൂല്യത്തെ നിർണ്ണയിക്കുന്നത്:

1. നിങ്ങളുടെ സ്വഭാവവും വ്യക്തിത്വവും
2. ബിസിനസിലെ നിങ്ങളുടെ വേഗവും നേട്ടങ്ങളും

നിങ്ങളുടെ സ്വഭാവവും വ്യക്തിത്വവും

നിങ്ങളുടെ ധാർമ്മിക മൂല്യങ്ങളും പെരുമാറ്റങ്ങളുമാണ് നിങ്ങളുടെ സ്വഭാവം രൂപപ്പെടുത്തുന്നത്. ആദരവ് നൽകുക, സത്യസന്ധത, കളങ്കമില്ലായ്മ, ആർജവം, കൃത്യനിഷ്ഠത, വിധേയത്വം തുടങ്ങിയ അടിസ്ഥാന ധാർമ്മിക മൂല്യങ്ങൾ നിങ്ങൾക്കുണ്ടെങ്കിൽ ആളുകൾ നിങ്ങളിലെ നന്മയും അനുഭവവും കണ്ടെത്തും. ആളുകൾ നിങ്ങൾക്കുചുറ്റും കൂടും, നിങ്ങളുമായി ബന്ധപ്പെട്ടുകൊണ്ടിരിക്കാൻ ആഗ്രഹിക്കും.

നിങ്ങൾ മറ്റുള്ളവരോട് സംസാരിക്കുമ്പോൾ ഉപയോഗിക്കുന്ന ഭാഷ, നിങ്ങളുടെ പെരുമാറ്റരീതി, വ്യക്തിശുചിത്വം, ബിസിനസ് ആശയങ്ങളിലുള്ള വൈദഗ്ധ്യം, മറ്റുള്ളവരുമായി ഇടപഴകുമ്പോഴുള്ള ആത്മവിശ്വാസം, നിങ്ങളുടെ ചിരി, നിങ്ങളുടെ സ്റ്റേജ് പ്രകടനം തുടങ്ങിയ നിരവധി സവിശേഷതകളാണ് നിങ്ങളുടെ വ്യക്തിത്വം രൂപപ്പെടുത്തുന്നത്.

ക്രമേണ, ആളുകൾ ഈ നന്മകൾ പ്രത്യക്ഷത്തിലും പരോക്ഷമായും ശ്രദ്ധിക്കാൻ തുടങ്ങും, നിങ്ങളെക്കുറിച്ച് വിധിക്കാൻ തുടങ്ങും. അതാണ് നിങ്ങളുടെ ബ്രാൻഡിന്റെ സൃഷ്ടി. എന്നെ വിശ്വസിക്കൂ, ബിസിനസ് തുടങ്ങാൻ ഒരു നല്ല സ്പോൺസറെയോ അപ്ലൈനിനെയോ തേടുന്ന ലക്ഷക്കണക്കിന് പേരുണ്ട്. മറ്റേതൊരു വ്യവസായത്തെയും പോലെ നിരവധി പേരിൽ ചുരുക്കം പേർക്കേ മൂല്യങ്ങളുടെ പേരിൽ പ്രശസ്തിയും നല്ല സ്വഭാവവും വ്യക്തിത്വവും ഉണ്ടായിരിക്കൂ. നിങ്ങളുടേതായ ഒരു പൊസിറ്റീവ് ബ്രാൻഡ് ഉണ്ടാക്കിയെടുക്കുക, ഇപ്പോഴല്ലെങ്കിൽ പിന്നീട്, ആളുകൾ നിങ്ങളെ തേടിയെത്തും.

വിജയിയായ ഒരു നെറ്റ്‌വർക്ക് മാർക്കറ്ററാകാൻ ആവശ്യമായ ഗുണങ്ങളെക്കുറിച്ചാണ് ഈ ഭാഗം മുഴുവൻ ഞാൻ വിശദീകരിച്ചത്. ഈ ഗുണങ്ങൾ വച്ചുകൊണ്ട് നിങ്ങൾ സ്വയം വിലയിരുത്തുക, മറ്റുള്ളവരേക്കാൾ നിങ്ങളെ മെച്ചപ്പെടുത്താൻ സ്വയം പരിശ്രമിക്കുക. ക്രമേണ, നിങ്ങൾക്ക് സ്വയം വിസ്മയകരമായ ഒരു ബ്രാൻഡ് ഉണ്ടാക്കിയെടുക്കാൻ കഴിയും.

ബിസിനസിലെ നിങ്ങളുടെ വേഗവും നേട്ടങ്ങളും

ഒരു നെറ്റ്‌വർക്ക് മാർക്കറ്ററുടെ ഏറ്റവും മികച്ച സുഹൃത്താണ് വേഗത. അതിനെ നിങ്ങളുടെ വ്യക്തിപ്രഭാവവും ലീഡർഷിപ്പും സ്ഥാപിച്ചെടുക്കാൻ ഉപയോഗിക്കുക. - ദീപക് ബജാജ്

ലക്ഷക്കണക്കിന് പേർ ഈ ബിസിനസ് ചെയ്യുന്നുണ്ട്, എന്നാൽ, ചുരുക്കം ശതമാനത്തിനേ വേഗത്തിൽ ഈ ബിസിനസ് ചെയ്യാനാകുന്നുള്ളൂ, അവർക്കേ പേരും പ്രശസ്തിയും കിട്ടുന്നുള്ളൂ, ഒരു ബ്രാൻഡ് ആയിത്തീരാൻ കഴിയുന്നുള്ളൂ. ഈ ബിസിനസ് വേഗതയോടെ ചെയ്യുമെന്നും ഒരു ബ്രാൻഡ് ആയിത്തീരുമെന്നും എന്തുകൊണ്ട് നിങ്ങൾക്കും ഒരു തീരുമാനമെടുത്തുകൂടാ? നിങ്ങൾ വേഗം കൈവരിക്കുമ്പോൾ, നിരവധി പേർ മാസങ്ങളോ വർഷങ്ങളോ കൊണ്ട് നേടിയെടുക്കുന്ന കാര്യങ്ങൾ ആഴ്ചകൾക്കുള്ളിൽ നിങ്ങൾക്ക് നിറവേറ്റാനാകും. നിങ്ങൾക്ക് ചുറ്റുമുള്ളവർ നിങ്ങളെ ആരാധിക്കും, ഓരോ പരിപാടിയിലും നിങ്ങൾക്ക് അംഗീകാരവും ബഹുമതികളും ലഭിക്കും. എങ്ങനെ നിങ്ങൾ ഇതെല്ലാം ചെയ്യുന്നു എന്ന് ആളുകൾ നിങ്ങളോട് ചോദിക്കാൻ തുടങ്ങും, നിങ്ങൾ ഒരു ആരാധകവൃന്ദത്തെ വികസിപ്പിച്ചെടുക്കാൻ തുടങ്ങും: ഇപ്പോൾ നിങ്ങൾക്ക് നിങ്ങളുടെ ഈ ബ്രാൻഡിന്റെ പിൻബലത്തിൽ കൂടുതൽ വേഗം കൈവരിക്കാനാകും, വലിയ വളർച്ചയിലേക്ക് കുതിക്കാനും കഴിയും.

നമ്മൾ വിജയിക്കുന്ന സമയം, നിങ്ങൾ ഇവിടെ കൊണ്ടുവന്നതിലും കൂടുതൽ കാര്യങ്ങൾ ചെയ്യാനുള്ള സമയം കൂടിയാണ്. അപ്പോൾ നിങ്ങൾ ഒരു ഇതിഹാസമാകും. - ദീപക് ബജാജ്

ഈ ബിസിനസിൽ നിങ്ങൾ അതിവേഗം കൈവരിക്കുന്ന നേട്ടങ്ങൾക്ക് രണ്ട് വലിയ കാര്യങ്ങൾ ചെയ്യാൻ കഴിയും.

✓ **നിങ്ങളുടെ ടീമിൽ നിങ്ങൾക്ക് കൂടുതൽ ലീഡർമാരുണ്ടാകും.** നെറ്റ്‌വർക്ക് മാർക്കറ്റിങ് ബിസിനസ് തുടങ്ങുന്നവരിൽ ഏറെ പേരും ഈ ബിസിനസിൽ അവർ വിജയിക്കുമോ എന്ന് ഉറപ്പില്ലാത്തവരായിരിക്കും. അവരിൽ തന്നെയോ ഈ ബിസിനസിലോ അവർക്ക് വേണ്ടത്ര വിശ്വാസമുണ്ടായിരിക്കുകയില്ല. തുടക്കമിടുന്ന 20 പേരിൽ പൊതുവെ നാലുപേരാണ് പെട്ടെന്ന് പ്രവർത്തിച്ചുതുടങ്ങാൻ സജ്ജരാകുക (ഇപ്പോൾ), തങ്ങൾ ഒരിക്കലും പ്രവർത്തിക്കില്ല എന്ന് മറ്റു

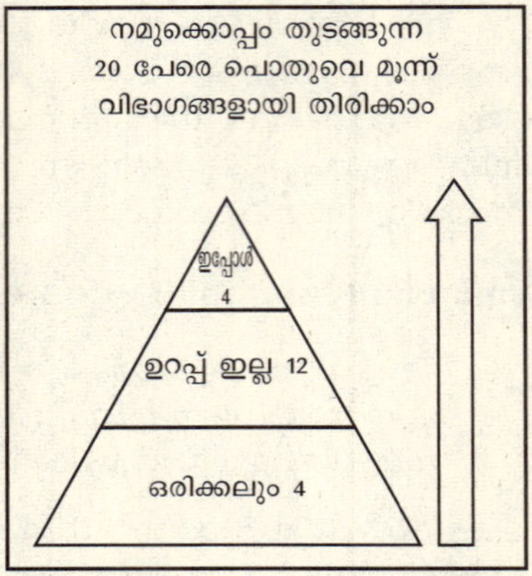

നാലുപേർ പറയും (ഒരിക്കലും), എന്താണ് ചെയ്യേണ്ടത് എന്നതിനെക്കുറിച്ച് മറ്റു 12 പേർക്കും ഉറപ്പ് ഉണ്ടാകില്ല (ഉറപ്പ് ഇല്ല). 20 പേർക്കും സ്വപ്നങ്ങളുണ്ട് അതുകൊണ്ടാണ് അവർ നിങ്ങൾക്കൊപ്പം കൂടിയത്, എന്നാൽ, ആദ്യം അവർ സ്വന്തം വിജയം ഭാവനയിൽ കാണാൻ തുടങ്ങുന്നതിനുമുമ്പ് നിങ്ങളുടെ വിജയം കാണാൻ ആഗ്രഹിക്കുന്നവരായിരിക്കും. നിങ്ങൾ വേഗത്തിലും അടിയന്തരമായും ജോലി ചെയ്യുമ്പോൾ നിങ്ങൾക്ക് നല്ല ഫലങ്ങൾ ഉണ്ടാക്കാൻ കഴിയും, ചുരുങ്ങിയ കാലത്തിനുള്ളിൽ ഒരു ടീമിനെ ഉണ്ടാക്കിയെടുക്കാൻ കഴിയും. ഇത് നിങ്ങളുടെ ടീം അംഗങ്ങൾക്കിടയിൽ വിശ്വാസവും ബോദ്ധ്യവും സൃഷ്ടിക്കും. നിങ്ങളുടെ പുരോഗതി വീക്ഷിക്കുമ്പോൾ, ഉറപ്പ് ഇല്ല ഒരിക്കലും വിഭാഗങ്ങളിൽ പെടുന്ന 16 പേരും പുതിയ വിഭാഗത്തിലേക്ക് മാറും, നിങ്ങൾക്കൊപ്പം സജീവമായി പ്രവർത്തിക്കാൻ തുടങ്ങും. ഇതാണ് നമുക്ക് ഏറ്റവും അത്യാവശ്യമായി വേണ്ടത്: നിങ്ങൾക്കൊപ്പം പ്രവർത്തിച്ചുതുടങ്ങുന്നവരിൽ ഭൂരിപക്ഷവും സജീവമായി ജോലി ചെയ്യണം, അവരുടെ സ്വപ്നങ്ങൾ സാക്ഷാൽക്കരിക്കണം. ഒപ്പം ഓർക്കുക, നിങ്ങളുടെ പ്രവർത്തനം സാവധാനത്തിലാണെങ്കിൽ, 'ഇപ്പോൾ ഉറപ്പ് ഇല്ല' വിഭാഗം ആളുകൾ, 'ഒരിക്കലുമില്ലാ വിഭാഗ'ത്തിലേക്ക് പോകും.

✓ **ആളുകൾ നിങ്ങളുടെ ഉപദേശം ശ്രദ്ധിക്കും.** പലപ്പോഴും ആളുകൾ എന്നോട് ഈ ചോദ്യം ചോദിക്കാറുണ്ട്, 'എന്റെ ടീം എന്നെ ശ്രദ്ധിക്കുന്നില്ല. ഞാൻ എന്തുചെയ്യണം ഒരു ചോദ്യത്തിലൂടെ ഞാൻ മറുപടി നൽകും: 'അവരുടെ ശ്രദ്ധ നേടിയെടുക്കാൻ പ്രത്യേകമായി നിങ്ങൾ എന്താണ് ചെയ്യുന്നത്'. ആളുകൾ ലീഡർമാരെ ശ്രദ്ധിക്കും, ലീഡർഷിപ്പ് എന്നത് കിട്ടുന്നതല്ല, അത് നേടിയെടുക്കുന്നതാണ്. വേഗത്തിലും അടിയന്തരമായും നിങ്ങൾ ബിസിനസ് ചെയ്യുമ്പോൾ, നിങ്ങൾ ഒരു ചാമ്പ്യൻ ആണ് എന്ന് തെളിയിക്കുകയാണ് ചെയ്യുന്നത്. ഒരു ചാമ്പ്യനേ മറ്റൊരു ചാമ്പ്യനെ രൂപപ്പെടുത്താൻ കഴിയൂ എന്നതിനാൽ, ആളുകൾ നിങ്ങളുടെ ഉപദേശം ശ്രദ്ധിക്കും. നിങ്ങൾ അതിവേഗം നേട്ടങ്ങളുണ്ടാക്കുന്ന ആളാണെങ്കിൽ നിങ്ങൾക്ക് ആളുകളെ പിന്തുടരേണ്ടിവരില്ല, മറിച്ച് ആളുകൾ സഹായത്തിന് നിങ്ങളെ പിന്തുടരും, നിങ്ങളെപ്പോലെ തന്നെ അവർക്കും വിജയികളാകാൻ.

നന്നായി ചെയ്താലേ അതിന് എന്തെങ്കിലും ശ്രേഷ്ഠതയുണ്ടാകൂ. അതുകൊണ്ട്, നിങ്ങൾ നെറ്റ്‌വർക്ക് മാർക്കറ്റിങ് ബിസിനസ് തെരഞ്ഞെടുക്കുകയാണെങ്കിൽ, നിങ്ങൾ ഈ ബിസിനസ് വേഗത്തിലും തിടുക്കത്തിലും ചെയ്യുക. നിങ്ങളുടേതായ ഒരു ബ്രാൻഡ് ഉണ്ടാക്കുക, അതിലൂടെ വിസ്മയകരമായ അംഗീകാരങ്ങൾ അനുഭവിക്കുക.

മുറിയിൽ നിങ്ങൾ ഇല്ലാതിരിക്കുമ്പോൾ ആളുകൾ നിങ്ങളെക്കുറിച്ച് പറയുന്നതാണ് നിങ്ങളുടെ ബ്രാൻഡ്.

- ജെഫ് ബിജോസ്

നിങ്ങളുടെ ബ്രാൻഡ് രൂപപ്പെടുത്തുക,
അത് പ്രതിഫലം നൽകും

ഞാൻ ബിസിനസ് തുടങ്ങിയ ഉടൻ, രണ്ടാഴ്ചക്കകം ഒരു തായ്‌ലാൻഡ് മൽസരത്തിൽ വിജയിയായി, ഏറ്റവും വേഗത്തിൽ നേട്ടമുണ്ടാക്കിയ ആളായി. അടുത്ത 12 ആഴ്ചകളിൽ എനിക്ക് ഞങ്ങളുടെ കമ്പനിയിലെ ഏറ്റവും ഉയർന്ന വരുമാനപരിധി സ്വന്തമാക്കാൻ കഴിഞ്ഞു. ഒമ്പത് ആഴ്ചകൾക്കുശേഷം ഉത്തരേന്ത്യയിൽ ഏറ്റവും വേഗം സിംഗപ്പൂർ യാത്ര നേടിയെടുത്ത വിജയിയായി. തുടരെത്തുടരെയുള്ള ഈ നേട്ടങ്ങൾ എനിക്ക് ചില ബ്രാൻഡുകൾ സമ്മാനിച്ചു, 'സ്പീഡ് മെഷീൻ', റെക്കോർഡ് ബ്രേക്കിങ് മെഷീൻ', 'ഹിസ്റ്ററി ക്രിയേറ്റർ' എന്നിങ്ങനെ. ഇത് എന്നെ മെഴ്‌സിഡസ് ബെൻസ് ആദ്യമായി സ്വന്തമാക്കുന്ന ആളാക്കി മാറ്റി, 29 മാസത്തിനുള്ളിൽ ഞാൻ മറ്റൊരു വലിയ റാങ്ക് നേടിയെടുത്തു. ഈ ബ്രാൻഡിങ് എനിക്ക് എന്റെ യാത്രയിലുടനീളം വലിയ ഉത്തേജനം നൽകി.

10. മൽസരം: വിജയിയാകുക, വിജയികളെ സൃഷ്ടിക്കുക

ഒരു ഉത്തേജകമരുന്നിന്റെ മൂന്ന് ഡോസ് പ്രവർത്തിക്കുന്നതു പോലെയാണ് ഒരു മൽസരം പ്രവർത്തിക്കുക. അത് ബിസിനസിൽ നിക്ഷേപിച്ച സമയവും അധ്വാനവും പരമാവധിയാക്കി തിരിച്ചുനൽകും.

എനിക്ക് വ്യക്തിപരമായി ഇഷ്ടമുള്ളതാണ് മൽസരങ്ങൾ. ഓരോ മൽസരത്തിലും ജയിച്ചാണ് ഞാൻ എന്റെ പേഴ്സണൽ ബ്രാൻഡും ഈ ബിസിനസിൽനിന്ന് വലിയ സമ്പത്തും ഉണ്ടാക്കിയെടുത്തത്. തുടക്കത്തിൽ, സ്വന്തമായി ഒരു മൽസരം ജയിക്കുന്നതിലായിരുന്നു എന്റെ ശ്രദ്ധ, മറ്റുള്ളവരേക്കാൾ വേഗത്തിൽ ഞാൻ അത് നേടിയെടുക്കുകയും ചെയ്തു. മിക്കവാറും സമയങ്ങളിൽ, കമ്പനിയിൽ ഏറ്റവും ആദ്യം നേട്ടമുണ്ടാക്കുന്ന ചുരുക്കം ചിലരിൽ ഞാനും ഉണ്ടായിരുന്നു. എന്റെ നേട്ടങ്ങൾക്കൊപ്പം എന്റെ ടീമിന്റെ വലുപ്പവും കൂടാൻ തുടങ്ങിയപ്പോൾ എന്റെ ടീമിൽ പരമാവധി വിജയികളെ സൃഷ്ടിക്കാൻ ഓരോ മൽസരത്തിലൂടെയും എനിക്കു കഴിഞ്ഞു.

നിശ്ചയിക്കപ്പെട്ട സമയപരിധിയിൽ ഒരു പ്രത്യേക ലക്ഷ്യം കൈവരിക്കാൻ നൽകുന്ന അധിക ഇൻസെന്റീവാണ് ഒരു മൽസരം. കമ്പനിക്കോ ടീമിനോ മൽസരം സംഘടിപ്പിക്കാം. പലപ്പോഴും, സൗജന്യ അന്താരാഷ്ട്ര യാത്രകളായിരിക്കും മൽസരങ്ങളിലൂടെ ലഭിക്കുക. നല്ല പ്രചാരണം കൊടുത്താൽ, മൽസരങ്ങൾ നിങ്ങളുടെ ബിസിനസ് പതിന്മടങ്ങാക്കും. മൽസരങ്ങളിലൂടെ നിരവധി നേട്ടങ്ങളുണ്ടാക്കാം നിങ്ങളുടെയും ടീം അംഗങ്ങളുടെയും വരുമാനം ഇരട്ടിപ്പിക്കാം, നിങ്ങളുടെ ടീം അംഗങ്ങളെ നിലനിർത്താം, ഒരു വിജയിയായി/ ലീഡറായി നിങ്ങളെ അടയാളപ്പെടുത്താം, മൽസര വിജയി എന്ന പ്രത്യേക അംഗീകാരം, ടീമിലെ എല്ലാവരെയും ആക്ഷൻമൂഡിലേക്ക് കൊണ്ടുവരാം, സൗജന്യ ഉപഹാരങ്ങളും യാത്രകളും, പുതിയ ലീഡർമാരെ രൂപപ്പെടുത്തൽ, ടീമിനെ സജീവമാക്കുക തുടങ്ങിയവ.

മൽസരങ്ങളെ നിങ്ങൾക്ക് ഇഷ്ടമാണെങ്കിൽ, നിങ്ങളുടെ മൽസരഫലങ്ങളെ പതിന്മടങ്ങാക്കാൻ സഹായിക്കുന്ന ചില പ്രധാന തന്ത്രങ്ങൾ ഇതാ:

- ✓ സ്ഥാനക്കയറ്റവുമായി ബന്ധപ്പെട്ട കാര്യങ്ങൾ. മൽസരങ്ങൾ സ്വാഭാവികമായി നടന്നുപോകും എന്ന് വിചാരിക്കരുത്. നിങ്ങളുടെ ജീവിതം അതിനെ എത്രമാത്രം ആശ്രയിക്കുന്നു, അത്രത്തോളം അതിന് പ്രചാരം നൽകണം. സാധ്യമായ എല്ലാ വേദികളിലും വീഡിയോകൾ, ബ്രോഷറുകൾ, സ്റ്റിക്കറുകൾ തുടങ്ങി എല്ലാ ടൂളുകളും ഉപയോഗിക്കുക. വാട്സ്ആപ്പിലൂടെയും ഫേസ്ബുക്കിലൂടെയും പ്രത്യേക കാമ്പയിൻ നടത്തുക.
- ✓ നേരത്തെ തുടങ്ങുക. വേഗം സാധ്യമാകാൻ സമയമെടുക്കും. പ്രഖ്യാപിച്ച് കഴിയുംവേഗം മൽസരം തുടങ്ങുക.
- ✓ മൽസര കാലത്ത് നടത്തുന്ന ബൃഹത്തായ പ്രവർത്തനം വിജയത്തിന് നിർണ്ണായകമാണ്. പ്രത്യേക അംഗീകാരങ്ങൾ, ഈവന്റുകൾ, പ്രമോഷൻ മീറ്റിങ്ങുകൾ എന്നിവ പ്ലാൻ ചെയ്യുക.
- ✓ മൽസരം പ്രഖ്യാപിച്ചുകഴിഞ്ഞാലുടൻ പ്രധാന ലീഡർമാരുടെ യോഗം വിളിക്കുക, നിങ്ങളുടെ ടീം മുഴുവൻ ഒരു ഭാഷയിൽ സംസാരിക്കുക വിജയിയാകുക, വിജയികളെ സൃഷ്ടിക്കുക.
- ✓ അതിവേഗം ഒരു വിജയിയാകുക. ഒരു ചാമ്പ്യനെ മറ്റൊരു ചാമ്പ്യനെ സൃഷ്ടിക്കാൻ കഴിയൂ. നിങ്ങളുടെ മൽസരത്തിൽ ആദ്യം വിജയിയാകുക, അതുവഴി നിങ്ങളുടെ ടീം അംഗങ്ങൾക്ക് വിജയികളാകാനുള്ള പ്രോൽസാഹനം നൽകാൻ എളുപ്പം കഴിയും.
- ✓ തെറ്റായ കാര്യങ്ങൾ അവഗണിക്കുക. മൽസരത്തിൽ ജയിക്കാൻ തെറ്റായ വിൽപന, കൂട്ടത്തോടെ എടുക്കൽ തുടങ്ങിയ നടപടികളിൽ ഏർപ്പെടുന്ന ചിലരെ ഞാൻ കണ്ടിട്ടുണ്ട്. ഒരിക്കലും അത് ചെയ്യാൻ പാടില്ല, അതിന് ദീർഘകാലത്തേക്ക് തെറ്റായ സ്വാധീനമുണ്ടാക്കും. നമ്മുടേത് അനുകരണത്തിന്റെ ബിസിനസ് ആണ്, അതുകൊണ്ടു തന്നെ നിങ്ങളുടെ ടീം തെറ്റായ കാര്യത്തിൽ ഏർപ്പെടുന്നത് അനുവദിക്കരുത്. ഇക്കാര്യത്തിൽ നിങ്ങളുടെ ടീമിനുമേൽ ഒരു ശ്രദ്ധ വേണം.

നന്നായി സംഘടിപ്പിച്ചാൽ, ഒരു മൽസരത്തിന് നെറ്റ്‌വർക്ക് മാർക്കറ്റിങ് ബിസിനസിലെ നിങ്ങളുടെ യാത്രയെ അതിവേഗത്തിലാക്കാൻ കഴിയും. ഒരു വർഷംകൊണ്ട് സാധാരണ നേടിയെടുക്കുന്നത് ഒരു മൽസരത്തിലൂടെ 23 മാസംകൊണ്ട് നേടിയെടുക്കാൻ കഴിയും.

മൽസരങ്ങൾക്ക് മാജിക്ക് സൃഷ്ടിക്കാൻ കഴിയും

എന്റെ ബിസിനസിൽ കൂടുതലും ലീഡർമാർ അവരുടെ ഏറ്റവും ഉയർന്ന വരുമാന പരിധിയിലെത്തിയത് ചില മൽസരങ്ങളിലൂടെയാണ്. എന്റെ ടീമിലെ രണ്ട് ലീഡർമാർ മൽസരങ്ങൾ പൂർണ്ണമായും ഉപയോഗപ്പെടുത്തുന്നവരാണ് – അമിത് ഭട്ടാൻ, ചഞ്ചൽ വാട്സ്. അവർ അവരുടെ മൽസരങ്ങൾ ഡിസൈൻ ചെയ്യുകയും അവരുടെ ടീമുകളെ സദാ സജീവമാക്കി നിർത്തുകയും ചെയ്യുന്നു. നിങ്ങൾക്ക് നിങ്ങളുടെ പതിവ് വരുമാനത്തിന്റെ 3-10 ഇരട്ടി മൽസരങ്ങളിലൂടെ നേടിയെടുക്കാൻ കഴിയും. സ്മാർട്ട് ആകുക, നിങ്ങളുടെ ബിസിനസിനെ മുന്നോട്ട് കൊണ്ടുപോകാൻ മൽസരങ്ങളെ ഉപയോഗപ്പെടുത്തുക. ഊർജസ്വലരായ ദമ്പതികൾ – സഞ്ജയ് അഗർവാൾ, ഇന്ദു അഗർവാൾ – തുടങ്ങിയ എന്റെ ചില നല്ല സുഹൃത്തുക്കളിൽനിന്ന് ഞാൻ മൽസരങ്ങളെക്കുറിച്ച് ഏറെ കേട്ടിട്ടുണ്ട്.

11. സോഷ്യൽ മീഡിയ - നിങ്ങളുടെ ബിസിനസിന്റെ അതിവേഗ ചാർജർ

നാം സോഷ്യൽമീഡിയയിൽ പ്രവർത്തിക്കണോ എന്ന കാര്യത്തിൽ ഒരു തെരഞ്ഞെടുപ്പിനുപോലും കഴിയില്ല; ചോദ്യം ഇതാണ്, എത്ര നന്നായി നമുക്ക് അതിൽ പ്രവർത്തിക്കാൻ കഴിയും.

- എറിക് ക്വാൾമാൻ

2007-ൽ ഇന്ത്യയിൽ ഞാൻ ഈ ബിസിനസ് തുടങ്ങുമ്പോൾ, സ്മാർട്ട് ഫോണുകൾ ഇല്ല, വാട്സ്ആപ് ഇല്ല, ഫേസ്ബുക്ക് ഇല്ല, ഏക ആശയ വിനിമയ ഉപാധി ഫോണും എസ്.എം.എസ്സും ആയിരുന്നു. ഫേസ്ടൈം, യുറ്റ്യൂബ്, സ്കൈപ്പ്, ഇൻസ്റ്റഗ്രാം, ടിറ്റർ, വീഡിയോ കോൺഫറൻസിങ് തുടങ്ങിയ അത്യാധുനിക സാങ്കേതികവിദ്യകൾ അന്ന് പ്രയോഗത്തിൽ ഇല്ലായിരുന്നു. സോഷ്യൽ മീഡിയ എന്നുവിളിക്കുന്നതുതന്നെ ഇല്ല. ഞങ്ങൾക്ക് എസ്.എം.എസ്. ഗ്രൂപ്പുകളുണ്ടായിരുന്നു, അതുവഴി ഒറ്റ ക്ലിക്കിൽ നിരവധി പേർക്ക് ഒന്നിച്ച് എസ്.എം.എസ്. അയക്കും, അതിൽ ഞങ്ങൾ അഭിമാനിക്കുകയും ചെയ്തിരുന്നു. അതുകൊണ്ട്, ഉപഭോക്താക്കളെ കണ്ടെത്തുന്നത് ഫോണിലൂടെയായിരുന്നു ചെയ്തിരുന്നത്, അല്ലെങ്കിൽ, ആളുകളെ നേരിട്ട് കാണുന്നതിലൂടെ. അപരിചിതരുമായി ബന്ധപ്പെടാനുള്ള ഏകമാർഗ്ഗം നേരിട്ട് അവരെ കാണുകയോ ഫോണിലൂടെ വിളിക്കുകയോ ആയിരുന്നു. എന്റെ കമ്പനിയിലെ സ്റ്റാർ പെർഫോർമർ ആയിരുന്നു ഞാൻ എങ്കിലും, ഈ ബിസിനസ് എന്നെ സംബന്ധിച്ച് എത്ര മാത്രം നല്ലതാണ് എന്ന് ലോകത്തോട് വിളിച്ചുപറയണമെന്നുണ്ടെങ്കിൽ, എനിക്ക് ആളുകളെ നേരിട്ട് കാണുന്നതിലൂടെ മാത്രമേ അതിന് കഴിയുമായിരുന്നുള്ളൂ. അതുകൊണ്ടുതന്നെ ഞങ്ങളുടെ വ്യാപ്തി പരിമിതമായിരുന്നു. പുതിയ നഗരങ്ങളിൽ ബിസിനസ് തുടങ്ങുക എന്നത് ഏറെ ശ്രമകരമായിരുന്നു.

മുമ്പില്ലാതിരുന്ന സാധ്യതകളാണ് ഈ പുതിയ സാങ്കേതിക അതിർത്തികളിലൂടെ തുറക്കപ്പെട്ടത്. കാര്യക്ഷമമായി ഉപയോഗിച്ചാൽ, ഇവയിലൂടെ നമുക്ക് പ്രവചിക്കാൻ കഴിയാത്ത അത്ര വേഗതയും വളർച്ചയും ബിസിനസിൽ നേടിയെടുക്കാൻ കഴിയും. സോഷ്യൽ മീഡിയയിലൂടെ നമുക്ക് ആശയവിനിമയം നടത്താനും നമ്മുടെ ബിസിനസിലെ രണ്ട് പ്രധാന മേഖലകളിൽ മുമ്പില്ലാത്തവിധം വേഗത്തിൽ എത്തിച്ചേരാനും കഴിയും.

1. നമ്മുടെ ടീമുമായുള്ള ആശയവിനിമയം, ടീമിലെ മികച്ച പ്രവർത്തനം, നേട്ടങ്ങൾ എന്നിവയെക്കുറിച്ച് അവരെ സമകാലികമാക്കി നിലനിർത്തുക.
2. നമ്മുടെ ടീമിൽ ഇല്ലാത്തവരുമായുള്ള ആശയവിനിമയം: അപരിചിതരും നമുക്ക് അറിയാവുന്നവരും അതേസമയം ഇതുവരെ നമുക്കൊപ്പം ബിസിനസ് തുടങ്ങിയിട്ടില്ലാത്തവരും.

ഈ രണ്ട് മേഖലകളിൽ സോഷ്യൽമീഡിയ വഴി എങ്ങനെ നേട്ടമുണ്ടാക്കാം എന്ന് നമുക്ക് നോക്കാം:

നമ്മുടെ ടീമുമായുള്ള ആശയവിനിമയം:

നെറ്റ്വർക്ക് മാർക്കറ്റിങ് ജനങ്ങളുടെ ബിസിനസാണ്, ആളുകളെ ഉത്തേജിപ്പിക്കുകയും പ്രവർത്തനനിരതരായി നിലനിർത്തുകയും ചെയ്യണമെങ്കിൽ തങ്ങളും വളർന്നുകൊണ്ടിരിക്കുന്ന, വികസിച്ചുകൊണ്ടിരിക്കുന്ന സ്ഥാപനത്തിന്റെ ഭാഗമാണ് എന്ന് അവർക്ക് തോന്നണം. സ്ഥാപനത്തിലെ മറ്റുള്ളവരുമായും സ്ഥാപനം മുഴുവനുമായും തങ്ങളും ബന്ധപ്പെട്ടുകൊണ്ടിരിക്കുന്നു എന്ന് അവർക്ക് തോന്നണം, കാരണം, ഇത്തരം ബന്ധങ്ങളിലൂടെയാണ് സുരക്ഷിതത്വവും പ്രവർത്തിക്കാനുള്ള ഉത്തേജനവും ലഭിക്കൂ. നെറ്റ്വർക്ക് മാർക്കറ്റിങ് ബിസിനസിൽ, നമുക്ക് ഒരു ഓഫീസ് ഇല്ല, ഔപചാരികമായ അധികാരഘടന ഇല്ല, ഓഫീസ് ബന്ധങ്ങൾ ഇല്ല. ഇവിടെ, ആളുകൾ പരസ്പരം ബന്ധപ്പെടുന്നത് അനൗപചാരിക ബന്ധങ്ങളിലൂടെയാണ്, അതുവച്ചുനോക്കിയാൽ ആളുകൾ തമ്മിലും ടീമുമായുമുള്ള ബന്ധം നിലനിർത്തുന്നത് ഒരു വെല്ലുവിളിയാണ്.

ഈ ബന്ധം നിരവധി പരിപാടികളിലൂടെ കൈകാര്യം ചെയ്യാം, എന്നാൽ, സോഷ്യൽ മീഡിയ നന്നായി ഉപയോഗപ്പെടുത്തിയാൽ ഈ ബന്ധങ്ങളെ മറ്റൊരു ലെവലിലേക്ക് കൊണ്ടുപോകാൻ കഴിയും. ഫേസ്ബുക്ക്, വാട്സ്ആപ്പ്, മറ്റു സോഷ്യൽ മിഡിയ ടൂളുകൾ എന്നിവ ഉപയോഗിച്ച് സ്ഥാപനത്തിലെ എല്ലവർക്കും സ്ഥാപനത്തിൽ എന്തുനടക്കുന്നു എന്നതിന്റെ യഥാർഥ അപ്ഡേഷൻ അതാതുസമയത്ത് ലഭിക്കും. ആളുകൾ പ്രവർത്തനങ്ങളും നേട്ടങ്ങളും പ്രോഗ്രാമുകളും കാണുമ്പോൾ, ധാരാളം ആശയവിനിമയങ്ങളുണ്ടാകുമ്പോൾ അവർക്ക് സുരക്ഷിതത്വം അനുഭവപ്പെടും, തങ്ങൾ സ്ഥാപനവുമായി നേരിട്ട് ബന്ധപ്പെട്ടിരിക്കുന്നു എന്ന തോന്നലുണ്ടാകും.

ആളുകൾ ഫീൽഡിൽ ജോലി ചെയ്യുമ്പോൾ, അവർക്ക് ചില വിജയങ്ങളും അതോടൊപ്പം ചില തിരസ്കാരങ്ങളും നിരാശകളും നേരിടേണ്ടിവരും. നിങ്ങളെ പ്രോൽസാഹിപ്പിച്ചവരെയും നിങ്ങളെ തള്ളി താഴെയിടാൻ ശ്രമിച്ചവരെയും നിങ്ങളും നിങ്ങളുടെ പങ്കാളികളും കാണും. കാര്യങ്ങൾ നിങ്ങൾക്ക് അനുകൂലമായി വരും എന്ന് ചിലപ്പോൾ നിങ്ങൾക്ക് പ്രതീ

ക്ഷിക്കാം, നിങ്ങളെപ്പോലെ തന്നെ അതേ യാത്ര ചെയ്യുന്ന മറ്റുള്ളവരുടെ വിജയകഥകളിൽനിന്നായിരിക്കാം ഈ പ്രതീക്ഷ നിങ്ങൾക്ക് ലഭിക്കുന്നത്.

നല്ല വാർത്തകൾ പ്രചരിപ്പിക്കുന്നതിൽ സോഷ്യൽമീഡിയക്ക് പ്രധാന പങ്കുവഹിക്കാനുണ്ട്. വിജയകഥകളും ഉൽപ്പന്നങ്ങളെക്കുറിച്ചുള്ള നല്ല അഭിപ്രായങ്ങളും നിങ്ങൾ ഷെയർ ചെയ്യുമ്പോൾ ഒരു ടീമിൽനിന്ന് മറ്റൊന്നിലേക്ക്, ഒരു നഗരത്തിൽനിന്ന് മറ്റൊന്നിലേക്ക്, ഒരു ഡിസ്ട്രിബ്യൂട്ടറിൽനിന്ന് മറ്റൊന്നിലേക്ക് നല്ല മാനസികാവസ്ഥയും ഊർജവുമാണ് നിങ്ങൾ കൈമാറുന്നത്. ചിലപ്പോൾ, ചിലർ അവരുടെ ക്രോസ്‌ലൈനുകളുടെയോ മറ്റ് ലൈനുകളിലെ അസോസിയേറ്റുകളുടെയോ വിജയകഥകളാൽ പ്രചോദിപ്പിക്കപ്പെടുന്നതുപോലെ, സ്വന്തം അപ്‌ലൈനുകളുടെ വിജയകഥകൾ കേട്ട് ഉത്തേജിതരാകാറില്ല എന്ന കാര്യം എനിക്ക് നിരീക്ഷിക്കാൻ കഴിഞ്ഞിട്ടുണ്ട്. സോഷ്യൽമീഡിയ സാങ്കൽപികമായ ഒരു സൗജന്യ ടൂളാണ്, അതിലൂടെ നിങ്ങളുടെ മുഴുവൻ ടീമിനും വേഗത കൈവരിക്കാൻ കഴിയും, ഒപ്പം നല്ല ഫലങ്ങൾ ഇരട്ടിയാക്കാനും കഴിയും.

നമ്മുടെ ടീമിൽ ഇല്ലാത്തവരുമായുള്ള ആശയവിനിമയം:

നെറ്റ്‌വർക്ക് മാർക്കറ്റിങ് ബിസിനസിൽ നാം സദാ പുതിയ ആളുകളെ തേടിക്കൊണ്ടിരിക്കുകയാണ്. നമ്മുടെ ഘടന എത്രത്തോളം ശക്തമായിരുന്നാലും ശരി, നമുക്ക് ഒരു പുതിയ ആളുടെ കൂടി ഒഴിവുണ്ടായിരിക്കും. പുതിയ ആളുകളുടെ അടുത്തെത്താനുള്ള ടാസ്ക് സോഷ്യൽ മീഡിയയിലൂടെ ഇപ്പോൾ അതിവേഗം ചെയ്യാൻ കഴിയും. നിങ്ങളുടെ ബിസിനസിൽ താൽപര്യമുള്ള പുതിയ ആളുകളെ സോഷ്യൽ മീഡിയയിലൂടെ കണ്ടെത്താൻ കഴിയും. നിങ്ങളുടെ പ്രവർത്തനങ്ങൾ, നേട്ടങ്ങൾ, ജീവിതരീതി എന്നിവ പോസ്റ്റുചെയ്യാം, അതിലൂടെ നിങ്ങൾക്ക് വിശ്വാസ്യതയും പ്രശസ്തിയും ഉണ്ടാക്കിയെടുക്കാം. പ്രദേശത്തിന്റെയും ദൂരത്തിന്റെയും പരിധി ഇവിടെയില്ല, വാട്സ്ആപ്പിലെയോ ഫേസ്ബുക്കിലെയോ ലിങ്ക്ഡ്ഇന്നിലെയോ ടിറ്ററിലെയോ ഒരൊറ്റ പോസ്റ്റുകൊണ്ട് നിങ്ങൾക്ക് മുഴുവൻ ലോകത്തോടും സംസാരിക്കാം.

നിങ്ങളുടെ ബിസിനസ് എന്തെല്ലാം ഓഫർ ചെയ്യുന്നുണ്ട് എന്ന കാര്യം അറിയാൻ ആഗ്രഹിക്കുന്നവർക്കായി നിങ്ങൾക്ക് പോസ്റ്റുകൾ തയാറാക്കാം. സോഷ്യൽമീഡിയ തീരെ കുറഞ്ഞ ചെലവിൽ എല്ലാവർക്കും പ്രാപ്യമാണ് എന്നതാണ് ഏറ്റവും നല്ല വശം. തീർച്ചയായും, പരസ്യങ്ങൾ, പണച്ചെലവുള്ള പ്രമോഷനുകൾ തുടങ്ങിയ വലിയ കാമ്പയിനുകളെക്കുറിച്ച് നാം ഇവിടെ ചർച്ച ചെയ്യേണ്ടതില്ല. സോഷ്യൽമീഡിയയിൽ യോഗ്യരായ ആളുകളുമായി നിങ്ങൾക്ക് ബന്ധപ്പെടാൻ കഴിയുന്നതിനൊപ്പം തന്നെ, നിങ്ങളെ കാണാനും ഇവിടെ ആളുകൾ എത്തും, നിങ്ങൾ എന്താണ് ചെയ്യുന്നത്, എന്തിനാണ് അവർ നിങ്ങളെ കാണുന്നത് എന്ന കാര്യം അവരെ അറിയിക്കാനും സാധിക്കും. ഇതിനകം തന്നെ നിങ്ങളുടെ വിശ്വാസ്യത സോഷ്യൽ

മീഡിയയിലൂടെ സ്ഥാപിച്ചെടുത്തിട്ടുള്ളതിനാൽ, നിങ്ങളെ കാണാനെത്തുന്നവർ നിങ്ങൾക്ക് യോജിച്ച വിധത്തിലുള്ള മികച്ച ഉപഭോക്താക്കളുമായിരിക്കും. മിക്കവാറും നിങ്ങൾക്കൊപ്പം ചേരാൻ സന്നദ്ധമായിട്ടായിരിക്കും അവരുടെ വരവ്.

അതുകൊണ്ട്, ഞാൻ ശക്തമായി നിർദേശിക്കുന്നു, നിങ്ങൾ ചെയ്യുന്ന നല്ല പ്രവർത്തനങ്ങൾ സോഷ്യൽമീഡിയയിലൂടെ പ്രചരിപ്പിക്കുക, അതുവഴി, ഒരിക്കലും അവസാനിക്കാത്ത ഉപഭോക്താക്കളുടെ നീണ്ടനിര സൃഷ്ടിച്ചെടുക്കുക.

> *സോഷ്യൽ മീഡിയയിൽ നിങ്ങൾ പോസ്റ്റുചെയ്യുന്ന എല്ലാം നിങ്ങളുടെ വ്യക്തിപരമായ ബ്രാൻഡിനെ സ്വാധീനിക്കുന്നു. നിങ്ങൾ എങ്ങനെ അറിയപ്പെടാനാണ് ആഗ്രഹിക്കുന്നത്.*
>
> \- ലിസ ഹോൺ

നിങ്ങൾ സോഷ്യൽമീഡിയയിലേക്ക് പോകുമ്പോൾ, ദയവായി ഈ അടിസ്ഥാന മാർഗ്ഗനിർദേശങ്ങൾ പാലിക്കുക:

✓ സോഷ്യൽ മീഡിയയിൽ പോസ്റ്റുചെയ്യുന്നതിനെക്കുറിച്ച് നിങ്ങൾക്ക് അതീവശ്രദ്ധ വേണം, കാരണം, ഒരിക്കൽ അതിൽ പോയിക്കഴിഞ്ഞാൽ, തിരിച്ചെടുക്കാനാകില്ല.

✓ നിങ്ങൾ സോഷ്യൽ മീഡിയയിൽ വെറുതെ കളിക്കുകയാണെങ്കിൽ ഓൺ, ഓഫ് പോസ്റ്റുകൾ ഓകെ. എന്നാൽ, നിങ്ങൾക്ക് സ്വയം നല്ല പേര് രൂപപ്പെടുത്തിയെടുക്കണമെങ്കിൽ, നിങ്ങൾക്ക് സോഷ്യൽ മീഡിയയിലൂടെ നല്ല ബിസിനസ് ചെയ്യണമെങ്കിൽ നിങ്ങൾ അതിൽ പതിവായി വരണം. നിങ്ങൾ പതിവായി അനുയോജ്യമായ ഉള്ളടക്കം ഇടുന്നുണ്ടെന്ന് ഉറപ്പുവരുത്തണം.

✓ ഒരു സോഷ്യൽമീഡിയ വിദഗ്ധനുമായോ കൺസൽട്ടന്റുമായോ ചേർന്ന് പ്രവർത്തിക്കുന്നത് നല്ല ആശയമാണ്. ഒപ്പം, സമയവും പണവും അതിൽ നിക്ഷേപിക്കാനും സജ്ജരാകൂ.

✓ സോഷ്യൽമീഡിയയിൽനിന്ന് പ്രൊഫഷനൽ നേട്ടങ്ങൾ വേണ്ട എന്നാണ് നിങ്ങളുടെ ഉദ്ദേശ്യമെങ്കിൽ, നിങ്ങൾ ഇതിൽ ചെലവിടുന്ന സമയം നിയന്ത്രിക്കണമെന്ന് ഞാൻ നിർദേശിക്കുന്നു. ഫേസ്ബുക്കിൽ വെറുതെ പോയി പോസ്റ്റുകൾ പരിശോധിച്ച് ഒരു ഉപകാരവുമില്ലാതെയും അത് മനസ്സിലാക്കാതെയും രണ്ടുമണിക്കൂറൊക്കെ ചെലവിടുന്നവരെ ഞാൻ കാണാറുണ്ട്.

✓ ശ്രദ്ധയുടെ വാക്ക്: ആരാണ് നിങ്ങളെ ഫോളോ ചെയ്യുന്നത്, ആരെയാണ് നിങ്ങൾ സുഹൃത്തുക്കളാക്കിയിരിക്കുന്നത് എന്നീ കാര്യങ്ങളിൽ അതീവശ്രദ്ധ വേണം. ആർക്കും മറഞ്ഞിരുന്ന് സോഷ്യൽമീഡിയ

യിൽ എന്തും ഇടാം. ക്രോസ്‌ലൈനുകളമായി അമിതമായി ഇട പഴകരുത്. എല്ലാവരെയും, പ്രത്യേകിച്ച് നിങ്ങളുടെ നന്മയിൽ താൽപ ര്യമില്ലാത്തവരുമായി, അന്ധമായി ഫോളോ ചെയ്യരുത്. സോഷ്യൽ മീഡിയയിൽ ലഭ്യമായ എല്ലാം നടപ്പാക്കുന്നതിനുമുമ്പ് ആഴത്തിൽ ചിന്തിക്കുക. കൗതുകകാര്യങ്ങൾക്ക് ശ്രദ്ധ നൽകരുത്, വിശ്വസനീയ ഉറവിടങ്ങളിൽനിന്നുള്ള ആധികാരികവും തെളിയിക്കപ്പെട്ടതുമായ വിവരങ്ങൾ അന്വേഷിക്കുക. ഉപദേശിച്ച കാര്യങ്ങൾ യഥാർഥത്തിൽ നടപ്പാക്കിയവരുടെയും മികച്ച ട്രാക്ക് റെക്കോർഡ് ഉള്ളവരുടെയും ഉപദേശങ്ങൾ പിന്തുടരുക. പുതിയ ആശയങ്ങൾ നിങ്ങൾ തന്നെ ആദ്യം പ്രയോഗിച്ചുനോക്കുക, പിന്നീട് ക്രമേണ നിങ്ങളുടെ ടീമി ലേക്ക് പകർത്തുക. സോഷ്യൽമീഡിയയിൽ വരുന്ന പുതിയ കാര്യ ങ്ങൾ എല്ലാം പ്രാവർത്തികമാക്കാൻ ശ്രമിച്ച് ടീമുകളുടെ വേഗത നശിപ്പിക്കുകയും അതിന്റെ ഫോക്കസ് നഷ്ടപ്പെടുത്തുകയും ചെയ്ത നിരവധി പേരുണ്ട്.

✓ നെഗറ്റീവ് കമന്റുകൾ ശ്രദ്ധാപൂർവം കൈകാര്യം ചെയ്യുക. സോഷ്യൽ മീഡിയയിൽ ഒരിക്കലും സംഘട്ടനത്തിൽ ഏർപ്പെടാതിരിക്കുക. നിങ്ങൾക്ക് ഒരു നെഗറ്റീവ് സന്ദേശം ലഭിച്ചാൽ, കിട്ടിയ വിവരം അറി യിക്കുക, തെറ്റുപറ്റിയെങ്കിൽ ക്ഷമ ചോദിക്കുക, താങ്കൾ ഇക്കാര്യ ത്തിനായി പരമാവധി ശ്രമിക്കുക എന്ന് അദ്ദേഹത്തോട് പറയുക. അദ്ദേഹത്തോട് നിങ്ങൾക്ക് ഒരു പേഴ്സണൽ മെസേജ് അയ യ്ക്കാനും ആവശ്യപ്പെടുക.

ചോദ്യം ഇതാണ്: ഈ ബിസിനസിനുവേണ്ടി എപ്പോൾ, എങ്ങനെ നിങ്ങ ളുടെ സോഷ്യൽ മീഡിയ ഇടപെടൽ തുടങ്ങണം? എനിക്കറിയാം, ഈ പുസ്തകം വായിക്കുന്നവരിൽ ഭൂരിപക്ഷവും നിരവധി സോഷ്യൽ മീഡിയ പ്ലാറ്റ്ഫോമിലുള്ളവരാണ്, അതുകൊണ്ട്, ഞാനിവിടെ സോഷ്യൽ മീഡിയ ഇടപെടലുകളെക്കുറിച്ച് പറയുമ്പോൾ, നിങ്ങളുടെ നെറ്റ്‌വർക്ക് മാർക്കറ്റിങ് ബിസിനസിനെ ഗൗരവത്തോടെ പ്രമോട്ട് ചെയ്യാനും വികസിപ്പിക്കാനും സോഷ്യൽ മീഡിയ ഇടപെടൽ എങ്ങനെ പ്രയോഗിക്കാം എന്നാണ് അർഥ മാക്കുന്നത്. ഞാൻ രണ്ടുതരം തന്ത്രങ്ങൾ പ്രയോഗിച്ചുനോക്കിയിട്ടുണ്ട്, മറ്റു നിരവധി കാര്യങ്ങൾക്ക് മറ്റുചില വഴികളും ശ്രമിച്ചിട്ടുണ്ട്. എന്റെ അനുഭവത്തിൽ, എനിക്ക് ആദ്യമായി നിർദേശിക്കാനുള്ളത്, നിങ്ങൾ നിങ്ങളുടെ നെറ്റ്‌വർക്ക് മാർക്കറ്റിങ് ബിസിനസ് തുടങ്ങുക. ചില പ്രോഗ്രാ മുകളിൽ പങ്കെടുക്കുക, സജീവമായ അപ്പ്ലൈനുകളുമായി ആശയ വിനിമയം നടത്തുക, അടിസ്ഥാന തത്വങ്ങളെക്കുറിച്ചുള്ള വിവരം നേടുക, എന്നിട്ട് സോഷ്യൽ മീഡിയയിൽ പ്രവർത്തിച്ചുതുടങ്ങുക. ഈ പുസ്തക ത്തിൽ വിശദീകരിച്ച വിജയത്തിന്റെ വേഗം കൂട്ടുന്ന ഘടകങ്ങളെ ചിന്തു ടരുക, ചില പ്രാരംഭ വിജയങ്ങൾ നേടിയെടുക്കുക. ഈ പുസ്തകത്തിൽ

പറഞ്ഞിരിക്കുന്ന സിസ്റ്റം ഉപയോഗിച്ച് നിങ്ങൾക്ക് വളരെ മികച്ച ടെയ്ക് ഓഫ് സാധ്യമാകും. തത്വങ്ങളിൽ വൈദഗ്ധ്യം നേടുക, അത് നിങ്ങളുടെ പങ്കാളികളിൽ പ്രയോഗിക്കുക, അവരെ പഠിപ്പിക്കുക. ചില വിജയങ്ങൾ നിങ്ങൾ നേടിയെടുക്കാൻ തുടങ്ങുമ്പോൾ മനസ്സിലാക്കുക. നിങ്ങളുടെ ബിസിനസ് ചിറകുവിരിച്ച് പറക്കാൻ തുടങ്ങുമ്പോൾ, ഇതാണ് നിങ്ങളുടെ ബിസിനസ് പെരുപ്പിക്കാനുള്ള സോഷ്യൽ മീഡിയ ഇടപെടൽ ഗൗരവത്തോടെ തുടങ്ങാനുള്ള ശരിയായ സമയം.

നെറ്റ്‌വർക്ക് മാർക്കറ്റിങ് ബിസിനസ് തുടങ്ങുക എന്നതായിരിക്കരുത് നിങ്ങളുടെ സോഷ്യൽ മീഡിയ ഇടപെടലിന്റെ ലക്ഷ്യം, മറിച്ച് നെറ്റ്‌വർക്ക് മാർക്കറ്റിങ് ബിസിനസിനെ അടുത്ത ലെവലിലേക്ക് കൊണ്ടുപോകുക എന്നതായിരിക്കണം. നിലവിലുള്ള നെറ്റ്‌വർക്കിന്റെ വേഗത കൂട്ടാൻ അതിനെ ഉപയോഗിക്കാം, യോഗ്യരായ ഉപഭോക്താക്കളുടെ അവസാനിക്കാത്ത നിര നിർമ്മിച്ചെടുക്കാനും സോഷ്യൽമീഡിയയെ ഉപയോഗപ്പെടുത്താം. ഒപ്പം, നിങ്ങൾ സോഷ്യൽമീഡിയയിൽ തുടങ്ങുമ്പോൾ ഒരേ സമയം എല്ലാ പ്ലാറ്റ്ഫോമിലും കൈവക്കരുത്. ആ സമയത്ത് ഏറ്റവും അനുയോജ്യമായതെന്ന് നിങ്ങൾ കരുതുന്ന ഒന്നിൽനിന്ന് തുടങ്ങുക, 3–4 ആഴ്ചകൾക്കകം മറ്റൊന്നിലേക്ക് കടക്കുക, അങ്ങനെ...

ആദ്യം അടിത്തറയുണ്ടാക്കാനും പിന്നീട് സോഷ്യൽ മീഡിയയിലേക്ക് പോകാനും ഞാൻ എന്തുകൊണ്ട് നിർദേശിക്കുന്നു? കാരണം, സോഷ്യൽ മീഡിയ സൗജന്യമാണ്, ശബ്ദമുഖരിതമാണ്. പ്രധാനപ്പെട്ട കാര്യം, നാം ഇവിടെ വരുന്നത് ശബ്ദമുണ്ടാക്കാനല്ല, കേൾക്കാനാണ്. നിങ്ങൾക്ക് നേട്ടങ്ങളുണ്ടെങ്കിൽ, മാന്യമായ ഒരു ട്രാക്ക് റെക്കോർഡ് ഉണ്ടെങ്കിൽ, ആളുകൾ നിങ്ങളെ ശ്രദ്ധിക്കും. മാത്രമല്ല, സോഷ്യൽ മീഡിയയിൽ പോകാൻ നിങ്ങൾക്ക് സമയം ആവശ്യമാണ്. നിങ്ങളുടെ ബിസിനസ് മുന്നോട്ടു നീങ്ങിത്തുടങ്ങുമ്പോൾ നിങ്ങൾക്ക് സോഷ്യൽ മീഡിയയിലും അൽപം സമയം ചെലവിടാൻ കഴിയും. നിങ്ങൾ എന്താണ് ചെയ്യുന്നത്, എങ്ങനെയാണ് ചെയ്യുന്നത് എന്നറിയാൻ ആളുകൾക്ക് ജിജ്ഞാസയുണ്ടായിരിക്കും. ഭൂരിപക്ഷവും നെറ്റ്‌വർക്ക് മാർക്കറ്റിങ്ങിനെക്കുറിച്ച് ബോധവാന്മാരായിരിക്കും, അവർ അന്വേഷിക്കുന്നത് ആധികാരികവും വിജയിച്ചതുമായ ഒരാളെയാണ്. അതുകൊണ്ട്, ആദ്യം ചില വിജയങ്ങൾ നേടിയെടുക്കുക, പിന്നീട് സോഷ്യൽ മീഡിയ ഉപയോഗിച്ച് അതിനെ ഇരട്ടിപ്പിക്കുക.

തയാറെടുപ്പോടെ സോഷ്യൽ മീഡിയയിലേക്ക് പോകുക. ദിവസവും ചെയ്യുക, മുൻകൂറായി തന്നെ നന്നായി പ്ലാൻ ചെയ്യുക. നിങ്ങളുടെ പ്രാഥമിക ബിസിനസ് എന്നത് ലീഡർമാരെ സൃഷ്ടിക്കുകയാണ്, നിങ്ങളുടെ ബിസിനസിൽ ഇതിനകം നിങ്ങൾ നിരവധി ജോലികൾ ചെയ്തിട്ടുണ്ട്. സോഷ്യൽമീഡിയയിൽ നിങ്ങൾ ഇടപെടാൻ തീരുമാനിച്ചുകഴിഞ്ഞാൽ, ഓൺലൈനിൽ നിങ്ങളുടേതായ ഒരു പ്രശസ്തി ഉണ്ടാക്കിയെടുക്കാൻ

ആഗ്രഹിക്കുന്നുവെങ്കിൽ, നിങ്ങൾക്ക് സ്ഥിരതവേണം. കൃത്യമായ കാലയളവിൽ നിങ്ങൾ എല്ലാ പ്രധാനപ്പെട്ട സോഷ്യൽ മീഡിയ പ്ലാറ്റ്ഫോമുകളിലും ഹാജരാകണം. ഉള്ളടക്കത്തിന്റെ കാര്യത്തിൽ ശ്രദ്ധ വേണം. ആരെയും ഉന്നം വെക്കരുത്. നിങ്ങളുടെ ലക്ഷ്യത്തിലുള്ള ഓഡിയൻസിനെ തീരുമാനിക്കുക, അവരിൽ ഭൂരിപക്ഷത്തെയും ആകർഷിക്കുന്ന പോസ്റ്റുകളിടുക. സോഷ്യൽമീഡിയ എന്നത് വ്യത്യസ്തമായ ഒരു യാത്രയാണ്, അതേസമയം, ഏറെ പ്രതിഫലം നൽകുന്നതുമാണ്. അത് നിങ്ങളുടെ താൽപര്യത്തിനനുസരിച്ച് ഉപയോഗിക്കുക, അതിലൂടെ നിങ്ങളുടെ ബിസിനസിലെ താരമാകുക.

> *എന്തിനാണ് സോഷ്യൽ മീഡിയ ഉപയോഗിക്കുന്നത്? – മാർക്കറ്റിങ് എന്നാൽ നാം ഉണ്ടാക്കുന്ന സത്ത മാത്രമല്ല, മറിച്ച് നാം പറയുന്ന കഥകൾ കൂടിയാണ്.*
> – സേഥ് ഗോഡിൻ

സോഷ്യൽ മീഡിയ എന്നത് അത്ഭുതകരമായ ഉപകരണമാണ്

നന്നായി ജീവിക്കാൻ ആളുകളെ പ്രാപ്തരാക്കുകയാണ് എന്റെ ജീവിതദൗത്യം. ആഗോളതലത്തിൽ ലക്ഷക്കണക്കിന് പേരുടെ ജീവിതങ്ങളെ പൊസിറ്റീവായി സ്വാധീനിക്കാൻ ഞാൻ ആഗ്രഹിക്കുന്നു. കഴിഞ്ഞ ഏതാനും വർഷങ്ങളിൽ സോഷ്യൽ മീഡിയയുമായുള്ള എന്റെ ഇടപെടലിൽ എനിക്ക് ബോധ്യമായ കാര്യം, ചുരുങ്ങിയ സമയത്തിനുള്ളിൽ എന്റെ സ്വാധീനം പെരുപ്പിക്കാൻ ഇത് എന്നെ സഹായിച്ചിട്ടുണ്ട് എന്നാണ്. ചില മഹാന്മാരായ ലീഡർമാരെക്കുറിച്ച് – റേ ഹിഗ്ഡൺ, ഫ്രാസെർ, ജോൺ മെൽട്ടൺ, റോബ് സ്പെറി തുടങ്ങിയവർ – ഞാൻ പഠിച്ചിട്ടുണ്ട്. ഈ ഉപകരണം ഉപയോഗിച്ച് എന്റെ വായനക്കാർക്കും ഫോളോവർമാർക്കും ചില വലിയ മൂല്യങ്ങൾ പകർന്നുനൽകാൻ എനിക്കു കഴിഞ്ഞു എന്ന് എനിക്ക് ഉറപ്പുണ്ട്.

12. വ്യക്തതയും ലക്ഷ്യവും

വ്യക്തത എന്നാൽ കരുത്താണ്. നിങ്ങൾക്ക് കാണാനാകാത്ത ഒരു ലക്ഷ്യത്തിലേക്ക് നിങ്ങൾക്ക് അടുക്കാനാകില്ല.

നിങ്ങൾക്ക് ഏറ്റവും വേഗത്തിൽ ഓടിക്കാവുന്ന കാർ ഉണ്ട്, എന്നാൽ, വിൻഡ്സ്ക്രീനിൽ മൂടൽമഞ്ഞോ പൊടിയോ ഉണ്ടെങ്കിൽ നിങ്ങൾക്ക് അത് വേഗത്തിൽ ഓടിക്കാനാകില്ല. അതുകൊണ്ട്, ചോദ്യം കാറിനെക്കുറിച്ചല്ല, ചോദ്യം മുന്നിലെ റോഡ് വ്യക്തമായി കാണാനാകുന്നുണ്ടോ എന്നതാണ്. നിങ്ങൾക്ക് വ്യക്തമായി കാണാനാകുന്നില്ലെങ്കിൽ നിങ്ങൾക്ക് മുന്നിലേക്ക് പോകാനാകില്ല.

ഇതുപോലെ, നിങ്ങൾ ജീവിതത്തിൽ എന്താണ് ആഗ്രഹിക്കുന്നത്, ബിസിനസിൽനിന്ന് എന്താണ് ആഗ്രഹിക്കുന്നത് എന്നതിനെക്കുറിച്ച് നിങ്ങൾക്ക് വ്യക്തത ഇല്ലെങ്കിൽ നിങ്ങൾക്ക് ഒരുതരത്തിലുമുള്ള പുരോഗതിയും ഉണ്ടാക്കാനാകില്ല. നിങ്ങൾ ബിസിനസ് തുടർന്നുകൊണ്ടിരിക്കും, നിങ്ങൾ മീറ്റിങ്ങുകൾക്ക് വന്നുകൊണ്ടിരിക്കും, നിങ്ങൾ നിശ്ചിത വരുമാനം ഉണ്ടാക്കിക്കൊണ്ടിരിക്കും, പക്ഷേ, നിങ്ങൾക്ക് വലിയ ബിസിനസ് സാമ്രാജ്യം ഉണ്ടാക്കാൻ കഴിയില്ല, വലിയ സ്വപ്നങ്ങൾ സാക്ഷാൽക്കരിക്കാൻ കഴിയില്ല, എന്തിനാണ് ഈ ബിസിനസ് ചെയ്യുന്നത് എന്നതിനെക്കുറിച്ച് വ്യക്തതയില്ലെങ്കിൽ.

വ്യക്തത അഭിനിവേശവും വേഗതയും ആവേശവും കൊണ്ടുവരുന്നു. വ്യക്തത നിങ്ങൾക്ക് കരുത്ത് പകരുന്നു. വ്യക്തത ഇല്ലാതെ വേഗത ഉണ്ടാകില്ല. നിങ്ങൾ എന്തിനാണ് ഈ ബിസിനസ് ചെയ്യുന്നത് എന്ന് തിരിച്ചറിയുമ്പോൾ, നിങ്ങളുടെ ദൈനംദിന പ്രവർത്തനങ്ങൾക്ക് ഒരു ഒഴുക്ക് കൈവരുന്നു, അത് മഹത്തായ, അതിവേഗത്തിലുള്ള പ്രതിഫലം നൽകുന്നു.

ലേസറിനു സമാനമായ ഉന്നമുള്ള ശരാശരി ആളാണ് വിജയിയായ യോദ്ധാവ്.
– ബ്രൂസ് ലീ

എന്തിന് നിങ്ങൾ ഈ ബിസിനസ് ചെയ്യുന്നു എന്ന് വ്യക്തമായിക്കഴിഞ്ഞാൽ, എല്ലാ പ്രവർത്തനങ്ങളും നിങ്ങളുടെ ലക്ഷ്യം കൈവരിക്കാൻ സഹായിക്കും എന്ന് തിരിച്ചറിഞ്ഞുകഴിഞ്ഞാൽ, ആ പ്രവർത്തനങ്ങളിലേക്ക് ദിവസവും നിങ്ങൾ ഉന്നം പിടിച്ചിരിക്കണം.

നിങ്ങളുടെ ലക്ഷ്യം എന്തുമാകട്ടെ, അത് വളരാൻ തുടങ്ങും. നെറ്റ് വർക്ക് മാർക്കറ്റിങ്ങിൽ നിരവധി പേർ പരാജയപ്പെടുന്നതിന് ഒരു പ്രധാന

കാരണം, അവർക്ക് ബിസിനസിൽ ഫോക്കസ് ഇല്ല. എന്തിനാണ് തങ്ങൾ ഇത് ചെയ്യുന്നത് എന്ന് പലർക്കും ഉറപ്പില്ല. ഇത് ഒരു നല്ല ബിസിനസ് മാതൃകയാണോ എന്ന കാര്യത്തിൽ ചിലർക്ക് ഉറപ്പില്ല, ഇത് നിലനിൽക്കുമോ എന്ന കാര്യത്തിൽ ചിലർക്ക് സംശയമുണ്ട്, ചിലർക്ക് സദാ അവസാനിക്കാത്ത ചോദ്യങ്ങളാണ്, ചിലർ വിശകലനം ചെയ്യുന്നു, ചിലർ ഇപ്പോഴത്തെ ജോലിയുമായി ബന്ധപ്പെട്ട് തിരക്കിലാണ്, ചിലർക്ക് കുടുംബപ്രശ്നങ്ങളുണ്ട്, കാരണം എന്തായാലും, ഒഴിവുകഴിവ് എന്തായാലും സത്യം നിലനിൽക്കുന്നു. നിങ്ങൾക്ക് കൃത്യമായ ഫോക്കസ് ഉണ്ടെങ്കിലേ ഈ ബിസിനസ് വളരൂ.

നിങ്ങളുടെ ഫോക്കസ് മാറിപ്പോയാൽ നിങ്ങളുടെ ഉൽപാദനക്ഷമതയും നിങ്ങളുടെ പ്രകടനവും താഴേക്കുപോകാൻ തുടങ്ങും, അത് നിങ്ങളുടെ റിസൽട്ടിയെയും കുറക്കും. നിങ്ങളുടെ റിസൾട്ട് താഴേക്കുപോയാൽ, നിങ്ങളുടെ ഫോക്കസ് വീണ്ടും താഴേക്കുവരും, ഈ സൈക്കിൾ നിങ്ങളെ ബിസിനസിൽനിന്ന് പുറത്തെത്തിക്കും.

പൊതുവെ, ആളുകൾ മറ്റ് ജോലിക്കൊപ്പമോ പഠനത്തിനൊപ്പമോ മറ്റ് സംരംഭങ്ങൾക്കൊപ്പമോ പാർട് ടൈമായാണ് നെറ്റ്‌വർക്ക് മാർക്കറ്റിങ് ബിസിനസ് തുടങ്ങുക. ഇതുവഴി അവർ സദാ തിരക്കുള്ളവരാകും, ഈ ബിസിനസിൽ ശ്രദ്ധിക്കാൻ അവർക്ക് കഴിയാതെ വരും.

അതുകൊണ്ട്, നെറ്റ്‌വർക്ക് മാർക്കറ്റിങ്ങിൽ നിങ്ങൾക്ക് വിജയിക്കണമെന്നുണ്ടെങ്കിൽ, നിങ്ങൾ അതിൽ ഫോക്കസ് ചെയ്യണം. നിങ്ങൾ മറ്റേതെങ്കിലും കാര്യത്തിൽ ഫോക്കസ് ചെയ്തിട്ട് വിജയിക്കുമെന്ന് പ്രതീക്ഷിച്ചിരുന്നിട്ട് കാര്യമില്ല. നിങ്ങൾ സ്വയം ചില അടിസ്ഥാന ചോദ്യങ്ങൾ ചോദിക്കുക; നിങ്ങളുടെ സംശയങ്ങളെല്ലാം നിങ്ങളുടെ സീനിയർമാരോട് ചോദിച്ച് വ്യക്തത വരുത്തുക, നിങ്ങൾ ചെയ്യുന്ന കാര്യങ്ങളിൽ നിങ്ങളുടെ ഊർജം മുഴുവനായി ചെലുത്തുക, അത് നിങ്ങളുടെ ലക്ഷ്യങ്ങൾക്കരികിലെത്തിക്കും.

FOCUS (ഫോക്കസ്) = Follow One Course Until Successful (വിജയിക്കുന്നതുവരെ ഒരു മാർഗ്ഗം പിന്തുടരുക).

ഇതുകൂടി ഓർക്കുക, പാർട്ടൈമായി ചെയ്താലും നിങ്ങൾക്ക് ഈ ബിസിനസിൽ നന്നായി ഫോക്കസ് ചെയ്യാൻ കഴിയും. ഭൂരിപക്ഷം നെറ്റ്‌വർക്ക് മാർക്കറ്റർമാരും തുടക്കത്തിൽ പാർട്ടൈമായാണ് അവരുടെ ബിസിനസ് തുടങ്ങിയത്.

നിങ്ങൾ എന്തിലാണ് ലക്ഷ്യം വച്ചിരിക്കുന്നത്, അതിനാൽ നിങ്ങളുടെ ജീവിതം നിയന്ത്രിക്കപ്പെടുന്നു.

– ടോണി റോബിൻസ്

എല്ലാ അസാധാരണ നേട്ടങ്ങളും തുടങ്ങുന്നത് വ്യക്തതയിൽനിന്നും ലക്ഷ്യത്തിൽനിന്നുമാണ്.

വെറും 63 ദിവസം കൊണ്ട് എന്റെ യുറ്റ്യൂബ് ചാനലിന്റെ – Deepak Bajaj *– വരിക്കാരുടെ എണ്ണം 1000-ൽനിന്ന് ഒരു ലക്ഷമായി ഉയർന്നതുകണ്ട് എന്റെ ചുറ്റുമുള്ള നിരവധി പേർ വിസ്മയിച്ചിട്ടുണ്ട്. പുറത്തിറങ്ങി ദിവസങ്ങൾക്കകം എന്റെ പുസ്തകം ബെസ്റ്റ് സെല്ല റാകുന്നു, ഈ പുസ്തകത്തിന്റെ പരിഷ്കരിച്ച പതിപ്പ് പുറത്തിറങ്ങി എട്ടുമാസത്തിനകം, ആമസോണിലെ സെൽഫ് ഹെൽപ് പുസ്തക വിഭാഗത്തിലെ ഏറ്റവും വിൽപനയുള്ള മൂന്ന് പുസ്തകങ്ങളിൽ ഒന്നായി ഇത് മാറി.*

ഈ അസാധാരണ വളർച്ച വരുന്നത് എനിക്കുള്ള പൂർണ്ണമായ വ്യക്തതയിൽനിന്നാണ്: എന്റെ വീഡിയോകൾ കൊണ്ടും പുസ്തകങ്ങൾ കൊണ്ടും എങ്ങനെ ജനങ്ങളെ സഹായിക്കാം എന്ന കാര്യത്തിൽ എനിക്ക് വ്യക്തതയുണ്ട്. ജനങ്ങളെ അവരുടെ സ്വപ്നം നിറവേറ്റുന്നതിൽ സഹായിക്കാനുള്ള ആത്മാർഥമായ ഉദ്ദേശ്യം, മികച്ച അറിവ് പകർന്നുനൽകുക എന്ന ലക്ഷ്യം, ഓരോ വീഡിയോയിലും ഓരോ അധ്യായത്തിലും ടൂളുകളും തന്ത്രങ്ങളും... ഇതെല്ലാം ജനങ്ങൾക്ക് അവിശ്വസനീയമായ ഫലങ്ങളുണ്ടാക്കിയിട്ടുണ്ട്.

ഭാഗം അഞ്ച്

വിജയിയായ ഒരു നെറ്റ്‌വർക്ക് മാർക്കറ്ററുടെ ഗുണങ്ങൾ

ലീഡർമാർ സൃഷ്ടിക്കപ്പെടുകയാണ്, ജനിക്കുകയല്ല. അവർ കഠിനാധ്വാനത്താൽ രൂപപ്പെടുന്നു, അർഥവത്തായ ഏത് ലക്ഷ്യവും സാക്ഷാൽക്കരിക്കാൻ നാം ഏവരും നൽകേണ്ട വിലയാണത്.
– വിൻസ് ലൊംബാർഡി

എല്ലാ പരിശീലന പരിപാടികളിലും സെമിനാറിലും, ആളുകൾ എന്നോട് ചോദിക്കും, ഒരു മഹാനായ നെറ്റ്‌വർക്ക് മാർക്കറ്റർ ആകാൻ എന്താണ് ചെയ്യേണ്ടത്, വിജയിയായ ഒരു നെറ്റ്‌വർക്ക് മാർക്കറ്റർക്ക് അവശ്യം വേണ്ട ഗുണങ്ങൾ എന്തൊക്കെയാണ് എന്നൊക്കെ. ഓരോ സമയവും ഞാൻ പറയും, നിങ്ങൾ സിസ്റ്റത്തിൽ വിശ്വസിക്കുകയും വളരാനും പഠിക്കാനും സർവാത്മനാ പ്രതിബദ്ധതയുള്ള ഒരു നല്ല മനുഷ്യനായിരുന്നാൽ മതി. ഈ അടിസ്ഥാന കാര്യങ്ങളുണ്ടെങ്കിൽ മറ്റു കാര്യങ്ങൾ നിങ്ങൾക്ക് വളർത്തിയെടുക്കാവുന്നതേയുള്ളൂ. വിജയിയായ ഒരു നെറ്റ്‌വർക്ക് മാർക്കറ്റർ ആകാനുള്ള ഏറ്റവും നല്ല കാര്യം യാത്ര വിജയകരമായിരിക്കുക എന്നതാണ്. എന്നെ വിശ്വസിക്കൂ, ഇത് ഏറ്റവും നന്നായി പ്രതിഫലം നൽകുന്ന, വലിയ പരിവർത്തനം വരുത്തുന്ന യാത്രയാണ്, നിങ്ങൾ ഒരിക്കലും നടത്താത്ത ഒന്ന്. ഈ യാത്രയുടെ അവസാനം നിങ്ങൾ പൂർണ്ണമായും വ്യത്യസ്തനായ ഒരു വ്യക്തിയായി മാറും.

വിജയിയായ ഒരു നെറ്റ്‌വർക്ക് മാർക്കറ്റർ ആകാൻ അവശ്യം വേണ്ട ഗുണങ്ങളെക്കുറിച്ചാണ് ഈ ഭാഗം വിശദീകരിക്കുന്നത്. കൗതുകകരമെന്നുപറയട്ടെ, വിവിധ അളവിൽ നമ്മളിൽ ഓരോരുത്തിലും ഈ ഗുണങ്ങളുണ്ട്. ഇപ്പോൾ ഞാൻ ചെയ്യാൻ ആവശ്യപ്പെടുന്നത്, ഈ ഗുണങ്ങൾ ഓരോന്നിനെയും കുറിച്ച് നിങ്ങൾ സ്വയം വിലയിരുത്തുക, വളർച്ചയുടെ മേഖലകൾ തീരുമാനിക്കുക, അവയെ മെച്ചപ്പെടുത്തുക. ഈ ഗുണങ്ങളെ നിങ്ങൾ വികസിപ്പിക്കുമ്പോൾ നിങ്ങളുടെ ബിസിനസും പെരുകും.

ഓർക്കുക, എല്ലാ വലിയ നെറ്റ്‌വർക്ക് മാർക്കറ്റർമാരും ഒരിക്കൽ പ്രതിഫലേച്ഛ ഇല്ലാതെ ഇതിൽ വന്നവരാണ്. എല്ലാവരും അടിത്തട്ടിൽ നിന്നാണ് ബിസിനസ് തുടങ്ങിയത്. എന്ത് മാറ്റമാണ് വരുത്തേണ്ടത്, എങ്ങനെയാണ് പ്രവർത്തിക്കേണ്ടത് എന്ന് തിരിച്ചറിഞ്ഞവർ, വൻവിജയങ്ങൾ നേടിയെടുത്തു. എവിടെയാണ് തുടങ്ങേണ്ടത് എന്നതല്ല, എവിടെയാണ്

അവസാനിപ്പിക്കേണ്ടത് എന്നതാണ് കാര്യം. നിങ്ങളുടെ വ്യക്തിപരമായ പരിണാമത്തിനുള്ള ഒരു ഗൈഡായി ഈ ഭാഗത്തെ സമീപിക്കുക, അതു വഴി നിങ്ങളുടെ സ്വപ്നങ്ങൾ സാക്ഷാൽക്കരിക്കുക. നിങ്ങൾക്ക് ഇപ്പോഴുള്ള ഗുണങ്ങളുടെ പേരിൽ നിങ്ങളെ സ്വയം അഭിനന്ദിക്കുക, ബാക്കിയുള്ളവയെ വികസിപ്പിക്കാൻ തുടങ്ങുക.

> *'ജയിക്കാനുള്ള ഇച്ഛാശക്തി അല്ല പ്രശ്നം. അതെല്ലാവർക്കുമുണ്ട്. ജയിക്കാനുള്ള തയ്യാറെടുപ്പിനുള്ള ഇച്ഛാശക്തിയാണ് പ്രധാനം.'*
>
> – ബെയർ ബ്രയന്റ്

1. ആളിക്കത്തുന്ന ഇച്ഛ

ശ്വാസമെടുക്കാൻ ബദ്ധപ്പെട്ടു ശ്രമിക്കുന്നതുപോലെ നിങ്ങൾ വിജയിക്കാൻ ആഗ്രഹിക്കുമ്പോൾ, നിങ്ങൾ വിജയിയായിത്തീരും.
- എറിക് തോമസ്

യഥാർഥത്തിൽ, നിങ്ങൾ ആഗ്രഹിക്കുന്ന എന്തെങ്കിലും നിങ്ങൾക്ക് വേണം എന്നുണ്ടെങ്കിൽ, നിങ്ങൾ മോശമായ വിധത്തിൽ അത് ആഗ്രഹിക്കേണ്ടിവരും. ചിലതുണ്ട്, ഏറ്റവും മോശമായ തരത്തിൽ നിങ്ങൾ സാക്ഷാൽക്കരിക്കാൻ ആഗ്രഹിക്കും, അതിനുള്ള സമയം കിട്ടുന്നതുവരെ നിങ്ങൾക്ക് സമാധാനമുണ്ടാകില്ല. ദിവസവും വിശ്രമമില്ലാതെ കഠിനാധ്വാനം ചെയ്യാൻ ചില കാര്യങ്ങൾ നമ്മളെ പ്രേരിപ്പിക്കും. അതെ, നിങ്ങൾ അതിനെ സ്വപ്നം എന്നുവിളിക്കും. എന്നാൽ, എനിക്ക് നിർദേശിക്കാനുള്ളത്, ഒരു സ്വപ്നത്തിനുപരിയായി നിങ്ങളെ ഒരു പടി മുന്നിലെത്തിക്കാനാണ്. സ്വപ്നത്തിൽനിന്ന് ആളിക്കത്തുന്ന ഇച്ഛയിലേക്ക് നിങ്ങൾ മുന്നേറണം. അത് നിങ്ങളുടെ അകത്ത് ജ്വലിച്ചുകൊണ്ടിരിക്കുന്ന തീയാണ്, അത് നിങ്ങൾക്ക് മുന്നേറാനുള്ള ഊർജം നൽകും. എനിക്ക് ഉറപ്പാണ്, നിങ്ങളുടെ അകത്ത് ആളിക്കത്തുന്ന ഇച്ഛയുണ്ട്, അതുകൊണ്ടാണ് നിങ്ങൾ ഈ പുസ്തകം വായിക്കുന്നത്.

എല്ലാ മഹത്തായ വിജയങ്ങളും തുടങ്ങുന്നത് ഒരു ആഗ്രഹത്തിൽനിന്നാണ്, ആളിക്കത്തുന്ന, മിടിച്ചുകൊണ്ടിരിക്കുന്ന ആഗ്രഹത്തിൽനിന്ന്. നിങ്ങൾക്ക് കാണാനാകുംവിധം നിങ്ങളുടെ മുന്നിൽതന്നെ കാത്തുസൂക്ഷിച്ചുകൊണ്ട് നിങ്ങളുടെ ആഗ്രഹത്തെ ജ്വലിപ്പിച്ചുനിർത്തണം. നിങ്ങളുടെ വർക്ക് ഡെസ്കിൽ ചിത്രങ്ങൾ പതിച്ചുവയ്ക്കുക, നിങ്ങളുടെ ലാപ്ടോപ്പിലും മൊബൈലിലും വാൾപേപ്പറുകളുണ്ടാക്കുക, സാധ്യമായ എല്ലാ വേദികളിലും നിങ്ങളുടെ ലക്ഷ്യം പ്രഖ്യാപിക്കുക, 3 x 5 കാർഡിൽ അത് എഴുതിസൂക്ഷിക്കുക, ദിവസവും അത് വായിക്കുക.

ഒരു വിശ്വാസത്തിനും ആളിക്കത്തുന്ന ഇച്ഛക്കും യാഥാർഥ്യമാക്കാൻ കഴിയാത്തതായി ഒന്നുമില്ല. - നെപ്പോളിയൻ ഹിൽ

ഓർക്കുക, നിങ്ങൾ നിങ്ങളുടെ സ്വപ്നങ്ങളെ അനുഗമിച്ചുതുടങ്ങിയാൽ, നിങ്ങളുടെ സ്വപ്നങ്ങളെ അപഹരിക്കാൻ ശ്രമിക്കുന്ന നിരവധി പേരെ കണ്ടുമുട്ടിയെന്നുവരും. ഈ സ്വയം പ്രഖ്യാപിത തത്വജ്ഞാനികൾ നിങ്ങളോട് ഇങ്ങനെ പറയും; നിങ്ങൾക്കുള്ളതിൽ തൃപ്തരാകുക, നിങ്ങളുടെ സ്വപ്നങ്ങൾക്കുവേണ്ടി പ്രവർത്തിക്കാതിരിക്കുക. ഈ ബിസിനസ് മുന്നോട്ടു

പോകില്ല എന്നും സ്വപ്നങ്ങൾ സിനിമയിൽ മാത്രമേ സാക്ഷാൽക്കരിക്കപ്പെടൂ എന്നും തെളിയിക്കാൻ നിരവധി ഉദാഹരണങ്ങൾ അവർ നിരത്തും. ഇത്തരം സന്ദർഭങ്ങളിൽ, നിങ്ങളുടെ സ്വപ്നങ്ങളെ കൂടുതൽ ശക്തമായി കാത്തുസൂക്ഷിക്കുക, എന്നിട്ട് മുന്നോട്ടുപോകുക.

അത് ചെയ്യാത്തതിനുള്ള നിങ്ങളുടെ ഒഴിവുകഴിവ് എന്താണെങ്കിലും, അതേ കാര്യം തന്നെ അത് ചെയ്യുന്നതിനുള്ള കാരണവും ആയിത്തീരും.

ഇന്ന് നാം എവിടെയെത്തിനിൽക്കുന്നു, നമ്മൾ എന്തെല്ലാം കാര്യങ്ങൾ അനുഭവിക്കുന്നു, മനുഷ്യരാശി കൈവരിച്ച വികസനം... ഇതിനെല്ലാം ഒരു കാരണമുണ്ട്: ആർക്കോ ഒരാൾക്ക് ആളിക്കത്തുന്ന ഇച്ഛയുണ്ടായിരുന്നു, ആ വ്യക്തി അദ്ദേഹത്തിന്റെ/അവളുടെ ആഗ്രഹം ഉപേക്ഷിക്കാൻ തയാറായില്ല. ജനിക്കുമ്പോൾ ലഭിക്കുന്ന സാഹചര്യങ്ങളിൽ എല്ലാവരും സംതൃപ്തരായിരുന്നു എങ്കിൽ, ഇന്നും നാം നഗ്നരായി കാടുകളിൽ ജീവിക്കേണ്ടി വേന്നേനെ, കുരങ്ങന്മാരെപ്പോലെ മരങ്ങളിൽനിന്ന് മരങ്ങളിലേക്ക് ചാടിച്ചാടി... ചുരുക്കം ചിലരിൽ ആളിക്കത്തിക്കൊണ്ടിരിക്കുന്ന ഇച്ഛയുടെ ജീവിക്കുന്ന ഉദാഹരണമാണ് മനുഷ്യരാശിയുടെ പരിണാമം, ആ ചുരുക്കം ചിലർ പോയിക്കഴിഞ്ഞ് നൂറ്റാണ്ടുകൾ പിന്നിട്ടാലും അവരെ നാം ഓർക്കുന്നു. വളരാനുള്ള ആഗ്രഹമാണ് മൃഗങ്ങളിൽനിന്ന് നമ്മെ വ്യത്യസ്തരാക്കുന്നതെന്ന് ഞാൻ ഉറച്ചുവിശ്വസിക്കുന്നു.

പരാജിതർ നൽകുന്ന ഒഴിവുകഴിവാണ് സംതൃപ്തി.

- ദീപക് ബജാജ്

ജീവിതത്തിൽ നിങ്ങൾക്ക് ചെയ്യാൻ കഴിയുന്ന ഏറ്റവും ആത്മീയമായ കാര്യം വളർച്ചക്കുവേണ്ടി ആളിക്കത്തുന്ന ഇച്ഛ ഉണ്ടായിരിക്കുക എന്നതാണ്. അത് ദിവ്യമാണ്. അത് നിങ്ങൾക്ക് ചെയ്യാൻ കഴിയുന്ന ഏറ്റവും മാനുഷികമായ കാര്യമാണ്, കാരണം, നിങ്ങൾക്ക് ഒറ്റയ്ക്ക് സ്വയം ഉയരാനാകില്ല, വളരണമെന്ന് നിങ്ങൾ തീരുമാനിച്ചു കഴിഞ്ഞാൽ, നിങ്ങൾക്കു ചുറ്റുമുള്ള നിരവധി പേരെ കൂടി നിങ്ങൾക്ക് ഉയർത്തിയെടുക്കാൻ കഴിയും.

നിങ്ങൾക്ക് ഉള്ളതിൽ തൃപ്തിപ്പെടുക, അതേസമയം, നിങ്ങൾ ആഗ്രഹിക്കുന്നവർക്കുവേണ്ടി തുടർച്ചയായി പ്രവർത്തിച്ചുകൊണ്ടിരിക്കുക.

- ദീപക് ബജാജ്

സാക്ഷാൽക്കരിക്കുന്നതുവരെ നിങ്ങളുടെ ആഗ്രഹങ്ങളെ ജ്വലിപ്പിച്ചു നിർത്തുക. നിങ്ങളുടെ ഓരോ ആഗ്രഹവും സാക്ഷാൽക്കരിക്കുന്നതിന് അനുയോജ്യമായ ലോകത്തെ ഏറ്റവും മികച്ച ബിസിനസാണ് നിങ്ങൾ തെരഞ്ഞെടുത്തിരിക്കുന്നത്.

അത് ആളിക്കത്തുന്ന ഒരു ഇച്ഛയിൽനിന്ന് തുടങ്ങുന്നു

എന്റെ ഓരോ വിജയത്തിനും പുറകിൽ, അത് സാക്ഷാൽക്കരിക്കാനുള്ള ആളിക്കത്തുന്ന ഇച്ഛയുണ്ടായിരുന്നു. ആളിക്കത്തുന്ന ഒരു ഇച്ഛയിലേക്ക് നിങ്ങൾ ഫോക്കസ് ചെയ്തിരുന്നാൽ, നിങ്ങൾ ഒരിക്കലും പരാതി പറയില്ല, എല്ലാ തടസ്സങ്ങളും തിരിച്ചടികളും വകഞ്ഞുമാറ്റി നിങ്ങൾ മുന്നേറും. ഒരു അമേരിക്കൻ ലീഡറിൽനിന്നാണ് – ഡെക്സ്റ്റർ യാഗർ – എനിക്ക് ഇതിനുള്ള പ്രചോദനം ലഭിച്ചത്. കഴിഞ്ഞ നാൽപതുവർഷത്തിനിടെ അദ്ദേഹം കെട്ടിപ്പടുത്ത നെറ്റ്‌വർക്ക് മാർക്കറ്റിങ് സാമ്രാജ്യത്തിന്റെ വിഭവങ്ങൾ പരിശോധിച്ചപ്പോൾ, എനിക്ക് വ്യക്തമായി, അദ്ദേഹം തന്റെ ആളിക്കത്തുന്ന ഇച്ഛ പ്രാവർത്തികമാക്കുകയായിരുന്നു.

2. ആർജവവും പ്രശസ്തിയും

ആരും ശ്രദ്ധിക്കാതിരിക്കുമ്പോൾ ചെയ്യുന്ന ശരിയായ കാര്യമാണ് ആർജവം. – സി.എസ്. ലൂയിസ്

ഡിക്ഷ്ണറി അനുസരിച്ച്, 'സത്യസന്ധരായിരിക്കുന്നതിനുള്ള ഗുണമാണ് ആർജവം, മാറ്റാൻ നിങ്ങൾക്ക് സമ്മതമല്ലാത്ത അതിശക്തമായ ധാർമ്മിക മൂല്യങ്ങളും'. നിങ്ങളുടെ ജീവിതം എങ്ങനെ നയിക്കുന്നു എന്ന മാർഗ്ഗമാണത്. ആർജവം എന്നത് നിങ്ങൾ ശരിയാണെന്ന് അതിശക്തമായി വിശ്വസിക്കുന്ന ഒരുകൂട്ടം തത്വങ്ങളാണ്, അതിന്റെ അടിസ്ഥാനത്തിലാണ് നിങ്ങൾ നിങ്ങളുടെ ജീവിതം ജീവിച്ചുതീർക്കുന്നത്. നിങ്ങൾക്കായി നിങ്ങൾ വികസിപ്പിച്ചെടുക്കേണ്ട മഹത്തായ ഗുണം, അവിസ്മരണീയമായ ഒരു ജീവിതം ജീവിക്കുക എന്നതാണ്, ഒപ്പം ആർജവമുള്ള ഒരു വ്യക്തിയായിരിക്കുക എന്നതും.

ഒരു നല്ല ബിസിനസുകാരനാകുന്നതിനുമുമ്പ് അടിസ്ഥാനപരമായി വേണ്ടത് ഒരു നല്ല മനുഷ്യനാകുക എന്നതാണ്. യഥാർഥത്തിൽ, ഒരു നല്ല വ്യക്തിക്കേ ഒരു നല്ല ടീമിനെ ഉണ്ടാക്കാൻ കഴിയൂ. മഹാനായ ഒരാൾക്കേ മഹത്തായ ഒരു ബിസിനസ് കെട്ടിപ്പടുക്കാൻ കഴിയൂ. എല്ലാവരെയും, എല്ലാത്തിനെയും മാറ്റിത്തീർക്കാൻ ആളുകൾ ഓടിനടക്കുന്ന ഒരു ലോകത്ത് എനിക്ക് പറയാനുള്ളത്, നിങ്ങളെ സ്വയം മെച്ചപ്പെടുത്തുന്ന പ്രവർത്തനം നടത്തുക, ലോകത്തെ മറ്റെല്ലാം സ്വഭാവികമായി അവയുടെ സ്ഥാനത്ത് ഇരുന്നുകൊള്ളും.

നിങ്ങളുടെ ബാഹ്യലോകം നിങ്ങളുടെ ആന്തരികലോകത്തിന്റെ ഒരു പ്രതിഫലനമാണ്. അകത്തേക്കുപോകുന്നത് പുറത്തു കാണിക്കും. – ബോബ് പ്രൊക്റ്റർ

ആളുകൾ നിങ്ങളെ സദാ വീക്ഷിച്ചുകൊണ്ടിരിക്കുകയാണ്: സമയത്തെക്കുറിച്ച് നിങ്ങൾ ബോധവാനായിരിക്കുമ്പോഴും അല്ലാത്തപ്പോഴും. സ്റ്റേജിലായിരിക്കുമ്പോഴും അല്ലാത്തപ്പോഴും നിങ്ങൾ പറയുന്നത് ആളുകൾ ശ്രദ്ധിക്കുന്നുണ്ട്. യഥാർഥത്തിൽ, ആളുകൾ നിങ്ങളെ ശ്രദ്ധിക്കുക മാത്രമല്ല ചെയ്യുന്നത്, അവർ നിങ്ങളുടെ പ്രവർത്തനങ്ങൾ നിങ്ങൾ പറയുന്ന കാര്യങ്ങളുമായി ചേർത്തുവച്ച് നോക്കുകയും ചെയ്യുന്നുണ്ട്. നിങ്ങൾ പറയുന്നതും ചെയ്യുന്നതും തമ്മിൽ ചേർന്നുപോകുന്നുണ്ടെങ്കിൽ, നിങ്ങൾക്ക് ആർജവമുള്ള ഒരാളാണെന്ന പ്രശസ്തി സമ്പാദിക്കാനാകും.

എല്ലാ സാഹചര്യത്തിലും എല്ലാ വ്യക്തികൾക്കൊപ്പവും ഒരേപോലെയുള്ള ആളെയാണ് നാം ആർജവമുള്ള വ്യക്തി എന്നുപറയുന്നത്.

ആർജവമുള്ള വ്യക്തിയായി മാറുക, അതുവഴി നിങ്ങൾക്ക് നിരവധി യോഗ്യരായ ആളുകളെ നിങ്ങളുടെ ജീവിതത്തിലേക്കും ബിസിനസിലേക്കും ആകർഷിക്കാൻ കഴിയും, കാരണം, ആർജവമുള്ള വ്യക്തിക്കൊപ്പം ആളുകൾക്ക് സുരക്ഷിതത്വവും സംരക്ഷണവും അനുഭവിക്കാൻ കഴിയും. നിങ്ങൾ ഒരിക്കൽ ആർജവം കൈവരിച്ചുകഴിഞ്ഞാൽ, നിങ്ങൾക്ക് എണ്ണമില്ലാത്ത അത്ര ഫോളോവേഴ്സിനെ ലഭിക്കും, എന്നും വളർന്നുകൊണ്ടിരിക്കുന്ന വിശ്വാസ്യതയും പ്രത്യാശയും ലഭിക്കും.

വിശ്വാസം എന്നത് ലഭിക്കുന്നതല്ല, അത് നേടിയെടുക്കേണ്ടതാണ്.
– ദീപക് ബജാജ്

ആർജവം എന്നത് നിങ്ങളുടെ ആന്തരിക ഗുണമാണ്, അതേസമയം, നിങ്ങളുടെ പ്രശസ്തി എന്നത്, മറ്റുള്ളവർ നിങ്ങളെക്കുറിച്ച് ചിന്തിക്കുന്നതാണ്. പ്രശസ്തിയാണ് നിങ്ങളുടെ ഏറ്റവും വിലയേറിയ സ്വത്ത്; നിങ്ങൾ അത് സൃഷ്ടിച്ചെടുക്കണം, എന്തുവില കൊടുത്തും അതിനെ സംരക്ഷിക്കുകയും വേണം. നിങ്ങൾക്ക് പ്രശസ്തി നേടിയെടുക്കാനുള്ള ലളിതമായ വഴികൾ ഇതാ:

1. നിങ്ങളുടെ വാക്കുകളെ ആദരിക്കുക. നിങ്ങൾ പറയുന്നത് ആർക്കും റെക്കോർഡ് ചെയ്യേണ്ട ആവശ്യമില്ല. പറയുന്നത് ചെയ്യുക.
2. ഒരു അപ്പോയ്ന്റ്മെന്റും മീറ്റിങ്ങും ഒരിക്കലും റദ്ദാക്കരുത്. ഒരു മീറ്റിങ്ങിന് വൈകിയെത്താൻ പാടില്ല.
3. മറ്റുള്ളവരുടെ പണം/ഉൽപ്പന്നം/പങ്കാളി എന്നിവയെ നശിപ്പിക്കാതിരിക്കുക. ആരുമായും അക്കൗണ്ടുകൾ ഇല്ലാതിരിക്കുക.
4. ഏറ്റവും കഠിനാധ്വാനിയായിരിക്കുക, നിങ്ങളുടെ ടീമിലെ ഏറ്റവും വിശ്വസ്തനായിരിക്കുക.
5. ആളുകൾ പിന്തുടരാൻ ആഗ്രഹിക്കുന്ന മനോഭാവവും സ്വഭാവവും പ്രദർശിപ്പിക്കുക.
6. നല്ല സ്വഭാവവും ധാർമ്മിക മൂല്യങ്ങളുമായി ജീവിക്കുക.
7. നിങ്ങളുടെ എല്ലാ ഇടപാടുകളിലും സത്യസന്ധരും സുതാര്യരും ആയിരിക്കുക.

പ്രതിഭയും കഴിവും നിങ്ങളെ ഉയരത്തിലെത്തിക്കും, പക്ഷേ, സ്വഭാവമാണ് നിങ്ങളെ അവിടെ ഉറപ്പിച്ചുനിർത്തുക.
– ജോൺ വുഡൻ

അതിവേഗം വളർന്നുകൊണ്ടിരിക്കുന്ന ചില ആളുകളെ ഈ ബിസിനസിൽ ഞാൻ കണ്ടിട്ടുണ്ട്, എന്നാൽ, അവരുടെ ബിസിനസ് ഒരുഘട്ടത്തിനുശേഷം തകർന്നുപോകുന്നു. ചുരുക്കം ചിലർ ചെറിയ വരുമാനവുമായി അതേ

കമ്പനിയിൽ തുടരുന്നു, മറ്റുചിലർ മറ്റ് നെറ്റ്‌വർക്ക് മാർക്കറ്റിങ് കമ്പനികളിലേക്ക് തിരിയുന്നു. എന്തുകൊണ്ട് അവർക്ക് ഇങ്ങനെ സംഭവിക്കുന്നു കാരണം ലളിതമാണ്. നെറ്റ്‌വർക്ക് മാർക്കറ്റിങ് എന്നത് ടീമിൽ അധിഷ്ഠിതമായ ബിസിനസ് ആണ്. പലപ്പോഴും ആർജവവും ശേഷിയും കുറഞ്ഞ ആളുകൾക്കും ബിസിനസിൽ ഉയരാൻ കഴിയും, അവരുടെ മഹത്തായ അപ്ലൈൻ മൂലം, അല്ലെങ്കിൽ പ്രതിബദ്ധതയുള്ള ഡൗൺലൈനുകൾ മൂലം, അല്ലെങ്കിൽ ശക്തമായ ഒരു സിസ്റ്റം മൂലം. എന്നാൽ, വളരെ ഉയരത്തിലെത്തുന്ന നിരവധി പേർക്ക് ആ ഉയരത്തിൽ നിലനിൽക്കാനുള്ള സ്വഭാവവും ആർജവവും വികസിപ്പിച്ചെടുക്കാൻ കഴിയുന്നില്ല. അപ്പോൾ അവർ തെറ്റായ കാര്യങ്ങൾ ചെയ്തുതുടങ്ങും, അതോടെ അവർ തുടങ്ങിയിടത്തേക്കുതന്നെ വീഴാൻ തുടങ്ങും. തെറ്റിൽനിന്ന് പാഠം പഠിക്കുന്നവർ വീണ്ടും ഉയരത്തിലേക്ക് എത്തും, ശേഷിക്കുന്നവർ അപ്ലൈനിനെയും ടീമിനെയും കമ്പനിയെയും താനൊഴിച്ചുള്ള മുഴുവൻ ലോകത്തെയും കുറ്റപ്പെടുത്തി ബിസിനസ് വിട്ടുപോകും. തുടക്കത്തിൽ ചെറിയ ശേഷികളും ഗുണങ്ങളും വേണമെന്നില്ല, എന്നാൽ, ബിസിനസിൽ റാങ്കുകളിലേക്ക് പോകുമ്പോൾ നിങ്ങളുടെ ശേഷികളും ആർജവവും വികസിപ്പിച്ചെടുക്കേണ്ടിവരും. ഇത് അനിവാര്യമാണ്, നെറ്റ്‌വർക്ക് മാർക്കറ്റിങ് ബിസിനസിനെ സംബന്ധിച്ചുമാത്രമല്ല, നല്ല ഒരു ജീവിതത്തെ സംബന്ധിച്ചും.

> *അവസരങ്ങൾ നിങ്ങളുടെ വിശ്വസ്തതയെ നിയന്ത്രിക്കാൻ തുടങ്ങിയാൽ നിങ്ങളുടെ സ്വഭാവത്തിൽ എന്തോ തകരാറുണ്ട്.*
>
> – അജ്ഞാതൻ

ഈ ബിസിനസിൽ ഞാൻ നിരവധി ലീഡർമാരെ കണ്ടുമുട്ടിയിട്ടുണ്ട്, ഏറ്റെടുക്കുന്ന എല്ലാം വൻ സംഭവങ്ങളാക്കി മാറ്റുന്നവർ, എന്നാൽ, അവർക്ക് ലളിതമായ ഒരു കാര്യത്തിന്റെ കുറവുണ്ട്, അതാണ് കൂറ്, ഇത് അവരുടെ പ്രശസ്തിയെയും കരിയറിനെയും എന്നന്നേക്കുമായി കൊന്നുകളയും. നിങ്ങൾ കാണുമ്പോഴെല്ലാം പുതിയ വിപ്ലവകരമായ കമ്പനിയുമായി വരുന്ന ആളുകളെ നിങ്ങൾക്ക് കാണാൻ കഴിയും, ഓരോ തവണയും അവർ അവകാശപ്പെടുക, ഇപ്പോൾ അവർ ഏറ്റവും മികച്ചത് കണ്ടെത്തി എന്നായിരിക്കും. ഭൂമിയിലെ ഏറ്റവും മികച്ച കമ്പനി കണ്ടെത്താനുള്ള അവസാനിക്കാത്ത ഒരു ദാഹം അവർക്കുണ്ടായിരിക്കും. ഇത്തരം ആളുകൾ മനസ്സിലാക്കാത്ത ഒരു കാര്യം, കമ്പനിയിലല്ല കാര്യം, നിങ്ങളിലാണ് കാര്യം എന്നതാണ്.

ഇത്തരം ആളുകൾ സിസ്റ്റം 100 ശതമാനം പിന്തുടരാത്തവരാണ്, ഒരു കമ്പനിയിൽനിന്ന് മറ്റൊരു കമ്പനിയിലേക്ക്, അല്ലെങ്കിൽ ഒരു അപ്ലൈനിൽനിന്ന് മറ്റൊരു അപ്ലൈനിലേക്ക് മാറിക്കൊണ്ടിരിക്കുന്നവരാണ്. നിങ്ങൾ ഒരു മോശം കമ്പനിയിൽചെന്നുപെടുകയും മാസങ്ങൾക്കുശേഷം

ഇക്കാര്യം തിരിച്ചറിഞ്ഞ് മറ്റൊരു കമ്പനിയിലേക്ക് മാറുന്നത് എനിക്ക് മനസ്സിലാക്കാനാകും, ഇത് ഒന്നോ രണ്ടോ തവണ സംഭവിച്ചാലും എനിക്ക് മനസ്സിലാക്കാം, എന്നാൽ അതിനപ്പുറത്തേക്കോ കമ്പനിയല്ല ഇവിടെ ഉത്തരവാദി, നിങ്ങളുടെ പ്രകൃതവും സ്വഭാവവുമാണ്. നിങ്ങളുടെ ധാർമ്മിക നിലവാരത്തിൽനിന്ന് ഒരുതവണ വീണുകഴിഞ്ഞാൽ, അത് കഠിനമായിരിക്കും. വീണ്ടും ഇതാവർത്തിച്ചാൽ അൽപം എളുപ്പമാകും, അതിനുശേഷം ഇത് നിങ്ങളെ സംബന്ധിച്ച് സ്വഭാവികമായ ഒന്നായി മാറും.

ഇത്തരം പെരുമാറ്റത്തിന്റെ ഫലം എന്താണ്? അത് നിങ്ങളുടെ പ്രശ്സതിയെ വട്ടപ്പൂജ്യമാക്കും. മാത്രമല്ല, അത് നിങ്ങൾക്ക് കുപ്രസിദ്ധി നേടിത്തരികയും ചെയ്യും. ഓരോ തവണ ആളുകൾ നിങ്ങളെ കാണുമ്പോഴും അവർ ചോദിക്കും, 'ഇപ്പോൾ നിങ്ങൾ ഏത് കമ്പനിയിലാണ്?' നിങ്ങൾ എത്ര മിടുക്കനും കഴിവുള്ളയാളും ആകട്ടെ, ഈയൊരു പ്രതിച്ഛായ വച്ച് നിങ്ങൾക്ക് യോഗ്യരായ ആളുകളെ ഒരിക്കലും ആകർഷിക്കാൻ കഴിയില്ല. അതുകൊണ്ട് ഞാൻ ഉറപ്പിച്ചുപറയുന്നു, നിങ്ങൾ ഒരു നല്ല കമ്പനി കണ്ടെത്തി അതിൽ ഉറച്ചുനിൽക്കണം. വിശ്വസ്തതയോടെ പെരുമാറി നിങ്ങൾ നിങ്ങളുടെ പ്രശസ്തി കെട്ടിപ്പടുക്കണം, അത് 5–10 വർഷത്തിനുശേഷം നിങ്ങൾക്ക് പരിധികളില്ലാത്ത വളർച്ച നേടിത്തരും.

> *ഒരുദിവസം കൊണ്ട് നിങ്ങൾക്ക് വിശ്വസ്തത നേടിയെടുക്കാനാകില്ല, ഒന്നിനുപുറകേ ഒന്നായി, ദിവസങ്ങൾ കൊണ്ടേ അത് സാധ്യമാകൂ.*
> – ജെഫ്റി ഗിറ്റോമർ

നിങ്ങൾക്ക് നല്ല പ്രശസ്തി ഉണ്ട് എന്ന് കരുതുക, ആഴ്ചകൾ കൊണ്ടോ മാസങ്ങൾ കൊണ്ടോ നിങ്ങളുടെ ബിസിനസ് പതിന്മടങ്ങാകും. ഒപ്പം, ശ്രദ്ധിക്കേണ്ട ഒരു കാര്യം, ഒരിക്കൽ നാം നേടിയെടുത്ത നല്ല പ്രശസ്തി എല്ലാ കാലത്തേക്കുമുള്ളതല്ല, ദിവസവും വെള്ളമൊഴിച്ച് ഒരു ചെടിയെ പരിപാലിക്കുന്നതുപോലെയാണ് ഇതും.

> *പ്രശസ്തി നേടിയെടുക്കാൻ 20 വർഷം എടുക്കും, എന്നാൽ, വെറും അഞ്ചുമിനിറ്റ് മതി അതിനെ നശിപ്പിക്കാൻ. ഇക്കാര്യം മനസ്സിലുണ്ടെങ്കിൽ നിങ്ങൾക്ക് കാര്യങ്ങൾ വ്യത്യസ്തമായി ചെയ്യാൻ കഴിയും.*
> – വാറൻ ബുഫേ

നല്ല പ്രശസ്തി നിങ്ങൾക്ക് ഒരു മുൻഗണന നൽകും

ബിസിനസിന്റെ ആദ്യ നാല് മാസങ്ങളിൽ ഞാനും ഗൗരവും ഞങ്ങളുടെ പേഴ്‌സണൽ ലിസ്റ്റിൽനിന്ന് 300-ലേറെ പേരെ റിക്രൂട്ടു ചെയ്തു. നെറ്റ്‌വർക്ക് മാർക്കറ്റിങ്ങിലോ സാധനങ്ങളുടെ വിൽപന യിലോ ഒരു പരിചയവും ഇല്ലാതെയാണ് ഞങ്ങൾ ഇത് ചെയ്തത്. ഗൗരവ് ശരിക്കും ഒരു സോഫ്റ്റ്‌വെയർ എൻജിനീയറാണ്. എങ്ങനെ യാണ് ഞങ്ങൾക്ക് ഈ അസാധ്യമായ കാര്യം ചെയ്യാനായത് പ്രൊഫഷനൽ ജീവിതത്തിലും വ്യക്തിജീവിതത്തിലും ഞങ്ങൾ നേടിയെടുത്ത മതിപ്പ് മൂലം. ഈ ബിസിനസിലും ഞങ്ങൾ നേടി യെടുത്ത മതിപ്പ് ഏറെ അവിശ്വസനീയമായിരുന്നു, ആളുകൾ ഞങ്ങളെ തേരഞ്ഞുവന്നു, ഞങ്ങൾക്കൊപ്പം ബിസിനസ് തുടങ്ങാൻ. ഞങ്ങളുടെ സ്വഭാവത്തിനും ആർജവത്തിനും നന്ദി. നല്ല മതി പ്പോടെ നിങ്ങൾ ആളുകളെ റിക്രൂട്ട് ചെയ്യുകയാണെങ്കിൽ, അവർക്ക് നല്ല വേഗത്തിൽ ബിസിനസ് ചെയ്യാൻ കഴിയും.

3. സേവന, പ്രത്യുപകാര മനോഭാവം

ജീവിതത്തെക്കുറിച്ച അടിയന്തരവും ആവർത്തിച്ചുകൊണ്ടിരിക്കുന്നതുമായ ചോദ്യം ഇതാണ് – നിങ്ങൾ മറ്റുള്ളവർക്കുവേണ്ടി എന്ത് ചെയ്യുന്നു. – മാർട്ടിൻ ലൂഥർ കിങ് ജൂനിയർ

പത്തുവർഷത്തിലേറെ ഈ ബിസിനസുമായി അടുത്ത് ജീവിച്ചതിന്റെ അനുഭവത്തിൽ ഞാൻ ഉറച്ചുവിശ്വസിക്കുന്നു, നല്ല ആളുകൾക്കു മാത്രമേ നെറ്റ്‌വർക്ക് മാർക്കറ്റിങ് ബിസിനസ് നന്നായി ചെയ്യാൻ കഴിയൂ. എല്ലാ മനുഷ്യരിലും എല്ലാ നെറ്റ്‌വർക്ക് മാർക്കറ്ററിലുമുള്ള രണ്ട് പ്രധാന വ്യക്തിഗുണങ്ങൾ ഞാൻ നിരീക്ഷിച്ചിട്ടുണ്ട്: മറ്റുള്ളവരെ സഹായിക്കാനുള്ള സന്നദ്ധത, പ്രത്യുപകാര മനോഭാവം.

മറ്റുള്ളവർക്കുവേണ്ടി ജീവിക്കുന്നവർ മാത്രമേ ജീവിക്കുന്നുള്ളൂ.
– സ്വാമി വിവേകാനന്ദൻ

നിങ്ങളുടെ ടീമിനെ സഹായിക്കാനും അവർക്ക് പിന്തുണ നൽകാനുമുള്ള ആത്മാർഥമായ ആഗ്രഹമാണ് ഈ ബിസിനസിൽ വലിയ വിജയങ്ങളുണ്ടാക്കുന്നത്. നെറ്റ്‌വർക്ക് മാർക്കറ്റിങ് എന്നത് പൂർണ്ണമായും ഒരു ടീം വർക്കാണ്. നിങ്ങളുടെ വിജയം മറ്റുള്ളവരുടെ സംഭാവനയെ ഏറെ ആശ്രയിച്ചിരിക്കുന്നു. ഇത് ഏത് ബിസിനസിനെ സംബന്ധിച്ചും ശരിയാണെങ്കിലും ഒരു പ്രത്യേക ബിസിനസ് ഘടനയിൽ ചെയ്ത ജോലിക്ക് എല്ലാവർക്കും ശമ്പളം ലഭിക്കുക, ഒരു കോർപറേറ്റ് അധികാരഘടന, ജോലി നഷ്ടപ്പെടുമോ എന്ന ഭയം പ്രത്യേകിച്ചും. എന്നാൽ, നെറ്റ്‌വർക്ക് മാർക്കറ്റിങ്ങിൽ, നിങ്ങൾ 'അസോസിയേറ്റ്സ്' എന്നുവിളിക്കുന്ന ഒരുകൂട്ടം പങ്കാളികളുമായാണ് ജോലി ചെയ്യുന്നത്, നിങ്ങളുടെ വരുമാനം എന്നത് ഓരോരുത്തരും ചെയ്യുന്ന ജോലിയുടെ സഞ്ചിതഫലമാണ്.

നെറ്റ്‌വർക്ക് മാർക്കറ്റിങ്ങിൽ ആളുകൾ പരസ്പരം ബന്ധപ്പെട്ടിരിക്കുന്നത്, അന്യോന്യമുള്ള ആദരവിന്റെയും വിശ്വാസത്തിന്റെയും അടിസ്ഥാനത്തിൽ മാത്രമാണ്. നിങ്ങൾ അവർക്കുവേണ്ടി നിൽക്കുന്നു, അവരോടൊപ്പം നിൽക്കുന്നു എന്ന് തെളിയിച്ചാൽ മാത്രമേ ആളുകൾ നിങ്ങളെ വിശ്വസിക്കൂ. അവർ നിങ്ങൾക്കുവേണ്ടി എന്തെങ്കിലും ചെയ്യുന്നതിനുമുമ്പ്, നിങ്ങൾ അവർക്കുവേണ്ടി എന്തെങ്കിലും ചെയ്തിരിക്കണം. ആളുകൾ ആളുകളെ സഹായിക്കുക എന്ന തത്വത്തിന്റെ അടിസ്ഥാനത്തിലാണ് ഈ ബിസിനസ് പ്രവർത്തിക്കുന്നത്, നിങ്ങളുടെ എല്ലാ ടീം അംഗങ്ങൾക്കും പരമാവധി സഹായം നൽകി ശരിയായ ഒരു ഉദാഹരണം കാണിച്ചുകൊടുത്തുകൊണ്ടാകണം ഇതിന് തുടക്കമിടാൻ.

നിങ്ങൾ ആഗ്രഹിക്കുന്ന എല്ലാം നിങ്ങൾക്കുണ്ടാകും, മറ്റുള്ളവർ ആഗ്രഹിക്കുന്നത് നേടിക്കൊടുക്കാൻ നിങ്ങൾ അവരെ സഹായിക്കുകയാണെങ്കിൽ.
– സിഗ് സിഗ്ലാർ

മറ്റുള്ളവരെ സഹായിക്കാനുള്ള നിയമങ്ങൾ എന്താണ് എന്ന് ആളുകൾ എന്നോട് ചോദിക്കാറുണ്ട്. എന്റെ ഉത്തരം ലളിതമാണ്: ഒരിക്കൽ നിങ്ങൾ ഒരാളെ സ്പോൺസർ ചെയ്തുകഴിഞ്ഞാൽ, ആ വ്യക്തിക്ക് അദ്ദേഹത്തിന്റെയോ അവളുടെയോ ഭാഗം നന്നായി ചെയ്യാൻ ഉത്തരവാദിത്തമുണ്ട്, അതുകൊണ്ട്, അയാളുടെ/അവളുടെ ലക്ഷ്യം നിറവേറ്റാൻ നിങ്ങൾ സാധ്യമായ എല്ലാ കാര്യങ്ങളും ചെയ്തുകൊടുക്കണം. നിങ്ങളുടെ ടീമിലെ ആളുകൾക്ക് പരമാവധി സഹായം ചെയ്യാൻ ഞാൻ നിർദേശിക്കുമ്പോൾതന്നെ, സ്വന്തം നിലയ്ക്ക് കാര്യങ്ങൾ ചെയ്യുന്നവർക്ക് എന്തെങ്കിലും ചെയ്തുകൊടുക്കണം എന്ന് ഞാൻ ആരോടും ഒരിക്കലും ഉപദേശിക്കുകയില്ല. അവർ സ്വന്തം കാലിൽ നിൽക്കാനാണ്, അവരുടെ ബിസിനസിന്റെ പൂർണ്ണ ഉത്തരവാദിത്തം ഏറ്റെടുക്കാനാണ് നമ്മൾ ആഗ്രഹിക്കുന്നത്. സ്വയം സഹായിക്കുന്നവരെ ദൈവവും സഹായിക്കും. യോഗ്യരായ ആളുകൾക്കുവേണ്ടി മാത്രം, ശരിയായ പ്രവർത്തനങ്ങൾക്കുവേണ്ടി മാത്രം നിങ്ങളുടെ സമയം ചെലവാക്കുക.

നന്ദി എന്നത് എല്ലാ മനുഷ്യവികാരങ്ങളിലും വച്ച് ഏറ്റവും ആരോഗ്യകരമായ ഒന്നാണ്. നിങ്ങൾക്ക് എന്തെല്ലാം ഉണ്ടോ, അത്രത്തോളം നിങ്ങൾ നന്ദിയുള്ളവനാണെങ്കിൽ, പ്രകടിപ്പിക്കുന്ന നന്ദിക്കൊപ്പം നിങ്ങൾക്കുള്ളതിന്റെ അളവും കൂടിവരും.
– സിഗ് സിഗ്ലാർ

നമുക്ക് ആവശ്യമായ നിരവധി കാര്യങ്ങൾക്കുവേണ്ടി നാം തിരക്കിട്ട് ഓടുമ്പോൾ ചിലപ്പോഴെല്ലാം നമ്മുടെ കൈവശമുള്ള നിരവധി നല്ല കാര്യങ്ങളെ അവഗണിക്കാനുള്ള പ്രവണത കാണിക്കാറുണ്ട്. ഇപ്പോൾ നിങ്ങളുടെ ജീവിതത്തിൽ സംഭവിക്കുന്ന എല്ലാ നല്ല കാര്യങ്ങൾക്കും നന്ദിയുള്ളവനായിരിക്കുക എന്ന മനോഭാവം വളർത്തിയെടുക്കുക, അത് ക്രമേണ ഇരട്ടിയാകാൻ തുടങ്ങും. കൗതുകകരമെന്നുപറയട്ടെ, നമ്മുടെ മനസ്സുകൂടി ഇതിനായി സമർപ്പിച്ചാൽ, നമ്മൾ മനസ്സിലാക്കിയതിലും ശ്രദ്ധിച്ചതിലും കൂടുതൽ കൃതജ്ഞതാപ്രകടനത്തിനുള്ള കാര്യങ്ങൾ ഉണ്ട് എന്ന് മനസ്സിലാക്കാൻ കഴിയും. നമ്മുടെ ടീമും നമ്മുടെ പ്രവർത്തനങ്ങളും ചിലപ്പോൾ നാം ആഗ്രഹിക്കുന്ന ഫലം നൽകുന്നില്ല എന്നുവരാം, എന്നാൽ, അവ തീർച്ചയായും നമ്മുടെ സ്വപ്നങ്ങൾക്കരികിലേക്ക് സഞ്ചരിക്കുക തന്നെ ചെയ്യും; അതിൽ നന്ദിയുള്ളവരായിരിക്കുക. ഈയൊരു മനോഭാവത്തോടെ പ്രവർത്തിക്കുകയാണെങ്കിൽ നിങ്ങൾക്ക് സമാധാനമുണ്ടാകും, നിങ്ങൾക്ക് കൂടുതൽ നന്നായി ചെയ്യാനും കഴിയും.

സേവനമനോഭാവവും പ്രത്യുപകാര മനഃസ്ഥിതിയും കൈകോർത്താണ് പോകുക. ഈ ബിസിനസിൽ, സദാ സമയവും നാം ആളുകളുമായി ഇടപഴകിക്കൊണ്ടിരിക്കുകയാണ്, ഇവരാകട്ടെ ഏതുസമയത്തും വ്യത്യസ്ത വൈകാരികാവസ്ഥകളുള്ള വ്യത്യസ്ത മനുഷ്യരായിരിക്കും. നമ്മൾ പ്രതീക്ഷിക്കുന്നതിൽനിന്ന് വ്യത്യസ്തമായിട്ടായിരിക്കും അവർ സംസാരിക്കുന്നതും പെരുമാറുന്നതും. നാം ആളുകളെ വിധിക്കാനും വിലയിരുത്താനും തുടങ്ങിയാൽ, നമുക്ക് നമ്മുടെ സമനില തെറ്റാൻ തുടങ്ങും, മറ്റുള്ളവരുമായി പൂർണ്ണമനസ്സോടെ ഇടപെടാനും കഴിയാതെ വരും. നിങ്ങളുടെ ഭാരം കുറയ്ക്കുന്നതിനുള്ള ഒരു വികാരമാണ് നന്ദി, അത് നിങ്ങളുടെ ടീം അംഗങ്ങളിൽ ഓരോരുത്തരെയും ഏറ്റവും നല്ല രീതിയിൽ സഹായിക്കാനുള്ള ബലം നിങ്ങൾക്ക് നൽകുന്നു.

ചിലപ്പോൾ, ചിലർക്ക് ഇല്ലാത്ത ഗുണങ്ങൾ നാം അവരിൽനിന്ന് പ്രതീക്ഷിക്കും, യഥാർഥത്തിൽ അവരിലുള്ള പല നല്ല ഗുണങ്ങളും കാണുന്നതിൽനിന്ന് നമ്മളെ ഈ പ്രതീക്ഷ അന്ധമാക്കുകയാണ് ചെയ്യുന്നത്. നമ്മൾ ചെയ്യാൻ ആവശ്യപ്പെടുന്ന ചില പ്രത്യേക കാര്യങ്ങൾ അവർക്ക് ചെയ്യാൻ കഴിഞ്ഞെന്നുവരില്ല, എന്നാൽ, അവർക്ക് നിരവധി മറ്റു കാര്യങ്ങൾ ചെയ്യാൻ കഴിയും, അത് നിങ്ങൾക്കും നിങ്ങളുടെ സ്ഥാപനത്തിനും മറ്റൊരുവിധത്തിൽ സഹായകമാകുകയും ചെയ്യും. നിങ്ങൾ അവരെയോ അവരുടെ നല്ല പ്രകടനത്തെയോ അഭിനന്ദിക്കാതിരിക്കുകയോ കണ്ടില്ലെന്ന് നടിക്കുകയോ ചെയ്താൽ അവർ അത് ചെയ്യുന്നത് അവസാനിപ്പിക്കും, അത് ഒരു നഷ്ടം കൂടിയായിരിക്കും. ഇത്തരം ചെറിയ വിജയങ്ങൾ നാം കാണുകയും അവരോട് കൃതജ്ഞത പ്രകടിപ്പിക്കുകയും ചെയ്താൽ ആളുകളുമായി നിങ്ങൾക്ക് ആഴത്തിലുള്ള ബന്ധം ഉണ്ടാക്കിയെടുക്കാൻ കഴിയും.

താഴെ പറയുന്ന കാര്യങ്ങളെ അഭിനന്ദിക്കുകയും അതിൽ നന്ദി പ്രകടിപ്പിക്കുകയും ചെയ്യുന്നത് ഒരു ശീലമാക്കിയെടുക്കുക:

1. ദിവസവും ആർക്കെങ്കിലും ലഭിക്കുന്ന ചെറിയ വിജയങ്ങൾ.
2. ഓരോരുത്തരും ചെയ്യുന്ന നല്ല കാര്യങ്ങൾ, ടീമിനുള്ള എല്ലാവരുടെയും സംഭാവനകൾ.
3. ഓരോരുത്തരുടെയും നല്ല ഗുണങ്ങൾ.
4. നിങ്ങളിലും നിങ്ങളുടെ ടീമിലും ഉണ്ടാകുന്ന പുരോഗതി, വളർച്ച, മുന്നേറ്റങ്ങൾ.

നെറ്റ്‌വർക്ക് മാർക്കറ്റിങ്ങിൽ ഓരോരുത്തരും സ്വതന്ത്ര ഡിസ്ട്രിബ്യൂട്ടർമാരാണ്, അവർക്ക് അയാളുടെ/അവളുടെ ബസിനിസ് എങ്ങനെ ചെയ്യണം എന്ന കാര്യം തെരഞ്ഞെടുക്കാനുള്ള പൂർണ്ണ സ്വാതന്ത്ര്യമുണ്ട്. ആരും നിങ്ങളുടെ ശമ്പളം എടുക്കുകയില്ല. ഇവർ നിങ്ങൾക്കൊപ്പം കൈയോടു കൈ ചേർന്ന് പ്രവർത്തിക്കുന്നതിൽ നിങ്ങൾ നന്ദിയുള്ളവനായിരിക്കുക.

നന്ദി തുടങ്ങുമ്പോൾ സംഘർഷം അവസാനിക്കുന്നു.

– നീൽ ഡൊണാൾഡ് വാൾഷ്

എന്റെ ജീവിതബാലൻസ് പ്രവർത്തിക്കുന്നത് ഈയൊരു തത്വത്തിന്റെ അടിസ്ഥാനത്തിലാണ്. നിങ്ങൾക്ക് എന്തൊക്കെയുണ്ടോ, അതിന് നന്ദിയുള്ളവനായിരിക്കുക, ഒപ്പം, നിങ്ങൾ ആഗ്രഹിക്കുന്നവക്കുവേണ്ടി പ്രവർത്തിക്കുകയും ചെയ്യുക. നിങ്ങളുടെ ടീമിൽ നിങ്ങൾ ഏറ്റവും വലിയ സേവനകനായി മാറുക. ദിവസവുമുള്ള നിങ്ങളുടെ സേവനപ്രവർത്തനങ്ങൾ നിങ്ങളുടെ സ്വപ്ന ടീമിനെ രൂപപ്പെടുത്തും. മറ്റുള്ളവരുടെ വിജയത്തിൽ നിങ്ങളുടെ വിജയത്തിലെന്നപോലെ നിങ്ങൾ ആഹ്ലാദിക്കുമ്പോൾ, നിങ്ങൾക്ക് സേവനമനോഭാവം ഉണ്ട് എന്നാണർഥം. ഇങ്ങനെയൊരു അവസരം നൽകിയതിന് ദൈവത്തോട് നന്ദി പറയുക. മറ്റുള്ളവരെ സഹായിക്കാൻ മാത്രമല്ല, മറ്റുള്ളവരെ സഹായിക്കുന്നതിൽ അത്യധികം ആഹ്ലാദവും സന്തോഷവും കണ്ടെത്താൻ കഴിയുന്നതിലും.

നിങ്ങളുടെ അപ്ലൈനിനോട് എപ്പോഴും നന്ദിയും വിശ്വസ്തതയും പുലർത്തുക. അതെ, നിങ്ങളുടെ കഠിനാധ്വാനം കൊണ്ട് നിങ്ങൾ വലിയ ഉയരങ്ങളിലെത്തും, പക്ഷേ, നിങ്ങൾ തുടങ്ങിയ ദിവസം ഓർക്കുക, എങ്ങനെയാണ് സ്വന്തം കാലിൽനിൽക്കാൻ നിങ്ങളെ നിങ്ങളുടെ അപ്ലൈൻ സഹായിച്ചത് എന്ന് ഓർക്കുക. ഇതൊരു ദീർഘകാല ബിസിനസാണ്. നിങ്ങളുടെ ടീമിനോടും നിങ്ങളുടെ കമ്പനിയോടും വിശ്വസ്തത പുലർത്തുക. നിങ്ങളുടെ അപ്ലൈനിനെയും കമ്പനിയെയും മാറ്ററുത്. സ്വന്തം നിലക്ക് പ്രവർത്തിക്കുക, ആത്മാർഥമായ കഠിനാധ്വാനം കൊണ്ടും പ്രതിബദ്ധത കൊണ്ടും ഒരു വലിയ ടീമിനെ രൂപപ്പെടുത്തിയെടുക്കുക. നിങ്ങൾ കമ്പനികൾ മാറിക്കൊണ്ടിരുന്നാൽ, നിങ്ങൾ നിങ്ങൾക്കുള്ള മതിപ്പ് തന്നെയാണ് ഇല്ലാതാക്കുന്നത്.

ഹൃദയപൂർവം നിങ്ങൾ നെറ്റ്‌വർക്ക് മാർക്കറ്റിങ് ബിസിനസ് ചെയ്യുക, അതുവഴി നിങ്ങൾക്ക് മനസ്സിലാകും; ഇതാണ് നിങ്ങളുടെ ജീവിതത്തിലെ ഏറ്റവും ആത്മീയവും വൈകാരികമായി നമ്മെ ഉത്തേജിപ്പിക്കുന്നതുമായ അനുഭവമെന്ന്.

സേവനം കൊണ്ട് ഹൃദയങ്ങളെ കീഴടക്കാനാകും

എന്റെ ലീഡർഷിപ്പ് പരിശീലന പരിപാടികളിൽ ഞാൻ എപ്പോഴും പറയും, ഒരു ലീഡർ മഹാനായ ഒരു സേവകൻ കൂടിയാണ് എന്ന്. നിങ്ങൾക്ക് ആത്മാർഥമായും ആഹ്ലാദത്തോടെയും ആളുകളെ സേവിക്കാൻ കഴിഞ്ഞാലേ നിങ്ങൾക്ക് മഹാനായ ലീഡർ ആകാൻ കഴിയൂ. ആളുകൾ നിങ്ങളുടെ നേട്ടങ്ങൾ മറന്നുപോയേക്കാം, എന്നാൽ നിങ്ങൾ അവർക്കുവേണ്ടി ചെയ്ത കാര്യങ്ങൾ അവർ ഒരിക്കലും മറക്കില്ല. എനിക്ക് എന്റെ ആരാധകരിൽനിന്ന് അവിശ്വസനീയമായ വിധത്തിൽ സ്നേഹം ലഭിച്ചിട്ടുണ്ട്, അത് ഞാൻ നേടിയ നേട്ടങ്ങളുടെ പേരിലല്ല, അവരോടുള്ള എന്റെ സ്നേഹത്തിന്റെയും പ്രതിപത്തിയുടെയും പേരിലാണ്. അവരുടെ ജീവിതങ്ങൾക്ക് അർഥം നൽകാൻ ഞാൻ ആത്മാർഥമായി ശ്രമിച്ചതിന്റെ പേരിലാണ്. മുംബൈയിൽ ഞാൻ ബിസിനസ് തുടങ്ങുമ്പോൾ മഹാനായ ഒരു ലീഡർ എന്നെ ധാരാളം സഹായിച്ചു, അത് ഞാൻ ഒരിക്കലും മറക്കില്ല – ശൈലേഷ് സിങ്. അദ്ദേഹത്തോട് ഞാൻ എക്കാലവും കടപ്പെട്ടിരിക്കുന്നു.

4. നേതൃശേഷി

ലീഡർഷിപ്പിനുമേൽ എല്ലാം ഉദിക്കുകയും അസ്തമിക്കുകയും ചെയ്യുന്നു.
– ജോൺ സി. മാക്സ്വെൽ

വിജയിയായ ഒരു നെറ്റ്‌വർക്ക് മാർക്കറ്ററിൽനിന്ന് പ്രതീക്ഷിക്കുന്ന നമ്പർ വൺ റോൾ ഒരു ലീഡറുടേതാണ്. ഈ ഭൂമിയിലെ എല്ലാ മനുഷ്യനും ഒരു ലീഡർ ആണെങ്കിലും, ഈ ബിസിനസിനെ സംബന്ധിച്ച്, ഒരു വ്യക്തിയെ നമ്മൾ സ്പോൺസർ ചെയ്യുന്ന നിമിഷം നിങ്ങൾ ഔദ്യോഗികമായി ഒരു ലീഡർ ആയി മാറുന്നു. ലീഡർഷിപ്പ് എന്നത് ജീവിതത്തിലെ ഒരു ശേഷി ആണ്, അത് എവിടെയും ആവശ്യമുണ്ട്, എന്നാൽ, നെറ്റ്‌വർക്ക് മാർക്കറ്റർമാരെ സംബന്ധിച്ച് ഇതൊരു ഒഴിവാക്കാനാകാത്ത ഗുണമാണ്. നിങ്ങളുടെ ലീഡർഷിപ്പിന്റെ വ്യാപ്തി എത്ര കൂടുന്നുവോ അത്രയും നിങ്ങളുടെ റാങ്കും വരുമാനവും കൂടും.

പൊതുവിശ്വാസത്തിന് വിരുദ്ധമായി, ലീഡർഷിപ്പ് എന്നാൽ റാങ്കോ പദവിയോ അല്ല, ഒരു ഉത്തരവാദിത്തമാണ്. ലീഡർഷിപ്പ് എന്നത് ഒരു പദവിയല്ല, അത് പെരുമാറ്റവും വിശ്വാസ്യതയുമാണ്.

നിങ്ങളുടെ പ്രവൃത്തികൾ കൂടുതൽ സ്വപ്നം കാണാൻ മറ്റുള്ളവരെ പ്രേരിപ്പിക്കുന്നുണ്ടെങ്കിൽ, കൂടുതൽ പഠിക്കുക, കൂടുതൽ ചെയ്യുക, കൂടുതൽ ആയിത്തീരുക, നിങ്ങൾ ഒരു ലീഡറാണ്.
– ജോൺ ക്വിൻസി ആദംസ്

ലീഡർഷിപ്പ് ലളിതമാണ് ഒരു റോൾ മോഡൽ എന്ന നിലയ്ക്ക്. സ്റ്റേജിലും സ്റ്റേജിനുപുറത്തും നിങ്ങൾ ഒരേപോലെയായിരിക്കുക. നിങ്ങൾ പറയുന്ന കാര്യങ്ങൾ ആളുകൾക്ക് റെക്കോർഡ് ചെയ്യേണ്ടിവരുന്ന അവസ്ഥ ഉണ്ടാകരുത്. നിങ്ങളുടെ ഓഡിയോ നിങ്ങളുടെ വീഡിയോയുമായി ഒത്തുപോകണം. നിങ്ങളുടെ മൂല്യവ്യവസ്ഥയിൽ ഉറച്ചുനിൽക്കണം. നിങ്ങൾക്ക് വളരെ ഉയർന്ന നിലവാരമുണ്ട്, ഒരു മാറ്റവുമില്ലാതെ നിങ്ങൾ അത് പിന്തുടരുക. കൂടുതൽ മെച്ചപ്പെടാൻ നിങ്ങൾ പൊരുതുന്നുണ്ടെങ്കിൽ അത് തീർച്ചയായും നല്ലതാണ്. പരീക്ഷണങ്ങളെക്കുറിച്ചോർത്ത് ലജ്ജിക്കരുത്. നമുക്ക് നമ്മുടേതായ പരീക്ഷണങ്ങളുണ്ടായിരിക്കും, അതിന് ദൈവത്തിന് നന്ദി പറയുക, കാരണം, പരീക്ഷണങ്ങളുടെ അർഥം നാം ശ്രമിച്ചുകൊണ്ടിരിക്കുന്നു എന്നാണ്.

ഈ പുസ്തകത്തിൽ ഞാൻ വിശദീകരിച്ച 14 ഗുണങ്ങൾ ഉണ്ടായിരിക്കുക എന്നതാണ് ലീഡർഷിപ്പുകൊണ്ട് അടിസ്ഥാനപരമായി അർഥ

മാക്കുന്നത്, ഒപ്പം, നിങ്ങളുടെ ടീമിന്റെ വിജയ സംവിധാനത്തെ പൂർണ്ണമായും പിന്തുടരുക, അല്ലെങ്കിൽ ഈ പുസ്തകത്തിൽ നിർദേശിച്ച കാര്യങ്ങളെ.

ഈ ഗുണങ്ങളെക്കുറിച്ചും പ്രവർത്തനങ്ങളെക്കുറിച്ചും സംസാരിക്കുകയല്ല വേണ്ടത്, ദിവസത്തിൽ എല്ലാ മണിക്കൂറിലും അവർക്ക് പ്രദർശിപ്പിച്ച് കാണിക്കട്ടെ: അവർ അതിനൊപ്പം ജീവിക്കട്ടെ, ശ്വസിക്കട്ടെ, ഭക്ഷിക്കട്ടെ, ഉറങ്ങട്ടെ. ഈ ഗുണങ്ങളും സ്വഭാവങ്ങളും നിരന്തരം പരിശീലിച്ച് അവ നിങ്ങളുടെ സഹജ സ്വഭാവമായി മാറട്ടെ.

നിങ്ങളുടെ ലീഡർഷിപ്പ് ശേഷി വികസിപ്പിക്കുന്നതിനുള്ള എന്റെ നിർദേശം ഇതാണ്, വിജയിയായ ഒരു നെറ്റ്‌വർക്ക് മാർക്കറ്റർ എങ്ങനെയിരിക്കും എന്നതിന്റെ ഒരു ലൈവ് ഡെമോൺസ്ട്രേഷൻ ആകുക. മഹാനായ ഒരു നെറ്റ്‌വർക്ക് മാർക്കറ്റർക്ക് ഉണ്ടായിരിക്കണമെന്ന് നിങ്ങൾ വിശ്വസിക്കുന്ന എല്ലാ ഗുണങ്ങളും സ്വഭാവങ്ങളും പ്രദർശിപ്പിക്കുക. അത് ഏറ്റവും നന്നായി പരിശീലിക്കുക. ഒരാൾ മറ്റൊരാളോട് ഇങ്ങനെ ചോദിച്ചു എന്നിരിക്കട്ടെ: 'ഈ ബിസിനസിൽ എനിക്ക് എങ്ങനെ വിജയിക്കാൻ കഴിയും ഈ ബിസിനസിൽ വൻവിജയം നേടാനുള്ള രഹസ്യം എന്താണ്.' ഈ ചോദ്യത്തിന് മറുപടിയായി അദ്ദേഹത്തിന് ഉടൻ നിങ്ങളുടെ പേര് പറയാൻ കഴിയണം, 'മറ്റൊന്നും ചെയ്യേണ്ടതില്ല, ഈ വ്യക്തിയെപ്പോലെ ആയിത്തീരുക, വിജയം നിങ്ങളുടേതായിരിക്കും'.

> *ലീഡർഷിപ്പ് എന്നത് പദവികളുമായോ സ്ഥാനങ്ങളുമായോ പ്രവർത്തനങ്ങളുടെ ചട്ടികയായോ ബന്ധപ്പെട്ടതല്ല, ഒരു ജീവിതം മറ്റൊന്നിനെ സ്വാധീനിക്കുന്നതുമായി ബന്ധപ്പെട്ടതാണ്.*
>
> – ജോൺ സി. മാക്സ്വെൽ

ഒരു ലീഡർ എന്നാൽ എന്താണ് അർഥമാക്കുന്നത്? ഒരിക്കൽ ഞാൻ മകനോട് ചോദിച്ചു. അവൻ വേഗം മറുപടി നൽകി, 'ഒരു ലീഡർ എന്നാൽ തന്റെ പുറകിൽ നടക്കാൻ ആരെങ്കിലുമുള്ള ഒരാൾ'. ലളിതമായി പറഞ്ഞാൽ, ഒരു ലീഡർ എന്നാൽ അനുയായികൾ ഉള്ള ആളാണ്. നമ്മുടെ ബിസിനസിൽ ഒരു ലീഡർ ആയാൽ രണ്ട് പ്രധാന നേട്ടങ്ങളുണ്ട്.

1. നിങ്ങളുടെ ടീമിൽ നന്നായി പ്രവർത്തിക്കുന്ന നിരവധി ലീഡർമാരുണ്ടെങ്കിലേ നിങ്ങൾക്ക് വലിയ, വളർന്നുകൊണ്ടിരിക്കുന്ന ബിസിനസ് നടത്താൻ കഴിയൂ. നിങ്ങൾ ലീഡർഷിപ്പ് പ്രകടിപ്പിക്കുകയാണെങ്കിൽ, നിങ്ങളുടെ ടീമിൽ നിരവധി പേർ ലീഡർഷിപ്പിലേക്ക് ഉയരുന്നതും പ്രവർത്തിക്കുന്നതും നിങ്ങൾക്ക് കാണാൻ കഴിയും. നിങ്ങളുടെ തന്ത്രങ്ങൾ പിന്തുടരുന്നതിലൂടെ നിങ്ങൾക്ക് വൻ സ്വാധീനം ചെലുത്താനും നിങ്ങളുടെ ടീമിന് വലിയ ബിസിനസ് ഉണ്ടാക്കിയെടുക്കാനും കഴിയും. ഇതിനർഥം, കൂടുതൽ

കൂടുതൽ പേർ ബിസിനസിലേക്ക് വരികയും കൂടുതൽ കൂടുതൽ പേർ ലീഡർമാരായി ഉയരുകയും ചെയ്യും.

2. നെറ്റ്‌വർക്ക് മാർക്കറ്റിങ്ങിൽ, ബിസിനസിനെ മുന്നോട്ടുകൊണ്ടു പോകുന്നത് ആളുകളുടെ സ്ഥിരമായ ഒഴുക്കാണ്. നിങ്ങൾക്കൊപ്പം ബിസിനസ് തുടങ്ങാൻ ധാരാളം പുതിയ ആളുകളെ ആവശ്യമുണ്ട്, ഏതെങ്കിലും ആളുകൾ പോരാ, യോഗ്യരായവർ തന്നെ വേണം. നിങ്ങൾ എങ്ങനെയുള്ള ആളാണോ, അത്തരം ആളുകളെ നിങ്ങൾക്ക് ആകർഷിക്കാനും കഴിയും. ഒരു യഥാർഥ ലീഡറെ പ്പോലെ നിങ്ങൾ പ്രവർത്തിക്കുകയും പെരുമാറുകയും ചെയ്താൽ, നിങ്ങൾക്ക് യോഗ്യരായ ആളുകളെ ആകർഷിക്കാൻ കഴിയും, അത് നിങ്ങളുടെ ടീമിനെ വീണ്ടും ശക്തിപ്പെടുത്തും, മുന്നോട്ടുള്ള പ്രയാണം തുടരാനും കഴിയും.

സംഗ്രഹിച്ചു പറഞ്ഞാൽ, നിങ്ങൾ ഒരു യഥാർഥ ലീഡർ ആയാൽ, ഒരു ചെയിൻ റിയാക്ഷന് തീ കൊളുത്താൻ കഴിയും, അതിലൂടെ നിങ്ങളുടെ നിലവിലുള്ള പങ്കാളികൾ അതിഗംഭീരമായ പ്രകടനം നടത്തും, നിങ്ങൾക്ക് പുതിയ ലീഡർമാരെ നിങ്ങളുടെ ടീമിലേക്ക് തുടർച്ചയായി ചേർത്തു കൊണ്ടിരിക്കാനും കഴിയും.

ഒരു ലീഡർ എന്നാൽ, വഴി അറിയുന്ന ആളാണ്, ആ വഴിയിലൂടെ പോകുന്ന ആളാണ്, ആ വഴി കാണിച്ചുകൊടുക്കുന്ന ആളാണ്.

– ജോൺ സി. മാക്സ്‌വെൽ

ഈ ബിസിനസിൽ പത്തുവർഷത്തിലേറെയായി ജീവിക്കുന്ന ഒരാളെന്ന നിലയ്ക്ക് ഞാൻ ഉറച്ചു വിശ്വസിക്കുന്നു, നെറ്റ്‌വർക്ക് മാർക്കറ്റിങ് എന്നത് എനിക്കറിയാവുന്നിടത്തോളം ഏറ്റവും ആത്മീയമായ ബിസിനസ് ആണ്. ആളുകളല്ല നെറ്റ്‌വർക്ക് മാർക്കറ്റിങ് തെരഞ്ഞെടുക്കുന്നത്, ദൈവമാണ് നെറ്റ്‌വർക്ക് മാർക്കറ്റിങ്ങിനുവേണ്ടി ആളുകളെ തെരഞ്ഞെടുക്കുന്നത്. നെറ്റ്‌വർക്ക് മാർക്കറ്റർമാർ ദൈവം അയച്ച മാലാഖമാരാണ് എന്ന് ഞാൻ ഉറച്ചുവിശ്വസിക്കുന്നു, ആളുകളെ അവരുടെ സ്വപ്നം സാക്ഷാൽക്കരിക്കാൻ സഹായിക്കുകയും ഈ ലോകത്തെ കൂടുതൽ നല്ലതും ആഹ്ലാദകരവുമായ ഒരു സ്ഥലമാക്കുകയും ചെയ്യുന്നവരാണ് ഈ മാലാഖമാർ. ഒരു വ്യക്തി സ്പോൺസർ ചെയ്യപ്പെടുക എന്നത് ഈ ബിസിനസിൽ ഒരു ഉത്തരവാദി ത്തമാണ്. ഈ ബിസിനസിലേക്ക് ആരെയെങ്കിലും സ്പോൺസർ ചെയ്യുന്നതിലൂടെ, നിങ്ങൾ അവർക്ക് അവരുടെ സ്വപ്നങ്ങളിലേക്ക് ചിറക് നൽകുകയാണ് ചെയ്യുന്നത്, സ്വപ്നങ്ങൾ സാക്ഷാൽക്കരിക്കാനുള്ള ഈ യാത്രയിൽ നിങ്ങൾ അവർക്കൊപ്പം ഉണ്ടാകും എന്ന ഒരു ഉത്തരവാദിത്തം നിങ്ങൾ സ്വീകരിക്കുകയും ചെയ്യുന്നു.

ഇത് തീർച്ചയായും ഒരു വലിയ ഉത്തരവാദിത്തമാണ്, അത്രയും വലിയ ഉത്തരവാദിത്തം ദൈവമാണ് നിങ്ങൾക്ക് നൽകുന്നത്, നിങ്ങൾക്ക്

അത് കൈകാര്യം ചെയ്യാൻ കഴിയും എന്ന വിശ്വാസത്തിൽ. ദൈവം നിങ്ങൾക്കു മാത്രമായി നൽകുന്നത് നയിക്കാൻ നിരവധി പേരുണ്ടാകും, ആരെയാണ് നിങ്ങൾക്ക് ഏറ്റെടുക്കാൻ കഴിയുന്നത്. നിങ്ങൾക്ക് ഒരു വലിയ സ്വപ്നമുണ്ടെങ്കിൽ, നിങ്ങൾ നിങ്ങളുടെ ലീഡർഷിപ്പ് ശേഷി വർധിപ്പിക്കണം. നിങ്ങളുടെ ലീഡർഷിപ്പ് ഗുണങ്ങൾ വളർത്തിക്കൊണ്ടിരിക്കുക, നിങ്ങളുടെ ബിസിനസ് തുടർച്ചയായി വളർന്നുകൊണ്ടിരിക്കും.

> *ദൈവത്തിന് എല്ലാവരെയും സഹായിക്കാൻ കഴിയില്ല, അതു കൊണ്ട് അദ്ദേഹം നെറ്റ്‌വർക്ക് മാർക്കറ്റർമാരെ അയക്കുന്നു.*
>
> – ദീപക് ബജാജ്

ലീഡർഷിപ്പ്, ഒരു പുഞ്ചിരിയോടെ

എന്റെ തൊഴിലിൽ ഉടനീളം ഞാൻ ലീഡർമാരെ കണ്ടിട്ടുണ്ട്, അവരിൽ എന്റെ സുഹൃത്തുക്കളായ സുരഞ്ജൻ ദാസ്, സി.എൻ. പട്ടേൽ എന്നിവരിലാണ് മഹത്തായ ഉദാഹരണങ്ങൾ കണ്ടിട്ടുള്ളത്.

5. ആവേശം

മഹത്തായത് ഒന്നും ആവേശമില്ലാതെ ഒരിക്കലും സാക്ഷാൽക്കരിക്കാനാകില്ല. - റാൾഫ് വാൾഡോ എമേഴ്സൺ

ഇംഗ്ലീഷ് ഡിക്ഷ്ണറിയനുസരിച്ച്, 'Enthusiasm എന്നത് ഒരു പ്രത്യേക വിഷയത്തിലോ പ്രവർത്തനത്തിലോ ഉള്ള ഉൽസാഹഭരിതമായ താൽപര്യമാണ്, അതിൽ ഇടപെടാനുള്ള ഔത്സുക്യമാണ്'. നെറ്റ്‌വർക്ക് മാർക്കറ്റിങ്ങിൽ 11 വർഷമായി ആയിരക്കണക്കിന് പേരുടെ കൂടെ പ്രവർത്തിച്ചതിന്റെ വ്യക്തിപരമായ ഫീൽഡ് അനുഭവത്തിൽനിന്ന് ഞാൻ ഉറച്ചുവിശ്വസിക്കുന്നു, ഈയൊരു ഗുണം ഒരു വ്യക്തിയിലെ മറ്റെല്ലാ ഗുണങ്ങളെയും കടത്തിവെട്ടുന്നതാണ്.

വിൻസ്റ്റൺ ചർച്ചിൽ പറഞ്ഞിട്ടുണ്ട്, *'വിജയം ഒരു തോൽവിയിൽനിന്ന് മറ്റൊന്നിലേക്ക് പോകുന്നു, ആവേശം നഷ്ടപ്പെടാതെ.'*

ഈ ബിസിനസിനെ സംബന്ധിച്ച് ഞാൻ ഇങ്ങനെ പറയും, വലിയ വിജയം ഒരു മീറ്റിങ്ങിൽനിന്ന് മറ്റൊന്നിലേക്ക് പോകുന്നു, ആവേശം ഒട്ടും ചോരാതെ.

നിങ്ങൾ ഇതുവരെ കണ്ടിട്ടുള്ള ഏറ്റവും ആവേശമുള്ള വ്യക്തിയേക്കാൾ ആവേശമുള്ളയാളായിരിക്കുക. നിങ്ങളുടെ ടീമിന്റെ പവർ ബാങ്കായി നിലകൊള്ളുക. പ്രവർത്തനങ്ങളിൽ പ്രതീക്ഷയും ശുഭാപ്തിവിശ്വാസവുമുള്ള ജീവിച്ചിരിക്കുന്ന ഒരു ഉദാഹരണമായി മാറുക. ആവേശഭരിതനായ ഒരാൾക്കുചുറ്റും കൂടാൻ എല്ലാവരും ഇഷ്ടപ്പെടുന്നു. ഒപ്പം, ആവേശം പടർന്നുപിടിക്കുന്ന ഒന്നുകൂടിയാണ്. നിങ്ങൾ ആവേശഭരിതനായ ഒരു വ്യക്തിയാണെങ്കിൽ, ക്രമേണ നിങ്ങളുടെ മുഴുവൻ ടീമിലേക്കും അത് പടരും, അങ്ങനെ നിങ്ങളുടേത് ആവേശഭരിതമായ ഒരു ടീമായി മാറും, അത് നിങ്ങൾക്ക് വൻ വരുമാനം നേടിത്തരും, നിങ്ങളുടെ സ്വപ്നങ്ങൾ സാക്ഷാൽക്കരിക്കാനും കഴിയും. ഒപ്പം ഓർക്കുക, നിങ്ങളുടെ ടീമിന് വേണ്ടത്ര ആവേശമില്ല എന്ന് നിങ്ങൾക്ക് തോന്നുന്നുണ്ടെങ്കിൽ, നിങ്ങൾ സ്വയം ഉന്മേഷഭരിതനാകാനുള്ള സമയമാണിത്, കൂടുതൽ ആവേശഭരിതനാകാനും.

അതെ, നിങ്ങൾ തണുത്തുപോകുന്ന ചില സന്ദർഭങ്ങളുണ്ട്. അത് മനുഷ്യപ്രകൃതിയുടെ ഭാഗമാണ്. എനിക്കും ഇത്തരം സമയങ്ങളുണ്ടായിട്ടുണ്ട്. വിജയം എന്നത് ഒരിക്കലും വീഴാതിരിക്കലല്ല, ഓരോ തവണ വീഴുമ്പോഴും എഴുന്നേറ്റുനിൽക്കലാണ്, ഓരോ തവണ നിങ്ങൾ എഴുന്നേറ്റുനിൽക്കുമ്പോഴും, മുമ്പത്തേക്കാൾ കരുത്തനായാണ് നിങ്ങൾ എഴുന്നേറ്റു

നിൽക്കുക. താഴ്ന്നുപോകുന്നു എന്ന് തോന്നുമ്പോഴും, തിരസ്കാരങ്ങളാലും എതിർപ്പുകളാലും നിങ്ങൾ മടിച്ചുനിൽക്കുമ്പോഴും ഈ ടെക്നിക്കുകളിൽ ഒന്നോ രണ്ടും കൂടിയോ ചെയ്തുനോക്കുക. ഉടൻ നിങ്ങൾ ആ മോശം അവസ്ഥയിൽനിന്ന് കെട്ടുപൊട്ടിച്ച് പുറത്തുചാടും:

1. യു.എസ്.എ.യിലെ ടോണി റോബിൻസണുമായുള്ള ഒരു ലൈവ് ട്രെയിനിങ്ങിൽ, ഞാൻ പഠിച്ചത് ഇതാണ്: ചലനം വികാരത്തെ സൃഷ്ടിക്കുന്നു. നിങ്ങളുടെ ശ്വസനത്തിൽ മാറ്റം വരുത്തുക, ഒന്ന് ചലിക്കുക. ചാടുക, ഡാൻസ് ചെയ്യുക, ഓടുക, നിങ്ങളുടെ സ്ഥലം മാറുക, ശരീരം കുലുക്കുക ഇതെല്ലാം നിങ്ങളുടെ മാനസികാവസ്ഥയിലും മാറ്റം വരുത്തും.
2. 'ഭാവിയിലേക്കുള്ള ഉറ്റുനോട്ടം' എന്ന് ഞാൻ വിളിക്കുന്ന ഒരു വിദ്യയിലൂടെ നിങ്ങളുടെ ഫോക്കസ് മാറ്റുക. സൗകര്യപ്രദമായ ഒരു സ്ഥലത്ത് ഇരിക്കുക, കണ്ണുകൾ അടക്കുക, എന്നിട്ട്, ഈ ബിസിനസിലൂടെ നിങ്ങളുടെ എല്ലാ സ്വപ്നങ്ങളും സാക്ഷാൽക്കരിക്കുന്നതായി ഭാവനയിൽ കാണുക നിങ്ങളുടെ സ്വപ്നങ്ങൾ കാറുകൾ, കൊട്ടാരം, കുടുംബത്തോടൊപ്പം ആഡംബര അന്താരാഷ്ട്ര അവധിക്കാലങ്ങൾ, ലക്ഷക്കണക്കിന് ആളുകളുടെ പ്രചോദനം, ആഡംബര ജീവിതശൈലി, ആളുകൾ നിങ്ങളുടെ ഫോട്ടോക്കും ഓട്ടോഗ്രാഫിനും വേണ്ടി ക്യൂ നിൽക്കുന്നു... തുടങ്ങി നിങ്ങൾ സ്വയം സ്വപ്നത്തിൽ കാണുന്ന എല്ലാ കാര്യങ്ങളും. 35 മിനിറ്റ് ഇത് ചെയ്താൽ നിങ്ങൾ അടുത്ത മീറ്റിങ്ങിന് സജ്ജനായിരിക്കും, മുമ്പെങ്ങുമില്ലാത്തവിധം കൂടുതൽ ആവേശത്തോടെ.

നിങ്ങളുടെ എല്ലാ സ്വപ്നങ്ങളും യാഥാർഥ്യമാക്കാൻ കഴിയുന്ന ഒരു അസാധാരണ ബിസിനസ് നിങ്ങൾക്ക് കിട്ടിയതിന് എന്തുകൊണ്ട് ദൈവത്തോട് നന്ദിയും സന്തോഷവും പറഞ്ഞുകൂടാ? നിങ്ങളുടെ സ്വപ്നങ്ങളിലേക്കുള്ള ആവേശകരമായ യാത്രക്ക് എല്ലാ ആശംസകളും.

ഒരു സെയിൽസ്മാൻ മൈനസ് ആവേശം എന്നാൽ മറ്റൊരു ക്ലർക്ക്.
- ഹാരി എഫ്. ബാങ്ക്സ്

ആവേശം ഒരു ലീഡറുടെ മുഖമുദ്രയാണ്

അസാമാന്യമായ വിജയങ്ങളുടെ രഹസ്യങ്ങൾ, വിജയികളായവരിൽനിന്നുതന്നെ പഠിക്കാനുള്ള എന്റെ ത്വര മൂലം ഞാൻ വളരെ ആവേശഭരിതരായ രണ്ട് ലീഡർമാരെ കണ്ടെത്തി – മി. സുരേന്ദർ വാട്സ്, മി. സിദ്ധാർഥ് സിങ്. ഈ സാധാരണ മനുഷ്യർ വലിയ ടീമുകളെ എങ്ങനെ നയിക്കുന്നു എന്ന കാര്യത്തിൽ എനിക്ക് ഇവരോട് ആദരവുണ്ട്.

6. സദാ പഠിക്കാനും മാറാനുമുള്ള സന്നദ്ധത

നിങ്ങൾ ചെയ്യുന്നതുതന്നെ ചെയ്തുകൊണ്ടിരുന്നാൽ, നിങ്ങൾക്ക് കിട്ടുന്നതുതന്നെ കിട്ടിക്കൊണ്ടിരിക്കും.

– സ്റ്റെഫാൻ ആർ. കോവെ

എല്ലാ ജോലിക്കും വ്യത്യസ്ത മൂല്യങ്ങളും ടൂളുകളും വൈദഗ്ധ്യവും പ്രവർത്തനരീതികളുമുണ്ട്. ഒരു ഡോക്ടർ, അഭിഭാഷകൻ, എൻജിനീയർ അല്ലെങ്കിൽ ചാർട്ടേഡ് അക്കൗണ്ടന്റ്... എല്ലാവരും വർഷങ്ങളോളം ഒരു പ്രത്യേക പരിശീലനം നേടിയാണ് ആ തൊഴിൽ ചെയ്യാൻ തുടങ്ങുന്നത്, പിന്നീട് അവരുടെ തൊഴിലിൽ വിദഗ്ധനാകും. ഇതുപോലെ, ഒരു നെറ്റ്വർക്ക് മാർക്കറ്റർക്കും വിജയിക്കാൻ പ്രത്യേക വൈദഗ്ധ്യം, മനോഭാവം, മൂല്യങ്ങൾ, ടൂളുകൾ എന്നിവ ആവശ്യമാണ്. നല്ല കാര്യം എന്താണെന്നുവച്ചാൽ, ഇവയെല്ലാം പഠിച്ചെടുക്കാവുന്നതും വികസിപ്പിക്കാവുന്നതുമാണ്. എല്ലാ നല്ല നെറ്റ്വർക്ക് മാർക്കറ്റിങ് കമ്പനിയും ടീമും നിരവധി പരിശീലന പരിപാടികളിലൂടെ കടന്നുപോന്നവരാണ്, പഠിക്കാനും മാറാനും ബിസിനസിൽ വിജയിക്കാനും.

അതുകൊണ്ട്, ശക്തവും ഉയർന്ന ലാഭം നൽകുന്നതുമായ ഒരു നെറ്റ്വർക്ക് മാർക്കറ്റിങ് ബിസിനസ് ചെയ്യാൻ നിങ്ങൾ ഗൗരവപൂർവം ആലോചിക്കുന്നുണ്ടെങ്കിൽ, നിങ്ങളുടെ യോഗ്യതവും സർട്ടിഫിക്കറ്റുകളും അനുഭവങ്ങളും പ്രൊഫൈലും മാറ്റിവക്കുക, എന്നിട്ട് നെറ്റ്വർക്ക് മാർക്കറ്റിങ്ങിന്റെ ഒരു വിദ്യാർഥിയായി മാറുക. മറ്റ് ഏത് ബിസിനസിനെപ്പോലെയും നെറ്റ്വർക്ക് മാർക്കറ്റിങ് ബിസിനസും തെളിയിക്കപ്പെട്ടതും പരീക്ഷിക്കപ്പെട്ടതുമായ ചില തത്വങ്ങളുടെ അടിത്തറയിലാണ് കെട്ടിപ്പടുത്തിരിക്കുന്നത്. എത്ര വേഗത്തിൽ നിങ്ങൾ ഈ തത്വങ്ങളും പ്രയോഗങ്ങളുമായി ഒത്തുപോകുന്നുവോ അത്രയും വേഗത്തിലും എളുപ്പത്തിലും നിങ്ങൾക്ക് ഈ ബിസിനസിൽ വിജയിക്കാൻ കഴിയും.

നിരവധി പേർ യോഗ്യരായ ആളുകൾക്കായി ദൂരെ കാത്തുനിൽക്കുന്നുണ്ട്, യോഗ്യരായ ആളാകാൻ സ്വയം ശ്രമിക്കുന്നതിനു പകരം.

– ഗ്ലോറിയ സ്റ്റീനം

യഥാർഥത്തിൽ, നെറ്റ്വർക്ക് മാർക്കറ്റിങ് ബിസിനസ് ഒരാൾക്ക് നൽകുന്ന ഏറ്റവും മികച്ച മൂല്യം, ജീവിതത്തെ മാറ്റിത്തീർക്കാനുള്ള വിദ്യാഭ്യാസമാണ്. അത് വ്യക്തിയെ ഒന്നുകൂടി മെച്ചപ്പെട്ടവരാക്കുന്നു; പണം അതിന്റെ

ഒരു ഉപോൽപ്പന്നം മാത്രം. ഈ വിദ്യാഭ്യാസത്തിനും പുതിയ ജീവിതരീതിക്കുമായി ജീവിതം തുറന്നുവക്കുക. നിങ്ങൾ സ്വയം ഒരു നെറ്റ്‌വർക്ക് മാർക്കറ്റിങ് കമ്പനി തെരഞ്ഞെടുക്കുമ്പോൾ എനിക്ക് നിങ്ങളോട് പറയാനുള്ളത്, വിജയിച്ചതാണെന്ന് തെളിയിക്കപ്പെട്ട പരിശീലന, വികസന സംവിധാനങ്ങൾ ഉള്ള ഒരു കമ്പനിയോ ടീമിനെയോ ആണ് നിങ്ങൾ തെരഞ്ഞെടുക്കുന്നത് എന്ന് ഉറപ്പുവരുത്തണം.

ഈ ബിസിനസിൽ വിജയിക്കാൻ എന്താണ് ചെയ്യണ്ടത് എന്ന് നിങ്ങൾ പഠിച്ചുകഴിഞ്ഞാൽ, ഉടൻ ഫീൽഡിലേക്ക് പോകുക, നിങ്ങൾ പഠിച്ചതെല്ലാം പ്രയോഗിക്കുക. **പഠനത്തെ സ്ഥിരവും സ്വഭാവികവുമാക്കാൻ ഒരേയൊരു വഴിയേ ഉള്ളു: പരിശീലനം, പരിശീലനം, കൂടുതൽ പരിശീലനം.** എത്രത്തോളം നിങ്ങൾ പരിശീലനത്തിൽ ഏർപ്പെടും? അത് ഒരു സ്വഭാവമാകുന്നതുവരെ. ഓർക്കുക, എന്തെങ്കിലും പുതിയ ശേഷി നിങ്ങൾ പഠിച്ചെടുക്കുകയാണെങ്കിൽ, നിങ്ങൾ ആദ്യം മുതൽ തുടങ്ങേണ്ടിവരും, നിങ്ങളുടെ പ്രാരംഭ പ്രകടനം, അതിന്റെ ഫലം എന്നിവ നിങ്ങളുടെ പ്രതീക്ഷയ്ക്കൊത്ത് ഉയരുന്നതാകണമെന്നില്ല. അത് തുടക്കത്തിലെ ഏതാനും ദിവസങ്ങളിൽ സാക്ഷാൽക്കരിക്കപ്പെടാത്തതാകും, നിരാശാഭരിതമാകും, അസ്വസ്ഥതയുണ്ടാക്കുന്നതാകും, പക്ഷേ, ഇതാണ് ഒരു പുതിയ ശേഷിയോ കഴിവോ രൂപപ്പെടുത്തിയെടുക്കാനുള്ള മാർഗ്ഗം. പരിശീലിച്ചുകൊണ്ടിരിക്കുക.

> *എല്ലാ മാറ്റങ്ങളും തുടക്കത്തിൽ കഠിനമാണ്, അലങ്കോലം മധ്യത്തിലും രമണീയത അന്ത്യത്തിലും.* – റോബിൻ ശർമ

അതുകൊണ്ട്, നിങ്ങളുടെ സജീവമായ അപ്ലൈനിൽനിന്ന് ശരിയായ സിസ്റ്റം പഠിക്കുക, ഫീൽഡിൽ അത് പ്രയോഗിക്കുക, അനുകൂലമായ ഫലം നേടിയെടുക്കുക, ഈ തത്വങ്ങൾ നിങ്ങളുടെ ടീമിലെ ആളുകളെ പരിശീലിപ്പിക്കാനുള്ള സമയമാണിത്. അധ്യാപനം എന്നത് മറ്റുള്ളവർക്കുവേണ്ടിയാകരുത്, നിങ്ങൾക്കുവേണ്ടി തന്നെയാകണം. പ്രത്യേക തത്വങ്ങൾ ആരെയെങ്കിലും നിങ്ങൾ പഠിപ്പിക്കുമ്പോൾ, നിങ്ങളും ഈ തത്വങ്ങളാൽ സ്വയം കരുത്തരായി മാറുകയാണ് ചെയ്യുന്നത്.

LDT തത്വം പിന്തുടരുക – Learn (പഠിക്കുക), Do (ചെയ്യുക), Teach (പഠിപ്പിക്കുക). ഫീൽഡിൽ നിങ്ങൾ സ്വയം പരിശീലിക്കാത്ത കാര്യങ്ങൾ മറ്റുള്ളവരെ ഒരിക്കലും പഠിപ്പിക്കാൻ ശ്രമിക്കരുത്.

> *നിങ്ങൾ പഠിക്കാൻ തയാറല്ല എങ്കിൽ, ആർക്കും നിങ്ങളെ സഹായിക്കാനാകില്ല. നിങ്ങൾ പഠിക്കാൻ തീരുമാനിച്ചാൽ, ആർക്കും നിങ്ങളെ തടയാനാകില്ല.* – അജ്ഞാതൻ

പഠനം = വളർച്ച

അന്യോന്യം പഠിക്കുന്നു എന്നത് ഈ ബിസിനസിലെ ഏറ്റവും വിസ്മയകരമായ കാര്യമാണ്. എന്റെ രണ്ട് നല്ല സുഹൃത്തുക്കളുമായി ഞാൻ എപ്പോഴും ബന്ധപ്പെടാറുണ്ട് – കമ്രാൻ മുജാവർ, സച്ചിൻ റെയ്കർ. ഞങ്ങളുടെ പങ്കാളികളെ കൂടുതൽ ശക്തരും ഉൽപാദനക്ഷമതയുള്ളവരും ആക്കിത്തീർക്കാനുള്ള വഴികളാണ് ഞങ്ങൾ ചർച്ച ചെയ്യാറ്.

7. പ്രവർത്തിക്കാനുള്ള ത്വര

ആയിരം മഹത്തായ ഉദ്ദേശ്യങ്ങളേക്കാൾ നല്ലതാണ് ഒരു ചെറിയ പ്രവൃത്തി.

ഭൂരിപക്ഷം ജനങ്ങളും കഷ്ടപ്പെട്ടുകൊണ്ടിരിക്കുകയാണ്, പരിഹാരം അറിയാത്തതുകൊണ്ടുമാത്രമല്ല, അവർക്ക് പ്രവർത്തിക്കാനുള്ള കഴിവില്ലാത്തുകൊണ്ടുകൂടിയാണിത്. അറിവ് എന്നത് ശക്തിയല്ല, അറിവ് പ്രയോഗിക്കുമ്പോൾ മാത്രമാണ് ശക്തിയായി മാറുന്നത്. ഈയൊരു ഗുണം നിങ്ങൾ വികസിപ്പിച്ചെടുക്കുകയാണെങ്കിൽ, നിങ്ങൾക്ക് നെറ്റ്‌വർക്ക് മാർക്കറ്റർമാരുടെ ഈ സമുദ്രത്തിൽ ഒരു ചാമ്പ്യനെപ്പോലെ അതിവേഗം നിൽക്കാം. പ്രവർത്തിക്കാനുള്ള ഒരു ത്വര ഉണ്ടായിരിക്കുക. അതിവേഗം പ്രവർത്തിക്കുക. ആശയങ്ങളുള്ള ആളല്ല വിജയിക്കുന്നത്, അത് അതിവേഗം നടപ്പാക്കുന്ന ആളാണ്.

ടീമിലെ ഏറ്റവും കഠിനാധ്വാനിയായ ആളായിത്തീരുക. നിങ്ങൾ പ്രവർത്തനത്തിന്റെ പുരുഷനോ/സ്ത്രീയോ ആയി മാറുമ്പോൾ അത് നിങ്ങളുടെ ടീമിനെ ശരിയായ സംസ്കാരത്തിൽ ഉറപ്പിച്ചുനിർത്തും, ആഴ്ചകൾക്കുള്ളിൽ നിങ്ങളുടെ മുഴുവൻ ടീമിലും അതിന്റെ പതിന്മടങ്ങ് സ്വാധീനം ദൃശ്യമാകും. നിങ്ങൾ പ്രവർത്തിക്കുന്നത് നിങ്ങളുടെ ടീം കാണുമ്പോൾ, അവർ നിങ്ങളെ കൂടുതൽ ആദരിക്കും, അവർ നിങ്ങൾ പറയുന്നത് ശ്രദ്ധിക്കും, ഏറ്റവും പ്രധാനമായി, അതുതന്നെ അവരും ചെയ്യാൻ തുടങ്ങും, നിങ്ങളുടെ പ്രതീക്ഷയിൽ കവിഞ്ഞുള്ള പ്രതിഫലം നിങ്ങൾക്ക് കിട്ടുകയും ചെയ്യും.

യഥാർഥ തീരുമാനം അളക്കപ്പെടുന്നത്, നിങ്ങൾ ഒരു പുതിയ പ്രവർത്തനം ഏറ്റെടുത്തു എന്നതിലൂടെയാണ്. പ്രവർത്തനം ഇല്ലെങ്കിൽ, നിങ്ങൾക്ക് ശരിക്കും ഒരു തീരുമാനമുണ്ടാകില്ല.

– ടോണി റോബിൻസ്

പരമാവധി ഫലം നൽകുന്ന പ്രവർത്തനങ്ങൾ തെരഞ്ഞെടുക്കുക, അത് നിങ്ങളുടെ ടീമിൽ ശരിയായ സംസ്കാരം ഉണ്ടാക്കിയെടുക്കും.

ശക്തമായ ഒരു നെറ്റ്‌വർക്ക് മാർക്കറ്റിങ് ബിസിനസിനുവേണ്ടി ദിവസവും ചെയ്യേണ്ട മൂന്ന് പ്രധാന പ്രവർത്തനങ്ങൾ:

1. നിങ്ങളുടെ ലിസ്റ്റ്, ഉപഭോക്താക്കൾ, പുതിയ ആളുകൾ എന്നിവ തുടർച്ചയായി വികസിപ്പിച്ചുകൊണ്ടിരിക്കുക.
2. പരമാവധി ബിസിനസ് അവസരങ്ങൾ അവതരിപ്പിക്കുക, അവയ്ക്ക് കൃത്യമായ തുടർപരിപാടികൾ നടത്തുക.

3. ഈവന്റുകളെ പ്രോൽസാഹിപ്പിക്കുക.

എന്തുകൊണ്ടാണ് ആളുകൾ പ്രവർത്തിക്കാത്തത്?

1. അവർക്ക് കമ്പനിയിൽ/ബിസിനസ് പ്ലാനിൽ/ഉൽപ്പന്നങ്ങളിൽ വിശ്വാസമുണ്ടാകില്ല.
2. തങ്ങൾ ബിസിനസിൽ ഉറച്ചുനിൽക്കുമോ എന്ന കാര്യത്തിൽ അവർക്ക് ഉറപ്പുണ്ടാകില്ല, അല്ലെങ്കിൽ ബിസിനസിൽ വിജയിക്കുമോ എന്ന കാര്യത്തിൽ.
3. ആളിക്കത്തുന്ന ഇച്ഛയുടെ അഭാവം.
4. തിരസ്കരിക്കപ്പെടും, പരിഹസിക്കപ്പെടും എന്നുള്ള ഭയം.
5. അറിവില്ലായ്മയോ പരിശീലനം ഇല്ലാത്തതുകൊണ്ടോ ഉണ്ടാകുന്ന ആത്മവിശ്വാസമില്ലായ്മ.

നിങ്ങളെ സംബന്ധിച്ചും നിങ്ങളുടെ ടീം അംഗങ്ങളെ സംബന്ധിച്ചും കാരണം എന്തായാലും ശരി, അപ്ലൈനുമായി ഉടൻ ഒരു പേഴ്സണൽ കൗൺസലിങ് നടത്താൻ ഞാൻ ശുപാർശ ചെയ്യുന്നു, ഈവന്റുകളിൽ പങ്കെടുക്കുകയും ചെയ്യുക. അഞ്ചിന്റെ നിയമം ഓർക്കുക: അത് നിങ്ങളെ ബിസിനസിനെക്കുറിച്ച് ആവശ്യമായ ധാരണയും വിശ്വാസവും വികസിപ്പിച്ചെടുക്കാനുതകുന്ന അഞ്ച് മീറ്റിങ്ങുകളിലും അഞ്ച് ഈവന്റുകളിലും എത്തിക്കും.

ഓർക്കുക, ഒരു മീറ്റിങ്ങും സമ്പൂർണ്ണമല്ല. നാം യന്ത്രങ്ങളുമായോ റോബോട്ടുകളുമായോ അല്ല ഇടപെടുന്നത്, നാം ഇടപെടുന്നത് മനുഷ്യരുമായാണ്, എല്ലാ മനുഷ്യരും അവരുടേതായ സവിശേഷതകളുള്ളവരാണ്. എല്ലാ മീറ്റിങ്ങുകളും വ്യത്യസ്തങ്ങളാണ്, ഏതാണ് നല്ലത്, ഏതാണ് മോശം എന്ന് അളക്കാൻ ഒരു മാർഗ്ഗവുമില്ല. മീറ്റിങ് ഉണ്ടോ ഇല്ലയോ എന്ന കാര്യം മാത്രമേ നമുക്ക് അളക്കാൻ കഴിയൂ.

നിങ്ങളുടെ പ്രാരംഭകാലത്ത്, നിങ്ങളുടെ പ്രസന്റേഷൻ നിങ്ങളുടെ അപ്ലൈനിന്റേയോ മറ്റ് പഴയ ലീഡർമാരുടെയോ പ്രസന്റേഷനുകളെപ്പോലെ അത്ര മെച്ചമല്ല എന്ന് തോന്നുകയാണെങ്കിൽ, വിഷമിക്കേണ്ടതില്ല, കാരണം, അവർക്ക് ഇക്കാര്യത്തിൽ വേണ്ടത്ര പ്രാക്ടീസ് ഉണ്ടായിരിക്കും, ഇപ്പോൾ നിങ്ങളുടെ ഊഴമാണ്, നിങ്ങളും പ്രാക്ടീസിനുവേണ്ടി സമയം നീക്കിവക്കുക. ഓർക്കുക, എല്ലാ വൈദഗ്ധ്യങ്ങളുടെയും മാതാവാണ് ആവർത്തനം. കഴിയാവുന്നിടത്തോളം ആവർത്തിച്ചുകൊണ്ടിരിക്കുക, പ്രതീക്ഷിച്ചതിനേക്കാൾ വേഗത്തിൽ നിങ്ങളൊരു വിദഗ്ധനായി മാറും.

അതൊരു സ്വഭാവമാക്കി മാറ്റുക, എന്നിട്ട് ഇപ്പോൾ തന്നെ പ്രവർത്തിച്ചുതുടങ്ങുക. നിങ്ങളുടെ സ്വപ്നങ്ങൾക്കായി പ്രവർത്തിക്കുക.

ഫലങ്ങൾ പ്രതിഫലമായി കിട്ടുന്നതാണ്; പരിശ്രമങ്ങൾ അങ്ങനെയല്ല.
– ശിവ് ഖേര

ദിവസേനയുള്ള പ്രവർത്തനങ്ങൾ നിർണ്ണായകമാണ്, ഒപ്പം, രണ്ടാഴ്ച കൂടുമ്പോഴോ മാസത്തിൽ ഒരിക്കലോ നിങ്ങളുടെ അപ്ലൈനുമായി ഒരു അവലോകനം നടത്തുക. നിങ്ങളെ തിരക്കിലാക്കുന്ന പ്രവർത്തനങ്ങൾ ചെയ്യാതിരിക്കുക, അനുകൂലമായ ഫലങ്ങൾ ലഭിക്കുന്ന കാര്യങ്ങൾ ചെയ്യുക. ഫലം ലഭിക്കുന്നില്ല എങ്കിൽ അത് താഴെപറയുന്ന ഏതെങ്കിലും കാരണങ്ങൾ കൊണ്ടായിരിക്കും.

1. ബിസിനസ് പ്രസന്റേഷൻ കാണിക്കാൻ നിങ്ങൾ തെരഞ്ഞെടുത്ത ഉപഭോക്താവ്, അതിന് യോജിച്ച ആളായിരിക്കുകയില്ല.
2. പ്രസന്റേഷൻ കാണിച്ചിട്ടുണ്ടാകില്ല, അല്ലെങ്കിൽ, ആവശ്യത്തിന് എണ്ണം പ്രസന്റേഷനുകൾ കാണിച്ചിരിക്കില്ല.
3. വേണ്ടത്ര തുടർനടപടികളില്ല.
4. മതിയായ തയാറെടുപ്പും ശരിയായ മാനസികാവസ്ഥയും ഇല്ലാതെ പ്ലാനുകൾ കാണിക്കുക.
5. ഏതെങ്കിലും പ്രധാന കാര്യം ഇല്ലാതിരിക്കുക, അല്ലെങ്കിൽ അത് തെറ്റായ രീതിയിൽ ചെയ്യുക.

കാരണം എന്തായാലും, അത് നിങ്ങളുടെ അപ്ലൈനിന്റെ ശ്രദ്ധയിൽ ഉടൻ കൊണ്ടുവരിക. തെറ്റ് തിരുത്തി മുന്നോട്ടുപോകുക.

ഓർക്കുക, ബിസിനസിൽ നിങ്ങൾ സ്തംഭിച്ചുനിൽക്കുമ്പോൾ, കൂടുതൽ പ്രസന്റേഷനുകൾ കാണിക്കുക. കൂടുതൽ കൂടുതൽ പേരെ ബിസിനസ് പ്രസന്റേഷൻ കാണിക്കുന്നത് ഈ ബിസിനസിൽ നിങ്ങൾ അഭിമുഖീകരിക്കുന്ന ഏതു പ്രശ്നങ്ങളിൽനിന്നും രക്ഷപ്പെടാൻ വഴിയൊരുക്കും.

പ്രവൃത്തി വാക്കുകളേക്കാൾ ഉച്ചത്തിൽ സംസാരിക്കും. ഇപ്പോൾ തന്നെ പ്രവർത്തിച്ചുതുടങ്ങുക, നിങ്ങളുടെ ബാങ്ക് ബാലൻസിനെ സംസാരിക്കാൻ അനുവദിക്കുക.

പ്രവൃത്തി = വിജയം

ഈയൊരു പ്രേരണ ഞാൻ എന്റെ ടീം അംഗങ്ങളിൽ ഒരാളായ വരുണിൽ കണ്ടിട്ടുണ്ട്. അദ്ദേഹം തന്റെ ആശയങ്ങൾ ചെയ്ത ശേഷമായിരിക്കും അതേക്കുറിച്ച് സംസാരിക്കുന്നത്. അദ്ദേഹം പ്രവർത്തിക്കുക മാത്രമല്ല, പഴയ കാര്യങ്ങൾ വേണ്ടത്ര ഫലിക്കുന്നില്ല എങ്കിൽ പുതിയ കാര്യങ്ങൾ കണ്ടെത്താനുള്ള, പുതുമയ്ക്കുവേണ്ടിയുള്ള അന്വേഷണവും നടത്തും. ഈയൊരു പ്രവർത്തനത്തിലൂടെ അദ്ദേഹം ഞങ്ങളുടെ കമ്പനിയിൽ ഏറ്റവും ഉയർന്ന വരുമാനം നേടുന്ന ആളായി മാറി.

8. അച്ചടക്കവും സ്ഥിരതയും

നിങ്ങൾ ഇഷ്ടപ്പെട്ടാലും ഇല്ലെങ്കിലും ശരിയായത്, ശരിയായി രിക്കുമ്പോൾ ചെയ്യുന്നതാണ് അച്ചടക്കം. – *ദീപക് ബജാജ്*

പ്രചോദനത്തിലൂടെ ഈ ബിസിനസ് നിങ്ങൾക്ക് തുടങ്ങാൻ കഴിഞ്ഞു എന്നിരിക്കട്ടെ, എന്നാൽ, നിങ്ങൾക്ക് ഇത് നിലനിർത്തണമെങ്കിലും വിജയം നേടണമെങ്കിലും അച്ചടക്കം ആവശ്യമാണ്. യഥാർഥത്തിൽ, ഈ ബിസിനസിൽ വിജയിക്കണമെങ്കിൽ, വലിയ വിചിത്രമായ കാര്യങ്ങൾ ചെയ്യണമെന്നില്ല, ദിവസവും ചില ചെറിയ കാര്യങ്ങൾ ചെയ്താൽ മതി.

സജീവമായി പ്രവർത്തിക്കുന്ന നിങ്ങളുടെ അപ്ലൈൻ പഠിപ്പിച്ച കാര്യങ്ങളും നിങ്ങളുടെ ടീം പിന്തുടരുന്ന പരിശീലന സംവിധാനവും പ്രതിബദ്ധതയോടെ ചെയ്യുക. ചിലപ്പോൾ, ഒന്നിനുപുറകേ ഒന്നായി വ്യത്യസ്തങ്ങളായ പ്രവർത്തനങ്ങൾ നാം ചെയ്യാൻ പ്രലോഭിപ്പിക്കപ്പെടും, എന്നാൽ, അവ നമ്മെ അസ്വസ്ഥതയിലേക്കും ആശയക്കുഴപ്പത്തിലേക്കുമാണ് നയിക്കുക. **ഒരു സിസ്റ്റം 100 ശതമാനം പിന്തുടരുക, അത് ദിവസേന ചെയ്യുക.**

ലക്ഷ്യത്തിനും അതിന്റെ സാഫല്യത്തിനും ഇടക്കുള്ള പാലമാണ് അച്ചടക്കം – ജിം റോഹ്ൻ

ശരിയായ കാര്യങ്ങൾ ചെയ്യാനുള്ള അച്ചടക്കം വളർത്തിയെടുക്കുക, ഏറെക്കാലം അത് ദിവസേന സ്ഥിരമായി ചെയ്തുകൊണ്ടിരിക്കുക. സിസ്റ്റം നിർദേശിക്കുന്ന എല്ലാ കാര്യങ്ങളും തുടർച്ചയായി ചെയ്തുകൊണ്ടിരിക്കുക, അതിൽ ചിലത് നിങ്ങൾക്ക് സുഖകരമായി ചെയ്യാൻ കഴിയുന്നില്ല എങ്കിലും. ക്രമേണ, ഫലം ദൃശ്യമായിത്തുടങ്ങും. അതെ, പുതിയ സ്വഭാവങ്ങൾ പരിശീലിക്കുന്നത് ഏറെ സമയമെടുക്കുന്ന കാര്യമാണ്, തീർച്ചയായും തുടക്കത്തിൽ അസുഖകരവുമായിരിക്കും, എന്നാൽ, ഈ പുതിയ കാര്യങ്ങൾ പഠിക്കുന്നത് നമ്മുടെ പ്രതീക്ഷക്കപ്പുറത്തുള്ള പ്രതിഫലം നമുക്ക് നൽകും.

ദിവസവും ഈ പ്രത്യേക കാര്യങ്ങൾ ചെയ്തുകൊണ്ടിരുന്നാൽ, അവ പതുക്കെ നിങ്ങളുടെ സ്വഭാവം തന്നെയായി മാറും, പിന്നെ, നിങ്ങളുടെ ബോധപൂർവമായ ശ്രമമോ ശ്രദ്ധയോ ഇല്ലാതെ തന്നെ അവ നിങ്ങൾ ചെയ്യാൻ തുടങ്ങും. ഇങ്ങനെയാണ് സ്വഭാവങ്ങൾ രൂപപ്പെടുന്നത്. ദിവസവും ചെയ്യേണ്ട കാര്യങ്ങൾ നാം തെരഞ്ഞെടുക്കുക, ഈ ദൈനംദിന കാര്യങ്ങൾ ഒരു നിശ്ചിത കാലം തുടരുക, അവ അതോടെ സ്വഭാവമായി മാറും. ഒരു നിശ്ചിതകാലം ആവർത്തിക്കുന്ന സ്വഭാവങ്ങൾ പ്രാഗത്ഭ്യമായി

മാറും, അത് വൻവിജയത്തിലേക്ക് നയിക്കും. ഏതാണ്ട് 60 ദിവസം എടുക്കും ഒരു പുതിയ സ്വഭാവം സ്ഥാപിച്ചെടുക്കാൻ, പക്ഷേ, അതിലേക്കുള്ള യാത്ര ഏറെ വിലപ്പെട്ടതാണ്.

നാം ആദ്യം നമ്മുടെ സ്വഭാവങ്ങൾ രൂപപ്പെടുത്തുക, എന്നിട്ട് നമ്മുടെ സ്വഭാവങ്ങൾ നമ്മെ രൂപപ്പെടുത്തട്ടെ.

– ജോൺ ഡ്രൈഡെൻ

ഒരു നിശ്ചിതകാലം, ദിവസവും നാം ശരിയായ തെരഞ്ഞെടുപ്പുകൾ നടത്തിയാൽ, അതിന് അതിശക്തമായ സ്വാധീനമുണ്ടാക്കാൻ കഴിയും. നമ്മുടെ ദൈനംദിന സ്വഭാവങ്ങൾ ഒരു നിശ്ചിതകാലത്തേക്ക് സംഭരിക്കപ്പെട്ടുവയ്ക്കുന്നു എന്നു കരുതുക, അതിന് ഭീമാകാരമായ നേട്ടങ്ങളുണ്ടാക്കാൻ കഴിയും. ചിലപ്പോൾ ഈ ദൈനംദിന കാര്യങ്ങൾ തുടക്കത്തിലെ ചില ആഴ്ചകളിലോ മാസങ്ങളിലോ വ്യത്യസ്ത ഫലങ്ങൾ ഉണ്ടാക്കിയില്ല എന്നുവരാം, എന്നാൽ, അത് തുടർന്നുകൊണ്ടിരുന്നാൽ, നിങ്ങളെ വ്യവസായത്തിൽ ഒരു ഇതിഹാസമാക്കുന്ന വലിയ നേട്ടങ്ങൾ അത് നേടിത്തരും. ദിവസവും ഒരു അധിക മീറ്റിങ്, ഒരു വർഷം 365 അധിക മീറ്റിങ്ങുകളിലേക്ക് നയിക്കും. ദിവസവും അഞ്ച് അധിക കോളുകൾ, വർഷാവസാനമാകുമ്പോൾ 1825 അധിക കോളുകളായി വലിയ കൂമ്പാരമാകും. ഈ ബിസിനസിൽ വിജയിക്കാൻ, അല്ലെങ്കിൽ നിങ്ങളുടെ ഏത് ഫീൽഡിലും വിജയിക്കാൻ, കഴിയാവുന്നിടത്തോളം വേഗം ആവർത്തിച്ചുചെയ്യുന്ന കാര്യങ്ങളിലൂടെ അതിശക്തമായ ഫലം ഉണ്ടാക്കിയെടുക്കുക. **ശരിയായ കാര്യങ്ങൾ പ്രാക്ടീസ് ചെയ്യാനുള്ള അച്ചടക്കം പാലിക്കുക, അവ ഒരു സ്വഭാവമായി മാറുന്നതുവരെ തുടർന്നുകൊണ്ടിരിക്കുക.**

മികവ് എന്നത് ഒരു യാത്രയാണ്. അച്ചടക്കം വാഹനവും.

ശരിയായ കാര്യങ്ങൾ അധികസമയം ചെയ്യുന്നത് = വിജയം

ഗൗരവ് ബജാജ് ഒരിക്കൽ എന്നോടു പറഞ്ഞു, എങ്ങനെയാണ് അദ്ദേഹം നിരവധി പുതിയ സെന്ററുകൾ തുടങ്ങിയത് എന്ന്. അദ്ദേഹം ഓരോ തവണയും ഒരു പുതിയ നഗരം തെരഞ്ഞെടുക്കുമ്പോഴും, അതോടൊപ്പം അദ്ദേഹം നിരവധി വ്യത്യസ്തങ്ങളായ ജോലികൾ ഏറ്റെടുക്കുമായിരുന്നു. ഒരു മണിക്കൂർ മുമ്പേ എത്തുക, ഹാളിലെ കസേര, സൗണ്ട്, പ്രൊജക്റ്റർ, ലൈറ്റ്, മൈക്ക് അടക്കമുള്ള സൗകര്യങ്ങൾ ഉറപ്പുവരുത്തുക, എന്നിട്ട് ഒരു സ്യൂട്ടും ടൈയും ധരിക്കുക. അദ്ദേഹം ആതിഥേയനാകും, പ്ലാൻ അവതരിപ്പിക്കുന്ന ആളാകും, ടോപ്പ് ലീഡറാകും എല്ലാ ഒരേ മീറ്റിങ്ങിൽ തന്നെ. ഓരോ ഈവന്റിലും അദ്ദേഹം തന്നെ ഹാൾ ബുക്ക് ചെയ്യുന്നതിന്റെ, ടിക്കറ്റ് അടിക്കുന്നതിന്റെ, മെമന്റോകളുടെ, ഹാളിലെ മറ്റ് സൗകര്യങ്ങളുടെ എല്ലാം അവകാശം ഏറ്റെടുക്കും. അദ്ദേഹത്തിന്റെ ബിസിനസിനു വേണ്ട എല്ലാ കാര്യങ്ങളും ആ ഘട്ടത്തിൽ ഒരു പരാതികളുമില്ലാതെ അദ്ദേഹം തന്നെയാണ് ചെയ്തിരുന്നത്. അതുകൊണ്ടാണ്, ഈ പ്രവർത്തനങ്ങൾ അദ്ദേഹത്തിന് സദാ വളർന്നുകൊണ്ടിരിക്കുന്ന ഒരു ബിസിനസ് സാമ്രാജ്യം നേടിക്കൊടുത്തത്.

9. സ്ഥിരോൽസാഹം

നിങ്ങൾ പോകുന്നത് എത്ര പതുക്കെയാണ് എന്നതിൽ കാര്യ മില്ല, നിങ്ങൾ നിൽക്കാതിരിക്കുന്നതുവരെ. - കൺഫ്യൂഷ്യസ്

ഡിക്ഷ്ണറിയനുസരിച്ച്, സ്ഥിരോൽസാഹം എന്നാൽ ചില കാര്യങ്ങൾ ചെയ്യുന്നതിലുള്ള നിഷ്ഠയാണ്, അത് എത്ര വിഷമകരമായാലും വിജയി ക്കാൻ എത്ര വൈകിയാലും. ലക്ഷ്യത്തിലെത്തുന്നതുവരെ ഒരു പ്രവൃത്തി യിൽനിന്ന് പിന്മാറാതിരിക്കാനുള്ള പ്രതിബദ്ധതയാണ് സ്ഥിരോൽസാഹം എന്നതിന്റെ ലളിതമായ അർഥം. മറ്റെല്ലാ ഗുണങ്ങളും ശേഷികളും വിക സിപ്പിച്ചെടുക്കാൻ കഴിയും. ലോകമെങ്ങും ലക്ഷക്കണക്കിന് പേർക്ക് തങ്ങളുടെ സ്വപ്നങ്ങൾ ഈ ബിസിനസിലൂടെ സാക്ഷാൽക്കരിക്കാ മെങ്കിൽ, എന്തുകൊണ്ട് നിങ്ങൾക്കും നിങ്ങളുടെ സ്വപ്നങ്ങൾ സാക്ഷാൽ ക്കരിച്ചുകൂടാ? പക്ഷേ, നിങ്ങൾ നിങ്ങളുടെ സ്വപ്നങ്ങൾക്കൊപ്പം നിന്നാലേ അത് സാക്ഷാൽക്കരിക്കാൻ കഴിയൂ, അതിനെ ഉപേക്ഷിച്ചുകളഞ്ഞാൽ സാക്ഷാൽക്കരിക്കാനാകില്ല. കാരണം, 'വിജയികൾ ഒരിക്കലും ഉപേക്ഷിച്ചു പോകില്ല, ഉപേക്ഷിച്ചുപോകുന്നവർ ഒരിക്കലും വിജയിക്കില്ല'.

തിരസ്കാരങ്ങളും പരിഹാസങ്ങളും ബിസിനസിന്റെ ഒരു ഭാഗമാണ്. പ്രതികൂലാവസ്ഥയും നിരാശയും സ്വഭാവിക്കമെന്ന നിലക്ക് സ്വീകരിക്കണം. NO എന്നതിനെ പ്രതിരോധിക്കുക. NO എന്നാൽ Next Opportunity (അടുത്ത അവസരം) എന്ന രീതിയിൽ കാണുക, ഒപ്പം, ചില പ്രത്യേക തരം ആളുകളുമായി ഉടക്കിനിൽക്കരുത്. ഇത് നമ്പറുകളുടെ കളിയാണ്, ഒരു വ്യക്തി തയാറല്ലെങ്കിൽ, ഉടൻ അടുത്തയാളിലേക്ക് നീങ്ങുക. ആരും നല്ലതും ചീത്തയുമല്ല; അവരുടെ സമയം ഇതല്ല എന്നുമാത്രം. യഥാർഥ ത്തിൽ, ഒന്നിച്ച് നിരവധിപേരെ നിങ്ങൾ സമീപിക്കുകയും അവർക്കൊപ്പം ജോലി ചെയ്യുകയും ചെയ്യുന്നു, ആളുകളുടെ ഒരു നിര സൃഷ്ടിക്കുന്നു. ക്രമേണ, നിരവധി നല്ല ആളുകൾ ഒന്നിനുപുറകേ ഒന്നായി സിസ്റ്റം പിന്തു ടരാൻ തുടങ്ങും.

നിങ്ങൾ കഠിനാധ്വാനം ചെയ്ത് തളർന്നശേഷം ചെയ്യുന്ന കഠിനാധ്വാനമാണ് സ്ഥിരോൽസാഹം. - ന്യൂട്ട് ഗിൻഗ്രിച്ച്

വിട്ടുപോകണം എന്ന് നിങ്ങൾക്ക് തോന്നിയ നിമിഷങ്ങൾ തീർച്ചയായും ഉണ്ടായിരിക്കണം, എനിക്കും അത്തരം നിമിഷങ്ങളുണ്ടായിട്ടുണ്ട്. എന്റെ പരിശീലനങ്ങളിൽ ഞാൻ ഇത് പറഞ്ഞിട്ടുണ്ട്, ബിസിനസിൽ നിങ്ങൾ ശരിക്കും വലിയ കാര്യങ്ങൾ നേടുന്നതിനുമുമ്പ്. നിങ്ങൾ ഏതാണ്ട് വിട്ടു

പോകുന്ന, ചുരുങ്ങിയത് അഞ്ച് അത്തരം നിമിഷങ്ങൾ ഉണ്ടായിരിക്കും, ഇത് നിങ്ങളെക്കൊണ്ട് ആകില്ല എന്ന് തോന്നുകയും ചെയ്യും. പ്രതിബദ്ധങ്ങളെ അഭിമുഖീകരിച്ച് നിങ്ങൾക്ക് തുടർന്നു പോകാൻ മൂന്ന് കുത്തിവെപ്പുകൾ ഉണ്ട് എന്ന് ഞാൻ മനസ്സിലാക്കുന്നു: സജീവമായി പ്രവർത്തിക്കുന്ന നിങ്ങളുടെ അപ്ലൈനുകളുമായി സ്ഥിരമായി ആശയവിനിമയം നടത്തുക, എല്ലാ ഈവന്റുകളിലും പങ്കെടുക്കുക (നിങ്ങളുടെ ടീമിൽ നിന്ന് ആരും പങ്കെടുത്തില്ലെങ്കിലും), ദിവസവും 15–30 മിനിറ്റ് നിർദേശിക്കപ്പെട്ട പുസ്തകങ്ങൾ വായിക്കുക(രാത്രിയാണ് നല്ലത്, ഉറങ്ങാൻ പോകുന്നതിനുമുമ്പോ അതിരാവിലെയോ. ദിവസത്തിലെ ബാക്കി സമയം, പ്രത്യേകിച്ച് വൈകുന്നേരങ്ങൾ മീറ്റിങ് നടത്താനുള്ളതാണ്).

ക്ഷമയുണ്ടായിരിക്കുക. ഒരു വലിയ കല്ല് ചുറ്റിക കൊണ്ടുള്ള 41-ാമത്തെ അടികൊണ്ടാണ് പൊട്ടുന്നത് എങ്കിൽ അതിനർഥം അതിനു മുമ്പ് അടിച്ച 40 അടികളും പാഴായി എന്നല്ല. ചില വിത്തുകൾ പൊട്ടിമുളക്കാൻ മറ്റ് വിത്തുകളേക്കാൾ സമയമെടുക്കും. ഓരോ കുട്ടികളുടെയും വളർച്ചപോലും വ്യത്യസ്തമായിരിക്കും. ഒരു വിമാനത്തിന് ഹെലികോപ്റ്ററിനെ അപേക്ഷിച്ച് ടെയ്ക്ഓഫിന് കൂടുതൽ സമയവും വിശാലമായ സംവിധാനങ്ങളും വേണം, എന്നാൽ, ഒരിക്കൽ പറന്നുയർന്നാൽ വിമാനം കൊണ്ട് എന്ത് നേടിയെടുക്കാം എന്നോ ഹെലികോപ്റ്റർ കൊണ്ട് എന്ത് നേടാം എന്നോ താരതമ്യം ചെയ്യാനാകില്ല.

മുന്നോട്ടുപോകുക, നിങ്ങളിൽ ഇല്ല എന്ന് സ്വയം കരുതിയ കരുത്തും കഴിവുകളും നിങ്ങളിൽ ഉണ്ടെന്ന് നിങ്ങൾ തന്നെ കണ്ടെത്തും.

> *നിങ്ങൾക്ക് പറക്കാൻ കഴിയുന്നില്ലെങ്കിൽ, ഓടുക. നിങ്ങൾക്ക് ഓടാൻ കഴിയുന്നില്ലെങ്കിൽ നടക്കുക. നിങ്ങൾക്ക് നടക്കാൻ കഴിയുന്നില്ല എങ്കിൽ ഇഴയുക, പക്ഷേ, നിങ്ങൾ എന്തുതന്നെ ചെയ്താലും നിങ്ങൾ മുന്നോട്ടുതന്നെ കുതിച്ചുകൊണ്ടിരിക്കണം.*
>
> – മാർട്ടിൻ ലൂഥർ കിങ് ജൂനിയർ

എന്റെ അനുഭവത്തിൽനിന്ന് പറയാം, നെറ്റ്‌വർക്ക് മാർക്കറ്റിങ് ലളിതമാണ്, പക്ഷേ, എളുപ്പമല്ല. അത് നിങ്ങളെ കഠിനമായി പരീക്ഷിക്കും, അങ്ങനെത്തന്നെ ചെയ്യും. ജീവിതകാലം മുഴുവൻ ജോലി ചെയ്താലും കിട്ടാത്ത അത്ര പണം, സ്വാതന്ത്ര്യം, ജീവിതരീതി എന്നിവ നെറ്റ്‌വർക്ക് മാർക്കറ്റിങ്ങിൽ നിന്ന് 35 വർഷം കൊണ്ട് ആളുകൾ ആഗ്രഹിക്കുന്നു, അതും വലിയ നിക്ഷേപമോ, ജീവനക്കാരോ ഓഫീസ് ആസ്ഥാനമോ പ്രവർത്തനമൂലധനമോ ഇല്ലാതെ തന്നെ. തീർച്ചയായും, അത് ആവശ്യപ്പെടാവുന്നവ തന്നെയാണ്.

അത് നിങ്ങൾക്ക് ഒരു വെല്ലുവിളിയാണ്, ശാരീരികമായും വൈകാരികമായും. അത് നിങ്ങളെ ക്ഷീണിപ്പിക്കും. അത് നിങ്ങളെ പരീക്ഷിക്കും. എന്നാൽ, പൂർണ്ണ വിശ്വാസത്തോടെ നിങ്ങൾ തലയുയർത്തി മുന്നോട്ടു

പോയാൽ, വിധി, അത് സ്വയം നടപ്പാക്കും. വിശ്വാസം നിങ്ങളുടെ വൈഷമ്യങ്ങളിലോ തിരിച്ചടികളിലോ നിരാശകളിലോ കുറവ് വരുത്തില്ല, എന്നാൽ, വിശ്വാസം നിങ്ങൾക്ക് ഇവയ്ക്കിടയിലൂടെ മുന്നോട്ടുപോകാനുള്ള ബലം നൽകും. നിങ്ങളുടെ സ്വപ്നം സാക്ഷാൽക്കരിക്കുന്നതുവരെ എല്ലാ ദിവസവും പ്രവർത്തിക്കും എന്ന ഒരു തീരുമാനം എടുക്കുക, എന്നിട്ട് വിശ്വാസപൂർവം മുന്നോട്ടുപോകുക.

> *സ്ഥിരോൽസാഹം എന്നത് ഒരു ദീർഘദൂര ഓട്ടമല്ല, അത് ഒന്നിനുപുറകേ മറ്റൊന്നായി നിരവധി ചെറിയ ഓട്ടങ്ങളാണ്.*
>
> – വാൾട്ടർ എലിയട്ട്

എന്റെ വരുമാനം നാലുതവണ വട്ടപ്പൂജ്യത്തിലേക്ക് കൂപ്പുകുത്തി, ഞാൻ അതിനെ വീണ്ടെടുത്തു

എന്റേതല്ലാത്ത കുറ്റംകൊണ്ട് ചിലർ എന്റെ ടീം വിട്ടുപോയി. പക്ഷേ, ഓരോ തവണയും കാരണങ്ങൾ വ്യത്യസ്തമായിരുന്നു, അതുകൊണ്ടുതന്നെ അത് പാഠങ്ങളുമായിരുന്നു. ഞാൻ കരഞ്ഞു; ഞാൻ പ്രതിഷേധിച്ചു, ഞാൻ ദൈവത്തിനോട് ചോദിച്ചു, എന്തുകൊണ്ട് എന്നെ ഈ യാഥാർത്ഥ്യം സ്വീകരിക്കാനും എല്ലാം വീണ്ടും തുടങ്ങാനും എനിക്ക് കുറച്ചുസമയം വേണ്ടിവന്നു. വീണ്ടും തുടങ്ങാനുള്ള ശ്രമം ഓരോ തവണയും വളരെ വിലപ്പെട്ട പാഠങ്ങൾ എനിക്കു നൽകി, ഓരോ തവണയും തിരിച്ചുവരാനെടുക്കുന്ന സമയം ഞാൻ കുറച്ചുകൊണ്ടുവന്നു. യഥാർത്ഥത്തിൽ, ഇന്നത്തെ എന്നെ രൂപപ്പെടുത്തിയത് ഈ പിഴവുകളാണ്, ഇന്ന് ഞാൻ അചഞ്ചലമായ ഒരു ബിസിനസുമായി, കരുത്തുറ്റ ഒരു അടിത്തറയുമായി നിൽക്കുന്നു.

പ്രാരംഭ മാസങ്ങളിൽ, തീർത്തും കഠിനമായ നിമിഷങ്ങളുണ്ടായിരുന്നു. ഞാൻ ജോലി രാജിവച്ചപ്പോൾ, എന്റെ ബന്ധുക്കൾ എന്റെ തോൽവി ബെറ്റുവച്ചു. നടത്താനും റദ്ദാക്കാനും കഴിയാത്ത നൂറു കണക്കിന് ഷോകൾ എനിക്ക് കൈകാര്യം ചെയ്യേണ്ടിവന്നു. ഞാൻ ഹാളുകൾ ബുക്ക് ചെയ്തു, പക്ഷേ, ആളുകൾ വന്നില്ല. ഞാൻ ജോലി രാജിവച്ചതിന്റെ പിറ്റേന്ന്, രണ്ടുലക്ഷം രൂപ ചെലവുവരുന്ന ഒരു ഈവന്റ് ഞാൻ പ്ലാൻ ചെയ്തു. എന്റെ സ്പോൺസറും ടീമും അതിലേക്ക് സംഭാവന നൽകാമെന്ന് എനിക്ക് ഉറപ്പുനൽകി. യഥാർഥ ചെലവ് മൂന്നുലക്ഷം രൂപയായി, കിട്ടിയതോ 33,000 രൂപയും. കടുത്ത വേനലിൽ ദൽഹിയിൽ ഞാൻ ഈവന്റുകൾ നടത്തി, പരിപാടിക്കിടയ്ക്ക് പെട്ടെന്ന് എ.സി.കൾ ഓഫായി. ഒരു മൈക്കു പോലുമില്ലാതെ മൂന്നുമണിക്കൂർ നേരം 500 പേരോട് ഒരു സെമിനാറിൽ ഞാൻ പ്രസംഗിച്ചുകൊണ്ടിരുന്നു. ഞാൻ ബിസിനസ്

പാർട്ടൈമായി ചെയ്തുകൊണ്ടിരിക്കുമ്പോൾ, ഞങ്ങളുടെ നഗരത്തിൽ ഒരു ഓഫീസ് ഉണ്ടായിരുന്നില്ല, അതുകൊണ്ട് ഞങ്ങൾക്ക് എല്ലാ ആഴ്ചയും ഉൽപ്പന്നങ്ങൾ ശേഖരിക്കാൻ 250 കിലോമീറ്റർ യാത്ര ചെയ്യേണ്ടിവന്നു.

പക്ഷേ, ഞങ്ങൾ ഇതെല്ലാം സ്വീകരിച്ചു, ഞങ്ങളെക്കൊണ്ട് കഴിയാവുന്ന നല്ല കാര്യങ്ങൾ ചെയ്തു. ഇതെല്ലാം വെല്ലുവിളികളാണെന്ന കാര്യം ഞങ്ങൾ തിരിച്ചറിഞ്ഞിരുന്നുപോലുമില്ല, എങ്കിലും തോൽപ്പിക്കാൻ വിഷമമേറിയ ആ വെല്ലുവിളികളെ തോൽപ്പിച്ച് ഞങ്ങൾ റെക്കോർഡിട്ടു, നിരവധി വർഷങ്ങൾക്കുശേഷവും ആ റെക്കോർഡുകൾ നിലനിൽക്കുന്നു.

10. തുടർച്ചയായ വ്യക്തിവളർച്ചക്കായി സമർപ്പിക്കുക

ഒരു മരം മുറിച്ചിടാൻ എനിക്ക് ആറുമണിക്കൂർ തരിക, ആദ്യ നാലുമണിക്കൂർ ഞാൻ മഴു മൂർച്ച കൂട്ടാനാണ് ചെലവഴിക്കുക.
- അബ്രഹാം ലിങ്കൺ

നെറ്റ്‌വർക്ക് മാർക്കറ്റിങ് വ്യവസായത്തിലെ ഒരു ജീവിതാവസാന വിദ്യാർഥി എന്ന നിലക്ക്, നെറ്റ്‌വർക്ക് മാർക്കറ്റിങ്ങിൽ റാങ്കുകൾ നേടി അതിവേഗം മുന്നോട്ടുപോകുന്ന ആളുകളിൽ ചില പ്രത്യേക സവിശേഷതകൾ ഞാൻ കണ്ടിട്ടുണ്ട്: അവ, വളർച്ചയ്ക്കുവേണ്ടിയുള്ള ആർത്തിയാണ്. അവരിലും അവരുടെ ബിസിനസിലും വളർച്ചയ്ക്കുവേണ്ടി അവർ ആർത്തിപിടിച്ചവരായിരിക്കും. അവർ സദാ പഠിക്കാനും വളരാനുമുള്ള അവസരങ്ങൾക്കുവേണ്ടി കാത്തിരിക്കും. ഓരോ പരിശീലന പരിപാടിയിലും അവർ സദസ്സിന്റെ മുൻനിരയിൽ തന്നെ ഇരിക്കുന്നതു കാണാം. വ്യവസായത്തെക്കുറിച്ച് അവർ എപ്പോഴും നല്ലതുമാത്രമേ സംസാരിക്കൂ. അവരുടെ അഭിനിവേശവും ജീവിതമൂല്യങ്ങളും ദിവസവും മെച്ചപ്പെടുത്തിക്കൊണ്ടിരിക്കും. ഈ മനോഭാവം മൂലം അവർ ചെയ്യുന്നതെല്ലാം മികച്ചതായിരിക്കും, ശ്രേഷ്ഠമായിരിക്കും.

വയസ്സാവുക എന്നത് ഒഴിവാക്കാനാകാത്തതാണ്, വളർന്നുകൊണ്ടിരിക്കുക എന്നത് ഐച്ഛികമാണ്. - ചിലി ഡേവിസ്

ഒരു യഥാർഥ ലീഡർക്കു മാത്രമേ ലീഡർമാരെ സൃഷ്ടിക്കാനാകൂ. നേതൃത്വം എന്നത് ഒരു യാത്രയാണ്: ഓരോ ദിവസവും മെച്ചപ്പെടുന്നതിനുള്ള യാത്ര. മറ്റെല്ലാത്തിനും മുകളിലൂടെ നിങ്ങൾക്ക് സഞ്ചരിക്കണമെന്നുണ്ടെങ്കിൽ, ഇന്നലത്തേക്കാൾ ഇന്ന് നിങ്ങൾ അൽപം കൂടുതൽ മെച്ചപ്പെട്ടിരിക്കണം. വ്യക്തിപരമായ വളർച്ചക്കുള്ള എന്റെ അളവുകോൽ ലളിതമാണ് ഇന്ന് നിങ്ങളെ കാണുന്ന ആൾക്ക്, ആറോ പന്ത്രണ്ടോ മാസം കഴിഞ്ഞാലും തോന്നണം, നിങ്ങൾ മെച്ചപ്പെട്ടിട്ടുണ്ട് എന്ന്.

ഏറ്റവും മികച്ച മനോഘടനയുമായി ദിവസവും നിങ്ങൾ പ്രവർത്തിക്കുക. ഈ ബിസിനസിൽ ഏറ്റവും വലിയ വിജയം നേടാൻ ആവശ്യമായ എല്ലാ കാര്യങ്ങളും ഈ പുസ്തകത്തിൽ വ്യക്തമായി വിശദീകരിക്കുന്നുണ്ട്. അവ നിങ്ങൾ സ്വയം വിശകലനം ചെയ്യുക, വളർച്ചാ മേഖലകൾ തിരിച്ചറിയുക, എന്നിട്ട് നിങ്ങളുടെ വളർച്ചയ്ക്കുള്ള മേഖലകളിൽ ബോധപൂർവം ഇടപെടുക, നിങ്ങൾ ഈ മേഖലകളിൽ ഓരോന്നിലും മികവ്

നേടുന്നതുവരെ. ഈ മികവ് നിങ്ങൾ പിന്തുടർന്നാൽ, നിങ്ങളുടെ ബിസിനസ് സ്വഭാവികമായും വളരും, നിങ്ങൾ സ്വയം വളരുന്നതിനൊപ്പം.

നമ്മൾ തുടർച്ചയായി ചെയ്യുന്നത് എന്താണോ അതാണ് നമ്മൾ. മികവ്, അതുകൊണ്ട്, ഒരു നാട്യമല്ല, മറിച്ച് ഒരു സ്വഭാവമാണ്.
– അരിസ്റ്റോട്ടിൽ

ബിസിനസ് സംജ്ഞ അനുസരിച്ച് എങ്ങനെ നിങ്ങളുടെ വ്യക്തിപരമായ വളർച്ചയെ ലാഭമാക്കി മാറ്റാൻ കഴിയും നിങ്ങൾ തുടർച്ചയായി നിങ്ങളുടെ ദൈനംദിന സ്വഭാവത്തിൽ വളർച്ചയും മികവും നേടിക്കൊണ്ടിരുന്നാൽ, നിങ്ങൾ **ഒരു കാന്തമായി** മാറും. നിങ്ങൾക്കു ചുറ്റും വിജയവും നേതൃത്വ ഗുണവും വളർച്ചയും മേന്മയും പ്രസരിച്ചുകൊണ്ടിരിക്കും, നിങ്ങളുടെ ജീവിതത്തിലേക്കും ബിസിനസിലേക്കും യോഗ്യരായ ആളുകളെ ആകർഷിച്ചുകൊണ്ടിരിക്കും. നിങ്ങൾക്കൊപ്പം യോഗ്യരായ ആളുകൾ ഉണ്ടായാൽ നിങ്ങളുടെ ബിസിനസ് തീർച്ചയായും പരിധികൾ ഭേദിച്ച് കുതിക്കും.

അതുകൊണ്ട്, നിങ്ങളുടെ ഇപ്പോഴത്തെ വിജയങ്ങളിൽ ആനന്ദം കണ്ടെത്താതിരിക്കുക. തുടർച്ചയായ വ്യക്തി വളർച്ചയുടെ പാതയിൽ നിങ്ങൾ നിങ്ങളെ സ്വയം പ്രതിഷ്ഠിക്കുക, നിങ്ങളെ ഒരു മാജിക് കാത്തിരിക്കുന്നുണ്ട്.

നിങ്ങൾ വിജയത്തെ ഫോക്കസ് ചെയ്താൽ, നിങ്ങൾക്ക് സംഘർഷമുണ്ടാകും. എന്നാൽ, നിങ്ങൾ മികവ് നിലനിർത്തിയാൽ വിജയം ഉറപ്പാണ്. – ദീപക് ചോപ്ര

സ്ഥിരമായ പഠനം = സ്ഥിരമായ വളർച്ച

ഈ ബിസിനസ് എനിക്ക് ഒരു സഹോദരനെയും മികച്ച സുഹൃത്തിനെയും തന്നു, ഗൗരവ് മെഹ്റ. എന്റെ സ്ഥാപനത്തിൽ, ഞാൻ അദ്ദേഹത്തെ കണ്ടിട്ടുള്ളത് വളർച്ചയ്ക്കായി ആർത്തി പിടിച്ച ഒരാളായിട്ടാണ്, ഞങ്ങളുടെ ടീം അംഗങ്ങളുടെ ഉൽപാദനക്ഷമത കൂട്ടാനുള്ള കാര്യങ്ങൾ എപ്പോഴും അദ്ദേഹം തെരഞ്ഞു നടന്നു. വളർച്ച ലക്ഷ്യമാക്കി പ്രവർത്തിക്കുന്ന മറ്റുചില ലീഡർമാരുമായി – ആനന്ദ് ബൻസാൽ, വിനയ് മിശ്ര, സുദേഷ് മാലിക്, ജി.സി. ഉപാധ്യായ്, ജഗ്ദീപ്, അഭയ് മിശ്ര, മഹേന്ദർ സിങ്, നിഷ ഭാരതി, രവീന്ദർ സിങ്, സുനിൽ രമാവത്, ബിനോദ് കുമാർ, മുകേഷ് സിങ് – ഞാൻ ആശയവിനിമയം നടത്താറുണ്ട്.

11. ആകർഷക വ്യക്തിത്വം, വിജയത്തിനുവേണ്ടിയുള്ള വസ്ത്രധാരണം

ചിരിക്കുന്ന മുഖമില്ലാത്ത ഒരാൾ ഒരിക്കലും ഒരു കട തുറക്കരുത്.
- ചൈനീസ് പഴമൊഴി

നാം ഇഷ്ടപ്പെടുന്നവരുമായി ബിസിനസ് ചെയ്യാനാണ് നമുക്ക് ഇഷ്ടം, ഒരാളെ ഇഷ്ടപ്പെടാനുള്ള ഏറ്റവും ആദ്യത്തെ കാരണം, അവരുടെ ആകർഷക വ്യക്തിത്വമാണ്. എന്നെ സംബന്ധിച്ച് ആകർഷക വ്യക്തിത്വമെന്നത് മനുഷ്യന്റെ ചില അടിസ്ഥാന സ്വഭാവ വിശേഷങ്ങളുടെയും പെരുമാറ്റ രീതികളുടെയും ഒരു സഞ്ചയമാണ്. ചിരി, മറ്റുള്ളവരെ ആദരിക്കാനുള്ള മനോഭാവം, മറ്റുള്ളവർ പറയുന്നത് മാന്യമായി കേൾക്കുക, ദയ, സത്യസന്ധത, മഹാമനസ്കത, ആതിഥ്യമര്യാദ, സമൂഹം അംഗീകരിച്ച നല്ല പെരുമാറ്റരീതികൾ എന്നിവയെല്ലാം ചേർന്നതാണ് ആകർഷക വ്യക്തിത്വം.

ഓർക്കുക, ഇത് നിങ്ങളുടെ കമ്പനിയെക്കാളും ഉൽപ്പന്നങ്ങളെക്കാളും വരുമാന പ്ലാനുകളെക്കാളും, നിങ്ങൾക്കാണ് ബാധകം. സെയിൽസ് സംബന്ധമായ സംജ്ഞയിൽ പറയുകയാണെങ്കിൽ, ഒരാൾ നിങ്ങൾക്കൊപ്പം ബിസിനസ് തുടങ്ങാൻ തീരുമാനിക്കുന്നു എന്നിരിക്കട്ടെ, അല്ലെങ്കിൽ നിങ്ങൾ സംസാരിക്കാൻ തുടങ്ങുന്നതിന് വളരെ മുമ്പേ നിങ്ങളിൽനിന്ന് സാധനം വാങ്ങുന്നു എന്നിരിക്കട്ടെ. ആദ്യത്തെ അഞ്ച് മിനിറ്റിൽ, അയാൾ നിങ്ങളെക്കുറിച്ച് 50-ലേറെ വിധിനിർണ്ണയവും അനുമാനങ്ങളും നടത്തും. അടിസ്ഥാനപരമായി, അദ്ദേഹം/അവൾ നിങ്ങളുടെ ഉൽപ്പന്നമോ സേവനങ്ങളോ വാങ്ങാൻ തീരുമാനിച്ചുകഴിഞ്ഞാൽ, ആദ്യ അഞ്ച് മിനിറ്റിൽ അതേക്കുറിച്ച് അദ്ദേഹത്തിന്റെ/അവളുടെ മനസ്സിനെ ഒന്ന് ഒരുക്കിയെടുക്കും; നിങ്ങളുടെ കൂടിക്കാഴ്ചയുടെ ബാക്കി സമയം മുഴുവൻ ആ അനുമാനങ്ങളെ ഉറപ്പിച്ചെടുക്കലായിരിക്കും. ലളിതമായി പറഞ്ഞാൽ, ആളുകൾ ഒറ്റനോട്ടത്തിൽ ഒരാളെ ഇഷ്ടപ്പെടുന്നു, പിന്നീട് അയാൾ നൽകുന്ന ഓഫറിനെയും. എന്റെ മാർഗ്ഗദർശികളിൽ ഒരാൾ എപ്പോഴും എന്നോട് പറയും, അത് തുടങ്ങുന്നതിന് വളരെ മുമ്പേ അത് തുടങ്ങിക്കഴിഞ്ഞു.

നിങ്ങളുടെ ചിരിയാണ് നിങ്ങളുടെ ലോഗോ, നിങ്ങളുടെ വ്യക്തിത്വമാണ് നിങ്ങളുടെ ബിസിനസ് കാർഡ്, നിങ്ങളുമായുള്ള ഒരു അനുഭവത്തിനുശേഷം നിങ്ങൾ എന്തുവികാരമാണ് മറ്റുള്ളവരിൽ അവശേഷിപ്പിക്കുന്നത്, അതാണ് നിങ്ങളുടെ ട്രേഡ് മാർക്ക്.
- ജെയ് ഡാൻസി

നല്ല വാർത്ത എന്താണെന്നുവച്ചാൽ, ആകർഷകമായ വ്യക്തിത്വം പഠിച്ചെടുക്കാം, ഇപ്പോൾ നിങ്ങൾ എവിടെയായിരുന്നാലും, നിങ്ങൾക്ക് അതിരു

കളില്ലാത്ത വിധം സ്വയം മെച്ചപ്പെടുത്താൻ കഴിയും, കൂടുതൽ മെച്ചപ്പെട്ട നിലയിൽ തുടരാനുമാകും.

നിങ്ങൾ കാണുന്ന എല്ലാവരെയും പ്രീതിപ്പെടുത്തണമെന്ന് ഞാൻ പറയില്ല, നിങ്ങൾ ആളുകൾക്കൊപ്പം ആയിരിക്കുമ്പോഴെല്ലാം, നിങ്ങൾ സ്വഭാവികമായും ആകർഷകമായിരിക്കണം, നിങ്ങൾക്ക് ചുറ്റുമുള്ളതിനാൽ എല്ലാവരും സ്നേഹിക്കണം, അല്ലെങ്കിൽ നിങ്ങൾ അവർക്കു ചുറ്റുമായിരിക്കണം. എന്നോടൊപ്പം ബിസിനസ് തുടങ്ങുന്ന നിരവധി പേർ എന്നോട് വ്യക്തമായി തന്നെ പറയാറുണ്ട്, അവർക്ക് ബിസിനസും ഉൽപ്പന്നങ്ങളും ആവശ്യമില്ല എന്ന്. എന്നോടുള്ള ബന്ധം തുടരാൻ വേണ്ടി മാത്രമാണ് അവർ എന്റെ കൂടെ ബിസിനസ് ചെയ്യാൻ തയാറാകുന്നത്.

അതോടൊപ്പം, നിങ്ങൾ എങ്ങനെയുള്ള ആളാണ്, അതാണ് നിങ്ങൾ ആകർഷിക്കപ്പെടാൻ കാരണമാകുന്നത്, അല്ലാതെ നിങ്ങൾ ആവശ്യപ്പെടുന്ന കാര്യങ്ങൾ കൊണ്ടല്ല. അതുകൊണ്ട്, ആകർഷക വ്യക്തിത്വമുള്ള ആളുകൾ നിങ്ങളുടെ ടീമിലുണ്ടാകണം എന്ന് നിങ്ങൾ ആഗ്രഹിക്കുന്നുണ്ടെങ്കിൽ, നിങ്ങളും സ്വയം ഒരു ആകർഷകവ്യക്തിത്വം വളർത്തിയെടുക്കും.

വിജയത്തിനുവേണ്ടിയുള്ള വസ്ത്രധാരണം

നിങ്ങളുടെ ആകർഷക വ്യക്തിത്വത്തിന് അത്ഭുതങ്ങൾ ചെയ്യാൻ ഒരു സാധ്യത കിട്ടും, നിങ്ങളുടെ വസ്ത്രം വാതിൽ തുറക്കുകയാണെങ്കിൽമാത്രം. - ദീപക് ബജാജ്

അതെ, നിങ്ങളുടെ ആകർഷക വ്യക്തിത്വം തീർച്ചയായും ആളുകളെ കീഴടക്കും, നിങ്ങൾക്ക് വിൽപന ഉറപ്പുനൽകും, പക്ഷേ, കാര്യങ്ങൾ തുടങ്ങുന്നത്, മീറ്റിങ്ങിൽ നിങ്ങൾ എത്ര നന്നായി വസ്ത്രം ധരിച്ചിരിക്കുന്നു എന്നതിനെ അടിസ്ഥാനമാക്കിയായിരിക്കും. നിങ്ങളുടെ വസ്ത്രമാണ് നിങ്ങളെക്കുറിച്ചുള്ള ആദ്യ മതിപ്പുണ്ടാക്കുന്നത്.

വിജയം നേടാനുള്ള ചില വസ്ത്രധാരണ രീതികൾ:

✓ മീറ്റിങ്ങിന് പോകുമ്പോൾ, ഔപചാരിക വസ്ത്രം ധരിക്കുക, ആകർഷകമായ കാഷ്വൽ വസ്ത്രങ്ങളും ആകാം.

✓ പുരുഷന്മാർക്ക്, ഷർട്ട്, ടീ ഷർട്ടുകളേക്കാൾ നല്ല മതിപ്പുണ്ടാക്കും. അതേപോലെ, സ്ത്രീകൾക്ക് അനുയോജ്യമായ വസ്ത്രങ്ങൾ ധരിക്കാം. നിങ്ങളെ കണ്ടാൽ തീക്ഷ്ണമായ, ആത്മവിശ്വാസമുള്ള, വിജയത്തിന് സന്നദ്ധനായ ആളാണെന്ന് വസ്ത്രത്തിൽനിന്ന് തോന്നണം.

✓ നല്ല വൃത്തിയിൽ വസ്ത്രം ധരിക്കണം. പുരുഷന്മാർ നന്നായി മുടി വെട്ടി ഒതുക്കിവെക്കണം, ക്ലീൻ ഷേവ് ആയിരിക്കണം, അല്ലെങ്കിൽ താടി നന്നായി വെട്ടിയൊതുക്കണം. മിതമായി നല്ല പെർഫ്യൂം അടിക്കാം. സ്ത്രീകൾക്കും ഇതുപോലെ തന്നെ.

- ✓ നന്നായി പോളിഷ് ചെയ്ത ഷൂകളും വൃത്തിയായ സോക്സും ധരിക്കുക.
- ✓ വിയർപ്പുനാറ്റമോ വായ്നാറ്റമോ ഉണ്ടെന്ന് നിങ്ങൾക്ക് തോന്നുന്നുണ്ടെങ്കിൽ, മൗത്ത്‌വാഷോ ഡിയോഡറന്റോ ഉപയോഗിക്കുക.
- ✓ സദാ നിങ്ങളുടെ മുഖത്ത് ചിരിയുണ്ടാകണം. മറ്റുള്ളവരുടെ ഹൃദയങ്ങളെ കീഴടക്കാനുള്ള ഉറപ്പായ ഒരു പ്രയോഗമായിരിക്കും അത്.

ആദ്യ ഇംപ്രഷനാണ് അവസാനത്തെ ഇംപ്രഷനും, ആദ്യ ഇംപ്രഷനുണ്ടാക്കാൻ നിങ്ങൾക്ക് രണ്ടാമതൊരു അവസരം ലഭിക്കില്ല.

നിങ്ങളുടെ പണം മുഴുവൻ വസ്ത്രത്തിനും അനുബന്ധ സാധനങ്ങൾക്കും ചെലവാക്കണം എന്നല്ല ഞാൻ പറഞ്ഞുവരുന്നത്, എന്നാൽ, പൊതു തത്വമനുസരിച്ച് നിങ്ങൾ വിജയത്തെക്കുറിച്ച് സംസാരിക്കുന്നുണ്ടെങ്കിൽ, നിങ്ങൾ ഒരു വിജയിയാണെന്ന് തോന്നിപ്പിക്കണം. നിങ്ങൾ ജീവിതശൈലിയെക്കുറിച്ച് സംസാരിക്കുന്നുണ്ടെങ്കിൽ, നിങ്ങൾ അത് നന്നായി കാണിച്ചുകൊടുക്കണം. നിങ്ങൾക്കൊപ്പം ചേർന്ന് പ്രവർത്തിക്കണമെന്ന് നിങ്ങൾ ഇഷ്ടപ്പെടുന്ന ആളുകളെപ്പോലെ നിങ്ങളും ആയിരിക്കുക. നിങ്ങളുടെ ഓരോ നല്ല സമയത്തും, എല്ലാ ദിവവസും.

പതിവായി ചിരിക്കുക, ആത്മാർഥതയോടെയിരിക്കുക, നിങ്ങളുടെ റോൾ മോഡലിനെപ്പോലെയിരിക്കുക. നിങ്ങളുടെ ടീമിലേക്ക് ഈ ലോകം മുഴുവൻ ക്യൂ നിൽക്കും.

ആകർഷക വ്യക്തിത്വം എല്ലാ വാതിലുകളും തുറക്കും

എന്റെ ബിസിനസിന്റെ ആദ്യ ദിവസം, പിന്നീട് ബിസിനസിൽ എന്റെ ഗോഡ്ഫാദറായി മാറിയ ഒരു ഇതിഹാസമനുഷ്യനെ കാണാനുള്ള ഭാഗ്യമുണ്ടായി. എന്തെങ്കിലും സഹായമോ മാർഗ്ഗനിർദേശമോ ആവശ്യമുണ്ടെങ്കിൽ ഓരോ സമയവും ഞാൻ കാണുന്ന ആദ്യത്തെ ആൾ അദ്ദേഹമാണ്, മി. പ്രവീൺ ചന്ദൻ. അദ്ദേഹം എന്നെ രണ്ടു കാര്യങ്ങൾ പഠിപ്പിച്ചു: 1. ഈ ബിസിനസ് നിങ്ങളുടെ സ്വന്തം ബിസിനസിനെപ്പോലെ ചെയ്യുക. 2. ആളുകളുമായി ഇടപെടുമ്പോൾ നിങ്ങളുടെ നാവിൽ മധുരമുണ്ടായിരിക്കുക, തലയിൽ ഐസും. ഈ രണ്ട് ഉപദേശങ്ങളാണ് എന്റെ വ്യക്തിത്വത്തെ രൂപപ്പെടുത്തിയത് എല്ലായിടത്തുനിന്നും ആളുകളിൽനിന്ന് സ്നേഹവും ആദരവും ലഭിക്കാൻ സഹായിച്ച വ്യക്തിത്വം രൂപപ്പെടുത്തിയത് ഇതാണ്.

നിങ്ങളുടെ കമ്പനിയിലെ ഏറ്റവും ടോപ്പ് പെർഫോർമർ എന്ന നിലക്ക് നിങ്ങൾ വസ്ത്രധാരണം നടത്തുക.

12. കൃത്യനിഷ്ഠത, തയാറെടുപ്പ്

നേരത്തെ എത്താൻ കഴിഞ്ഞില്ലെങ്കിൽ സമയത്ത് എത്തുക.

ആളുകളുടെ ഇഷ്ടം നേടാനുള്ള എളുപ്പവഴി കൃത്യനിഷ്ഠതയുണ്ടായിരിക്കുക എന്നതാണ്: നിങ്ങളുടെ ടീം അംഗങ്ങളിലും പുതിയ ഉപഭോക്താക്കളുടെ കാര്യത്തിലും ഇത് പ്രാവർത്തികമാക്കുക. തങ്ങൾക്ക് ശ്രദ്ധയും കരുതലും നൽകുന്നവർക്കൊപ്പം ബിസിനസ് ചെയ്യാനായിരിക്കും എല്ലാവരും ഇഷ്ടപ്പെടുക, അവർക്ക് നിങ്ങളുടെ കരുതലുണ്ട് എന്ന് അവരോട് പറയാനുള്ള ഏറ്റവും എളുപ്പത്തിലുള്ളതും ആദ്യത്തേുമായ മാർഗ്ഗം മീറ്റിങ്ങുകൾക്ക് കൃത്യസമയത്ത് വരിക എന്നതാണ്. മീറ്റിങ്ങുകൾക്ക് 5–10 മിനിറ്റിനുമുമ്പെങ്കിലും എത്തുന്നത് ഒരു സ്വഭാവമാക്കി മാറ്റുക. ചിലപ്പോൾ, അഭിനന്ദിക്കപ്പെട്ടില്ല എന്നുവരാം, എങ്കിലും കൃത്യസമയം പാലിക്കുക. മറിച്ച്, വൈകുന്നത് തീർച്ചയായും നിങ്ങളുടെ ബിസിനസിനെ അവസാനിപ്പിക്കും. ഒപ്പം, എല്ലാ മീറ്റിങ്ങുകളും കൃത്യസമയത്ത് തുടങ്ങേണ്ടതും അവസാനിപ്പിക്കേണ്ടതും പ്രധാനമാണ്.

നേരത്തെ അല്ലെങ്കിൽ വൈകി എത്തുക എന്നത് ഒരു സ്വഭാവമാണ്, അതേസമയം, അതിനെ നമുക്ക് മാറ്റിയെടുക്കാൻ കഴിയും എന്നത് ഒരു നല്ല കാര്യമാണ്. അതുകൊണ്ട്, കൃത്യനിഷ്ഠത വളർത്തിയെടുക്കുക.

വിജയിക്കാനുള്ള നിശ്ചയദാർഢ്യം എന്നതിന്റെ അർഥം, തയാറെടുപ്പിനുള്ള നിശ്ചയദാർഢ്യം അല്ലാതെ മറ്റൊന്നുമല്ല.

– ജുമ ഇകാംഗാ

ഇപ്പോൾ അല്ലെങ്കിൽ പിന്നീട്, ഭാഗ്യം ചെയ്തവരല്ല ഈ ബിസിനസിലും ജീവിതത്തിലും വിജയിക്കുന്നത്, തയാറെടുപ്പിന് സമയവും ഊർജവും ചെലവഴിക്കുന്നവരാണ്. നെറ്റ്‌വർക്ക് മാർക്കറ്റിങ്ങിലേക്ക് വരുന്ന മിക്കവാറും ആളുകൾ ഈ ബിസിനസിൽ പുതിയതായിരിക്കും, ഈ ബിസിനസിൽ വിജയിക്കുമോ എന്ന കാര്യത്തിൽ സംശയമുള്ളവരായിരിക്കും. എന്നാൽ, തയാറെടുപ്പിനുള്ള ആഗ്രഹവും അച്ചടക്കവും നിങ്ങൾക്കുണ്ടെങ്കിൽ എല്ലാ കാര്യങ്ങളും എളുപ്പം നടക്കും. ഈ ബിസിനസിൽ വരുന്നതിനുമുമ്പ് നിങ്ങൾ എന്തുചെയ്തു എന്നതിൽ കാര്യമില്ല, പ്രധാനം, ബിസിനസ് തുടങ്ങിക്കഴിഞ്ഞാൽ നിങ്ങൾ എന്തുചെയ്യുന്നു എന്നതിലാണ്.

നിങ്ങളുടെ നിമിഷത്തിനായി തയാറെടുക്കുക

1. ഇന്ന് നിങ്ങൾ നിങ്ങളുടെ ചാമ്പ്യനെ കണ്ടെത്തും എന്ന വിശ്വാസത്തോടെ ദിവസം തുടങ്ങുക. ഓർക്കുക, ജീവിതത്തിലെ ബാക്കി ദിവസങ്ങളെ അപേക്ഷിച്ച്, ഇന്നാണ് നിങ്ങളുടെ ആദ്യദിവസം.

2. സഹായിക്കണം എന്ന ലക്ഷ്യത്തോടെ ആളുകളെ കാണുക. ലക്ഷ്യമാണ് കാര്യം.
3. നിങ്ങളുടെ ഏറ്റവും മനോഹരമായ ചിരിയില്ലാതെ നിങ്ങൾ വീടുവിട്ടുപോകരുത്. വിജയിയായ ഒരാളെപ്പോലെ സദാ വസ്ത്രം ധരിക്കുക.
4. നിങ്ങളുടെ പൂർണ്ണമായ ബിസിനസ് കിറ്റ് കൈവശംവയ്ക്കുക. ഉൽപ്പന്നങ്ങളെക്കുറിച്ചുള്ള വീഡിയോകൾ, സാക്ഷ്യപത്രങ്ങൾ, വിജയകഥകൾ, പരിപാടികളുടെ ഫോട്ടോകൾ, ഉൽപ്പന്നങ്ങളുടെ ബ്രോഷറുകൾ, ബിസിനസ് പ്രസന്റേഷനുകൾ തുടങ്ങിയവ. നിങ്ങളുടെ ഫോണിൽ, ലാപ്ടോപ്പിൽ, മൊബൈിൽ നിങ്ങൾ എപ്പോഴും സജ്ജമായിരിക്കുക.
5. എപ്പോഴും ഒരു റൈറ്റിങ് പാഡ്/നോട്ടുബുക്ക്, പേന എന്നിവ കരുതുക. നിങ്ങളുടെ അതിഥികളിൽനിന്ന് പേനയോ പേപ്പറോ ഒരിക്കലും ആവശ്യപ്പെടരുത്.
6. ഉൽപ്പന്നങ്ങളെക്കുറിച്ചും ബിസിനസ് പ്ലാനിനെക്കുറിച്ചും നിങ്ങൾക്ക് നല്ല ധാരണയുണ്ടെന്ന് ഉറപ്പാക്കുക, നിങ്ങൾക്ക് ആവശ്യത്തിന് പരിശീലനം ലഭിച്ചിട്ടുണ്ടെന്നും.

തയാറെടുപ്പ് ഭയത്തിനുള്ള മറുമരുന്നാണ്. – ദീപക് ബജാജ്

നിങ്ങളുടെ ആത്മവിശ്വാസമാണ് നിങ്ങളുടെ ഏറ്റവും അടുത്ത സുഹൃത്ത്, അത് തയാറെടുപ്പിലൂടെയാണ് സാധ്യമാകുന്നത്. ആവശ്യത്തിന് തയാറെടുപ്പുണ്ടെങ്കിൽ, എല്ലാ മീറ്റിങ്ങുകളിലും നിങ്ങൾക്ക് ഒരു വിജയിയാകാൻ കഴിയും.

എല്ലാ മീറ്റിങ്ങുകൾക്കും 10 മിനിറ്റുകൾക്കുമുമ്പ് എത്തുക

ഒരു മീറ്റിങ് ഒരിക്കലും റദ്ദാക്കരുത്, എല്ലാ മീറ്റിങ്ങിനും 10 മിനിറ്റു മുമ്പ് എത്തുക. എന്റെ കരിയറിന്റെ തുടക്കത്തിൽ ഞാൻ മനസ്സിലാക്കിയിട്ടുണ്ട്, മീറ്റിങ്ങിന്റെ ആദ്യ ചില മിനിറ്റുകളാണ് നിങ്ങളുടെ മീറ്റിങ്ങിന്റെ ഫലത്തെ തീരുമാനിക്കുക. സമയത്ത് എത്തുക എന്നത് ഒരു വിജയമാണ്, അത് പൊസിറ്റീവായ ആദ്യ ഇംപ്രഷനുണ്ടാക്കും. നിങ്ങൾ വൈകിയാണ് എത്തുന്നതെങ്കിൽ, മീറ്റിങ് ഒരു 'ക്ഷമ'യോടെ തുടങ്ങുക, അത് ഒരു മീറ്റിങ്ങിനെ സംബന്ധിച്ചിടത്തോളം ഏറ്റവും മോശം തുടക്കമായിരിക്കും. നേരത്തെ എത്തുന്നത് ഒരു സ്വഭാവമാക്കുക. ഇത് ഞാൻ ഒരു സീനിയർ ലീഡറിൽ കണ്ടിട്ടുണ്ട്, മി. അശ്വിനി ശർമ, എല്ലാ പ്രോഗ്രാമിലും അദ്ദേഹം കൃത്യസമയത്ത് വരും. തയാറെടുപ്പിന്റെ കാര്യത്തിൽ എന്റെ നാല് ടീം അംഗങ്ങളെ ഞാൻ പ്രശംസിക്കുന്നു – സാഹിൽ ഗാർഗ്, ഹർവീന്ദർ സിങ്, പ്രദീപ് ചൗധരി, സുഭാഷ് ചന്ദർ. അവർ എല്ലാ മീറ്റിങ്ങുകൾക്കും പരിപാടികൾക്കും തയാറെടുപ്പുകളോടെയാണ് വരിക.

13. സന്തുലിത ജീവിതം നയിക്കാനുള്ള കഴിവ്

നമ്മളാണ് നമ്മുടെ തെരഞ്ഞെടുപ്പ്. - ജെ.പി സാർത്രേ

ഈ ബിസിനസ് നിങ്ങളുടെ ജീവിതത്തിലേക്കുവരുമ്പോൾ നിങ്ങൾ നിങ്ങളുടെ ജീവിതത്തിലെ നാല് പ്രധാന മേഖലകൾ കൈകാര്യം ചെയ്യുന്നുണ്ടാകും – നിങ്ങൾ, നിങ്ങളുടെ കുടുംബം, ഇപ്പോഴത്തെ ജോലി, സാമൂഹിക ഉത്തരവാദിത്തങ്ങൾ. നിങ്ങളുടെ സ്വപ്ന ജീവിതത്തിനുവേണ്ടി ഈ ബിസിനസ് സന്തോഷത്തോടെ തുടങ്ങണമെങ്കിൽ, തിരക്കേറിയ കാര്യങ്ങളുടെ ഷെഡ്യൂളിൽ ഈ ബിസിനസിനെ ഉൾപ്പെടുത്തണം. ദിവസവും ഈ ബിസിനസ് ചെയ്യാൻ നിങ്ങൾ സമയം കണ്ടെത്തണം. മറ്റേതൊരു ബിസിനസിനെയുംപോലെ, ഈ ബിസിനസിലെ ആദ്യ ഏതാനും മാസങ്ങൾ വെല്ലുവിളി നിറഞ്ഞതായിരിക്കും, കാരണം, അതിന് കൂടുതൽ സമയമെടുക്കും, നിങ്ങൾ നൽകുന്ന അധ്വാനവുമായി താരതമ്യപ്പെടുത്തുമ്പോൾ ലഭിക്കുന്ന വരുമാനം ചെറുതായിരിക്കും.

ഓർക്കുക, വേദനയില്ലാതെ നേട്ടമില്ല. ജീവിതം എന്നാൽ തെരഞ്ഞെടുപ്പുകളുടേതാണ്. ജീവിതത്തിൽ എന്താണ് വേണ്ടത് എന്ന് തീരുമാനിക്കുക, എന്നിട്ട് നിങ്ങളുടെ ലക്ഷ്യത്തിലേക്ക് നയിക്കുന്ന പ്രവർത്തന രീതി വികസിപ്പിച്ചെടുക്കുക.

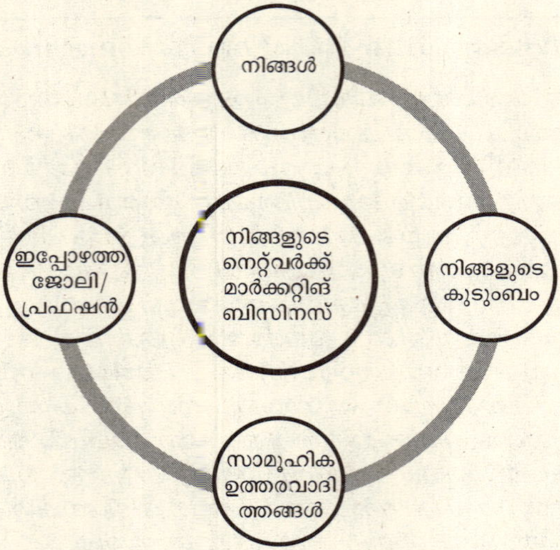

പ്രവർത്തനം മുൻഗണനകളെ പ്രതിഫലിപ്പിക്കുന്നു.

- മഹാത്മാഗാന്ധി

നിങ്ങളുടെ ജീവിതത്തിലെ നാല് പ്രധാന ഏരിയകൾ കൈകാര്യം ചെയ്യാനുള്ള എന്റെ നിർദേശങ്ങൾ ഇവയാണ്:

നിങ്ങൾ: നിങ്ങളുടെ ആരോഗ്യം ശ്രദ്ധിക്കുക. നിങ്ങൾക്ക് ആരോഗ്യമില്ലെങ്കിൽ സമ്പത്ത് അനുഭവിക്കാൻ നിങ്ങൾക്ക് കഴിയില്ല. ദിവസം 60 മിനിറ്റ് വ്യായാമത്തിന് നീക്കിവെക്കുക. നിങ്ങൾ കഴിക്കുന്ന ഭക്ഷണം ശ്രദ്ധാപൂർവം തെരഞ്ഞെടുക്കുക. നെറ്റ്‌വർക്ക് മാർക്കറ്റർമാർ ധാരാളം യാത്ര ചെയ്യാൻ ഇഷ്ടപ്പെടുന്നവരാണ്, ഇത് നാം എന്ത് കഴിക്കുന്നു, എപ്പോൾ കഴിക്കുന്നു എന്ന കാര്യത്തിൽ ബുദ്ധിമുട്ട് സൃഷ്ടിക്കും. കൃത്രിമ ഭക്ഷണ ഒഴിവാക്കുക, സമയത്തിന് ഭക്ഷണം കഴിക്കുക, യാത്രകളിൽ വീട്ടിലുണ്ടാക്കിയ ഭക്ഷണം കഴിക്കുക, പോഷകാംശങ്ങൾ ആവശ്യത്തിനുള്ള സന്തുലിത ഭക്ഷണം കഴിക്കുക, ദിവസവും വ്യായാമം ചെയ്യുക. നിങ്ങൾക്ക് അവിശ്വസനീയമായ ആരോഗ്യമുണ്ടെങ്കിലേ നിങ്ങൾക്ക് നിങ്ങളുടെ വരുമാനവും പദവിയും പ്രശസ്തിയും നന്നായി ആസ്വദിക്കാൻ കഴിയൂ.

നിങ്ങളുടെ ബുദ്ധിപരവും വൈകാരികവുമായ വളർച്ചക്ക് പുസ്തകങ്ങളും വീഡിയോകളും ഉപയോഗിക്കുക. യോഗ്യരായവർക്കൊപ്പം സമയം ചെലവഴിക്കുക. നല്ല സമയം നിങ്ങളുടെ കുടുംബത്തിനൊപ്പം ചെലവഴിക്കുക. ധ്യാനത്തിൽ ഏർപ്പെടുക, ദൈവത്തിലുള്ള വിശ്വാസം ഉറപ്പിക്കുക. നല്ല സംഗീതം കേൾക്കുക, അത് മെഡിറ്റേഷനെപ്പോലുള്ള ഗുണം ചെയ്യും. എല്ലായ്പ്പോഴും സന്തോഷവാനായിരിക്കുക, ആഹ്ലാദവാനായിരിക്കുക. ഇത്രയേറെ നൽകിയതിൽ, നിങ്ങളുടെ സ്വപ്നത്തിനുവേണ്ടി പ്രവർത്തിക്കാനുള്ള ശേഷിയും മനോഭാവവും നൽകിയതിൽ ദൈവത്തിനോട് നന്ദി പറയുക. നെറ്റ്‌വർക്ക് മാർക്കറ്റിങ് ബിസിനസ് ലഭിച്ചതിൽ നിങ്ങൾ ഭാഗ്യവാനാണ്. നിങ്ങളുടെ ബിസിനസിനൊപ്പം, നിങ്ങളുടെ ശാരീരിക, വൈകാരിക, ബുദ്ധിപരമായ, ആത്മീയമായ വളർച്ചയിലും ശ്രദ്ധ പുലർത്തുക.

കുടുംബം: നിങ്ങളുടെ കുടുംബത്തെ നിങ്ങൾക്കൊപ്പം നിർത്തുക. തുടക്കത്തിൽ, നിങ്ങളുടെ ജോലിക്കുശേഷം മണിക്കൂറുകളും വാരാന്ത്യങ്ങളും ഈ ബിസിനസിന് ചെലവിടേണ്ടിവരും. നേരത്തെ ഈ സമയം നിങ്ങൾ കുടുംബത്തോടും സുഹൃത്തുക്കളോടും ഒപ്പമായിരുന്നു ചെലവിട്ടിരുന്നത്. നിങ്ങൾക്ക് ഈ ബിസിനസിനെക്കുറിച്ചുള്ള കാഴ്ചപ്പാടും 25 വർഷം കഴിഞ്ഞാൽ കൈവരിക്കാവുന്ന നേട്ടങ്ങളും അവരെ ബോധ്യപ്പെടുത്താൻ കഴിഞ്ഞാൽ, അവർ ഈ സമയം ത്യജിക്കാൻ തയാറാകും. എന്തുകൊണ്ട് നിങ്ങൾ ഈ ബിസിനസ് ചെയ്യുന്നു, മാസങ്ങൾക്കകം ഇതിൽ നിന്ന് നിങ്ങൾ എന്ത് പ്രതീക്ഷിക്കുന്നു എന്ന കാര്യത്തെക്കുറിച്ച് കുടുംബ

വുമായി സംസാരിക്കുക. നിങ്ങളുടെ കുടുംബത്തിനൊപ്പം ചില ബിസിനസ് പരിപാടികളിൽ പങ്കെടുക്കുക, നിങ്ങളുടെ അപ്ലൈനുകളും അവരുടെ കുടുംബങ്ങളുമൊത്ത് ചില മീറ്റിങ്ങുകൾ നടത്തുക. ആദ്യ ഏതാനും മാസങ്ങളിൽ ചില നല്ല ഫലങ്ങൾ ഉണ്ടാക്കാൻ ശ്രമിക്കുക, അതോടെ നിങ്ങളുടെ കുടുംബത്തിന്റെ മികച്ച പിന്തുണ നിങ്ങൾക്ക് ലഭിക്കും.

ഇപ്പോഴത്തെ ജോലി/പ്രൊഫഷൻ: നിങ്ങൾ ജോലിയായോ മറ്റുവിധത്തിലോ ഇപ്പോൾ എന്ത് ചെയ്യുന്നു, അതിന് ആവശ്യമായ സമയം നൽകി ചെയ്തുകൊണ്ടിരിക്കുക. അടുത്ത ഏതാനും മാസങ്ങളിലേക്ക്, വർഷങ്ങളിലേക്ക് നിങ്ങൾക്ക് ജോലിയോ പ്രൊഫഷനോ ആവശ്യമായി വരും, അതുകൊണ്ട്, ജോലി/പ്രൊഫഷൻ നിലനിർത്താൻ ആവശ്യമായ എല്ലാ കാര്യങ്ങളും ചെയ്യുക. നിങ്ങളുടെ നെറ്റ്‌വർക്ക് മാർക്കറ്റിങ് ബിസിനസ് ചെയ്യാൻ പരമാവധി സമയം നൽകുക, ഒപ്പം അത് കാര്യക്ഷമമായി ചെയ്യുക, ദിവസവും. നിങ്ങളുടെ എല്ലാ വാരാന്ത്യങ്ങളും അവധികളും ഫലപ്രദമായി ഉപയോഗിക്കുക. നിങ്ങളുടെ ടീമിനൊപ്പം പരിപാടികളിൽ പങ്കെടുക്കുക, നിങ്ങളുടെ ടീം അംഗങ്ങളെ ഈവന്റുകളുമായി ബന്ധിപ്പിക്കുക, നിങ്ങളെ മാത്രമായി അവർ ആശ്രയിക്കാതിരിക്കട്ടെ. ഈ ബിസിനസിൽനിന്ന് നേട്ടമുണ്ടായിത്തുടങ്ങുമ്പോൾ, നിങ്ങളുടെ സജീവ അപ്ലൈനുകളുമായി ആലോചിച്ച്, എപ്പോൾ ഇതിനെ പൂർണ്ണ സമയ ബിസിനസായി എടുക്കണം എന്ന് തീരുമാനിക്കുക.

സുഹൃത്തുക്കൾ/സാമൂഹിക ഉത്തരവാദിത്തങ്ങൾ: ഏറ്റവും കുറവ് മിനിമത്തിലേക്ക് ഇത് കുറച്ചുകൊണ്ടുവരിക, ചുരുങ്ങിയത് ആദ്യ 12-24 മാസങ്ങളിലേക്കെങ്കിലും, അത്യാവശ്യം കാര്യങ്ങളിൽമാത്രം പങ്കെടുക്കുക. അതോടൊപ്പം, സാമൂഹിക പരിപാടികൾ നിങ്ങളുടെ ലിസ്റ്റിലേക്ക് പുതിയ പേരുകൾ കൂട്ടിചേർക്കാൻ സഹായിക്കും, പുതിയ ഉപഭോക്താക്കളെ കണ്ടെത്താനും കഴിയും.

ബിസിനസ് തുടങ്ങിയതിന്റെ ആദ്യ 12-24 മാസങ്ങളിൽ എന്തായാലും നിങ്ങളുടെ നെറ്റ്‌വർക്ക് മാർക്കറ്റിങ് ബിസിനസിനെ കേന്ദ്രസ്ഥാനത്ത് പ്രതിഷ്ഠിക്കുക, അതിനനുസരിച്ച് മറ്റു കാര്യങ്ങൾ കൈകാര്യം ചെയ്യുക. അത് എളുപ്പമാണോ? അല്ല. അത് ഗുണം ചെയ്യുമോ? തീർച്ചയായും. ഇത്തരം തെരഞ്ഞെടുപ്പ് നടത്തുന്നത് നിങ്ങളെ സംബന്ധിച്ച് ആഹ്ലാദകരമായിരിക്കും. നെറ്റ്‌വർക്ക് മാർക്കറ്റിങ് നിങ്ങൾക്ക് ലക്ഷക്കണക്കിന് രൂപ മാത്രമല്ല നൽകാൻ പോകുന്നത്, സമയം എങ്ങനെ മികച്ചരീതിയിൽ കൈകാര്യം ചെയ്യാം എന്ന കാര്യത്തിൽ നല്ല പരിശീലനവുമാണ്, നിങ്ങളുടെ മുൻഗണനകൾ തീരുമാനിക്കുന്ന കാര്യത്തിലും. യാത്ര ആസ്വദിക്കുക.

അത് നിങ്ങളെ സംബന്ധിച്ച് പ്രധാനമാണെങ്കിൽ, നിങ്ങൾ ഒരു വഴി കണ്ടെത്തും. അല്ലെങ്കിൽ, ഒരു ഒഴിവുകഴിവ് കണ്ടെത്തും.

– റയാൻ ബ്ലയർ

സന്തോഷവാനായിരിക്കുക, ആരോഗ്യവാനായിരിക്കുക, വിജയിയാകുക

ലോകത്തിലെ ഏറ്റവും മികച്ച വിദഗ്ധരിൽനിന്ന് പഠിച്ചതിൽനിന്ന്, ഞാൻ മനസ്സിലാക്കിയത് ഇതാണ്: യഥാർഥ വിജയം വരുന്നത് ആരോഗ്യം, വളർച്ച, കുടുംബം, സന്തോഷം, തൊഴിൽ എന്നിവയുടെ മിശ്രിതത്തിൽനിന്നാണ്. ഭാഗ്യവശാൽ, ഈ ബിസിനസിന് നിങ്ങൾക്ക് ഇതെല്ലാം നൽകാൻ കഴിയും. ഞാൻ എന്റെ പ്രാഥമിക കാര്യങ്ങളും മെഡിറ്റേഷനും രാവിലെ 5.30-നാണ് ചെയ്യുന്നത്. കുടുംബത്തോടൊപ്പം ദിവസവും നന്നായി സമയം ചെലവിടുന്നു. ആഴ്ചയിൽ ഏഴുദിവസവും ജിമ്മിലോ സ്പോർട്സിനോ പോകുന്നു. പാർക്ക് സ്റ്റാച്യുവിൽ മുഴുവൻ ദിവസവും ചെലവിടുന്നു. ദിവസവും ഞാൻ വായിക്കുന്നു, ആറുമാസത്തിലൊരിക്കൽ ഒരു പുതിയ കായിക ഇനമോ മറ്റെന്തെങ്കിലും കാര്യമോ പഠിക്കുന്നു. എല്ലാ മാസവും ഞാൻ ഒരു ചെറിയ അവധിക്കാലയാത്ര നടത്തുന്നു, 3-4 മാസത്തിനുള്ളിൽ ഒരു വലിയ അവധിക്കാല യാത്ര നടത്തുന്നു. ഭക്ഷണത്തിനെക്കുറിച്ച്, ധ്യാനത്തെക്കുറിച്ച്, സന്തുലിത ജീവിതത്തെക്കുറിച്ച് എന്റെ പ്രിയ സുഹൃത്ത് വിമൽ സരിനിൽനിന്ന് നിരവധി കാര്യങ്ങൾ പഠിച്ചിട്ടുണ്ട്. ഞങ്ങൾ ഓരോ തവണയും കണ്ടുമുട്ടുമ്പോൾ, ഏറ്റവും ഉയർന്ന ആത്മീയ ആനന്ദം എങ്ങനെ ഞങ്ങൾക്ക് കൈവരിക്കാം എന്ന കാര്യമാണ് സംസാരിക്കാറുള്ളത്. ഹർഷ്‌വർധൻ ജെയിൻ, സഞ്ജയ് ശർമ തുടങ്ങിയ സുഹൃത്തുക്കളിൽനിന്ന് ഇക്കാര്യങ്ങളെക്കുറിച്ച് ഞാൻ നിരന്തരം പഠിക്കാറുണ്ട്.

14. സാമ്പത്തിക അച്ചടക്കം

ഒരു നല്ല ബിസിനസുകാരൻ താൻ ചെയ്യുന്ന എല്ലാ കാര്യത്തിലും സാമ്പത്തിക അച്ചടക്കം പുലർത്തും. - പൗല വാഗ്നർ

നെറ്റ്വർക്ക് മാർക്കറ്റിങ്ങിൽ വിജയം നേടാനുള്ള ഒരു വ്യത്യസ്ത ഗുണമായി സാമ്പത്തിക അച്ചടക്കത്തെ എന്തുകൊണ്ട് ഞാൻ കാണുന്നു? കാരണം, സാമ്പത്തിക അച്ചടക്കം ഇല്ലാത്തതുമൂലം നിരവധി മികച്ച കരിയറുകൾ തകർന്നുപോയത് ഞാൻ കണ്ടിട്ടുണ്ട്. ഇത് സൃഷ്ടിയുടെയോ വിജയത്തിന്റെയോ തോൽവിയുടെയോ മേഖലയാണ്, അത് നന്നായി കൈകാര്യം ചെയ്തില്ല എങ്കിൽ അത് നിങ്ങളുടെ ബിസിനസിനെ അപകടത്തിലാക്കും.

ചെലവാക്കിക്കഴിഞ്ഞുള്ളവ മിച്ചം വെക്കരുത്, മിച്ചം വെച്ചുകഴിഞ്ഞുള്ളത് ചെലവാക്കുക. - വാറൻ ബുഫേ

നെറ്റ്വർക്ക് മാർക്കറ്റിങ്ങിലേക്ക് വരുന്നവരിൽ ഏറിയ പങ്കും ബിസിനസ് അടിത്തറയുള്ളവരല്ല, അതുകൊണ്ടുതന്നെ ഇതിനാവശ്യമായ വൈദഗ്ധ്യത്തെക്കുറിച്ച് മനസ്സിലാക്കുകയും അതിൽ വിദഗ്ധനാകുകയും ചെയ്യേണ്ടത് പ്രധാനമാണ്. ഈ ബിസിനസിന്റെ ഓരോഘട്ടത്തിലും നല്ല രീതിയിലുള്ള സാമ്പത്തിക അച്ചടക്കം ആവശ്യമാണ്. പണം മികച്ച രീതിയിൽ കൈകാര്യം ചെയ്യാനുള്ള ചില നിർദേശങ്ങളിതാ:

1. **ആദ്യ ചില മാസങ്ങളിലെ വരുമാനം:** നിങ്ങളുടെ ഇപ്പോഴത്തെ ജോലിയുടെ കൂടെ ഈ ബിസിനസ് പാർട്ടൈമായി തുടങ്ങുമ്പോൾ, തുടക്കത്തിൽ ഈ ബിസിനസിൽനിന്ന് നിങ്ങൾക്ക് ലഭിക്കുന്ന പണം അധികമാണ്, കാരണം, നിങ്ങളുടെ ഇപ്പോഴത്തെ ചെലവുകൾ ഇപ്പോഴുള്ള വരുമാനം കൊണ്ട് നടത്താം. അതെ, ചില ബിസിനസ് ചെലവുകളുണ്ട്, ബാക്കി പണം നിങ്ങൾ തീർച്ചയായും മിച്ചംവയ്ക്കണം, അത് ഒരു ഫണ്ടായി മാറ്റിവക്കണം. നിങ്ങൾ ഈ ബിസിനസിനെ മുഴുവൻ സമയ ജോലിയായി സ്വീകരിക്കാൻ തീരുമാനിക്കുമ്പോൾ ഈ ഫണ്ട് വലിയ സഹായമായിരിക്കും.

2. **പ്രോഗ്രാമുകൾ:** നമ്മുടെ ബിസിനസിലെ ചെലവുകളിൽ ഒന്ന് നമ്മുടെ സ്വന്തം വികസനത്തിനുവേണ്ടിയുള്ള പരിശീലന പരിപാടികളാണ്. ഒരു മികച്ച വ്യക്തിയായി തീരാനുള്ള ഒരു നിക്ഷേപമാണിത്. ഇത്തരം പരിപാടികൾ ബിസിനസിൽ വലിയ വിജയ

ങ്ങൾക്ക് കാരണമാകും, ഒപ്പം അനവധി തലങ്ങളിലുള്ള നേട്ടങ്ങളും ഉണ്ടാക്കിത്തരും. ഈ പരിപാടികൾ ഐച്ഛികമാണെങ്കിലും ഇവ നിങ്ങളുടെ വളർച്ചയ്ക്ക് അനിവാര്യമാണ്. ഒരു പരിപാടിയെ ചെലവായി കാണേണ്ടതില്ല, പകരം, വരാനിരിക്കുന്ന ദിവസങ്ങളിൽ നിങ്ങൾക്ക് ലഭിക്കുന്ന വൻപ്രതിഫലത്തിനുള്ള നിക്ഷേപമായി കണ്ടാൽ മതി. ഒരിക്കലെങ്കിലും, നെറ്റ്‌വർക്ക് മാർക്കറ്റിങ് വ്യവസായത്തിന് പുറത്തുള്ള പരിശീലകരുടെ പ്രോഗ്രാമുകളിൽ കൂടി പങ്കെടുക്കുക. നിങ്ങൾക്ക് അതിൽനിന്ന് ധാരാളം കാര്യങ്ങൾ പഠിക്കാം, ഈ പരിപാടികളിലൂടെ വളർച്ച ലക്ഷ്യമാക്കി പ്രവർത്തിക്കുന്ന പുതിയ നിരവധി ആളുകളെയും കാണാൻ കഴിയും.

ഒരു പ്രോഗ്രാം ഒരു ചെലവല്ല; അത് ഒരു നിക്ഷേപമാണ്.

– ദീപക് ബജാജ്

3. **വരുമാനവും ലാഭവും:** ഈ ബിസിനസിൽനിന്ന് നിങ്ങൾ എന്ത് നേടുന്നു, അതിനെ വരുമാനമായി കാണുക, അത് ലാഭമല്ല. നിങ്ങൾ സമ്പാദിക്കുന്നത് എല്ലാം ചെലവാക്കാൻ തുടങ്ങരുത്. മിടുക്കനായ, ഭാവനാശാലിയായ ഒരു ബിസിനസുകാരൻ എന്ന നിലക്ക്, ബിസിനസ് ചെലവുകൾ നിങ്ങളുടെ വരുമാനത്തിൽ നിന്ന് കണ്ടെത്തണം, എന്നിട്ട് ബിസിനസ് വികസിപ്പിക്കാനുള്ള നിക്ഷേപം നടത്തുക (നിങ്ങളുടെ പരിശീലന വികസന പരിപാടികൾ), തുകയുടെ ഒരു ഭാഗം ഭാവിയിലേക്കുള്ള കരുതലായി നീക്കിവക്കുക, ബാക്കിയുള്ളതാണ് ലാഭം, അത് നിങ്ങളുടെ ആവശ്യപ്രകാരം ചെലവാക്കാം. മിടുക്കനായ ഒരു കടയുടമ പോലും ആദ്യം പണം ചെലവാക്കുക വാടക നൽകാനും കടയിലെ മറ്റ് ചെലവുകൾക്കുമാണ്, പിന്നീട് ബാക്കിവരുന്ന ലാഭമാണ് വീട്ടിലേക്ക് കൊണ്ടുപോകുന്നത്. ഒരു ബിസിനസ്‌മാൻ മനോഭാവം വളർത്തിയെടുക്കുക.

4. **പ്രോഗ്രാമുകളുടെയും ഈവന്റുകളുടെയും പ്ലാനിങ്:** നിങ്ങളുടെ ബിസിനസ് വളരുമ്പോൾ, ബിസിനസിലെ നിങ്ങളുടെ റോൾ ഒരു പങ്കാളി എന്ന നിലയിൽനിന്ന് ഒരു ഈവന്റുകളുടെ സംഘാടകൻ എന്ന നിലയിലേക്ക് മാറുന്നു. മികച്ച പരിശീലന, വികസന സിസ്റ്റമുള്ള ഒരു പ്രൊഫഷനൽ ടീമിനൊപ്പമാണ് നിങ്ങൾ പ്രവർത്തിക്കുന്നതെങ്കിൽ, അവർ തന്നെ മിക്കവാറും ഈവന്റുകൾ സംഘടിപ്പിക്കും, എങ്കിലും, നിങ്ങൾ ഈ ബിസിനസിൽ വളർന്നുകൊണ്ടിരിക്കുമ്പോൾ, നിങ്ങൾക്ക് നിങ്ങളുടെ ബിസിനസ് അതിവേഗം പതിന്മടങ്ങായി വളർത്തിക്കൊണ്ടുവരാൻ വിവിധ തരം ഈവന്റുകൾ സംഘടിപ്പിക്കേണ്ടിവരും. ഒരു ഈവന്റ് സംഘടിപ്പിക്കുമ്പോൾ ശ്രദ്ധിക്കേണ്ട ഏറ്റവും പ്രധാന ഏരിയ സാമ്പത്തിക

മാണ്. ഒരു ഈവന്റ് പ്ലാൻ ചെയ്യുമ്പോൾ, നിങ്ങളുടെ സജീവ അപ്ലൈനുകളെ കാണുക, സാധ്യമായ എല്ലാ ചെലവുകളും വഹിക്കുക, അപ്രതീക്ഷിതമായുണ്ടാകുന്ന ചെലവുകളും കാണുക. ഒരു പരിപാടിയും ഒരാൾക്കും സാമ്പത്തിക നഷ്ടമുണ്ടാക്കരുത്. ഒപ്പം, ശ്രദ്ധിക്കാൻ ഒരു വാക്ക് കൂടി, ഓരോ ഈവന്റിനും, ഒരു സംഘാടകസമിതി ഉണ്ടാക്കുക. ഒറ്റക്ക് പണം പിരിക്കരുത്, പ്രോഗ്രാം അക്കൗണ്ടുകൾ, പരിപാടി കഴിഞ്ഞയുടൻ ബന്ധപ്പെട്ട എല്ലാവരുമായും പങ്കിടുക. നിങ്ങളുടെ വിശ്വാസ്യത നഷ്ടപ്പെടുത്തിയുള്ള റിസ്ക് നിങ്ങൾ ആഗ്രഹിക്കുന്നുണ്ടാകില്ല, ഏതാനും ആയിരങ്ങൾക്കുവേണ്ടി ലക്ഷക്കണക്കിന് രൂപ നഷ്ടപ്പെടാനും നിങ്ങൾക്ക് താൽപര്യമുണ്ടാകില്ല.

5. **യാത്ര, ടീം മീറ്റിങ്ങുകൾ, മറ്റ് ബിസിനസ് ചെലവുകൾ:** തുടക്കദിവസങ്ങളിൽ, ബിസിനസ് നിങ്ങളുടെ നഗരത്തിലോ പട്ടണത്തിലോ ആരംഭിക്കുക. ക്രമേണ, നിങ്ങൾക്ക് വേണ്ടത്ര പരിശീലനം ലഭിച്ചുകഴിഞ്ഞാൽ, നിങ്ങളുടെ പ്രദേശത്ത് നല്ല ടീമിനെ ഉണ്ടാക്കിയെടുത്തുകഴിഞ്ഞാൽ, പുറത്തുള്ള പ്രദേശങ്ങളിൽ കൂടി നിങ്ങളുടെ ടീമിനെ വികസിപ്പിച്ചെടുക്കുക. നിങ്ങൾ യാത്ര ചെയ്യുമ്പോൾ, ആദ്യ ഏതാനും ആഴ്ചകളിൽ അതൊരു ബിസിനസ് ചെലവായിരിക്കും, ഒരു പുതിയ നഗരത്തിൽ ഒരു പുതിയ ടീമിനെ ഉണ്ടാക്കിയെടുക്കാനുള്ള യാത്രകളും മറ്റ് ചെലവുകളും, അവിടെനിന്ന് ലഭിക്കുന്ന വരുമാനത്തേക്കാൾ കൂടുതലായിരിക്കും. ഈ കാരണം കൊണ്ട്, പുറത്ത് ബിസിനസ് തുടങ്ങിവയ്ക്കുന്നത് അവസാനിപ്പിക്കാൻ പാടില്ല. ഒപ്പം, നിങ്ങളുടെ ടീമിനുവേണ്ടി കുറച്ചുകൂടുതൽ പണം ചെലവഴിക്കേണ്ട സാഹചര്യവും സമയവും ഉണ്ടാകും – കാപ്പി, ലഞ്ച്, യാത്ര തുടങ്ങിയവയ്ക്ക്. ഇതെല്ലാം ബിസിനസ് ചെലവുകളാണ്, അത് ബിസിനസിന്റെ വളർച്ചക്ക് ആവശ്യവുമാണ്.

6. **ഒരു കാർ വാങ്ങുന്നതും മറ്റ് ആഡംബരങ്ങളും:** പണത്തെക്കുറിച്ചോ വിജയത്തെക്കുറിച്ചോ നിങ്ങൾ സംസാരിക്കുമ്പോൾ, അത് നിങ്ങൾ കാണിക്കുക കൂടി ചെയ്യണം. അതോടൊപ്പം, നിങ്ങളുടെ വരുമാനത്തേക്കാൾ കൂടുതൽ നിങ്ങൾ ചെലവഴിക്കുകയാണെങ്കിൽ, അല്ലെങ്കിൽ നിങ്ങൾക്ക് കൈകാര്യം ചെയ്യാവുന്നതിനേക്കാൾ കൂടുതൽ പണം ചെലവാക്കേണ്ടിവരുമ്പോൾ നിങ്ങൾ വിഷമകരമായ ഒരു സാഹചര്യത്തിൽ വീണുപോകും. നിങ്ങളുടെ സജീവ അപ്ലൈനുമായി ചർച്ച ചെയ്യാതെ കാറോ മറ്റ് വിലപിടിപ്പുള്ള സാധനങ്ങളോ വാങ്ങരുത്. വാങ്ങുന്നതിനുമുമ്പ് നന്നായി പ്ലാൻ ചെയ്യുക, നിങ്ങളുടെ ശേഷിക്കുന്ന ഫണ്ടിന്റെയും 3–6 മാസത്തെ വരുമാനത്തിന്റെയും നിങ്ങളുടെ ടീമിന്റെ ഘടനയുടെ

അടിസ്ഥാനത്തിലും അത് പ്ലാൻ ചെയ്യുക. എല്ലായ്പ്പോഴും ആവശ്യമായ ആസൂത്രണത്തോടെ മാത്രം ഇക്കാര്യം ചെയ്യുക.

7. **വായ്പകൾ:** ഈ ബിസിനസിന്റെ ഏതുഘട്ടത്തിലും, രണ്ടുതരത്തിലുള്ള വായ്പകൾ ഒഴിവാക്കുക – ആഡംബരങ്ങൾക്കും വ്യക്തിപരമായി വാങ്ങുന്ന അനാവശ്യമായ സാധനങ്ങൾക്കും വേണ്ടിയുള്ള വായ്പകളും വളരെ ഉയർന്ന പലിശയുള്ള വായ്പകളും. വളരെ മുൻകൂട്ടി നിങ്ങളുടെ പർച്ചേസ് പ്ലാൻ ചെയ്യുക. പ്രാരംഭസമയത്ത്, ബിസിനസ് തുടങ്ങുന്ന സമയത്ത്, അത് ഒരു ഉറച്ച അവസ്ഥയിൽ എത്താത്ത കാലത്ത്, നിങ്ങളുടെ പദ്ധതികൾ യാഥാർഥ്യബോധത്തോടെയുള്ളതായിരിക്കണം, വായ്പ എടുക്കാൻ ആലോചിക്കുന്ന സമയത്ത് നിങ്ങളുടെ സജീവ അപ്ലൈനുമായി ചർച്ച ചെയ്യുക. നിങ്ങളുടെ ബിസിനസിന് നിങ്ങളുടെ 100 ശതമാനം പ്രതിബദ്ധത ആവശ്യമുണ്ട്, ശാരീരികമായും മാനസികമായും. ഏതെങ്കിലും തരത്തിലുള്ള മോശം സാമ്പത്തിക തീരുമാനങ്ങൾ നിങ്ങളുടെ സമയവും ശ്രദ്ധയും അനാവശ്യകാര്യങ്ങളിലേക്ക് കൊണ്ടുപോകും. വിശേഷിച്ചു പറഞ്ഞാൽ, തുടക്കത്തിലെ ഏതാനും വർഷങ്ങളിൽ വായ്പകളിൽനിന്ന് അകന്നു നിൽക്കുക.

8. **നിങ്ങൾ വൻതോതിൽ പണമുണ്ടാക്കാൻ തുടങ്ങുമ്പോൾ നിക്ഷേപം തുടങ്ങുക:** നിങ്ങളുടെ ബിസിനസ് വൻതോതിൽ വളർന്നുതുടങ്ങുമ്പോൾ, നിങ്ങൾ വൻതോതിൽ പണം സമ്പാദിച്ചു തുടങ്ങുമ്പോൾ, നിങ്ങൾ തീർച്ചയായും ഒരു കാറോ മറ്റ് ആഡംബരങ്ങളോ വാങ്ങണം, അതേസമയം, പണം മിച്ചം വയ്ക്കാനും നിക്ഷേപിക്കാനും മറക്കരുത്. നിങ്ങളുടെ വരുമാനത്തിന്റെ നല്ലൊരു ഭാഗം നിങ്ങളുടെ ആഴ്ചയിലെയോ മാസത്തിലെയോ വരുമാനത്തിൽനിന്ന് നിക്ഷേപത്തിനായി മാറ്റിവക്കുക നിങ്ങളുടെ സാമ്പത്തിക ഉപദേശകനുമായി (ശ്രദ്ധയോടെ ഒരു സാമ്പത്തിക ഉപദേശകനെ കണ്ടെത്തുക) ചർച്ച ചെയ്യുക, നിക്ഷേപത്തിനുള്ള മികച്ച മാർഗ്ഗങ്ങൾ കണ്ടെത്തുക. നിങ്ങളുടെ നെറ്റ്‌വർക്ക് മാർക്കറ്റിങ് ബിസിനസിൽനിന്ന് വൻതോതിൽ നിഷ്ക്രിയ പണം (നിങ്ങളുടെ ടീമിന്റെയോ മറ്റോ പ്രവർത്തനഫലമായി നിങ്ങൾക്ക് ലഭിച്ചുകൊണ്ടിരിക്കുന്ന പണം) വന്നുകൊണ്ടിരിക്കുമ്പോഴും നിങ്ങളുടെ പണത്തെ നിങ്ങൾക്കുവേണ്ടി പ്രവർത്തിക്കാൻ അനുവദിക്കുക.

ഹൃദയത്തെയും മനസ്സിനെയും 'എന്താണ് ജീവിതം' എന്ന സങ്കടത്തിൽനിന്ന് മോചിപ്പിക്കുന്ന ഒന്നാണ് സാമ്പത്തിക സ്വാതന്ത്ര്യം.

– സൂസെ ഒർമ്മാൻ

അന്തിമമായ സാമ്പത്തിക സ്വാതന്ത്ര്യം നേടിയെടുക്കാനാണ് നാം ഈ ബിസിനസ് ചെയ്യുന്നത്. ഒരുതവണ, പ്രതിഷ്ഠിക്കപ്പെട്ടു കഴിഞ്ഞാൽ, അത് നമുക്ക് തുടർച്ചയായി പണം നൽകിക്കൊണ്ടിരിക്കും, നാം വിനോദങ്ങളിൽ ഏർപ്പെട്ടുകഴിഞ്ഞാലും നമ്മുടെ കുടുംബത്തോടെ സുഹൃത്തുക്കളോടോ ഒപ്പം വിനോദയാത്രകൾക്കുപോയാലും. നിങ്ങൾ ശരിയായ ബിസിനസാണ് തെരഞ്ഞെടുത്തിരിക്കുന്നത്, നിങ്ങൾക്ക് തീർച്ചയായും ഈ ബിസിനസിൽ നിന്ന്, എനിക്കറിയാവുന്ന മറ്റേതൊരു ബിസിനസിലേതിനേക്കാളും വേഗം സാമ്പത്തിക സ്വാതന്ത്ര്യം സാക്ഷാൽക്കരിക്കാൻ സാധിക്കും. എങ്ങനെ യായാലും, അതിന് കുറച്ച് സമയമെടുക്കും, നിങ്ങൾ ഇവിടെ എത്തുന്നതു വരെ, സാമ്പത്തിക അച്ചടക്കത്തെക്കുറിച്ച് ഞാൻ സൂചിപ്പിച്ച എട്ട് അമൂല്യ ങ്ങളായ തത്വങ്ങൾ പ്രയോഗിച്ചുനോക്കുക, അതുവഴി മുകളിലേക്കുള്ള നിങ്ങളുടെ യാത്ര സുഗമമാക്കുക. നിങ്ങളുടെ നെറ്റ്‌വർക്ക് മാർക്കറ്റിങ് ബിസിനസ് നിങ്ങളുടെ ഹൃദയം കൊണ്ടും ആത്മാവുകൊണ്ടും ചെയ്യുക, അതിലൂടെ, ലോകം മുഴുവൻ സ്വപ്നം കാണുന്ന സാമ്പത്തിക ധാരാ ളിത്വം ആസ്വദിക്കാൻ നിങ്ങൾക്ക് കഴിയും.

നിങ്ങളുടെ സമ്പത്തിനെ നിയന്ത്രിക്കുക

എന്റെ ടീമിലുള്ള എന്റെ സുഹൃത്തും ധനകാര്യ വിദഗ്ധനുമായ സഞ്ചയ് ജിൻഡാൽ പണത്തെക്കുറിച്ച് എന്നെ നിരവധി കാര്യങ്ങൾ പഠിപ്പിച്ചിട്ടുണ്ട്. ഇപ്പോൾ ഞാൻ പണം പെരുപ്പിക്കുന്നതിനെ ക്കുറിച്ചുള്ള അടിസ്ഥാന കാര്യങ്ങളിൽ മാസ്റ്റർ ആയിക്കഴിഞ്ഞു, എന്റെ നെറ്റ്‌വർക്ക് മാർക്കറ്റിങ് വരുമാനത്തിൽനിന്ന് എനിക്ക് ചില വലിയ നിക്ഷേപങ്ങൾ നടത്താനും കഴിഞ്ഞിട്ടുണ്ട്. ഞാൻ എപ്പോഴും ജനങ്ങളോട് പറയാറുള്ളത്, എല്ലാ മാസവും ഒരു പൊസിറ്റീവ് പണമൊഴുക്ക് നിലനിർത്താൻ സാധ്യമായ കാര്യങ്ങൾ എല്ലാവരും ചെയ്യണം. മുൻകൂട്ടി കാര്യങ്ങൾ പ്ലാൻ ചെയ്യുക, നിങ്ങളുടെ ജീവിത ത്തിൽ ഒരു നെഗറ്റീവ് സാമ്പത്തിക സാഹചര്യം സൃഷ്ടിക്കപ്പെടാ നുള്ള അവസരമുണ്ടാക്കരുത്.

15. ബന്ധങ്ങൾ കെട്ടിപ്പടുക്കുകയും പരിപാലിക്കുകയും ചെയ്യുക

ബിസിനസ് എന്നാൽ, ബന്ധങ്ങളാണ്. എത്ര നന്നായി അവയെ നിങ്ങൾ ഉണ്ടാക്കിയെടുക്കുന്നുവോ, അത്ര നന്നായി അവ നിങ്ങളുടെ ബിസിനസിനെ രൂപപ്പെടുത്തുന്നു.

– ബ്രാഡ് സുഗാർസ്

നെറ്റ്‌വർക്ക് മാർക്കറ്റിങ്, ഒരു പരമ്പരാഗത ബിസിനസിൽനിന്ന് തീർത്തും വ്യത്യസ്തമാണ്. പരമ്പരാഗത ബിസിനസിൽ ഒരു ബോസ് ഉണ്ടാകും, ഔപചാരിക ഘടനയുണ്ടാകും, അധികാരികളും ശിക്ഷകളുമുണ്ടാകും. മറ്റൊരുവിധത്തിൽ പറഞ്ഞാൽ, നെറ്റ്‌വർക്ക് മാർക്കറ്റിങ് പൂർണ്ണമായും പ്രവർത്തിക്കുന്നത് ബന്ധങ്ങളുടെയും ജനപ്രീതിയുടെയും അടിസ്ഥാനത്തിലാണ്. ഒരു നെറ്റ്‌വർക്ക് മാർക്കറ്റിങ് വിജയകരമായി നടത്തുക എന്നാൽ ഒരു കുടുംബം നടത്തുന്നതുപോലെയാണ്, ഈ ബിസിനസ് നടത്തുന്നതിനുള്ള നിയമങ്ങൾ ഒരു കുടുംബം നടത്തുന്ന നിയമങ്ങൾ തന്നെയാണ്. അതുകൊണ്ട്, ബന്ധങ്ങൾ ഉണ്ടാക്കാനും അത് പരിപാലിക്കാനും കഴിയുന്ന ഒരാൾ നെറ്റ്‌വർക്ക് മാർക്കറ്റിങ്ങിന് ഏറ്റവും അനുയോജ്യനായ ആളായിരിക്കും. ചിലർക്ക് ഈ നന്മയുണ്ടാകും, മറ്റുള്ളവർക്ക്, ബിസിനസ് തുടങ്ങുമ്പോൾ അവ വികസിപ്പിച്ചെടുക്കേണ്ടിവരും.

ബന്ധങ്ങൾ + സെയിൽസ് = നെറ്റ്‌വർക്ക് മാർക്കറ്റിങ്

നെറ്റ്‌വർക്ക് മാർക്കറ്റിങ്ങിലെ ഒരു ഭാഗം മാത്രമാണ് ഉൽപ്പന്നങ്ങളുടെ വിൽപന എന്ന കാര്യം ദയവായി മനസ്സിലാക്കുക, യഥാർഥ ബിസിനസ് എന്നു പറയുന്നത് ബന്ധങ്ങൾ ഉണ്ടാക്കലാണ്. ബന്ധങ്ങൾ ഏതു ബിസിനസിലും അത്യാവശ്യമായ കാര്യമാണ്, എന്നാൽ നെറ്റ്‌വർക്ക് മാർക്കറ്റിങ്ങിൽ ബന്ധങ്ങൾ എന്നത് ബിസിനസിന്റെ നട്ടല്ലാണ്. ആളുകൾ ഇവിടെ വിഭവങ്ങൾ മാത്രമാണ്, ആളുകൾ ദശാബ്ദങ്ങളോളം നിങ്ങളുടെ കൂടെ നിൽക്കുന്നത് നിങ്ങളുമായി അവർക്കുള്ള ബന്ധത്തിന്റെ അടിസ്ഥാനത്തിലാണ്. ഞാൻ സമീപഭാവിയിൽ ഇങ്ങനെയൊരു സമയം കാണുന്നുണ്ട്, സുഹൃത്തുക്കൾ മാത്രം ഈ ബിസിനസിലേക്ക് വരുന്നു, സുഹൃത്തുക്കളായ ഡിസ്ട്രിബ്യൂട്ടർമാർ മാത്രം ഈ ബിസിനസിൽ നിൽക്കുന്നു.

ബിസിനസ് എന്നത് മനുഷ്യബന്ധങ്ങളുടെ ഒരു കൂട്ടമല്ലാതെ മറ്റൊന്നുമല്ല.

– ലീ ഇയാക്കോക്ക

നിങ്ങൾക്ക് സ്വഭാവികമായി ബന്ധങ്ങൾ ഉണ്ടാക്കാനും അത് പരിപാലിക്കാനും കഴിയുന്നില്ല എങ്കിൽ, ദയവായി മനസ്സിലാക്കുക, ഇത് പഠിച്ചെടുക്കാവുന്ന ഒരു ശേഷിയാണ്, ഇത് നിങ്ങളുടെ വ്യക്തിത്വത്തിന്റെ ഭാഗമായി പതുക്കെ വികസിപ്പിച്ചെടുക്കാം. ആരോഗ്യകരമായ സ്വഭാവങ്ങളുള്ള, ആർജ്ജവമുള്ള, ധാർമ്മിക മൂല്യങ്ങളുള്ള ഒരു വ്യക്തിയാകുക, എങ്കിൽ നിങ്ങളുടെ ബിസിനസ് അടുത്ത തലമുറകളിലേക്കുകൂടി വളരും. താഴെ കൊടുത്തിരിക്കുന്ന മൂല്യങ്ങൾ വികസിപ്പിച്ചെടുക്കുക, അവ നിങ്ങളുടെ സ്വഭാവങ്ങളാകുന്നതുവരെ:

- ബിസിനസിലെ അവരുടെ പ്രകടനം കണക്കിലെടുക്കാതെ തന്നെ ആളുകളെ ആദരിക്കുക.
- ഓരോ അവസരത്തിലും മറ്റുള്ളവരെ അഭിനന്ദിക്കുക
- ആളുകളെ ഒരിക്കലും താഴ്ത്തിക്കെട്ടരുത്.
- ആളുകളുടെ ഈഗോയുമായി, പണവുമായി, കുടുംബവുമായി ബന്ധപ്പെട്ട് വഴക്കിടരുത്.
- നിങ്ങളുടെ വ്യക്തിപരമായ താൽപര്യങ്ങളേക്കാൾ ടീമിന്റെ താൽപര്യങ്ങൾ പരിഗണിക്കുക.
- എല്ലായ്പ്പോഴും കൃത്യസമയത്ത് എത്തുക.
- ആകർഷക വ്യക്തിത്വം ഉണ്ടായിരിക്കുക.
- നന്ദിപൂർവം പ്രവർത്തിക്കുക.
- നിങ്ങൾക്ക് ലഭിക്കുന്നതിനേക്കാൾ കൂടുതൽ നൽകുക.
- തെറ്റ് കണ്ടുപിടിക്കുന്നതിനേക്കാൾ, പ്രശ്നം പരിഹരിക്കുന്ന ആളാകുക.
- നല്ല പെരുമാറ്റങ്ങളും മര്യാദകളും പ്രകടിപ്പിക്കുക.
- നിങ്ങളുടെ വാക്കുകളെ ആദരിക്കുക.
- നിങ്ങളുടെ ഇടപാടുകളിൽ സത്യസന്ധതയും സുതാര്യതയും പുലർത്തുക.

ആളുകളെ വിലമതിക്കുക, ഹ്രസ്വകാല നേട്ടങ്ങൾക്കുപരിയായി ബന്ധങ്ങളെ പരിഗണിക്കുക. ഇത് ഒരു ദീർഘകാല ബിസിനസാണ്, ബന്ധങ്ങൾ പരിപാലിക്കുന്നതിന് നിങ്ങൾ ഊന്നൽ നൽകുകയാണെങ്കിൽ നിങ്ങൾക്ക് സുസ്ഥിരമായതും സദാ വളർന്നുകൊണ്ടിരിക്കുന്നതുമായ ഒരു ബിസിനസ് ലഭിക്കും.

ആളുകൾ ആളുകൾക്കൊപ്പം ബിസിനസ് ചെയ്യുന്നതിനു കാരണം, അവർ തെരഞ്ഞെടുക്കുന്ന കാര്യം, അവർക്കുണ്ട് എന്നതു കൊണ്ടല്ല. ചിലർ മറ്റുള്ളവർ ചെയ്യുന്ന അതേ കാര്യം ചെയ്യുന്നതും അതേ ഉൽപ്പന്നങ്ങൾ വിൽക്കുന്നതും കാണാം, വ്യക്തിപരമായ ബന്ധമാണ് ഇവിടെ വ്യത്യസ്തമാകുന്നത്.

– ആനൻ

ആളുകളെ മറ്റെല്ലാത്തിനുമുപരിയായി ആത്മാർഥമായി സ്നേഹിക്കുക, ശ്രദ്ധ നൽകുക

ഞാൻ എന്റെ പുതിയ പരിശീലന കൺസൽട്ടിങ് കമ്പനി തുടങ്ങിയപ്പോൾ, ഇന്ത്യയുടെയും ആസ്ത്രേലിയയുടെയും വിവിധ ഭാഗങ്ങളിൽനിന്ന് 1000-ലേറെ പേർ ഇവിടെ 'നിങ്ങളുടെ സ്വപ്നജീവിതം തുടങ്ങുക' എന്ന തൽസമയ പരിപാടിക്ക് വന്നു. ഈവന്റിന്റെ തീയതിക്ക് വളരെ മുമ്പേ ടിക്കറ്റ് പൂർണ്ണമായും വിറ്റഴിഞ്ഞു, അടുത്ത ഈവന്റിന് വരാൻ ആളുകളോട് ഞങ്ങൾക്ക് അപേക്ഷിക്കേണ്ടി വന്നു. ഏതെങ്കിലും പരിശീലകൻ നടത്തുന്ന ആദ്യത്തെ പരിശീലന പരിപാടിയിൽ തന്നെ 1000 പേരെ ഇതുവരെ ആളുകൾ കണ്ടിട്ടുണ്ടായിരുന്നില്ല. പക്ഷേ, ഇത് സാധ്യമായത്, ആളുകളുമായി ഞാൻ വികസിപ്പിച്ചെടുത്ത ബന്ധവും അവരുടെ ജീവിതത്തിന് കഴിഞ്ഞ കാലത്ത് ഞാൻ നേടിക്കൊടുത്ത പ്രയോജനങ്ങളും മൂലമാണ്. ഈ പരിപാടിക്കുവന്നവരിൽ ഭൂരിഭാഗവും അടുത്ത ഈവന്റുകൾക്കും എത്തി, അവർ പിന്നീട് ഞങ്ങളുടെ പരിപാടികളിൽ പതിവുകാരായി. എന്റെ എല്ലാ പരിശീലന പരിപാടികളിലും ഞാൻ 10 എക്സ് തത്വമാണ് പിന്തുടർന്നിരുന്നത്: പങ്കെടുക്കുന്ന ഓരോരുത്തരും നൽകുന്ന വിലയേക്കാൾ പത്തിരട്ടി മൂല്യം/നേട്ടം ഞങ്ങൾ നൽകും. കൂടുതൽ മൂല്യവും നന്ദിയും സേവനവും നൽകുന്ന ഈ തത്വം ആളുകളെ വിലമതിക്കുന്ന ഒന്നായിരുന്നു, ഇതാണ് എന്റെ പുസ്തകങ്ങളുടെ, വീഡിയോകളുടെ, പരിശീലന പരിപാടികളുടെ മഹാവിജയങ്ങൾക്കു പിന്നിൽ.

16. വൈകാരിക ഉൽപതിഷ്ണുത്വം

സഫലമായ ഒരു ജീവിതം ജീവിക്കാൻ നമുക്കെല്ലാവർക്കും, പൂർവസ്ഥിതി പ്രാപിക്കാനുള്ള നൈസർഗ്ഗിക കഴിവ് ആവശ്യ മാണ്. ഈ കഴിവുണ്ടെങ്കിൽ, നിങ്ങൾക്ക് വെല്ലുവിളികളെ നേരിടാൻ കൂടുതൽ തയാറെടുപ്പ് നടത്താൻ കഴിയും, നിങ്ങളുടെ കഴിവുകൾ, ശേഷികൾ എന്നിവ വളർത്തിയെടുക്കാൻ കഴിയും, അതിലൂടെ നിങ്ങൾക്ക് കൂടുതൽ ലക്ഷ്യബോധത്തോടെയും കൂടുതൽ ആഹ്ലാദത്തോടെയും ജീവിക്കാൻ കഴിയും.

- എറിക് ഗ്രീറ്റെൻസ്

വൈകാരികമായ ഉൽപതിഷ്ണുത്വം എന്നാൽ, ബുദ്ധിമുട്ടുകളിൽനിന്നും തിരിച്ചടികളിൽനിന്നും അതിവേഗം മുക്തനാകാനുള്ള ശേഷിയാണ്. നിങ്ങളും നിങ്ങളുടെ ടീമും ഫീൽഡിൽ ജോലി ചെയ്യുമ്പോൾ, പ്ലാൻ ചെയ്തതുപോലെ കാര്യങ്ങൾ ചെയ്യാൻ കഴിഞ്ഞില്ല എന്നുവരും. കൗതുക കരമെന്നു പറയട്ടെ, നിങ്ങളുടെ ടീമിന്റെ വലുപ്പം എത്ര വലുതാണോ അത്രയും വലുതായിരിക്കും ഫീൽഡിൽനിന്ന് നിങ്ങൾക്കുള്ള വെല്ലു വിളികൾ. ഈ നിമിഷങ്ങളിൽ നിങ്ങൾ എങ്ങനെ പ്രതികരിക്കുന്നു എന്ന കാര്യമാണ് നിങ്ങളുടെ ബിസിനസിന്റെ ഭാവി തീരുമാനിക്കുക. യഥാർഥ ത്തിൽ, വൈകാരികമായ ഉൽപതിഷ്ണുത്വം, ഏറ്റവും ഉയർന്ന നെറ്റ്വർക്ക് മാർക്കറ്റർമാരെ മറ്റുള്ളവരിൽനിന്ന് വേർതിരിച്ചുകാണിക്കുന്നു.

എല്ലാവർക്കും ഉച്ചത്തിൽ സംസാരിക്കാനും കൈയടിക്കാനും വൈകാരികമായി പ്രസംഗിക്കാനും കഴിയും കാര്യങ്ങൾ നന്നായി പോകു മ്പോൾ, ബിസിനസ് വളർന്നുകൊണ്ടിരിക്കുമ്പോൾ. ഒരു ലീഡറെ സംബ ന്ധിച്ച യഥാർഥ പരീക്ഷണം, കാര്യങ്ങൾ പ്രവർത്തിക്കാതിരിക്കുമ്പോൾ, ആളുകൾ വിട്ടുപോകുമ്പോൾ, ബിസിനസ് സ്തംഭിച്ചുനിൽക്കുമ്പോൾ, സാഹചര്യങ്ങൾ പ്രതികൂലമാകുമ്പോൾ എങ്ങനെ അയാൾ/അവൾ പെരുമാറുന്നു എന്നതാണ്. നിങ്ങളുടെ ലീഡർമാരുടെ ജീവിതശൈലിയും സ്വാതന്ത്ര്യവും കണ്ടാണ് നിങ്ങൾ നെറ്റ്വർക്ക് മാർക്കറ്റിങ്ങിലേക്ക് വന്നത് എങ്കിൽ, ദയവായി ഓർക്കുക, ഇവരെല്ലാവരും ഇത്തരം പരീക്ഷണകാലങ്ങ ളിലൂടെ കടന്നുപോന്നവരാണ്, അത്തരം വിഷമകാലങ്ങൾ വിജയകരമായി താണ്ടിയാണ് ഈയൊരു ജീവിതശൈലി സ്വായത്തമാക്കിയത്. അവർ അവർക്കുള്ള പ്രതിസന്ധികൾ അഭിമുഖീകരിച്ചു, ഇപ്പോൾ അവരുടെ ഊഴമാണ്. നിങ്ങളും നിങ്ങൾക്കുമുന്നിലുള്ള വെല്ലുവിളികൾ അഭിമുഖീ കരിക്കണം, എങ്കിലേ നിങ്ങൾക്കും ഉയരത്തിലേക്ക് കയറിപ്പോകാൻ കഴിയൂ, സ്നേഹവും ആദരവും സാമ്പത്തിക വളർച്ചയും നേടാനാകൂ.

വിമർശിക്കാനും അപലപിക്കാനും വളരെ എളുപ്പമാണ്. നിങ്ങൾക്ക് വളരെ എളുപ്പം മറ്റുള്ളവരെ, സാഹചര്യങ്ങളെ, ഭാഗ്യങ്ങളെ കുറ്റപ്പെടുത്താൻ കഴിയും, ഭാവിയിൽ ഒരുതരത്തിലുമുള്ള മുൻകൈയും എടുക്കില്ലെന്ന് തീരുമാനിക്കാനും കഴിയും. പക്ഷേ, തെറ്റിനെ സ്വീകരിക്കാനും അതിൽ നിന്ന് അതിവേഗം മുക്തമാവാനും ധൈര്യവും ചങ്കുറ്റവും വേണം. വിജയിയായ ഒരു നെറ്റ്‌വർക്ക് മാർക്കറ്ററാകാൻ നിങ്ങൾ ആഗ്രഹിക്കുന്നുണ്ടെങ്കിൽ ഓരോ തിരിച്ചടികളിൽനിന്നും നിങ്ങൾക്ക് ഏറ്റവും നന്നായി, അതിവേഗം തിരിച്ചുവരാൻ കഴിയണം.

> *ഏതൊരു യഥാർഥ ചാമ്പ്യനും തിരിച്ചുവരാൻ കഴിയും. അതിനെയാണ് ഒരു ചാമ്പ്യൻ എന്നുപറയുന്നത്: പ്രതികൂല സാഹചര്യങ്ങളെ കൈകാര്യം ചെയ്യാൻ കഴിയുക, അവയിൽനിന്ന് തിരിച്ചുവരാൻ കഴിയുക.* – ലോയ്ഡ് മെയ്‌വെതർ ജൂനിയർ

പരാതി പറയുന്നത് അവസാനിപ്പിക്കുക, എന്നിട്ട് നിങ്ങളുടെ ജീവിതത്തിന്റെ പൂർണ്ണമായ ഉത്തരവാദിത്തം ഏറ്റെടുക്കുക. നിങ്ങളുടെ മനോഭാവം 'എന്തുകൊണ്ട് എന്നെ' എന്നതിനുപകരം 'എന്നെ പരീക്ഷിക്കൂ' എന്നതായിരിക്കണം. എല്ലാ ദിവസവും നിങ്ങളുടെ വൈകാരിക ഉൽപതിഷ്ണുത്വം വിശ്രമിക്കേണ്ടിവരുന്ന സാഹചര്യങ്ങളുണ്ടാകും. ഓരോ ദിവസവും നിങ്ങൾക്ക് ആളുകളിൽനിന്ന് നിഷേധാത്മകമായ പെരുമാറ്റം നേരിടേണ്ടിവരും, അവരെ നമ്പർ വൺ ആയി കൈകാര്യം ചെയ്യേണ്ടിയും വരും. എന്റെ പരിശീലന പരിപാടികളിൽ ഞാൻ പറയാറുണ്ട്, നിങ്ങൾക്ക് ഒരു വലിയ നെറ്റ്‌വർക്ക് മാർക്കറ്റിങ് സാമ്രാജ്യം കെട്ടിപ്പടുക്കണമെന്നുണ്ടെങ്കിൽ, നിങ്ങളുടെ ആത്മാഭിമാനം താൽക്കാലികമായി നഷ്ടപ്പെടുത്തുന്ന ചില വിവേകശൂന്യരായ ആളുകളെ ആദ്യത്തെ 9–12 മാസങ്ങളിൽ നിങ്ങൾക്ക് അഭിമുഖീകരിക്കേണ്ടിവരും.

നിങ്ങൾക്ക് വ്യത്യസ്തതരത്തിൽപെട്ടവരെ, അപ്രതീക്ഷിത സാഹചര്യങ്ങളെ നിങ്ങളുടെ ദൈനംദിനചര്യകളുടെ ഭാഗമായി അഭിമുഖീകരിക്കേണ്ടിവരും. ചിലർ നിങ്ങൾ പറയുന്നത് ശ്രദ്ധിച്ചുകേൾക്കും, മറ്റുള്ളവർ വിമതന്മാരാകും. ചിലർ സിസ്റ്റം അതേപടി പിന്തുടരും, മറ്റുചിലർ അവരുടെ സ്വന്തം ആശയങ്ങൾ നടപ്പാക്കാൻ ശ്രമിക്കും. ചിലർ നിങ്ങളെ ആദരിക്കും, മറ്റുചിലർ നിങ്ങളുമായി ചില കളികൾ കളിക്കും. ചിലർ അതിവേഗം വളരും, ചിലർ അതേ സാഹചര്യങ്ങളിൽ വർഷങ്ങളോളം സ്തംഭിച്ചുനിൽക്കും. നിങ്ങൾ ചെയ്യാത്ത തെറ്റുകളുടെ ഉത്തരവാദിത്തം പേറേണ്ട സാഹചര്യങ്ങൾ ചിലപ്പോൾ ഉണ്ടായെന്നുവരാം. എങ്കിലും നിങ്ങൾ നിങ്ങളുടെ ആവേശം കാത്തുസൂക്ഷിക്കണം, മുന്നോട്ടുപോകണം. പ്രതിസന്ധികളിൽനിന്ന് മുക്തനാകാനുള്ള നിങ്ങളുടെ കഴിവ് എല്ലാം തീരുമാനിക്കും, ഈ പ്രതിസന്ധികളിൽ നിന്നുപോകണോ അതോ മുന്നോട്ടുപോകണോ എന്നത്.

നിങ്ങൾക്ക് നിങ്ങളുടെ മോശം മൂഡിൽനിന്ന് നല്ല മൂഡിലേക്ക് അതിവേഗം മാറാൻ കഴിയുന്നുണ്ടോ? നിങ്ങളുടെ നിലവിലെ സാഹചര്യങ്ങൾ പരിഗണിക്കാതെ, നിങ്ങൾക്ക് ഏറ്റവും ഉയർന്നതും വിഭവസമൃദ്ധമായതുമായ സ്ഥിതി നിലനിർത്താൻ കഴിയുന്നുണ്ടോ?

അത് ലളിതമാണ്, നിങ്ങളുടെ പ്രതിസന്ധികളിൽനിന്ന് അതിവേഗം നിങ്ങൾക്ക് തിരിച്ചുവരാൻ കഴിയുന്നില്ല എങ്കിൽ നിങ്ങൾക്ക് നെറ്റ്‌വർക്ക് മാർക്കറ്റിങ് ബിസിനസിൽ ഒരു ലീഡറാകാൻ കഴിയില്ല.

> *എത്ര ഉയരത്തിൽ ഒരാൾക്ക് കയറാൻ കഴിയുന്നു എന്നതിനെ അടിസ്ഥാനമാക്കിയല്ല ഞാൻ ഒരാളുടെ വിജയം അളക്കുന്നത്, അയാൾ താഴെവീഴുമ്പോൾ എത്ര ഉയരത്തിലേക്ക് അയാൾ തിരിച്ചുകയറുന്നു എന്നതിനെ അടിസ്ഥാനമാക്കിയാണ്.*
>
> – ജോർജ് എസ്. പാറ്റൺ ജൂനിയർ

എല്ലാ ഇതിഹാസങ്ങൾക്കും ഒരു പൊതു ഗുണം ഉണ്ടായിരിക്കും, പ്രതിസന്ധികളിൽനിന്ന് അതിവേഗം കരകയറാനുള്ള കഴിവ്

പ്രമുഖ നെറ്റ്‌വർക്ക് മാർക്കറ്റിങ് കമ്പനികളുടെ ചില സ്ഥാപകരെ കാണാനും പഠിക്കാനും എനിക്ക് അവസരം ലഭിച്ചിട്ടുണ്ട്. ഓരോരുത്തരും ചില കടുത്ത വെല്ലുവിളികളിലൂടെയും സംഘർഷങ്ങളിലൂടെയും കടന്നുപോന്നവരാണ്. യഥാർഥത്തിൽ, നിങ്ങൾ അഭിമുഖീകരിച്ച വെല്ലുവിളികൾ എത്ര കഠിനമാണ്, അത്ര ഉയർന്നതായിരിക്കും നിങ്ങളുടെ നേട്ടങ്ങളുടെയും വലുപ്പം. ഓരോ തവണയും നിങ്ങൾ പ്രതിസന്ധികളിലൂടെ, തിരിച്ചടികളിലൂടെ, ബുദ്ധിമുട്ടുകളിലൂടെ കടന്നുപോകുമ്പോൾ ദൈവത്തോട് നന്ദി പറയുക, കാരണം, നിങ്ങൾ അടുത്ത ലെവലിലേക്ക് പോകാൻ ദൈവം ആഗ്രഹിക്കുന്നു. ഈ ബിസിനസിൽ എനിക്ക് ആഴത്തിൽ ആദരവ് തോന്നിയ ചിലരുണ്ട് – റിച്ച് ദേവോസ്, ജെയ് വാൻ ആൻഡൽ, റെക്സ് മൗഗാൻ, റോബർട്ട് ആന്റ് ജൊനാസ് അഫ്ജോക്നിക്, മാർക് ആർ. ഹ്യൂഗ്സ്, ഡേവിഡ് എച്ച്. മക്കോനൽ, മേരി കെയ് ആഷ്, പ്രവീൺ ജെ. ചന്ദൻ, ഗൗതം ബാലി, ടി.സി. ഛബ്ര.

ഭാഗം ആറ്

9 അടിസ്ഥാന പ്രവർത്തനങ്ങൾ

നിങ്ങളുടെ ബിസിനസിന്റെ ജീവൻരക്ഷാ ഉപകരണങ്ങൾ

വ്യവസ്ഥാപിത മാർഗ്ഗത്തിൽ പതിവായി ജോലി ചെയ്യുന്ന ഒരാൾക്ക് അമിതജോലി മൂലം ക്ഷീണമുണ്ടാകുന്നതായി തോന്നില്ല. കഠിനാധ്വാനമല്ല ഒരാളെ കൊല്ലുന്നത്, പകരം ക്രമമില്ലായ്മയും ഒരു വ്യവസ്ഥ ഇല്ലാത്തതുമാണ്. – മഹാത്മാഗാന്ധി

ബിസിനസിൽ വേഗത്തിനും സുസ്ഥിരതയ്ക്കുംവേണ്ടി എല്ലാ ഡിസ്ട്രിബ്യൂട്ടർമാരും പതിവായി ചെയ്യുന്ന ചില കാര്യങ്ങളാണിത്. ഇത് അപ്രധാനമായ കാര്യങ്ങളാണ് തോന്നാം, പക്ഷേ, രണ്ട് കാര്യങ്ങളിൽ ഇതിന്റെ താക്കോൽ കിടക്കുന്നു. പൊരുത്തവും പകർത്തലും. ചിലർ ഈയൊരു മിഥ്യാധാരണയോടെയാണ് പ്രവർത്തിക്കുന്നത് തങ്ങൾ ബിസിനസിലുണ്ടെങ്കിൽ അത് നടന്നുപോകും. അത് സത്യത്തിൽനിന്ന് ഏറെ അകലെയാണ്. പ്ലാൻ പ്രവർത്തിക്കണമെങ്കിൽ, നിങ്ങൾ പ്ലാനിനനുസരിച്ച് പ്രവർത്തിക്കണം. ഇവ എളുപ്പം ചെയ്യാൻ കഴിയുന്ന കാര്യങ്ങളാണ്, ഓരോ പങ്കാളികൾക്കും എളുപ്പം നടപ്പാക്കാനും കഴിയും. ഈ ഒമ്പത് കാര്യങ്ങളും യോജിപ്പോടെ നടപ്പാക്കിയാൽ അത് ബിസിനസിൽ വൻവിജയത്തിന് കാരണമാകും. നിങ്ങളുടെ റാങ്ക് ഏതുമാകട്ടെ, വരുമാനം എത്രയാകട്ടെ, ഞാൻ നിങ്ങൾക്ക് ഇത് നിർദേശിക്കുന്നു, ഈ കാര്യങ്ങൾ പതിവായി ചെയ്യുക.

1. **ദിവസം ചുരുങ്ങിയത് ഒരു ബിസിനസ് അവസരമെങ്കിലും അവതരിപ്പിക്കുക:**

   നിങ്ങൾ എത്ര തിരക്കിലാണെങ്കിലും, ദിവസവും ഒരാളുമായെങ്കിലും നിങ്ങളുടെ ബിസിനസ് അവസരം പങ്കിടുക. ചില ദിവസങ്ങളിൽ നിങ്ങൾക്ക് ചെയ്യാൻ കഴിഞ്ഞില്ലെന്നുവരാം, എന്നാൽ, ആഴ്ചയിൽ ചുരുങ്ങിയത് ഏഴ് പ്രസന്റേഷനുകളെങ്കിലും നടത്തിയെന്ന് ഉറപ്പിക്കുക. ഉൽപ്പന്നങ്ങളുടെ പ്രദർശനങ്ങൾ ഇതിലും ഏറെയും എണ്ണത്തിൽ കൂടുതലും ആയിരിക്കണം.

2. **ദിവസവും നിങ്ങളുടെ ലിസ്റ്റിൽ ഒരു പേരുകൂടി ചേർക്കുക:**

   നിങ്ങളുടെ ലിസ്റ്റ് ആണ് നിങ്ങളുടെ വിഭവം. ഓർക്കുക, ആളുകൾ ഈ ബിസിനസ് വിട്ടുപോകാത്തതിന് കാരണം, മറ്റുള്ളവർ 'ഇല്ല'

എന്ന് പറയാത്തതുകൊണ്ടാണ്, അവർക്ക് ചെറിയ ലിസ്റ്റ് ഉള്ളതു കൊണ്ടാണ്. ലിസ്റ്റ് എത്ര വലുതാകുന്നുവോ, നിങ്ങളുടെ ബിസി നസ് അത്രയും ലാഭകരമാകും. ആഴ്ചയിൽ നിങ്ങളുടെ ലിസ്റ്റിൽ ഏഴ് പുതിയ പേരെങ്കിലും ചേർത്തിരിക്കണം എന്നത് നിർബന്ധമാണ്.

3. **100 ശതമാനം ഉൽപ്പന്ന/സേവന ഉപയോഗം:**

നിങ്ങൾ നിങ്ങളുടെ ഉൽപ്പന്നങ്ങളുടെയും സേവനങ്ങളുടെയും നമ്പർ വൺ ബ്രാൻഡ് അംബാസഡർമാരായിരിക്കും. നിങ്ങൾ നിങ്ങളുടെ കമ്പനിയുടെ ഏറ്റവും വലിയ ആരാധകനായിരിക്കും. നിങ്ങളുടെ കമ്പനി എന്താണ് ഉൽപാദിപ്പിക്കുന്നത് എന്നിരിക്കട്ടെ, നിങ്ങൾ അവ യുടെ നമ്പർ വൺ ഉപഭോക്താക്കളായിരിക്കും. നിങ്ങളുടെ കമ്പനി എന്ത് ഉൽപ്പന്നങ്ങളാണ് നിർമ്മിക്കുന്നത് എന്നിരിക്കട്ടെ, തീർച്ച യായും നിങ്ങൾ അത് ഉപയോഗിക്കണം.

4. **ആഴ്ചതോറുമുള്ള ഹാൾ മീറ്റിങ്ങുകളിൽ അതിഥികൾക്കൊപ്പം പങ്കെടുക്കുക:**

നമ്മുടെ ബിസിനസിന്റെ ജീവവായുവാണ് ആഴ്ചതോറുമുള്ള ഈവന്റുകൾ. എല്ലാ പ്രൊഫഷനും ജോലിയും ബിസിനസും ദിവസ വും നിശ്ചിത ജോലി സമയം ആവശ്യപ്പെടുന്നുണ്ട്. നമ്മുടെ ബിസി നസിൽ, ആഴ്ചതോറുമുള്ള മീറ്റിങ്ങുകളാണ് നമ്മുടെ ഓഫീസുകൾ. ആഴ്ചയിലെ മീറ്റിങ്ങുകൾ ബിസിനസിൽ ആവേശവും യോജിപ്പും നിലനിർത്തുന്നു. എല്ലാ ആഴ്ചയും പുതിയ അതിഥികൾക്കൊപ്പം മീറ്റിങ്ങുകളിൽ പങ്കെടുക്കുക എന്നത് നിങ്ങളുടെ ഏറ്റവും ഉയർന്ന മുൻഗണനയാക്കുക. ഒരു അതിഥിയെയോ പങ്കാളിയെയോ ലഭിച്ചില്ല എങ്കിൽ, നിങ്ങൾ തനിച്ച് പോകുക.

5. **എല്ലാ പരിപാടിയിലും ടീമുകൾക്കൊപ്പം പങ്കെടുക്കുക:**

ആളുകൾ ഈ ബിസിനസ് പരിചയപ്പെടുന്നത് വിവിധ വഴികളിലൂടെ യാണ്, എന്നാൽ, അവർ ബിസിനസ് തുടങ്ങുന്നത് ഒരേയൊരു വഴിയി ലൂടെയാണ് പ്രോഗ്രാമുകൾ. പ്രോഗ്രാമുകൾ ഈ ബിസിനസിൽ ശരി യായ വിധത്തിൽ പ്രവർത്തിക്കാൻ ആളുകളെ സജ്ജരാക്കുന്നു. പ്രോഗ്രാമുകളിലേക്ക് ആളുകളെ ക്ഷണിക്കുന്നത് ഒരു കലയായി വികസിപ്പിച്ചെടുക്കുക, പരിപാടിയിൽനിന്ന് പരിപാടിയിലേക്ക് ആളുകളുടെ എണ്ണം കൂടിവരുന്നുണ്ട് എന്ന് ഉറപ്പുവരുത്തുക.

6. **ദിവസവും 30 മിനിറ്റ് നിർദേശിക്കപ്പെട്ട പുസ്തകങ്ങൾ വായിക്കുക/ നിർദേശിക്കപ്പെട്ട വീഡിയോകൾ കാണുക:**

നിങ്ങളുടെ മനസ്സിനെ വൻ വിജയങ്ങൾക്കായി തയാറെടുപ്പിക്കുക. ശരിയായ പുസ്തകങ്ങളും ഓഡിയോ/വീഡിയോ പരിപാടികളും ദിവസേന നിങ്ങളുടെ മനസ്സിനെ വിജയത്തിലേക്ക് പ്രോഗ്രാം ചെയ്യും.

അത് നിങ്ങളുടെ മനസ്സിനുള്ള ഭക്ഷണമാണ്, ഈ നിക്ഷേപം, നിങ്ങളുടെ നിക്ഷേപത്തിന് ഏറ്റവും ഉയർന്ന പ്രതിഫലം ലഭ്യമാക്കും.

7. **പേഴ്സണൽ സ്പോൺസറിങ് എല്ലാ ആഴ്ചയും:**

നിങ്ങൾ ചെയ്യാൻ പറയുന്നതല്ല, നിങ്ങളുടെ ടീം ചെയ്യുക, നിങ്ങൾ ചെയ്യുന്നതാണ് നിങ്ങളുടെ ടീം ചെയ്യുക. നിങ്ങളുടെ ടീം അംഗങ്ങൾ കൂറ്റൻ പേഴ്സണൽ സ്പോൺസറിങ് നടത്തണമെന്ന് നിങ്ങൾക്ക് ആഗ്രഹമുണ്ടെങ്കിൽ, നിങ്ങളും ഓരോ ആഴ്ചയിലും ചുരുങ്ങിയത് ഒരു പേഴ്സണൽ സ്പോൺസറിങ് എങ്കിലും നടത്തണം. നിങ്ങളുടെ കമ്പനി ഏതുതരത്തിലുള്ള വരുമാന മാതൃകയാണ് പിന്തുടരുന്നത് എങ്കിലും, പേഴ്സണൽ സ്പോൺസറിങ് എപ്പോഴും ഏറ്റവും ഉയർന്ന ലാഭത്തിലേക്ക് നയിക്കും.

8. **അപ്ലൈനുമായി പ്രതിമാസ കൗൺസലിങ്:**

നിങ്ങളുടെ സജീവ അപ്ലൈനുമായി എല്ലാ മാസവും നേരിട്ടുള്ള കൗൺസലിങ് മീറ്റിങ് നടത്തണം. ബിസിനസ് വേണ്ടത്ര നന്നായി പോകാതിരിക്കുമ്പോൾ നിങ്ങൾക്ക് ഇത് ആവശ്യമായി വരും, ബിസിനസ് ഏറ്റവും നന്നായി പോകുമ്പോഴും നിങ്ങൾക്ക് ഇത് ആവശ്യമായി വരും. ഇത് അവഗണിക്കപ്പെട്ട മേഖലയാണ്, പക്ഷേ, ഇത് നിങ്ങൾക്ക് ഒരു മുൻതൂക്കം നൽകും, നിങ്ങളുടെ ഏറെ സമയവും പണവും ലാഭിച്ചുതരും.

9. **എല്ലാ മാസവും ചുരുങ്ങിയത് രണ്ട് പുതിയ ഉപഭോക്താക്കളെ ചേർക്കുക:**

ഉപഭോക്താക്കളുടെ ശക്തമായ അടിത്തറ നിങ്ങളുടെ ബിസിനസിന് സ്ഥിരത നൽകുന്നു, സന്തോഷമുള്ള ഉപഭോക്താക്കൾ ഭാവിയിൽ വിജയികളായ ബിസിനസ് പങ്കാളികളായി മാറാൻ ഏറെ സാധ്യതയുണ്ട്. അതുകൊണ്ട്, നിങ്ങളുടെ ഉൽപ്പന്നങ്ങളോ സേവനങ്ങളോ ഏറ്റവും ശക്തമായി പ്രമോട്ട് ചെയ്യുക, നിങ്ങളുടെ ബിസിനസിൽ എല്ലാ മാസവും ചുരുങ്ങിയത് രണ്ട് പുതിയ ഉപഭോക്താക്കളെയെങ്കിലും ചേർക്കുന്നത് വ്യക്തിപരമായ ഒരു പരിശീലനമാക്കി മാറ്റുക.

ഓർക്കുക, ഈ പ്രവർത്തനങ്ങൾ പൂർണ്ണ വിശ്വാസത്തോടെ, നല്ല മനഃസ്ഥിതിയോടെ ചെയ്യുക.

ഭാഗം ഏഴ്

ബിസിനസ് പെരുമാറ്റച്ചട്ടം

നിങ്ങൾ സ്വയം ചെയ്യാൻ ആഗ്രഹിക്കാത്ത കാര്യം മറ്റുള്ളവരെക്കൊണ്ട് ചെയ്യിക്കരുത്. - കൺഫ്യൂഷ്യസ്

ഏറെ അധ്വാനത്തിനൊടുവിൽ കെട്ടിപ്പടുക്കുന്ന വലിയ ബിസിനസുകൾ ചില പങ്കാളികളുടെ നിസ്സാര പിഴവുകളാൽ തകർന്നുപോകുന്നത് എന്നെ വളരെ വേദനിപ്പിച്ചിട്ടുണ്ട്. പൂർണ്ണമായും ഒഴിവാക്കാനാകാത്ത ചില പ്രവർത്തനങ്ങൾ മൂലം എനിക്ക് എന്റെ ചില മികച്ച ലീഡർമാരെ നഷ്ടമായിട്ടുണ്ട്. ഞാൻ എന്റെ ടീമുകളെ വീണ്ടും നിർമ്മിച്ചെടുക്കുമ്പോൾ, അതേ വേദനയിലൂടെ കടന്നുപോകാൻ ഞാൻ ആഗ്രഹിക്കുന്നില്ല. അതുകൊണ്ട്, ഈ ബിസിനസിൽ നിർബന്ധമായും പിന്തുടരേണ്ട 11 മാർഗ്ഗനിർദേശങ്ങളടങ്ങിയ ഒരു പെരുമാറ്റച്ചട്ടം ഇതാ. ഇത് പരിശീലിച്ച്, നിങ്ങളുടെ മുഴുവൻ ടീമിനെയും നിർബന്ധമായും ഇത് പിന്തുടരാൻ പ്രേരിപ്പിച്ച് ഒരു സുസ്ഥിരവും വളരുന്നതുമായ ബിസിനസ് വികസിപ്പിച്ചെടുക്കുക.

ഇവിടെ നിർദേശിക്കുന്ന 11 കാര്യങ്ങൾ നിങ്ങളുടെ ദൈനംദിന തീരുമാനങ്ങൾക്ക് ഒരു ഗൈഡായി പ്രവർത്തിക്കും, ഈ ബിസിനസ് തുടങ്ങുമ്പോൾ ആവശ്യമായ പെരുമാറ്റച്ചട്ടമായും ഉപയോഗിക്കാം.

1. **ആളുകളുടെ പണവുമായി ബന്ധപ്പെട്ട് കലഹം വേണ്ട:**

   ആളുകൾ അവരുടെ പണം കമ്പനിക്കാണ്, നിങ്ങൾക്കല്ല നൽകുന്നത്; നിങ്ങൾ വെറുമൊരു ഇടനിലക്കാരനോ മേൽനോട്ടക്കാരനോ ആണ്. കമ്പനിയുടെ പേരിൽ എത്ര തുക ലഭിക്കുന്നു, അത് മുഴുവൻ കമ്പനി അക്കൗണ്ടിലേക്കുതന്നെ ഉടൻ പോകുന്നുണ്ട് എന്ന് ഉറപ്പുവരുത്തണം. അതുപോലെ, ഉൽപ്പന്നങ്ങൾക്കോ, പരിപാടികളുടെ ടിക്കറ്റിനോ മറ്റ് പ്രവർത്തനങ്ങൾക്കോ പണം ലഭിച്ചാൽ, ആ പണം കൊണ്ട് കൃത്യസമയത്തുതന്നെ ഉൽപ്പന്നമോ ടിക്കറ്റോ നൽകുകയും പണം ഉദ്ദേശിച്ച കാര്യത്തിനുതന്നെ ചെലവഴിക്കുകയും വേണം.

2. **ആളുകളുടെ ഈഗോയെ മുറിവേൽപ്പിക്കരുത്:**

   ഈഗോ മുറിവേറ്റാൽ, ആളുകൾ തെറ്റായ തീരുമാനത്തിലെത്തും, എന്നിട്ട് ആ തെറ്റായ തീരുമാനങ്ങളിൽ ഉറച്ചുനിൽക്കും. ഈഗോക്ക് മുറിവേറ്റാൽ, ചർച്ചകൾ തർക്കങ്ങളായി മാറും. നിങ്ങൾ ശരിയാണെന്ന് തെളിയിക്കാൻ, മറ്റുള്ളവരെ തെറ്റുകാരാക്കരുത്. ആളുകൾ സ്വതന്ത്രമായി തങ്ങളുടെ അഭിപ്രായത്തിലെത്തട്ടെ, തങ്ങളുടെ തൊഴി

ലെടുക്കട്ടെ. നിങ്ങൾക്ക് അവരെ വിധിക്കാൻ ഒരു അവകാശവുമില്ല. നിങ്ങളുടെ ബിസിനസ് നന്നായി പോകാൻ അവരുടെ പ്രൊഫഷനെയോ ജോലിയെയോ താഴ്ത്തിക്കെട്ടരുത്. നിങ്ങൾ സംസാരിക്കുന്നതിനുമുമ്പ് ആലോചിക്കുക. ഈഗോകൾ എളുപ്പം പൊട്ടുന്നവയാണ്, മറ്റൊരാളുടെ ഈഗോയെ മുറിവേൽപ്പിക്കുന്ന ഒന്നും ഒരിക്കലും പറയാതിരിക്കുക.

3. **അപ്ലൈനും ഡൗൺലൈനും തമ്മിൽ അക്കൗണ്ടുകൾ വേണ്ട:**

നെറ്റ്‌വർക്ക് മാർക്കറ്റിങ് വില നൽകി സാധനങ്ങൾ ശേഖരിക്കുന്ന ബിസിനസാണ്. അത് ഉൽപ്പന്നമാകട്ടെ, പരിപാടികളുടെ ടിക്കറ്റാകട്ടെ, ഉപകരണങ്ങളാകട്ടെ, മറ്റെന്തെങ്കിലും ആകട്ടെ, നിങ്ങളുടെ അപ്ലൈനിൽനിന്ന് വാങ്ങുന്ന സാധനങ്ങൾക്ക് ഉടൻ വില നൽകുകയും അത് ശേഖരിക്കുകയും ചെയ്യുക. അപ്ലൈനും ഡൗൺലൈനും ഇടയിൽ ഒരുതരത്തിലുമുള്ള അക്കൗണ്ടുകളും നിലനിർത്താൻ പാടില്ല.

4. **ആരുടെയെങ്കിലും ജീവിതപങ്കാളിയുമായി ഇടപെടുമ്പോൾ ആവശ്യത്തിന് മാന്യത പുലർത്തുക:**

നമ്മുടേത് ഒരു കുടുംബ ബിസിനസ് ആണ്, അത് വീടുകളിലാണ് തഴച്ചുവളരുന്നത്. അതുകൊണ്ട്, കുടുംബമൂല്യങ്ങളെ ആദരിക്കുകയും മറ്റൊരാളുടെ ജീവിതപങ്കാളിയുമായി ബന്ധപ്പെടുമ്പോൾ മാന്യത പുലർത്തുകയും ചെയ്യേണ്ടത് അതിപ്രധാനമാണ്. ഓരോ സംസ്കാരവും സ്ഥലവും വ്യത്യസ്തമാണ്; അതിനനുസരിച്ച് പെരുമാറുകയും ആദരവ് നേടിയെടുക്കുകയും വേണം.

5. **നെഗറ്റീവ് സ്വാധീനങ്ങളിൽനിന്ന് അകലം പാലിക്കുക:**

നമ്മുടേത് ജനങ്ങളുമായി ബന്ധപ്പെട്ട ബിസിനസ് ആയതിനാൽ, യോഗ്യരായ ആളുകളെ കണ്ടെത്തുക എന്നത് പ്രധാനമാണ്, ആരെയൊക്കെ ഒഴിവാക്കണം എന്ന് തിരിച്ചറിയുന്നത് അതിലേറെ പ്രധാനമാണ്. നെഗറ്റീവ് സ്വാധീനങ്ങളിൽനിന്ന് അകലം പാലിക്കുക. ഈ ബിസിനസുമായി ബന്ധപ്പെട്ട് ഭൂമിയിലുള്ള എല്ലാവരെയും പൊസിറ്റീവ് ആക്കി മാറ്റുന്നത് നിങ്ങളുടെ ജീവിതദൗത്യമായി എടുക്കേണ്ടതില്ല, അത് നിങ്ങളുടെ ജോലിയല്ല. ചില സമാനഹൃദയരെ കണ്ടെത്തുക, അന്യോന്യമുള്ള നേട്ടത്തിന്, അവരെ സഹായിക്കണമെന്ന ആത്മാർഥമായ ലക്ഷ്യത്തോടെ അവർക്കൊപ്പം ജോലി ചെയ്യുക തുടങ്ങിയവയാണ് നിങ്ങളുടെ ജോലി.

6. **വിമർശിക്കുകയോ പരാതിപ്പെടുകയോ ചെയ്യരുത്:**

അതൊരു വൈറസ് ആണ്. അതൊരു ആസക്തിയാണ്. വർഷങ്ങൾ കൊണ്ട് നിങ്ങൾ കെട്ടിപ്പടുത്ത ബന്ധങ്ങളെയെല്ലാം അത് ബാധിക്കും. അത് നിങ്ങളുടെ പ്രശസ്തിയിൽ ഒരു കറുത്ത പാടായി അവശേ

ഷിക്കും. അയാളുടെയോ അവളുടെയോ പുറകിലുള്ള ആരെയെങ്കിലും കുറിച്ച് സംസാരിക്കുകപോലും അരുത്. ചിലർ വർഷങ്ങളായി ചെയ്തുചെയ്ത് തികച്ച പ്രൊഫഷനൽ പരാതിക്കാരായി മാറിയിട്ടുണ്ടാകും. വേണ്ടത്ര മനസ്സിലാക്കാതെപോലുമാകും അവർ പരാതിപ്പെടുന്നത്. നിങ്ങളും അവരിൽ ഒരാളായി മാറിയെന്നു കരുതുക, ഉടൻ നിങ്ങൾ സ്വയം മാറുക.

7. **നിങ്ങളുടെ അപ്ലൈനിനെക്കുറിച്ചോ കമ്പനിയെക്കുറിച്ചോ നിങ്ങളുടെ ഡൗൺലൈനുകൾക്കുമുന്നിൽ വച്ച് നെഗറ്റീവ് ആയ കാര്യങ്ങൾ പറയരുത്:**

ഒരു കമ്പനിയും അപ്ലൈനും പൂർണ്ണമല്ല. ചില സമയത്ത്, നിങ്ങൾക്ക് അംഗീകരിക്കാനും മനസ്സിലാക്കാനും കഴിയാത്ത ചില സാഹചര്യങ്ങളും തീരുമാനങ്ങളും ഉണ്ടായെന്നുവരാം. പക്ഷേ, അവ ശരിയായ സ്ഥലത്തുവച്ച് നിങ്ങളുടെ അപ്ലൈനുമായി ചർച്ച ചെയ്യണം. ഒരിക്കലും നിങ്ങളുടെ അപ്ലൈനിനെക്കുറിച്ചോ കമ്പനിയെക്കുറിച്ചോ നിങ്ങളുടെ ടീം അംഗങ്ങൾക്കുമുന്നിൽവച്ച് നെഗറ്റീവ് ആയി സംസാരിക്കരുത്. അവരുടെ പ്രതികരണം ആ നിമിഷത്തിൽ അത്ര ദൃശ്യമാകണമെന്നില്ല, പക്ഷേ, അതിന്റെ പ്രത്യാഘാതം സമയം കഴിയുമ്പോൾ കാണാൻ കഴിയും. ഒരു വലിയ കപ്പൽ മുങ്ങാൻ ഒരു ചെറിയ ദ്വാരം മതി, അതുപോലെ, സംശയത്തിന്റെയോ അവിശ്വാസത്തിന്റെയോ ചെറിയ വിത്തുകൾ, ആളുകൾ ഈ ബിസിനസിൽനിന്ന് വിട്ടുപോകാൻ വരെ കാരണമാക്കും. മിക്കവാറും ഈ പ്രശ്നങ്ങൾ താൽക്കാലികമായിരിക്കും, പിന്നീട് തിരുത്തപ്പെടും, പക്ഷേ, ടീമിനുമുന്നിൽവച്ച് ചർച്ച ചെയ്താൽ, അതുണ്ടാക്കുന്ന കോട്ടം സ്ഥിരമായിരിക്കും.

നിങ്ങൾ സ്റ്റേജിലായിരിക്കുമ്പോഴും അല്ലാത്തപ്പോഴും ഇക്കാര്യത്തിൽ നിങ്ങൾ ശ്രദ്ധ പുലർത്തണം. നിങ്ങളുടെ ടീം അംഗങ്ങളുമായി വെറുതെ സംസാരിക്കുമ്പോൾ പോലും ഇക്കാര്യത്തിൽ കൂടുതൽ ശ്രദ്ധ പുലർത്തണം.

8. **നിങ്ങളുടെ ക്രോസ്‌ലൈനുകളുമായി അനാവശ്യമായ ഇടപെടൽ നടത്താതിരിക്കുക:**

തങ്ങളുടെ ക്രോസ്‌ലൈനുകളുമായി അമിതമായ ഇടപെടൽ നടത്തുന്നതുകൊണ്ടാണ് നിരവധി നല്ല ആളുകൾക്ക് തെറ്റായ തീരുമാനങ്ങളും മോശം തീർപ്പുകളും എടുക്കേണ്ടിവരുന്നത്. നല്ല ബന്ധമാണെങ്കിൽ, ഒരു ക്രോസ്‌ലൈനിന് നിങ്ങളുടെ ബിസിനസിന്റെ വളർച്ചയിൽ ഒരു താൽപര്യവും ഉണ്ടാകില്ല, മറിച്ച്, അവരിൽ ഏറെപേരും നിങ്ങളുമായി മൽസരിക്കുകയാണ് ചെയ്യുക. അതുകൊണ്ട്, ക്രോസ്‌ലൈൻ ഡിസ്ട്രിബ്യൂട്ടർമാരുമായുള്ള നിങ്ങളുടെ അമിതമായ ഇടപെടൽ

ഒഴിവാക്കുക. മറ്റ് കമ്പനികളിലെ പങ്കാളികളുമായുള്ള ചർച്ചകളും അവസാനിപ്പിക്കുക.

9. **അപ്ലൈനുമായും ഡൗൺലൈനുമായും പതിവായി ആശയ വിനിമയം നടത്തുക:**

ഈ ബിസിനസിൽ അപ്ലൈനിനെയും ഡൗൺലൈനിനെയും കൂട്ടിക്കെട്ടുന്ന ചരട് ആശയവിനിമയാണ്. നമ്മുടെ ബിസിനസിൽ ഔദ്യോഗികമോ ഔപചാരികമോ ആയ ബന്ധങ്ങളില്ല. അപ്ലൈനും ഡൗൺലൈനും തമ്മിലുള്ള പതിവായതും ആരോഗ്യകരവുമായ ആശയവിനിമയം, ഒരു വലിയ ബിസിനസ് രൂപപ്പെടുത്തുന്നതിൽ പ്രധാന പങ്കുവഹിക്കുന്നു. ആശയവിനിമയം ഇല്ലാതാകുന്നത് അവസാനത്തിന്റെ ആരംഭമാണ്. പരസ്പരം ബന്ധപ്പെട്ടുകൊണ്ടിരിക്കുക.

10. **ഒരു മാനേജറെപ്പോലെയോ ബോസിനെപ്പോലെയോ പ്രവർത്തിക്കാതിരിക്കുക:**

ഈ ബിസിനസിൽ, എല്ലാവരും ഒരു പാർട്ണറോ പങ്കാളിയോ ആണ്. മാനേജർമാരെ ആവശ്യമില്ല. ഈ ബിസിനസിൽ നാം ആർക്കും ശമ്പളം കൊടുക്കുന്നില്ല. ഒരു അപ്ലൈനിനും മാനേജർക്കും ഇടക്ക് നേരിയ ഒരു നൂലാണുള്ളത്, അത് ഒരിക്കലും ഭേദിക്കരുത്. ഇവിടെ ഒരു സ്ഥാനത്തിനല്ല ആദരവ് നൽകുന്നത്, വ്യക്തിക്കാണ്. ഈ ബിസിനസിൽ എല്ലാവരും അദ്ദേഹത്തിന്റേതായ/അവളുടേതായ ആദരം നേടിയെടുക്കാൻ ആഗ്രഹിക്കുന്നവാണ്.

11. **ആദ്യതവണ, എന്തെങ്കിലും ചെയ്യുന്നതിനുമുമ്പ് നിങ്ങളുടെ അപ്ലൈനുമായി ചർച്ച ചെയ്യുക:**

മിക്കവരും തങ്ങളുടെ ജോലിയുടെയോ പ്രൊഫഷന്റെയോ കൂടെ പാർട്ടൈമായാണ് ഈ ബിസിനസ് ചെയ്യാൻ തുടങ്ങുന്നത് എന്നതിനാൽ, ഞാൻ ശക്തമായി പറയുന്നു, ഓരോരുത്തരും അവരുടെ സജീവ അപ്ലൈന്മാരുടെ അനുഭവം ഉപയോഗപ്പെടുത്തണം. ഇതു വഴി നിങ്ങൾക്ക് ഏറെ സമയവും അധ്വാനവും ലാഭിക്കാൻ കഴിയും. നിങ്ങളുടെ സർഗ്ഗാത്മകതയെ കൊല്ലണമെന്നല്ല ഞാൻ പറയുന്നത്, പകരം ഒരാളുടെ അപ്ലൈനിന്റെ അനുഭവസമ്പത്ത് ഉപയോഗപ്പെടുത്താനും നിങ്ങളുടെ ലക്ഷ്യം അതിവേഗം സാക്ഷാൽക്കരിക്കാനുമാണ് നിർദേശിക്കുന്നത്. നിങ്ങളുടെ അപ്ലൈൻ എന്തെങ്കിലും പിഴവ് വരുത്തിയിട്ടുണ്ടെങ്കിൽ, നിങ്ങൾക്കും അതേ പിഴവ് വരാതെ സൂക്ഷിക്കാൻ അദ്ദേഹത്തിനോ അവൾക്കോ കഴിയും.

ഈ പെരുമാറ്റച്ചട്ടത്തിന്റെ അടിത്തറയിൽ ഒരു വലിയ ബിസിനസ് കെട്ടിപ്പടുക്കാൻ കഴിയും, വർഷങ്ങളോളം, ദശകങ്ങളോളം നിങ്ങളുടെ കഠിനാധ്വാനത്തിന്റെ ഫലം ആസ്വദിക്കാൻ കഴിയും.

ഭാഗം എട്ട്

വൈദഗ്ധ്യത്തിനുവേണ്ടിയുള്ള മാർഗ്ഗങ്ങൾ

1. വൻവിജയത്തിനുവേണ്ടിയുള്ള 596 സിസ്റ്റം

ഞാൻ എപ്പോഴും ആളുകളോട് പറയാറുണ്ട്, വിജയത്തിന് രഹസ്യങ്ങളില്ല, മറിച്ച് വിജയത്തിന് ഒരു സിസ്റ്റം ഉണ്ട്. കാലത്താൽ പരീക്ഷിക്കപ്പെട്ടതും ആർക്കും ചെയ്യാൻ കഴിയുന്നതുമായ സിസ്റ്റം താഴെ കൊടുക്കുന്നു, ഇതു പയോഗിച്ച് നെറ്റ്വർക്ക് മാർക്കറിങ് ബിസിനസിൽ വ്യാപകവിജയം നേടാൻ കഴിയും, അയാളുടെ/അവളുടെ സ്വപ്നങ്ങൾ റെക്കോർഡ് സമയത്തിനുള്ളിൽ സാക്ഷാൽക്കരിക്കാനും കഴിയും. ഏതു രാജ്യത്തെയും ഏതു നെറ്റ്വർക്ക് മാർക്കറ്റിങ് കമ്പനിയിലും ഏത് ഉൽപ്പന്നത്തിലും എത് സർവീസിലും ഈ സിസ്റ്റം പ്രവർത്തിക്കും. കഴിഞ്ഞ 11 വർഷമായി ഈ സിസ്റ്റം ഉപയോഗിച്ച് വിജയം നേടുന്ന എണ്ണമറ്റ ആളുകളെ എനിക്ക് കാണാൻ കഴിഞ്ഞിട്ടുണ്ട്. ഈ സിസ്റ്റം വിപുലമായി ഈ പുസ്തകത്തിൽ വിശദീകരിച്ചിട്ടുണ്ട്, ഇത് നമ്മുടെ വർക്ക്ഷോപ്പിലും പ്രാവർത്തികമാക്കിയിട്ടുണ്ട്. നിങ്ങൾക്കുവേണ്ടി ലളിതമായ രൂപത്തിൽ ഇത് സംഗ്രഹിക്കാം.

വൻവിജയത്തിനുവേണ്ടിയുള്ള 596 സിസ്റ്റം

വിജയപ്രക്രിയയിലേക്കുള്ള 5 ഘട്ടങ്ങൾ

1. ലിസ്റ്റ് ഉണ്ടാക്കലും സെലക്ഷനും.
2. നിങ്ങളുടെ ലിസ്റ്റിൽനിന്ന് അപ്പോയ്ന്റ്മെന്റുകൾ നേടിയെടുക്കുക.
3. അവസരങ്ങൾ പങ്കിടുക.
4. തുടർനടപടിയെടുക്കുക, സെയിൽസ് ക്ലോസിങ്.
5. പുതിയ പങ്കാളികൾക്കുവേണ്ടി ശരിയായ തുടക്കം.

9 പെരുമാറ്റച്ചട്ടങ്ങൾ നിങ്ങളുടെ ബിസിനസിന്റെ ജീവൻരക്ഷാ മാർഗ്ഗങ്ങൾ.

1. ദിവസവും ഒരു ബിസിനസ് പ്രസന്റേഷനെങ്കിലും പങ്കിടുക.
2. എല്ലാ ദിവസവും ഒരു പുതിയ പേര് നിങ്ങളുടെ ലിസ്റ്റിൽ ചേർക്കുക.

3. ഉൽപ്പന്നത്തിന്റെയോ സേവനത്തിന്റെയോ 100 ശതമാനം ഉപയോഗം.
4. ആഴ്ചതോറുമുള്ള ഹാൾ മീറ്റിങ്ങുകളിൽ അതിഥികൾക്കൊപ്പം പങ്കെടുക്കുക.
5. എല്ലാ പ്രോഗ്രാമുകളിലും ടീമിനൊപ്പം പങ്കെടുക്കുക.
6. ദിവസവും 30 മിനിറ്റുനേരം നിർദേശിക്കപ്പെട്ട പുസ്തകങ്ങൾ വായിക്കുക/നിർദേശിക്കപ്പെട്ട വീഡിയോകൾ കാണുക.
7. ഓരോ ആഴ്ചയും ഒരു പുതിയ ഡിസ്ട്രിബ്യൂട്ടർ.
8. അപ്ലൈനുമായി പ്രതിമാസ കൗൺസലിങ്.
9. എല്ലാ മാസവും ഉൽപ്പന്നങ്ങൾക്ക് രണ്ട് ഉപഭോക്താക്കളെ ഉണ്ടാക്കുക.

6 ബിസിനസ് മൂല്യങ്ങൾ

1. ആളുകളുടെ പണം, ഈഗോ, കുടുംബം എന്നിവയുമായി ബന്ധപ്പെട്ട് വഴക്കുണ്ടാക്കരുത്.
2. അപ്ലൈനിനും ഡൗൺലൈനിനുമിടയിൽ അക്കൗണ്ടുകൾ പാടില്ല.
3. ആദ്യ തവണ, എന്തെങ്കിലും ചെയ്യുന്നതിനുമുമ്പ് നിങ്ങളുടെ അപ്ലൈനുമായി ചർച്ച ചെയ്യുക.
4. നിങ്ങളുടെ അപ്ലൈനിനെക്കുറിച്ച്, കമ്പനിയെക്കുറിച്ച്, ടീമിനെക്കുറിച്ച് നിങ്ങളുടെ ഡൗൺലൈനിനുമുന്നിൽ വച്ച് നെഗറ്റീവ് ആയി സംസാരിക്കരുത്.
5. നിങ്ങളുടെ ക്രോസ് ലൈനുകളുമായി അനാവശ്യമായ ഇടപെടലുകളും അവരിൽനിന്നുള്ള മറ്റ് നെഗറ്റീവ് സ്വാധീനങ്ങളും ഒഴിവാക്കുക.
6. അപ്ലൈനും ഡൗൺലൈനുമായി പതിവായി ആശയവിനിമയം നടത്തുക.

2. മികച്ച നെറ്റ്‌വർക്ക് മാർക്കറ്റിങ് കമ്പനി തെരഞ്ഞെടുക്കുന്നതിനുള്ള ആഗോള ചട്ടക്കൂട്

ഒരു നെറ്റ്‌വർക്ക് മാർക്കറ്റിങ് കമ്പനിക്ക് നാലുതൂണുകളുണ്ട്. ഇതിൽ ഏതെങ്കിലും തൂൺ ദുർബലമായാൽ, കമ്പനി പൂട്ടുകയോ ഡിസ്ട്രിബ്യൂട്ടർക്ക് വൻതോതിൽ പണമുണ്ടാക്കാൻ കഴിയാതെ വരികയോ ചെയ്യും. ഡിസ്ട്രിബ്യൂട്ടർമാർക്ക് വൻതോതിൽ പണം സമ്പാദിക്കാനും കമ്പനിക്ക് അടുത്ത തലമുറകളിലേക്ക് പോകാനും കഴിയണമെങ്കിൽ, ഈ നാലുതൂണുകളും ശക്തമായിരിക്കണം. നിങ്ങൾ ഏതെങ്കിലും നെറ്റ്‌വർക്ക് മാർക്കറ്റിങ് കമ്പനിയുമായി ചേർന്ന് ബിസിനസ് തുടങ്ങണം എന്ന് ആരെങ്കിലും നിങ്ങളോട് പറയുകയാണെങ്കിൽ, ഈ നാല് മാനദണ്ഡങ്ങൾ അനുസരിച്ച് നിങ്ങൾ കമ്പനിയെ വിലയിരുത്തുക, ഈ നാലുതൂണുകളും ഒരേപോലെ ശക്തമായ ഒരു കമ്പനിയെ തെരഞ്ഞെടുക്കുക.

ഒരു നെറ്റ്‌വർക്ക് മാർക്കറ്റിങ് കമ്പനിയുടെ നാല് തൂണുകൾ	
1	കമ്പനിയുടെ വിശ്വാസ്യതയും ട്രാക്ക് റെക്കോർഡും
2	ഉൽപ്പന്നങ്ങളും സേവനങ്ങളും
3	വരുമാന പദ്ധതിയും റിവാർഡ് സിസ്റ്റവും
4	പ്രൊഫഷനൽ പരിശീലനവും സപ്പോർട്ട് സിസ്റ്റവും

1. **കമ്പനിയുടെ വിശ്വാസ്യതയും ട്രാക്ക് റെക്കോർഡും:**
   ബിസിനസിൽ മാനേജുമെന്റ് എത്രത്തോളം പ്രവർത്തിക്കുന്നു എന്ന് പരിശോധിക്കുക. കമ്പനിയുടെ പൊതുവായ ജനപ്രീതി, ഡയറക്ടർമാരുടെ ട്രാക്ക് റെക്കോർഡ്, മറ്റ് കുടുംബബിസിനസും ചരിത്രവും, ഉപഭോക്താക്കൾക്കും ഡിസ്ട്രിബ്യൂട്ടർമാർക്കും അനുകൂലമായ നയങ്ങൾ, അത്യാധുനികമായ സാങ്കേതികവിദ്യ, പണം നൽകിയതിന്റെ ചരിത്രം, നവീകരണം, പുതിയ പരിസ്ഥിതികളോട് ഇണങ്ങാനുള്ള കഴിവ്, ഓഫീസുകൾ, സർക്കാറിൽനിന്നും മറ്റ് സംവിധാനങ്ങളിൽനിന്നുമുള്ള സർട്ടിഫിക്കറ്റുകൾ, സുതാര്യമായ പ്രവർത്തനങ്ങൾ, പരിശീലന വികസന സംവിധാനങ്ങൾ, ഡിസ്ട്രിബ്യൂട്ടർമാർക്കുള്ള പിന്തുണ തുടങ്ങിയവ.

2. **ഉൽപ്പന്നങ്ങളും സേവനങ്ങളും:**

ബിസിനസ് അവസരങ്ങളില്ലാതെ തന്നെ മാർക്കറ്റ് ചെയ്യാവുന്ന മികച്ച ഗുണനിലവാരമുള്ള ഉൽപ്പന്നങ്ങളും സേവനങ്ങളും കമ്പനിക്കുണ്ടായിരിക്കണം. ഉൽപ്പന്നങ്ങൾക്ക് മികച്ച ഗുണനിലവാരം വേണം, പതിവായി ഉപയോഗിക്കാൻ കഴിയുന്നതായിരിക്കണം, വരുമാനത്തെക്കുറിച്ചുള്ള രൂപമില്ലാതെ തന്നെ നിർദേശിക്കാൻ തക്ക മേന്മയുള്ളതായിരിക്കണം, ചെലവാക്കുന്ന പണത്തിന് തക്ക മൂല്യമുള്ളതായിരിക്കണം, അനുയോജ്യമായ വിലയുള്ളതായിരിക്കണം. ആവശ്യമായ എല്ല സർട്ടിഫിക്കേഷനുകളും നിലവാരപരിശോധനകളും കഴിഞ്ഞതായിരിക്കണം, നല്ല നിലവാരമുള്ള ഫാക്ടറിയിൽ നിർമ്മിച്ചവയായിരിക്കണം.

പണമുണ്ടാക്കുക എന്ന ലക്ഷ്യത്തോടെ മാത്രം പ്രവർത്ത് ക്കുന്ന നിരവധി വ്യാജ കമ്പനികൾ സർക്കാർ നിയന്ത്രണം മറികടക്കാൻ ഡമ്മി ഉൽപ്പന്നങ്ങൾ പുറത്തിറക്കാറുണ്ട്. ഉപഭോക്താക്കൾ മുടക്കുന്ന പണത്തിന് അർഹമായ മൂല്യം നൽകാത്തതിനാൽ ഇത്തരം ഡമ്മി ഉൽപ്പന്നങ്ങളെ എളുപ്പം തിരിച്ചറിയാം. അത്തരം കമ്പനികളിൽനിന്ന് അകലം പാലിക്കുക. അത്തരം കമ്പനികൾ ഏറ്റവും ഒടുവിൽ അടച്ചുപൂട്ടേണ്ടിവരും, അവയുടെ പേരിലുള്ള നിങ്ങളുടെ വ്യക്തിപരമായ പ്രശസ്തി നശിപ്പിച്ചശേഷം.

3. **വരുമാന പദ്ധതിയും റിവാർഡ് സിസ്റ്റവും:**

ഒരു വലിയ വരുമാനത്തിന്റെ സാധ്യത നൽകുന്ന, ചെയ്യാൻ കഴിയുന്നതും നിലനിൽക്കുന്നതുമായ ഒരു വരുമാന പദ്ധതി സ്വീകരിക്കുക– അനുയോജ്യമായ പ്രതിഫലം നൽകുന്ന ഒരു പ്ലാൻ, സങ്കീർണ്ണതകളില്ലാത്തത്, എളുപ്പം മനസ്സിലാക്കാനും വിശദീകരിക്കാനും കഴിയുന്നത്, ഒളിച്ചുവച്ച നിബന്ധനകളില്ലാത്തതും സുതാര്യവുമായത്, യഥാർഥമായ ഒരു വരുമാനം ഉണ്ടാക്കാൻ കഴിയുന്ന ഒരു മോഡൽ. ഉൽപ്പന്നങ്ങളുടെയും സേവനങ്ങളുടെയും യഥാർഥ വിൽപനയിലൂടെ കമ്മീഷൻ നൽകുന്നു. പണം ബാങ്ക് അക്കൗണ്ടിലേക്ക് നൽകുന്നു, ടി.ഡി.എസും മറ്റ് നികുതികളും ഈടാക്കിയശേഷം. ഉൽപ്പന്നങ്ങളുടെ വിൽപനയിൽനിന്ന് മാത്രം ഒരാൾക്ക് വരുമാനമുണ്ടാക്കാൻ കഴിയണം ഡിസ്ട്രിബ്യൂട്ടർമാരെ ഉപയോഗിക്കാതെയും നിലവിലെ ഡിസ്ട്രിബ്യൂട്ടർമാരെ ഉപയോഗിച്ച് ഉൽപ്പന്നങ്ങൾ വീണ്ടും വാങ്ങിയശേഷവും. അതിന് ഒരു നോമിനേഷൻ സൗകര്യം ആവശ്യമാണ്. ലളിതവും ശക്തമായതുമായ ഒരു പ്ലാൻ ഞാൻ പരിഗണിക്കുന്നുണ്ട്, ഏതൊരു സാധാരണക്കാരനും 60 സെക്കന്റുകൊണ്ട് അതിനെ വിശദീകരിക്കാൻ കഴിയും.

അമിതമായി ലാഭകരമെന്ന് തോന്നുന്ന പ്ലാനുകളിൽനിന്ന് വിട്ടുനിൽക്കുക. ഓർക്കുക, ഉൽപ്പന്നങ്ങളുടെയോ സേവനങ്ങളുടെയോ വിൽപനയിൽനിന്നാണ് വരുമാനമുണ്ടാകുക. നിങ്ങളുടെ സാമാന്യബോധവും ബുദ്ധിയും ഉപയോഗിക്കുക. അധികം കഠിനാധ്വാനമില്ലാതെ അവിശ്വസനീയമായ അളവിൽ പ്രതിഫലം കിട്ടും എന്നൊക്കെയുള്ള വ്യാജപ്രലോഭനങ്ങളിൽ വീഴാതിരിക്കുക.

മികച്ച രീതിയിൽ പ്രതിഫലം നൽകുന്നതെന്ന് തെളിയിക്കപ്പെട്ട ഒരു സംവിധാനത്തിന് ഉയർന്ന പ്രകടനത്തിനുള്ള ഉത്തേജനമാർഗ്ഗമാകാൻ കഴിയും. വിദേശയാത്ര, കാർ ഫണ്ട്, ബോണസ് തുടങ്ങിയ സാധാരണ റിവാർഡുകൾ ഡിസ്ട്രിബ്യൂട്ടർമാർക്ക് ഉത്തേജനമാണ്. വലിയ ലക്ഷ്യങ്ങൾ നിറവേറ്റാനും വലിയ വളർച്ചയുടെ രാസത്വരകമാകാനും ഇവയിലൂടെ കഴിയും.

4. പ്രൊഫഷനൽ പരിശീലനവും സപ്പോർട്ട് സിസ്റ്റവും:

മറ്റുകാര്യങ്ങൾ സമാനമായിരിക്കും, ഇത് നിങ്ങൾക്ക് ഒരു മുൻതൂക്കം നൽകും, നെറ്റ്‌വർക്ക് മാർക്കറ്റിങ്ങിൽ വലിയ വിജയം നേടിത്തരികയും ചെയ്യും. ഒരു ഡോക്ടർ, അഭിഭാഷകൻ, ചാർട്ടേഡ് അക്കൗണ്ടന്റ്, എൻജിനീയർ, ടീച്ചർ തുടങ്ങിയവയാകാൻ പരിശീലനം നൽകുന്ന സ്ഥാപനങ്ങളുണ്ട്. എന്നാൽ, ഈ വിസ്മകരമായ ബിസിനസിന് ഔപചാരികമായ സ്കൂളുകളോ കോളജുകളോ ഇല്ല. അതിലുമുപരിയായി, നിങ്ങളുടെ ജോലിക്കോ പ്രൊഫഷനോ ഒപ്പം പാർട്ടൈമായാണ് നിങ്ങൾ ഈ ബിസിനസ് തുടങ്ങുക. നിങ്ങളുടെ ടീമിന്റെ പ്രൊഫഷനൽ പരിശീലനവും സപ്പോർട്ട് സിസ്റ്റവുമാണ് ഈ ബിസിനസിനെക്കുറിച്ച് നിങ്ങൾക്ക് പഠിക്കാനും ഇതിൽ മുന്നേറാൻ സഹായിക്കുന്നതുമായ സ്ഥാപനം. നിങ്ങളുടെ ടീം സംഘടിപ്പിക്കുന്ന പ്രോഗ്രാമുകൾ, ബിസിനസ് ടൂളുകൾ, മുതിർന്നവർ നേരിട്ട് നൽകുന്ന പിന്തുണ എന്നിവയെല്ലാം ഈ ബിസിനസിൽ വിജയിക്കുന്നതിൽ പ്രധാനമാണ്. അതുകൊണ്ട്, ഒരു പ്രൊഫഷനൽ പരിശീലന സപ്പോർട്ട് സംവിധാനമുള്ളതും മികച്ച ട്രാക്ക് റെക്കോർഡ് ഉള്ളതുമായ ഒരു കമ്പനിയിലോ ടീമിലോ ചേരുക.

3. മില്യൻ ഡോളറിന്റെ കഥ എഴുതൂ:

ആളുകൾ അവർക്ക് വിശ്വാസമുള്ളവരിൽനിന്നേ വാങ്ങൂ.
- ദീപക് ബജാജ്

നിങ്ങളുടെ കഥയിൽനിന്നാണ് നിങ്ങളുടെ ഉപഭോക്താക്കൾ നിങ്ങളെ വിശ്വസിക്കാൻ തുടങ്ങുന്നത്. അവരെ നിങ്ങളുമായി ബന്ധിപ്പിക്കുന്നതും നിങ്ങൾ കഥയിലൂടെ പറഞ്ഞ ചില കാര്യങ്ങളുമായി അവർക്ക് ബന്ധം തോന്നുന്നതും നിങ്ങളുടെ കഥ വഴിയാണ്. നെറ്റ്‌വർക്ക് മാർക്കറ്റിങ് ബിസിനസിനെക്കുറിച്ച്, അല്ലെങ്കിൽ നിങ്ങളുടെ കമ്പനിയെക്കുറിച്ച് നേരത്തെ അവർ തീർച്ചയായും കേട്ടിരിക്കണം, ഇതേക്കുറിച്ച് നിരവധി അഭിപ്രായങ്ങളും ഉണ്ടായിരിക്കണം, എന്നാൽ, നിങ്ങളുടെ കഥ ഒരു വ്യത്യസ്തത ഉണ്ടാക്കാനുള്ള ഒരു അവസരമാണ്. മുഴുവൻ മീറ്റിങ്ങിനെയും സംബന്ധിച്ച് ഏറ്റവും പ്രധാനപ്പെട്ട ഭാഗമാണ് നിങ്ങളുടെ കഥ. ഓർക്കുക, ആളുകൾ ഒരു കമ്പനിയിലോ ഉൽപ്പന്നത്തിലോ അല്ല ചേരുന്നത്, ആളുകൾ ആളുകൾക്കൊപ്പമാണ് ചേരുന്നത്. കഥ പറയുന്നതിന്റെ കല പഠിക്കുക, എന്നിട്ട് വിജയത്തിലേക്ക് കുതിക്കുക.

എല്ലാ മഹാന്മാരായ നെറ്റ്‌വർക്ക് മാർക്കറ്റർമാരും മഹാന്മാരായ കഥ പറച്ചിലുകാർ കൂടിയാണ്.
- ദീപക് ബജാജ്

ഒരു നല്ല കഥയെ രൂപപ്പെടുത്തുന്ന ഏഴ് ഭാഗങ്ങൾ അവയുടെ കൃത്യമായ ക്രമത്തിൽ:

1. **ഈ ബിസിനസ് തുടങ്ങുന്നതിനുമുമ്പ് നിങ്ങൾ എന്താണ് ചെയ്തിരുന്നത്.**

   നിങ്ങളുടെ പാശ്ചാത്തലം, വിദ്യാഭ്യാസം, പ്രദേശം, വർക്ക് പ്രൊഫൈൽ. നിങ്ങൾ സ്ഥലം മാറിയിട്ടുണ്ടെങ്കിൽ, ജോലി മാറിയിട്ടുണ്ടെങ്കിൽ, വിവിധ അക്കാദമിക് യോഗ്യതകൾ ഉണ്ടെങ്കിൽ, എല്ലാം ചുരുക്കി ഇവിടെ പറയു. ആളുകൾ സമാനത കണ്ടെത്താനാണ് ശ്രമിക്കുക. സത്യസന്ധമായി എല്ലാം പറയുക.

2. **എന്താണ് നിങ്ങളുടെ അവസ്ഥ എന്താണ് നല്ലത്, എന്താണ് നിങ്ങളെ അലട്ടുന്നത്.**

   നല്ല കാര്യങ്ങൾ പറയുക, അതേസമയം നിങ്ങളുടെ ജോലി/ പ്രൊഫഷനുമായി ബന്ധപ്പെട്ട് നിങ്ങൾക്കുണ്ടായ വിഷമകരമായ കാര്യങ്ങൾ ചുരുക്കം വാക്കുകളിൽ പറയുക. ഈ പോയിന്റിൽവച്ച്

ആളുകൾ നിങ്ങളുമായി ബന്ധിക്കപ്പെടും, ഈ ബിസിനസിന് എന്താണ് വേണ്ടത് എന്ന കാര്യം മനസ്സിലാക്കും.

3. **ഈ ബിസിനസ് പ്രസന്റേഷനോടുള്ള നിങ്ങളുടെ ആദ്യ പ്രതികരണം എന്താണ്.**

ബിസിനസിനെക്കുറിച്ചുള്ള നിങ്ങളുടെ അഭിപ്രായം എന്താണ് എന്ന് സത്യസന്ധമായും ചുരുക്കിയും പറയുക. നിങ്ങൾക്ക് എന്തെങ്കിലും സംശയമോ ആശങ്കകളോ ഉണ്ടെങ്കിൽ നിങ്ങൾക്ക് പറയാം. നിങ്ങൾ ഇതിനുമുമ്പ് മറ്റേതെങ്കിലും നെറ്റ്‌വർക്ക് മാർക്കറ്റിങ് ബിസിനസ് ചെയ്തുനോക്കിയിട്ടുണ്ടെങ്കിൽ, അക്കാര്യവും പറയാം.

4. **തുടങ്ങാൻ നിങ്ങളെ പ്രേരിപ്പിക്കുന്നത് എന്ത് ബോധ്യങ്ങളാണ്, നിങ്ങൾ ഒഴിവാക്കേണ്ട മനസ്സിന്റെ തടസങ്ങൾ എന്താണ്.**

ഈ ബിസിനസിൽ നല്ലതെന്ന് നിങ്ങൾ കണ്ടെത്തിയ എല്ലാ കാര്യങ്ങളെക്കുറിച്ചും പറയുക, നിങ്ങളുടെ പ്രശ്നങ്ങൾക്കും വെല്ലുവിളികൾക്കും നിങ്ങൾ കണ്ടെത്തിയ പരിഹാരമാർഗ്ഗങ്ങളെക്കുറിച്ചും പറയുക. ഈ ബിസിനസിലേക്ക് വരാനുണ്ടായ ഒരു പ്രധാനകാര്യം ഊന്നിപ്പറയുക. ഒപ്പം, നിങ്ങളുടെ ചില തെറ്റായ വിശ്വാസങ്ങളെക്കുറിച്ചും ചില ആളുകളെ കണ്ടശേഷം, ചില ഈവന്റുകളിൽ പങ്കെടുത്തശേഷം അവയിൽ വന്ന മാറ്റങ്ങളെക്കുറിച്ചും സംസാരിക്കുക.

5. **ഇതുവരെയുള്ള നിങ്ങളുടെ യാത്രകളും നേട്ടങ്ങളും:**

നിങ്ങളുടെ വരുമാനം, ടീമിന്റെ വലുപ്പം, വികാരങ്ങൾ, അംഗീകാരങ്ങൾ, ട്രിപ്പുകൾ, പുതിയ സുഹൃത്തുക്കൾ, നിങ്ങൾക്ക് അനുഭവിക്കാൻ കഴിഞ്ഞ നല്ല മാറ്റങ്ങൾ തുടങ്ങിയവ പങ്കിടുക. സത്യസന്ധനായിരിക്കുക. നിങ്ങളുടെ ടീം അംഗങ്ങളുടെ ചില പ്രധാന നേട്ടങ്ങൾ കൂടി പങ്കുവെക്കുക.

6. **ഈ ബിസിനസുമായി ബന്ധപ്പെട്ട് നിങ്ങളുടെ ദീർഘകാല, ഹ്രസ്വകാല ലക്ഷ്യങ്ങൾ എന്തൊക്കെയാണ്.**

ഇത് നിങ്ങളെ ശ്രദ്ധിക്കുന്നവർക്ക് ഒരു കാഴ്ചപ്പാട് രൂപപ്പെടുത്താൻ പറ്റിയ സമയമാണ്. നിങ്ങളുടെ ഏറ്റവും പ്രധാനപ്പെട്ട 23 ഹ്രസ്വകാല, ദീർഘകാല ലക്ഷ്യങ്ങളെക്കുറിച്ച് ധൈര്യത്തോടെ പറയുക, പൂർണ്ണ വിശ്വാസത്തോടെയും ബോധ്യത്തോടെയും. മറ്റുള്ളവരെ പ്രീതിപ്പെടുത്താൻ ഒന്നും പറയരുത്, സത്യസന്ധനായിരിക്കുക. പ്രഖ്യാപനങ്ങൾ ശക്തിയുള്ളതായിരിക്കണം.

7. **നിങ്ങളുടെ ഉപഭോക്താക്കളോടും നിങ്ങളുടെ ടീമിനോടുമുള്ള നിങ്ങളുടെ വ്യക്തിപരമായ പ്രതിബദ്ധത:**

നിങ്ങളുടെ ടീം അംഗങ്ങൾക്കും നിങ്ങൾക്കൊപ്പം ബിസിനസ് തുടങ്ങുന്ന ഏതൊരാൾക്കും കഴിയാവുന്നത്ര മികച്ച പിന്തുണ നൽകാനുള്ള നിങ്ങളുടെ പ്രതിബദ്ധത ആവർത്തിച്ച് വ്യക്തമാക്കുക.

ദയവായി ഓർക്കുക, ഇവയെല്ലാം സ്വഭാവികമായ രീതിയിലും ലളിതമായ വാക്കുകളിലുമാണ് അവതരിപ്പിക്കേണ്ടത്. സത്യസന്ധനായിരിക്കുക, മാരകമായ നിഷ്കളങ്കത പുലർത്തുക. ഞാൻ നിങ്ങളോട് ഒരു കഥ കെട്ടിച്ചമച്ചുണ്ടാക്കാനല്ല ആവശ്യപ്പെടുന്നത്, ഫലപ്രദമായി സ്വാധീനിക്കാൻ കഴിയുംവിധം നിങ്ങളെക്കുറിച്ചുള്ള സത്യം അവതരിപ്പിക്കാൻ പഠിപ്പിക്കുകയാണ്. നിങ്ങളുടെ കഥ പങ്കിടാൻ എപ്പോഴും ഇത്രയും സമയം കിട്ടിയെന്നുവരില്ല. അതുകൊണ്ട്, മൂന്ന് വ്യത്യസ്ത സമയപരിധികളിൽ നിങ്ങളുടെ കഥ തയ്യാറാക്കുന്നത് നന്നായിരിക്കും, ലഭ്യമായ സമയത്തിനുള്ളിൽ നിങ്ങളുടെ കഥ അവതരിപ്പിക്കുക. 57 മിനിറ്റിനുള്ളിൽ വിശദമായി കഥ പറയുക, അല്ലെങ്കിൽ ചുരുങ്ങിയത് 23 മിനിറ്റിൽ, അല്ലെങ്കിൽ 60 സെക്കന്റിൽ അതിവേഗം. ഈ മൂന്ന് സമയപരിധിയിലും ഒരേതരത്തിലുള്ള കഥാഗതി കാത്തുസൂക്ഷിക്കുക.

നിങ്ങളുടെ ഊർജ്ജം, കണ്ണുകളിലെ നിങ്ങളുടെ തിളക്കം, ആത്മവിശ്വാസമുള്ള ശബ്ദം, ഭാവഹാവാദികൾ, നോട്ടം, ഒരു പ്രഖ്യാപനം നടത്തുമ്പോൾ, പുതിയ ഒരു ഉപഭോക്താവിനോ നിങ്ങളുടെ ടീമിനോ ഉറപ്പ് നൽകുമ്പോൾ, അതിൽ നിങ്ങൾക്കുള്ള ഉറപ്പ് കഥയുടെ ഉള്ളടക്കത്തോടൊപ്പം ഇവയെല്ലാം സ്വാധീനം ചെലുത്തും.

റഫറൻസിനായി നിങ്ങൾക്ക് എന്റെ കഥ കേൾക്കാം, എന്റെ വെബ്സൈറ്റിൽനിന്നോ എന്റെ യൂറ്റ്യൂബ് ചാനലിൽനിന്നോ.

4. ഏറ്റവും വലിയ വിജയഘടകങ്ങളുടെ (TSD) ചാർട്ട്

നമ്മളിൽ എല്ലാവർക്കും സ്വപ്നങ്ങളുണ്ട്, നമുക്കുവേണ്ടിയും നമ്മളുടെ കുടുംബത്തിനുവേണ്ടിയും നിരവധി കാര്യങ്ങൾ നാം ആഗ്രഹിക്കുന്നുണ്ട്, എന്നാൽ, ചുരുക്കം ചില കാര്യങ്ങൾ മാത്രമാണ് മറ്റുള്ളവയേക്കാൾ നമ്മുടെ ഹൃദയത്തോട് അടുത്തിരിക്കുന്നത്, ഇവ വ്യത്യസ്ത ആളുകളെ സംബന്ധിച്ച് വ്യത്യസ്തമായിരിക്കും. ചിലപ്പോൾ അത് കാറായിരിക്കാം, മറ്റുചിലർക്ക് അത് ഒരു വീടായിരിക്കാം; ചിലർക്ക് അവരുടെ കുട്ടികൾക്കൊപ്പം കളിക്കുന്നതായിരിക്കും, മറ്റു ചിലർ സ്റ്റേജിൽ അംഗീകാരം നേടിയെടുക്കുമ്പോഴായിരിക്കും ആവേശഭരിതനാകുന്നത്. ഇവയാണ് നമ്മളുടെ Top Success Drivers. നമ്മുടെ പ്രവർത്തനങ്ങൾക്കു പുറകിലുള്ള ലക്ഷ്യം Top Success Drivers ആണ്. അവ സാക്ഷാൽക്കരിക്കാൻ നമ്മുടെ കഴിവിനൊത്ത് എല്ലാം നമ്മൾ ചെയ്യും.

നമ്മുടെ ഉപേഭാക്താക്കളുടെ TSDകൾ തിരിച്ചറിയുന്നതുകൊണ്ടുള്ള നേട്ടം എന്താണ്, അത് ലളിതമാണ്: നമ്മുടെ TSDകൾ നേടിയെടുക്കാൻ നമ്മെ സഹായിക്കുന്ന കാര്യങ്ങൾ ചെയ്യാനാണ് നാം ഇഷ്ടപ്പെടുന്നത്. അതുകൊണ്ട്, അയാളുടെ/അവളുടെ TSDകൾ സാക്ഷാൽക്കരിക്കാനുള്ള പരിഹാരങ്ങൾ പുതിയ ഉപഭോക്താക്കൾക്ക് നൽകുന്നുവെങ്കിലേ ബിസിനസ് പ്രസന്റേഷനുകൾ ഫലപ്രദമാകൂ. ഈ ബിസിനസ് ചെയ്താൽ അദ്ദേഹത്തിന്/അവൾക്ക് തന്റെ TSDകൾ അതിവേഗം സാക്ഷാൽക്കരിക്കാൻ സാധിക്കും എന്ന് നിങ്ങളുടെ ഉപഭോക്താവിന് തോന്നുന്നു എന്നുകരുതുക; അപ്പോൾ നിങ്ങളുടെ ഉപഭോക്താവ് ശരിയായ രീതിയിൽ തുടക്കമിടും.

ബഹുമുഖ നേട്ടങ്ങൾ ഉറപ്പുനൽകുന്ന ഈ ബിസിനസ് ലഭിച്ചതിലൂടെ നാം അനുഗ്രഹിക്കപ്പെട്ടിരിക്കുന്നു. ഒരിക്കൽ നിങ്ങൾ നിങ്ങളുടെ ഉപഭോക്താവിന്റെ TSDകൾ തിരിച്ചറിഞ്ഞുകഴിഞ്ഞാൽ, ഓരോ സമയവും നിങ്ങളുടെ ബിസിനസിന്റെ നേട്ടങ്ങൾ ഉയർത്തിക്കാട്ടാൻ നിങ്ങൾ ആഗ്രഹിക്കും. പ്രസന്റേഷൻ സമയത്ത് അനുയോജ്യമായ സ്ഥലങ്ങളിൽ ആ മൂന്ന് TSDകളെക്കുറിച്ച് നിങ്ങൾ കൂടുതൽ സംസാരിക്കുകയാണെങ്കിൽ, അത് ഉപഭോക്താക്കളുമായി നിങ്ങളെ കൂടുതൽ ബന്ധിപ്പിക്കും, അതുവഴി അവർ നിങ്ങൾക്കൊത്ത് ബിസിനസ് തുടങ്ങാനുള്ള സാധ്യത പല മടങ്ങാക്കും. ഓർക്കുക, നിങ്ങളുടെ ഉപഭോക്താക്കളുടെ TSDകൾ നിങ്ങളുടേതുമായി സാമ്യമുള്ളതായിരിക്കും എന്ന് ഒരിക്കലും കരുതാൻ പാടില്ല, വ്യത്യസ്ത വീക്ഷണങ്ങളെയും അഭിപ്രായങ്ങളെയും മാനിക്കാനും അഭിനന്ദിക്കാനും

പഠിക്കുക. ഒരിക്കൽ നിങ്ങളുടെ ഉപഭോക്താക്കളുടെ TSDകളെക്കുറിച്ച് അറിവ് കിട്ടിയാൽ, നിങ്ങളുടേത് മറന്നുകളയുക, അവരുടെ TSDകളിൽ ഫോക്കസ് നൽകുക. അത് അവരെക്കുറിച്ചുള്ളതായിരിക്കും.

വിജയത്തിനുവേണ്ടിയുള്ള 13 പ്രധാന ഘടകങ്ങൾ താഴെ കൊടുക്കുന്നു. ഇതിൽ നിങ്ങളുടെ ഉപഭോക്താവ് ഉപയോഗിക്കുന്ന മൂന്ന് TSDകൾ തിരിച്ചറിയുക. നിങ്ങൾക്ക് ഈ കാർഡിന്റെ ഒരു പ്രിന്റൗട്ട് എടുക്കാം. അല്ലെങ്കിൽ നിങ്ങളുടെ മൊബൈലിലോ ലാപ്ടോപ്പിലോ അച്ചടിച്ച രൂപത്തിൽ സൂക്ഷിക്കാം.

പ്രധാന വിജയഘടകങ്ങൾ

1.	അധിക വരുമാനം/രണ്ടാമത്തെ വരുമാനത്തിന്റെ ഉറവിടം	
2.	സാമ്പത്തിക സ്വാതന്ത്ര്യം	
3.	സംരംഭകത്വം (നിങ്ങളുടെ സ്വന്തം ബോസാകുക)	
4.	സമ്പന്നനും പ്രശസ്തനും ആകുക (ഒരു പ്രശസ്തൻ)	
5.	ആഡംബരപൂർണ്ണമായ ജീവിതം കാർ, അവധിക്കാല യാത്രകൾ, ആഡംബര ബ്രാൻഡുകൾ തുടങ്ങിയവ.	
6.	കുടുംബത്തിന്റെയും പൈതൃകത്തിന്റെയും ഭാവിക്കായി സുരക്ഷിതമാക്കുക, കുട്ടികൾക്കായി.	
7.	നേരത്തെയുള്ള വിരമിക്കൽ/ കൂടുതൽ അധിക സമയം	
8.	നിങ്ങളുടെ സ്വന്തം സ്വപ്ന ഭവനം.	
9.	നല്ല സമയം കുടുംബത്തോടൊപ്പം.	
10.	പുതിയ ആളുകളെ കാണുക/ ഒരു സോഷ്യൽ സർക്കിൾ വികസിപ്പിച്ചെടുക്കുക.	
11.	മറ്റുള്ളവരെ സഹായിക്കുക.	
12.	രാഷ്ട്രനിർമ്മിതിക്ക് സംഭാവന ചെയ്യുക.	
13.	നിങ്ങളുടെ വ്യക്തിപരമായ വളർച്ച, വ്യക്തിവികാസം.	

നിങ്ങളുടെ ഉപഭോക്താക്കളുടെ ഏറ്റവും പ്രധാന TSDകൾ തിരിച്ചറിയാനുള്ള എന്റെ മാർഗ്ഗങ്ങൾ:

1. ഇങ്ങനെ പറഞ്ഞ് തുടങ്ങുക, 'നാം കൃത്യമായി എന്തുചെയ്യണമെന്ന് ഞങ്ങൾ നിങ്ങളോട് പറയുന്നതിനുമുമ്പ്, എങ്ങനെയാണ് ആളുകൾ ഈ ബിസിനസ് ചെയ്യുന്നത് എന്നത് നിങ്ങളെ കാണിച്ചുതരാൻ എന്നെ അനുവദിക്കുക.'
2. നിങ്ങളുടെ TSD കാർഡ് കാണിച്ച് താഴെ പറയുന്ന ചോദ്യങ്ങൾ ചോദിക്കുക

3. **ചോദ്യം 1:** അവരോട് ചോദിക്കുക 'ഈ ലിസ്റ്റിൽനിന്ന്, എന്താണ് നിങ്ങളുടെ ഏറ്റവും പ്രധാന മുൻഗണനകൾ
4. **ചോദ്യം 2:** പിന്നെ ചോദിക്കുക 'ഈ മൂന്നെണ്ണത്തിൽ ഏതാണ് ഏറ്റവും പ്രധാനപ്പെട്ടത്.'
5. **ചോദ്യം 3** മറുപടിക്ക് കാത്തുനിൽക്കുക, എന്നിട്ട് ചോദിക്കുക 'എന്തുകൊണ്ട് അത് നിങ്ങളെ സംബന്ധിച്ച് പ്രധാനപ്പെട്ടതായി.'
6. **ചോദ്യം 4** മറുപടിക്ക് കാത്തുനിൽക്കുക, എന്നിട്ട് ചോദിക്കുക 'ഇത് കിട്ടിയില്ലെങ്കിൽ എന്ത് സംഭവിക്കും അത് തീർച്ചയായും ഒരു ഇന്റർവ്യൂ ആകാൻ പാടില്ല, മറിച്ച്, മറ്റൊരു വ്യക്തിയെ അറിയുന്നതിനുള്ള ശുദ്ധമായ ഒരു ആഗ്രഹമായിരിക്കണം, അദ്ദേഹത്തിന് കൂടുതൽ സഹായം ചെയ്യാൻവേണ്ടി. ആർദ്രമനസ്സുള്ളയാളായിരിക്കുക, നന്നായി ശ്രദ്ധിക്കുക.
7. ഇപ്പോൾ, ഈ നാലുചോദ്യങ്ങൾക്കുമുള്ള അവരുടെ ഉത്തരങ്ങൾ ആവർത്തിക്കുക, അവരുടെ 'അതെ'/തലയാട്ടൽ മനസ്സിലാക്കുക, ഇങ്ങനെ പറഞ്ഞുകൊണ്ട്, 'ഓകെ, വളരെ നല്ലത്. അതുകൊണ്ട്, മൂന്ന് കാര്യങ്ങൾക്കായി ദിവസവും നിങ്ങൾ പ്രവർത്തിക്കാൻ പോകുന്നു...'
8. പിന്നെ പറയുക, 'അടുത്ത 30 മിനിറ്റ് നേരം ഞങ്ങളുടെ പ്രസന്റേഷൻ നിങ്ങൾ ഗൗരവത്തോടെ ശ്രദ്ധിക്കുകയാണെങ്കിൽ, ചുരുങ്ങിയ സമയത്തിനുള്ളിൽ ഈ മൂന്ന് മുൻഗണനകൾ സാക്ഷാൽക്കരിക്കാൻ ഞങ്ങൾക്ക് എങ്ങനെ നിങ്ങളെ സഹായിക്കാൻ കഴിയും എന്ന കാര്യം മനസ്സിലാക്കാൻ കഴിയും.'

ഇതിനു പുറകിലെ അടിസ്ഥാന ആശയം ഇതാണ് അവർ എന്താണ് ആഗ്രഹിക്കുന്നത് എന്ന് മനസ്സിലാക്കാതെ അവർക്കു മുന്നിൽ പ്രസന്റേഷൻ അവതരിപ്പിച്ചു തുടങ്ങിയാൽ, അതൊരു വിരസമായ പ്രസന്റേഷനായിരിക്കും, അത് അവസാനിച്ചു കാണാൻ അവർ ആഗ്രഹിക്കും. നമ്മുടെ മീറ്റിങ്ങിന്റെ ലക്ഷ്യം ഒരു പരിഹാരം നൽകലാണ്, എന്താണ് അവരെ സംബന്ധിച്ച് നല്ലത് എന്ന് അവർക്ക് കാണിച്ചു കൊടുക്കുകയാണ്. ശരിയായ മനോഭാവത്തോടെ അവർ ശ്രദ്ധിക്കണം എന്ന് നമ്മൾ ആഗ്രഹിക്കുന്നു. കാഴ്ചപ്പാടിൽ ഒരു മാറ്റം വരുത്തുകയാണ് 'അത് നമ്മളെ കുറിച്ചാണ്' എന്നതിൽനിന്ന് 'അത് അവരെക്കുറിച്ചാണ്' എന്നതിലേക്ക്. പ്രസന്റേഷന്റെ മൊത്തം സ്വഭാവം വിസ്മയിപ്പിക്കുംവിധം മാറും, അതിൽ നിന്ന് അൽപം നേട്ടമുണ്ടാക്കണം എന്ന ഉദ്ദേശ്യത്തോടെ ഉപഭോക്താവ് അത് നോക്കാൻ തുടങ്ങിയാൽ. നിങ്ങൾ പരിഹാരങ്ങൾ അവതരിപ്പിക്കാൻ തുടങ്ങുന്നതിനുമുമ്പ്, അവർ എന്താണ് നോക്കുന്നത് എന്ന് അറിയുന്നത് പ്രധാനമാണ്.

5. വിജയത്തിനായുള്ള 5 ലിസ്റ്റുകൾ

ഈ ബിസിനസിലെ നിങ്ങളുടെ വിജയം നിങ്ങളുടെ ലിസ്റ്റിനെ ആശ്രയിച്ചിരിക്കുന്നു. ഈ ബിസിനസിൽ, ഗൗരവമുള്ള എല്ലാ ഡിസ്ട്രിബ്യൂട്ടർമാർക്കും, എല്ലാ ആഴ്ചയിലും അല്ലെങ്കിൽ രണ്ടാഴ്ച കൂടുമ്പോഴും പുതുക്കിക്കൊണ്ടിരിക്കുന്ന അഞ്ച് ലിസ്റ്റുകൾ വേണം.

1. **ഉപഭോക്താക്കളുടെ ലിസ്റ്റ്:** ബിസിനസിനുവേണ്ടി നിങ്ങൾ സമീപിക്കാൻ ആഗ്രഹിക്കുന്ന പുതിയ ആളുകളുടെ ലിസ്റ്റ് ആണിത്. ദിവസവും ഈ ലിസ്റ്റിൽ പുതിയ പേരുകൾ ചേർത്തുകൊണ്ടിരിക്കുക.

2. **നീട്ടിവച്ചിരിക്കുന്ന തുടർപ്രവർത്തനങ്ങളുടെ ലിസ്റ്റ്:** നിങ്ങൾ ബിസിനസ് അവസരം പങ്കിടുകയും എന്നാൽ, ഇതുവരെ ബിസിനസ് തുടങ്ങാത്തവരുമായ ആളുകളുടെ ലിസ്റ്റാണിത്. ഇവരെ നിങ്ങൾ പിന്തുടർന്നുകൊണ്ടിരിക്കുകയുമാണ്. ഓരോ മീറ്റിങ്ങിനുംശേഷം ഇത് പുതുക്കിക്കൊണ്ടിരിക്കുക.

3. **സജീവ ഡിസ്ട്രിബ്യൂട്ടർമാരുടെ ലിസ്റ്റ്:** ഈ ലിസ്റ്റാണ് നിങ്ങളുടെ യഥാർഥ കരുത്ത്, നെറ്റ്‌വർക്ക് മാർക്കറ്റിങ്ങിലെ നിങ്ങളുടെ വരുമാനം തീരുമാനിക്കുന്നതും ഇതാണ്. ടെലികോം വ്യവസായം മെറ്റ് കാഫ് നിയമപ്രകാരമാണ് പ്രവർത്തിക്കുന്നത് ഈ നിയമനുസരിച്ച് ഒരു ടെലികോം കമ്യൂണിക്കേഷൻ നെറ്റ്‌വർക്കിന്റെ മൂല്യം, കണക്റ്റഡ് ഉപയോക്താക്കളുടെ എണ്ണത്തിന്റെ സ്ക്വയറിന് ആനുപാതികമായിരിക്കും (n^2). അതുപോലെ, ഒരു നെറ്റ്‌വർക്ക് മാർക്കറ്റിങ് ഡിസ്ട്രിബ്യൂട്ടറുടെ വരുമാനം, അദ്ദേഹത്തിന്റെ/അവളുടെ ടീമിലെ സജീവ ഡിസ്ട്രിബ്യൂട്ടർമാരുടെ എണ്ണത്തിന്റെ സ്ക്വയറിന് നേർ അനുപാതത്തിലായിരിക്കും.

   വരുമാനം (I) = ടീമിലെ സജീവ ഡിസ്ട്രിബ്യൂട്ടർമാരുടെ എണ്ണം(N^2)

   ഒരു സജീവ ഡിസ്ട്രിബ്യൂട്ടറെ എങ്ങനെ തിരിച്ചറിയാം എന്നതിനുള്ള വിശദമായ മാർഗ്ഗനിർദേശം ഈ പുസ്തകത്തിലെ മികവിന്റെ ഉപകരണങ്ങൾ എന്ന ഭാഗത്ത് നൽകിയിട്ടുണ്ട്.

4. **ഉപഭോക്താക്കളുടെ ലിസ്റ്റ്:** നിങ്ങളുടെ ഉൽപ്പന്നങ്ങളുടെ/സേവനങ്ങളുടെ സജീവ ഉപയോക്താക്കളാണ് ഈ ലിസ്റ്റിലുള്ളത്. അവർ ഉൽപ്പന്നങ്ങൾ ഉപയോഗിക്കുകയും ചിലപ്പോഴെല്ലാം അവ ഉപയോഗിക്കാൻ മറ്റുള്ളവരോട് നിർദേശിക്കുകയും ചെയ്യുന്നു, എന്നാൽ, ബിസിനസിൽ ഇതുവരെ ഒരു ഡിസ്ട്രിബ്യൂട്ടർ ആകണമെന്ന് തീരുമാനി

ച്ചിട്ടില്ല. അവർ നിങ്ങൾക്ക് അളവ് നൽകും, അവർ തൃപ്തരായ ഉപഭോക്താക്കളാണ് എന്നതിനാൽ, തെരഞ്ഞെടുക്കപ്പെട്ടതു മുതൽ അവർ വളരെ നല്ല പങ്കാളികളായിരിക്കും.

5. **എല്ലാ ഡിസ്ട്രിബ്യൂട്ടർമാരുടെയും ലിസ്റ്റ്:** നിങ്ങളുടെ ടീമിൽ ബിസിനസ് തുടങ്ങിയ ഓരോരുത്തരുടെയും വിപുലമായ ലിസ്റ്റ് ആണിത്. തുടക്കം മുതൽ എല്ലാവർക്കും ബിസിനസ് തുടങ്ങാൻ കഴിഞ്ഞെന്നുവരില്ല. ബിസിനസ് സജീവമായി തുടങ്ങുന്നതിനുമുമ്പ് നിരവധി പേർ കാത്തിരിക്കുകയും നിരീക്ഷിക്കുകയും ചെയ്യും. ഇത്തരം എല്ലാ പങ്കാളികളുമായും ബന്ധപ്പെട്ടുകൊണ്ടിരിക്കുക എന്നത് നല്ല കാര്യമാണ്, കാരണം, ഇവർ ഭാവിയിൽ ഏതു സമയത്തും ബിസിനസ് തുടങ്ങാൻ പോകുന്നവരായിരിക്കും. ഇവരെ എല്ലാ പരിപാടികൾക്കും ക്ഷണിക്കുക, പുതിയ ഉൽപ്പന്നങ്ങളെക്കുറിച്ച്, പുതിയ നേട്ടങ്ങളെക്കുറിച്ച് അവർക്ക് വിവരം നൽകിക്കൊണ്ടിരിക്കുക.

6. പവർ കണക്ടർമാർ

ബിസിനസ് എന്നാൽ, ബന്ധങ്ങളും സമ്പർക്കങ്ങളുമാണ്. ഈ പുസ്തകത്തിൽ പലയിടത്തും ഞാൻ പറഞ്ഞതുപോലെ, സെയിൽസ് എന്നാൽ, നിങ്ങളുടെ ബോധ്യം മറ്റൊരാൾക്ക് കൈമാറലാണ്. അതുകൊണ്ട്, നിരവധി പുസ്തകങ്ങളും പരിശീലകരും നിങ്ങളോട് പറയും, മറ്റെയാളെക്കൊണ്ട് കൂടുതൽ സംസാരിപ്പിക്കാൻ, പക്ഷേ, ഓർക്കുക, മറ്റെയാൾക്ക് സംസാരം തുടരണമെന്നുണ്ടെങ്കിൽ, അദ്ദേഹത്തിന്/അവൾക്ക് നിങ്ങളെ ഇഷ്ടമാകണം. അങ്ങനെ സംഭവിക്കണമെങ്കിൽ ആ വ്യക്തിക്ക് നിങ്ങളുമായി നല്ല ബന്ധമുണ്ടായിരിക്കണം. ആയിരക്കണക്കിന് പേരുമായി ഇടപഴകിയതിൽനിന്നും എന്റെ നിരവധി വഴികാട്ടികളിൽനിന്ന് (ടോണി റോബിൻസ്, അന്റോണോ സോളാർ ജോൺ, റോബർട്ട് ടി കിയോസാകി, അല്ലൻ പീസ്, റിച്ചാർഡ് ബാൻഡ്ലർ തുടങ്ങിയവർ) പഠിച്ചതനുസരിച്ചും ഒരു മീറ്റിങ്ങിൽ മറ്റൊരാളുമായി അതിവേഗം ബന്ധവും യോജിപ്പുമുണ്ടാക്കാനുള്ള നിരവധി മാർഗ്ഗങ്ങൾ തിരിച്ചറിഞ്ഞിട്ടുണ്ട്. ലക്ഷക്കണക്കിന് രൂപ ചെലവാക്കിയും ആളുകളുമായി ഒരു ദശാബ്ദത്തിലേറെ നിക്ഷേപം നടത്തിയും ഞാൻ പഠിച്ച കാര്യം ഞാൻ ഇവിടെ നിങ്ങൾക്ക് പറഞ്ഞുതരാം, നിങ്ങളുടെ ടീം അംഗങ്ങളുമായോ പുതിയ ഉപഭോക്താക്കളുമായോ മീറ്റിങ്ങിലെ മറ്റാരുമായോ ബന്ധമുണ്ടാക്കാൻ പറ്റിയ ഏറ്റവും അനുയോജ്യമായ ഉപകരണങ്ങളുടെ രൂപത്തിൽ. ഇതാ, കാലത്താൽ പരീക്ഷിക്കപ്പെട്ട ഒമ്പത് പവർ കണക്ടർമാർ:

പവർ കണക്ടർമാർ

ചിരി	മാന്ത്രിക വാക്കുകൾ	പ്രതിഫലനം
കണ്ണുകൾകൊണ്ടുള്ള സമ്പർക്കം	തലകൊണ്ടുള്ള ആട്ടം	പുരോഗതിയുണ്ടാക്കുന്നവർ
'യെസു'കളുടെ കൂട്ടം	സാമ്യങ്ങൾ ചൂണ്ടിക്കാണിക്കൽ	ആത്മാർഥമായി ശ്രദ്ധിക്കുക

1. **ചിരി:** സ്നേഹത്തിന്റെയും അഭിനന്ദനത്തിന്റെയും സാർവത്രിക അടയാളമാണ് ചിരി. യുക്തിക്കും തെളിവുകൾക്കും ഒരിക്കലും തുറക്കാനാകാത്ത വാതിലുകൾ ചിരികൊണ്ട് തുറക്കാൻ കഴിയും. ആയിരക്കണക്കിന് പേരുള്ള എന്റെ ടീമിൽ ഞാൻ മനസ്സിലാക്കിയത്, എത്ര കൂടുതൽ നിങ്ങൾ ചിരിക്കുന്നുവോ, അത്രയും കൂടുതൽ മറ്റൊരാൾ

നിങ്ങളെ ഇഷ്ടപ്പെടാനുള്ള, വിശ്വസിക്കാനുള്ള, നിങ്ങൾക്കൊപ്പം പങ്കാളിയായി ചേരാനുള്ള സാധ്യതയുണ്ട്. ഈ ബിസിനസിൽ ചിരി നിങ്ങളുടെ സ്വത്താണ്, ജീവിതമാണ്. ചിരിയെ നിങ്ങളുടെ സ്വഭാവമാക്കി മാറ്റുക. മീറ്റിങ്ങിലുടനീളം കഴിയാവുന്നിടത്തോളം നിങ്ങൾ ചിരിച്ചുകൊണ്ടിരിക്കുക.

2. **മാന്ത്രിക വാക്കുകൾ:** നമ്മളിൽ ഓരോരുത്തർക്കും സ്വന്തമായ പദസമ്പത്തുണ്ട്. സന്തോഷം, ആഹ്ലാദം, വേദന തുടങ്ങിയ നമ്മുടെ അടിസ്ഥാന വികാരങ്ങൾ നാം പ്രകടിപ്പിക്കുന്നത് വിവിധ തരം വാക്കുകളിലൂടെയാണ്. എങ്ങനെയുണ്ട് എന്ന് നാം ആരോടെങ്കിലും ചോദിക്കുന്നു എന്നിരിക്കട്ടെ, അയാൾ പറയും നന്നായി പോകുന്നു എന്ന്, ഈ പ്രതികരണം വിവിധ മാർഗ്ഗങ്ങളിലൂടെ പ്രകടിപ്പിക്കാം നന്നായി, അസൂയാവഹമായി, ഏറ്റവും മികച്ചരീതിയിൽ, മഹത്തായി, അവിശ്വസനീയമായി...തന്റെ വികാരങ്ങൾ പ്രകടിപ്പിക്കാൻ ഒരാൾ/ഒരുവൾ ഉപയോഗിക്കുന്ന സവിശേഷ വാക്കുകളെയാണ് മാന്ത്രിക വാക്കുകൾ എന്നു പറയുന്നത്, എല്ലാവർക്കും അവരവരുടേതായ മാന്ത്രിക വാക്കുകളുണ്ട്. ശരിയായതോ തെറ്റായതോ ആയ വാക്കുകളില്ല; ഒരേ വികാരത്തിന്റെ വിവിധതരം പ്രതികരണങ്ങളാണ് അവ എന്നുമാത്രം.

   മറ്റൊരാളുമായി നാം ഇടപെടുമ്പോൾ, സംസാരത്തിനിടെ അയാളോ അവളോ തുടർച്ചയായി ഏത് വാക്കുകളാണ് ഉപയോഗിക്കുന്നത് എന്ന് ശ്രദ്ധിക്കുക. ആ മാന്ത്രിക വാക്കുകൾ നിങ്ങൾ തിരിച്ചറിഞ്ഞുകഴിഞ്ഞാൽ, ആ വാക്കുകൾ സംസാരത്തിനിടെ ആവശ്യമായ സമയത്ത് ഉപയോഗിക്കുക, അദ്ദേഹത്തിന് വേണമെങ്കിൽ ഒരു അഭിനന്ദനം കൂടി നൽകിക്കൊണ്ട്. ആ വ്യക്തിയുമായുള്ള നിങ്ങളുടെ ബന്ധവും നിങ്ങളുടെ വാക്കുകളുടെ സ്വാധീനവും ഇതുവഴി കൂടുതൽ മെച്ചപ്പെടുത്താം.

3. **പ്രതിഫലനം:** രണ്ട് വ്യക്തികൾ തമ്മിൽ നല്ല സമ്പർക്കത്തിലിരിക്കുമ്പോൾ, അവരുടെ ശരീരങ്ങൾ ഒരേതരത്തിലുള്ള ആംഗ്യങ്ങളും ചേഷ്ടകളും കാണിക്കും. ഇതിനെയാണ് പ്രതിഫലനം എന്നു പറയുന്നത്. പ്രതിഫലനം എന്നതിന്റെ അർഥം, മാനസികമായ പൊരുത്തം ശാരീരിക ചലനങ്ങളിൽ പ്രതിഫലിക്കുന്നു എന്നതാണ്. ഇത് വികസിപ്പിക്കേണ്ടതില്ല, നാം മനുഷ്യർ, ജനിച്ചതുതന്നെ ഈ കഴിവുമായാണ്, നമ്മളുമായി പൊരുത്തമുള്ളവരെ പകർത്താനുള്ള സഹജമായ ഒരു കഴിവ് നമുക്കുണ്ട്. ഇത് മറിച്ചിട്ടാൽ, നിങ്ങൾ മറ്റൊരാളുടെ ശരീരത്തിന്റെ രീതികൾ, സീറ്റിങ് നില, അടയാളങ്ങൾ, പ്രതികരണങ്ങൾ, ശബ്ദം എന്നിവ പ്രതിഫലിപ്പിക്കാൻ തുടങ്ങിയാൽ നിങ്ങൾക്ക് അതിവേഗം അദ്ദേഹവുമായി/അവളുമായി അടുത്ത ബന്ധം ഉണ്ടാ

ക്കാൻ കഴിയും, അയാൾക്ക് നിങ്ങളെ ഇഷ്ടപ്പെടാനും വിശ്വസിക്കാനുമുള്ള സാധ്യതയും ഇത് വർധിപ്പിക്കും.

4. **കണ്ണുകൾ കൊണ്ടുള്ള ബന്ധം:** മീറ്റിങ്ങിൽ മറ്റുള്ളവരുമായി ബന്ധപ്പെടുമ്പോൾ അവരുടെ കണ്ണുകളിൽ നോക്കുക. അത് നിങ്ങളുടെ ആത്മാർഥതയും ആത്മവിശ്വാസവും പ്രതിഫലിപ്പിക്കും.

5. **തലയാട്ടുക:** തലയാട്ടുന്നത് അതെ എന്നതിന്റെയോ സ്വീകരിച്ചിരിക്കുന്നു എന്നതിന്റെയോ അടയാളമാണ്. എന്തിനെയെങ്കിലും കുറിച്ച് നിങ്ങൾ പൊസിറ്റീവായി അനുഭവപ്പെട്ടാൽ, അല്ലെങ്കിൽ നിങ്ങൾ ഏതെങ്കിലും കാര്യവുമായോ/ആരെങ്കിലുമായോ ധാരണയിലെത്തിയാൽ നിങ്ങളുടെ തല ആട്ടിത്തുടങ്ങും. അതുപോലെ, നിങ്ങൾ തലയാട്ടിത്തുടങ്ങിയാൽ, നിങ്ങൾക്ക് പൊസീറ്റീവ് ആയി അനുഭവപ്പെട്ടു തുടങ്ങും. ഒപ്പം, തലയാട്ടൽ പകരുന്ന ഒരു കാര്യം കൂടിയാണ്. നിങ്ങൾ തലയാട്ടാൻ തുടങ്ങിയാൽ, മറ്റേയാൾ കൂടി തലയാട്ടിത്തുടങ്ങും. തലയാട്ടൽ വളരെ ലളിതമാണ്, അതേസമയം, യോജിപ്പിനുള്ള അതിശക്തവുമായ ടൂളുമാണ്. അതിന് അനുകൂലമായ ഫലങ്ങളുണ്ടാക്കാൻ കഴിയും. മീറ്റിങ്ങുകളിൽ നിങ്ങൾ ഇടക്കിടക്ക് തലയാട്ടിയാൽ, മറുപടിയായി നിങ്ങൾക്കും തലയാട്ടൽ ലഭിക്കാനുള്ള സാധ്യത കൂടും. നിങ്ങൾക്കൊപ്പം ബിസിനസ് തുടങ്ങുന്നുണ്ടോ എന്ന ചോദ്യത്തിന് ഒരു വലിയ തലയാട്ടലായിരിക്കും മറുപടി.

6. **പുരോഗതിയുണ്ടാക്കുന്നവർ:** ചില വാക്കുകളും ശൈലികളും ഉപയോഗിച്ച് ആശയവിനിമയത്തിന്റെ ഒഴുക്ക് അഭംഗുരം നിലനിർത്താൻ കഴിയും. ഇത്തരം വാക്കുകൾ ഉപയോഗിക്കുന്നതിൽ നിങ്ങൾ വൈദഗ്ധ്യം നേടിയാൽ, അധികം സംസാരിക്കാതെ തന്നെ നിങ്ങൾക്ക് ആശയവിനിമയം തുടരാൻ കഴിയും. നിങ്ങളുടെ പുതിയ ഉപഭോക്താവിന് സംസാരിക്കാൻ കൂടുതൽ സമയം നൽകാൻ കഴിയും, അത് അവർക്ക് നന്നായി തോന്നും. എന്റെ അനുഭവത്തിൽ, ഉപഭോക്താക്കൾ, അവതാരകനേക്കാൾ കൂടുതൽ സംസാരിക്കുന്ന മീറ്റിങ്ങുകൾക്ക് മികച്ച ഫലം നൽകാൻ കഴിയുമെന്ന് കണ്ടിട്ടുണ്ട്. ആശയവിനിമയത്തെ മെച്ചപ്പെടുത്തുന്ന ശൈലികൾ ഇതാ: എന്നോട് അൽപം കൂടി പറയൂ, ഉദാഹരണത്തിന്, ഓൾറൈറ്റ്, അതാണോ അർഥമാക്കുന്നത് ഓ, ശരിക്കും, പിന്നീട് അതുകൊണ്ട്, അതുതന്നെയല്ലേ, അതിനർഥം, അതിനുശേഷം എന്ത് സംഭവിച്ചു, അതുകൊണ്ട്, അത് ശരിയാണ്, ഇതുമതി, ഓ, അങ്ങനെയാണോ...തുടങ്ങിയവ.

7. **'യെസു'കളുടെ കൂട്ടം:** ഒരു മീറ്റിങ്ങിൽ നിങ്ങൾ 'യെസ്' എന്നു പറഞ്ഞാണ് തുടങ്ങുന്നത് എങ്കിൽ, നിങ്ങൾക്ക് അതേപോലെ തന്നെ തുടരാനും കഴിയുമെന്ന് ഗവേഷണങ്ങളിൽ തെളിഞ്ഞിട്ടുണ്ട്. 'യെസ്' എന്നുമാത്രം ഉത്തരം കിട്ടുന്ന നിരവധി ലളിതമായ ചോദ്യങ്ങൾ

ചോദിച്ച് ഒരു 'യെസ്' കൂട്ടം സൃഷ്ടിച്ചെടുക്കുക. നിങ്ങളുടെ പുതിയ ഉപഭോക്താവ് ചോദ്യങ്ങൾക്ക് നിരവധി തവണ 'യെസ്' എന്നു പറയുമ്പോൾ അടുത്തതായി നിങ്ങൾ ചോദിക്കാൻ പോകുന്ന ചോദ്യങ്ങൾക്കും 'യെസ്' എന്നുപറയാനുള്ള സാധ്യത പതിന്മടങ്ങായി വർധിക്കും.

ഒരു സെയിൽസ്മാൻ നിങ്ങളോട് ചില ലളിതമായ ചോദ്യങ്ങൾ ചോദിച്ച് 'യെസ്' ഉത്തരങ്ങളുടെ ഒരു കൂട്ടം ഉണ്ടാക്കും, 'ഇന്ന് മാർച്ച് 29 അല്ലേ', 'ഇന്ന് അൽപം ചൂട് കൂടുതലാണല്ലേ', ഇതുപോലത്തെ ലളിതമായ പ്രസ്താവനകൾ, ഇവയ്ക്ക് പൊതുവായി 'യെസ്' എന്ന ഉത്തരം മാത്രമേ കിട്ടൂ.

8. **സാമ്യങ്ങൾ ചൂണ്ടിക്കാണിക്കൽ:** നമ്മളെപ്പോലെയുള്ളവരെയും നമ്മളുമായി ചില സാമ്യങ്ങൾ ഉള്ളവരെയും വിശ്വസിക്കാനുള്ള ഒരു പ്രവണത നമ്മുടെ മനസ്സിനുണ്ട്. ചില സാമ്യങ്ങൾ കണ്ടെത്താൻ ശ്രമിക്കുക (അത്രയും ആഹ്ലാദം കൂടുന്നു), അവയെക്കുറിച്ച് പറയുക. ഒരു സ്കൂൾ, കോളജ്, ഇഷ്ടഭക്ഷണം, സിനിമ, നിങ്ങൾ ജോലി ചെയ്ത കമ്പനികൾ, ഒരേതരത്തിലുള്ള വീട്, കുട്ടികൾ, വിദ്യാഭ്യാസം, അവധിക്കാലം ചെലവഴിക്കൽ, വിനോദങ്ങൾ തുടങ്ങിയവ. ലിസ്റ്റിന് അവസാനമില്ല. മീറ്റിങ്ങിൽ മുന്നോട്ടുപോകുമ്പോൾ ഈ പട്ടിക ഒഴുക്കി വിടുക.

   മീറ്റിങ്ങിൽ തങ്ങൾ മറ്റുള്ളവരേക്കാൾ മികച്ചതും ഉയർന്നതും ആണെന്ന് തെളിയിക്കാൻ ചില ആളുകൾ ശ്രമിക്കും, എന്നാൽ അത് ഫലം കാണില്ല. സാമ്യങ്ങൾ മാത്രമേ ഫലം നൽകൂ. ചെയ്യാവുന്ന നല്ല കാര്യം, മറ്റേയാൾക്ക് സംസാരിക്കാൻ കൂടുതൽ സമയം അനുവദിക്കുക എന്നതാണ്, പ്രത്യേകിച്ച് ആശയവിനിമയത്തിന്റെ ആദ്യ 10-15 മിനിറ്റുകളിൽ. സാമ്യങ്ങൾ കണ്ടെത്തി അവയെക്കുറിച്ച് സംസാരിക്കുക. മറ്റേയാൾ കൂടുതൽ സംസാരിക്കുംതോറും നിങ്ങൾക്ക് അത്രയും കൂടുതൽ സാമ്യങ്ങളും കണ്ടെത്താൻ കഴിയും.

9. **ആത്മാർഥമായ ശ്രദ്ധ:** നിങ്ങൾ ഒരു ടെക്നിക്കും ഉപയോഗിച്ചില്ല എങ്കിലും, മറ്റേയാളെ ശ്രദ്ധിക്കാനും മനസ്സിലാക്കാനും ആത്മാർഥമായ ആഗ്രഹം കാണിച്ചാൽ, അതുകൊണ്ടുതന്നെ അദ്ദേഹവുമായി നല്ലൊരു പൊരുത്തം ഉണ്ടാക്കിയെടുക്കാൻ കഴിയും. മറുപടിക്കല്ല ശ്രദ്ധ നൽകേണ്ടത്, ശ്രദ്ധക്കാണ് ശ്രദ്ധ വേണ്ടത്.

7. പ്രോഗ്രസ് മോണിറ്ററിന്റെ പ്രോഗ്രാമിങ്ങ് (PPM-പുരോഗതി അവലോകനം ചെയ്യൽ)

നെറ്റ്‌വർക്ക് മാർക്കറ്റിങ്ങ് പ്രവർത്തിക്കുന്നത്, പ്രോഗ്രാമുകളുടെയും പ്രോഗ്രാമുകളുടെ എണ്ണത്തിന്റെയും അടിസ്ഥാനത്തിലാണ്, അതാണ് ബിസിനസിന്റെ നാഡിമിഡിപ്പ്. നമ്മുടെ ബിസിനസിന്റെ കരുത്തും സ്ഥിരതയും, പ്രോഗ്രാമിൽ എത്തുന്ന നമ്മുടെ ടീം അംഗങ്ങളുടെ എണ്ണവുമായി നേർ അനുപാതത്തിലായിരിക്കും. എല്ലാ ഡിസ്ട്രിബ്യൂട്ടർമാരും ചോദിക്കേണ്ട ഒരു ചോദ്യമുണ്ട്, 'പ്രോഗ്രാമിൽനിന്ന് പ്രോഗ്രാമിലേക്ക് എണ്ണങ്ങളുടെ കാര്യത്തിൽ എനിക്ക് വളർച്ചയുണ്ടോ'.

കാലാകാലം, പ്രോഗ്രാമുകളുടെ എണ്ണത്തിലുണ്ടാകുന്ന വളർച്ച അവലോകനം ചെയ്യാൻ ഉപയോഗിക്കുന്ന ലളിതമായ ഒരു രൂപഘടന താഴെ കൊടുക്കുന്നു. വർഷത്തിലുടനീളം നിരവധി പ്രോഗ്രാമുകൾ സംഭവിക്കുന്നുണ്ട്, എന്നാൽ, നാലു പ്രോഗ്രാമുകൾ അവലോകനം ചെയ്യാനാണ് ഞാൻ ആവശ്യപ്പെടുന്നത്, ആഴ്ച തോറുമുള്ള രണ്ടെണ്ണവും മൂന്നുമാസം കൂടുമ്പോഴുള്ള രണ്ടെണ്ണവും. ഓരോ പ്രോഗ്രാമിനുശേഷവും ഈ ഷീറ്റിലെ ഡാറ്റ പൂരിപ്പിക്കണം.

ഈ ഷീറ്റിന്റെ പ്രിന്റൗട്ട് എടുത്ത് പൂരിപ്പിക്കാം, അല്ലെങ്കിൽ ഡയറിയിൽ ഇത് വരച്ച് ഉപയോഗിക്കാം. ഇത് നിങ്ങൾക്ക് മൈക്രോസോഫ്റ്റ് എക്സലിലോ മാക്‌നമ്പേഴ്സ് ആപ്ലിക്കേഷനുകളിലോ ലാപ്ടോപ്പുകളിലോ മറ്റ് മൊബൈൽ ആപ്പുകളിലോ ഉണ്ടാക്കിയെടുക്കാം. പ്രോഗ്രാമുകളിൽനിന്ന് പ്രോഗ്രാമുകളിലേക്കുള്ള എണ്ണത്തിന്റെ കണക്ക്, ബിസിനസ് ഏതുദിശയിലേക്കാണ് പോകുന്നത് എന്നതിന്റെ വ്യക്തമായ ചിത്രം നൽകും. ഒരു എണ്ണമാണെങ്കിൽ, അല്ലെങ്കിൽ പ്രോഗ്രാമുകളുടെ എണ്ണം കുറഞ്ഞുവരികയാണെങ്കിൽ അത് ആശങ്കാജനകമാണ്, നമ്മുടെ പരിശ്രമം പതിന്മടങ്ങാക്കണം, വേഗത കൂട്ടണം. ഒരേ ദിശയിലേക്കാണ് പ്രോഗ്രാമുകളുടെ എണ്ണം കൂതിക്കുന്നത് എങ്കിൽ അത് മേലോട്ടായിരിക്കും.

പ്രോഗ്രാംസ് പ്രോഗ്രസ് മോണിറ്റർ
(PPM പ്രോഗ്രാമുകളുടെ പുരോഗതി അവലോകനം)

ആഴ്ചതോറുമുള്ള പ്രോഗ്രാമുകൾ	ആഴ്ച 1	ആഴ്ച 2	ആഴ്ച 3	ആഴ്ച 4
അടിസ്ഥാന പരിശീലന പ്രോഗ്രാം				
ഹാൾ ബിസിനസ് അവസരങ്ങളുടെ പ്രസന്റേഷൻ				
മൂന്നുമാസം കൂടുമ്പോഴുള്ള പ്രോഗ്രാമുകൾ	ക്വാർട്ടർ 1	ക്വാർട്ടർ 2	ക്വാർട്ടർ 3	ക്വാർട്ടർ 4
ഒരു ദിവസത്തെ അഡ്വാൻസ്ഡ് പരിശീലന പരിപാടി				
രണ്ടു ദിവസത്തെ റസിഡൻഷ്യൽ പ്രോഗ്രാം				

8. സജീവ വിതരണക്കാരുടെ സ്കോർബോർഡ് (ADS)

ആരെയാണ് സജീവ ഡിസ്ട്രിബ്യൂട്ടർ എന്ന് വിളിക്കാൻ കഴിയുക എന്നത് എപ്പോഴും തർക്കവിഷയമാണ്. ആക്റ്റീവ് ഡിസ്ട്രിബ്യൂട്ടർ സ്കോർ ബോർഡ് (ADS) ഇതിനുള്ള ഒരു പരിഹാരമാണ്. ADS എന്നാൽ, സവിശേഷമായി, സമഗ്രമായ സ്വയം അവലോകനത്തിനുള്ള ടൂളാണ്, ഏത് നെറ്റ്‌വർക്ക് മാർക്കറ്റിങ് സ്ഥാപനത്തിലും അത് പ്രവർത്തിക്കും, ഏത് ഉൽപ്പന്നമായാലും ഏത് സേവനമായാലും ശരി. ഒരു സജീവ ഡിസ്ട്രിബ്യൂട്ടറാകാൻ ആവശ്യമായ അടിസ്ഥാന ഗുണങ്ങൾ എല്ലാം ഇതിൽ ഉണ്ടായിരിക്കും. ആർക്കും സ്വയം ഈ ഷീറ്റ് ഉപയോഗിച്ച് വിലയിരുത്താം, ഈ ബിസിനസിന് ആവശ്യമായ നിരവധി ഘടകങ്ങളുടെ അടിസ്ഥാനത്തിൽ താൻ എവിടെ നിൽക്കുന്നു എന്ന് സ്വയം വിലയിരുത്താം. നിങ്ങളുടെ ടീം അംഗങ്ങളെ വിലയിരുത്താനും നിങ്ങളുടെ പരിശീലന പരിപാടികളിൽ നിങ്ങൾക്ക് ADS ഉപയോഗിക്കാം. സ്വയം തിരിച്ചറിവാണ് ഏറ്റവും മികച്ച തിരിച്ചറിയൽ രീതി, ADS നിങ്ങളുടെ ടീമിനെ സംബന്ധിച്ച് ഒരു വഴിത്തിരിവാകും, ആദ്യപടിയായി സ്വയം തിരിച്ചറിവിലേക്ക് നയിക്കുന്ന കാര്യത്തിലും പിന്നീട് പരിവർത്തനത്തിന്റെ ഘട്ടത്തിലും.

എല്ലാ മാസവും ആദ്യം ഈ സ്കോർബോർഡ് ഉപയോഗിച്ച് നിങ്ങൾ സ്വയം വിലയിരുത്തുക,. എന്നിട്ട് ആ മാസത്തേക്ക് ഈ ലിസ്റ്റിൽനിന്ന് വികസിപ്പിക്കേണ്ട 12 ഏരിയകൾ തിരിച്ചറിയുക. ഈ 15 അളവുകോലുകളും ഒന്നിനുപുറകേ മറ്റൊന്നായി നിങ്ങൾ സ്വയം മെച്ചപ്പെടുത്തുക. നിങ്ങൾക്ക് നിങ്ങളുടെ ടീം അംഗങ്ങളിൽ ഓരോരുത്തരെയും ഈ ടൂൾ ഉപയോഗിച്ച് ഉത്തേജിപ്പിക്കാൻ കഴിയും, അവരുടെ മെച്ചപ്പെടലിനുവേണ്ടി പ്രവർത്തിക്കാനും കഴിയും. നമ്മുടെ ലക്ഷ്യം 15-ൽ 15 എന്ന സ്കോർ ആണ്, ഒപ്പം നമ്മുടെ ടീം അംഗങ്ങളുടെ സ്കോർ കൂടി ഈ സ്കോർ ബോർഡിൽ മെച്ചപ്പെടുത്തുക.

ആക്റ്റീവ് ഡിസ്ട്രിബ്യൂട്ടർ സ്കോർ ബോർഡ് (ADS)		
ഡിസ്ട്രിബ്യൂട്ടറുടെ പേര്:		
ചോദ്യങ്ങൾ		പോയിന്റ്
1.	നിങ്ങൾ സ്വയം ബിസിനസ് അവസരങ്ങൾ പ്രസന്റ് ചെയ്യാറുണ്ടോ?	

2.	എല്ലാ പ്രോഗ്രാമുകളിലും നിങ്ങൾ ഔപചാരിക വസ്ത്രമാണോ ധരിക്കാറ്?	
3.	എല്ലാ പ്രോഗ്രാമുകളിലും നിങ്ങൾ മുമ്പാണോ/ കൃത്യസമയത്താണോ എത്താറ്?	
4.	നിങ്ങളുടെ വീട്ടിലും ഓഫീസിലും നിങ്ങളുടെ കമ്പനിയുടെ ഉൽപ്പന്നങ്ങളും സേവനങ്ങളുമാണോ 100 ശതമാനവും ഉപയോഗിക്കാറ്?	
5.	എല്ലാ ദിവസവും ചുരുങ്ങിയത് ഒരു പുതിയ ആളുമായി (പുതിയ ഉപഭോക്താവിനെ കണ്ടെത്തൽ) നിങ്ങൾ സംസാരിക്കാറുണ്ടോ?	
6.	അപ്പോയ്ന്റ്മെന്റ് എടുക്കാൻ നിങ്ങൾ ദിവസവും രണ്ടു മിനിറ്റ് ഫോൺകോൾ വിളക്കാറുണ്ടോ?	
7.	എല്ലാ ദിവസവും ഒരു പുതിയ പേര് നിങ്ങളുടെ ലിസ്റ്റിൽ കൂട്ടിചേർക്കാറുണ്ടോ?	
8.	എല്ലാ ദിവസവും ചുരുങ്ങിയത് ഒരു ബിസിനസ് പ്രസന്റേഷനെങ്കിലും നൽകാറുണ്ടോ?	
9.	നിങ്ങളുടെ കലണ്ടറിൽ അടുത്ത ഒരാഴ്ചയിലേക്ക് അപ്പോയ്ന്റ്മെന്റുകൾ ഉണ്ടോ?	
10.	വീട്ടിൽ നിങ്ങൾക്ക് ഉൽപ്പന്നങ്ങളുടെ പ്രദർശന മുണ്ടോ?	
11.	പ്രോഗ്രാമുകളിൽ നിങ്ങൾ നല്ല അനുഭവങ്ങൾ പങ്കിടാറുണ്ടോ?	
12.	നിർദേശിക്കപ്പെട്ട പുസ്തകങ്ങൾ നിങ്ങൾ വായിക്കാറുണ്ടോ?	
13.	എല്ലാ ആഴ്ചയും ചുരുങ്ങിയത് നിങ്ങൾ ഒരു ഹോം മീറ്റിങ് എങ്കിലും നടത്താറുണ്ടോ?	
14.	എല്ലാ ആഴ്ചയും ടീമിനൊപ്പം നിങ്ങൾ ചുരുങ്ങിയത് ഒരു അടിസ്ഥാന പരിശീലന പരിപാടിയിൽ പങ്കെടുക്കാറുണ്ടോ?	
15.	എല്ലാ ആഴ്ചയും നിങ്ങൾ ചുരുങ്ങിയത് ഒരു ഹാൾ ഓപ്പർച്യുനിറ്റി പ്രസന്റേഷനിൽ പങ്കെടുക്കാറുണ്ടോ?	
ആകെ സ്കോർ:		/15
ഓരോ ചോദ്യത്തിന്റെയും 'അതെ' ഉത്തരത്തിന് ഒരു സ്കോർ വീതം നൽകുക, 'അല്ല' ഉത്തരത്തിന് പൂജ്യവും.		

9. പ്രോഗ്രാമുകളിൽനിന്ന് മികച്ച ഫലം കിട്ടാൻ

പ്രോഗ്രാമുകൾ നിങ്ങളുടെ ബിസിനസിന്റെ ജീവൻരക്ഷാമാർഗ്ഗങ്ങളാണ്. പ്രോഗ്രാമുകളിൽനിന്ന് പ്രോഗ്രാമുകളിലേക്കാണ് നാം നമ്മുടെ ബിസിനസ് കെട്ടിപ്പടുക്കുന്നത്. അതേസമയം, പ്രോഗ്രാമുകൾ നടത്താൻവേണ്ടി മാത്രം നാം പ്രോഗ്രാമുകൾ നടത്തരുത്; നമ്മുടെ ബിസിനസ് പതിന്മടങ്ങാക്കാൻ വേണ്ടിയാകണം നാം പ്രോഗ്രാമുകൾ നടത്തേണ്ടത്. പ്രോഗ്രാമിനുശേഷവും നമ്മളുടെ വരുമാനത്തിലും അളവിലും വർധനവുണ്ടാകുന്നില്ലെങ്കിൽ പ്രോഗ്രാമുകൾ കൊണ്ട് ഒരു ഗുണവും ഇല്ല എന്നാണർഥം. നിങ്ങൾ സംഘടിപ്പിക്കുകയോ, പങ്കെടുക്കുകയോ ചെയ്യുന്ന ഓരോ പ്രോഗ്രാമിൽനിന്നും മികച്ച ഫലം കിട്ടാൻ സഹായിക്കുന്ന മാർഗ്ഗനിർദേശങ്ങൾ ഇതാ:

പരിപാടിക്കുമുമ്പ്

1. നിങ്ങളുടെ ജീവിതം പൂർണ്ണമായും ഈ പ്രോഗ്രാമിനെ ആശ്രയിച്ചിരിക്കുന്നതുകൊണ്ട് പ്രോഗ്രാമുകളെ പ്രമോട്ട് ചെയ്യുക. പ്രോഗ്രാം പ്രമോഷൻ എന്ന കല പഠിക്കുക. പ്രോഗ്രാം പ്രമോഷന് നിങ്ങളുടെ കൈവശം വീഡിയോകൾ, ബ്രോഷറുകൾ തുടങ്ങിയവ ഉണ്ടെങ്കിൽ അവ ഉപയോഗപ്പെടുത്തുക. നിങ്ങളുടെ ടീമിൽനിന്ന് പരമാവധി പേർ പ്രോഗ്രാമുകളിൽ പങ്കെടുക്കുന്നുണ്ട് എന്ന് ഉറപ്പുവരുത്താൻ എല്ലാ കാര്യങ്ങളും ചെയ്യുക.
2. ടിക്കറ്റുകൾ വിറ്റുതീരുന്നതുവരെയും പണം പിരിച്ചെടുക്കുന്നുവരെയും ഈവന്റ് പ്രമോഷൻ പൂർത്തിയാകുന്നില്ല.
3. പ്രോഗ്രാം പ്രമോഷനും പതിവായുള്ള വിൽപനയും ഒന്നിച്ചുപോകണം. നിങ്ങൾ ഒരു പ്രോഗ്രാം പ്രമോട്ട് ചെയ്യുന്നു എന്ന കാരണത്താൽ ബിസിനസ് നിർത്താൻ പാടില്ല. യഥാർഥത്തിൽ, പ്രോഗ്രാം പ്രമോഷന്റെ സമയത്ത് നിങ്ങൾ വിൽപനയുടെ അളവ് കൂട്ടുകയാണ് വേണ്ടത്, പ്രോഗ്രാമിനുമുമ്പ് ആഴ്ചയിൽ/മാസത്തിൽ, ആ ആഴ്ചയിൽ/മാസത്തിൽ ഏറ്റവും വലിയ ബിസിനസ് നടത്തിയിരിക്കണം.
4. ഈവന്റിൽ നിങ്ങളുടെ എല്ലാ പ്രധാനപ്പെട്ട ഡിസ്ട്രിബ്യൂട്ടർമാരും പങ്കെടുക്കുന്നു എന്ന് ഉറപ്പുവരുത്തുക. പ്രോഗ്രാമിനുമുമ്പ് ലിസ്റ്റ് ഉണ്ടാക്കുക, എല്ലാവരെയും ഉൾപ്പെടുത്തി എന്ന് ഉറപ്പുവരുത്തുക.
5. പ്രോഗ്രാമുകൾ നിഷ്ക്രിയ ഡിസ്ട്രിബ്യൂട്ടർമാരെ സജീവമാക്കാനുള്ള മികച്ച അവസരങ്ങളാണ്. മെസേജുകൾ അയച്ചും നിഷ്ക്രിയരായ

ആളുകളെ നേരിട്ടുകണ്ടും പ്രോഗ്രാമുകളിലൂടെയും അവരെ സജീവമാക്കാം.

6. നിങ്ങളുടെ ടീമിൽനിന്ന് പ്രതീക്ഷിക്കുന്ന എല്ലാ അതിഥികളുടെയും ഒരു ലിസ്റ്റ് നിങ്ങളുടെ കൈവശമുണ്ടായിരിക്കണം.
7. ഈവന്റിനുമുമ്പ് എല്ലാവരെയും ഒന്നുകൂടി ഓർമ്മിപ്പിക്കുക.
8. കാബുകേളാ ബസുകളോ ബുക്ക് ചെയ്യുക തുടങ്ങി ആവശ്യത്തിന് യാത്രാസൗകര്യങ്ങൾ ഏർപ്പെടുത്തുക.
9. നേട്ടമുണ്ടാക്കിയവരെ അംഗീകരിക്കാനുള്ള പ്ലാറ്റ്ഫോമുകളാണ് നെറ്റ്‌വർക്ക് മാർക്കറ്റിങ് പ്രോഗ്രാമുകൾ. സാധ്യമായ ഏറ്റവും മികച്ച റാങ്ക് നിങ്ങൾ നേടിയെടുത്തു എന്ന് ഉറപ്പുവരുത്തുക, സ്റ്റേജിലേക്ക് ഒരു വിജയിയായി പോകുക. നിങ്ങൾക്ക് ഒരു ടീം ഉണ്ടെങ്കിൽ, അതിലെ പരമാവധി ആളുകൾ നേട്ടമുണ്ടാക്കുന്നുണ്ടെന്നും സ്റ്റേജിലേക്ക് പോകുന്നുണ്ടെന്നും ഉറപ്പുവരുത്തുക.
10. സ്റ്റേജിനോടുചേർന്ന് പ്രത്യേക സീറ്റുകളുണ്ടെങ്കിൽ, അതിന് വില കൂടുതലാണെങ്കിൽ പോലും ആ ടിക്കറ്റ് തന്നെ എടുക്കുക. അതിന് വിലയുണ്ടാകും.
11. പ്രോഗ്രാമിന്റെ നടത്തിപ്പിനെക്കുറിച്ചും സമയത്തെക്കുറിച്ചും എല്ലാവരോടും പറയുക. അവർ ഭക്ഷണമോ കുടിവെള്ളമോ കൊണ്ടുവരണമെങ്കിൽ വളരെ നേരത്തെ ഇക്കാര്യം അവരോട് പറയുക.

ഈവന്റ്

✓ മുൻനിരയിൽ ഇരിക്കുക, നിങ്ങളുടെ മൊബൈൽ ഫോണുകൾ ഓഫാക്കുക.

✓ ഔപചാരിക വസ്ത്രം ധരിക്കുക.

✓ നിശ്ചിത സമയത്തിനുമുമ്പ് എത്തുക.

✓ നിങ്ങളുടെ ടീമിലെ എല്ലാവരും സമയത്തിന് എത്തുന്നുണ്ടെന്നും മുഴുവൻ സമയവും ഈവന്റിൽ പങ്കെടുക്കുന്നുണ്ടെന്നും ഉറപ്പുവരുത്തുക.

✓ ഹാളിലെ ഏറ്റവും ആവേശഭരിതനായ വ്യക്തിയായിരിക്കണം നിങ്ങൾ. കൈയടി, ഉച്ചത്തിൽ ശബ്ദമുണ്ടാക്കൽ, ഫോട്ടോ എടുക്കൽ എല്ലാ ചെയ്യാം, കാരണം ഇത് നിങ്ങളുടെ ആദ്യ പ്രോഗ്രാമാണ്.

✓ എന്തെങ്കിലും കാര്യം ശരിയായല്ല നടക്കുന്നത് എങ്കിൽ, നിങ്ങളുടെ ടീം അംഗങ്ങളുടെ മുന്നിൽവച്ച് പരാതിപ്പെടരുത്. മറിച്ച്, ഈ സാഹചര്യം കൈകാര്യം ചെയ്യുക, അവസാനിക്കുന്നതിനുമുമ്പ് പ്രോഗ്രാമിൽനിന്ന് ആരും പോകുന്നില്ലെന്ന് ഉറപ്പുവരുത്തുക.

- ✓ ചില മുതിർന്നവരുമായി നിങ്ങളുടെ ടീം അംഗങ്ങളെ പരിചയപ്പെടുത്തുക, മുതിർന്നവരുമായി അവരുടെ ഫോട്ടോകൾ എടുക്കുക.
- ✓ ടൂളുകൾ വിൽപനയ്ക്ക് വച്ചിട്ടുണ്ടെങ്കിൽ, നിങ്ങളുടെ ടീമിലെ എല്ലാവരും പരമാവധി ടൂളുകൾ വാങ്ങുന്നുണ്ടെന്ന് ഉറപ്പുവരുത്തുക.

പരിപാടിക്കുശേഷം

ഈവന്റ് സംഘടിപ്പിക്കുന്നവരെ സംബന്ധിച്ച്, ഈവന്റ് നടക്കുന്ന അന്ന് പ്രോഗ്രാം അവസാനിക്കും, പക്ഷേ, നിങ്ങൾക്കും നിങ്ങളുടെ ടീമിനും യഥാർഥ ജോലി തുടങ്ങുന്നതേയുള്ളൂ. ഇപ്പോഴാണ് ഫലം കിട്ടാനുള്ള സമയം. ഒരു പ്രോഗ്രാം ഒരിക്കലും അവസാനമല്ല, ഒരു പ്രോഗ്രാം എന്നത് അവസാനത്തിനുള്ള ഒരു കാരണം മാത്രമാണ്.

- ✓ പ്രോഗ്രാമിന്റെ 24 മണിക്കൂറിനകം പ്രോഗ്രാമിൽ പങ്കെടുത്ത എല്ലാവരുടെയും ലിസ്റ്റ് നിങ്ങളുടെ കൈവശമുണ്ടായിരിക്കണം.
- ✓ പ്രോഗ്രാമിന്റെ അടുത്ത ഒരാഴ്ചക്കുള്ളിൽ, പങ്കെടുത്ത എല്ലാവരെയും ആരെങ്കിലും ഒരാൾ കാണണം, എന്നിട്ട് അദ്ദേഹത്തോടൊപ്പം/ അവൾക്കൊപ്പം പ്രവർത്തിച്ചുതുടങ്ങണം. ഒരു പ്രോഗ്രാം രണ്ടു കാര്യങ്ങൾ ചെയ്യുന്നുണ്ട്, അത് ആളുകളിൽ ബിസിനസിനെക്കുറിച്ച് വിശ്വാസം സൃഷ്ടിച്ച് അവരെ ഉത്തേജിപ്പിക്കുന്നു, ബിസിനസിൽ ഗൗരവത്തോടെ പ്രവർത്തിച്ചുതുടങ്ങാനുള്ള മനോഭാവം സൃഷ്ടിച്ചെടുക്കുന്നു. ഈ ഉത്തേജനം കൊഴിയാൻ തുടങ്ങുന്നതിനുമുമ്പ്, നാം പ്രവർത്തിച്ചു തുടങ്ങണം.
- ✓ പുതിയ അതിഥികളുണ്ടെങ്കിൽ, അടുത്ത 24 ദിവസങ്ങൾക്കകം തുടർപ്രവർത്തനം പൂർത്തിയാക്കണം.
- ✓ പങ്കെടുത്ത എല്ലാ ഡിസ്ട്രിബ്യൂട്ടർമാർക്കുമായി നാം ഒരു പ്ലാനിങ് മീറ്റിങ് നടത്തണം, അടുത്ത ഏതാനും ആഴ്ചകൾക്കുള്ളിൽ വലിയ ബിസിനസ് നടത്താൻ കഴിയുംവിധം ഒരു പ്രവർത്തന പദ്ധതി തയാറാക്കണം. എല്ലാവർക്കും പുതിയ ലക്ഷ്യങ്ങൾ നിർണ്ണയിച്ചു നൽകണം, അതോടൊപ്പം പ്രവർത്തിച്ചുതുടങ്ങുകയും വേണം.

10. വായിച്ചിരിക്കേണ്ട പുസ്തകങ്ങൾ

ഈ ബിസിനസിൽ വൻ വളർച്ച നേടുന്നതിനുള്ള ശരിയായ മനോഭാവം രൂപപ്പെടുത്തിയെടുക്കാൻ താഴെപറയുന്ന പുസ്തകങ്ങൾ വായിക്കണം. ഈ പുസ്തകങ്ങളെല്ലാം ക്ലാസിക്കുകളാണ്, വീണ്ടും വീണ്ടും വായിക്കാവുന്നവ.

1. Awaken the Giant Within by Tony Robbins
2. How to Win Friends and Influence People by Dale Carnegie
3. Rich Dad, Poor Dad by Robert T Kiyosaki
4. Secrets of the Millionaire Mind by T Harv Eker
5. Think and Grow Rich by Napoleon Hill
6. The 21 Irrefutable Laws of Leadership by John C Maxwell
7. The Buisiness of the 21st Century by Robert T Kiyosaki
8. The Greatest Salemsan in the World by Og Mandino
9. The Greateness Guide by Robin Sharma
10. The Magic of Thinking Big by David Schwatrz
11. The Science of Getting Rich by Wallace D Wattles
12. The Seven Habits of Highly Effective People by Dr. Stephan R Covey
13. The Success Principles by Jack Canfield

11. ബിസിനസ് തുടങ്ങിയ ഉടൻ, കാര്യങ്ങൾ ചെയ്യുക

ബിസിനസ് തുടങ്ങിയ ഉടൻ ചെയ്യേണ്ട 10 ലളിതമായ കാര്യങ്ങൾ ഇവയാണ്:

1. നിങ്ങൾ മുടക്കുന്ന പണത്തിനുള്ള ഉൽപ്പന്നങ്ങളും സേവനങ്ങളും നിങ്ങൾക്ക് ലഭിക്കുന്നുണ്ടെന്ന് ഉറപ്പുവരുത്തുക. വീഡിയോകളിലൂടെയും ബ്രോഷറുകളിലൂടെയും എല്ലാ ഉൽപ്പന്നങ്ങളെക്കുറിച്ചുമുള്ള വിവരം ലഭിക്കും, അതിവേഗം നിങ്ങളുടെ ഉൽപ്പന്നങ്ങളും സേവനങ്ങളും ഉപയോഗിച്ചുതുടങ്ങുക.
2. എല്ലാ ടൂളുകളും വാങ്ങുക, അവ പഠിക്കുക വീഡിയോകൾ, മൊബൈൽ ആപുകൾ, ബ്രോഷറുകൾ, ബിസിനസ് പ്രസന്റേഷനുകൾ തുടങ്ങിയവ.
3. നിങ്ങളുടെ രജിസ്ട്രേഷൻ നടപടികളും ഡോക്യുമെന്റേഷനും പൂർത്തിയാക്കുക, നിങ്ങളുടെ അക്കൗണ്ട് പുതുക്കിവയ്ക്കുക.
4. നിങ്ങളുടെ അപ്ലൈനുമായി കൂടിക്കാഴ്ച നടത്തി ഉൽപ്പന്നങ്ങളെക്കുറിച്ചും വരുമാന പദ്ധതികളെക്കുറിച്ചും പാരിതോഷികങ്ങളെക്കുറിച്ചും റാങ്ക് സംവിധാനത്തെക്കുറിച്ചും മൽസരങ്ങളെക്കുറിച്ചും പ്രമോഷനുകളെക്കുറിച്ചും ഏറ്റവും പ്രധാനമായി നിങ്ങളുടെ ടീമിന്റെ പ്രവർത്തന പദ്ധതിയെക്കുറിച്ചും മനസ്സിലാക്കുക.
5. അടുത്ത മൂന്നുമാസത്തേക്ക് നടക്കാനിരിക്കുന്ന എല്ലാ പ്രോഗ്രാമുകളെക്കുറിച്ചുമുള്ള വിവരങ്ങൾ മനസ്സിലാക്കുക, അവയിൽ പങ്കെടുക്കുക. ഏതെങ്കിലും പരിപാടികൾക്ക് ആവശ്യമെങ്കിൽ ടിക്കറ്റുകൾ വാങ്ങുക. പ്രോഗ്രാമുകളിൽ പങ്കെടുക്കുക എന്നത് നിങ്ങളുടെ നമ്പർ വൺ മുൻഗണനയായിരിക്കണം.
6. പുതിയ ഉപഭോക്താക്കളുടെ ഒരു ലിസ്റ്റ് തയാറാക്കുക, സെലക്ഷൻ നടത്തുക, നിങ്ങളുടെ അപ്ലൈനുമായി ആലോചിച്ച് ആദ്യ ബാച്ച് മീറ്റിങ്ങുകൾ പ്ലാൻ ചെയ്യുക.
7. നിങ്ങളുടെ സ്വപ്നങ്ങൾ നിർവചിക്കുക. ഈ ബിസിനസിലൂടെ സാക്ഷാൽക്കരിക്കാൻ നിങ്ങൾ ആഗ്രഹിക്കുന്ന നിങ്ങളുടെ ഹ്രസ്വകാല, ദീർഘകാല സ്വപ്നങ്ങൾ എഴുതിയിടുക.

8. നിങ്ങളുടെ അപ്ലൈനുമായി ചർച്ച ചെയ്ത് നിങ്ങളുടെ ബിസിനസ് ലക്ഷ്യം നിർണ്ണയിക്കുക, അവ സാക്ഷാൽക്കരിക്കുന്നതിന് ഒരു പ്രവർത്തന പദ്ധതി തയാറാക്കുക.
9. ഒരു ബിസിനസ്സ് വിദ്യാർത്ഥി ആയിരിക്കുക. എല്ലാ ഈവന്റുകളിലും പങ്കെടുക്കുകയും അപ്ലൈനുമായി അടുത്തു ബന്ധപ്പെട്ട് പ്രവർത്തിക്കുകയും വേണം.
10. എന്റെ വെബ്സൈറ്റിലും ഈ പുസ്തകത്തിലും ശുപാർശ ചെയ്ത ഏതെങ്കിലും പുസ്തകം വായിച്ചു തുടങ്ങുക.

12. ബിസിനസിന്റെ ആദ്യ 90 ദിവസങ്ങൾക്കുവേണ്ട പ്രവർത്തന പദ്ധതി

ആദ്യ 90 ദിവസങ്ങൾ ബിസിനസിനെ സംബന്ധിച്ച് നിർണ്ണായകമാണ് ആദ്യ 90 ദിവസങ്ങളിൽ വിജയകരമായി അതിജീവിക്കുന്നവർക്കും മുന്നോട്ടുപോകുന്നവർക്കും പൊതുവെ നല്ല ബിസിനസ് ചെയ്യാൻ കഴിയും. വ്യക്തിപരമായി, എനിക്ക് ഈ ബിസിനസിൽ സ്പർശിക്കാൻ കഴിഞ്ഞ എല്ലാ ഉയരങ്ങളും, എന്റെ ബിസിനസിന്റെ ആദ്യ 90 ദിവസങ്ങളിലെ ശരിയായ പ്രവർത്തന പദ്ധതി നടപ്പാക്കിയതുമൂലം ഉണ്ടായതാണ്. യഥാർത്ഥത്തിൽ, 93-ാം ദിവസമാണ് ഞാൻ ജോലി രാജിവച്ച് ഇത് പൂർണ്ണ സമയ ബിസിനസ് ആയി സ്വീകരിച്ചത്, അതും ആദ്യ 90 ദിവസങ്ങളിലെ ശരിയായ പ്രവർത്തനത്തിന്റെ ഫലമായി. എനിക്ക് വളരെ ഉയർന്ന ജോലിയുണ്ടായിരുന്നു, എന്റെ കമ്പനിയിൽ ഏറ്റവും നന്നായി പ്രവർത്തിച്ചുകൊണ്ടിരുന്ന ആളായിരുന്നു ഞാൻ. ഞാൻ എന്റെ കരിയറിന്റെ ഏറ്റവും ഉയരത്തിലായിരുന്നു, ഈ ബിസിനസിലേക്ക് അതിവേഗം മാറുന്നത് എളുപ്പമായിരുന്നില്ല. എന്നാൽ, തന്ത്രപരമായ ഒരു 90 ദിവസ പ്രവർത്തന പദ്ധതിയും എന്റെ പരിശീലകനൊപ്പം അത് കുറ്റമറ്റ രീതിയിൽ നടപ്പാക്കിയതും മൂലം എന്റെ ആദ്യ 90 ദിവസങ്ങളിൽ തന്നെ എന്റെ നെറ്റ്‌വർക്ക് മാർക്കറ്റിങ് കരിയർ എന്നന്നേക്കുമായി സ്ഥാപിച്ചെടുക്കാൻ കഴിഞ്ഞു, അത് രാജ്യത്ത് ഏറ്റവും നന്നായി പ്രവർത്തിക്കുന്ന ബിസിനസ് ലീഡർമാരുടെ സംഘത്തിലേക്ക് എന്നെ തൊടുത്തുവിട്ടു.

നിങ്ങളുടെ പ്രവർത്തന പദ്ധതി പൂർണ്ണമായും ഈ ബിസിനസിൽ നിന്നുള്ള നിങ്ങളുടെ ലക്ഷ്യത്തെ ആശ്രയിച്ചിരിക്കുന്നു, കാരണം, എല്ലാ നേട്ടങ്ങൾക്കും ഒരു വ്യത്യസ്ത അളവ് സമയവും പ്രതിബദ്ധതയും ആവശ്യമുണ്ട്. എന്താണ് നിങ്ങളുടെ ലക്ഷ്യം എന്ന് നിങ്ങൾ തന്നെ തീരുമാനിക്കണം, എന്നിട്ട് നിങ്ങളുടെ അപ്ലൈനുമായി ചർച്ച ചെയ്ത് ഒരു പ്രവർത്തന പദ്ധതി പ്ലാൻ ചെയ്യണം.

അടിസ്ഥാനപരമായി എല്ലാവർക്കും, ആദ്യ 90 ദിവസങ്ങളിൽ മൂന്ന് ലക്ഷ്യങ്ങളുണ്ടായിരിക്കും: വിദ്യാഭ്യാസം, തുടർച്ച, നേട്ടം.

1. **വിദ്യാഭ്യാസവും മനസ്സിലാക്കലും:**

   ഈ 90 ദിവസങ്ങളിൽ എല്ലാ പ്രോഗ്രാമുകളിലും മീറ്റിങ്ങുകളിലും പങ്കെടുക്കുക. അതിനെ ഏറ്റവും വലിയ മുൻഗണനയാക്കുക, ആവശ്യമെങ്കിൽ യാത്രയ്ക്ക് ഒരുങ്ങുക.

നിർദേശിക്കപ്പെട്ട പുസ്തകങ്ങൾ വായിക്കുക, നിർദേശിക്കപ്പെട്ട വീഡിയോകളും ഓഡിയോകളും ശ്രദ്ധിക്കുക.

വിവിധ ലീഡർമാരെ കാണുക, അവർ പറയുന്നതും ചെയ്യുന്നതും ശ്രദ്ധിക്കുക.

ശരിയായ വിദ്യാഭ്യാസം വരുന്നത് നടപ്പാക്കലിൽനിന്നാണ്. പരമാവധി പ്രസന്റേഷനുകൾ ചെയ്യുക. ഒരു വ്യക്തി നിങ്ങൾക്കൊപ്പം തുടങ്ങിയോ ഇല്ലയോ എന്ന കാര്യം പരിഗണിക്കാതെ, എല്ലാ മീറ്റിങ്ങുകളെയും പഠനാനുഭവമാക്കുക. ബിസിനസിന്റെ ആദ്യ ഘട്ടങ്ങളിൽ, നിങ്ങൾക്ക് കഴിയാവുന്നത്ര എല്ലാവരോടും സംസാരിക്കേണ്ടിവരും, പരമാവധി പ്ലാനുകൾ കാണിക്കേണ്ടിവരും, കാരണം, നിങ്ങൾക്ക് പ്രാക്ടീസ് ആവശ്യമാണ്.

2. **വിട്ടുപോകരുത്:**

ആദ്യ 90 ദിവസങ്ങളിൽ അതിജീവിക്കാനായി സമർപ്പണം നടത്തുക, എന്തുവേണമെങ്കിലും വരട്ടെ. ബിസിനസിൽ ഒരു വിദ്യാർഥിയാകുക, എന്നിട്ട് ആദ്യ 90 ദിവസങ്ങൾക്കായി കരുത്തോടെ പോകുക. ഈ സമയത്ത്, മിനിമം 30 ബിസിനസ് അവസരങ്ങളുടെ പ്രസന്റേഷനുകളോ ഉൽപ്പന്നങ്ങളുടെ പ്രസന്റേഷനുകളോ ചെയ്യുക. ഈ 30 മീറ്റിങ്ങുകൾ പൂർത്തിയാകുന്നതുവരെ ഇവയുടെ ഫലം വിശകലനം ചെയ്യരുത്. ആവശ്യമുള്ളപ്പോഴെല്ലാം നിങ്ങളുടെ അപ്ലൈനിന്റെ സഹായം തേടുക. പ്രോഗ്രാമുകളിൽ പങ്കെടുക്കുക, പതിവായി അപ്ലൈനുകളെ കാണുക, പുസ്തകങ്ങൾ വായിക്കുക, ഒരിക്കലും വിട്ടുപോകരുത്.

3. **നേട്ടങ്ങൾ:**

ഒരു വലിയ ബിസിനസ് വികസിപ്പിച്ചെടുക്കുന്നിൽ തുടക്കത്തിലെ നേട്ടങ്ങൾക്ക് നിർണ്ണായക പങ്കുണ്ട്. നിങ്ങളുടെ അപ്ലൈനുമായി ചർച്ച ചെയ്തശേഷം നിങ്ങളുടെ ലക്ഷ്യം നിർണ്ണയിക്കുക, എന്നിട്ട് അവ നേടിയെടുക്കാൻ തീവ്രമായി പ്രവർത്തിക്കുക. ഏതെങ്കിലും മൽസരം നടക്കുന്നുണ്ടെങ്കിൽ, അത് നേടിയെടുക്കാൻ ശ്രമം നടത്തുക. തുടക്കത്തിൽ ലഭിക്കുന്ന നേട്ടങ്ങൾ, ഈ ബിസിനസ് വിജയകരമായി ചെയ്യാനുള്ള നിങ്ങളുടെ ആത്മവിശ്വാസത്തിന് കരുത്തുപകരും. ഒപ്പം, നിങ്ങളുടെ ടീം അംഗങ്ങൾ നിങ്ങളുടെ വളർച്ച കണ്ടുകൊണ്ടിരിക്കുകയാണ്. നിങ്ങളുടെ വരുമാനവും മറ്റ് നേട്ടങ്ങളും മികച്ചതാണെങ്കിൽ, അവരും ബിസിനസ് ഗൗരവത്തോടെ ചെയ്യാൻ തുടങ്ങും. നിരവധി പുതിയ ഉപഭോക്താക്കൾ നിങ്ങൾക്കൊപ്പം ബിസിനസ് തുടങ്ങാനുള്ള തീരുമാനമെടുക്കും, നിങ്ങളുടെ നേട്ടങ്ങൾ കണ്ടുകൊണ്ട്. നിങ്ങൾക്ക് തുടക്കത്തിൽ നേട്ടങ്ങളുണ്ടാക്കാൻ കഴിഞ്ഞാൽ, നിങ്ങളുടെ വിൽപനയും മെച്ചപ്പെടും.

മിക്കവാറും നെറ്റ്‌വർക്ക് മാർക്കറ്റിങ് വരുമാനപദ്ധതികളും പാരിതോഷികങ്ങളും ഡിസൈൻ ചെയ്തിരിക്കുന്നത്, ഭൂരിപക്ഷം പേരും ഈ ബിസിനസിൽ പാർട്ണർമാരാണ് എന്നതിന്റെ അടിസ്ഥാനത്തിലാണ്. അതുകൊണ്ട്, മികച്ച നേട്ടങ്ങൾ സാധ്യമാകണമെങ്കിൽ ശരിയായ ആസൂത്രണവും അച്ചടക്കത്തോടെയുള്ള പ്രതിവാര പ്രവർത്തനങ്ങളും ആവശ്യമാണ്. ഒപ്പം, നെറ്റ്‌വർക്ക് മാർക്കറ്റിങ്ങിലെ നേട്ടങ്ങൾ ടീം വർക്കിന്റെ ഫലമായാണ് ഉണ്ടാകുന്നത്. ആദ്യ ഏതാനും ആഴ്ചകളിൽ ശരിയായ പ്രവർത്തനഘടനയിൽ, യോഗ്യരായ ആളുകൾ നിങ്ങൾക്കൊപ്പമുണ്ടെങ്കിൽ ഏതു നേട്ടവും സാധ്യമാണ്.

വിദ്യാഭ്യാസത്തിനും മനസ്സിലാക്കലിനും ഏറ്റവും ഉയർന്ന മുൻഗണന നൽകണം, നിങ്ങളുടെ ലക്ഷ്യങ്ങളെ അടിസ്ഥാനമാക്കി ആദ്യ 90 ദിവസങ്ങളിൽ നിങ്ങൾക്ക് നിങ്ങളുടെ അളവിലുള്ള നേട്ടങ്ങൾ തീരുമാനിക്കാൻ കഴിയും. വലിയ ലക്ഷ്യങ്ങൾക്ക് വലിയ സമർപ്പണവും കൂടുതൽ പ്രവർത്തനസമയവും ആവശ്യമാണ്. സമർപ്പിതമനസ്സുള്ളവരായിരിക്കുക, സിസ്റ്റം പിന്തുടരുക, നിങ്ങളുടെ 100 ശതമാനവും നൽകുക, ഒരിക്കലും വിട്ടുപോകാതിരിക്കുക.

വലിയ നെറ്റ്‌വർക്ക് മാർക്കറ്റിങ് വിജയത്തിനു വേണ്ടിയുള്ള സോഷ്യൽ മീഡിയ പ്ലാനിങ്

1. എല്ലായ്പ്പോഴും ഓർക്കുക, ഗുണം കൂട്ടാനുള്ള ആത്മാർഥമായ ഉദ്ദേശ്യം വിജയത്തെ സംബന്ധിച്ച് നിർണ്ണായകമാണ്, സോഷ്യൽമീഡിയയിൽ. നിങ്ങളുടെ ഓഡിയൻസിന് ഉപകാരപ്രദമായ രീതിയിൽ മികച്ച ഉള്ളടക്കം പോസ്റ്റ് ചെയ്യുക.
2. ഇതിന് സമയമെടുക്കും. ദീർഘകാലത്തേക്ക് ലക്ഷ്യം വക്കുക, ഒപ്പം, ഉപകാരപ്രദമായ ഉള്ളടക്കം ദിവസവും ഇട്ടുകൊണ്ടിരിക്കുക.
3. ഓരോ അര മണിക്കൂറിലും ലൈക്കുകളും കമന്റുകളും പരിശോധിച്ചുകൊണ്ടിരിക്കരുത്. നല്ല ഉള്ളടക്കം പോസ്റ്റുചെയ്യുക, നിങ്ങളുടെ സാധാരണ ജോലികൾ ചെയ്തുകൊണ്ടിരിക്കുക.
4. ചേർച്ചയുള്ള ഉള്ളടക്കമായിരിക്കുക. ദിവസവും ഒന്നോ രണ്ടോ പോസ്റ്റുകൾ നല്ലതാണ്.
5. എല്ലാ 10 പോസ്റ്റുകൾക്കിടയിലും 23 വീഡിയോകളും പോസ്റ്റുചെയ്യുക. വീഡിയോകൾ ഇക്കാലത്ത് നന്നായി പ്രവർത്തിക്കും.
6. ഉൽപ്പന്നങ്ങളുടെ വിൽപനയ്ക്കുവേണ്ടിയുള്ള നേരിട്ടുള്ള പോസ്റ്റുകൾ ഇടാതിരിക്കുക, നിങ്ങൾക്കൊപ്പം ചേരാൻ ആളുകളോട് ആവശ്യപ്പെടാതിരിക്കുക. ബന്ധങ്ങളും വിശ്വാസ്യതയും വികസിപ്പിച്ചെടുക്കുന്നതിൽ ഫോക്കസ് ചെയ്യുക.
7. വിനോദം നിറഞ്ഞതായിരിക്കുക. നിങ്ങളുടെ പോസ്റ്റുകൾ വ്യത്യസ്തവും ആസ്വാദ്യവും ആയിരിക്കട്ടെ.
8. പരീക്ഷണം. പുതിയ കാര്യങ്ങൾ ചെയ്യാൻ ശ്രമിക്കുക, എന്താണ് നന്നായി പ്രവർത്തിക്കുന്നത്, അത് കൂടുതലായി ചെയ്യുക.
9. നിങ്ങളായിരിക്കുക. എല്ലാവരും സവിശേഷതയുള്ളവരാണ്, അതാണ് സൗന്ദര്യവും. നിങ്ങളുടെ ആദർശ മാതൃകകളിൽനിന്നും നിങ്ങളെ സ്വാധീനിച്ചവരിൽനിന്നും പഠിക്കുക, പക്ഷേ, നിങ്ങളുടെ സ്വന്തമായ ശൈലിയുണ്ടായിരിക്കുക. ആളുകൾ നിങ്ങളുടെ ശരിയായ സത്തയുമായാണ് ബന്ധപ്പെടുക.
10. നിങ്ങളുടെ പോസ്റ്റുകളിൽ താഴെ പറയുന്ന നിർദേശങ്ങൾ അനുസരിച്ച് 4:3:2:1 അനുപാതം സൂക്ഷിക്കുക.

നിങ്ങളുടെ ജീവിതത്തിന്റെ/ ജീവിത ശൈലിയുടെ ഈവന്റുകൾ	അർഥവത്തായ ഉള്ളടക്കം	ബിസിനസ് ഈവന്റുകൾ	ഉൽപ്പന്നങ്ങളെക്കുറിച്ചുള്ള സാക്ഷ്യപത്രം, ബിസിനസ് വിജയകഥകൾ
4	3	2	1

ഭാഗം ഒമ്പത്

തുടർച്ചയായി ചോദിക്കുന്ന ചോദ്യങ്ങൾക്കുള്ള (FAQs) ഉത്തരങ്ങൾ

നിരവധി ഡിസ്ട്രിബ്യൂട്ടർമാരുടെ മനസ്സിൽ എപ്പോഴും ഉയർന്നുവരുന്ന ചില അടിസ്ഥാന ചോദ്യങ്ങൾക്കുള്ള ഉത്തരങ്ങളാണ് ഈ ഭാഗത്തിലുള്ളത്. വളരെ ഉപകാരപ്രദവും ഫലപ്രദവുമായി ഗൈഡാണിത്, ഇതിൽ ചോദ്യങ്ങളും തടസ്സവാദങ്ങളും കൈകാര്യം ചെയ്യുന്നു, ഇത് 'തുടർനടപടികളും സെയിൽസ് ക്ലോസിങ്ങും' എന്ന അധ്യായത്തിലെ വിജയപ്രക്രിയ എന്ന ഭാഗത്തും വിശദീകരിച്ചിട്ടുണ്ട്. ഈ ഭാഗത്ത് ചില പ്രത്യേക ചോദ്യങ്ങളാണ് പരിശോധിക്കുന്നത്, അവ ലളിതവും സ്വഭാവികവുമാണ്, എന്നാൽ അവയ്ക്ക് ഒരിക്കലും ശരിയായ ഉത്തരം ലഭിക്കാറില്ല, അത് ആളുകളെ ഈ ബിസിനസിൽനിന്ന് വിട പറയാൻ പ്രേരിപ്പിക്കുന്നു, അല്ലെങ്കിൽ അർധമനസ്സോടെ അവർ ബിസിനസ് ചെയ്യുന്നു, അതുകൊണ്ട് അത്ര പ്രോൽസാഹനജനകമായ ഫലം ഉണ്ടാകുകയുമില്ല. ഈ ഉത്തരങ്ങൾ പൂർണ്ണമായും എന്റെ വിശ്വാസങ്ങളുടെയും ഈ ബിസിനസിൽനിന്നുള്ള നിരവധി വർഷങ്ങളുടെ എന്റെ അനുഭവങ്ങളുടെയും അടിസ്ഥാനത്തിലുള്ളവയാണ്. നിങ്ങൾക്ക് ഈ ചോദ്യങ്ങൾക്ക് നിങ്ങളുടേതായ ഉത്തരങ്ങൾ നൽകാൻ കഴിയും, അത് ആ വ്യക്തിക്ക് അനുയോജ്യമാണെന്ന് നിങ്ങൾക്ക് കാണാനും കഴിയും.

ചോദ്യം: എങ്ങനെയാണ് എന്റെ ടീം അംഗങ്ങളെ ഈ ബിസിനസിനുവേണ്ടി പൊസിറ്റീവും സജീവവും ആക്കിത്തീർക്കുക?

പ്രോഗ്രാമുകളാണ് ഈ ബിസിനസിൽ ആളുകളെ പൊസീറ്റിവും സജീവവും ആക്കി മാറ്റാനുള്ള ഏക വഴി. ഈ ബിസിനസ് തുടങ്ങുക എന്നത് വളരെ എളുപ്പമാണ്; ഈ ബിസിനസ് കെട്ടിപ്പടുക്കാൻ തീരുമാനിക്കുക എന്നത് കഠിനമാണ്. അതിന് വിശ്വാസവും ഈ ബിസിനസിന് തങ്ങളുടെ ജീവിതത്തിൽ എന്ത് ചെയ്യാൻ കഴിയും എന്ന ആളുകളുടെ തിരിച്ചറിവും ആവശ്യമാണ്. ഈ തിരിച്ചറിവ് പ്രോഗ്രാമുകളിലൂടെ മാത്രമേ സാധ്യമാകൂ. ഏറ്റവും മികച്ച ലീഡർമാർക്കുപോലും ഏറ്റവും മികച്ച രീതിയിൽ പ്രവർത്തിക്കുന്നതിന് ഒരു പ്രോഗ്രാം ആവശ്യമാണ്. നിങ്ങളുടെ ആളുകൾ തുടർച്ചയായി പ്രോഗ്രാമുകളിൽ പങ്കെടുത്തുകൊണ്ടിരുന്നാൽ

അവർ ബിസിനസിൽ തുടരും, ക്രമേണ, അവർ ബിസിനസിൽ മികച്ച പ്രകടനം കാഴ്ചവച്ചു തുടങ്ങുകയും ചെയ്യും. ഓർക്കുക, അഞ്ചിന്റെ കരുത്ത്. ഈ ബിസിനസിൽ വിശ്വാസമർപ്പിച്ച് അതിൽ പ്രവർത്തിച്ചു തുടങ്ങാൻ ആളുകൾക്ക് അഞ്ച് പ്രോഗ്രാമുകൾ വേണ്ടിവരും. അതുകൊണ്ട്, നിങ്ങളുടെ എല്ലാ ആളുകളും പ്രോഗ്രാമുകളിൽ തുടർച്ചയായി പങ്കെടുക്കുന്നുണ്ട് എന്ന് ഉറപ്പുവരുത്തുക.

ചോദ്യം: ബിസിനസ് ശരിക്കും പതുക്കെയാകുമ്പോൾ നിങ്ങൾ എന്തുചെയ്യും?

കൂടുതൽ കൂടുതൽ ബിസിനസ് പ്രസന്റേഷനുകൾ കാണിക്കുക. നിങ്ങളുടെയും നിങ്ങളുടെ ടീമുകളുടെയും പ്രവർത്തനങ്ങളുടെ അളവ് കൂട്ടുക. ചലനം വികാരത്തെ മുന്നോട്ടുകൊണ്ടുപോകുന്നു, വികാരം വേഗം കൂട്ടുന്നു. പരമാവധി ബിസിനസ് പ്രസന്റേഷനുകൾ നടത്തി മുന്നിൽനിന്ന് നയിക്കുക, പരമാവധി പുതിയ വിജയികളെ സൃഷ്ടിക്കുക. ഏതാനും ആഴ്ചകൾക്കുള്ളിൽ ടീം പച്ചപിടിക്കും, ബിസിനസ് വീണ്ടും വളരാൻ തുടങ്ങും. കൂടിയ അളവിലുള്ള പ്രവർത്തനമാണ് നിങ്ങളുടെ എല്ലാ ബിസിനസ് പ്രശ്നങ്ങൾക്കുമുള്ള ഒരേയൊരു പരിഹാരം.

ചോദ്യം: ഉപഭോക്താക്കളും ഡിസ്ട്രിബ്യൂട്ടർമാരും തമ്മിൽ എങ്ങനെ സന്തുലനം സാധ്യമാകും?

ബിസിനസിനെ സംബന്ധിച്ച് ഇരുവരും പ്രധാനമാണെങ്കിലും നമുക്ക് നമ്മുടെ ടീമിൽ ഡിസ്ട്രിബ്യൂട്ടർമാരും ഉപഭോക്താക്കളും ആവശ്യമാണ്. ഡിസ്ട്രിബ്യൂട്ടർമാരെ കൂട്ടിച്ചേർക്കുന്നതിൽ നിങ്ങളുടെ സമയത്തിന്റെ 70–80 ശതമാനവും നിക്ഷേപിക്കാൻ ഞാൻ നിർദേശിക്കുന്നു, സമയത്തിന്റെ 20–30 ശതമാനം പുതിയ ഉപഭോക്താക്കളെ ചേർക്കുന്നതിനും. ഉപഭോക്താക്കൾക്ക് അവരുടെ സേവനം നൽകാൻ ഏറെ സമയമെടുക്കും, മാത്രമല്ല, കൃത്യസ്ഥലത്ത് ബിസിനസ് പെരുപ്പം ഉണ്ടായില്ലെന്നും വരാം, എന്നാൽ, ഡിസ്ട്രിബ്യൂട്ടർമാർക്ക് ബിസിനസ് അതിവേഗം, വൻതോതിലുള്ള അളവിൽ പെരുപ്പിക്കാൻ കഴിയും. നമുക്ക് ഒരു വലിയ ഡിസ്ട്രിബ്യൂട്ടറുടെ അടിത്തറയുണ്ടെങ്കിൽ ഒരു വലിയ റാങ്കും വരുമാനവും നേടിയെടുക്കാൻ കഴിയും. ഉപഭോക്താക്കളുടെ അടിത്തറ സ്ഥിരത നൽകുന്നു, ഉപഭോക്താക്കൾ ക്രമേണ നല്ല ഡിസ്ട്രിബ്യൂട്ടർമാരായി പരിണമിച്ചുകൊണ്ടിരിക്കുന്നു. അതുകൊണ്ട്, എല്ലായ്പ്പോഴും നല്ല ഡിസ്ട്രിബ്യൂട്ടർമാരുടെ മേൽ ഒരു കണ്ണുവക്കുക, ഉപഭോക്താക്കളിലൂടെ നല്ല അളവ് നിലനിർത്തുമ്പോൾ തന്നെ.

ചോദ്യം: എപ്പോഴാണ് ഒരാൾക്ക് ഈ ബിസിനസിൽ പൂർണ്ണസമയക്കാരനാകാൻ കഴിയുക?

മികച്ച രീതിയിൽ ജീവിക്കാനും നിങ്ങളുടെ സ്വപ്നങ്ങൾ സാക്ഷാൽ

ക്കരിക്കാനും ഉതകുന്ന ഒരു ബിസിനസ് ആണ് ഇത് എന്ന് നിങ്ങൾ മനസ്സിലാക്കിയതുകൊണ്ട്, ഒരു മുഴുവൻ സമയക്കാരനായി ഈ ബിസിനസ് തുടങ്ങാനുള്ള പ്ലാൻ കഴിയുന്നത്ര വേഗത്തിൽ ചെയ്യണം. യഥാർഥത്തിൽ, 3-6 വർഷങ്ങൾ കൊണ്ട് ഈ ബിസിനസിന് നിങ്ങൾക്ക് നൽകാൻ കഴിയുന്ന ജീവിതശൈലിയും ജീവിതത്തിന്റെ ഗുണനിലവാരവും, നിങ്ങൾ ഒരു സാധാരണ ജോലി ചെയ്തുകൊണ്ട് 30 വർഷം കഴിഞ്ഞാലും കിട്ടാൻ വളരെ വിഷമമാണ്. പക്ഷേ, ഒരു മുഴുവൻ സമയക്കാരനോ പാർട്ടൈം ആളോ എന്നതിലുപരിയായി, ഈ ബിസിനസ് ശരിയായി ചെയ്യുക എന്നതാണ് പ്രധാനം. മുഴുവൻ സമയക്കാരെന്ന് വിളിക്കപ്പെടുന്നവരേക്കാൾ വലിയ വരുമാനം കിട്ടുന്ന നിരവധി പാർട്ടൈമുകാരെ എനിക്കറിയാം.

സിസ്റ്റം 100 ശതമാനവും പിന്തുടരുന്നതാണ് പ്രധാനം. ഒരാൾക്ക് ഈ ബിസിനസ് പാർട്ടൈമായി ശരിയായി ചെയ്യാൻ കഴിയാതെ വന്നാൽ, അയാൾ/അവൾ മുഴുവൻ സമയക്കാരനായാലും ഈ ബിസിനസ് ശരിയായി ചെയ്യാൻ കഴിയില്ല. നിങ്ങളുടെ ജോലിയും പ്രൊഫഷനും നില നിർത്തിക്കൊണ്ടുതന്നെ ഒരു നല്ല ബിസിനസ് തുടങ്ങുക, നിങ്ങൾക്ക് നല്ല വരുമാനം കിട്ടിത്തുടങ്ങിയാൽ, ശരിയായ പ്രവർത്തനഘടന ഉണ്ടായിക്കഴിഞ്ഞാൽ, നിങ്ങളുടെ അപ്ലൈനുമായി ചർച്ച ചെയ്തശേഷം മുഴുവൻ സമയക്കാരനാകാമെന്ന് തീരുമാനിക്കാം. ഒപ്പം, നിങ്ങൾ ചെയ്തുകൊണ്ടിരിക്കുന്ന കാര്യം നിങ്ങൾ ഇഷ്ടപ്പെടുന്നു എങ്കിൽ, ഈ ബിസിനസ് വിജയകരമായി കെട്ടിപ്പടുത്തശേഷവും അത് നിങ്ങൾ ചെയ്തുകൊണ്ടിരിക്കണം.

എല്ലാ ഈവന്റുകളിലും പരിശീലന പരിപാടികളിലും പങ്കെടുക്കുക, ബിസിനസിന്റെ അടിസ്ഥാന കാര്യങ്ങളിൽ വിദഗ്ധനാകുക. പാർട്ടൈമായി ഈ ബിസിനസ് ചെയ്യുമ്പോൾ, ബിസിനസ് അവസരങ്ങളുടെ അവതരണം ദിവസവും നടത്തണം, ശരിയായ പ്രവർത്തന ഘടനയ്ക്കുകീഴിൽ സജീവവും സമർപ്പിതരുമായ ലീഡർമാരുടെ ശക്തമായ ടീമിനെ ഉണ്ടാക്കിയെടുക്കണം. നിങ്ങളെ പിന്തുണക്കുന്ന ഒരു അപ്ലൈൻ ഉണ്ടെന്ന് ഉറപ്പുവരുത്തുക, നല്ല പരിശീലന വികസന സിസ്റ്റം പിന്തുടരുന്ന ഒരു ടീം ഉണ്ടെന്ന് ഉറപ്പുവരുത്തുക, നാം ടൂൾസ് വിഭാഗത്തിൽ ചർച്ച ചെയ്ത നാല് അളവുകോലുകളുടെ അടിസ്ഥാനത്തിൽ നിങ്ങൾ ശരിയായ കമ്പനിയെയാണ് തെരഞ്ഞെടുത്തതെന്ന് ഉറപ്പുവരുത്തുക. ഇപ്പോൾ, നിങ്ങൾ 100 ശതമാനം സമർപ്പണത്തോടെ സിസ്റ്റത്തിനനുസരിച്ച് പ്രവർത്തിക്കുന്നു എന്നുകരുതുക, 12-24 മാസത്തെ നിങ്ങളുടെ വീട്ടാവശ്യത്തിനും മറ്റുമുള്ള ചെലവുകൾ നിങ്ങളുടെ ബാങ്ക് അക്കൗണ്ടിൽ ഉണ്ടെന്ന് കരുതുക, നിങ്ങൾക്ക് ഈ ബിസിനസിൽ മുഴുവൻ സമയക്കാരനാകാൻ ഉടനെ തീരുമാനമെടുക്കാം.

ചോദ്യം: ബിസിനസിനെ സംബന്ധിച്ച് ശരിയായ ഘടന എന്നാൽ എന്താണ്?

എല്ലാ കമ്പനികൾക്കും വ്യത്യസ്ത വരുമാന മാതൃകകളുണ്ട്. ഇന്നും

ഭാവിയിലേക്കും നമ്മുടെ വരുമാനവും പാരിതോഷികങ്ങളും പരമാവധിയാക്കുകയാണ് നമ്മുടെ ലക്ഷ്യം. അതുകൊണ്ട്, ശരിയായ ഘടന എന്നു പറയുന്നത്, നിങ്ങളുടെ കമ്പനിയുടെ വരുമാന പദ്ധതിയനുസരിച്ച് നിങ്ങൾക്ക് പരമാവധി വരുമാനം ലഭിക്കുക എന്നതാണ്. അതുകൊണ്ട്, നിങ്ങളുടെ കമ്പനിയുടെ വരുമാന മാതൃക മനസ്സിലാക്കുക, എന്നിട്ട് ആവശ്യമായ ഘടന രൂപപ്പെടുത്തിയെടുക്കുക.

അടിസ്ഥാനപരമായി, നിങ്ങൾക്ക് കൈകാര്യം ചെയ്യാനുള്ള ഘടനയ്ക്ക് രണ്ട് പ്രധാന ഘടകങ്ങളുണ്ട്, ആഴവും പരപ്പും. ആഴം നിങ്ങൾക്ക് സ്ഥിരതയും അളവും നൽകും, പരപ്പ് പൊതുവെ നിങ്ങൾക്ക് കൂടുതൽ ലാഭവും സുരക്ഷിതത്വവും നൽകും. ബിസിനസിന്റെ വികസനത്തിന് രണ്ടും നിർണ്ണായകമാണ്. എല്ലാ കമ്പനിയിലും, കൂടുതൽ പരപ്പിലാണ് വളർച്ച എങ്കിൽ, പാരിതോഷികങ്ങളുടെ അളവും കൂടും.

അതുകൊണ്ട്, ഈ ഭാഗത്ത് വിശദീകരിക്കുന്ന, നിങ്ങളുടെ ആഴവും പരപ്പും രൂപപ്പെടുത്താനുള്ള തത്വങ്ങൾ നിലനിർത്തുക, നിങ്ങളുടെ ബിസിനസിന് ഉറച്ച അടിത്തറ നൽകുന്ന തത്വങ്ങൾ കൂടിയാണിത്. പ്രോഗ്രാമുകളിലൂടെ, ഇടയ്ക്ക് നടത്തുന്ന പേഴ്സണൽ വിൽപനയിലൂടെ നിങ്ങളുടെ നിലവിലുള്ള ടീമുകളുടെ ആഴത്തിന് പിന്തുണ നൽകുക, അതിലൂടെ ഗ്രൂപ്പ് വേഗം നിലനിർത്തുക.

ക്രമേണ, പതിവായി പേഴ്സണൽ സ്പോൺസറിങ്ങിലൂടെ നിങ്ങളുടെ പരപ്പ് വിപുലമാക്കുക. തുടർച്ചയായും കൃത്യമായും ചെയ്യുക, ഈ കൂട്ടുകെട്ട് ഒരു ശക്തമായ, സ്ഥിരമായ, ഏറെ ലാഭകരമായ ബിസിനസ് കെട്ടിപ്പടുക്കാൻ നിങ്ങളെ ശക്തരാക്കും.

ചോദ്യം: ഈ ബിസിനസിനുവേണ്ടി എങ്ങനെ എന്റെ കുടുംബത്തെ അനുകൂലമാക്കും?

ആദ്യമായി, അവരെ പൊസിറ്റീവ് ആക്കാനുള്ള പരീക്ഷണങ്ങൾ അവസാനിപ്പിക്കുക. നിങ്ങൾ പോസിറ്റീവ് ആകൂ എന്ന് അവരോട് പറയേണ്ടതില്ല, അവർക്ക് പൊസിറ്റീവ് മനോഭാവം ഇല്ലാത്തതിനെക്കുറിച്ച് ആശങ്കപ്പെടേണ്ടതില്ല. ഈ ബിസിനസും മറ്റ് ഏതൊരു ബിസിനസുമായും ബന്ധപ്പെട്ട് ഏതൊരാളെയും പൊസിറ്റീവ് ആക്കാൻ രണ്ട് വഴികളേയുള്ളൂ: മനസ്സിലാക്കലും നേട്ടങ്ങളും. പ്രോഗ്രാമുകളിലൂടെ മാത്രമാണ് മനസ്സിലാക്കാൻ കഴിയൂ. പ്രോഗ്രാമുകളിലൂടെ വിശ്വാസം ആർജിക്കാൻ കഴിയും, വിശ്വാസം വന്നുകഴിഞ്ഞാൽ, അദ്ദേഹം/അവൾ തീർച്ചയായും ബിസിനസിനെക്കുറിച്ച് പൊസിറ്റീവ് ആകും.

രണ്ടാമതായി, അവരുടെ പൊസിറ്റീവ് മനോഭാവമില്ലായ്മയെ ഫോക്കസ് ചെയ്യുന്നതിനുപകരം, നിങ്ങളുടെ നേട്ടങ്ങളിൽ ഫോക്കസ് ചെയ്യുക. നല്ല വരുമാനം കിട്ടാൻ കഠിനാധ്വാനം ചെയ്യുകയും നല്ല റാങ്ക് നേടിയെടുക്കുകയും ചെയ്യുക. വീട്ടിൽ പണം എത്തുമ്പോൾ, വലിയ

സ്റ്റേജുകളിൽ കുടുംബത്തിന് അംഗീകാരം ലഭിക്കുമ്പോൾ, കുടുംബം സ്വഭാവികമായും പൊസിറ്റീവ് ആയിത്തീരും. പൊസിറ്റീവ് മനോഭാവം ഒരു സ്വാധീനമാണ്, മനസ്സിലാക്കാത്തതും ബിസിനസിൽനിന്നുള്ള നേട്ടങ്ങളുമാണ് ഇതിന് മൂലകാരണം. ഈ കാരണങ്ങളുമായി ബന്ധപ്പെട്ട് നിങ്ങൾ പ്രവർത്തിക്കുക, ഫലം സ്വഭാവികമായും നല്ലതായിത്തീരും.

ചോദ്യം: എനിക്ക് ഈ ബിസിനസ് ചെയ്യാൻ കഴിയില്ല. കാരണം, ഇത് കെട്ടിപ്പടുക്കാൻ വളരെ വിഷമകരമാണെന്ന് ഞാൻ വിശ്വസിക്കുന്നു.

ഒന്നും സുഗമമോ കഠിനമോ അല്ല. എന്താണോ നിങ്ങൾ ചെയ്യാൻ പ്രതിബദ്ധത കാണിക്കുന്നത്, പഠിക്കാൻ തയാറാകുന്നത്, അത് നിങ്ങൾക്ക് ചെയ്യാൻ എളുപ്പമുള്ളതാകും. അല്ലെങ്കിൽ ഈ ബിസിനസ് കഠിനമാകും; എങ്ങനെ ഇത് ചെയ്യും എന്ന് മനസ്സിലാക്കാൻ ശ്രമിക്കാത്തതാണ് പ്രശ്നത്തിനുകാരണം. ഇന്ന് എളുപ്പമെന്ന് നമുക്ക് അനുഭവപ്പെടുന്നത്, അതേക്കുറിച്ച് ചിന്തിക്കുകപോലും ചെയ്യാതെ എളുപ്പം ചെയ്യാൻ കഴിയുന്നത്, ഒരുകാലത്ത് വിഷമകരമായി തോന്നും. ഒരു സൈക്കിൾ ചവിട്ടുന്നത്, കാർ ഓടിക്കുന്നത് തുടക്കത്തിൽ ഭയങ്കര വിഷമമുള്ള കാര്യമായിരിക്കും, എങ്ങനെയെങ്കിലും പഠിക്കാനുള്ള ശ്രമത്തിൽ നാം അതിൽ ഒരു വിദഗ്ധനായി മാറും. എന്റെ ഫോണിൽ ഒരു പ്രശ്നമുണ്ടെങ്കിൽ, ഞാൻ അത് ഒരു കസ്റ്റമർ കെയറിൽ കൊണ്ടുപോയി മിനിറ്റുകൾക്കുള്ളിൽ അവിടെയുള്ളവരെക്കൊണ്ട് അതിന് പരിഹാരം കാണും. ഫോണിലെ തകരാർ പരിഹരിക്കുന്നത് എന്നെ സംബന്ധിച്ച് വിഷമകരമാണ്, എന്നാൽ ഒരു ഫോൺ വിദഗ്ധനെ സംബന്ധിച്ച് അത് എളുപ്പമാണ്. എന്റെ ബിസിനസിനുവേണ്ടി എനിക്ക് 100-ലേറെ പേരോട് സന്തോഷത്തോടെയും ആയാസരഹിതമായും സംസാരിക്കാൻ കഴിയും, പക്ഷേ, എന്റെ അടുക്കളയിൽ/എ.സി.ക്ക്/കാറിന് അല്ലെങ്കിൽ മറ്റെന്തെങ്കിലും സാധനങ്ങൾക്ക് തകരാറുണ്ടെങ്കിൽ അത് നന്നാക്കുന്നതുവരെ എനിക്ക് പേടിയാണ്. എന്തെങ്കിലും കാര്യം ഒരാൾക്ക് നന്നായി ചെയ്യാൻ കഴിയുന്നുണ്ടെങ്കിൽ, അതിനുകാരണം, അദ്ദേഹം/അവൾ അത് നന്നായി പഠിച്ചിട്ടുണ്ട് എന്നാണ്. അതുകൊണ്ട്, ഈ ബിസിനസിനെക്കുറിച്ച് പഠിക്കാൻ നിങ്ങൾ സമയവും സമർപ്പണവും നൽകിയാൽ ഏതാനും ദിവസങ്ങളോ ആഴ്ചകളോ കൊണ്ട് ഉറപ്പായും നിങ്ങൾ അതിൽ ഒരു മാസ്റ്റർ ആയിത്തീരും.

ചോദ്യം: ഇത്തരം ബിസിനസുകൾ നീണ്ടുനിൽക്കില്ല. എങ്ങനെയാണ് ഞാൻ ഈ കമ്പനിയെ വിശ്വസിക്കുക?

ഈ പുസ്തകത്തിലെ 'മികവിന്റെ ടൂളുകൾ' എന്ന ഭാഗത്തെ 'എങ്ങനെ മികച്ച നെറ്റ്‌വർക്ക് മാർക്കറ്റിങ് കമ്പനിയെ തെരഞ്ഞെടുക്കാം' എന്ന അധ്യായം കാണുക. ഒപ്പം, ഞാൻ ശുപാർശ ചെയ്യുന്നു, നിങ്ങൾ ചില

ഈവന്റുകളിൽ പങ്കെടുക്കണം. ഈവന്റുകൾക്ക് ബിസിനസിനെക്കുറിച്ച് നിങ്ങളിൽ വിശ്വാസം ഉണ്ടാക്കിയെടുക്കാൻ കഴിയും.

ചോദ്യം: ഈ പ്രൊഫഷന് ആദരവ് ലഭിക്കില്ല.

ആദരവ് ലഭിക്കുമെന്ന് ഉറപ്പുള്ള ഒരു പ്രൊഫഷന്റെ പേര് നിങ്ങൾ എനിക്ക് പറഞ്ഞുതരൂ, ഒരു പ്രൊഫഷനും നിങ്ങൾക്ക് ആദരവും വരുമാനവും ഉറപ്പുനൽകുന്നില്ല, നിങ്ങൾ എങ്ങനെ ആ ജോലി ചെയ്യുന്നു എന്നതിന്റെ അടിസ്ഥാനത്തിലാണ് നിങ്ങൾക്ക് വരുമാനവും ആദരവും ലഭിക്കുന്നത്. നല്ല ഡോക്ടർമാരുണ്ട്, തെറ്റായ പ്രാക്ടീസ് ചെയ്യുന്ന മോശം ഡോക്ടർമാരുമുണ്ട്. നല്ല അധ്യാപകരും മോശം അധ്യാപകരുമുണ്ട്, നല്ല അക്കൗണ്ടന്റുമാരും മോശം അക്കൗണ്ടന്റുമാരുമുണ്ട്, നല്ല ഇൻഷ്വറൻസ് സെയിൽസ് ഏജന്റുമാരും മോശം ഇൻഷ്വറൻസ് സെയിൽസ് ഏജന്റുമാരുമുണ്ട്. എല്ലാ പ്രൊഫഷനിലും ആളുകളാണ് റോൾ മോഡലുകൾ. അവരുടെ വ്യക്തിപരമായ മൂല്യങ്ങളും സ്വഭാവവുമാണ് അവരെ റോൾ മോഡലാക്കുന്നത്, ഈ പ്രൊഫഷനിൽ, നിരവധി പേർ അവരുടെ മോശം പ്രവർത്തനം മൂലം, അവർക്കും പ്രൊഫഷനും ചീത്തപ്പേരുണ്ടാക്കുന്നുണ്ട്.

പ്രൊഫഷൻ നല്ല മൂല്യങ്ങളോടെയും ആർജവത്തോടെയും സത്യസന്ധതയോടെയും ബിസിനസ്/പ്രൊഫഷനൽ ധാർമ്മികതയോടെയും ചെയ്താൽ മാത്രമേ ആദരവ് ലഭിക്കൂ. ഇക്കാര്യം പിന്തുടരാൻ നിങ്ങൾ തയാറാണെങ്കിൽ, നിങ്ങൾക്ക് സ്വയം കാണാനാകും, ഈ ഭൂമിയിൽ സാധ്യമായ ഏറ്റവും മികച്ച ആദരവ് ഈ ബിസിനസിൽനിന്ന് ആർക്കും കിട്ടും. യഥാർഥത്തിൽ, ഒരു പ്രൊഫഷനിൽനിന്ന് ലഭിക്കുന്ന യഥാർഥ ആദരവ്, സ്നേഹം എന്നാൽ എന്താണെന്ന് മനസ്സിലാക്കാൻ നിങ്ങൾ ഒരു നെറ്റ്വർക്ക് മാർക്കറ്റർ ആയേ തീരൂ.

ചോദ്യം: 'എനിക്ക് സമയമോ പണമോ ഇല്ല' എന്നു പറയുന്നവരോട് എന്താണ് പറയേണ്ടത്?

എനിക്കറിയാം, അതുകൊണ്ടാണ് ഞാൻ ഈ ബിസിനസ് പ്രപ്പോസലുമായി നിങ്ങളുടെ അടുത്ത് വന്നത്. ഞാനും ഈ പ്രശ്നം അനുഭവിച്ചിട്ടുണ്ട്, ഒരു പരിഹാരത്തിനുവേണ്ടി അലഞ്ഞുനടന്നിട്ടുണ്ട്, അങ്ങനെയാണ് ചെയ്യാൻ തുടങ്ങിയപ്പോൾ എനിക്ക് ധാരാളം സമയവും പണവും ഉണ്ടായത്. എന്നെയും നിങ്ങളെയും പോലെയുള്ളവർക്ക് കൂടുതൽ പണമുണ്ടാക്കാനും ഞങ്ങൾ ആവശ്യപ്പെടുന്ന കാര്യങ്ങൾ ചെയ്യാൻ കൂടുതൽ സമയം ലഭിക്കാനും തക്ക രീതിയിലാണ് ഈ ബിസിനസ് രൂപപ്പെടുത്തിയിരിക്കുന്നത്. അത് കാലത്താൽ പരീക്ഷിക്കപ്പെട്ടതും ചെയ്യാൻ കഴിയുന്നതുമാണ്.

ഈ ബിസിനസ് തുടങ്ങാതിരിക്കുന്നതിനുള്ള ഒഴിവുകഴിവായി സമയമില്ല, പണമില്ല എന്നീ കാരണങ്ങൾ പറയരുത്. പകരം, അത് ചെയ്യാനുള്ള കാരണം കണ്ടെത്തൂ.

ചോദ്യം: ആളുകൾ ഇങ്ങനെ പറഞ്ഞാൽ അതിന് എന്ത് മറുപടി പറയും, 'ഈ ബിസിനസ് വിജയകരമായി ചെയ്യാൻ കഴിയുമോ എന്ന കാര്യം എനിക്ക് അറിയില്ല. ഇതുപോലെ ഒന്ന് ഞാൻ മുമ്പ് ചെയ്തിട്ടില്ല.

നിങ്ങളുടെ വിചാരം ഞാൻ പൂർണ്ണമായും മനസ്സിലാക്കുന്നു. ഈ ബിസിനസിലേക്കുവരുമ്പോൾ ഞാനും ഇങ്ങനെ ചിന്തിച്ചിരുന്നു. ഞാൻ ഒരു അഭിഭാഷകൻ/ അധ്യാപകൻ/ഡോക്ടർ (നിങ്ങളുടെ തൊഴിൽ സൂചിപ്പിക്കുക) ആയിരുന്നു. ഞാൻ ഒരിക്കലും വിൽപന നടത്തുകയോ ഒരു ടീമിനെ ഉണ്ടാക്കുകയോ ചെയ്തിട്ടില്ല. ഇപ്പോൾ നമുക്കൊപ്പമുള്ള ഒരാളെപ്പോലെയുള്ള മറ്റൊരാളുമായി ചർച്ച ചെയ്തപ്പോൾ, എന്റെ അപ്ലൈനിന്റെ സഹായത്തോടെ ഞാൻ മനസ്സിലാക്കി ഞാൻ എന്റെ അഭിഭാഷകവൃത്തിയിൽ വിജയിച്ചത് രണ്ടു കാരണങ്ങൾ കൊണ്ടാണ്, വർഷങ്ങളായി നിയമവിഷയത്തിലുള്ള എന്റെ ആഴത്തിലുള്ള വിദ്യാഭ്യാസവും വർഷങ്ങളായുള്ള നിയമപ്രാക്ടീസും മൂലം. ഞാൻ എന്തിനാണ് വർഷങ്ങളോളം നിയമം പഠിച്ചതും പ്രാക്ടീസ് ചെയ്തതും? കാരണം, എനിക്ക് ഒരു അഭിഭാഷകനാകണം എന്ന തീരുമാനമനുസരിച്ച്, എനിക്ക് സുരക്ഷിതമായ ഒരു തൊഴിൽവേണം, നന്നായി പണമുണ്ടാക്കണം, എന്റെ സ്വപ്നങ്ങൾ സാക്ഷാൽക്കരിക്കണം, തൊഴിൽ സംതൃപ്തി ലഭിക്കണം... ഇപ്പോൾ, ഈ ബിസിനസിലും ഇതേ കാര്യങ്ങൾ സാധ്യമാകണമെങ്കിൽ എന്തുകൊണ്ട് ഈ ബിസിനസ് പഠിക്കാനും പ്രാക്ടീസ് ചെയ്യാനും കുറച്ച് സമയം നൽകിക്കൂടാ? തുടക്കത്തിൽ, ആഴ്ചയിൽ എനിക്ക് ഏതാനും മണിക്കൂറുകൾ മാത്രമേ ഈ ബിസിനസിന് മാറ്റിവെക്കാൻ കഴിഞ്ഞിരുന്നുള്ളൂ, അതും എന്റെ അപ്പോഴത്തെ ജോലിക്കൊപ്പം. ഈ ബിസിനസ് ചെയ്യാൻ എന്റെ അപ്പോഴത്തെ ജോലി കളയാൻ എനിക്കാവുമായിരുന്നില്ല.

ഇന്ന് നമ്മൾ എന്തുതന്നെ ചെയ്താലും, ഒരു സമയത്ത് നാം അതിൽ പുതിയ ഒരാളായിരിക്കും. അതേക്കുറിച്ച് പഠിക്കാൻ നാം തീരുമാനിക്കുന്നു, പതിവായി ചെയ്യാൻ തുടങ്ങുമ്പോൾ നാം അതിൽ മിടുക്കരാകുന്നു. തുടക്കത്തിൽ അത് അത്ര എളുപ്പമാകില്ല, ക്രമേണ, അത് ചെയ്യാൻ തുടങ്ങുമ്പോൾ നാം അതിൽ വൈദഗ്ധ്യം നേടിത്തുടങ്ങും.

ഇത് ഈ ബിസിനസിനെക്കുറിച്ചും ശരിയാണ്. നേട്ടങ്ങളുണ്ടാക്കാനുള്ള മികച്ച വഴിയാണെന്ന് തോന്നുന്നുണ്ടെങ്കിൽ....(നിങ്ങളുടെ പുതിയ ഉപഭോക്താവിന്റെ TSDകൾ ഇവിടെ ഉപയോഗിക്കുക).....ഇത് ഒന്ന് ഒരുമിച്ച് ശ്രമിച്ചുനോക്കുക. നിരവധിപേർ വലിയ വിജയങ്ങൾ നേടിയെടുക്കുന്നു, എന്തുകൊണ്ട് നിങ്ങൾക്കും കഴിയില്ല? അത് പഠിക്കാനും ചെയ്യാനും തയാറാകുക. അതോടൊപ്പം, നമ്മുടെ സാധാരണ ജോലികളും ചെയ്തിരുന്നപോലെത്തന്നെ ചെയ്യുക.

ചോദ്യം: വിട്ടുപോകണമെന്ന് ചിലപ്പോൾ തോന്നും. എനിക്ക് ഈ ബിസിനസിൽ വിജയിക്കാൻ കഴിയില്ലെന്ന് എനിക്ക് ചിലപ്പോൾ നിരാശ തോന്നും. അത്തരം സാഹചര്യങ്ങളിൽ എന്ത് ചെയ്യും?

ഇത്തരം കേസുകളിൽ രണ്ട് വിശാലമായ സാഹചര്യങ്ങളുണ്ട്. ഒന്ന് ശ്രമിക്കുകപോലും ചെയ്യാതെ വിട്ടുപോകുന്നവരുണ്ട്. അവർ ചിലപ്പോൾ 1-3 മീറ്റിങ്ങുകളോ ഫോൺകോളുകളോ നടത്തും, അതും പാതി ഹൃദയത്തോടെ, എങ്ങനെ ഇത് ചെയ്യാം എന്ന് പഠിക്കാതെ. ആളുകളുടെ ആദ്യ പ്രതികരണം ശ്രദ്ധിക്കുക, അവർക്ക് നിരാശയുണ്ടായിരിക്കും, വിട്ടുപോകണം എന്ന് തോന്നും. അത്തരക്കാരോട് ഞാൻ പറയുന്നു, നിങ്ങൾ ആകസ്മികമായാണ് ഈ ബിസിനസിലേക്ക് വന്നത്, എന്നാൽ, നിങ്ങൾക്ക് ആകസ്മികമായി വിജയം നേടാൻ കഴിയില്ല. ഇതൊരു ബിസിനസ് ആണെന്നും വിജയിക്കാൻ സമയവും പരിശ്രമവും ആവശ്യമാണെന്നും നിങ്ങൾ മനസ്സിലാക്കണം. നിങ്ങൾ ഇതിന്റെ അടിസ്ഥാനകാര്യങ്ങൾ മനസ്സിലാക്കണം, വിജയത്തിന് ഏതാനും മാസങ്ങൾ, സിസ്റ്റം അനുസരിച്ച് പ്രവർത്തിക്കണം. ഈ ബിസിനസിൽനിന്ന് നിങ്ങളുടെ സ്വപ്നങ്ങൾ സാക്ഷാൽക്കരിക്കണം എന്ന് നിങ്ങൾ ആഗ്രഹിക്കുന്നുണ്ട് എങ്കിൽ പ്രോഗ്രാമുകൾക്ക് പോകുക, ജോലിയുടെ സമയത്ത് ഫീൽഡിൽ പോകുക. വില കൊടുക്കാതെ വിജയം നേടണമെന്ന് നിങ്ങൾ ആഗ്രഹിക്കുന്നുവെങ്കിൽ, ഇപ്പോൾ തന്നെ വിട്ടുപോകുന്നതാണ് നല്ലത്.

എല്ലാ കാര്യങ്ങളും ചെയ്തിട്ടും പ്രോൽസാഹനജനകമായ ഫലം കിട്ടാത്തത് വിട്ടുപോകാൻ ചിലരെ പ്രേരിപ്പിക്കും. ഞാൻ അവരുടെ അവസ്ഥ മനസ്സിലാക്കുന്നു, എനിക്കും പലതവണ വിട്ടുപോകാൻ തോന്നിയിട്ടുണ്ട്, പക്ഷേ, ഓരോ തവണയും വിട്ടുപോകാനുള്ള ചിന്ത വരുമ്പോൾ ഞാൻ എന്നോടുതന്നെ ചോദിക്കും, 'ഇതല്ല എങ്കിൽ പിന്നെ മറ്റെന്താണ്? ഈ ബിസിനസ് വിട്ടുപോകുന്നത് എളുപ്പമാണ്. ഒരു സെക്കന്റ് മതി വിട്ടുപോകാൻ, പിന്നെ എന്റെ സ്വപ്നങ്ങൾ സാക്ഷാൽക്കരിക്കാൻ ഞാൻ എന്തുചെയ്യും', ചിലപ്പോൾ, എന്തിനുവേണ്ടിയാണ് ഞാൻ ഈ ബിസിനസിലേക്ക് വന്നത് എന്ന് എന്നെത്തന്നെ ഓർമ്മിപ്പിക്കാൻ ശ്രമിക്കും. ചിലപ്പോൾ, നിങ്ങൾ നിങ്ങളെത്തന്നെ സ്വയം പുറകോട്ട് വലിക്കും. ഓർക്കുക, പുരോഗതി എന്നത് ഒരു ഡിസ്ട്രിബ്യൂട്ടർ അകലെയാണ്. ഒരു പുതിയ ആൾക്ക് നിങ്ങളുടെ ബിസിനസ് സാഹചര്യം അപ്പാടി മാറ്റിത്തീർക്കാൻ കഴിയും. പ്രോഗ്രാമുകളിൽ പങ്കെടുക്കുക, നിങ്ങളുടെ സജീവ അപ്ലൈനുകളുമായി കൗൺസലിങ് നടത്തുക. ചില മുതിർന്ന അപ്ലൈനുകളുമായും നിങ്ങൾക്ക് ചർച്ച ചെയ്യാം. പ്രവർത്തനങ്ങളുടെ അളവ് കൂട്ടുക, കൂടുതൽ പ്ലാനുകൾ കാണിക്കുക, മുമ്പത്തേക്കാൾ നന്നായി നിങ്ങൾ ചെയ്യുമ്പോൾ ആളുകളെ നിങ്ങളിലേക്ക് അതിവേഗം വലിച്ചടുപ്പിക്കാൻ കഴിയും.

പ്രോഗ്രാമുകളിൽ പങ്കെടുക്കുന്നത് അവസാനിപ്പിക്കരുത്. നിങ്ങൾക്കൊപ്പം ആരുമില്ലെങ്കിലും തനിച്ച് പ്രോഗ്രാമുകൾക്ക് പോകുക. എല്ലായ്പ്പോഴും നിങ്ങളുടെ അപ്ലൈനുമായി ബന്ധപ്പെട്ടുകൊണ്ടിരിക്കുക, അവരെ പതിവായി കാണുക. ഇതെല്ലാം നിങ്ങൾ ചെയ്യുകയാണെങ്കിൽ നിങ്ങൾക്ക് ഒരിക്കലും വിട്ടുപോകേണ്ടിവരില്ല, നിങ്ങൾ ഈ ബിസിനസിൽ നിന്ന് വിട്ടുപോകുന്നില്ല എങ്കിൽ ഉറപ്പായും നിങ്ങൾ വിജയിക്കുകതന്നെ ചെയ്യും.

ഉപസംഹാരം

ഞാൻ തുടർച്ചയായി കേൾക്കുന്ന ചില ചോദ്യങ്ങളുണ്ട് നിങ്ങൾ പ്രസന്റേഷൻ നടത്തുമ്പോൾ നിരവധി വ്യത്യസ്ത ചോദ്യങ്ങൾക്ക് നിങ്ങൾ മറുപടി പറയേണ്ടിവരും. അടിസ്ഥാന നിയമമനുസരിച്ച്, ആളുകൾ തടസ്സവാദം ഉന്നയിക്കുമ്പോൾ അസ്വസ്ഥനാകരുത്. ചോദ്യം ഒരു ചിരിയോടെ കേട്ട് സുഖകരമായ ടോണിൽ മറുപടി പറയുക. തർക്കിക്കുകയോ ആരെയെങ്കിലും വലിച്ച് താഴെയിടാൻ ശ്രമിക്കുകയോ അരുത്. മറ്റേയാൾ ചിലപ്പോൾ എന്തിനെങ്കിലും ശ്രമിച്ചുവെന്നുവരും, മോശം അനുഭവമുണ്ടായെന്നുവരും, അല്ലെങ്കിൽ ചിലരുടെ മോശം അനുഭവങ്ങളെക്കുറിച്ച് കേട്ടുവെന്നുവരാം. ചോദ്യങ്ങളും എതിർപ്പുകളും ഒരു ബന്ധത്തിന്റെ തുടക്കമാണ്. 2000 രൂപ നോട്ട് ഒരുകൈയിലും ഒരു ചോക്ക്ലേറ്റ് മറുകൈയിലും പിടിച്ചിരിക്കുന്നതുപോലെയാണ് ഇത്. ഒരു കുട്ടിയോട് അതിൽ എതെങ്കിലും എടുക്കാൻ പറയുക. കുട്ടി ഉടൻ ചോക്ക്ലേറ്റ് എടുക്കും. എടുക്കുന്നത് ചോക്ക്ലേറ്റ് നല്ലതായതുകൊണ്ടല്ല, 2000 രൂപക്ക് എത്ര ചോക്ക്ലേറ്റ് വാങ്ങാം എന്ന് കുട്ടിക്ക് അറിയാത്തതുകൊണ്ടാണ്. നല്ലത് എന്നതുകൊണ്ടുമാത്രമല്ല, പുതിയ ഉപഭോക്താവ് നിങ്ങളുടെ ബിസിനസ് അവസരം തെരഞ്ഞെടുക്കുന്നത്, അതേക്കുറിച്ച് അറിവില്ലാത്തതുകൊണ്ടുകൂടിയാണ്. ആളുകൾ ഈ ബിസിനസിന്റെ കരുത്ത് മനസ്സിലാക്കാൻ തുടങ്ങുകയും അവരുടെ ജീവിതത്തിൽ ഈ ബിസിനസിന് എന്ത് ചെയ്യാൻ കഴിയും എന്ന് തിരിച്ചറിയുകയും ചെയ്യുമ്പോൾ, അവർ ബിസിനസ് തുടങ്ങാൻ നിങ്ങളെത്തേടി എത്തും. ഓർക്കുക, അവരെ അഭ്യസിപ്പിക്കുകയും ബന്ധം തുടങ്ങുകയുമാണ് നമ്മുടെ ജോലി.

അടുത്ത ഘട്ടങ്ങൾ

അഭിനന്ദനങ്ങൾ. ഈ പുസ്തകം വായിച്ചതിലൂടെ നിങ്ങൾ നെറ്റ്വർക്ക് മാർക്കറ്റിങ്ങിനെക്കുറിച്ച് ഒരു ഫുൾ കോഴ്സ് പൂർത്തിയാക്കിയിരിക്കുന്നു. നിങ്ങൾക്ക് സ്വപ്നങ്ങളുണ്ടെന്ന് നിങ്ങൾ തെളിയിച്ചിരിക്കുന്നു, അത് സാക്ഷാൽക്കരിക്കാൻ നിങ്ങൾക്ക് എന്തും ചെയ്യാനുള്ള സമർപ്പണമനസ്സുണ്ട്, അത് നിങ്ങളെ ഏറ്റവും ഉയർന്ന വരുമാനം നേടുന്ന ആളാക്കും.

പ്രവർത്തിച്ചുതുടങ്ങാനുള്ള സമയമാണിത്. നിങ്ങൾ പഠിച്ചവയെല്ലാം നടപ്പാക്കാനുള്ള ഉൾപ്രേരണയുണ്ടാക്കുക, ഒരു ഒഴിയാബാധപോലെ അത് സ്വീകരിക്കുക, നിങ്ങളുടെ പ്രകടനം കൊണ്ട് മറ്റുള്ളവരെ വിസ്മയിപ്പിക്കുക. നിങ്ങളുടെ ഒളിഞ്ഞിരിക്കുന്ന കഴിവുകളെ ആകാശത്തേക്ക് തുറന്നുവിടുക. ഇപ്പോൾ നിങ്ങൾ ഒരു പ്രതിഭയാണ്, നിങ്ങൾക്ക് എല്ലാം അറിയാം, അത് നിങ്ങളെ ഏറ്റവും ഉയരത്തിലെത്തിക്കും.

പക്ഷേ, നെറ്റ്വർക്ക് മാർക്കറ്റിങ് ലളിതമായ ഒരു തത്വത്തിന്റെ അടിസ്ഥാനത്തിലാണ് ഓടുന്നത്, നിങ്ങളുടെ ടീമിലുള്ള സജീവ ഡിസ്ട്രിബ്യൂട്ടർമാരുടെ എണ്ണത്തിന് നേർഅനുപാതത്തിലായിരിക്കും നിങ്ങളുടെ വരുമാനം. ഒരു നെറ്റ്വർക്ക് മാർക്കറ്ററുടെ ഏറ്റവും വലിയ വെല്ലുവിളി, സജീവ ഡിസ്ട്രിബ്യൂട്ടർമാരുടെ ഒരു സൈന്യത്തെ സൃഷ്ടിച്ചെടുക്കുക എന്നതാണ്. കരുത്തുറ്റ ഒരു ടീം കെട്ടിപ്പടുക്കാനുള്ള വലിയ സഹായം ഈ പുസ്തകം നിങ്ങൾക്ക് നൽകും, ആ ടീമിന് ആഴ്ചകൾ തോറും നിങ്ങൾക്ക് വലിയ അളവിൽ നേട്ടമുണ്ടാക്കിത്തരാനാകും. നിങ്ങളുടെ ടീമിൽ എല്ലാവരും ഈ പുസ്തകം വായിക്കുകയും നടപ്പാക്കുകയും ചെയ്യുന്നു എന്ന് ഉറപ്പുവരുത്തുക.

ഈ പുസ്തകത്തിന്റെ എല്ലാ വായനക്കാർക്കും അനുഭവപ്പെടുന്നതുപോലെ, ഈ പുസ്തകം കൊണ്ട് നിരവധി നേട്ടങ്ങളുണ്ട്:

- ഇത് നിങ്ങളുടെ പരിശീലനഭാരം കുറയ്ക്കും. ഈ പുസ്തകം നിങ്ങളുടെ ടീമിനെ ശരിയായ സിസ്റ്റത്തെക്കുറിച്ച് പഠിപ്പിക്കും.
- ആളുകളെ കാണാതെ തന്നെ അവർക്ക് പരിശീലനം നൽകാൻ ഈ പുസ്തകം സഹായിക്കും. അവർ പുസ്തകം വായിക്കട്ടെ, നിങ്ങൾക്ക് ഫോണിലൂടെയോ വീഡിയോ കോളിലൂടെയോ പോയിന്റുകൾ ചർച്ച ചെയ്യാം.
- പരിശിലന പരിപാടികൾ ഇല്ലാത്ത പുതിയ സ്ഥലങ്ങളിൽ ആളുകൾക്ക് പരിശീലനം നൽകാൻ ഈ പുസ്തകത്തിലൂടെ കഴിയും.
- പരിശീലന പരിപാടികൾ കഴിഞ്ഞശേഷവും നിങ്ങളുടെ ടീം അംഗങ്ങൾക്ക് പരിശീലനം തുടരാൻ ഈ പുസ്തകത്തിലൂടെ കഴിയും.

നിങ്ങളുടെ ടീമിൽ ഈ പുസ്തകം വിതരണം ചെയ്യുന്നത്, നിങ്ങളുടെ ടീമിലെ 1000 വീടുകളിൽ ഒരു പരിശീലനകേന്ദ്രം തുറക്കുന്നതിന് സമാനമായിരിക്കും.

- വലിയ 'നിഷ്ക്രിയ' വരുമാനം ലഭിക്കുന്നതിന് ഈ പുസ്തകം സഹായിക്കും. നന്നായി പരിശീലനം ലഭിച്ച ഒരു ടീം നിങ്ങളുടെ സജീവ ഇടപെടലില്ലാതെയും സെയിൽസ് ഉണ്ടാക്കും, ഇതാണ് നെറ്റ്‌വർക്ക് മാർക്കറ്റിങ്ങിലെ ഏറ്റവും വലിയ പാരിതോഷികം.

ഒരു പിസയുടെയോ ഒരു സിനിമാടിക്കറ്റിന്റെയോ വിലയേക്കാളും കുറഞ്ഞ വിലക്ക് നിങ്ങൾക്ക് എല്ലാ നേട്ടങ്ങളും സ്വന്തമാക്കാം.

ഈ നേട്ടങ്ങൾ സ്വന്തമാക്കാൻ, ഈ പുസ്തകത്തിൽ നൽകിയ ടെക്നിക്കുകളും തത്വങ്ങളും നിങ്ങളുടെ ടീം അംഗങ്ങൾ ഉപയോഗപ്പെടുത്തുന്നുണ്ടെന്ന് ഉറപ്പുവരുത്തണം. ഈ പുസ്തകം തങ്ങളുടെ ടീമുകൾക്ക് നൽകി അവരുടെ വരുമാനം പെരുപ്പിച്ച ചില വിജയികളായ ലീഡർമാരുടെ ഏതാനും ആശയങ്ങൾ ഇതാ:

- ഒരു വർക്ക്ബുക്കുപോലെ ഈ പുസ്തകം ഉപയോഗിക്കുക, എല്ലാ ഫീൽഡ് പ്രശ്നങ്ങളിലും ഈ പുസ്തകം റഫർ ചെയ്യാൻ നിങ്ങളുടെ ടീം അംഗങ്ങളെ പഠിപ്പിക്കുക.
- ഇന്ത്യൻ പ്രധാനമന്ത്രി ഒരിക്കൽ പറഞ്ഞു, ഒരു ബൊക്കെയുടെ സ്ഥാനത്ത് ഒരു പുസ്തകം നൽകണം. ഒരു ബൊക്കെയുടെ ആയുസ്സ് രണ്ടോ മൂന്നോ ദിവസമാണ്, എന്നാൽ ഒരു പുസ്തകം എല്ലാകാലത്തേക്കുമുള്ളതാണ്. നിങ്ങളുടെ മുഖ്യാതിഥികൾക്കും നേട്ടമുണ്ടാക്കുന്നവർക്കും ബൊക്കെകൾക്കുപകരം ഈ പുസ്തകം ഉപഹാരമായി നൽകുന്ന ശീലം നിങ്ങളുടെ ടീമിൽ ഉണ്ടാക്കിയെടുക്കാം.
- ബിസിനസ് തുടങ്ങാൻ പോകുന്ന പുതിയ ഡിസ്ട്രിബ്യൂട്ടർമാർക്ക് നൽകുന്ന വെൽകം കിറ്റിൽ ഈ പുസ്തകം ഉൾപ്പെടുത്താം.
- ചെറിയ മൽസരങ്ങളിൽ സമ്മാനമായി ഈ പുസ്തകം നൽകാം. ഈ വിലയ്ക്ക് ലഭിക്കുന്ന ഏറ്റവും നല്ല സമ്മാനമാണിത്.
- ലീഡർഷിപ്പ് പ്രോഗ്രാമിലോ റസിഡൻഷ്യൽ ട്രെയിനിങ് പ്രോഗ്രാമിലോ പങ്കെടുക്കുന്ന എല്ലാവർക്കും ഈ പുസ്തകം നൽകണം.
- ഇത് മഹത്തായ ഒരു ഉപഹാരമാർഗ്ഗമാണ്. നിങ്ങളുടെ പുതിയ ഉപഭോക്താക്കൾക്കോ ടീം അംഗങ്ങൾക്കോ അവരുടെ ജന്മദിനങ്ങളിലും അവർ പുതിയ നേട്ടങ്ങളുണ്ടാക്കുമ്പോഴും പ്രത്യേക അവസരങ്ങളിലും ആഘോഷങ്ങളിലും ഈ പുസ്തകം ഉപഹാരമായി നൽകാം, നിങ്ങളുടെ ആശംസകൾ അറിയിക്കുന്ന കുറിപ്പോടെ.
- പുതിയ ഡിസ്ട്രിബ്യൂട്ടർമാർ ആദ്യ ലെവലിൽ എത്തുമ്പോഴേ ചില ടാർഗ്ഗറ്റുകൾ നേടുമ്പോഴോ ഈ പുസ്കതം സമ്മാനമായി നൽകാം.

ഈ പുസ്തകം നിങ്ങളുടെ മുഴുവൻ ടീമിനുമായി ഡിസ്കൗണ്ട് വിലക്ക് ഒന്നിച്ച് വാങ്ങാം. ഞങ്ങളുടെ വെബ്സൈറ്റിൽ www.deepakbajaj.biz കൊടുത്തിട്ടുള്ള ഫോൺ നമ്പറിൽ ബന്ധപ്പെട്ടാൽ ഞങ്ങളുടെ പ്രതിനിധികളുമായി സംസാരിക്കാം.

ഈ പുസ്തകത്തെ നെറ്റ്വർക്ക് മാർക്കറ്റിങ്ങിനെക്കുറിച്ചുള്ള ഒരു ഡിക്ഷ്ണറിയായോ എൻസൈക്ലോപീഡിയ ആയോ ഉപയോഗിക്കുക. ഒരുതവണ ഈ പുസ്തകം മുഴുവനായി വായിക്കുക, എന്തിനെങ്കിലും പരിഹാരം വേണ്ടിവന്നാൽ, വീണ്ടും ഈ പുസ്തകത്തിലേക്ക് തിരിച്ചുവരിക. ഏതെങ്കിലും ഉൽപ്പന്നം, കമ്പനി, വരുമാന പദ്ധതി ലോകത്തിൽ എവിടെയായാലും ഈ പുസ്തകം ഒരു മാജിക് പോലെ പ്രവർത്തിക്കും.

എന്റെ ലൈവ് ഈവന്റ് ആയ **നെറ്റ്വർക്ക് മാർക്കറ്റിങ് മില്യനയേഴ്സ് അക്കാദമി**യിൽ പങ്കെടുക്കാൻ ഞാൻ നിങ്ങളെ ക്ഷണിക്കുന്നു. നിരവധി പേർ 8–10 വർഷങ്ങൾകൊണ്ട് ക്ലേശിച്ച് നേടിയെടുക്കുന്നത് 2–3 വർഷം കൊണ്ട് നേടിയെടുക്കാൻ ഈ പ്രോഗ്രാം നിങ്ങളെ പ്രാപ്തരാക്കും. ലോകത്തിലെ മികച്ച പരിശീലകർക്ക് ലക്ഷക്കണക്കിന് രൂപ നൽകി ഞാൻ പഠിച്ച എല്ലാ കാര്യങ്ങളും, ഒരു ദശാബ്ദത്തിലേറെയായി ലക്ഷക്കണക്കിന് ആളുകൾക്കൊപ്പം പ്രവർത്തിച്ചതിലൂടെ ഞാൻ പഠിച്ച എല്ലാ കാര്യങ്ങളും സ്വപ്നതുല്യമായ ഒരു ജീവിതം രൂപപ്പെടുത്താൻ ഞാൻ നിങ്ങൾക്ക് കൈമാറുകയാണ്. നിങ്ങളെയും നിങ്ങളുടെ ടീം അംഗങ്ങളെയും നെറ്റ്വർക്ക് മാർക്കറ്റിങ് ലക്ഷാധിപതികളാക്കാൻ സഹായിക്കുന്ന, ലഭ്യമായ ഏറ്റവും മികച്ച പ്രോഗ്രാമാണിത്. ഈ പ്രോഗ്രാമിന്റെ വിശദാംശങ്ങൾ അടുത്ത പേജുകളിൽ കൊടുക്കുന്നു, ഞങ്ങളുടെ വെബ്സൈറ്റിലുമുണ്ട്.

റെക്കോർഡ് സമയത്തിനുള്ളിൽ വലിയ വിജയം നേടിയെടുക്കണമെന്ന് ആഗ്രഹിക്കുന്ന ഉയർന്ന സ്വപ്നങ്ങളുള്ളവർക്ക്, ഞാൻ പ്രത്യേകമായ **'ഹൈ പെർഫോർമെൻഡ് കോച്ചിങ്'** സെഷൻ നൽകാറുണ്ട്. ഇത് ഒരാൾക്കുവീതമുള്ള നേരിട്ടുള്ള സെഷനാണ്, ഇത് നിങ്ങൾക്ക് അനുയോജ്യമായ പ്രത്യേക സംവിധാനത്തിലുള്ള പ്രവർത്തന പദ്ധതിയാണ്, അത് നിങ്ങൾക്ക് ഈ തന്ത്രങ്ങൾ വിജയകരമായി നടപ്പാക്കാനുള്ള കരുത്ത് നൽകും. ഈ സെഷനുകൾക്കുശേഷം നിങ്ങൾ തികച്ചും വ്യത്യസ്തനായ മനുഷ്യനായി മാറും. ഞങ്ങളുടെ വെബ്സൈറ്റിൽ കൂടുതൽ വിശദാംശങ്ങളുണ്ട്.

കൂടാതെ, വർഷം തോറും നിങ്ങളുടെ ജീവിതത്തിൽ നിരവധി ലൈവ് ഈവന്റുകൾ നടക്കുന്നുണ്ട്, നിങ്ങളുടെ സ്വപ്നജീവിതത്തിന് തുടക്കമിടൽ, നിങ്ങളുടെ മികച്ച ജീവിതം ജീവിക്കൽ തുടങ്ങിയവ. ആരോഗ്യം, സന്തോഷം, കരിയർ, ബന്ധങ്ങൾ, പണം, വിജയം നിങ്ങൾ ആഗ്രഹിക്കുന്നത് എല്ലാം അതിവേഗം സാക്ഷാൽക്കരിക്കാൻ ഈ ലൈവ് ഈവന്റുകൾ നിങ്ങളെ സഹായിക്കും. ഞങ്ങളുടെ ജീവനക്കാരോട് സംസാരിക്കുക, ഓൺലൈനിൽ www.deepakbajaj.biz പുസ്തകം വായിക്കുക.

നിങ്ങളുടെ അഭിപ്രായം ഞങ്ങൾക്ക് വിലപ്പെട്ടതാണ്. നിങ്ങളുടെ എല്ലാ അഭിപ്രായങ്ങളും ഞങ്ങളുടെ വെബ്സൈറ്റിലൂടെ നൽകാൻ സമയം കണ്ടെത്തുക. നിങ്ങൾ അന്വേഷിക്കുന്ന ചില പരിഹാരങ്ങൾ ഈ പുസ്തകത്തിൽ ഇല്ലെങ്കിൽ, നിങ്ങളുടെ നിർദേശങ്ങൾ www.deepakbajaj.biz-ൽ നൽകുക.

നിങ്ങളുടെ ജീവിതം മെച്ചപ്പെടുത്താനും ബിസിനസ് പെരുപ്പിക്കാനും അത്യാധുനികമായ ടൂളുകളും ടെക്നിക്കുകളുമായി ബന്ധപ്പെട്ടു കൊണ്ടിരിക്കുക എന്റെ വെബ്സൈറ്റ് www.deepakbajaj.biz, വിവിധ സോഷ്യൽ മീഡിയ ചാനലുകൾ; യുറ്റ്യൂബ്, ഫേസ്ബുക്ക്, ഇൻസ്റ്റഗ്രാം, ലിങ്ക്ഡ്ഇൻ തുടങ്ങിയവ.

സമർപ്പിതമനസ്സുള്ള ഒരു ബിസിനസുകാരനെപ്പോലെ പ്രവർത്തിക്കുക, സിസ്റ്റം 100 ശതമാനവും പിന്തുടരുക. ഫോക്കസ് ചെയ്തിരിക്കുക, സ്വയം മെച്ചപ്പെടുത്തുക, ഇതിഹാസസമാനമായ വിജയങ്ങൾക്ക് ഏറെ സമയമെടുക്കും. നിങ്ങൾ ഏറ്റവും മുകളിലെത്തുന്നത് കാണാനാണ് എനിക്കിഷ്ടം. നിങ്ങളുടെ ആഹ്ലാദവും വിജയവും എനിക്കുള്ള ഏറ്റവും വലിയ ഉപഹാരമാണ്. കോടീശ്വരനാകൂ, നിങ്ങളുടെ ടീമിൽ നിരവധി കോടീശ്വരൻമാരെ സൃഷ്ടിക്കൂ. നിങ്ങളുടെ വിജയകഥ എന്നെ എഴുതി അറിയിക്കാൻ മറക്കരുത്. നിങ്ങൾക്ക് ഒരു സൂപ്പർ വിജയം ആശംസിക്കുന്നു.

നിങ്ങളുടെ വിജയപങ്കാളി
ദീപക് ബജാജ്

ദീപക് ബജാജിന്റെ നെറ്റ്‌വർക്ക് മാർക്കറ്റിങ് മില്യനയേഴ്സ് അക്കാദമി

ഓരോ നെറ്റ്‌വർക്ക് മാർക്കറ്ററും അത്യാവശ്യം പങ്കെടുക്കേണ്ട ഈവന്റാണ് നെറ്റ്‌വർക്ക് മാർക്കറ്റിങ് മില്യനയേഴ്സ് അക്കാദമി. നെറ്റ്‌വർക്ക് മാർക്കറ്റിങ്ങിലും ഡയറക്റ്റ് സെല്ലിങ് ബിസിനസിലും പൂർണ്ണ മാസ്റ്റർഷിപ്പ് നേടുക, റെക്കോർഡ് സമയത്ത് നിങ്ങളുടെ കമ്പനിയിലെ ഏറ്റവും ഉയർന്ന റാങ്ക് നേടുക. ജീവിതത്തെ മാറ്റിമറിക്കുന്ന, പൂർണ്ണമായും മുഴുകാൻ പ്രേരിപ്പിക്കുന്ന, ഉയർന്ന ഊർജം നൽകുന്ന ഈ ഈവന്റിൽ ദീപക് നിങ്ങൾക്കും നിങ്ങളുടെ ടീമിനൊപ്പവും പ്രവർത്തിക്കും, നെറ്റ്‌വർക്ക് മാർക്കറ്റിങ്ങിൽ നിങ്ങളെ കോടീശ്വരനാക്കാൻ. ഈ ലൈവ് ഈവന്റിൽ നിറയെ ജീവിതത്തെ മുഴുവൻ മാറ്റിമറിക്കുന്ന അറിവുകളാണ്, ടൂളുകളാണ്, വ്യായാമങ്ങളാണ്, വർക്ക്ഷീറ്റുകളാണ്, പ്രവർത്തനങ്ങളാണ് അവ നിങ്ങളെയും നിങ്ങൾക്കും ടീം അംഗങ്ങൾക്കും സ്വപ്നങ്ങൾ നേടിയെടുക്കാനുള്ള കരുത്ത് നൽകും.

ലക്ഷക്കണക്കിന് രൂപ നൽകി ലോകത്തിലെ ഏറ്റവും മികച്ച ട്രെയിനർമാരിൽനിന്ന് ദീപക് ബജാജ് പഠിച്ച എല്ലാ കാര്യങ്ങളും, ഒരു ദശാബ്ദത്തിലേറെയായി ലക്ഷക്കണക്കിന് ആളുകൾക്കൊപ്പം പ്രവർത്തിച്ചതിലൂടെ അദ്ദേഹം പഠിച്ച എല്ലാ കാര്യങ്ങളും നിങ്ങൾക്ക് നൽകുകയാണ്, നിങ്ങളുടെ സ്വപ്നത്തിനനുസരിച്ച ഒരു ജീവിതം കെട്ടിപ്പടുക്കാൻ. ഈ ഈവന്റിലെ തത്വങ്ങൾ, ടൂളുകൾ, ടെക്നിക്കുകൾ എല്ലാം നിങ്ങൾക്ക് വിസ്മയകരമായ ഫലം നൽകും, അത് ഏത് കമ്പനിയായാലും, ഏത് ഉൽപ്പന്നമായാലും വരുമാന പദ്ധതിയായാലും.

ഈവന്റിന്റെ ലക്ഷ്യം:

ശരിയായ മാനസികാവസ്ഥയും വിശ്വാസവും സൃഷ്ടിച്ചും നിങ്ങളുടെ ലീഡർഷിപ്പ് വികസിപ്പിച്ചും നിങ്ങൾക്ക് ശേഷിയും തന്ത്രങ്ങളും ലഭ്യമാക്കിയും നിങ്ങളുടെ വരുമാനം പെരുപ്പിക്കുക.

പ്രധാന നേട്ടങ്ങൾ:

✓ റെക്കോർഡ് സമയത്തിനുള്ളിൽ ടോപ്പ് വിജയികൾ അവരുടെ വരുമാനം പെരുപ്പിക്കാനും ടീമിന്റെ വലുപ്പം കൂട്ടാനും ചെയ്യുന്ന കാര്യങ്ങൾ പഠിക്കാം.

✓ 'നിഷ്ക്രിയ' വരുമാനം നേടിയെടുക്കാനുള്ള ശരിയായ അടിത്തറ നിർമ്മിച്ചെടുക്കാൻ.

- ✓ നിങ്ങളുടെ കമ്പനിയിൽ ഏറ്റവും ഉയർന്ന നേട്ടമുണ്ടാക്കുന്ന ആളാകാനുള്ള ശരിയായ മാനസികാവസ്ഥയും വിശ്വാസ സംവിധാനവും രൂപപ്പെടുത്താൻ.
- ✓ ഉപഭോക്താക്കളുടെ ഒളിഞ്ഞിരിക്കുന്ന മനഃശാസ്ത്രത്തിൽ മാസ്റ്റർ ആകാൻ.
- ✓ വലിയ, വളർന്നുകൊണ്ടിരിക്കുന്ന ടീമിനെ ഉണ്ടാക്കിയെടുക്കാനുള്ള അനുകരണവിദ്യയിൽ മാസ്റ്റർ ആകാൻ.
- ✓ നിങ്ങളുടെ ടീമിനെ ലീഡർമാരെ സൃഷ്ടിക്കുന്ന ഫാക്ടറിയാക്കി മാറ്റാൻ
- ✓ ഏറ്റവും മികച്ച ആളുകളെ നിങ്ങളിലേക്ക് ആകർഷിക്കുന്നതിന് നിങ്ങളുടെ പേഴ്സണൽ ബ്രാൻഡ് ഉണ്ടാക്കിയെടുക്കാൻ.
- ✓ നിങ്ങളുടെ ബിസിനസിൽ അനുകൂലമായ ഒരു മാറ്റത്തിനുവേണ്ടിയുള്ള 90 ദിവസത്തെ ഗയിം പ്ലാൻ.
- ✓ വലിയ വിജയങ്ങൾക്കുവേണ്ടിയുള്ള സോഷ്യൽമീഡിയ തന്ത്രം
- ✓ മികച്ച ഫലം ലഭിക്കാൻ സമയത്തെ കൈകാര്യം ചെയ്യേണ്ട വിധം
- ✓ നിങ്ങളുടെ ബിസിനസിനെ അവലോകനം ചെയ്യാനും പെരുപ്പിക്കാനും സഹായിക്കുന്ന ട്രാക്കിങ് സംവിധാനത്തെക്കുറിച്ച് പഠിക്കാൻ.
- ✓ പുതിയ ഉപഭോക്താക്കളുടെ ഒരിക്കലും അവസാനിക്കാത്ത ലിസ്റ്റ് ഉണ്ടാക്കാൻ
- ✓ എല്ലാ മീറ്റിങ്ങുകളെയും വിൽപനയാക്കി മാറ്റാനുള്ള രഹസ്യ ടെക്നിക്കുകൾ
- ✓ പ്രോഗ്രാമുകളെ എങ്ങനെ പ്രമോട്ട് ചെയ്യാം, അതിലൂടെ പ്രോഗ്രാമുകളിൽ നിന്ന് പരമാവധി നേട്ടമുണ്ടാക്കാം.

ഇതെല്ലാം ദീപക് ബജാജിനൊപ്പമുള്ള ലൈവിൽ ഉണ്ട്.

നെറ്റ്വർക്ക് മാർക്കറ്റിങ് ബിസിനസിൽ വിജയം കെട്ടിപ്പടുക്കാൻ സഹായിക്കുന്ന ഏറ്റവും മികച്ച വ്യക്തിത്വമാണ് ദീപക് ബജാജ്. 2019-ൽ ഈ പുസ്തകം എഴുതുമ്പോൾ, ദീപക് 16 വർഷം കൊണ്ട് ഏഴുലക്ഷത്തിലേറെ പേർക്ക് പരിശീലനം നൽകി അവരെ ശാക്തീകരിച്ചിട്ടുണ്ട്. നെറ്റ്വർക്ക് മാർക്കറ്റിങ് വ്യവസായത്തിലെ ടെക്സ്റ്റ് ബുക്കോ ഗൈഡ് ബുക്കോ ആണ് അദ്ദേഹത്തിന്റെ പുസ്തകങ്ങൾ. അവ മാസങ്ങളോളം ബെസ്റ്റ് സെല്ലറുകളായി തുടരുന്നു. ദീപക് ഒരു അന്താരാഷ്ട്ര എൻ.എൽ.പി. മാസ്റ്റർ പ്രാക്ടീഷണറാണ്, യു.എസ്.എ.യിലെയും പോർച്ചുഗലിലെയും സിംഗപ്പൂരിലെയും ബാങ്കോക്കിലെയും ഇന്ത്യയിലെയും ഏറ്റവും മികച്ച പരിശീലകരിൽനിന്ന് അദ്ദേഹത്തിന് പരിശീലനം ലഭിച്ചിട്ടുണ്ട്. എല്ലാ മാസവും അദ്ദേഹത്തിന്റെ വീഡിയോകൾക്ക് 30 ലക്ഷത്തിലേറെ കാഴ്ചക്കാരുണ്ട്, ലോകത്തെങ്ങുമുള്ള ആളുകൾ അദ്ദേഹത്തെ പിന്തുടർന്നുകൊണ്ടിരിക്കുന്നു.

നെറ്റ്‌വർക്ക് മാർക്കറ്റിങ് മില്യനയർ അക്കാദമി പൂർണ്ണമായും സുരക്ഷിതമായ ഒരു സാഹചര്യത്തിലാണ് നടത്തുന്നത്, ഒരു കമ്പനിയുടെയോ ഉൽപ്പന്നത്തിന്റെയോ പേര് ഇവിടെ പറയുന്നില്ല. അതുകൊണ്ട്, ഒരു പ്രശ്നങ്ങളുമില്ലാതെ നിങ്ങളുടെ ടീമിനൊപ്പം നിങ്ങൾക്ക് ഇതിൽ പങ്കെടുക്കാം. വിട്ടുവീഴ്ചയില്ലാത്ത ഒരു സമീപനമാണ് ഞങ്ങൾ സ്വീകരിക്കുന്നത്, അതായത്, ആരെങ്കിലും പ്ലാൻ നൽകുന്നതായി കണ്ടാലോ പരിപാടിയിൽ പങ്കെടുക്കുന്ന മറ്റുള്ളവരെ റിക്രൂട്ട് ചെയ്യാൻ ശ്രമിക്കുകയോ ചെയ്താലോ അവരെ ഈവന്റിൽ നിന്ന് ഉടൻ പുറത്താക്കും.

നെറ്റ്‌വർക്ക് മാർക്കറ്റിങ് പ്രൊഫഷനെ ഉയർത്തിയെടുക്കുക, ലോകത്തെങ്ങുമുള്ള നെറ്റ്‌വർക്ക് മാർക്കറ്റർമാരെ ശക്തിപ്പെടുത്തുക എന്നിവയാണ് ഞങ്ങളുടെ ലക്ഷ്യം. മികച്ച ലീഡർമാരെ സൃഷ്ടിച്ച് ലോകത്തെ പൊസിറ്റീവായി സ്വാധീനിക്കാനാണ് ഞങ്ങൾ ആഗ്രഹിക്കുന്നത്. നിങ്ങളുടെ ടീമിനൊപ്പം ഞങ്ങളുടെ ദൗത്യത്തിൽ പങ്കാളികളാകുക, നമുക്ക് ഒന്നിച്ച് മികച്ച ലോകത്തെ രൂപപ്പെടുത്താം. ലോകത്തിന് നിങ്ങളുടെ പ്രതിഭ ആവശ്യമുണ്ട്.

നിങ്ങളുടെ സീറ്റ് റിസർവ് ചെയ്യാൻ www.deepakbajaj.biz.

ദീപക് ബജാജിന്റെ

ഹൈ പെർഫോർമെൻസ് കോച്ചിങ്

ചെറിയൊരു ശതമാനം പേർക്ക് വലിയ സ്വപ്നങ്ങൾ ഉണ്ടാകുമെന്നു മാത്രമല്ല, ചുരുങ്ങിയ കാലത്തിനുള്ളിൽ അവ സാക്ഷാൽക്കരിക്കാനുള്ള പ്രതിബദ്ധതയും ഉണ്ടായിരിക്കും. ഇവർക്ക്, അവരുടെ സമയത്തെ വില മതിക്കുന്നവർക്ക്, ഏറ്റവും മികച്ചതുതന്നെ തങ്ങൾ അർഹിക്കുന്നു എന്ന് സ്വയം വിശ്വസിക്കുന്നവർക്ക് ദീപക് ബജാജ് നൽകുന്നു, ഹൈ പെർഫോർ മെൻസ് കോച്ചിങ്.

ബിസിനസ് വളർച്ച, ജീവിതത്തിലെ സംഘർഷങ്ങൾ കൈകാര്യം ചെയ്യൽ, നെറ്റ്‌വർക്ക് മാർക്കറ്റിങ്, കരിയർ ഡവലപ്മെന്റ്, ഹോളിസ്റ്റിക് ജീവിതം തുടങ്ങിയ കാര്യങ്ങളിൽ വ്യക്തികൾക്കും സ്ഥാപനങ്ങൾക്കും ഏറ്റവും മികച്ച പെർഫോർമെൻസ് കോച്ചിങ് നൽകുന്നയാളാണ് ദീപക്. അദ്ദേഹത്തിന്റെ പരിശീലനം വ്യക്തികളെയും സ്ഥാപനങ്ങളെയും കൂടുതൽ സന്തോഷമുള്ളവരും ആരോഗ്യമുള്ളവരും ലാഭം നേടുന്നവരും ആക്കുന്നു. കൂടുതൽ വിജയം നേടുന്നവരാക്കാനുള്ള കരുത്ത് നൽകുന്നു.

ഈ സെഷനുകളിൽ, ദീപക് തന്നെ നിങ്ങളുടെ ലക്ഷ്യങ്ങളും ഇപ്പോഴത്തെ സാഹചര്യങ്ങളും വിലയിരുത്തുന്നു, എന്നിട്ട് നിങ്ങൾക്കുവേണ്ടി പ്രത്യേകമായ ഒരു പ്രവർത്തനപദ്ധതി രൂപപ്പെടുത്തുന്നു. ഈ പ്ലാൻ നടപ്പാക്കാനും പുരോഗതി വിലയിരുത്താനും അദ്ദേഹം നിങ്ങൾക്ക് ബലം നൽകുന്നു. ജീവിതവും ബിസിനസും ചലനാത്മകമായതിനാൽ, സാഹചര്യങ്ങൾ അതിവേഗം മാറിക്കൊണ്ടിരിക്കും, ഓരോ ഘട്ടത്തിലും അദ്ദേഹം ആവശ്യമായ നവീകരണം വരുത്തിക്കൊണ്ടിരിക്കും, അതുവഴി നിങ്ങളെ ട്രാക്കിലേക്ക് നയിക്കും. നിരീക്ഷിക്കപ്പെടുന്നവ മെച്ചപ്പെടും. ദീപകും അദ്ദേഹത്തിന്റെ ടീമും നിങ്ങളുടെ വിശ്വസ്ത പങ്കാളികളെപ്പോലെ പ്രവർത്തിക്കും, അവർ നിങ്ങളുടെ പുരോഗതി കാലികമായി അവലോകനം ചെയ്തുകൊണ്ടിരിക്കും, വിജയിച്ച സംവിധാനത്തിലൂടെ.

കോച്ചിങ്ങിൽ ദീപകിന്റെ വ്യക്തിപരമായ സമയവും സാന്നിധ്യവും ആവശ്യമായതിനാൽ, പരിമിതമായ സ്ലോട്ടുകളേ ഉണ്ടായിരിക്കൂ, അതുകൊണ്ട് ആദ്യം വരുന്നവർ ആദ്യം എന്ന വിധത്തിലായിരിക്കും പ്രവേശനം. ഈ ഹൈ പെർഫോർമെൻസ് കോച്ചിങ് സെഷനുകൾക്കുശേഷം നിങ്ങൾ പൂർണ്ണമായും വ്യത്യസ്തനായ ഒരു മനുഷ്യനായി മാറും. ഇത് ഒന്നുചേർന്ന് പോകുന്ന അർഥവത്തായ ഒരു യാത്രയാണ്. സെഷന്റെ ലഭ്യത അറിയാനും ബുക്ക് ചെയ്യാനും www.deepakbajaj.biz.

നന്ദി

എന്റെ ജീവിതത്തെ വിവിധ മാർഗ്ഗങ്ങളിലൂടെ സ്വാധീനിച്ചിട്ടുള്ള ആയിര ക്കണക്കിന് പേരുടെ ടീം വർക്കിന്റെ ഫലമാണ് തീർച്ചയായും ഈ പുസ്തകം. എന്റെ ലൈവ് ഈവന്റ് പങ്കാളികൾക്ക്, ടീം അംഗങ്ങൾക്ക്, വായനക്കാർക്ക്, സോഷ്യൽമീഡിയ ഫോളോവർമാർക്ക്, ചാനൽ വരി ക്കാർക്ക്, സ്നേഹവും പിന്തുണയും പ്രാർഥനയും നൽകിയ ഓരോരു ത്തർക്കും ലക്ഷം നന്ദി. എനിക്ക് എല്ലാവരെയും പേരെടുത്തുപറയാൻ കഴിയില്ല, എങ്കിലും ഈ മാസ്റ്റർപീസ് പുസ്തകം രൂപപ്പെടുത്താൻ പ്രധാന പങ്കുവഹിച്ച ചിലരുണ്ട്.

എന്റെ എല്ലാ നേട്ടങ്ങളുടെയും കേന്ദ്രസ്ഥാനത്ത് എന്റെ കുടുംബ മാണ്. ഞാൻ തെരഞ്ഞെടുക്കപ്പെട്ടത്, ദൈവം എനിക്ക് കാഴ്ചപ്പാടും അത് യാഥാർഥ്യമാക്കാനുള്ള ശേഷിയും നൽകിയതുകൊണ്ടാണ് എന്നു ഞാൻ വിശ്വസിക്കുന്നു, എന്റെ കുടുംബം ഇതിന് എല്ലാ സഹായവും നൽകി. എല്ലാം തുടങ്ങിയത് മരിച്ചുപോയ എന്റെ പിതാവ് മി. ബസന്ത് കുമാർ ബജാജിന്റെയും മുത്തശ്ശി പരേതയായ മിസിസ്. പുഷ്പ വാന്തിയുടെയും അദൃശ്യമായ അനുഗ്രഹത്തിൽനിന്നാണ്. സ്വർഗ്ഗത്തിലിരുന്ന് എന്നെ കാത്തുസൂക്ഷിക്കുന്ന, വിസ്മയിപ്പിക്കുന്ന രണ്ട് മനുഷ്യർ, മായുടെയും ബാബുവിന്റെയും – മരിച്ചുപോയ ഡോ. എസ്.കെ. ബാനർജി, മരിച്ചു പോയ മിസിസ്. അഞ്ജലി ബാനർജി – എന്നിവരുടെ പക്കൽനിന്നാണ് എനിക്ക് അസാമാന്യമായ കരുത്ത് ലഭിച്ചത്.

എന്റെ അമ്മ, മിസിസ്. രാജ് റാണി ബജാജ് ആണ് ഞാൻ അറിയുന്ന ഏക ദൈവം. അവരാണ് എന്റെ പ്രചോദനത്തിന്റെയും കരുത്തിന്റെയും ഉറവിടം. എന്റെ എല്ലാ വിജയങ്ങളും അവരുടെ പ്രാർഥനയുടെയും അനു ഗ്രഹങ്ങളുടെയും ഫലമാണ്. എന്റെ പ്രിയപ്പെട്ട ഭാര്യ, ഡോ. തനിമ, മാറ്റ ങ്ങൾക്കു വിധേയമായിക്കൊണ്ടിരിക്കുന്ന എന്റെ ജീവിതത്തിലുടനീളമുള്ള പങ്കാളിയും എന്റെ കരുത്തിന്റെ സ്തംഭവുമാണ്. എനിക്കുവേണ്ടി എല്ലാം നൽകിയതിന്, എന്റെ സഹോദരൻ ഗൗരവിനോട് നന്ദി പറയുന്നതെ ങ്ങനെ? അദ്ദേഹം എന്റെ സുഹൃത്താണ്, ഉപദേശകനാണ്, പങ്കാളിയാണ്, എന്റെ ഏറ്റവും കരുത്തനായ സപ്പോർട്ട് സിസ്റ്റമാണ്, എന്റെ ജീവവായു വാണ്. ഈ ഭൂമിയിലെ ഏറ്റവും മികച്ച നെറ്റ്‌വർക്ക് മാർക്കറ്റർ ആണ് അദ്ദേഹം, അദ്ദേഹത്തിന്റെ ഉപാധികളില്ലാത്ത പിന്തുണയും ഇൻപുട്ടും ഇല്ലായിരുന്നുവെങ്കിൽ ഈ പുസ്തകം ഉണ്ടാകുമായിരുന്നില്ല. എന്റെ ചെറിയ സഹോദരി, ദിവ്യ, ഞങ്ങളുടെ കുടുംബത്തിലേക്ക് സദാ ആഹ്ലാദം കൊണ്ടു വരുന്നു. ഒരു കൂട്ടുകുടുംബമെന്ന നിലക്ക് അഞ്ച് മാലാഖമാർക്കൊപ്പം,

ഞങ്ങളുടെ മക്കൾക്കൊപ്പം ജീവിക്കാനുള്ള ഭാഗ്യം ഞങ്ങൾക്കുണ്ടായി – സാക്ഷം, നിർഭയ്, പ്രശൻസ, ചീരായു, ദേവാൻഷി. എന്റെ മക്കളാണ് എന്റെ ഉൽസാഹലീഡർമാർ. അവർ എന്നെ സദാ പ്രചോദിപ്പിക്കുന്നു, വീട്ടിലേക്ക് കൂടുതൽ ട്രോഫികളും നേട്ടങ്ങളും കൊണ്ടുവരാൻ സദാ കാത്തിരിക്കുന്നു. അവർ എന്റെ പവർ ബാങ്കാണ്, അവരുടെ സാന്നിധ്യത്തിൽ ഞാൻ ഒരു രാജാവാണെന്ന് എനിക്ക് തോന്നിപ്പോകുന്നു.

ദൈവം അയച്ച മറ്റുചില മാലാഖമാർക്കുകൂടി ഞാൻ നന്ദി പറയുന്നു, നന്ദി പറയുന്നതിന് ഉപരിയായ വലിയ കാര്യങ്ങൾ അവർ എനിക്ക് ചെയ്തുതന്നിട്ടുണ്ട്. ഡോ. കെ.എൽ. ഖുരാന, മരിച്ചുപോയ മിസിസ്. സുശീൽ ഖുരാന, മി. ദയാൽ ദാസ് അറോറ, മിസിസ്. സീമ വിജ്, മി. ദീപക് സതിജാ, മിസിസ്. റീന സതിജാ, മിസിസ് അനിത മാൻചന്ദ, മി. ഗുൽഷൻ ബജാജ്, മിസിസ് പൂനം ബജാജ്, മിസിസ്. നരേഷ് ധിർ, ഡോ. വിശേഷ് ധിർ, മി. സുഭാഷ് ശ്രീവാസ്തവ, മിസിസ് ചന്ദ്രിമ ബാനർജി, മി. ബസുദേവ് നന്ദി, ദൈവികമായ അനുഗ്രഹങ്ങൾക്ക് മരിച്ചുപോയ ഡോ. ഡി.പി. ധീറിനും നന്ദി.

നിരവധി സുഹൃത്തുക്കൾക്കും ബലം നൽകിയ സ്തംഭങ്ങൾക്കും – ഗൗരവ് മെഹ്റ, വികാസ് ഗാർഗ്ഗ്, സഞ്ജയ് ജിൻഡാൽ – എന്റെ അല്ലെനുകളോട് ഞാൻ സദാ കടപ്പെട്ടിരിക്കുന്നു. ഭൂമിയിലെ ഏറ്റവും നല്ല ടീം ലഭിച്ചതിലൂടെ ഞാൻ അനുഗ്രഹിക്കപ്പെട്ടിരിക്കുന്നു. എന്റെ ടീമിലെ ഓരോരുത്തരോടും ഞാൻ ഹൃദയത്തിൽനിന്നുള്ള നന്ദി അറിയിക്കുന്നു. അവർ എനിക്ക് എന്റെ കരിയറിലുടനീളം ഉപാധികളില്ലാത്ത പിന്തുണ നൽകി, പകരമില്ലാത്ത സ്നേഹവും അടുപ്പവും പ്രാർഥനയും സമ്പന്നമായ അനുഭവങ്ങളും നൽകി. എന്റെ ജീവിതത്തിൽ നിങ്ങളെ ലഭിച്ച ഞാൻ ഭാഗ്യവാനാണ്.

ഒരു ആൽമരത്തെപ്പോലെ എന്നോടൊപ്പം നിൽക്കുകയും എനിക്ക് പ്രചോദനം നൽകുകയും ചെയ്ത പ്രവീൺ ജെ. ചന്ദനോട് ഒരു ലക്ഷം നന്ദി. എന്റെ 24 x 7 സപ്പോർട്ട് സംവിധാനം, മൂത്ത സഹോദരരെപ്പോലെ എന്നെ ഇഷ്ടപ്പെടുന്ന മഹാമനുഷ്യർ, ഞാൻ ചോദിച്ച ഒരു കാര്യത്തിനോടും ഒരിക്കലും 'ഇല്ല' എന്നുപറയാത്തവർ, മി. കൈലാഷ് ഭട്ടാഡ്, മി. സലിൽ മാത്യു, മി. അലോക് പാണ്ഡെ, മി. സുനിൽ സിങ്, മി. കെ. കെ. രാജേഷ് എന്നിവർക്കും നന്ദി.

എന്റെ പബ്ലിഷർ മഞ്ജുൾ പബ്ലിഷിങ് ഹൗസിനോട് ആത്മാർഥമായ നന്ദി, പ്രത്യേകിച്ച് മി. വികാസ് രഖേജയോട്. എന്റെ ആദ്യ പബ്ലിഷർ, ഇൻവിൻസിബ്ൾ പബ്ലിഷേഴ്സിന് നന്ദി.

എന്റെ എണ്ണമില്ലാത്ത ആരാധകർക്കും പിന്തുണക്കാർക്കും ലക്ഷം നന്ദി, അവരുടെ സ്നേഹവും ആദരവും പിന്തുണയുമാണ് എന്റെ ശക്തിയും പ്രചോദനവും. ഇവരെല്ലാവരെയും ഞാൻ സ്നേഹിക്കുന്നു.

എന്നെ ഇന്നത്തെ നിലയിൽ എത്തിച്ച നെറ്റ്വർക്ക് മാർക്കറ്റിങ് വ്യവസായത്തിന് എന്റെ ആത്മാർഥമായ നന്ദി. എല്ലാ പ്രതിബന്ധങ്ങളെയും അതിജീവിച്ച് അദ്ദേഹത്തിന്റെ/അവളുടെ സ്വപ്നങ്ങളിലേക്ക് ദിവസവും മുന്നേറിക്കൊണ്ടിരിക്കുന്ന എല്ലാ നെറ്റ്വർക്ക് മാർക്കറ്റർമാർക്കും എന്റെ സല്യൂട്ട്. ഞാനും നിങ്ങളിൽ ഒരാളാണ്, എനിക്കറിയാം, ഓരോ ദിവസവും നിങ്ങൾ എന്തിലൂടെയെല്ലാമാണ് കടന്നുപോകുന്നത് എന്ന്. ഞാൻ സ്നേഹിക്കുന്ന എല്ലാവർക്കുമുള്ള ആദരവിന്റെ അടയാളമാണ് ഈ പുസ്തകം. നിങ്ങളാണ് മുന്നേറാനുള്ള എന്റെ പ്രചോദനം. നിങ്ങളെ ഒരു വിജയിയാക്കാൻ ഞാൻ സാധ്യമായതെല്ലാം ചെയ്യും.

എന്റെ ജീവിതത്തിന് ഒരു ദൗത്യമേയുള്ളൂ എല്ലാവരെയും ശാക്തീകരിക്കുക, നിങ്ങളിൽ ഓരോരുത്തരും നിങ്ങളുടെ സ്വപ്നം അതിവേഗം സാക്ഷാൽക്കരിക്കുക. ഉയർന്നുകൊണ്ടിരിക്കുക.

ദീപക് ബജാജ്

ദീപക് ബജാജിനെക്കുറിച്ച്

ബെസ്റ്റ് സെല്ലിങ് എഴുത്തുകാരൻ, മോട്ടിവേഷനൽ സ്പീക്കർ, വിജയം നേടിയ ട്രെയിനർ, പ്രതിഭാശാലിയായ പരിശീലകൻ

കഴിഞ്ഞ 16 വർഷങ്ങളിൽ ഏഴുലക്ഷം പേർക്ക് പരിശീലനം നൽകിയതിലൂടെ ദീപക് അദ്ദേഹത്തിന്റെ ജീവിതദൗത്യം ദിവസവും ആവേശപൂർവം തുടർന്നുകൊണ്ടിരിക്കുന്നു. സ്വപ്നസാക്ഷാൽക്കാരത്തിന് ആളുകളെ ശാക്തീകരിക്കുകയും ഉത്തേജിപ്പിക്കുകയും ചെയ്യുന്നു. ദീപക് അന്താരാഷ്ട്ര എൻ.എൽ.പി. മാസ്റ്റർ പ്രാക്റ്റീഷണർ ആണ്. യു.എസ്.എ.യിലെയും പോർച്ചുഗലിലെയും സിംഗപ്പൂരിലെയും ബാങ്കോക്കിലെയും ഇന്ത്യയിലെയും ഏറ്റവും മികച്ച പരിശീലകരിൽനിന്ന് അദ്ദേഹത്തിന് പരിശീലനം ലഭിച്ചിട്ടുണ്ട്. ഒരു ഉയർന്ന മാനേജ്മെന്റ് സ്ഥാപനത്തിൽ നിന്ന് അദ്ദേഹം എം.ബി.എ. എടുത്തു, റെക്കോർഡ് ബ്രേക്ക് ചെയ്ത നാലു വർഷത്തെ കോർപറേറ്റ് അനുഭവം, സൂപ്പർ വിജയം നേടിയ 12 വർഷത്തെ സംരംഭകത്വം... ഇതെല്ലാം അദ്ദേഹത്തെ മികച്ച പരിശീലകനും പ്രാസംഗികനും കോച്ചുമാക്കി മാറ്റി.

ദീപകിന്റെ പരിശീലന പരിപാടികൾ അതിവേഗത്തിൽ ഏതൊരാളും ആഗ്രഹിക്കുന്ന ഫലം ലഭിക്കാൻ തക്ക രീതിയിൽ ഡിസൈൻ ചെയ്തതും അതിനനുസരിച്ച് പ്രവർത്തിക്കുന്നതുമാണ്. ജീവിതം തന്നെ മാറ്റിമറിക്കുന്ന പരിശീലന പരിപാടികളാൽ പ്രശ്സതനാണ് ദീപക്. അദ്ദേഹത്തിന്റെ പരിപാടികളെല്ലാം സൂചികുത്താൻ ഇടമില്ലാത്ത സദസ്സിലാണ് നടക്കാറ്. വിൽപന വർദ്ധിപ്പിക്കൽ, ലീഡർഷിപ്പ്, ഉന്നത പ്രകടനം കാഴ്ചവയ്ക്കുന്ന ടീമുകൾ, സ്ഥാപന സംസ്കാരം ശക്തിപ്പെടുത്തൽ, സ്ഥാപനങ്ങളുടെ ഉൽപാദനക്ഷമതയും അവരെ ലാഭകരമാക്കലും, അതിവേഗ വളർച്ച, സ്റ്റാർട്ടപ്പുകൾ സ്ഥാപിക്കൽ തുടങ്ങിയ വിഷയങ്ങളുമായി ബന്ധപ്പെട്ട് അദ്ദേഹം വ്യവസ്ഥാപിതമായ കോർപറേറ്റ് പരിശീലന പരിപാടികളും നടത്താറുണ്ട്.

ബിസിനസ് വളർച്ച, ജീവിതത്തിലെ സംഘർഷങ്ങൾ കൈകാര്യം ചെയ്യൽ, നെറ്റ്‌വർക്ക് മാർക്കറ്റിങ്, കരിയർ ഡവലപ്മെന്റ്, ഹോളിസ്റ്റിക് ജീവിതം തുടങ്ങിയ കാര്യങ്ങളിൽ ദീപക് ഒരു ഹൈ പെർഫോർമെൻസ് കോച്ച് ആണ്. അദ്ദേഹത്തിന്റെ പരിശീലനം, ആളുകളെയും സ്ഥാപനങ്ങളെയും സന്തോഷമുള്ളവരും ആരോഗ്യമുള്ളവരും ആക്കുന്നു, ബിസിനസ് ലാഭകരവും വിജയകരവും ആയിത്തീരുന്നു.

അദ്ദേഹം അതിശക്തനായ ഒരു പ്രാസംഗികനാണ്. ഓരോ പ്രസംഗവും കേൾക്കുന്നവരിൽ ദീർഘകാലം നീണ്ടുനിൽക്കുന്ന സ്വാധീനമുണ്ടാക്കുന്നു,

അത്ഭുതകരമായ മാറ്റങ്ങൾക്ക് കാരണമാകുന്നു. ഉള്ളടക്കം, പ്രസംഗിക്കുന്ന രീതി, മാനസികനില, ഇടപെടലുകൾ തുടങ്ങിയ കാര്യങ്ങളുമായി ബന്ധപ്പെട്ട അദ്ദേഹത്തിന്റെ 6 ഇന സൂത്രവാക്യം സവിശേഷവും പ്രചോദനം നൽകുന്നതും രസകരവുമാണ്, മാത്രമല്ല, 16 വർഷമായി അദ്ദേഹത്തിന്റെ ഓരോ പ്രസംഗവും നാം ലക്ഷ്യമാക്കിയ ഫലം നമുക്ക് നൽകുകയും ചെയ്തുകൊണ്ടിരിക്കുന്നു. കോർപറേറ്റുകളിലും സർക്കാർ സ്ഥാപനങ്ങളിലും ഡീലർ കൺവെൻഷനുകളിലും സെയിൽസ് മീറ്റുകളിലും കോളജുകളിലും സർവകലാശാലകളിലും വിവിധ സംരംഭകത്വ പ്രമോഷൻ ഫോറങ്ങളിലും അദ്ദേഹത്തെ പതിവായി ക്ഷണിച്ചുകൊണ്ടിരിക്കുന്നു.

ദീപക് സോഷ്യൽമീഡിയയിലെ ഒരു സ്വാധീനമാണ്, അദ്ദേഹത്തിന്റെ വീഡിയോകൾ എല്ലാ മാസവും 30 ലക്ഷം കാഴ്ചക്കാരെയാണ് ആകർഷിക്കുന്നത്. ദീപക് രണ്ട് ഭാഷകളിലെ ബെസ്റ്റ്സെല്ലർ എഴുത്തുകാരനാണ്, ഈ പുസ്തകം ഈ വർഷം തന്നെ വിവിധ ഭാഷകളിൽ പുറത്തിറങ്ങാൻ പോകുകയാണ്. അദ്ദേഹത്തിന് 2018-ൽ ബെസ്റ്റ് ഡിബേറ്റ് ഓതർ അവാർഡ് ലഭിച്ചു. ഈയിടെ ഒരു പ്രമുഖ മാഗസിന്റെ കവർ അദ്ദേഹമായിരിന്നു. അദ്ദേഹത്തിന്റെ ലേഖനങ്ങൾ പ്രമുഖ പ്രസിദ്ധീകരണങ്ങൾ പതിവായി പ്രസിദ്ധീകരിക്കുന്നു.

ദീപക് ആർത്തിപിടിച്ച വായനക്കാരനാണ്, മാരത്തോണുകളിൽ ഓടുന്നു, സാഹസിക കായിക ഇനങ്ങളിൽ ആവേശമുള്ളയാളാണ്. അദ്ദേഹം യാത്രകൾ ഇഷ്ടപ്പെടുന്നു, ഇതിനകം 25 രാഷ്ട്രങ്ങളിൽ കുടുംബവുമൊത്ത് യാത്ര ചെയ്തിട്ടുണ്ട്. ഇന്ത്യയിലെ ഗുർഗോണിൽ (ദൽഹി എൻ.സി.ആർ.) ഭാര്യ ഡോ. തനിമക്കും മൂന്ന് കുട്ടികൾക്കും ഒപ്പമാണ് അദ്ദേഹം താമസിക്കുന്നത്.

www.deepakbajaj.biz.